ધર્મયોદ્ધા

કલ્કિ

નવલકથાત્રયી ભાગ 1

વિષ્ણુનો અવતાર

કેવિન મિસલ

અનુવાદ : ચિરાગ ઠક્કર 'જય'

મુખ્ય પ્રાપ્તિસ્થાન

નવભારત સાહિત્ય મંદિર

જૈન દેરાસર પાસે, ગાંધી રોડ, અમદાવાદ - ૩૮૦ ૦૦૧

૨૦૨, પેલિકન હાઉસ, ગુજરાત ચેમ્બર ઓફ કોમર્સના કંપાઉન્ડમાં,

આશ્રમ રોડ, અમદાવાદ - ૩૮૦ ૦૦૯

☎ (૦૭૯) ૨૨૧૩૯૨૫૩, ૨૨૧૩૨૯૨૧

૯૮૨૫૦ ૩૨૩૪૦

e-mail : info@navbharatonline.com

www.navbharatonline.com

fb.com/NavbharatSahityaMandir

DHARMAYODDHA KALKI VISHNUNO AVATAR (PART-1)
by Kevin Missal
Navbharat Sahitya Mandir
AHMEDABAD
2023

ISBN No. : 978-93-95339-88-9

પ્રથમ આવૃત્તિ: જુલાઈ, 2023

(સેટનું મૂલ્ય : ₹ 1647/-)

પ્રકાશક
મહેન્દ્ર પી. શાહ
નવભારત સાહિત્ય મંદિર
જૈન દેરાસર પાસે, ગાંધી રોડ, અમદાવાદ-૩૮૦૦૦૧
ફોન: (૦૭૯) ૨૨૧૩૯૨૫૩, ૨૨૧૩૨૯૨૧
E-mail : info@navbharatonline.com
Web : www.navbharatonline.com
fb.com/NavbharatSahityaMandir

મુખપૃષ્ઠ : વી રામાનુજ
www.vramanuj.com

મને પ્રેરણા આપનાર પ્રત્યેક **લેખકને...**

વાચકોને

આ પુસ્તક તમે વાંચવાનું શરૂ કરો તે પહેલાં હું તમને આગ્રહ કરીશ કે તમે આ નોંધ પ્રથમ વાંચી લો. તેમાં તમારો પાંચ મિનિટથી વધુ સમય નહીં જાય, પરંતુ તેનાથી તમે આ પુસ્તક કઈ માનસિકતા સાથે લખાયું છે તે સમજી શકશો.

આ કોઈ ઐતિહાસિક પુસ્તક અથવા કલ્કિ પુરાણનું રૂપાંતરણ નથી. આ મૂળ રૂપમાં એક ફેન્ટસી છે, જે કલ્કિનું જીવન, કળિયુગના વિચારો તથા મહાભારત અને રામાયણના સંદર્ભોથી પ્રેરિત છે, પરંતુ આ પૂર્ણ રૂપથી કાલ્પનિક કથા છે.

હું એ દરેક વાર્તાઓ અને ફિલ્મો માટે આભાર વ્યક્ત કરું છું જેને મેં વાંચી અથવા જોઈ, જેમ કે *સ્ટાર વૉર્સ, લૉર્ડ ઑફ ધ રિંગ્સ* અને *ગેમ્સ ઑફ થ્રોન્સ*. તે બધામાંથી મને પ્રેરણા મળતાં અહેસાસ થયો કે કોઈ પુસ્તકનાં કથાનક મોટાં હોવાથી કોઈ ફર્ક નથી પડતો, પરંતુ કથાનાં પાત્રો મોટાં હોય તેનાથી જરૂર ફર્ક પડે છે.

આભાર! હવે તમે પુસ્તક વાંચી શકો છો.

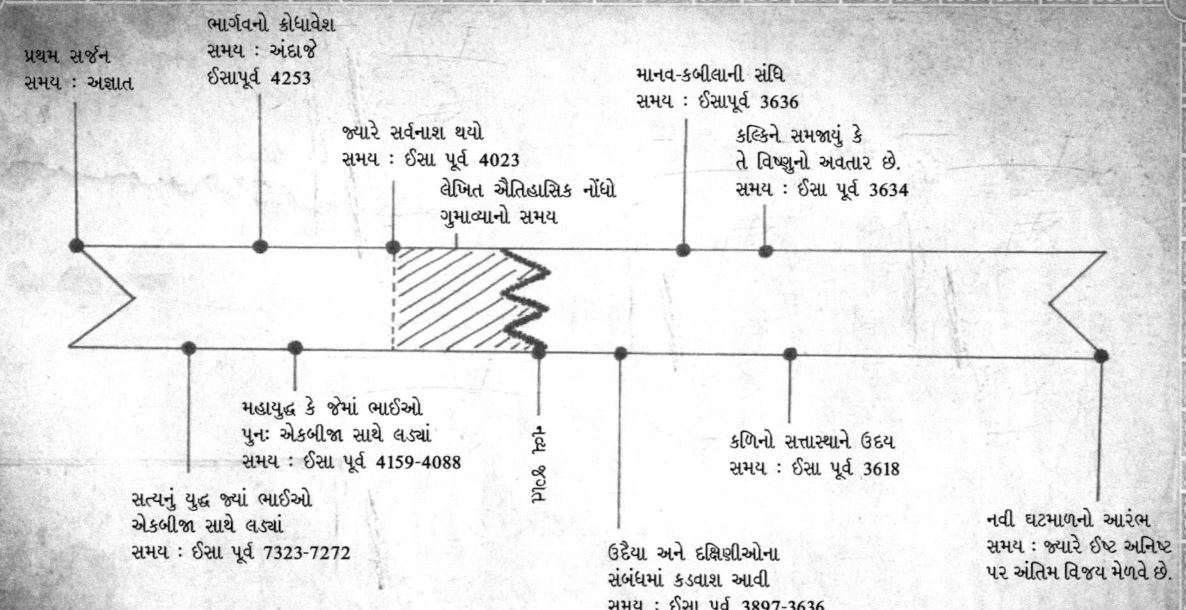

પુસ્તકની ઘટનાઓની સમયરેખા

પ્રસ્તાવના

કલ્કિ હરિ ઉત્તર તરફથી આવનારા ઠંડા પવન તરફ મુખ કરીને બેઠો હતો. ભગવાન વિષ્ણુની મૂર્તિ આગળ પલાંઠી લગાવીને પ્રાર્થના કરી રહ્યો હતો. તેજ હવા વહેવા લાગી અને તેના વાંકડિયા વાળ ઘાનાં નિશાનોવાળા ચહેરા પર વિખરાઈ ગયા.

તેણે વીસ ફૂટ ઊંચી પથ્થરની મૂર્તિની ભવ્યતા પર નજર કરી. જેના સુડોળ ધડથી ચાર ભુજાઓ નીકળી રહી હતી. એક ભુજામાં શંખ અને બીજી ભુજાઓમાં ચક્ર, ગદા અને કમળ ધારણ કર્યાં હતાં. મૂર્તિના મુખ પર સૌમ્ય ભાવ હતો, પરંતુ દેખાવમાં તે દૃઢ અને ધૈર્યવાન લાગતા હતા.

કલ્કિ તેમની આગળ વામન લાગતો હતો, પરંતુ તેની તેને પરવા નહોતી. તે ભગવાન વિષ્ણુ સામે હંમેશાં નાનો જ રહેવાનો હતો. તે આંખો બંધ કરીને મંત્રજાપ કરવા લાગ્યો. તેને ઠંડકનો અનુભવ ન થયો. બીજી કોઈ વ્યક્તિને થાય તેવી કોઈ શીતલહર તેની મજ્જામાંથી દોડી નહીં. તેનામાં ધીરજ અને દૃઢ પ્રેરણાની કમી નહોતી. તેની અંદર ભગવાન વિષ્ણુની શક્તિ ઉપસ્થિત હતી.

“મારાં અંગ-સંગ રહે.”

અને તેણે આંખો ખોલી.

તેણે ઊભા થઈને પોતાના પગ પરનો બરફ ખંખેર્યો. પોપટ તેના ઉઝરડાવાળા ખભા પર આવીને બેઠો. તેણે પક્ષીને પંપાળ્યું અને તેની ડોક પર હળવેથી ખંજવાળ્યું. પછી એ રત્નજડિત તલવાર તરફ આગળ વધ્યો, જે ગ્લેશિયરમાં ખૂંપેલી હતી. તેણે તલવાર ખેંચી અને તેના પર લખેલા શબ્દો વાંચવા લાગ્યો. તેના પર ચિહ્નિત રહસ્યમયી પ્રતીકો સિવાય પણ તેનું એક અલગ જ સંમોહન હતું. તેણે તલવાર મ્યાનમાં મૂકીને પોતાના ઘોડા તરફ આગળ વધ્યો અને સવાર થઈ ગયો. ઘોડાની

પીઠને હળવેથી થપથપાવી લગામને કસીને પકડી અને ધીમેથી ટકોર કરી. આ ઘોડો બીજું કોઈ નહીં, પણ દેવદત્ત હતો. આ નામ એક મનુષ્યના નામ પરથી રાખવામાં આવ્યું હતું, જેને એ ક્યારેક ઓળખતો હતો.

ઘોડાના આગળના પગ ઊંચા થયા જેનાથી ક્ષણભર માટે ઊગી રહેલો સૂર્ય પણ ઢંકાઈ ગયો.

એ તૈયાર હતો.

સાચવજો, કારણ કે તે આવી રહ્યો હતો.

ભાગ ૧

શંભલનું યુદ્ધ

1

રણના ધોમધખતા તાપ વચ્ચે કળિ પોતાની તરફ આવતી સેનાને જોઈ શકતો હતો.

સેના આકારમાં તો વિશાળ હતી અને તે ગોળાકાર સ્વરૂપે તીડનાં ટોળાંની જેમ આગળ વધતી હતી. એ બધા એ રીતે સંગઠિત થઈ કદમતાલ ભરી રહ્યાં હતાં જાણે એક-એક કદમ ઉચ્ચ સૈન્ય રણનીતિ અનુસાર ભરી રહ્યાં હોય. અત્યાર સુધી તે પોતાના દૂરબીનથી ફક્ત સીમિત દૃશ્ય જ જોઈ શકતો હતો. તે જોઈ શકતો હતો કે સૈનિકોની બહારની ટુકડીઓમાં ઢાલ અને ભાલા રાખવામાં આવ્યાં હતાં. તેઓએ ભારે શિર-છત્ર અને આખા શરીરે ધાતુનાં બખતર પહેર્યાં હતાં.

હું કેવી રીતે પહોંચી વળીશ?

તેના મગજમાં પોતાના શત્રુના સૈન્યને પરાજિત કરવા માટેની હજારો યોજનાઓ દોડવા લાગી. તેણે એના સેનાપતિ કોકોને દૂરબીન સોંપ્યું અને પોતાની છાવણી તરફ આગળ વધ્યો. તે ઘણા બળદો પાસેથી પસાર થયો જેને તે યુદ્ધમાં સહાયતા માટે ઉત્તર તરફથી લાવ્યો હતો, પણ હજુ એ નક્કી કરવાનું બાકી હતું કે તે બધાને કેવી રીતે ઉપયોગમાં લેવા.

ઇમારતી લાકડાંથી બનાવેલું મેજ વચમાં મૂકેલું હતું જેના પર નકશાઓ અને ચિત્રોનો ઢગલો પડ્યો હતો. તેની ઉપર રાખેલા દીવાની રોશની તે બધું જોવા પર્યાપ્ત હતી. તે ઘૂંટણિયે બેસી નકશાને ધ્યાનથી જોઈ રહ્યો હતો ત્યાં જ તેના સેનાપતિનો અવાજ સંભળાયો.

"સરદાર, એ લોકો આવ્યા છે."

"હદ છે." કળિ મનમાં ને મનમાં ખિજાયો.

"શું વિકોકો પાછી આવી ગઈ?"

"ના, હજુ આવી નથી." કોકોએ શાંતિથી ઉત્તર આપ્યો.

કળિને કોઈ આશ્ચર્ય ન થયું. તેણે કોકોની બહેન વિકોકોને ખતરનાક રણભૂમિમાં શત્રુઓની કામ કરવાની પદ્ધતિ અને યોજનાઓ વિશેની જાણકારી લેવા મોકલી હતી, તો પણ કોકો તરફથી કોઈ સંદેહ કે આનાકાની નહોતી. તે કળિ માટે રક્ત-સંકલ્પથી બંધાયેલો હતો અને તે જે આદેશ મળે તેનું પાલન કરતો હતો, ભલે તેના માટે પોતાનો પ્રાણ સંકટમાં કેમ નાખવો ન પડે.

તંબૂનો પડદો હટ્યો અને તેણે ભૂરી આંખોવાળા કબીલાના રાજકુમાર વાસુકિ સાથે કુબેરને જોયો. તે જાડા માણસે પોતાના ગળામાં જીવિત રૂવાંટીદાર નોળિયાને લપેટ્યો હતો. તેમની સાથે ભયંકર શરીરધારી અને સડેલા દાંતવાળો રક્તપ હતો.

"મને જોઈને આશ્ચર્ય થયું કે તમે બધા એકસાથે મારા સામાન્ય નિવાસમાં આવી પહોંચ્યા છો, પરંતુ તમારા લોકોનો કોઈ સભ્ય ઇતિહાસ નથી."

રક્તપે વાતનો આરંભ કર્યો, "કળિ અમારાથી નારાજ ન થા. તેં અમને ઇન્દ્રગઢના શાસનમાં ભાગીદારી આપવાની વાત કરી હતી. અમને તો એવું કંઈ બની રહ્યું હોય તેવું દેખાઈ નથી રહ્યું."

આ દરમિયાન કુબેર ફળોની ટોપલી પાસે મૂકેલી મદિરા પાસે આવ્યો અને પોતાના માટે એક પ્યાલામાં મદિરા ભરી, "મને પૂરો વિશ્વાસ છે કે આપણો પ્રિય સાથી આપણને નિરાશ નહીં કરે. તે આજ સુધી પોતાનાં બધાં વચન નિભાવતો આવ્યો છે, પરંતુ હું એવું પણ નક્કી કહી શકું છું કે જો આપણે હાર્યા, તો એક એવો પણ સમય આવી શકે છે જ્યારે હું વિચારી શકું છું કે... હમ્મ! મેં અને મારા લોકોએ તમારો સાથ કેમ આપ્યો?"

કળિએ નિઃસાસો નાખ્યો, "હું નથી હારવાનો."

વાસુકિએ આંખોના રંગ સાથે મેળ ખાતો ભૂરા રંગનો ઝભ્ભો પહેર્યો હતો. તે બોલ્યો, "વેદાંતની સેના આપણી સેનાના કેન્દ્ર સુધી આવી પહોંચી છે અને હજુ સુધી તમારા લોકો ઘોડા પર સવાર પણ થયા નથી. મેં અમારા લોકોને જણાવી દીધું છે કે આ જગ્યાએથી તત્કાળ નીકળવાની તૈયારી કરી લો."

"તો તમે અહીંથી જવા માગો છો? મને પૂરો વિશ્વાસ છે કે જો તમે આ રીતે જલદી જતાં રહેશો તો બહુ સુંદર દૃશ્ય માણવાથી વંચિત રહી જશો."

"કળિ, હું મજાક નથી કરી રહ્યો. એ લોકો આવી રહ્યા છે અને આપણે બધા માર્યા જઈશું."

"આપણી પાસે એ લોકોનાં આવતાં પહેલાં હજુ પૂરા એક કલાકનો સમય છે." કળિએ તે લોકોને દિલાસો આપ્યો.

"એક કલાક પૂરતો નથી. આપણી પાસે વેદાંત સાથે લડવા માટે વિશાળ સેના નથી."

કળિએ સ્વીકાર્યું, "હા, પરંતુ...!"

ત્યારે વિકોકો ત્યાં આવી. તેના સોનેરી વાળ ચહેરાની બંને બાજુ કોઈ આભામંડળ જેવા લાગી રહ્યા હતા. તે પોતાના ભારે કવચ સાથે અંદર આવી અને કળિના કાનમાં ધીમેથી કંઈક કહ્યું.

"ચક્રવ્યૂહ."

વિકોકોએ ગરદન હલાવી.

રક્તપ તાડૂક્યો, "અમને તો કંઈક જણાવો, શું થયું?"

કળિએ એક ક્ષણ માટે કબીલાના મુખિયાઓ તરફ નજર નાખી. આ બધા વિશિષ્ટ લોકો એકબીજા તરફ ઘૃણા રાખતા હતા, પણ કળિએ તેમને એકજૂથ કરેલા હતા.

તે ઘૂંટણિયે બેઠો અને એક પીંછાંથી નકશા પર ચિત્ર અંકિત કર્યું, "તો મારી સેનાપતિ વિકોકો અનુસાર વેદાંતની સેના ચક્રવ્યૂહના આકારમાં છે."

"ચક્રવ્યૂહ?" વાસુકિએ આંખો ઝીણી કરી.

"તેને એક પ્રકારનું પૂર્ણ વર્તુળ અથવા ઘેરો કહી શકાય." કળિએ આગળ જણાવ્યું, "યુદ્ધભૂમિનું કૌશલ્ય. ચક્રવ્યૂહની રચના શત્રુઓને ભ્રમિત કરવા માટે કરવામાં આવે છે અને એ પછી તેમના પર આક્રમણ થાય છે."

"આ કેટલું પ્રભાવી હોય છે?" કુબેરે પૂછ્યું.

"આપણે હારી પણ શકીએ છીએ."

"ઓહ! હે ભગવાન." વાસુકિએ ચીસ પાડી, "આ કેવી રીતે સંભવ છે?"

"એક ચક્રવ્યૂહ." એણે પહેલા બનાવેલા એ ગોળામાં તે ઘણી બધી રેખાઓ બનાવવા લાગ્યો, "આમાં ઘણી બધી હરોળ હોય છે. પહેલી હરોળ જે દેખાય છે તેમાં સૈનિકો પોતાના ભાલા સાથે ઊભેલા દેખાય છે જે મુખ્યત્વે પગપાળા સૈનિકો છે. આ સૈનિકો બલિના બકરા હોય છે. તેમની કોઈને પરવા નથી હોતી. બીજી હરોળમાં ઘોડેસવાર સેના હાથમાં તલવારો સાથે હોય છે. ત્રીજી હરોળમાં ધનુર્ધર અને ચોથી હરોળમાં..." તેણે પોતાના પીંછાંની શ્યાહીથી કાગળ પર અંતિમ વર્તુળ દોર્યું. "બરાબર આ જગ્યા પર વેદાંત પોતાના સેનાપતિ સાથે મોજૂદ છે."

"એટલે કે તેના સુધી જવા માટે આપણે આ પ્રશિક્ષિત, નિર્દયી અને રક્તપ્યાસા સૈનિકોની ત્રણેય હરોળ વીંધવી પડશે." કુબેરનો અવાજ બોલતા બોલતા જ કંપી ગયો.

"હા, પરંતુ એ એક ઘેરામાં ઊભા હશે અને સતત ફરતા રહેશે, કારણ કે જો તમે ઘેરાની એકતરફ હુમલો કરીને થોડા લોકોને ઘાયલ કરવા ઇચ્છ્યું..." તેણે સખતીથી કાગળ પર પીંછું ફેરવ્યું, "તો ઘેરો ફરશે અને જે લોકો ઓછા ઘાયલ હશે એ લોકો અચાનક સામે આવીને હુમલો કરશે."

"આ તો ખરેખર નરકનો ઘેરો છે!" કુબેરે આંખો નચાવી.

"તમારી સેનાપતિએ આ બધું કેવી રીતે જાણ્યું, એ તો એક મહિલા છે તો પણ...?" રક્તપે પૂછ્યું.

વિકોકો ધીમેથી બબડી અને કળિ હસી પડ્યો.

"આની નજર બહુ તેજ છે અને કોઈ સેનાની રણનીતિ જોવા માટે તેજ નજરની જરૂરત હોય છે."

"શું આને સમાપ્ત કરવાનો કોઈ રસ્તો છે કે પછી અમે અમારો રસ્તો કરીએ?" વાસુકિ ગર્જ્યો.

"જાઓ... પણ તમે યુદ્ધના ભાગેડુ કહેવાશો." કળિ બરાબર તેની સામે આવીને ઊભો રહ્યો.

"એક મૂર્ખ શહીદ બનવા કરતા કાયર બનવું વધુ સારું છે." વાસુકિ બોલ્યો. પાનનાં પાંદડાની સુગંધ કળિના નાક સુધી પહોંચી.

કુબેરે નિઃશ્વાસ નાખ્યો.

"તમને મારી પાસેથી કેટલા માણસોની જરૂર છે?" રક્તપ આગળ આવ્યો.

કળિએ સ્મિત કર્યું, "માણસો? કોણે કહ્યું કે મારે માણસો જોઈએ છે?"

2

રાજા વેદાંત પોતાના રથ પર સવાર હતો જેની બંને બાજુ લાંબી તલવારો હાથમાં લઈને બે સુરક્ષાકર્મી હાજર હતા. એવું નહોતું કે તેને પોતાની રક્ષા માટે તેમની જરૂર હતી, પરંતુ પોતાના માણસોની સુરક્ષામાં રહેવાનું તેને ગમતું હતું.

વેદાંત જોઈ શકતો હતો કે પ્રાચીન ગ્રંથોની યોજનાઓ કેવી રીતે કામ લાગી રહી હતી. જાણીતા રણનીતિકારોએ આનો પ્રયોગ કર્યો હતો જેનો એ અત્યારે ઉપયોગ કરી રહ્યો હતો. વેદાંતે પોતે એવું નક્કી કર્યું હતું કે પોતાના રાજ્યમાં પાછો જઈને અન્યાય વિરુદ્ધની આ લડાઈમાં પોતાની વીરતા વિશે એ લાંબી-લાંબી ગાથાઓ લખશે.

"આ કળિ પોતાના મૂર્ખ અને જાતિહીન ત્યજ્ય લોકો સાથે ઇલાવર્તીની ધરતીને કચડી રહ્યો છે. તેને લાગે છે કે તે ઇન્દ્રના પુત્રને નષ્ટ કરી શકશે?" તેણે ગર્વિષ્ઠ થઈને પોતાના સૈનિકો સામે ઘોષણા કરી.

"દેવરાજ ઇન્દ્રના પુત્ર?" એક સૈનિકે વિનમ્રતાથી પૂછ્યું, "મહારાજ, શું અમે એક દેવપુત્રની રક્ષા કરી રહ્યા છીએ?"

"હા!" તેની કપાળની રેખાઓ ખેંચાઈ.

"એ ક્યાં છે?"

"તમારી બરાબર સામે."

"તમે દેવરાજનાં સંતાન છો?" તે સૈનિકે ફરીથી પ્રશ્ન કર્યો.

"વાસ્તવમાં એવું નથી! હું ભગવાન ઇન્દ્રની પૂજા કરું છું એટલે તેમને મારા આધ્યાત્મિક પિતા કહી શકાય."

"ઓહ, એવું છે!" એ સૈનિક નિરાશ થઈ ગયો.

"હવે તમારો બકવાસ બંધ કરો અને યુદ્ધની ચિંતા કરો." એ ધીમા અવાજે ગણગણ્યો, "તમારા જેવા અણઘડ સાથે વાત કરીને ફાયદો શું?"

સૈનિક મૌન થઈ ગયો.

વેદાંતને તો પોતાનો રથ અચાનક હલીને ઊભો રહી ગયો ત્યાં સુધી કશી ખબર ન પડી. તેણે રથની બહાર માથું કાઢીને જોયું અને સારથિને કોસવા લાગ્યો.

"શું થઈ ગયું?"

"મહારાજ, સૈન્ય રોકાઈ ગયું છે."

"રોકાઈ ગયું?" વેદાંત રથમાંથી કૂદ્યો અને પોતાના સુરક્ષાકર્મીઓ સાથે નીચે આવી ગયો.

તે સેનાપતિ પાસે ગયો, કારણ કે તે બધી હરોળને સરખી રીતે જોઈ નહોતો શકતો, "સૈન્યને કેમ રોકવામાં આવ્યું?"

સેનાપતિ પોતાના ઘોડા પરથી ઊતર્યો અને વેદાંતને દૂરબીન આપી દીધું. એણે વેદાંતના દેખતાં પહેલાં થૂંક ગળામાં ઉતાર્યું અને બોલ્યો, "કળિ આ ખોટું કરી રહ્યો છે." પછી એણે સૈન્યને પાછળ હટવાનું કહ્યું, જેથી વેદાંત જોઈ શકે કે તેમની તરફ શું આવી રહ્યું હતું.

વેદાંત આગળ વધ્યો અને દૂરબીનમાં જોયું.

"સાચો અને ઇમાનદાર? આ કેવી રીતે શક્ય છે? હરામી મ્લેચ્છ જ છે! દુષ્ટ પણ ખરો! તેં એવું કેમ ધારી લીધું કે એ લોકો ઉચિત રીતે યુદ્ધમાં સામનો કરશે? આપણી પાસે માણસોની સંખ્યા વધુ છે. તેમના માણસો...!" વેદાંતે ફરીથી દૂરબીનથી જોયું, તો તેના શરીરમાં ભયનું એક લખલખું પસાર થઈ ગયું, "ઇન્દ્રરાજના સમ, આ કયા સાતમા-આસમાનની બલા આવી રહી છે?" તેના પગ ધરતી પર સ્થિર થઈ ગયા હતા.

"મહારાજ! એ ...એ બળદો છે."

"હું જોઈ શકું છું." તેણે દૂરબીન હટાવીને સેનાપતિ તરફ જોયું, "પણ એ બધાનાં... બધાનાં શિંગડાં પર આગ કેમ દેખાઈ રહી છે?"

3

કળિ પોતાના ઘોડા પર સવાર થઈ પ્રસન્નતાપૂર્વક આગળની તરફ ઝૂક્યો અને તેણે જોયું કે મોટી સંખ્યામાં રહેલા બળદોએ શત્રુઓની ઢાલો સાથે ટકરાઈને એને તોડી નાખી હતી. અમુક લોકો ડરથી ભાગી રહ્યા હતા તો અમુક લોકોએ હુમલો કરવાનું ધાર્યું, પણ બળદોએ તે લોકોને ઉછાળીને દૂર સુધી પછાડ્યા. એ બધા લથડાતા પગલે પોતાનો જીવ બચાવવા ભાગ્યા.

આ યોજના કારગર સાબિત થઈ હતી. તેણે બળદોનાં શિંગડાં પર તેલવાળાં કપડાં બાંધ્યાં અને એ કપડાંમાં આગ લગાવી તો બળદો ગુસ્સામાં જોરદાર ભાગ્યા.

કળિએ સીટી વગાડી એટલે કોકો અને વિકોકો તેની સમક્ષ થયાં. તેમની પાછળ કુબેરના માણસો હતા. બધા જ સડેલા દાંતવાળા અને તેલથી લથબથ વાળવાળા સૈનિકો હતા.

“આ યક્ષોને લઈ જાઓ અને તેમને લાંબા અને ઊંચા લોકોના નિશાના બનાવવા માટે વચ્ચે ઊભા કરી દો. પહેલી હરોળ તૂટી ગઈ છે એટલે આપણી પાસે સીમિત, પરંતુ દૂર સુધી જોઈ શકવાની ક્ષમતા છે.” તેણે કહ્યું.

તે બંનેએ હકારમાં ડોકું હલાવ્યું. તેઓ સાફ ક્ષિતિજ તરફ ઘોડા દોડાવતાં નીકળી ગયાં અને ગંદા તેમજ સૂવર જેવા યક્ષો પાછળ ચાલી રહ્યા હતા. તેઓ આકારમાં નાના, પરંતુ વધારે સ્થૂળ હતા, પરંતુ તેઓ નિપુણ તીરંદાજ હતા અને કળિને અત્યારે તેમની જ આવશ્યકતા હતી.

કુબેર તેની છાવણીમાંથી વાસુકિ અને રક્તપ સાથે આ બધું જોઈ રહ્યો હતો. તે કળિ પાસે પહોંચ્યો. તેનો ઝભ્ભો રેતીને ચૂમી રહ્યો હતો.

"મારા માણસો જંગના મેદાનમાં કોઈ ખાસ કમાલ નથી દેખાડી શકતા, એટલે તને ખબર હોવી જોઈએ કે આ કામ રક્તપના માણસો કરી શકે છે."

"હા, પણ એમની નજરો તેજ છે અને મારે અત્યારે તેનું જ કામ છે. બીજી બાજુ રાક્ષસો આમને-સામનેની લડાઈ માટે બરાબર હોય છે, પરંતુ હું વચન આપું છું કે આ જંગમાં આપણા વધારે માણસોનું નુકસાન નહીં થાય અને હું હવે એવું કરવાની યોજના બનાવી રહ્યો છું."

"તો એ યોજના સાચા અર્થમાં શું હશે?"

કળિએ કુબેર સામે આંખ મીંચકારી.

"એની ચિંતા ન કરો. બસ, તમારા ઘોડા તૈયાર કરો. શું તમે લોકો એવું કરી શકશો?"

"ખબર નથી આ યોજના કામ આવશે કે નહીં!"

"મારા પર વિશ્વાસ રાખો."

તેના સેનાપતિ અને યક્ષ પોતપોતાનું સ્થાન લઈ ચૂક્યા હતા. ત્યાં સુધીમાં બળદોએ વેદાંતના સૈનિકોને સારા એવા ભટકાવી દીધા હતા. એટલે સુધી કે આ બાજુ તીરંદાજ લોકો પણ જાણતા નહોતા કે તેઓ નિશાના પર આવી ચૂક્યા હતા. જ્યારે બધા યક્ષોએ પોતાનાં ધનુષ્ય પર બાણ ચડાવ્યાં તો કોકોએ પાછું વળીને જોયું અને ગરદન હલાવી.

અને કળિએ પણ તેને જોઈને એવું જ કર્યું.

કોકોએ એ જ સમયે ત્રાડ નાખી. બાણો ધારદાર વીજળીની જેમ આકાશમાં સનસનાવીને ગયા પછી તેમણે વેદાંતના સૈન્યને છિન્નભિન્ન કરી નાખ્યું.

4

વેદાંત બળદોથી જીવ બચાવી ભાગી રહ્યો હતો. તે ઝડપથી પોતાના રથમાં જઈને છુપાયો. તીરંદાજોએ તેમાંથી અમુકને મારી નાંખ્યા હતા, પરંતુ પશુઓ એટલા ભયભીત હતાં કે એમનું નિશાન તાકવું અઘરું હતું. તેમની જાડી ચામડી પર તલવારો કે ભાલાની કોઈ અસર નહોતી થતી.

જ્યારે એણે જોયું કે બળદોનું ઉગ્ર આક્રમણ ઘટવા લાગ્યું છે બરાબર તે જ સમયે એક બીજું આશ્ચર્ય સામે ઊભું હતું. ઉપરથી બાણોની વર્ષા થવા લાગી. જ્યારે આંતરિક ઘેરામાં રહેલા ઘણા લોકો એ બાણ-વર્ષાથી માર્યા ગયા ત્યારે પેલા અણઘડ સૈનિકે તેને ઝટકા સાથે અંદર ખેંચી લીધો. તે જોઈ શકતો હતો કે આ હુમલામાં સેનાપતિનું શરીર ક્ષત-વિક્ષત થઈ ચૂક્યું હતું.

તે બીજા લોકો પર ગુસ્સે થયો, પરંતુ કોઈએ તે ધ્યાનમાં ના લીધું. બાણોની વર્ષા રોકાઈ નહોતી એટલે એ રથમાં આંખો બંધ કરી બેસી ગયો અને પોતાના માટે પ્રાર્થના કરવા લાગ્યો. બહાર તેના માણસો મરતા હતા અને ચીસો પાડીને તેને બોલાવી રહ્યા હતા. ધરતી પર શબોનો ઢગલો થતો રહ્યો હતો. ચારેતરફ લોહી વહી રહ્યું હતું. આગ, ધુમાડો અને ગંધકની ગંધ ચારેતરફ પ્રસરી ગઈ હતી. હિંસાનું આ તાંડવ જોઈને તેને પોતાના બાળપણની એ રમત યાદ આવી જેમાં પોતે ઈશ્વરની ભૂમિકા નિભાવતો લાકડાની આકૃતિઓનો નાશ કરતો હતો. આજે આ હિંસાથી તેને ઉબ આવી રહી હતી અને જ્યારે બાણ વરસવાનાં બંધ થયાં ત્યારે તે જગ્યાએ ઘેરો સન્નાટો છવાઈ ગયો. જ્યાં થોડીવાર પહેલાં વિનાશનો કોલાહલ સંભળાઈ રહ્યો હતો. વેદાંતે પોતાના રથ પરથી નીચે ઊતરી જમીન પર પગ મૂક્યો. તે પોતાની ચારેતરફનો રક્તપાત જોઈ શકતો હતો. એકની ઉપર બીજાં, એમ શબોનો ઢગલો થયેલો હતો.

જેણે આવું કર્યું તે કેવો રાક્ષસ બન્યો હશે?

આંતરિક ઘેરામાં રહેલો સૈનિક તેની સમક્ષ હાજર થયો, "મહારાજ, આપણે હવે શું કરવું જોઈએ? આપણે ભારે સંખ્યામાં લોકોને ગુમાવી ચૂક્યા છીએ. આપણે અહીંથી ખસી પણ નહીં શકીએ, જ્યાં સુધી..."

"જાણું છું... બધું જાણું છું. બસ, થોડી રાહ જુઓ અને તેમને આગળની ચાલ ચાલવા દો."

"જી, મહારાજ."

જ્યારે એ ફરીથી પોતાના રથ પર સવાર થયો ત્યારે તેણે જોયું કે આ આક્રમણથી તેનો ઘોડો સુરક્ષિત હતો. સેનાપતિ સમજદાર હતો જેણે તેના ઘોડાને પણ પર્યાપ્ત કવચ પહેરાવી દીધાં હતાં.

5

કળિએ જોયું કે હવે સૈન્યમાં કોઈ સંચાર નહોતો થતો. તે જાણે થોડી ક્ષણો માટે સ્થિર થઈ ગયું હતું. તે જાણતો હતો કે હવે વિજયશ્રી ધારણ કરવાનો સમય આવી ગયો હતો. તેણે કોકો અને વિકોકોને અભિનંદન પાઠવ્યા જે યક્ષો સાથે મોરચા પર ઊભાં હતાં.

કુબેર ઘોડાઓને લઈને આવ્યો, જે બધા હાથીઓના વેશમાં હતા.

"શું મારા ઘોડાઓ પાસેથી આ જ કામ લેવાનું હતું? આપણે મોટા હાથીઓ લાવીને આ સમસ્યાનું નિવારણ કરી શકતા હતા. અરે, આ ઘોડાઓને હાથી જેવા દેખાડવાની શું જરૂર પડી?"

"દોસ્ત, તું આવી રીતે વિચારે છે એટલે જ તું આજે મારા આદેશને આધીન છે."

કુબેરનું મોં ખુલ્લું ને ખુલ્લું જ રહી ગયું. તે જ સમયે રક્તપ અને વાસુકિ પણ ત્યાં આવી પહોંચ્યાં. તેઓ પણ પોતપોતાની છાવણીમાંથી આ દૃશ્ય જોઈ રહ્યાં હતાં.

"તો સરદાર કળિ, હવે તમે શું કરવાની યોજના બનાવી છે? તે લોકો હવે કમજોર થઈ ગયા છે. શું મારે મારા માણસોને મોકલીને આ આખી વાત ઝડપથી નિપટાવી દેવી જોઈએ?" રક્તપે વ્યંગ્ય કર્યો.

"હમ્મ...!! જોકે એની જરૂર નથી." કળિએ કહ્યું, "હું તે લોકો આગળ સંધિનો પ્રસ્તાવ મૂકવા જઈ રહ્યો છું."

વાસુકિ બબડ્યો, "સંધિ? આ કઈ નવી મજાક છે?"

"રાજકુમાર વાસુકિ, હું તમારું મનોરંજન નથી કરી રહ્યો." કળિના અવાજમાં કઠોરતાનો ભાવ હતો, "હું તે લોકો સમક્ષ સંધિનો પ્રસ્તાવ મૂકવા જઈ રહ્યો છું."

રક્તપ, વાસુકિ અને કુબેર ત્રણેય આ ઘોષણા સાંભળી હસી પડ્યા.

"મને જણાવ કે એવી કઈ યોજના છે કે તું એ દિશામાં જઈને પણ વેદાંતના સૈનિકોને હાથે માર્યો નહીં જાય?"

"અરે, તે મારા પર હાથ પણ નહીં ઉઠાવી શકે." કળિ હાથીની સૂંઢ લગાડેલા ઘોડા પર બેસતાં બોલ્યો.

કોકો અને વિકોકો તેની બંને તરફ રહેવા તૈયાર હતાં.

"તો એ નક્કી છે કે આપણે એવું જ કરીશું?" કુબેર બબડ્યો.

"હું મારા માણસોને આ આત્મઘાતી મોરચે નથી મોકલવાનો." રક્તપે ઘોષણા કરી.

"તેની જરૂર પણ નથી." કળિએ કહ્યું, "ફક્ત હું મારા સેનાપતિઓ સાથે જઈ રહ્યો છું."

"તમારા ઘોડાનો આ હાસ્યાસ્પદ વેશ અને તમારી અટપટી યોજના સાંભળીને લાગે છે કે આપણે માનવો વિરુદ્ધની લડાઈમાં આપણા માટે કોઈ નવો સેનાપતિ શોધી લેવો પડશે." વાસુકિ બોલ્યો, "કારણ કે તું આ પદ માટે કોઈ પણ રીતે ઉચિત દાવેદાર નથી લાગી રહ્યો."

કળિએ ફક્ત સ્મિત કર્યું. તેને પોતાની વાતનું સ્પષ્ટીકરણ જરૂરી ના લાગ્યું. તેણે જેમતેમ કરીને એ ભારેખમ ઘોડાને ચલાવ્યો અને વેદાંતની દિશામાં જવા લાગ્યો ત્યારે જ કુબેરનો અવાજ સંભળાયો.

"તું ખુદ પોતાના મોતને ગળે લગાડવા જઈ રહ્યો છું. શું તું અમને જણાવીશ કે તેં આ ચક્રવ્યૂહ કેવી રીતે ભેદ્યું જેથી અમે પણ આવનારા યુદ્ધમાં તેનો પ્રયોગ કરી શકીએ."

"તમારે એમના મુખ્ય કેન્દ્ર પર પ્રહાર કરવાનો છે." તેણે ઢોલ-નગારાં પીટનારા તરફ સંકેત કર્યો, જે ધરતી પર મૃત પડ્યા હતા. "સૈન્યની ગતિની દિશામાં જ નગારાં વાગી રહ્યાં હતાં. જ્યારે નગારાં વાગવાં બંધ થયાં તો સૈન્ય ભ્રમિત થઈને દિશા-જ્ઞાન ભૂલી ગયું. આ નગારાંના અવાજના બળ પર એમણે લયબદ્ધ માળખું બનાવ્યું હતું. મેં એ તોડી નાંખ્યું. બાકીની કસર બળદોએ તેમનું ધ્યાન ભટકાવીને પૂરી કરી. અત્યારે ભલે તેમના સૈન્યમાં ગમે તેટલા લોકો હોય, પણ તે બધા ખરાબ રીતે ભ્રમિત અને આતંકિત છે. તેમ જ વિખરાયેલા છે. તેમની

પાસે કોઈ એવું કેન્દ્ર નથી જેનું તેઓ અનુસરણ કરી શકે અને આપણે હવે ત્યાં જ હુમલો કરવાનો છે."

અને એ ઘોડેસવારી કરતો આગળ નીકળી ગયો, પરંતુ તે પાછળ થતી ધૂર્ત ગુસપુસ સાંભળી શકતો હતો, જે રક્તપ તરફથી આવી રહી હતી.

"આ બધું એટલું પણ કંઈ હાસ્યાસ્પદ નથી." તે બોલ્યો.

6

વેદાંત સમજી શકતો હતો કે તેની બચી ગયેલી સેનાનો જોશ પણ હવા થઈ ગયેલો હતો. તેઓ પોતાના હાથમાં હથિયાર ઝાલીને ઊભા હતા, પરંતુ તેમનામાં પહેલાં જેવો આત્મવિશ્વાસ નહોતો રહ્યો. તેમાંથી અમુક ઘાયલ માણસોને છાવણી તરફ લઈ જતા હતા, જેથી તેમને ચિકિત્સાસહાય આપી શકાય. અમુક લોકો ખચ્ચરો પર લદાયેલા પાત્રમાંથી પાણી પી રહ્યા હતા.

તેણે વિચાર્યું હતું કે તેને યુદ્ધ જીતવામાં કોઈ પરેશાની નહીં થાય, કારણ કે એ લોકો બદજાત કમજોર અને વિખરાયેલા હતા. પોતાની જ રાજકીય જૂથબંધીમાં ઘેરાયેલા હતા. આ કારણથી જ તે રાજ્યની પૂરી સેનાને બદલે બહુ જ થોડું સૈન્ય લઈને નીકળ્યો હતો. એનો દંભ જ પતનનું કારણ બની ગયો, કારણ કે અહીં તો બધા જ નિર્વાસિત લોકો સંપ કરીને બેઠા હતા. વેદાંતને પોતાના પર ગુસ્સો આવ્યો. તેને થયું કે સૂર્યગઢ અને વરુણગઢના તેના મિત્રો દ્વારા મોકલાવેલા સંદેશા પર ધ્યાન આપ્યું હોત તો સારું થાત. એ લોકોને પણ હરામી નિર્વાસિતોએ બંધક બનાવ્યા હતા. બાકીનાં નગરો પહેલેથી જ તેમના આધીન થઈ ચૂક્યાં હતાં અને ઇલાવર્તીની રાજધાની ઇન્દ્રગઢ જ તેમનાં ચુંગાલમાંથી બચેલી હતી. આજે એને પોતાની શક્તિ પર કરાયેલા તુચ્છ અભિમાનને લીધે આ દંડ ભોગવવા વિવશ થવું પડ્યું હતું.

તેની આ વિચારધારાને ભંગ કરવા માટે સેનાપતિની બૂમ સંભળાઈ.

“શત્રુઓની છાવણીમાંથી પ્રતિનિધિ આવી રહ્યા છે.”

“તેમને દૂરથી જ મારી નાંખો.” વેદાંત પણ બરાડ્યો.

“સારું મહારાજ...” અને પછી એ એકદમ ચોંક્યો, “ઓહ...”

વેદાંતે આગળ આવીને જોયું કે ત્રણ સૈનિક તેની તરફ આવી રહ્યા

હતા, પણ એ તો હાથીના બચ્ચા પર સવાર થયેલા હતા. એ તેનાથી દસ કદમ દૂર આવીને ઊભા રહી ગયા.

વેદાંતે કહ્યું, "તેમને મારી નાંખો."

"મહારાજ! આપણે એવું ના કરી શકીએ."

"કેમ ના કરી શકીએ?" વેદાંત બબડ્યો.

"એ...એ તો નાના હાથીઓ પર સવાર છે. આ તો દેવરાજ ઇન્દ્રનું વાહન છે. દેવરાજ ઇન્દ્રને તો આપણે ખૂબ માનીએ છીએ."

વેદાંતે કમને એ વાત સ્વીકારી. તે આગળ વધ્યો. તેની સાથે ચાલી રહેલો સેનાપતિ તેને લગાતાર સમજાવી રહ્યો હતો કે તેણે પક્ષીને રાજગઢ મોકલવું જોઈએ જેથી ઇન્દ્રગઢના શાહી મહેલથી સૈન્ય આવી શકે. તેઓ જાણતા હતા કે તેમને રણભૂમિ સુધી આવવામાં લગભગ છ કલાક લાગી શકે છે.

વેદાંત પોતાના અંગરક્ષકોથી આગળ વધ્યો અને એક જગ્યાએ સ્થિર થઈ શત્રુઓના પ્રતિનિધિઓને તાકવા લાગ્યો, જે ઢળતા સૂરજના તાપથી નહાયેલા હતા, "શું જોઈએ છે તમારે?" વેદાંતના અવાજમાં ગરજનો રણકો હતો.

વચ્ચે રહેલો રાજદૂત પોતાના નાના હાથી પરથી ઊતર્યો અને આગળ આવ્યો. તે ઘેરા કાળા કાળા વાળવાળો લાંબો માણસ હતો. ગોરું દૈવીય મુખ, ચહેરા પર આકર્ષક સ્મિત અને સોનેરી આંખો. બેશક છોકરો ખૂબસૂરત હતો, પણ એ કેટલો દુષ્ટ હતો. તેની આંખો વેદાંતના આત્માને ભેદી રહી હતી.

"હું તમને જણાવા માગું છું કે મારું નામ કળિ છે."

"તો એ તું જ છે જે માનવોની વિરુદ્ધ કબીલાવાળા લોકોનું નેતૃત્વ કરે છે? તેં મારી સેનાને નષ્ટ કરી નાંખી અને આ અધર્મી નિર્વાસિતો સાથે સંબંધ જોડી લીધો છે."

"મારા મિત્ર, કબીલાવાળા નિર્વાસિત નથી. તેમના પણ સમાન અધિકાર છે અને હું તેમની સાથે મળીને તે કારણથી જ લડું છું." તેનો અવાજ તેજ થઈ ગયો, જેથી બધા સૈનિકો પણ તેની વાત સાંભળી શકે, "આપણે

બંને યુદ્ધ નથી ચાહતા, કારણ કે બંને પક્ષે ભયંકર હાનિ પહોંચી છે. અમે શાંતિનો પ્રસ્તાવ લઈને આવ્યા છીએ."

"જો અમે શાંતિ સ્થાપવા ન માંગીએ તો? જુઓ, અગર હું તારું માથું ધડથી અલગ કરીને મોકલી દઉં? તો એ હરામીઓનું નેતૃત્વ કરનારું કોઈ નહીં રહે અને ત્યારે તેમને તકલીફો પડશે."

"તમે કોશિશ કરી શકો છો." કળિએ ઉપહાસ કર્યો.

વેદાંતે દાંત ભીંસીને પોતાની તલવાર કાઢી અને કળિની ગરદન પર મૂકી દીધી, ત્યાં જ તેના સેનાપતિએ તેનું કાંડું પકડી લીધું.

"ના, મહારાજ."

"તેં મને રોકવાનું સાહસ કેવી રીતે કર્યું?"

"મહારાજ, જો આ બધું થઈ રહ્યું ન હોત તો કદાચ હું તમને ક્યારેય ન રોકતો." એણે પાછળની તરફ ઇશારો કર્યો, જ્યાં બીજા બે પ્રતિનિધિ હાથીના બચ્ચાના માથાને ધડથી અલગ કરવા માટે તલવાર કાઢીને ઊભા હતા.

"તું મને મારી જ માન્યતા વડે ધમકાવી રહ્યો છે? મેં કદી આવું નહોતું વિચાર્યું કે મારી આસ્થા જ મારી પ્રગતિમાં બાધક બનશે."

કળિ વેદાંતની ફરતે એક તીવ્ર બળવાન ચક્રની જેમ ફરવા માંડ્યો.

"હું તો પરિસ્થિતિનો લાભ લેવા માગું છું. અમે તમારા હિતની રક્ષા કરીશું અને તમે અમારા હિતની રક્ષા કરજો. ચાલો, ઇમાનદારીથી કામ કરીએ. અમારી પાસે તમારા કરતાં મોટી સેના છે."

તે વેદાંતની બરાબર નજીક આવીને રોકાઈ ગયો, "અમારી પાસે રાક્ષસ, નાગ અને યક્ષ છે અને તમારા માણસો ઝડપથી ઘટી રહ્યા છે. તેઓ ભૂખ્યા-તરસ્યા છે અને તેમને તત્કાલ મલમ-પટ્ટીની આવશ્યકતા છે. તમે એક વધારાની રાત્રિના યુદ્ધ માટે એવું જોખમ લેવા નહીં માગો. તમારો કિલ્લો અહીંથી ઘણો દૂર છે. પાછું જવા માટે પણ ભારે કિંમત ચૂકવવી પડશે અને એ પણ જો અમે તમને જવા દઈએ તો."

વેદાંતે પોતાના માણસો તરફ જોયું. એ બધા પણ કળિની વાતમાં સહમત લાગ્યા. તેની પાસે એક કોમળ ચુંબકીય સ્વર હતો જે સાંભળી વેદાંત પીગળી ગયો.

"અમારી સાથે અમારી છાવણીમાં ચાલો. જો તમે અમારી સાથે સમજૂતી કરી લો તો અમે તમને ખોરાક અને પાણી આપીશું. હું તમને અથવા તમારા માણસોને કોઈ નુકસાન પહોંચાડવા માગતો નથી. મને ઇન્દ્રગઢ રાજ્ય માટે મધ્યમ આધાર જોઈએ છે જેના આધારે માણસો અને કબીલાઓ વચ્ચે સંધિ થઈ શકે, બીજું કશું જ નહીં. આ કાર્ય આપણે શાંતિથી કરી શકીએ છીએ નહીંતર..." તેણે અર્થપૂર્ણ રીતે પોતાની આંખો ઝીણી કરી, "અમે તમારી પાસેથી ઝૂંટવી પણ શકીએ છીએ, પણ હું એવું કરવા માગતો નથી. હું તમને મારવા પણ નથી માગતો. હું તમારી સાથે કામ કરવા ઇચ્છું છું."

"એટલે એમ કહેવા માગો છો કે તું એક તાનાશાહની રીતે રાજ્ય સંભાળીશ? મારી પાસેથી તમે લોકો મારું જ રાજ્ય લૂંટી લેશો?"

"હું તમને વચન આપું છું કે તમે જ હંમેશાં રાજા રહેશો. અમે ફક્ત તમને સહાય કરીશું." કળિએ સ્પષ્ટતા કરી.

"આ બદજાતોનું શું થશે? શું એ લોકો પણ એવું કરવા માટે માનશે?"

"એ પહેલાથી માની ગયેલા છે. અમે લોકો ફક્ત શાંતિ ઇચ્છીએ છીએ. અગર તમને યાદ હોય તો તમે જ અમારી પર, અમારી સુરક્ષિત ચોકી પર હુમલો કર્યો છે. અમે તો તમારા રાજ્ય પાસે સમજૂતી કરવા આવી રહ્યાં હતાં."

વેદાંત વિચારમાં પડી ગયો. એ જીદ્દી હતો. એ જાણતો હતો કે તેની આખી સેના પાસે આ બદજાતોની તાકાત સામે લડવાનું બળ નહોતું. જો એ મૃત્યુ પામ્યો હોત તો ઇલાવર્તીમાં અરાજકતા ફેલાઈ જતી, પણ હવે સન્માન વગર પાછું જવું એ પણ ગંભીર વિષય હતો. જોકે આ માન-સન્માનની વાતો પણ ત્યારે જ સંભવ બને જો સામેવાળી વ્યક્તિ જીવિત હોય.

"હું બધા નિયમો, કાનૂન અને માર્ગદર્શિકા વિશે જાણવા માંગીશ..."

"આપણે તે માટે પરિષદસભા આયોજિત કરી શકીએ છીએ."

"મારી પ્રજા ડરી જશે."

વેદાંતે પણ જોયું કે કળિ પાસે કોઈ હથિયાર નહોતું. એણે ઘણા

ભડકીલા રંગોવાળો ઝભ્ભો પહેરેલો જેની પાછળ એક લાંબું વસ્ત્ર લહેરાતું હતું. જૂતાં ચમકીલાં, પણ મજબૂત હતાં અને તેની ચામડી પર યુદ્ધનાં ઘાનાં નિશાન જોઈ શકાતાં હતાં.

"બદલાવ ભયાવહ હોય છે, પણ એ હંમેશાં ને હંમેશાં ભલાઈ માટે જ થતા હોય છે! તે લોકોને સમજવામાં સમય લાગશે, પણ એ સમજી જશે, મારા પર વિશ્વાસ રાખો."

વેદાંતે ઊંડો શ્વાસ લીધો.

"એવું નથી કે તમે કોઈ શેતાન સાથે સમજૂતી કરી રહ્યા છો." કળિ હસ્યો.

વેદાંતે હકારમાં ડોકું હલાવ્યું. તેણે કળિથી પીછો છોડાવવા માટે કોઈ બીજો ઉપાય કરવો પડશે કે કોઈની મદદ લેવી પડશે, પણ હાલ પૂરતી તો કળિની જીત થઈ હતી!

7

ઇન્દ્રગઢની બહારની સીમા પર ઘણાં બધાં સાધન-સંપન્ન ગામ હતાં. જે શહેરી લોકોને કૃષિ, ખાણ અને પશુપાલન જેવી સુવિધાઓ પ્રદાન કરતાં હતાં. ચોતરફ લીલાંછમ ખેતરોની હરિયાળી પથરાયેલી હતી. ત્યાં નગરો જેવી પહોળી સડકો નહોતી. તેમની પાસે રથ કે ઘોડા નહીં, પણ બળદગાડીઓ હતી. કેટલાંક લોકો પગપાળા જ અવરજવર કરી રહ્યાં હતાં. ઘર બધાં કાચી માટી કે ગારાનાં બનેલાં હતાં. તેમની પોતાની પંચાયતો હતી, જે નગરના આદેશો પર ચાલતી હતી, પણ સરપંચો પણ અમુક નિયમ કે કાનૂન બનાવતા હતા.

આ બધાં ગામમાં શંભલ ગામ સારી રીતે વસેલાં ગામમાંનું એક હતું. જ્યાં પાંચસો લોકોનાં મજબૂત રહેઠાણ અને લોકો પરસ્પર એકબીજાંને નામથી જાણતાં હતાં. તેઓ ગૌપાલન અને નગરોમાં દૂધ-પુરવઠા માટે જાણીતાં હતાં. આ રીતે તેઓ આરામથી બે ટંકનું કમાઈ લેતાં હતાં. શંભલમાં વિશાળ પ્રાંત અને ગુફાઓ હતી જેમાં કોઈ પણ દુર્ભાગ્યના ભયથી પ્રવેશતાં નહોતાં. ત્યાં વીસ ફૂટથી પણ ઊંચાં વૃક્ષ અને મૂર્તિઓ હતી. સૌથી ઊંચા વૃક્ષ નીચે દેવદત્ત સરપંચ પોતાના માણસો સાથે બેસીને નિર્ણયો લેતો હતો.

અરજણ હરિને સૌથી પહેલા આ ખરાબ સમાચાર મળ્યા, **ઇન્દ્રગઢને કબજે કરી લેવામાં આવ્યું છે.** જ્યારે સરપંચ દેવદત્તે ગ્રામવાસીઓને નિર્દેશ આપ્યો કે તેઓ ખુલ્લા દિલથી આ સમાચારનું સ્વાગત કરે તો એની જ બધે ચર્ચા હતી.

“લોકો કહે છે કે, વેદાંતને બદજાતોએ હરાવી દીધો...?”

“કબીલાવાળા બહુ ભયાનક હોય છે... શું તે લોકો આપણી પાછળ પણ પડશે?”

ગ્રામવાસીઓની અંદરોઅંદર કાનાફૂસીની વચ્ચે અફવાનું બજાર પણ ગરમ થવા લાગ્યું.

દેવદત્તે વચન આપ્યું કે, જો સમજૂતી થઈ જાય તો એવું કંઈ નહીં થાય, "મને ખબર હતી કે એક દિવસ આવો આવશે, જ્યાં આપણે નવા નેતાઓ તરફ જોવું પડશે. મને સમાચાર મળ્યા છે કે તેઓ ઇન્દ્રગઢ નષ્ટ કરવા નથી માંગતા. તેઓ એક એવી સમજૂતી કરવા માગે છે જેમાં બધા શાંતિ અને પરસ્પર તાલમેલ સાથે રહી શકે." તેણે એક સોનેરી રંગનું ચર્મપત્ર કાઢીને કહ્યું, "આપણને શાહી આદેશ આપવામાં આવ્યો છે કે ભલે નગરીય પ્રશાસનમાં ફેરફાર થાય, પણ ગામો પર કોઈ પ્રભાવ નહીં પડે અને આપણા પરસ્પર સંબંધ યથાવત રહેશે. જો આપણે વિદ્રોહ અથવા કોઈ પ્રકારની બગાવત કરીશું તો દંડિત કરવામાં આવશે. હવે ઇચ્છીએ કે તેવી ઘડી ન આવે, બરાબર ને? બધું જ પહેલાં જેવું રહેશે, બસ સખતી થોડી વધી જશે."

અમુક લોકોએ કહ્યું, **"હું...હ! શું બકવાસ છે!!"**

જ્યારે અમુક બીજાં લોકો બોલ્યાં, "આ ઇલાવર્તીના વિકાસ માટે સારું પગલું ગણી શકાય."

અરજણ આંશિક સચ્ચાઈ જાણતો હતો જે એણે બીજાં નગરોમાંથી સાંભળી હતી. બીજા ગ્રામવાસીઓથી જુદું અરજણે સાંભળ્યું હતું કે સૂર્યગઢની સાથે શું થયું હતું, રાજ્યની આખી તિજોરી લૂંટી લેવાઈ હતી, સૈન્ય બદલી નંખાયું અને રાજા માત્ર કઠપૂતળી થઈને રહી ગયો હતો. ઉપરાંત, ગામડાં સળગાવીને રાખ કરી દીધાં અને તે સ્થાને નગરોનાં નિર્માણ થયાં. તેમને વિકાસની પરવા તો હતી પણ તેમની પદ્ધતિ ખોટી હતી. કબીલા પરસ્પર તાલમેલના નામ પર કશું પણ કરી શકે, પણ મળીને રહેવું તેમના બસની વાત નહોતી.

તેણે સભાને વચ્ચેથી છોડી અને ઝૂંપડી તરફ ભાગ્યો, જ્યાં તેની સુમતિ મા તેની રાહ જોઈ રહી હતી. તે શાક અને રોટલી ખાતાં ખાતાં વાત કરવા લાગ્યો.

"તારો ભાઈ ક્યાં છે?"

"મને કશી ખબર નથી."

"પેલી છોકરી સાથે જ રખડતો હશે..."

"લક્ષ્મી?"

"હા...!"

"મને પણ એવું જ લાગે છે. જોકે તમે એને લક્ષ્મી સાથે રહેવા માટે દોષી ન માની શકો. આજે એ કેટલાં વર્ષો બાદ શહેરથી પાછી આવી છે." અરજણ હસ્યો, "શું તમે રાજા વેદાંતની વાત સાંભળી?"

"હા, આશા રાખું છું કે તેની કોઈ અસર આપણી પર ન આવે."

અરજણે એ જ દિલાસો આપ્યો, પણ એ જાણતો હતો કે તે મા સામે જુઠ્ઠું બોલી રહ્યો છે, "આશા તો એ જ છે કે આપણે આપણું કામ ચાલુ રાખી શકીશું, આપણે તે માટે કેટલી મહેનત કરી છે."

"તું આ કબીલાવાળા પર પૂર્ણ ભરોસો ન કરીશ. એ તો તબાહી અને મોત સિવાય બીજું કશું જાણતાં નથી."

"આપણી પાસેથી કોઈ કશું છીનવી ન શકે."

એ થોડી રોકાઈ અને ખુદને સંયમિત કરી, "ખાસ તો એટલા માટે કે મારા ઘરમાં એક યોદ્ધો છે."

"તમારો મતલબ કે કલ્કિ...?"

"શ...સ્સ્શ! ના, તું..." એ હસવા લાગી.

અરજણ પણ મનમાં હસ્યો.

"તમારા કૃપાળુ શબ્દો માટે આભાર મારી મા!" અરજણ લાકડાનો વાડકો લઈ એઠાં વાસણો મૂકેલા ખૂણા તરફ ગયો. તેણે તે ધોવા માટે પાણીથી વિછળ્યો.

કલ્કિ પહેલેથી જ અધિક ખુશમિજાજ અને થોડો કઢંગો હતો, જ્યારે અરજણ ભરોસાવાન દીકરો હતો. પરેશાનીની વાત એ હતી કે કલ્કિની સરખામણીમાં અરજણ પહેલા કેવી રીતે પરિપક્વ થયો હતો, કારણ કે તે કલ્કિથી આઠ વર્ષ નાનો હતો.

"શું તું કામે જઈ રહ્યો છે?"

"હા." અને તેણે ધોયેલો વાડકો ખૂણામાં મૂકી દીધો.

સૂર્યાસ્ત હોવાને લીધે આખું દશ્ય કેસરી રંગથી તરબતર હતું. અરજણ ખેતરો તરફ ચાલવા લાગ્યો જ્યાં તેના પિતા વિષ્ણુયશ કામ કરી રહ્યા હતા. તેણે તેમને જોઈને હાથ હલાવ્યો. તેના પિતાએ તેને જોઈને નિઃશ્વાસ નાખ્યો.

"બહુ મોડો આવ્યો તું."

પિતા તેની તરફ આગળ વધ્યા અને તેમના માણસને કહ્યું કે એ દૂધને ગોદામમાં લઈ જાય. ભારેખમ અરજણ સામે પિતાનો દેહ પાતળો અને લાંબો હતો. અરજણ માનતો હતો કે ભલે, એ બહુ સુંદર લાગતા, પણ એ દયાળુ માણસ હતા જેમની આંખોમાં હૂંફ છલકતી હતી.

"હું તેનાથી તો પહેલો આવ્યો છું."

"એ તો બે દિવસથી કામ પર નથી આવ્યો." વિષ્ણુયશે અરજણ સામું જોઈ નિઃસાસો નાખ્યો.

એ ગૌશાળા પેઢીઓથી અરજણના પરિવાર પાસે હતી. વિષ્ણુયશને તેના પિતૃઓ પાસેથી આ કામ વારસામાં મળ્યું હતું અને એ તેમની કિશોરાવસ્થામાં જ પશુઓનું પ્રજનન, દોહન અને પશુપાલનવિષયક જાણકારી પામ્યા હતા. ત્યાં બીજી જગ્યાઓની જેમ પશુઓ સાથે કોઈ અન્યાય નહોતો થતો, જ્યાં ગાયોને મારવી કે જબરજસ્તી દોહવામાં આવતી હોય. દૂધ આપતાં પશુઓને પૂર્ણ સન્માન આપવામાં આવતું હતું; તેમને દૂધ અને દૂધથી બનતી વસ્તુઓથી ઓળખ મળી હતી જે શંભલની સંપન્નતાનું સ્રોત હતું.

અરજણને એ વાતનો ગર્વ હતો. જોકે તેને આ કામ થકવી નાખતું અને નીરસ લાગતું હતું. આ કોઈ મજાક પણ નથી, ગાય અને તેને દોહવાનું કામ. તેના જેવા નવયુવાન માટે કોઈ રુચિકર કામ પણ નહોતું.

તે કામ કરતાં કરતાં વિચારવા લાગ્યો કે તેનો મોટો અને લાપરવાહ ભાઈ આ સમયે શું કરતો હશે અને ત્યારે જ ખેતરના દૂરના ખૂણે તેને

ઘોડેસવારોના આકારો દેખાયા. એ લોકોના હાથમાં રહેલી તલવારો અને ભાલાઓ હવામાં લહેરાઈ રહ્યાં હતાં.

એ લોકો ઘોડા પર સવાર થઈને ખેતર તરફ જ આવી રહ્યા હતા.

8

લક્ષ્મી નદી પાસે જ તેનાં માતા-પિતાનાં કપડાં ધોઈ રહી હતી. તેને ઇન્દ્રગઢથી પાછું આવવું સહેજે ગમ્યું નહોતું, કારણ કે એણે ત્યાં જ ગણિત, ખગોળશાસ્ત્ર વગેરેનું શિક્ષણ મેળવ્યું હતું. તે એની માસીના ઘરમાં રહીને ભણતી હતી. નગરમાં થયેલા તાજા બદલાવને કારણે તેને ઘેર પાછું જવાનું કહેવામાં આવ્યું હતું. તેની માસી નગરના ન્યાયિક અને પુસ્તકાલય સંબંધી વિભાગોથી જોડાયેલી હતી અને કબીલાઈ લોકો એ જગ્યાએ ઊથલપાથલ મચાવી રહ્યાં હતાં. એવામાં લક્ષ્મી માટે થોડો સમય ગામમાં વિતાવવો એ જ સુરક્ષિત વિકલ્પ હતો.

તેને આ ગામમાંથી ગયે ઘણો સમય વીત્યો હતો એટલે અહીંના વિશે એ વધુ જાણતી નહોતી. જોકે કંઈ ખાસ બદલાયું પણ નહોતું. કદાચ થોડો સમય લાગશે, પરંતુ કબીલાવાળાને સાથે રાખીને અને વેદાંત દ્વારા થયેલા નુકસાનની અસરો સામાન્ય લોકો પર દેખાતી નહોતી. નિશ્ચિતપણે કારકુનોએ હલ્લો મચાવ્યો, અફવાઓ પણ ઊડી, પરંતુ કશું વિશેષ બન્યું નહોતું. કોઈ પ્રકારના વિદ્રોહનાં લક્ષણો દેખાયાં નહોતાં અને સૌ પોતપોતાનું કામ કરી રહ્યાં હતાં. કેટલાંક લોકો એ સ્થાન છોડી જઈ રહ્યાં હતાં, કારણ કે ઘણા બધા કાફલાઓ અને બળદગાડીઓ જતી એ જોઈ રહી હતી. તેમને ભય હતો કે કશું પણ બની શકે છે, પરંતુ લક્ષ્મીને પૂરો વિશ્વાસ હતો કે કબીલાવાળાનું આગમન શુભ જ હતું. તેમને સમાન અધિકાર ને જવાબદારીઓ આપવી જોઈએ.

હવે એ શાંત અને પછાત વિસ્તારમાં હતી. એ નદીના પાણીમાં કપડાં ધોવાં કરતાં કંઈક બીજું સાર્થક કરવા માગતી હતી. જોકે નદી ગઈ વખત કરતા વધુ ઊંડી હતી અને સ્થિર પણ નહોતી. તેનું વહેણ પહેલાં કરતાં ઘણું તેજ થયું હતું.

એણે પોતાની આંખો ઝીણી કરી અને વિચારવા લાગી કે તે એ નદી પર જ આવી છે જ્યાં એની માએ કપડાં ધોવાં મોકલી હતી?

કે પછી આ પહાડો પાસેની નદી છે?

અચાનક એક મગરમચ્છ સપાટી પર પ્રગટ થયો અને તેના હાથમાં રહેલાં ધોવાનાં કપડાં પર ત્રાટક્યો. એ થોડી પાછળ હટી અને લગભગ લથડાઈ ગઈ.

"ખોટી જગ્યા... ખોટી જગ્યા...!"

મગરમચ્છે એ કપડાં ફાડ્યાં અને નદીની બહાર આવીને તેની તરફ જવા લાગ્યો. એણે પોતાની કુર્તીનો એક છેડો પકડ્યો અને બીજી બાજુનો મગરે પકડી લીધો. બંને વચ્ચે ખેંચતાણ થવા લાગી.

"છોડ! ગંદા જાનવર!"

મગરમાં તાકાત ઘણી હતી. એણે ઝટકા સાથે લક્ષ્મીને આગળ ખેંચી લીધી. તેનું શરીર મગર તરફ ખેંચાવા લાગ્યું અને એવું લાગ્યું કે તેના પગ જમીનથી ઊખડી રહ્યા છે.

અને પછી બે મજબૂત હાથ વડે તેને કોણીથી પાછળ ખેંચી લેવામાં આવી. એ આવનારો પડછાયો આગળ તરફ આવ્યો અને એણે મગરને પેટમાં લાત મારી દીધી. એ સાથે જ એ છપાક દઈને પાણીમાં પડ્યો અને તેની સાથે એ પડછાયો પણ પાણીમાં પડ્યો. એ બંને પાણીની સપાટી પર છબછબિયાં કરવા લાગ્યાં.

"શું તમે ઠીક છો? કોણ છો તમે? ઠીક તો છો ને?"

પાણીની સપાટી પર હલચલ થઈ અને હાથ ને મગરની પૂંછડી ઉપર આવતી દેખાઈ. લક્ષ્મી તો ભયભીત થઈ ગઈ. તેને થયું કે તેને બચાવનારો જ ક્યાંક મરી તો નથી ગયો ને. તે એકધારું ત્યાં જોઈ રહી હતી. પાણી સ્થિર હતું પછી એકાએક પાણી જોરથી ઊછળ્યું અને તેમાંથી એક આકૃતિ બહાર આવી.

"અરે, આ તો બીજું કોઈ નહીં, પણ બાળપણનો દોસ્ત કલ્કિ નીકળ્યો."

એ પહેલાં કરતાં મોટો, તાકાતવર અને ભારે થઈ ગયેલો હતો. લાંબા વાંકડિયા વાળવાળા કલ્કિના હાથ પર ભગવાન શિવની રુદ્રાક્ષમાળા

વીંટાળેલી હતી. તેની માંસપેશીઓ લોહીથી લથપથ હતી જે મગર સાથે લડવાથી હતી, પરંતુ ચહેરા પરનું નિર્દોષ સ્મિત પહેલાં જેવું જ હતું.

લક્ષ્મી તેના તરફ આગળ વધી. તેની ચિંતાનો કોઈ અંત નહોતો, પણ કલ્કિએ તેને કસીને આલિંગન આપ્યું અને પછી પાછળ હટીને હસ્યો.

"મૂર્ખાનંદ, તું હંમેશાં ખતરાઓનો પીછો કરતી હોય છે." આમ કહી તેણે તેના માથે ટપલી મારી.

"અને, તું હંમેશાં મને બચાવવા માટે પીછો કરતો હોય છે." લક્ષ્મીએ કહ્યું, "અને શું...શું તેં એ મગરને મારી નાંખ્યો?"

"અરે ના, માર્યો નથી. બસ, ડરાવીને ભગાવી દીધો." તેણે લક્ષ્મી તરફ સ્નેહથી જોઈને કહ્યું, "તેં મને જણાવ્યું કેમ નહીં કે તું ગામ આવી રહી છે."

"કારણ કે અચાનક જ આવવાનું થયું અને તું બીજું કંઈ પૂછે તેના કરતાં પહેલાં જણાવું કે, હું કાલે જ શંભલ આવી છું ને માએ આજે જ આ બેવકૂફીભર્યું કામ મને સોંપી દીધું." એણે ભવાં ચઢાવ્યાં, "જો આવતાં સાથે જ કેવા કામે લગાવી દીધી."

કલ્કિ હસ્યો અને એણે તેનો ઝભ્ભો ઉતાર્યો જે એણે એક ઝાડ પર લટકાવેલો હતો. તે ઝભ્ભો પહેરતાં બોલ્યો, "શહેરમાં રહેવાં લાગી છે તેનો મતલબ એ નથી કે તું પણ એ લોકો જેવી થઈ ગઈ છું."

લક્ષ્મીએ ભવાં ચઢાવ્યાં, "મને શહેર ગયે બે વર્ષ થઈ ગયાં અને જરા પોતાને જ જો, તું કેટલો બદલાઈ ગયો છું."

"બે વર્ષનો સમય લાંબો હોય છે. મારી પાક્કી દોસ્ત બે-ત્રણ મહિને પત્ર મોકલે છે ને ક્યારેક તો એ પણ નહીં."

"હું ભણવામાં વ્યસ્ત હતી અને તું પોતાનું શરીર બનાવવામાં મગ્ન હતો."

"જેમ કે આજુબાજુના વિસ્તારોમાં ભાર ઉઠાવવાના કામની શોધ જેથી ચાર પૈસા કમાઈ શકાય, મારાં મા-બાપને કહીશ નહીં." એણે પોતાનો માંસલ હાથ હલાવ્યો, "જાન, મને ખબર છે કે હું સારો દેખાઉં છું. હવે ઘૂરવાનું બંધ કર. અજીબ લાગે છે."

"ઓહ, મોટો આવ્યો. ઇન્દ્રગઢમાં પણ સુંદર મુખડાંઓની કમી નહોતી. તારે તો જરૂર ત્યાં આવીને દેખવું જોઈએ." આ હુમલાથી તેના ચહેરા પર ચિંતાની રેખાઓ હતી અને તેનાં કપડાં પણ નષ્ટ પામ્યાં હતાં છતાં તે લગાતાર બોલતી રહી, "સૈનિકોને જુઓ તે કેટલા સુંદર હોય છે?"

"ઓહ, સુંદર! ઊંહ...?"

તે પાછું જવા માટે ફરી જ્યાં કલ્કિ બહુ નજીક ઊભો હતો. ફક્ત અમુક આંગળનું અંતર હતું. તેના હાથ લક્ષ્મીના નિતંબ પર ગયા અને તેણે કસીને પકડી લીધા. તે એને દબાવવા લાગ્યો અને લક્ષ્મી અજાણપણે પગની આંગળીઓ સંકોરવા લાગી.

"સુંદર હોય છે, હેં ને?"

"હા, સુંદર."

"બીજું તેં શહેરમાં શું જોયું?" એ ઘણો નજીક આવી ગયો હતો. તેના મોંમાંથી ફુદીનાની વાસ આવતી હતી.

જોકે તેને કલ્કિનો સ્પર્શ ગમતો હતો, પણ મજાકમાં તેને પાછો ધકેલ્યો અને બોલી, "મેં આ પણ શીખ્યું કે તું મારી મરજી સિવાય મને અડી ન શકે."

"મરજી?"

"જી હા, મારી મંજૂરી." એ ગામ તરફ પાછી જતી બોલી.

"માફી માગું છું. હવેથી ધ્યાન રાખીશ."

"માફી મંજૂર થઈ, કારણ કે તેં મારો જીવ અને કપડાં પેલા જાનવરથી બચાવ્યા છે."

કલ્કિ હસ્યો અને ગભરાઈને પોતાના માથાની પાછળ ખંજવાળવા લાગ્યો.

"હવે મારા ઘેર ચાલ. તને દવા લગાવી આપું. હજુય લોહી વહે છે." લક્ષ્મીએ લોહીના ડાઘા જોયા જે એના સફેદ ઝભ્ભા પર ઊપસી આવ્યા હતા.

કલ્કિએ ઊંડો શ્વાસ લીધો અને તેની પાછળ ચાલવા લાગ્યો.

9

"ભાઈ... ઓ ભાઈ!"

જ્યારે એણે આંખો ખોલી ત્યારે એ ઝીણો એવો અવાજ સાંભળી શકતો હતો. એક સફેદ રોશની તેની આંખને આંજી રહી હતી અને થોડી ક્ષણો એને કશું જ દેખાયું નહીં પછી ધીરે-ધીરે બધું જ ચોખ્ખું દેખાવા લાગ્યું. તેણે પોતાની તરફ નમી રહેલી દુરુક્તિને જોઈ જેના ચહેરા પર ચિંતાની રેખાઓ દેખાતી હતી.

"ભાઈ!"

"ઓહ, હા." કળિએ ઊંડો શ્વાસ લીધો. તે ઊભો થઈ શક્યો નહીં. તે ત્યાં જડાઈ ગયો હતો, "માફ કરજે... આ..."

દુરુક્તિએ તેને ઊભા થવામાં મદદ કરી અને કળિએ જોયું કે ઓરડામાં બે સિપાહી પણ હતા જે તેના માટે ચિંતિત દેખાતા હતા. તેણે હાથથી સંકેત કર્યો એટલે તે બંને બહાર જતા રહ્યા. તે ફરીથી લથડ્યો અને પછી પલંગ પર બેસી ગયો.

"તું બેભાન કેવી રીતે થયો હતો?"

કળિએ માથું હલાવ્યું. તેને કશી ખબર નહોતી. તે સતત ખાંસી રહ્યો હતો અને એ રીતે ખાંસતા-ખાંસતા જ બેહોશ થઈ ગયો.

"કારણ કે તારા લીધે જ પરિષદની સભા શરૂ નથી થઈ શકી."

કળિએ દુરુક્તિ તરફ જોયું. તેણે તેને સળગતા ગામમાંથી બચાવી ત્યારે એ કેટલી નાની હતી. એક છોકરો નવજાત કન્યાને પોતાના હાથમાં લઈને ભાગી રહ્યો હતો એ દૃશ્ય વિચારતાં આજે પણ એ કંપી ઊઠે છે. તેણે એટલું ભયંકર દૃશ્ય જોયું હતું કે તેના વિશે એ વાત કરવા પણ નહોતો માગતો. હવે તે મોટી થઈને કેટલી સુંદર અને સુશીલ લાગે છે, જેનું દિલ સોનાનું હતું. તેના વાળ ઘૂંટણ સુધી લાંબા હતા જેનો એ

ચોટલો ગૂંથી રાખતી હતી. તેની આંખો કળિ જેવી સોનેરી હતી. ફક્ત તેના કબીલાનો જ આ આનુવાંશિક ગુણ હતો.

"આભાર."

"તું બીમાર લાગે છે."

"કદાચ તબિયત સારી નથી. મને ખરાબ સપનાં આવી રહ્યાં છે... ફેફસાં પણ ઠીક નથી લાગતાં."

દુરુક્તિ તેની પાસે બેઠી અને એણે એનો હાથ તેની છાતી પર મૂક્યો. તેના ધબકારા જોયા.

"આ તેજ ચાલી રહ્યા છે."

"હા, મારે જવું જોઈએ."

દુરુક્તિએ હા પાડી, "ભાઈ, તબિયતનું ધ્યાન રાખજે. હું પછી તને મળું છું." તેણે ભાઈનો ગાલ ચૂમ્યો અને જતી રહી.

તે તાંબાથી ઘડેલી પટ્ટી પાસે ગયો અને પોતાનું પ્રતિબિંબ જોવા લાગ્યો. પછી તે કપડાં પહેરવા લાગ્યો. તેની પાસે કોઈ તલવાર નહોતી, કારણ કે તેને શસ્ત્રોથી ઘૃણા હતી. તે ક્યારેક વિચારતો કે તલવાર તેના મુજબ ઘણી હિંસક હતી.

તે તૈયાર થઈને ઓરડામાંથી બહાર નીકળી સભાગૃહ તરફ ગયો. તે રાજગઢના વનના પ્રમુખ ચક્રવ્યૂહમાં પહોંચ્યો. તેણે પ્રશાસનિક પ્રાંત પાર કર્યો અને એ નિસરણી સુધી પહોંચ્યો, જે એક મંચ તરફ લઈ જતી હતી. ચીકણા પથ્થરોથી બનેલી દીવાલો મજબૂત અને દૃઢ હતી. એની ઊંચાઈ એટલી હતી કે એ આભ સાથે વાત કરતી દેખાતી હતી. ત્યાં તહેનાત સૈનિકો ગીધ જેવા હતા જે બધાને ઘૂરતા હતા. તેઓ પાસે અજેય અસ્ત્ર-શસ્ત્ર હતાં. ઇલાવર્તીના બીજા નગરની જેમ ઇન્દ્રગઢમાં ઊંચી છતો કે ભવન નહોતા, પરંતુ તેમાંથી મોટાભાગનાં ખુલ્લામાં હતાં. જ્યાં આકાશ પોતાનો જાદુ પાથરતું હતું.

તેણે કક્ષમાં પ્રવેશ કર્યો જે એક ખુલ્લા પ્રાંગણમાં હતો. ચાર વિશાળ વૃક્ષની વચ્ચે એક મોટું ગોળ મેજ રાખવામાં આવ્યું હતું. ત્યાં કાંસાનાં રાજ-સિંહાસન પણ રાખવામાં આવ્યાં હતાં.

કળિ રાજા વેદાંતને તેના બે રક્ષક સૈનિકો સાથે બેઠેલો જોઈ શકતો હતો. જ્યાં કુબેર, રક્તપ અને વાસુકિ કળિની પ્રતીક્ષા કરી રહ્યા હતા.

"મિત્રો! મોડું થવા બદલ માફી માગું છું."

"કમ-સે-કમ આજના આટલા મોટા દિવસે તો આટલી વાર નહોતી કરવાની." વાસુકિએ ફરિયાદ કરી.

"તબિયત બરાબર નથી ચાલી રહી." અને તેની નજર સીધી દુરુક્તિ તરફ ગઈ જે કળિના સિંહાસન તરફ ધીરેથી આગળ વધતી હતી. તે કોકો અને વિકોકો પાસે જઈને ઊભી રહી જેમણે લોહીવાળાં ગંદાં કવચ પહેરેલાં હતાં.

કળિએ પોતાના સ્થાન પર બેસીને બધાની તરફ જોઈ કહ્યું, "આપણે શરૂ કરવું જોઈએ."

"તમે જ નક્કી કરો. જે થાય છે તે તમારી મરજીથી તો થઈ રહ્યું છે." વેદાંત બબડ્યો.

"કોઈ અનાદર કરવા ચાહે છે." કુબેરે મજાક કરી.

"બેશક, હું જ છું. મારા લોકો મારાથી નફરત કરે છે. તેઓ મને કાયર ગણે છે."

"જલદીથી તેઓ જ તમને સ્વપ્નદર્શી કહેશે. વાસુકિને સામેલ કરવાથી પ્રશાસનમાં બહેતર મંત્રી સામેલ થશે, જે પૂર્વી અને પશ્ચિમી હુમલાઓથી બચાવશે. રક્તપ સાથે હોવાથી સૈન્ય મજબૂત થશે અને કુબેરને કારણે વેપાર વધશે, દસ ગણો થઈ જશે. અત્યારે ભલે શાપ જેવું લાગે, પરંતુ આ બધું રાજ્યની ભલાઈ માટે થઈ રહ્યું છે.

કુબેરે હકારમાં માથું હલાવ્યું, "જી મહારાજ, તમને મારો પૂરો સહયોગ મળશે."

વેદાંતે ગુસ્સામાં પોતાના દાંત ભીંસ્યા.

કળિએ કોકો તરફ જોયું એટલે એ આજ્ઞાપત્ર લઈ આવ્યો અને મેજ પર મૂક્યો, "અમારા કાનૂની સલાહકારોએ મળીને ઇન્દ્રગઢ માટે આ સંધિ-પત્ર તૈયાર કર્યો છે. હવે આના પર હસ્તાક્ષર કરી તેને સાકાર કરવાનો સમય આવી ગયો છે."

"દક્ષિણી મારો ઉપહાસ કરશે." તે હજુય દાંત પીસી રહ્યો હતો.

દક્ષિણી, દક્ષિણનો રાજા હતો. જેવી રીતે ઉદૈયા ઇલાવર્તીનો ઉત્તરનો રાજા હતો. ઉદૈયા ઇન્દ્રગઢ જેવા રાજ્યનું નિયંત્રણ કરતો હતો, પણ કળિએ બધું જીતીને હવે ઉત્તરમાં પણ ગઠબંધન કરી દીધું હતું.

"દક્ષિણી મારી સમસ્યા નથી. તેમની પાસે પોતાની નૌસેના છે અને ઈલમથી નીજી સંબંધ છે." તે સંપન્ન એવા દ્વીપની વાત કરી રહ્યો હતો જ્યાં રાક્ષસોની વસ્તી હતી. ઘેરા રંગના સાક્ષર યોદ્ધા, "તે અમારી સમસ્યા નથી."

"એકદમ સાચી વાત." રક્તપ બોલ્યો.

"આ નગરના રહેવાસીઓ અને બીજા લોકોને નવા જીવનનો અભ્યાસ થઈ જવો જોઈએ. એક એવું જીવન જેમાં લોકોની જાતિ અથવા સ્તર નહીં, પણ સન્માનિત નાગરિકના રૂપમાં જીવી શકાય." કળિએ કહ્યું, "રક્તપ મહારાજ, મને અગ્નિગઢમાં તમારી જરૂર પડશે. ત્યાં નાના-મોટા ઉપદ્રવ થઈ રહ્યા છે જેને દબાવવા જરૂરી છે. તમે ત્યાં જઈને રાજા સમ્રાટ સાથે ત્યાંની પરિસ્થિતિ પર કાબૂ મેળવી લો."

"જેવો આપનો આદેશ, મહારાજ કળિ." રક્તપે પોતાના તીણા દાંતનું પ્રદર્શન કરતા સ્મિત આપ્યું.

વેદાંત સિવાય બધાને મંજૂર હતું ને એ કમને બબડી રહ્યો હતો. કળિ મેજ પાસે આવ્યો અને પોતાના મોરપંખને શ્યાહીમાં બોળી પોતાનું નામ લખ્યું. કુબેર અને રક્તપે ને વાસુકિએ પણ પછી એવું કર્યું. અંતમાં જીદ્દી વેદાંતનો વારો આવ્યો. છેવટે બધાનું થયું એટલે કળિએ એ દસ્તાવેજ કોકોને આપ્યો જેથી તેને સુરક્ષિત સ્થાને મૂકી દેવામાં આવે.

"હવે આપણી યોજના એવી રહેશે કે આપણે નવા કિલ્લાઓનું નિર્માણ કરીએ જેના માટે રાજા વેદાંતના શ્રમિકોની જરૂર પડશે. કુબેર રસ્તા પરનાં બજારો સંભાળશે." આ સાંભળીને કુબેરે વિનમ્રતાથી ગરદન ઝુકાવી. કળિએ પછી ઉમેર્યું, "રંગમંચ, વિવિધ ગતિવિધિઓ અને શસ્ત્રાગારનું કામ વેદાંતના માણસો કરશે. તક્ષકને જણાવો કે તે રાજ્યની સેનાનો ભાર સંભાળે."

"મારા સેનાપતિઓનું શું થશે?" માનવ રાજાએ શંકાથી પૂછ્યું.

"રાજા વેદાંત, સાચું કહું તો મને નથી લાગતું કે એ કોઈ કામના છે."

વેદાંતની આંખો ફરકી.

"ગામડાંઓનું શું કરવાનું છે. શું આપણે તેને સમાપ્ત કરીએ છીએ?"

"રાજકોષ લગભગ ખાલી છે અને કુબેરના તિજોરી ભરવાના વચનમાં વિલંબ જણાય છે, કારણ કે વાહનવ્યવહારમાં થોડી પરેશાનીઓ દેખાય છે. આપણે અસ્થાયી રૂપે થોડા સમય માટે વેરાની વ્યવસ્થા ચાલુ જ રાખવી પડશે."

"ખેડૂતો ઇન્દ્રગઢની આધારશિલા છે. વધારાના વેરાથી તેમની પર ભારણ વધશે." વેદાંતે વિરોધ કર્યો.

કળિએ સખત દૃષ્ટિથી જોઈને કહ્યું, "મહારાજ, મને કોઈ પરવા નથી. મારે રાજ્ય ચલાવવા માટે ધન જોઈએ છે અને ખાસ તો આપણે સશસ્ત્ર કિલ્લાઓ બનાવીએ છીએ તેમાં જરૂર છે."

કુબેરે કહ્યું, "એ વાત સાચી છે, પણ કોણ નસીબવંત એ સંભાળી રહ્યું છે?"

"તું તો નહીં જ." વાસુકિએ દાંત કચકચાવ્યા.

કુબેરના કપાળમાં રેખાઓ ઊપસી. કળિ જાણતો હતો કે બંને કબીલા વચ્ચે થોડું વેર છે, પરંતુ તેણે એ સમયે એક રણનીતિક ઘોષણા કરીને વાત સંભાળી લીધી.

"મારી બહેન દુરુક્તિ આ બાબતમાં નિપુણ છે. તે જરૂર પડશે તો નિયમ લાગુ કરી શકે છે."

"તો હું શું કરીશ?" વેદાંત ફટાક દઈને બોલ્યો.

કળિએ મેજ ઉપર વિખરાયેલા કાગળો પર નજર દોડાવી. એમાંથી એક કાગળ ખેંચીને કહ્યું, "તમારે તો ખાસ કામ કરવાનું છે. તમે બધાં નગરમાં રથ પર ભ્રમણ કરશો અને પોતાના લોકોને જણાવશો કે અમારી સાથે ગઠબંધન કેવું સરસ રહ્યું અને કઈ રીતે ઇન્દ્રગઢને આવનારા સમયમાં વિકાસ કરવાનો અવસર મળવાનો છે."

"તમારો મતલબ કે મારે જુઠ્ઠું બોલવું પડશે."

"આ વાતને જોવાની એક રીત છે, બીજી રીતે જોવામાં આવે તો તમે પોતાની પ્રજાના મનમાં વિશ્વાસ જમાવી શકશો કે તમને પરાજિત કરવામાં નથી આવ્યા, જે વાસ્તવિકમાં તમે થયા હતા. તમે અમારી સાથે કામ કરી રહ્યા છો, કારણ કે તમને એમની ભલાઈની ચિંતા છે. તમારે તેમને બતાવવું પડશે તમે હજુય તેમના રાજા છો. તમે તેમની આવતીકાલ જોઈ શકો છો. તમે એ ધ્યાન રાખશો કે તેઓ તમારા પ્રત્યે ઘૃણા ન રાખે. જ્યારે તમે આ બધી સારી વાતો તેમને કરશો તો એ આપણા બધાના હિતમાં છે."

વેદાંત ગુસ્સાથી લાલચોળ થઈ ગયો, તેની આંખો પણ લાલઘૂમ થઈ ગઈ, પણ કશું બોલ્યો નહીં. તેણે મુઠ્ઠી ભીંસી અને ખોલી નાખી જે જોઈને કળિ હસ્યો, હું *આનાથી વધુ વાજબી વાત શું કરી શકું?*

કળિને પોતાની છાતીમાં બળતરા થઈ, પણ એને અવગણ્યું. સભા સમાપ્ત થતાં સુધીમાં તો તેને હસવામાં પણ સંઘર્ષ કરવો પડતો હતો, "હું રાજગઢની અંદર અને બહાર પ્રજાજનો માટે એક દાવતનું આયોજન કરવા જઈ રહ્યો છું. જ્યાં બધાં ચાંદીના એક સિક્કાની કિંમત પર ભોજનનો આનંદ લઈ શકશે. એ સારું રહેશે." એ રોકાયો, કારણ કે છાતીનું દર્દ વધી રહ્યું હતું, "આપણા આવનારા ભવિષ્ય માટે આ બહુ મહત્ત્વનું છે."

બધા એકીસ્વરે બોલી ઊઠ્યા, "જય હો."

ફક્ત એક વ્યક્તિ ચૂપ હતી.

10

કલ્કિના ઘા ને ઉઝરડા શંભલની સોમ ગુફાઓની આસપાસના ઔષધીય પર્ણના લેપથી રૂઝાઈ રહ્યા હતા. એ બધી જ વનસ્પતિઓ દૂર પહાડીઓમાં મળતી હતી. કલ્કિએ સાંભળ્યું હતું કે, નજીકની ગુફાઓમાં સોમના ભંડાર હતા જેને ગ્રામવાસીઓ દેવોનો ઉપહાર માનતા હતા. માન્યતાઓ અનુસાર વ્રજના દેવતા તથા બધા દેવોના રાજા ભગવાન ઇન્દ્ર સ્વયં ઇન્દ્રગઢની ભૂમિ પર રહેતા હતા અને તેમણે જ સ્વર્ગના અનુચર ગાંધર્વોને કહ્યું હતું કે, આ ઔષધિને આખા ઈલાવર્તીમાં ફેલાવી દેવી. જેથી માણસોને મદદ મળી શકે, પરંતુ અત્યાર સુધી ફક્ત આ એક જ ભંડાર પ્રાપ્ત થઈ શક્યો હતો.

વિજ્ઞાનમાં વિશ્વાસ રાખનારાનું કહેવું હતું કે, સોમ ગુફાઓ બીજું કશું નહીં, પણ ચમકીલા વાદળી પથ્થર જ હતા જે તેજ ગરમી અને દબાણને કારણે સર્જાયા હતા. એ કોઈ પણ રીતે કોઈ જાદુઈ અસર ધરાવતા નહોતા.

લોકોએ એ પથ્થરોનો રસ કાઢવાનો પ્રયાસ કર્યો, પણ મોટાભાગના નિષ્ફળ રહ્યા. જે લોકો સફળ રહ્યા એ કાં તો અમર થઈ ગયા અથવા પાગલ. વાતો તો એ મુજબની હતી, પણ વર્તમાનમાં તો ગુફાઓ સુધી જવાના રસ્તા બંધ હતા. એક ભૂકંપ આવવાના કારણે ગુફાઓની આગળ ભારે અને વિશાળ શિલાઓ આવવાથી રસ્તાઓ બંધ હતા. જોકે ગ્રામવાસીઓ તો આજેય તે વિસ્તારની આજુબાજુ મળતી જડીબુટ્ટીઓને ચિકિત્સામાં વાપરતાં હતાં. સોમ ગુફાઓ જેને સામાન્યપણે ઇન્દ્રવન કહેવાતું હતું એ સૌથી પવિત્ર પૂજાસ્થળોમાંનું એક હતું, કારણ કે આ એકમાત્ર સ્થાન હતું જ્યાં સ્વર્ગે જતાં પહેલાં ભગવાન ઇન્દ્રનો વાસ હતો. આ ગુફાઓ પવિત્ર અને ઉજ્જડ હતી ને ઉત્સવના દિવસોમાં એ ભવ્ય જણાતી હતી.

“મને હજુ વિશ્વાસ નથી આવતો કે તું બધાં જાનવરો સાથે એકલે હાથે

લડવા સક્ષમ છે." લક્ષ્મીએ તેના ઘા પર પાંદડાઓનો લેપ લગાવતાં કહ્યું.

કલ્કિને નવ વર્ષની ઉંમરે જ પોતાની શક્તિઓની જાણ થયેલી. જ્યારે એક ઝેરીલા સાપને પકડીને એણે એવી ખરાબ રીતે દબાવ્યો હતો કે એ દમ ઘૂંટાતા મરી ગયેલો. ત્યારે જ તેને જાણ થયેલી કે તે બીજા સામાન્ય છોકરાઓ જેવો નથી. તેનામાં અકલ્પનીય શક્તિ હતી. તેની ત્વચા ભલે ઘાથી ભરપૂર હતી, પણ તેની તાકાત બેમિસાલ હતી. તેનું માનવું હતું કે તેનામાં નગરના સૈનિકો કરતાં અધિક તાકાત એટલે કે રાક્ષસો જેવી તાકાત હતી. જોકે કલ્કિ સ્વભાવે નમ્ર હતો, ખાસ તો તેનું કારણ તેના પિતા વિષ્ણુયશે તેને પાસે બેસાડી સમજાવ્યું હતું કે એ તેવો કેમ હતો.

"અમુક લોકો જન્મથી જ મહાન હોય છે ને અમુક લોકો મહાનતાને અપનાવે છે. તારામાં બંને ગુણ છે. તેનો પૂરા વિવેકથી ઉપયોગ કરજે, પણ કોઈને આના વિશે જણાવીશ નહીં. ઘણા બધા લોકો તારી શક્તિઓને સમજ્યા વિના તારી સંભાવનાથી ભયભીત થઈ જશે."

"પણ હું એવો કેમ છું?"

તેમણે થોડું વિચારતાં નીચે જોયું, કદાચ એ યોગ્ય શબ્દોની શોધમાં હતા, "જો મને આનો જવાબ ખબર હોત તો હું જરૂર જણાવત, પરંતુ પુત્ર! તારે ફક્ત એ ચિંતા કરવી જોઈએ કે આ શક્તિઓનો ઉપયોગ ઉચિત કારણોમાં જ થાય. પુત્ર, આવી મહાન શક્તિઓ માટે મહાન મૂલ્ય પણ ચૂકવવું પડતું હોય છે. બની શકે કે ભવિષ્યમાં આની કિંમત ચૂકવવી પડે, પણ અત્યારે તો બીજાઓની મદદમાં તેનો ઉપયોગ કર."

કલ્કિને ત્યારે તેનો ઉત્તર નહોતો મળ્યો. તેણે આ સત્ય તેની મા અને ભાઈથી છુપાવ્યું હતું, પણ એક દિવસ લક્ષ્મીએ તેને એક ભારેખમ પથ્થર ઉઠાવતાં અનાયાસે જોઈ લીધો. ત્યારે કલ્કિએ તેને બધું જણાવી દીધું એટલે એ બોલી, "કદાચ તું દેવ-પુત્ર છું."

કલ્કિએ તે વાત ત્યારે હવામાં ઉડાવી દીધી અને મજાક સાથે કહ્યું, "મને પૂરી ખાતરી છે કે મારા પિતા કોઈ દેવતા નથી. એ પશુપાલક છે. કદાચ ગાયોના દેવતા હોઈ શકે."

"દૂધના દેવતા?"

બંને હસવા લાગ્યા, પણ બંનેને મૂંઝવણ હતી. કલ્કિ જાણી ચૂક્યો હતો કે તેને એક દોસ્ત મળી છે જે તેને તેના એ અસ્તિત્વના આધારથી પરખે તેવી નહોતી.

"તને હજુ મારી આ શક્તિઓ વિશે કોઈ જવાબ નથી મળ્યો ને?" તેણે પૂછ્યું.

"મને ખબર છે કે તેં મને ઇતિહાસનાં પુસ્તકોમાં શોધવાનું કહ્યું હતું..."

"...અથવા વિજ્ઞાનનાં પાઠ્યપુસ્તકોમાં."

"હા, પણ મને કશું ખાસ મળ્યું નથી. કદાચ અમુક વસ્તુઓને સ્પષ્ટ નથી કરી શકાતી અથવા તે સમજવામાં સમય લાગે છે. તારી પાસે જે છે તેનો સ્વયં જીવનમાં પરિચય મળી જશે. બસ, તારે પ્રતીક્ષા કરવી પડશે." લક્ષ્મીએ સહેજ રોકાઈને પૂછ્યું, "શું તને આ જગ્યાએ કંઈ મળ્યું?"

"ઓહ! બસ, આ એક જગ્યા જ બાકી છે? અહીંયા કશું નથી દાટ્યું. હું તો પિતાથી બચવા માગું છું, પણ મને એવું લાગે છે કે મા-બાપનું ઋણ ઉતારવાનો સમય આવી ગયો છે. એટલે જ અહીંયા પડ્યા-પડ્યા ગૌશાળામાં તેમની મદદ કરું છું."

"એ પણ બરાબર છે."

"હું બસ જાણવા માગું છું." તેણે દાંત ભીંસ્યા.

"તું એક દિવસ જાણી લઈશ. મને પૂરો વિશ્વાસ છે."

કલ્કિ ઓરડામાં લટકાવેલી તાંબાની તક્તી પાસે ગયો અને પોતાના જમણા હાથ પરનું દાઝ્યાનું નિશાન જોયું, "હા, કદાચ."

જ્યારે એ નાનો હતો ત્યારે આ દાઝ્યો હતો. કેટલા બધા સવાલ અને જવાબ આટલા જ.

"ચિંતા ન કર. આપણે જાણી લઈશું. અત્યારે તો પાછા જવા વિશે વિચાર."

કલ્કિ હસીને તેને ભેટ્યો અને પોતાના ઘર તરફ ચાલી નીકળ્યો. તેણે લક્ષ્મીની માને જોઈ તો તે તરફ હાથ હલાવ્યો.

તેને ઘેર જતાં-જતાં વાર લાગી ગઈ. આજે તો કામ પર પણ નહોતો ગયો. જોકે હજુ સૂર્યાસ્ત થતાં સુધી ખેતરમાં કામ થાય તેમ હતું. તે ખેતર

તરફ જતા એક ધર્મશાળા પાસેથી પસાર થયો. ત્યાં એક ઘરડો પિયક્કડ સાધુ પોતાની જાત સાથે વાત કરતો હતો. બડબડ કરતા કરતા જ એ ઢળી પડ્યો.

કલ્કિએ તેને ઊઠવામાં મદદ કરી તો એ અજાણી નજરથી એને જોવા લાગ્યો. એ આંખોમાં જાણે યુગોનો વિવેક સમાયેલો હતો.

"માફ કરજે... માફ... કરજે, સાથી."

"ઠીક છે, ઠીક છે. તમે તો ઠીક છો ને?"

"હંમેશની જેમ જ." એ બેવકૂફની જેમ સડેલા દાંત બતાવતો હસ્યો.

"તો મારે જવું જોઈએ..."

"શું તને... શું તને મેં પહેલાં જોયો છે, દોસ્ત?"

કલ્કિ હસ્યો, "મને નથી લાગતું. તમને જોઈને એવું લાગે છે કે તમે અહીંના નથી. કદાચ કોઈ કબીલાથી આવ્યા છો."

"આવનારી કાલ અમર રહે, ઠીક?" એ હસ્યો અને ઢળી પડ્યો. આ વખતે કલ્કિએ તેને ઉઠાવ્યો નહીં. તે ખેતર તરફ આગળ વધ્યો. જ્યાં ગૌશાળાની ચાર દીવાલોની બહાર અલગથી એક લાકડાનો દરવાજો હતો જેથી ગાયો બહાર નીકળી ન શકે. ખેતરમાં ગાયો ચરતી રહે અને પાછળ તેમનાં છાપરાં હતાં જ્યાં તેમને બાંધવામાં આવતી હતી, પરંતુ એ સમયે આખી ધરતી લોહીથી નહાયેલી હતી અને ગાયોનું નામનિશાન નહોતું. તેણે જોયું કે તેના પિતાના માણસો ધરતી પર બેભાન પડ્યા હતા.

પછી તેણે અરજણને જોયો જે ગમાણની એકબાજુ પડ્યો હતો. તે તૂટેલા હાથ-પગને કારણે કાંપતો હતો. તેના નાકમાંથી લોહી વહેતું હતું.

"પિતા ક્યાં છે?" તેણે પોતાના નાના ભાઈને પૂછ્યું.

"એ...એ લોકો પોતાની સાથે લઈ ગયા."

"એ લોકો... કોણ લોકો?"

"મ્લેચ્છ."

"કબીલાવાળા?"

"ના, ડાકુ." અરજણે તેની સામું જોયું.

11

દુરુક્તિએ પોતાના ભાઈને સાવધાનીથી પલંગ પર સુવાડ્યો ને એનું માથું મોટા તકિયા પર રાખ્યું. પછી એક લાંબો કામળો તેને ઓઢાડ્યો. હમણાં થોડીવાર પહેલાં જ દાવત પતી હતી, જ્યાં ઘણા બધાં લોકો કિલ્લાની બહાર સમારોહમાં સામેલ થવાં આવ્યાં હતાં.

"શું હવે તબિયત સારી છે?"

"બહેતર."

"વૈદ્યે ગળા માટે મધ આપ્યું છે."

"શરદી નથી. હાલત કંઈક વધારે જ બગડી ગઈ છે. ખાંસી થવાથી શરીરમાં દર્દ થાય છે અને લાગે છે કે નસોમાં આગ દોડી રહી છે."

દુરુક્તિ જાણતી હતી કળિમાં કેટલા ગુણ હતા, રણનીતિજ્ઞ, ચતુર અને સ્વાર્થી, પણ એ ક્યારેય ફરિયાદો કરવાવાળો નહોતો. એ તો કઠિનથી કઠિન સમય પણ નિભાવી જતો હતો, પણ અત્યારે એને શું થઈ રહ્યું હતું. તે ઘણા પ્રકારની જડીબુટ્ટી અજમાવી ચૂકી હતી, પણ ભાઈને આરામ નહોતો થતો.

"વૈદ્ય કહે છે કે, કોઈ પશ્ચિમનો રોગ લાગે છે, જે યુદ્ધ દરમિયાન ફેલાયો હોય."

"મારી પર રેતની અસર થઈ લાગે છે? જો એવું હોય તો મારા અંગરક્ષક અને સેનાપતિ કોકો અને વિકોકોને કેમ કશું નથી થયું?"

દુરુક્તિએ ચિંતિત નજરે પોતાની સિમરિન તરફ જોયું જે પાછળ ઊભી હતી. તે દરેક જગ્યાએ તેની સાથે રહેતી હતી અને ફક્ત નિજી બાબતોમાં સલાહ નહોતી આપતી, પણ કિલ્લાની બધી વ્યવસ્થા પણ સંભાળતી હતી. સિમરિનને પણ કળિ માટે કોઈ જવાબ નહોતો સૂઝતો એટલે તેણે ગરદન હલાવી.

"કદાચ." દુરુક્તિએ વાત આરંભી, "ભાઈ, કદાચ તેમનામાં તમારા કરતા વધારે રોગપ્રતિકાર શક્તિ હોઈ શકે."

"ઓહ, છોડ હવે. હું પણ એટલો જ તાકતવર છું."

કળિ પોતાની છાતી પંપાળવા લાગ્યો.

"તમારે આ રાજ્ય ચલાવવા માટે સારી તબિયતની જરૂર છે, નહીંતર કબીલાવાળા હાવી થઈ જશે અને તમે જે આટલાં વર્ષોથી શાંતિની શોધમાં હતા એ તમારી સાથે જ ક્યાંક ખોવાઈ જશે."

"હું એ નથી જાણતો, શું?" કળિને ખાંસી આવી અને સાથે જ શ્વાસ લેવામાં તકલીફ થવા લાગી. તેણે સિમરિન અને પછી દુરુક્તિ તરફ જોયું, "તને એક સાથી મળી ગઈ."

"બિલકુલ, આ મારી સહેલી છે."

"હા, તને ખબર છે છોકરી, મેં તારી માલિકણને સળગતા શહેરમાંથી બચાવી હતી? અમે એક વેરાન ઝૂંપડીમાં ફસાઈ ગયાં હતાં. અમે માંડ અમારો જીવ બચાવ્યો. મેં એને બચાવી ત્યારે એ માંડ ત્રણ વર્ષની હતી."

"અને તમે પોતાને પણ બચાવ્યા." દુરુક્તિએ ગર્વથી વાત ઉમેરી.

સિમરિન પોતાના માસૂમ અવાજથી બોલી, "હા મહારાજ, તમારી બહાદુરીના કિસ્સાઓ તો દૂર-દૂર સુધી ફેલાયેલા છે, પણ મંજૂર હોય તો એક વાત પૂછવા માંગીશ કે આગ કેવી રીતે લાગી હતી?"

અચાનક કળિના ચહેરા પર ગમગીની છવાઈ ગઈ. દુરુક્તિ પાછળ ફરીને સિમરિન તરફ જોઈને બોલી, "એ વાતનું કોઈ મહત્ત્વ નથી. આપણી જિંદગીમાં અતીત નહીં, પણ ભવિષ્ય વિશે મહત્ત્વ હોવું જોઈએ."

"સાચી વાત છે." કળિના ચહેરા પર સ્મિત પાછું આવ્યું.

સિમરિન ફક્ત ગરદન હલાવી શકી.

દુરુક્તિ ભાઈનું કપાળ ચૂમી બહાર આવી ગઈ. એણે પોતાના ઓરડામાં પ્રવેશ કર્યો ત્યાં સુધી સિમરિનને કશું ન કહ્યું.

"હું તમારો રાત્રે પહેરવાનો પોશાક લઈ આવું રાજકુમારી?"

"હમણાં નહીં." દુરુક્તિ બારી પાસે નિઃશ્વાસ સાથે બેઠી અને પોતાનાં

કર્ણફૂલ ખેંચીને ઉતાર્યાં, "સિમરિન, ફરીથી આ વાત કાઢીશ નહીં. મહારાજ કળિ સમક્ષ એ આગની વાત ન કરીશ."

"કેમ, રાજકુમારી?"

"એ ભલે ઘમંડ હોય, પણ એનોય એક ઇતિહાસ છે જેના વિશે કોઈને ખબર ન પડવી જોઈએ. ખેર, આજે કરવા માટે કયું કામ બાકી છે?"

સિમરિન બદામના લાકડાથી બનેલા મેજ તરફ ગઈ. તેની પર મૂકેલા દીવાને એ ઇન્દ્રગઢની આસપાસના ગામનાં નામ જ્યાં લખેલાં હતાં ત્યાં લઈ આવી. દુરુક્તિ એનાં પાનાં પલટવા લાગી, કારણ કે તેમાંના કોઈ નામનું તેના માટે મહત્ત્વ નહોતું. "ઇન્દ્રગઢની આસપાસ લગભગ પચાસ ગામ હશે. આપણે દરેક જગ્યાએ એક રખેવાળ મોકલવો પડશે જે નવા વેરાની સૂચના સાથે શાહી ફરમાન લઈને જશે."

"મારી રાજકુમારી. આ તો સારો ઉપાય છે." યુવાન દાસીએ જવાબ આપ્યો.

દુરુક્તિ એ નામો વિશે વાત કરવા લાગી જ્યાં પહેલેથી જ સંદેશવાહક મોકલી દેવાયા હતા. અને સિમરિન એ દરેકને કાગળ લખવા લાગી. સિમરિન શંભલનું નામ સાંભળતાં જ રોકાઈ અને પોતાની માલિકણ તરફ જોયું, "શું હમણાં તમે શંભલનું નામ લીધું?"

"જો હું ભૂલતી ન હોઉં તો મેં એ જ નામ લીધું છે."

"મને આ જગ્યા વિશે કંઈક યાદ છે, જોકે હું દાવા સાથે નથી કહી શકતી કે વાતમાં કેટલી સચ્ચાઈ છે."

"તું કહેવા શું માગે છે?"

"એ લોકો કહે છે કે શંભલ ગામના લોકોને દેવતાઓથી ઉપહાર મળ્યો છે અને આ જગ્યાએ એક સ્વર્ગિય..."

"આખા નગરના બધા લોકોમાં તને હું જ મળી છું કે જે આવી વાતો પર વિશ્વાસ કરી લઈશ?" દુરુક્તિ એકદમ ઝપટી.

"પણ તેનાથી તમને મદદ મળશે. એવું કહેવાય છે કે શંભલમાં એવી પહાડીઓ છે જેમાં આધ્યાત્મિક ઔષધીય ગુણ છે." તે એક ક્ષણ રોકાઈને બોલી, "મારા પિતાએ આ વિશે જણાવ્યું હતું. એ વૈદ્ય હતા અને પોતાના

અંતિમ દિવસોમાં એક શંભલવાસી ગામઠી માણસને મળ્યા હતા. એણે જણાવ્યું હતું કે તેની પત્ની ગર્ભાવસ્થાને કારણે બીમાર હતી અને એટલી બીમાર થઈ કે મરવાની અણી પર હતી. મારા પિતા તેને કોઈ દવા આપી ન શક્યા, કારણ કે તેનો કોઈ ઇલાજ નહોતો. એ ગામઠી માણસે કોઈ 'સોમ' નામથી ઓળખાતા જાદુઈ પથ્થરો વિશે પૂછ્યું કે, તેનાથી ઇલાજ થઈ શકશે? મારા પિતાએ ના પાડી દીધી કે એવી માન્યતાઓ પર ભરોસો ન કરાય. એ માણસ નિરાશ થઈને પાછો ગયો. એક વર્ષ પછી મારા પિતાને એ ગામમાં કોઈ કામ હતું. એ ત્યાં પહોંચ્યા ત્યારે પેલા ગામઠી માણસને મળ્યા જે એની પત્નીના ઇલાજ માટે તેમની પાસે આવ્યો હતો. તેમને તેની સ્વસ્થ પત્નીને જોઈ નવાઈ લાગી. એમની સાથે એક પુત્ર પણ હતો. પિતાએ કારણ પૂછ્યું તો એણે કહ્યું, 'માન્યતાઓ હંમેશાં માન્યતાઓ જ નથી હોતી.'" સિમરિને પોતાની વાત પૂરી કરી.

દુરુક્તિએ ખાસ્સી ધીરજથી વાત સાંભળી લીધી, પણ તેને આ વાત બાળકોની લોકકથા જેવી લાગી.

"તેનાથી બધા રોગોના ઇલાજ થઈ જાય છે." સિમરિન બોલી.

"બની શકે કે તે ગામઠી માણસે ખોટું કહ્યું હોય?"

"બની પણ શકે અને નહીં પણ."

"તો તારું કહેવું છે કે કોઈએ એ પહાડી પથ્થરોનો પ્રયોગ નથી કર્યો, કારણ કે તેમાં વિશ્વાસ નથી."

"તે બંધ કરવામાં આવ્યો હતો. પિતાજીનું તો એવું કહેવું હતું જ્યારે એ પોતે તેની તપાસ કરવા માટે ગયા તો એ ગુફાઓ બંધ કરવામાં આવેલી હતી. મતલબ સાફ છે કે કોઈ તેનો ઉપયોગ કરવા માગતું નથી."

"છોકરી, આપણે એ જગ્યાએ કેવી રીતે જઈ શકીએ?"

"આપણી પાસે સૈન્ય છે. માણસોની તાકાતની મદદ લઈ શકીશું. ગ્રામ્ય લોકો પાસે શિક્ષણ અને તાકાત હોતી નથી. એ અંધવિશ્વાસી પણ વધારે હોય છે." એ થોડી ક્ષણો બાદ બોલી, "તેમનું કહેવું છે કે સોમથી કોઈ પણ રોગનો ઇલાજ થઈ શકે છે. હું એ જ વિચારું છું કે શું મહારાજ કળિ માટે તે ઉપયોગી બની શકે છે?"

"હું પણ એ જ વિચારું છું. જો આ બધું સાવ જુઠ્ઠું અને નાકામ હશે તો?"

"મારી રાજકુમારી, કોશિશ કરવામાં શું જાય છે. મહારાજ કળિની તબિયત નિરંતર લથડી રહી છે અને આપણી પાસે બીજો વિકલ્પ પણ નથી."

દુરુક્તિ સંમત થઈ, "ઠીક છે, સિમરિન. હું વિચારી જોઉં. એ આજીવન મારી રક્ષા કરતા આવ્યા છે." એ થોડી પળો માટે રોકાઈ અને તેની ત્વચા પર ચંદ્રમાનાં કિરણ રમત કરવા લાગ્યાં. તાજાં તોડાયેલાં ફૂલોની સુગંધ અને ઘુવડના અવાજો વાતાવરણને સુખદ બનાવતા હતા જે તેની અંદર દૃઢ સંકલ્પના ભાવ પેદા કરતા હતા.

"મને લાગે છે કે ભાઈનો જીવ બચાવવા માટે હવે મારો વારો આવ્યો છે."

12

કલ્કિએ જંગલમાં પ્રવેશ કર્યો ત્યારે એણે લાંબો ઝભ્ભો પહેરેલો હતો.

વરસાદના પાણીનો અવાજ અને નારંગીની સુગંધથી અનુમાન લગાવી શકાતું હતું કે તે કોઈ અજાણી જગ્યા પર છે. આ અવાજ ઠંડો અને કઠોર હતો ને હવા ખરાબ રીતે તેના શરીર પાસેથી પસાર થતી હતી. તેણે તાપણા પાસે બેસીને પોતાના પર ગરમ કપડું લપેટ્યું જ્યાં લક્ષ્મી, અરજણ અને બાલા પણ હાજર હતાં.

બાલા કલ્કિનો મિત્ર હતો અને તે ગદા ચલાવી શકતો હતો. કલ્કિ બાલાને મળવા ગયો ત્યારે તે ધર્મશાળામાં હલ્લો મચાવી રહેલા પિયક્કડ લોકોને નિપટાવતો હતો. કલ્કિ ઇચ્છતો હતો કે બાલા મ્લેચ્છોને નિપટાવવામાં તેની મદદ કરે. એ છ ફૂટ નવ ઇંચ ઊંચો હતો ને તેનું શરીર અરજણ અને કલ્કિ બંનેને ભારે પડે તેવું હતું. તેનો ચહેરો ગાઢ વન જેવી દાઢીથી ઢંકાયેલો હતો. મોતી જેવી તેની કાળી આંખોમાં એક અજબ ઠંડાપણું પ્રસરેલું હતું.

કલ્કિએ અરજણને કહ્યું, "મને શું થયું તે વિષયમાં જણાવ."

અરજણ સંમતિપૂર્વક બોલ્યો, "કાળા કપડામાં છુપાયેલા આ ડાકુઓ ઘોડા પર સવાર હતા. લૂંટફાટ કરતી વખતે તેમના ચહેરાઓ ઢંકાયેલા હતા. જે સામે આવ્યા બધાને મારી નાંખ્યા. હું સમયસર બચી ગયો. જોકે હું તેમના માટે ખતરો હતો જ નહીં. તેમની પાસેનાં હથિયારો આપણી આસપાસ દેખાતાં હથિયાર જેવાં નહોતાં. મૂઠ તો એવી જ હતી પણ ઉપરનો ભાગ વળેલો હતો."

"શમશીર?"

"શમશીર એટલે?" બાલાએ માથું ખંજવાળ્યું.

"એ ઊલટા હાથનું હથિયાર છે જે દક્ષિણી લોકો વાપરે છે. બસ, એક ઘામાં એ હાડકાં ચીરી નાંખે છે."

"શું કહ્યું તેં, હાડકાં? હું સાચે જ કહું છું. હું એક-એકને મજા ચખાડીશ."

"આપણે ચતુરાઈથી કામ લેવું પડશે." લક્ષ્મીએ બાલાને કહ્યું, "અને મૂર્ખ ન બનો. કલ્કિ અને અરજણના પિતા તેમની પાસે છે. આપણે આપણું કામ તેજીથી અને સાવધાનીથી કરવું પડશે, કારણ કે આપણી પાસે હથિયાર નથી."

"ઓહ." બાલા બોલી ઊઠ્યો. તેજી અને સાવધાની તો એના શબ્દકોશમાં જ નથી આવતા. કલ્કિ મનોમન વિચારતો હતો.

"બની શકે કે તે લોકો ભોજનની શોધમાં નીકળેલા લૂંટારાઓ હોય, જે ગાયોને ચોરી જાય છે." કલ્કિએ કહ્યું, "કબીલાવાળા સાથે જોડાણ બાદ આ લોકોનો પ્રકોપ વધી ગયો છે."

"સાવ હરામી બદજાત લોકો. તેમને તો કીડા પડે અને સડી જાય." બાલાએ ઉપહાસ કર્યો.

"પણ એમને તમારા પિતાથી શું કામ પડ્યું?" લક્ષ્મીએ પૂછ્યું.

"તેમને ગાયોને ચરાવવા અને દાવત કરવાને સમયે બધી જવાબદારી આપવા માટે કોઈકની જરૂર હશે. મને તો એવું જ લાગે છે, કારણ કે આ સિવાય પિતાના અપહરણમાં બીજો કોઈ તર્ક દેખાતો નથી." અરજણે કહ્યું.

કલ્કિએ અરજણ સામે જોયું, "એ લોકો કેટલી ગાય લઈને ગયા?"

"ત્રણ મોટી ગાય લઈ ગયા, કારણ કે બીજી બધી તો ગમાણમાં છુપાવેલી હતી."

કલ્કિએ ડોકું હલાવ્યું, "આપણી પાસે વધુ સમય, દિવસ કે કલાકો નથી રહ્યા. મ્લેચ્છો માટે કોઈ અનુમાન લગાવી ન શકાય."

"આપણને એ પણ ખબર નથી કે તેમની ભાળ કેવી રીતે મેળવવાની છે." બાલા બોલ્યો.

કલ્કિએ સલાહ આપી, "આપણે પરસ્પર કામ વહેંચી લેવું પડશે. લક્ષ્મી અને હું ઇન્દ્રગઢ જઈશું. ઘોડા પર જઈશું તો ત્યાં એક દિવસમાં પહોંચી શકાશે. અમે ત્યાંથી જરૂરી હથિયાર લઈને આવીશું. તું અને અરજણ લૂંટારાઓની શોધખોળ કરવાની કોશિશ કરજો અને ક્યાંક

દેખાઈ જાય તો સીધા લડી ના પડતા, નહીંતર ખોટા માર્યા જશો.”

અરજણે આજ્ઞાંકિત બાળકની જેમ માથું હલાવ્યું, “જો એ મળી જશે તો હું તને સંકેત આપી દઈશ. તું સમજી જજે કે એ તેની આસપાસ જ હશે.”

કલ્કિએ તેના સમજદાર ભાઈની પીઠ થપથપાવી.

“આપણે શહેરથી હથિયાર કેવી રીતે લાવીશું?” લક્ષ્મીએ મુખ્ય પ્રશ્ન પૂછ્યો.

“ઉમ્મહહ.” કલ્કિએ ખોંખારો ખાધો, “તેં કહ્યું હતું કે તારી માસી ત્યાં છે, હેં ને? એ સરકારી નોકરીમાં છે તો એ આપણને હથિયાર અપાવવામાં મદદ કરી શકશે.”

“તું કહેવા શું માગે છે કે તને ગેરકાનૂની રીતે સૈન્યના હથિયાર મળે? અરે ના, આ નહીં બને.”

“બસ, ઉધાર જ જોઈએ છે. મહેરબાની કરીને અપાવી દે.” તેણે આગ્રહ કર્યો, “અમારા પિતા માટે જોઈએ નહીંતર કદી ન માગતો.”

“આ હથિયારોનો ઉપયોગ કર્યા વગર બીજો કોઈ રસ્તો નથી?”

“હિંસા સિવાય કોઈ બીજો રસ્તો છે? કોઈ જ ઉપાય નથી.” બાલા હસીને બોલ્યો.

“તને આ જગ્યાએ આટલી મોટી ગદા ક્યાંથી મળી?”

તેણે ગદાને નાના છોકરાની જેમ ગળે વળગાડી અને પછી ચૂમી, “પિતા”.

તેના પિતા અને બાલા ગામમાં હથિયારો રાખનારા અમુકમાંથી એક હતા. જોકે બીજા લોકોને આનાથી વાંધો હતો. અરજણે કહ્યું, “લક્ષ્મી, મેં એ લોકોને જોયા છે. જો આપણને હથિયાર વગર જોશે તો એક પળમાં ત્યાં જ મારી નાંખશે. તેમને આપણા માણસોને મારવામાં કોઈ વાર નથી લાગી અને સરપંચ નક્કી કરશે કે એના વિશે શું કરવાનું છે. ત્યાં સુધી બહુ મોડું થઈ ગયું હશે. આપણે આ કામ એકલાં અને સ્ફૂર્તિથી કરવું પડશે.

લક્ષ્મીએ નિઃશ્વાસ નાખીને કમને એમાં સંમતિ આપી.

13

સેનાપતિ તક્ષકે મહારાજ વાસુકિનું દ્વાર ખખડાવ્યું. એ આખો દિવસ અને આખી રાત બહાર રહ્યો, પરંતુ આજે અચાનક કસમયે તેને બોલાવાયો હતો. જ્યારે બહાર ઊભો રહીને રાહ જોઈ રહ્યો હતો ત્યારે તે અંદરના કામુક અવાજો સાંભળી શકતો હતો. વાસુકિ ત્રણ સંતાનનો પિતા હોવા છતાં તેના પોતાના વૈવાહિક જીવનમાં નિષ્ઠાનું કોઈ મહત્ત્વ નહોતું. તેના માટેનો આ વિલાસ કોઈ પણ ઉંમર કે રંગોનો હોઈ શકતો હતો.

કરાર થયેલો હોવાને કારણે વાસુકિ શક્તિશાળી ઉત્તરીય રાજ્યોની મજબૂત અને પ્રભાવશાળી હસ્તીઓમાં ગણાવા લાગ્યો હતો. શરૂઆતમાં ઉત્તરીય રાજ્યોમાં માનવોનું શાસન હતું. તેઓ ઘણીવાર કબીલાવાસીઓનો ઉપહાસ કરતાં, અટપટા નામથી બોલાવતાં, તેમની સાથે ભેદભાવ રાખતાં અને અપશબ્દ પણ કહેતાં હતાં, પરંતુ હવે તેમનું સન્માન કરવામાં આવતું હતું. તક્ષક ખાણ નગરીના રસ્તા પર કમલ ઉદ્યાન સુધી પહોંચી ગયો હતો અને બધા તેને મુગ્ધ ભાવે જોઈ રહ્યા હતા. એક કબીલાવાળાને રાજ્ય સુરક્ષા પ્રમુખ બનાવ્યો હતો. માનવો વિશ્વાસ નહોતાં કરી શકતાં કે તેમના જીવનકાળમાં આવું જોવાનું શક્ય બન્યું હતું.

જોકે તેમાંથી મોટાભાગનાં લોકો તેના ઇતિહાસથી અજાણ હતાં. પ્રલય અને વિધ્વંસ બાદ તરત જ્યારે વિશ્વનો નાશ થયો અને મહામારીએ દેશની બાકીની ધરતી અને કબીલાઓનો નાશ કર્યો તે પહેલાં માનવો અને કબીલાવાળા સાથે મળીને કામ કરતાં હતાં. ખરેખર તો બંને સમાન જ હતાં. જ્યારે બંને વચ્ચે મતભેદ થયા ત્યારે આંતરિક રાજનીતિના દબાણમાં તેઓની જુદી ઓળખ બનાવવામાં આવી. પ્રલય બાદ ભગવાન શિવ, ભગવાન વિષ્ણુ અને ભગવાન બ્રહ્મા માનવોના અધ્યાત્મિક નેતાઓ બન્યા. તેઓએ ઉચ્ચ જાતિઓને તેમનું સમર્થન આપ્યું, પરંતુ અન્ય

જાતિઓએ સમર્થન કર્યું નહીં. તેઓને એવું લાગ્યું કે ત્રિમૂર્તિ ફક્ત ઉચ્ચ જાતિઓ માટે ચિંતિત છે. આમ તેઓએ તેમનાથી દૂર રહેવાનો નિર્ણય લીધો. તેઓએ સ્વયં કબીલાના નામ આપ્યાં અને અલગ-અલગ ક્ષેત્રોમાં તેમનાં માટે આવાસીય વસ્તીઓ બનાવી. તરત જ તેઓને યુદ્ધની ભયાનકતાએ શાંતિ સ્થાપવાના દરેક પ્રયાસોની નિકટ જતાં રોક્યા, કેમ કે નિરંતર થનારા યુદ્ધથી કબીલાઓને ભારે નુકસાન વેઠવું પડ્યું. તેમનો અહમ્ ઘવાયો. તેઓ દૂરદૂરના દુર્ગમ વિસ્તારો, બર્ફીલા પહાડો અને જંગલમાં જઈને છુપાયા. કેટલાંય લોકો લગાતાર લડતાં રહ્યાં અને કેટલાંક લોકો આંતરિક સંયમ સાથે જીવવાં લાગ્યાં, જેમ કે વાનરો જેઓ બંદરના ઉપાસક હતાં. કેટલાક એવા કબીલા હતા જે નરભક્ષી થઈ ગયા, જેમ કે પિશાચ.

હવે આટલાં વર્ષો બાદ પરિસ્થિતિ બદલાઈ રહી હતી.

દ્વાર ખૂલ્યું અને વીસેક વર્ષની યુવતી નિર્વસ્ત્ર ઊભી હતી. તક્ષકે તેની તરફ જોયું નહીં. તેની નજર વાસુકિ પર હતી, જે ધાબળો લપેટીને આવ્યો હતો.

"હું ક્ષમા ચાહું છું. બાદમાં આવીશ."

"મહેરબાની કરીને અંદર આવ. આ છોકરી તો જઈ રહી છે."

છોકરીએ પણ માથું હલાવ્યું. તેણે કપડાં પહેર્યાં અને પલકારામાં બહાર જતી રહી.

"કમાલની ચીજ છે, હેં ને!" વાસુકિએ પોતાના માટે શરાબ રેડતાં કહ્યું. એ ખૂણામાં જ શીશો અને નાના પ્યાલાઓ રાખ્યા હતા.

"આ શહેરની માનવ યુવતીઓની વાત જ ઓર છે. ઘણી તોફાની છે."

તક્ષકે સપાટ ચહેરે કહ્યું, "મને ખાતરી છે સરદાર. આ નાની-નાની વાતોનું કોઈ મહત્ત્વ નથી. નાગ સંસ્કૃતિમાં યોદ્ધાઓને એ દરેક ચીજથી દૂર રાખવામાં આવતા હતા જે તેમના મનને ભટકાવી શકતી હોય. તેઓ ફક્ત જ્ઞાન અને શક્તિને જ મહત્ત્વ આપતા હતા. સંયમ અને તપસ્યા જ મૂળ મંત્ર હતો."

"ઓહ, કાશ તું પણ આ વાતોની જાળથી નીકળીને ક્યાંક આ

યુવતીઓ પર નજર નાખતો હોત, પરંતુ તું એમ નહીં કરી શકે, કારણ કે મને તારી સેવા આપવા માટે તેં ભારે કિંમત ચૂકવી છે." તેણે નીચી નજરે તક્ષકના ગુપ્તાંગ તરફ જોયું, "હું વિચારું છું કે શું તને ક્યારેય આ વાત માટે પસ્તાવો નથી થતો?"

"ના, રાજકુમાર, તમારી સેવા જ મારી સૌથી પહેલી પ્રાથમિકતા છે."

"બહુ જ સરસ." તે હસ્યો.

રાજકુમાર વાસુકિનું નાક બહુ તેજ હતું અને તેને દૂર-દૂરની ખબર રહેતી હતી.

"આપણા મોટી ફાંદવાળા મહારાજના શું ખબર છે?"

"રાજકુમાર વાસુકિ, તેમના તરફ કોઈ શંકા નથી." તેણે કુબેર વિશે જણાવ્યું, એ જાડો માણસ યક્ષો, સડેલા, ચોર અને ગંદા વેપારીનો રાજા હતો. એ સ્વભાવથી ભયંકર હતો અને તક્ષકને માનવોથી પણ વધુ ઘૃણા તેમના માટે હતી.

"તો બરાબર. હું નથી ઇચ્છતો કે ગઈ વખતની જેમ એ છાવણી બદલી નાખે. એણે મારો મણિ ચોરવાના સમયે એવું કર્યું હતું." એ હસ્યો, "એ જોવા જેવું દૃશ્ય હતું. કળિએ તેની પાસે આત્મસમર્પણ કરાવીને મારો મણિ પાછો અપાવ્યો અને મને મિત્ર બનાવી દીધો. જોકે મને તો હજુ તેનાથી નફરત છે, પણ સાંભળ, પરિવર્તન લાવવા માટે આ બધું કરવું જ પડશે ને."

"હા, રાજકુમાર."

"હમ્મ... તો ખાસ વાત પર આવું." રાજકુમાર વાસુકિએ વિચારમગ્ન ચહેરે આરંભ કર્યો, નાગપુરીમાં તેની આ જ મુદ્રામાં મૂર્તિ બનાવાઈ હતી, "હું ઇચ્છું છું કે તું વેદાંતનો પીછો કર અને તપાસ કર કે એ શું કરવા માગે છે. આપણા જાડા મિત્રને થોડા સમય માટે એકલો મૂકી દે. આપણે એવા માણસથી ચિંતિત થવાની જરૂર નથી, કારણ કે હજુ એ પોતાની મીઠી જીતની ખુશીમાં મગ્ન છે. માનવો કમને રાજી થયા છે અને હતાશ દેખાઈ રહ્યા છે. આ હતાશા ગંભીર પરિણામો લાવી શકે છે. બસ, તેની જાસૂસી ચાલુ રાખો. તારી સાથે બેથી વધારે માણસો

ન લઈ જઈશ અને તેનાથી પચાસ ગજ દૂર રહેજે. તે નગરમાં એક નિરર્થક યાત્રા કરવાનો છે. તે લોકોને વાયદો કરવાનો છે કે બધું સમુસૂતરું ચાલી રહ્યું છે અને લોકોની રોજિંદી જરૂરિયાતોમાં તે પોતાના તરફથી સહાય કરશે. મને પૂરો વિશ્વાસ છે કે એ છૂપી રીતે બીજા કોઈ સાથે મળીને આપણને છેતરવાનો પ્રયાસ કરશે. હું ઇચ્છું છું કે એ કશું કરે તે પહેલા તું એ બધાને ઝેર આપી દે. એકવાર એ દગો કરવાનું કારણ આપશે તો કળિ એનો હિસાબ કરી લેશે."

"પરંતુ રાજકુમાર, કળિ અત્યારે એવું કેમ નહીં કરે?"

"કારણ કે કળિ જાણે છે કે વેદાંત અત્યારે ઉપયોગી છે. નગરમાં શાંતિ સ્થાપવા માટે તેને એક ચહેરાની જરૂર છે. એક યુદ્ધ પછી તરત લોકોની બગાવત કોઈ સહન ન કરી શકે. હું સાચું કહું છું ને?"

"હા સરકાર, સાચી વાત છે."

"સરસ." વાસુકિ હસ્યો, "બસ, મારા માટે જીવ ન આપીશ. મારા દોસ્ત, તું એક જ છે જેના પર હું ભરોસો રાખું છું."

તક્ષક હસ્યો. તે વાસુકિની સેનામાંના અનેક સૈનિકોમાંનો એક સૈનિક હતો, પણ જ્યારે તક્ષકે એકલા હાથે તેની નગરીમાંથી વાસુકિની પત્ની અને બાળકને બચાવ્યાં હતાં, તો એને બઢતી આપવામાં આવી હતી. રાજકુમાર વાસુકિ તેના માટે નેતાથી પણ અધિક માનવાને કારણે સેનાપતિનું આ પદ હૂંફાળું અને કિંમતી થઈ ગયું હતું.

તક્ષકે પ્રણામ કર્યા અને ઓરડામાંથી બહાર નીકળી તેને સોંપવામાં આવેલા નવા કાર્ય માટે અગ્રેસર થયો.

14

સરપંચના ઘર તરફ જતી વખતે કલ્કિની દાઢી પર પરસેવાના ટીપાં ટપકવા લાગ્યા હતા. તબેલાની બહાર બે પહેલવાન જેવા માણસો દેખાયા જે અર્ધી રાત્રે ઊંઘી રહ્યા હતા. કલ્કિ બે ઘોડા પાસે પહોંચ્યો જે અજાણ્યો માણસ જોઈ હણહણ્યા. કલ્કિએ બંનેને ચૂપ કર્યા અને લક્ષ્મીની મદદથી તેમને બીજી તરફ લઈ ગયો. ગામનો સરપંચ એટલો અમીર હતો કે એ પોતાને માટે ઘોડા રાખી શકતો હતો. બળદની સરખામણીમાં ઘોડા સ્ફૂર્તિલા હોય અને આ હાલતમાં તો એ સૌથી ઉત્તમ હતું.

કલ્કિ એક ઘોડા પર સવાર થયો અને બીજા ઘોડાને લક્ષ્મીએ સંભાળ્યો. લક્ષ્મીની જેમ કલ્કિને ઘોડાઓ વિશે જાણકારી નહોતી એટલે ઘોડાને વશમાં કરતા થોડી વાર લાગી.

"લગામ વાપર અને ઘોડાને કાબૂમાં કરવા પોતાની તરફ ખેંચ પછી ધીરે ધીરે જે દિશામાં જવું હોય તે દિશામાં ધકેલ." એ ધીમેથી બોલી.

કલ્કિએ તેની વાત માની. જોકે તેને સરપંચના ઘેર ચોરી કરવાની વાત ગમી નહોતી. તે સમયે સરપંચ તેના ખબરી સાથે મળીને અજાણ્યા મ્લેચ્છો સામે શું પગલાં લેવા તેનો વિચાર કરી રહ્યો હતો.

એ લોકો પેલા પહેલવાનોથી આગળ નીકળ્યા એટલે તેણે લક્ષ્મીને કહ્યું કે, સભાસ્થળ પાસેથી નીકળવાનું છે. તે જાણવા માગતો હતો કે એ જગ્યાએ શું થઈ રહ્યું છે. દૂરથી લોકોનું ટોળું જોઈ શકાતું હતું જેમાં મોટેભાગે પુરુષો જ હતા. તેઓ સરપંચને ઘેરીને ઊભા હતા અને એકબીજા સાથે બોલાચાલી કરી રહ્યા હતા.

કલ્કિ વનમાં સંતાઈ ગયો જેથી સરપંચ જોઈ ન જાય. નહીંતર એ જાણી જાય કે ગૌશાળાના માલિકના દીકરાએ તેના ઘોડા ચોર્યા છે.

"આપણે જવું જોઈએ." લક્ષ્મીએ પાછળથી આવીને કહ્યું.

"ચૂપ." કલ્કિએ હોઠ પર આંગળી મૂકી.

કલ્કિને મોટે અવાજે થતી બોલાચાલી સંભળાઈ.

"અમે અમારો જીવ જોખમમાં ન નાખી શકીએ. આપણે નજીકના શહેરમાં પત્ર મોકલવો જોઈએ જેથી એ સૈન્ય મોકલી શકે."

"અહીં કોઈ સેના નહીં મોકલે. મેં સાંભળ્યું છે કે આમ પણ આ ગામમાં જીવવું દુષ્કર થવાનું છે."

"આપણે જાતે જ તપાસ કરવી પડશે."

"આપણી કોઈને ફિકર નથી."

લોકો સતત બબડી રહ્યાં હતાં. એકે તો એવું પણ કહ્યું કે, "આ મ્લેચ્છોનું નહીં, પણ વિષ્ણુયશનું જ કામ હશે. તે પોતે જ આ જિંદગીથી તંગ આવી નીકળી ગયો હશે."

"તેને બચાવવો બેકાર છે. અત્યાર સુધી તો તે જીવિત નહીં હોય."

"ના, એવું શક્ય નથી." કલ્કિએ પોતાની જાતને સાંત્વના આપી. તેને લૂંટારાઓ વિશે બધી જાણકારી હતી. તે કોઈ માણસને ત્યાં સુધી જીવિત રાખે છે જ્યાં સુધી એ કોઈને કોઈ રીતે કામ આવતો હોય. તે યુદ્ધકલાના શિક્ષણ દરમિયાન ગુરુકુળમાં આ જ તો શીખ્યો હતો. સ્વાસ્થ્ય, પાકકલા અને કૃષિની સરખામણીમાં ભલે આનું શિક્ષણ ઓછું હતું, પણ એ ખરેખર રોચક હતું. એ અરજણ જેવા અમુક છોકરાઓમાંથી હતો જેમને ગુરુકુળ જવાનો મોકો મળ્યો હતો. એક વેરાન જગ્યાએ બનેલું એ મંદિર હતું જ્યાં આસપાસના છોકરાઓને ભણાવાતું હતું. કલ્કિને શરૂમાં તો જબરજસ્તી કરવી પડી હતી, પણ એ સમજી ગયો હતો કે પિતા કેમ તેને ભણવા મોકલતા હતા. કોઈ પણ મુશ્કેલીઓમાં પોતાની જાતનો બચાવ કરવા જ્ઞાની હોવું આવશ્યક છે. એ જ્ઞાનના આધારે જ આજે એ પોતાના શત્રુઓને ઓળખી શકતો હતો.

કલ્કિ કોઈ પણ રીતે ઘોડાને પહાડ પર લઈ ગયો. એનો ઝભ્ભો જંગલની ધરતી પરની ઝાડીમાં ઘસાતો હતો. જ્યાં એ ખુલ્લા મેદાનમાં આવ્યો તો ઘોડાની ખરીનો અવાજ નીરસ થઈ ઊઠ્યો. હવે પર્ણો કચડવાના અવાજથી ખીજ નહોતી ચડતી. કેટલાય પ્રકારનાં ફૂલોની

સુગંધથી રાત એક સુખદ અહેસાસમાં પલટાઈ ગઈ.

"તારે હથિયારોની શું જરૂર છે. તું એકલો જ એમનો સામનો કરી શકે એમ છો."

"તું મારી તાકાતનું વધુ પડતું અનુમાન કરે છે. કોઈ એકાદ લૂંટારો હોય તો હું સંભાળી લઉં, પણ આ તો એક ટોળકી છે. જ્યારે હિંસાની વાત આવે તો મનુષ્ય મગરમચ્છથી પણ વધુ બદતર થઈ જાય છે."

"ઠીક છે. તું કેટલાં હથિયાર ઉધાર લેવાનું વિચારે છે?"

"બાલાએ કહ્યું છે કે આપણી મદદ કરવા માટે એ ધર્મશાળામાંથી બીજા પાંચ લોકોનો મેળ પાડી શકશે. એટલે આપણે વિચારીએ છીએ તેનાથી વધુની જરૂર પડશે. જેમ કે તું."

"હું? મારે પણ આવવાનું છે?"

"કેમ, તું નથી ઇચ્છતી?"

"ના, મેં વિચાર્યું નહોતું કે તમે છોકરીઓને પણ લડાઈમાં સામેલ કરશો."

કલ્કિએ આંખો ઝીણી કરી, "કેમ નહીં? જો છોકરાઓ લડી શકતા હોય તો છોકરીઓ કેમ નહીં?" એ એક પળ માટે રોકાયો અને લક્ષ્મીએ પોતાને સંભાળી.

"તો તું લૂંટેલ માલ પણ સાથે પાછો લાવવા માગે છે?"

"કદાચ." કલ્કિએ ડોકું હલાવ્યું, પણ કલ્કિ આ લડાઈમાં હથિયારોના ઉપયોગને કારણે ચિંતામાં હતો.

"ઘણીવાર ખેદ થાય છે કે આ ગામને પૂરી સુરક્ષા નથી આપવામાં આવી. જો કોઈ અચાનક હુમલો કરે તો કોઈ કેવી રીતે જીવી શકે?" લક્ષ્મી એક ક્ષણ માટે ચૂપ થઈ અને પોતાના જ પ્રશ્નનો ઉત્તર આપવા લાગી, "આ લોકો કશું નહીં કરે. બહારની દુનિયામાં ક્યારેય ડોકિયું નહીં કરે. આ લોકો એટલા નાદાન છે કે એટલું પણ નથી જાણતા કે આપણે કેટલા કઠિન સમયમાંથી પસાર થઈ રહ્યા છીએ જેના વિશે આપણે કશું જાણતાં નથી."

કલ્કિએ તેની વાતને સંમતિ આપવી પડી.

એ લોકો આગળ વધ્યા તો યાત્રાની ચુપ્પી અને એકરસતાથી ગભરાઈને તેનું મગજ તેજીથી સંભાવનાઓ વિશે વિચારવા લાગ્યું. જોકે તેનું દિલ તો બેસી જવા લાગ્યું હતું. તે હંમેશાં તેના પિતા પર આરોપ મૂકતો કે તેમને લીધે જ એ ગામની બહાર નહોતો જઈ શક્યો. હવે અત્યારે એ સંકટમાં મુકાયા ત્યારે કલ્કિ અપરાધબોધ અનુભવી રહ્યો હતો. તેને કોઈ ભય નહોતો, કારણ કે તેના પિતા ચતુર હતા પણ તેને એટલે ખરાબ લાગી રહ્યું હતું કે તે કાયમ તેમને સીધી-ઊંધી વાતો સંભળાવતો રહેતો હતો. આવા અહેસાસથી તે એક અજીબ પીડામાં અટવાઈ ગયો. આવું છેલ્લે ત્યારે થયું હતું જ્યારે અરજણે ઝેરી બોર ખાઈ લીધાં હતાં અને બીમાર પડ્યો હતો. કલ્કિએ તેના ઇલાજમાં કોઈ કસર નહોતી છોડી. તે રોજ તેને ઊંચકીને ઉપચાર માટે લઈ જતો હતો જ્યાં દવા અને માલિશ કરવામાં આવતી હતી.

તે પિતાથી નારાજ થયેલો, કારણ કે તેમની પાસે આ અસીમ શક્તિની પાછળ છુપાયેલા પ્રશ્નોના જવાબ નહોતા. તેને પિતા પર ગુસ્સો આવ્યો જ્યારે તેમણે અરજણને તેનાથી સારો અને ભણેશરી માન્યો. બધા તેની મજાક કરતા હતા. આ બધી વાતોથી તેને વિષ્ણુ પર ગુસ્સો આવતો, પણ આ બધી વાતોથી આજે મન ઉદાસ હતું. પહેલા ક્યારેય પિતાની આટલી યાદ નથી આવી ને હવે એ તે સુરક્ષિત પાછા આવે તેનાથી વધુ કશું નહોતો ઇચ્છતો.

“તું ઠીક છે?” લક્ષ્મીએ હળવેથી પૂછ્યું.

તેણે આગળ લઈ જતા રસ્તા પર નજર નાખી. તે ખાલી હતો અને છેક દૂર આકાશ અને ધરતી એક થતી દેખાતી હતી. બંને બાજુના જંગલ જાણે એક બિંદુ પર આવીને લીન થતાં હોય તેવું લાગ્યું. તે બોલ્યો, “ના, ના... હું ઠીક નથી.”

15

"**દોસ્ત,** આપણે ક્યાં જઈ રહ્યા છીએ?" બાલાએ પૂછ્યું.

અરજણે વાત કાને ધરી નહીં, કારણ કે તે એ ઝૂંપડીએ પહોંચી ગયો હતો જ્યાં એ રહેતો હતો. તેણે ધુમાડાથી ભરેલી બારીની અંદર નજર કરી. તેની મા રસોડામાં બેસીને પોતાના વિચારોમાં ખોવાયેલી હતી.

"આપણે તો અપહરણ કરનારાઓની શોધ કરવાની હતી." બાલાએ રડમસ ચહેરે પૂછ્યું.

"મારે મારી માને મળવું પડશે." એણે જવાબ આપ્યો, "તું અહીં ઊભો રહે."

અરજણ એ વાંકાચૂકાં બારણાને ખોલી અંદર ગયો તો તેને જોઈ માએ રાહતનો શ્વાસ લીધો અને પોતાની જગ્યાએથી ઊભી થઈ ગઈ. અરજણને ભેટીને એણે પૂછ્યું, "શું તારા પિતાની કોઈ ભાળ મળી? શું તેમને શોધવા માટે તેઓ કોઈ ટુકડી મોકલી રહ્યા છે?"

કલ્કિએ તેને કહ્યું હતું કે માને જુઠ્ઠું કહેજે કે તે બંને ગામવાળાઓને શોધવા માટેની ટુકડી બનાવવા મનાવી રહ્યો છે, કારણ કે વિષ્ણુ સમાજના મહત્ત્વપૂર્ણ સદસ્યોમાંના એક હતા.

"હા, અમે કોશિશ કરી હતી. અમે હજુય કોશિશ કરી રહ્યા છીએ."

"શું કલ્કિ ત્યાં જ છે?"

"હા." તેણે ફરીથી જુઠ્ઠું કહ્યું. તેને માને જુઠ્ઠું કહેવું ગમતું નહોતું, પણ તેને એ ખબર હતી કે જો માને એવી ખબર પડશે કે કલ્કિ પૂરા એક દિવસની યાત્રા કરીને નગરમાં ગયો છે તો તેને પીડા થશે, "હું તમને એવું જણાવવા જ આવ્યો છું કે અમે તેમની શોધ માટે જઈ રહ્યા છીએ."

માએ જોરથી તેના દાંત ભીંસ્યા.

"મા, અમને જતાં રોકીશ નહીં. અમારે જે કરવું છે તે કરવા દે." આવું બોલતી વખતે તેની આંગળીઓ અમળાતી હતી. તેને આટલો ડર પહેલાં ક્યારેય લાગ્યો નહોતો જેવો તે અનુભવી રહ્યો હતો.

"ઊભો રહે." કહીને તે તેના ઓરડામાં ચાલી ગઈ.

અરજણે રાહ જોવામાં પાણી પી લીધું. તેણે પાણી પીધું ત્યાં તેની મા બહાર આવી. આ વખતે તેના હાથમાં દાતરડું હતું.

"આ પાસે રાખજે."

"શું... આ? ના."

"તું બહાર જઈશ ત્યાં આ બચાવ માટે તારી સાથે રાખવાની જરૂર છે."

અરજણે કમને સંમતિ દર્શાવી. એ કૃષિનું ઓજાર હાથમાં લેતાં જ એણે ભાર અનુભવ્યો. આનો તૈયાર પાક કાપવાને બદલે કોઈની હત્યા માટે ઉપયોગ કરવાનો હતો.

"મને આ ખેતરમાં કામ કરતી વખતે મળ્યું છે. બહુ કામની વસ્તુ છે. એકવાર મેં એનાથી ખેતરના માલિકનો ગાલ ચીરી નાખ્યો હતો. એ મારી છેડતી કરવાનો પ્રયાસ કરતો હતો." એ મોં છુપાવીને હસી. જોકે મા ક્યારેય આવું કરતી નહીં. મોટેભાગે ભયને લીધે લોકો પોતાના વિશે આવી વાત કરતા હોય છે.

"મને પૂરો વિશ્વાસ છે કે મા તમે સારું જ કર્યું હતું."

માએ તેના ગાલ પર હાથ ફેરવ્યો, તેની આંખોમાં ચિંતાનો સાગર લહેરાતો હતો, "હું ઇચ્છું છું કે તું પિતાની શોધમાં ક્યાંક ભટકી ન જાય. તું કોઈ નાયક નથી. તું હજુ નાનો-નાદાન છોકરો છું. તારે તેમની પર સીધો હુમલો કરવાના બદલે મગજથી ચતુરાઈ બતાવવી પડશે."

"જી, મા."

તેણે કસીને તેનો ગાલ ચૂમ્યો, "હું દેવતાઓને, ઇન્દ્રને પ્રાર્થના કરીશ કે તને વજ્ર જેવી તાકાતનું વરદાન આપે."

અરજણને દેવતાઓ પર વિશ્વાસ નહોતો, પણ તેણે ગરદન હલાવી. તે માના આશીર્વાદ લઈને બહાર બાલા પાસે આવ્યો, જે તેનાં હથિયાર સાથે તેની રાહ જોઈ રહ્યો હતો.

"તું અંદર શું કરતો હતો?"

"કંઈ નહીં, ચાલ સભામાં જઈએ."

"મને લાગ્યું કે આપણે લૂંટારાઓની શોધમાં જઈ રહ્યા છીએ."

"પહેલા જોવું પડશે કે ગામવાળા આ મામલે ક્યાં પહોંચ્યા છે?"

બાલાએ સંમતિથી માથું હલાવ્યું.

એ સાથે જ એ બંને ગામના સૌથી મોટા વૃક્ષ તરફ ચાલવા લાગ્યા જ્યાં મોટી સભા થવાની હતી, પરંતુ ત્યાં કોઈ નહોતું એટલે બંનેને નવાઈ લાગી. મશાલો પણ બુઝાવેલી હતી અને બધું સૂમસામ હતું.

અરજણ હેરાન-પરેશાન સરપંચના ઘર તરફ ગયો. ત્યાં ઘણી બધી ઝૂંપડીઓ આસપાસ બનેલી હતી. ફક્ત પાછળની બાજુના તબેલા પાસેથી ઘરમાં જઈ શકાતું અને બીજું આગળની બાજુ મુખ્ય પ્રવેશદ્વાર હતું. તેણે દરવાજો ખખડાવ્યો.

થોડીવારમાં જ સરપંચે દ્વાર ખોલ્યું. તેમની પાછળ પહેલવાનો ઊભા હતા.

"દીકરા અરજણ, તને જોઈને સારું લાગ્યું." તે પરસેવાથી લથપથ હતો અને તેની આંખો કશું શોધી રહી હતી.

"શોધખોળ માટેની ટુકડીઓ કેમ નથી મોકલી?" અરજણે બધી ઔપચારિકતા બાજુમાં ધકેલી સીધો સવાલ કર્યો.

"માફ કરજે, થોડી સમસ્યા થઈ છે. મારા ઘોડા ચોરાઈ ગયા છે."

"અહીંયા બીજા લોકો કેમ નથી?"

સરપંચ દેવદત્તની ઝીણી મૂછો હતી. ઘણો થાકેલો અને નિરાશ લાગતો હતો, "અમે કાલે સવારથી શરૂ કરીશું. રાત્રે શોધવામાં કોઈ લાભ નથી."

"કોઈ લાભ નથી? મારા પિતાનો જીવ જોખમમાં છે અને તમે કહો છે કે કોઈ લાભ નથી?"

"મારો એવું કશું કહેવાનો સહેજેય મતલબ નહોતો."

અરજણ કશું સાંભળ્યા વિના પાછો વળ્યો. એ સરપંચની આનાકાની સાંભળી શકતો હતો પણ તેણે કોઈ પરવા ન કરી.

"શું મારે એનું માથું કચડી નાખવું જોઈએ?" બાલાએ પૂછ્યું.

અરજણ અસહાયતા અનુભવી રહ્યો હતો. એ જગ્યાએ કોઈ નહોતું અને સવાર સુધી તો ઘણું મોડું થઈ જાય. તેણે બાલાની સામું જોયું અને યાદ કરવા લાગ્યો કે કલ્કિ અને બાલાની દોસ્તી કેવી રીતે થઈ હતી. એ લોકો પીવા-પીવડાવવાના બહાને જ મળ્યા હતા, "તું તો અહીંની ધર્મશાળામાં કામ કરે છે ને?"

"હા, હું ત્યાં ચોકીદારની નોકરી કરું છે. થોડા દિવસની રજા પર છું એટલે કોઈ ચિંતા કરવાની જરૂર નથી."

"નહીં, એ વાત નથી." અરજણ ચૂપ થઈ ગયો, "ધર્મશાળા મોટેભાગે એવાં લોકોથી ભરેલી હોય જેમની પાસે ખબરની કમી નથી હોતી અને બીજાના મામલામાં વિક્ષેપ નાખવાનું જ તેમનું કામ હોય છે."

"હા, કેટલાય પ્રકારના લોકો હોય છે. અલગ-અલગ જગ્યાઓથી આવેલાં લોકો સારી સુરા અને મદિરાનો સ્વાદ લેવા આવતાં હોય છે."

"અને ચોકીદાર હોવાને કારણે તારે બધાને મળવાનું થતું હશે." અરજણ પોતાના હોઠ પર આંગળીથી ઠક-ઠક કરી પૂછી રહ્યો હતો, "દરેક પ્રકારના લોકો?"

"હા."

"ક્યારેક તો તું એમને એમનાં નામોથી પણ જાણતો હોઈશ? કદાચ સારો મેળ-મિલાપ પણ થઈ જતો હશે?"

"કોઈવાર એટલા નશામાં હોય કે એવું કશું જ ન સંભવે, પણ ક્યારેક મેળ-મિલાપ પણ થતો હોય છે." તેણે ગદાને આરામથી ખભે ટેકવતા પૂછ્યું, "તું કહેવા શું માગે છે?"

તેનું માથું ગામની એ ઝૂંપડીઓથી છેક દૂર વિશાળ જંગલ તરફ ફર્યું જ્યાં ડાકુ-લૂંટારાઓ છુપાયા હોવાની શક્યતા હતી.

"હું ઇચ્છું છું કે કોઈ એવા માણસ પાસે લઈ જા જેને આ જંગલો વિશે ઊંડી જાણકારી હોય."

16

અરજણને આખી રાતનો ઉજાગરો હતો. એ જંગલના છેડા સુધી ભટકી આવ્યો, ખાલી-ખાલી નજરોથી વૃક્ષોનું ઘેરું વન જોઈ રહ્યો, હવા તેની સાથે પાંદડાઓને લઈ જઈ રહી હતી. આ દરમિયાન એ સૂતેલી માને પણ જોઈ આવ્યો, જેના ગાલ પર સુકાયેલા આંસુઓના ધબ્બા હતા. જ્યારે એણે એની આંખો બંધ કરી તો એને કોઈએ ઢંઢોળ્યો અને તેને સવાર થયાનો ભાસ થયો. આકાશ ફરીથી ભૂરું થવા લાગ્યું હતું, નવા દિવસની શરૂઆત થઈ ગઈ હતી. વિશાળકાય બાલા તેની ઉપર ઝૂકેલો હતો. આ વખતે એણે એને એમ જ એક ચાદરથી ઢાંકી દીધો જેનો એ ક્યાંકથી મેળ પાડી લાવ્યો હતો.

એણે વ્યંગ્યમાં કહ્યું, "તારા માટેનો માણસ શોધી લાવ્યો છું."

અરજણે એને પૂછ્યું, "એમ, ક્યાં છે એ?"

"એ તો મદિરાના પ્યાલામાં છે."

અરજણે ગરદન હલાવી. શંભલમાં એકમાત્ર ધર્મશાળા-કમ-શરાબખાનું હતું જ્યાં મહેમાનોને રહેવાની વ્યવસ્થા હતી. જોકે ગામના ધાર્મિક લોકો આ જગ્યા માટે નાકનું ટેરવું ચડાવતાં હતાં. ખાસ તો નકામો સરપંચ હતો જેણે આ ધર્મશાળા વિરુદ્ધ વિદ્રોહ કરેલો હતો. એ સ્વયં ક્યારેય તેમાં ગયો નહોતો. જોકે ત્યાં જવા માટે તો એ પુખ્ત જ હતો. તેને શરાબ કે ધૂમ્રપાન જેવી લત પ્રત્યે અરુચિ હતી. તેને તો મોડી રાત સુધી પુસ્તકોમાં માથું નાખી ગણિત અને ઇતિહાસ વાંચવાં ગમતાં હતાં. જોકે શંભલમાં કોઈ પુસ્તકાલય નહોતું એટલે પુસ્તક મળવું એમ આસાન પણ નહોતું. પુસ્તકો મેળવવાનું નજીકનું સ્થળ ગુરુકુળ હતું જ્યાં ગધેડા પર બેસીને દિવસનો ચોથો ભાગ પસાર કરવાથી પહોંચી શકાતું હતું. તે સિવાય 'જ્ઞાનવૃક્ષ' ધર્મશાળામાં યાત્રીઓને આરામના સમયે આ સુવિધા

મળતી હતી. ત્યાં કોઈ પણ પ્રકારના શરાબને બદલે પુસ્તકો મળતાં હતાં. લોકોનું કહેવું હતું કે એ ધર્મશાળાનો માલિક પહેલા ગુરુકુળમાં ગુરુ હતો ને તેને કોઈ એવાં કારણોથી પદ પરથી હટાવવામાં આવ્યો હતો, જે કારણ અરજણને યાદ રાખવું જરૂરી નહોતું.

એ હજુય વિચારોમાં સપડાયેલો હતો ત્યાં એને અહેસાસ થયો કે તેઓ ધર્મશાળા આવી ચૂક્યા છે... સાવ શાંતિ હતી. ત્યાં રોજની જેમ ન તો સંગીત સંભળાઈ રહ્યું હતું કે ન તો લોકોની હલચલ દેખાઈ રહી હતી. કેટલાક પિયક્કડ હજુય હાથમાં અડધા ખાલી પ્યાલા લઈને બબડાટ કરી રહ્યા હતા. અરજણ પાછો વળી રહ્યો હતો ત્યાં જ બાલાએ તેને અંધારા ઓરડા તરફ જવા માટે દોર્યો. જ્યાં સીડીઓ ચડ્યા બાદ પહેલા માળે પહોંચ્યા. દરેક જગ્યાએ જેમતેમ ભંગાર વસ્તુઓ પડી હતી જે મોટેભાગે આવી ધર્મશાળાઓમાં જોવા મળે છે.

"તને આવી જગ્યાએ આટલો ઉત્તમ જાણકાર કેવી રીતે મળ્યો?"

"બીજે તો ક્યાં મળે, ભાઈ?" બાલા બોલ્યો.

અરજણ અગાસી પર પહોંચ્યો જે ઘણા બધા થાંભલાથી ઘેરાયેલી હતી અને લાકડાની બનેલું ભોંયતળિયું લગભગ ચમકી રહ્યું હતું.

"હું ઘણીવાર વિચારું છું કે લોકોને આવા કામ કરાવવા માટે આટલા પૈસા ક્યાંથી આવતા હશે?"

"આનો માલિક ઊંચી જાતિનો કુલીન હતો." બાલાએ કહ્યું, "આ જમીન ઊંચી જાતિના લોકોએ લીધી હતી અને ધર્મશાળા બનાવી. આ ગામનો સડેલો મુખી આનું કશું બગાડી ન શક્યો. માલિકની ઉપર સુધી પહોંચ છે."

"એટલે તો સરપંચે આ જગ્યા છોડી રાખી છે."

"બેશક."

બાલા પિયક્કડ સુધી ગયો જે હજુ નશામાં જ હતો. બાલાએ એને કસીને એક થપ્પડ મારી, **"કૃપા! કૃપા!"**

"ઈ...એહહ...ઊહ." એણે પૂરી આંખો ખોલી અને બગાસું ખાતાં ઓડકાર ખાધો, "ઓહ... કોનું ગાંડપણ હતું એ?"

"એ...હું છું."

"અરે વાહ, મારા મિત્ર." એણે આળસ ખાધી, "ઊઠતાની સાથે કેવું દૃશ્ય દેખાડી દીધું."

ચહેરા પર કરચલીઓ અને કાળા રંગની દાઢી દેખાઈ રહી હતી. તેના કપડાં કેટલીય જગ્યાએથી ફાટેલાં હતાં. જોકે તેના શરીરે કોઈ ઘાનાં નિશાન નહોતાં. અરજણ પોતાના હોઠ પર આંગળી ફેરવતો એનું નિરીક્ષણ કરતો રહ્યો.

"બાલા, તેં જણાવ્યું નહીં કે આપણો ભોમિયો એક લડાકુ પણ છે."

"આ પિયક્કડ? લડાકુ એટલે યોદ્ધો?" બાલાએ એના માથામાં ટપલી મારી.

"હમ્મ!!" કૃપાએ હુંકાર કર્યો અને પ્રસરાયેલા હાથ પાછા લઈ, "તને કેવી રીતે ખબર પડી?"

"આ જગ્યાએ બધાને ઘા નથી હોતા."

"તેં મને પકડી પાડ્યો." કૃપા એનું મોં ખોલીને હસ્યો જેમાં અડધા દાંત ગાયબ હતા, "મેં પણ કેટલાંક યુદ્ધોમાં વીરતાનાં પરચમ ફેલાવ્યાં છે."

"તેનાથી અમને કોઈ ફર્ક નથી પડતો." બાલાએ કહ્યું કે, "તને શંભલનાં જંગલોની જાણકારી છે?"

"હું શું કહું? દોસ્ત, આ ગામ તો મારા ઘર જેવું છે." એ હસ્યો, "જો તમે તમારા ઘરને નથી જાણતા, તો તમે ખુદને પણ નથી જાણતા."

બાલાએ કમર પર બંને હાથ મૂકી તેના તરફ હુંકાર કર્યો.

"શું તું કોઈ પણ રીતે લૂંટારાઓને પકડવા અમારી મદદ કરીશ?"

"લૂંટારા? મતલબ ડાકુ?" કૃપા બાલા તરફ ફર્યો, "તેં તો એમ કહ્યું હતું કે છોકરાને જંગલની જાણકારી જોઈએ છે. મેં કહ્યું કે મને ખબર છે અને તેં કહ્યું કે ઠીક છે, તો વચ્ચે આ ડાકુ ક્યાંથી આવી ગયા?"

"અરે, અમે લૂંટારાઓની વાત કરીએ છીએ." અરજણે ઝટ કહ્યું, "જેને જંગલની ખબર હશે એ જ તો જંગલમાં છુપાયેલા હોય એની ખબર રાખે."

"હું સસલાં અને ઉંદર વિશે બતાવી શકું છું, સાથીઓ. એનાથી વધુ જાણકારીની આશા ન રાખતા."

"જુઠ્ઠું ન બોલ." બાલાએ તેની ગદા મેજ પર પછાડી. કૃપા તો ઠીક, અરજણ પણ બે ડગલાં પાછળ હટી ગયો. મેજના બે ટુકડા થઈ ગયા હતા, "ઓહ, છટ, માફ કરજો." એ પાછળ હટ્યો, "આવું નહોતું થવા જેવું."

અરજણે નિઃશ્વાસ નાખ્યો, "આ ઠીક છે, તો તું લૂંટારા સાથે લડવા તૈયાર છે ને કે પછી આનાથી ચટણી થવાનો વિચાર છે?"

કૃપાની ઊંડી આંખો ચમકી, "લૂંટારાઓ-ડાકુઓ મ્લેચ્છોના સમાજમાંથી આવે છે, ને સાથીઓ, તમે જાણો છો આ મ્લેચ્છો કોણ છે?"

"મેં તેમના વિશે વાંચ્યું છે."

"અરે, વાંચવું અને વાસ્તવિકતા બંને જુદી વાત છે ભાઈ. મ્લેચ્છો કોઈ મોટેભાગે જંગલોમાં રહેનારાં પ્રાણીઓ નથી, જે માંસ ખાઈને પેટ ભરે છે. એ બહુ ભયંકર છે, તેમની પાસે દરેક પ્રકારનાં હથિયાર હોય છે..."

"મારો ભાઈ હથિયાર લાવે જ છે, જેનાથી આપણે તેમની સાથે લડી શકીએ."

"લડાઈ?" કૃપા વિચિત્ર રીતે હસ્યો, "એક વાત જણાવી દઉં. મ્લેચ્છ અસંગઠિત અને અવ્યવસ્થિત હોય છે. તેમનો કોઈ નેતા નથી હોતો. ગ્રામવાસીઓ પર એટલે જ હુમલો કરે છે, કારણ કે તે સામો પ્રતિકાર નથી કરતા. આ લોકોમાં કુલીનોથી લઈને નગરના સૈનિક પણ સામેલ હોય છે કે જેમની સાથે કંઈક ખોટું થયું હોય. કેટલાક લોકો પોતાની ટુકડીમાંથી છૂટા પડેલા, અપરાધી, હત્યારા, બળાત્કારી અને અપહરણકર્તા હોય છે, તેઓ બધા એક લક્ષ્ય માટે સંગઠિત થાય છે, જીવવા અને હિંસા ફેલાવવા માટે. મેં મારા અનુભવથી જોયું છે કે અસંગઠિત લોકો સૌથી બદતર હોય છે."

અરજણ આગળ ઝૂક્યો. તે ચિંતિત લાગતો હતો અને સાથે આનાં પરિણામો પણ સમજતો હતો. તે છતાં તેને આગળ એક જ લક્ષ્ય દેખાતું હતું, પોતાના પિતાની રક્ષા. તેના સિવાય બીજું કોઈ મહત્ત્વ નહોતું, "તે

જંગલમાં છુપાયા છે એનો મતલબ તેઓ ડરપોક છે.” તેણે ખિસ્સામાંથી બે સિક્કા કાઢ્યા અને મેજ પર ઉછાળ્યા, “હું તને એટલે પૈસા નથી આપતો કે તું અમને ડરાવે. તારે મારી સાથે એક કામ કરવું પડશે. ફક્ત તું એમનું ઠેકાણું બતાવી દે, પછી તું આઝાદ છે, બરાબર?”

“ઠીક છે, ફક્ત શોધી આપવાનું કામ.” કૃપાએ ચાંદીના સિક્કા ઉઠાવીને ખિસ્સામાં મૂક્યા, “તારો ભાઈ શહેરમાં હથિયાર લેવા ગયો છે?”

“હા.” એ પાછળ ફરતા બોલ્યો. એને નવાઈ લાગી કે કૃપાને આ વાત સાથે શું ફેર પડે છે, “તારે એ સાથે શું મતલબ છે?”

“કશો જ મતલબ નથી. બસ, વિચારી રહ્યો છું કે એ શહેરથી જીવિત પાછો આવી શકશે? કારણ કે ત્યાંની પરિસ્થિતિ પહેલાં જેવી નથી રહી.” કૃપાના ચહેરા પર ફરીથી હળવું સ્મિત ફરકી રહ્યું હતું.

17

કલ્કિએ આંખો ખોલી તો સ્વયંને ઊજળા આકાશ નીચે જોયો. તેના હાથ ક્યાંક અટકેલા હતા, પણ પછી અહેસાસ થયો કે તે કોઈકની સાથે સૂતો હતો. તેણે પોતાનું માથું ફેરવ્યું તો જોયું કે લક્ષ્મી તેને વળગીને સૂતી હતી અને તેનો ચહેરો તેના પડખામાં છુપાયેલો હતો.

તે અહીં કેવી રીતે આવી ગયો?

તેણે ગરદન થોડી ઊંચી કરી, જેથી લક્ષ્મીની ઊંઘ ન ઊડે. ને પછી આસપાસ જોયું. ઘોડાઓ ઝાડ સાથે બાંધેલા હતા અને એમણે હજુ ઘણી સફર કરવાની બાકી હતી.

બની શકે કે ઘોડેસવારી દરમિયાન તેને થાકથી ઊંઘ આવી ગઈ હોય.

કલ્કિએ લક્ષ્મીને હળવેથી ઉઠાડી, કારણ કે તેમની પાસે સમય ઓછો હતો. લક્ષ્મી ઝટકાથી ઊઠી અને ગભરાઈ ગઈ, "ઓહ, મારે તો સૂવાનું નહોતું. હું તો પહેરો ભરતી હતી."

"પહેરો? કેમ શું થયું હતું?"

"તું ઘોડા પર જ ઊંઘવા લાગ્યો હતો એટલે મારા ઘોડા સાથે તારો ઘોડો બાંધી દીધો હતો. પછી મને પણ થાકનો અનુભવ થવા લાગ્યો. મેં સવારની પ્રતીક્ષા કરવાનો આરંભ કર્યો, પણ કદાચ મને પણ ઝોકું આવી ગયું લાગે છે." એણે પોતાનું માથું પંપાળ્યું.

"મને સારું લાગ્યું."

લક્ષ્મી કશું બોલી નહીં. તેણે તેનો ચહેરો ફેરવી લીધો.

કલ્કિ ઊઠ્યો અને પોતાના ઘોડા તરફ ચાલવા લાગ્યો.

લક્ષ્મીએ ખાંસતાં કહ્યું, "મને દેવદારનાં વૃક્ષો દેખાઈ રહ્યાં છે. નજીક પહોંચી ગયા છીએ."

"આ તો સારી વાત છે."

જ્યારે તેઓ પોતાના ઘોડાને મુખ્ય સડક તરફ લઈ જવા લાગ્યા ત્યારે તેણે એકવાર લક્ષ્મીની સામું જોયું. બંને વચ્ચે મૌન ફેલાયું હતું. કલ્કિ હવે બળદગાડી, બળદો અને અન્ય શહેરોથી આવતાં લોકોની ભીડને જોઈ શકતો હતો. તેણે એવું પણ જોયું કે શહેરના દરવાજા પાસે પથ્થરના લાંબા પુલ બનાવવામાં આવ્યા હતા, જ્યાં સૈનિકો લોકોના હાથમાંના કાગળ જોયા બાદ અંદર પ્રવેશ કરવા દેતા હતા.

"આ શું કરી રહ્યા છે?"

"વેરો આપી રહ્યાં છે. સુરક્ષા વધારી દીધી છે, પણ કેમ?"

"કબીલાવાળાને કારણે." તેણે જવાબ આપ્યો.

દૂરથી નગર ઘણું સુંદર દેખાતું હતું. અત્યંત પ્રભાવક જાણે કોઈ પ્રતિભાશાળી ચિત્રકારે સુંદર ચિત્ર ચીતર્યું હોય. તેની અંદર મરુનથી માંડીને જાંબલી રંગના વિવિધ રંગોથી સજાવેલાં વિશાળ ભવન, કિલ્લાઓ, રસ્તાઓ અને ઘણા પ્રકારની આજીવિકાઓમાં મગ્ન લોકો દેખાતાં હતાં. તે એટલું વિશાળ હતું કે તેનું અનુમાન કરવું શક્ય નહોતું કે શહેર ક્યાં સમાપ્ત થાય છે. ઇન્દ્રગઢને જોઈ એવું લાગતું હતું કે તે ક્ષિતિજ પર જઈને સમાપ્ત થતું હશે.

કલ્કિ જ્યારે નાનો હતો ત્યારે ઇન્દ્રગઢ આવ્યો હતો, પણ ધીરે-ધીરે શહેરમાં આવવાની રુચિ ઘટતી ગઈ. તેને એવું લાગતું હતું શહેરનું જીવન તેના માટે બન્યું જ નથી. તે એ સૈન્ય કે ઇલાવર્તીના અલગ-અલગ વિસ્તારોમાંથી આવેલાં લોકોની ભીડથી ભરેલી ગલીઓના જીવન કરતા વધુ મહત્ત્વપૂર્ણ કશુંક પામવા માટે સર્જાયો હતો. તેને આળસ પણ હતી, કારણ કે તેને એવું લાગતું કે નગરની એક દિવસની યાત્રા કર્યા બાદ પણ કશો ફાયદો નથી. અરજણ એવો નહોતો. એ હંમેશાં શિક્ષણના અંત સુધી પહોંચતો હતો. તે એવું માનતો કે શહેરમાં સારું શિક્ષણ મળે છે. કલ્કિએ પોતાની આળસને કારણે ખુદને રોક્યો હતો.

"હે ભગવાન." એ ધીમેથી બોલી.

"શું થયું?"

"મને અત્યારે યાદ આવ્યું કે માસીને પૂછવું પણ પડશે ને કે તે

મદદ કરશે કે નહીં? આપણે શું સાચે જ એવું કરવા જઈ રહ્યા છીએ? શું આપણે મૂર્ખ છીએ?" એ ઊંડા શ્વાસ લેવા લાગી, "મને એ પણ ખાતરી નથી કે તે હા પાડશે કે નહીં."

"ચિંતા ન કર. એ હા જ પાડશે. જો તું સંકટ વિશે જણાવીશ તો એ બધું સમજી જશે."

"જો એ ન માને તો?"

કલ્કિએ તેના વિશે નહોતું વિચાર્યું. જો એવું થશે તો? આ એક મોટો પ્રશ્ન હતો જેના વિષયમાં તે વિચારવા નહોતો માગતો. એ બોલ્યો, "પહેલા તો એ ચિંતા કરવી જોઈએ કે આ નગરમાં પ્રવેશ કેવી રીતે કરીશું?"

જ્યારે ઘોડાઓ ધીરે-ધીરે પગપાળા ચાલતા લોકોની ભીડનો હિસ્સો બની ગયા તો પોતાની આસપાસના લોકો અને પ્રાણીઓને જોવાં લાગ્યાં. આ કલ્કિ માટે અનોખું હતું. તેણે કબીલાવાળા વિશે સાંભળ્યું જ હતું, જોયા નહોતા. તેણે સાંભળ્યું હતું કે તે દેખાવમાં ખતરનાક, લાંબા-પહોળા અને કાળા હતા, પણ આ તો એવાં નહોતા લાગતાં. તેમાંથી અમુક તો સભ્ય અને ઉદાર દેખાતા હતા ને મોટેભાગે માનવો જેવા જ હતા. ફક્ત નામમાત્ર જ માનવોથી અલગ હતા. અફવાઓથી કેવી રીતે કોઈ વ્યક્તિની પ્રતિષ્ઠા નષ્ટ કરી શકાય છે.

એ મોટા દરવાજા પાસે પહોંચ્યા જ્યાં સાંકળથી બનાવેલું બખતર પહેરીને એક નાગસૈનિક ઊભો હતો જેની કમરે તલવાર લટકતી હતી. કલ્કિ મનોમન દુનિયા વિશેની દરેક માન્યતાઓ વિચારી રહ્યો હતો.

જ્યારે એનો વારો આવ્યો તો લાંબી જટા જેવા વાળવાળા નાગસૈનિકે પૂછ્યું, "કયા કામથી આવ્યા છો?"

"ઓહ, અમારે અમારા કાકાને થોડાં રત્ન પહોંચાડવાનાં હતાં." કલ્કિએ થોડા જુદા લહેકા સાથે જવાબ આપ્યો.

"તારી બોલી તો અહીંની નથી લાગતી. ક્યાંથી આવ્યા છો?"

"અમે બે ઢાલથી આવ્યા છીએ. નામ તો સાંભળ્યું જ હશે?"

"અરે, ના." નાગ શરમ અનુભવતો હતો.

અરે વાહ, ક્યાંથી સાંભળ્યું હોય? કલ્કિએ ઉપજાવેલું હતું.

"આશા રાખું છું કે તમે અંદર જવા દેશો. અમારે સાંજ સુધીમાં પાછું જવાનું છે."

નાગસૈનિકે હાથ હલાવ્યા, "એવી રીતે નહીં ચાલે. પહેલા તમારા ગામના સરપંચના હસ્તાક્ષરવાળો પત્ર બતાવો." કલ્કિને લાગ્યું કે નાગની બોલી કંઈક હદે સાપ જેવી સરસર જેવી લાગતી હતી.

"સરપંચના હસ્તાક્ષર? માલિકણ, આપની પાસે આવો કોઈ પત્ર છે?" કલ્કિએ લક્ષ્મીને પૂછ્યું.

"ના, રે."

"કદાચ અમારી પાસે તે નથી."

"અમે દરેક ગામમાં સંદેશા મોકલ્યા છે કે અગર કોઈ ગ્રામવાસી નગરમાં આવવા માગે તો તેણે પોતાના સરપંચનો હસ્તાક્ષર કરેલો પત્ર લાવવો પડશે. તેના વગર અંદર નહીં જઈ શકાય. મહોર લાગેલો પત્ર લાવ."

"અમને તો એવો કોઈ સંદેશ નથી મળ્યો."

"તો માફ કરજો. અંદર નહીં જઈ શકાય. હવે તમે પુલ પરથી બાજુમાં હટો તો બીજાનો વારો આવે."

કલ્કિએ મુટ્ઠી ભીંસી. પાછળ ઊભેલાં લોકોની બૂમો અને ગણગણાટ એ સાંભળી શકતો હતો. "પહેલાં એ હરોળમાં ઘૂસી આવ્યા અને હવે આટલો સમય લઈ રહ્યાં છે." તેણે ગંભીરતાથી લક્ષ્મી સામું જોયું, "જે હું કરવા જઈ રહ્યો છું એની જેવી શરૂઆત કરું તો તું તારી માસીને ત્યાં નીકળી જજે." ધીરેથી એ બોલ્યો.

"તું શું કરવા માગે છે?"

"જે અત્યારે જરૂરી છે, આ લોકોનું ધ્યાન બીજી બાજુ વાળવું પડશે."

એ નાગની તરફ ફર્યો, "આના માટે ક્ષમા." તેણે ઘોડાની જીનમાં લટકાવેલું કપડું ઉઠાવ્યું અને તેનાથી પોતાનું મોં ઢાંકી દીધું.

"શું થઈ રહ્યું છે?" નાગસૈનિકે પૂછ્યું.

કલ્કિએ તેના મોઢા પર મુક્કો માર્યો. એ પછડાઈને નીચે પડ્યો. પાછળ રહેલી ભીડ ચોંકી ગઈ. જ્યાં એક નાગને લાત મારી તો બીજાએ

પોતાની તલવાર કાઢી. કલ્કિ ઘોડા પર હતો. ઘોડો હણહણ્યો અને બે પગે ઊંચો થયો. કલ્કિને જાણ થઈ કે દરવાજા પર રહેલા નાગ પણ તેની તરફ આવી રહ્યા હતા. એ બધા ઘોડા પર સવાર હતા અને ભીડમાંથી માંડ રસ્તો કરી રહ્યા હતા. આ અફરાતફરીમાં એક ક્ષણમાં લક્ષ્મીને જોઈને બરાડ્યો, "જા અંદર."

18

હવે કલ્કિ ઘોડા પર ઊભો હતો.

તે ઘણા બધા માર્ગ અને બજાર પાર કરી ચૂક્યો હતો. નાગસૈનિકો પીછો કરી રહ્યા હતા. તે જાણતો હતો કે શહેરમાં ઘોડા પર જ રહેવાથી ક્યારેક તો પકડાઈ જ જવાશે. તેનું માથું ધડથી અલગ થતાં વાર નહીં લાગે ને એવું તે ઇચ્છતો નહોતો. તેણે એક મકાનના પહેલા માળે કૂદવાનું વિચાર્યું, કારણ કે તે જીવ બચાવવા માગતો હતો.

પણ એ સહેલું તો નહોતું.

એ ઘોડા પર સંતુલન રાખવાની કોશિશ કરી રહ્યો હતો ત્યારે જ એક નાગસૈનિક તેની જમણી બાજુ પ્રગટ થયો. તેણે તેની લાંબી તલવાર કલ્કિ તરફ રાખેલી હતી. કલ્કિ ઘોડા પરનું સંતુલન સાધી શક્યો હતો જે ખરેખર વીજળી વેગે ભાગી રહ્યો હતો, પણ તેને તલવારના પ્રહારનું અનુમાન થઈ આવ્યું હતું.

"ગામડાના છોકરા, તું તો ગયો સમજ."

કલ્કિને લાગ્યું કે તેના પગ ઘોડાની પીઠ પરથી ઊખડવાની તૈયારીમાં હતા. તેણે તેના પરથી કૂદવાનું વિચાર્યું ત્યાં એને એક ચોક્કસ મોકો પણ મળ્યો. તેની આગળ એક નાનો પુલ દેખાયો જેની નીચેનો માર્ગ એક નાની સુરંગ તરફ જઈ રહ્યો હતો.

તેણે છલાંગ મારી, આશા હતી કે તેનું અનુમાન ખોટું નહીં હોય.

તેણે પૂરા શરીરને એક ઢીલા ઝટકા સાથે ધરતી પર ફેંક્યું અને પલટી મારી. ખરબચડા પથ્થરથી એનો ઝભ્ભો ચીરાઈ ગયો અને કપડાં ફાટ્યાં. આ દરમિયાન નાગસૈનિકનું માથું પુલ સાથે અથડાયું, એ તેના પર નિયંત્રણ રાખી ન શક્યો.

"મજા આવી ને…!" કલ્કિએ હાસ્ય કર્યું.

પણ એને ખ્યાલ આવ્યો કે બીજા ઘોડાઓ પણ તેની તરફ આવી રહ્યા છે. એ પેલા બજારથી દૂર આવી ગયો હતો જ્યાં બહુ બધી ભીડ હતી. હવે એ જે ગલીઓ તરફ જઈ રહ્યો હતો ત્યાં ઘણાં બધાં વસ્ત્રો ટીંગાડેલાં હતાં. તેની પાછળ આવતા ઘોડા રોકાયા અને નાગસૈનિકો પગપાળા પાછળ પડ્યા.

કલ્કિ દીવાલની મદદ લઈને બારી અને દરવાજાઓથી કૂદવા લાગ્યો. દરેક છલાંગે ઉપરની તરફ જવા લાગ્યો. જ્યારે તે ઉપર પહોંચ્યો ત્યારે તેને ખબર પડી કે નાગસૈનિકો હજુય તેની પાછળ જ છે. જોકે તેમની વચ્ચે અંતર વધેલું હતું.

એ ત્રણ માળની ઇમારતની ટોચ પર પહોંચીને તેને લાગ્યું કે તે ઘેરાયેલો છે. સૈનિકો દરેક ખૂણેથી તેની તરફ આવી રહ્યા હતા. તેને એક દોરી દેખાઈ જેની પર કપડાં પણ સુકાવા માટે નાખેલાં હતાં. તેણે તે દોરી પકડી અને ફંદાની જેમ લપેટવા લાગ્યો. નાગસૈનિકો તેની નજીક આવવાની કોશિશમાં હતા. તે દૂરની પાળી સુધી પહોંચ્યો અને ફંદાને ઇમારતના બીજા ભાગ તરફ ઉછાળ્યો. લોકો નીચેથી જોઈ રહ્યા હતા. ફંદો કોઈ મજબૂત ચીજમાં ફસાયો નહીં, તેણે ફરી પ્રયત્ન કર્યો. એટલીવારમાં સૈનિકો ખુલ્લી તલવારો સાથે તેની નજીક આવી ગયા હતા.

એણે ફરીથી દોરીને બીજી તરફ ફેંકી, પણ કામ થયું નહીં. એ રસ્તા પર જઈને પડી.

ઓહ... છટ...

“હવે તું નહીં બચી શકે, સાવ ઢોંગી.”

ત્યાં તેને ખ્યાલ આવ્યો કે દોરીમાં ફરીથી કોઈ ખેંચાણ અનુભવાય છે મતલબ દોરી કોઈ ચીજમાં ફસાઈ લાગે છે. તેને નીચેની તરફ એક રથ દેખાયો.

“જેવી તમારી મરજી.” કલ્કિ હસ્યો અને ત્રણ માળથી નીચે કૂદી ગયો. એ સીધો રથમાં અંદર જઈને પડ્યો.

તૂટી ગયેલી લાકડીઓ અને ધૂળની વચ્ચે તેણે મોંઘાં વસ્ત્રો અને

સૌંદર્ય પ્રસાધનો યુક્ત એક સ્ત્રીને જોઈ. એ કોઈ ઉમદા ખાનદાનની લાગતી હતી.

"માફ કરજો, મેં તમને હેરાન કર્યા."

"તું કોણ છે?"

"ચિંતા ન કરો, હું કોઈ લૂંટારો નથી."

તેણે પાછળથી સૈનિકોને બૂમો પાડતા સાંભળ્યા, "પણ તમને ખોટું ન લાગે તો મારે તમારો રથ ચોરવો પડશે."

તે સ્ત્રી હજુય સુન્ન હતી. આખરે તેણે પોતાના મગજથી કામ લીધું અને ચીસો પાડવા લાગી. કલ્કિ આગળ આવ્યો અને તેણે ત્રણ ઘોડાઓવાળા રથની લગામ હાથમાં લીધી. રથ વધુ મોટો નહોતો પણ તેની ગતિ વધુ હતી. તેણે ઘોડા પર ચાબુક વરસાવી અને તે આગળ ભાગવા લાગ્યા.

"એહ..." ઘોડાઓ બધી ચીજોને કચડીને બજારમાંથી પસાર થઈ રહ્યા જોઈને એ હસ્યો. સૈનિકો અને દુકાનદારો પાસેથી એ તેજીથી પસાર થઈ રહ્યા હતા.

તેણે જોયું કે દરેક ખૂણે રહેલા નાગસૈનિકો તેને પકડવાનો પ્રયત્ન કરી રહ્યા હતા. એ લોકો ઘોડા પરથી રથ પર કૂદવા જાય ત્યારે કલ્કિ ચાબુકથી વાર કરતો. એક સૈનિક તે રથમાં નજીક આવીને ઘોડાઓને પોતાના કાબૂમાં કરવા ગયો ત્યારે કલ્કિએ તેને રોક્યો. તેની તલવારથી બચીને એણે એક જોરથી મુક્કો માર્યો અને રથની નીચે ધકેલી દીધો. એ ગબડીને ધડામ દઈને જમીન પર પડ્યો. કલ્કિના હાથમાં ઘોડાની લગામ હતી, પણ અચાનક તે એક ઇમારત પર ટકરાયો. એ ત્યાં કૂદી પડ્યો અને પછી નગરમાં વહેતી નદી તરફ ગબડવા લાગ્યો. રથ દોડતો રહ્યો અને નાગસૈનિકો તે અંદર છે એવું સમજી પીછો કરતા રહ્યા. જોકે એ તેમને છેતરીને તેમાંથી નીકળી ગયો હતો.

કલ્કિએ વિજયી ભાવથી ગલીમાં પગ મૂક્યો ત્યારે એને ભાન થયું કે એને તો ખબર જ નથી કે ક્યાં જવાનું છે? તેણે ચહેરા પરથી કપડું હટાવ્યું અને ફાટેલું પહેરણ પણ દૂર ફેંક્યું.

પછી એ મુખ્ય માર્ગ પર આવ્યો. તેણે જોયું કે નાગસૈનિકોએ એ રથને રોક્યા બાદ જાણવાની કોશિશ કરી રહ્યા હતા કે રથસવાર ક્યાં ગયો. કલ્કિ પણ એ લોકોની ભીડમાં જઈને પહોંચ્યો જ્યાં લોકો એ દશ્ય ફરતે ઊભા હતા.

નાગસૈનિકો આસપાસ ઊભેલાં લોકોને પૂછી રહ્યા હતા કે કોઈએ ગામડાના એ છોકરાને જોયો જે મોં પર કપડું ઢાંકેલો હતો. એક નાગસૈનિક કલ્કિ પાસે આવ્યો, તેની વાદળી આંખો ઊંડાઈથી ચમકતી હતી, "શું તેં કાળો ઝભ્ભો અને પાઘડીથી ઢાંકેલા ચહેરાવાળા વ્યક્તિને જોયો?"

"ઝભ્ભો?" કલ્કિએ માસૂમ બનીને ગરદન હલાવી, "માફ કરજો, મેં તો કોઈને જોયો નથી."

19

અરજણ જંગલમાં તેના તથાકથિત માર્ગદર્શક સાથે અને બાલા તેમની પર નજર નાખતો પાછળ ચાલી રહ્યો હતો. કૃપાની અંદર એક અજબ ખૂબી હતી અને અરજણને આ પરિસ્થિતિમાં તેની કોઈ જરૂરત નહોતી, એ ખૂબ નિરાશાવાદી હતો. એ સતત એ વાત પર હલ્લો મચાવતો રહેતો કે એ લોકો કેવા મરવાના છે.

બાલાએ તેને એકાદ વાર ખખડાવ્યો પણ ખરો, પણ કોઈ ફાયદો ના થયો. એ લોકો જ્યારે ઘનઘોર વનમાં પહોંચ્યા તો વૃક્ષોનો મંડપ ઘેરો થતો ગયો અને સાથે સાથે સૂરજનું અજવાળું પણ આવતું બંધ થયું.

ત્યાં જ કૃપા રોકાઈ ગયો. એ સાવધાનીથી ઝૂક્યો અને જાણે તેની અંદરનો નશેડી માણસ ક્યાંક ઓઝલ થઈ ગયો. હવે તેની જગ્યાએ એક સમજદાર અને સજાગ માણસ દેખાતો હતો. તેણે ઘાસને સ્પર્શ કર્યો, ભીની માટી હાથમાં લઈ મસળી, આસપાસની હવા સૂંઘી અને ભીની આંગળીને ઝટકીને હવાની દિશા ઓળખવાનો પ્રયાસ કર્યો.

"એ લોકો અહીં જ છે અથવા આસપાસ જ છે, સાથી."

અરજણ સાવધ થઈ ઊભો રહી ગયો. તેણે હાથ અને પગમાં ચિંતાને કારણે ખેંચાણ અનુભવ્યું, "કેટલે દૂર હશે?"

કૃપાએ જવાબ ન આપ્યો. એ આગળ વધ્યો અને પોતાના હાથથી બે ઝાડીઓને હટાવી. એ બે વિશાળકાય વાંસની નિકટ હતા.

"આ તરફ આવો."

બાલા અને અરજણ આગળ વધ્યા. અરજણ ખુલ્લી જગ્યાનું દૃશ્ય જોઈ હેરાન થઈ ગયો. તે જગ્યાએ વૃક્ષો ઓછાં હોવાને કારણે સૂરજનું અજવાળું ભરપૂર હતું. કેટલાંય પ્રકારનાં ફૂલો ઊગ્યાં હતાં. આગ સળગી રહી હતી, પણ એટલી નહોતી કે તેમનું ધ્યાન ખેંચાઈ શકે.

ઘણા મોટા-તાજા ઘોડા દેખાઈ રહ્યા હતા. જોકે અરજણે ગુરુકુળ પાસે કે સરપંચને ત્યાં જોયા હતા તેવા નહોતા. આ તો સારા એવા મજબૂત દેખાતા હતા. ત્રણ જાંબલી રંગના તંબૂ ત્યાં જમીનમાં ખોડીને લગાવેલા હતા અને ત્યાંથી તે મ્લેચ્છોને સારી અને સ્પષ્ટ રીતે જોઈ શકતો હતો. પહેલા તેણે રેશમી પહેરણ અને નકાબોથી ઢાંકેલા જોયા હતા, પણ અહીં તો માણસો જેવા લાગતા હતા. તેમાંથી અમુકના શરીર પર ઘા અને ઉઝરડા હતા અને કપડાં ફાટેલાં હતાં, પણ સામાન્ય ગ્રામવાસીઓ કરતા મજબૂત શરીરના હતા. બાલા એક વારમાં તેમાંના બેને તો નીપટાવી શકે તેમ હતો.

તેને થોડીવાર સુધી પિતા દેખાયા નહીં. એવું લાગ્યું કે તેમને મારીને દફનાવી તો નથી નાંખ્યા ને, પણ તેવામાં જ એની નજર સાંકળથી બાંધેલા પિતા પર પડી. તેમણે કાલવાળાં જ કપડાં પહેરેલાં હતાં. તે એક માણસ જોડે બહાર આવી રહ્યા હતા જેના માથા પર કાંટા જેવા વાળ હતા. વિષ્ણુ અને તે માણસ વચ્ચે વાતચીત ચાલતી હતી જેમાં મોટેભાગે બીજો માણસ જ બોલતો હતો. તેઓ બચેલી ગાયો રાખી હતી તે તરફ ચાલ્યા ગયા.

અરજણ બોલ્યો, "આ તો ઘણી ખરાબ પ્રથા કહેવાય કે કોઈ બ્રાહ્મણ પોતાના હાથે ગાયની હત્યા કરે."

"એ બધી જૂના જમાનાની વાતો છે છોકરા, હવે તો બધા ગોમાંસ ખાય છે."

અરજણે અરુચિથી ગરદન હલાવી અને પાછળ હટ્યો કે ક્યાંક એ લોકો તેને જોઈ ન લે.

"સારું, તો હું હવે જઉં છું."

"એટલી પણ શું જલદી છે?" અરજણે કહ્યું.

"હવે પાછું શું થયું?" કૃપાએ ખિજાઈને કહ્યું, "મેં તો તમે જે કહ્યું એ પ્રમાણે જ કર્યું છે. જે તારા પિતાનું અપહરણ કરી ગયા હતા, હું તમને એ લોકો સુધી લઈ આવ્યો. હવે મારું માનો તો એમને અહીં જ રહેવા દો. તમે એમને બચાવી નહીં શકો, એટલી તો મારી વાત માની જ લો, મારા સાથી."

"મારે તારી સલાહની જરૂર નથી. પહેલાં પણ નહોતી અને હવે પણ નથી." અરજણે ભવાં ચડાવ્યાં, "હું તો એ પણ નથી જાણતો કે કલ્કિ ક્યારે પાછો આવશે." તે જાત સાથે બબડ્યો, "હવે શું કરીશું, બાલા?"

"કચડી કાઢો એમને." બાલાએ જવાબ આપ્યો.

અરજણ જોરજોરથી હસવા લાગ્યો. પિતાને જીવતા જોઈ તેના મનને રાહત થઈ, પણ ગાયોની સંખ્યા ઘટી રહી હતી અને તેમની પાસે સમય ઓછો હતો.

"તું એમ ન કહીશ કે અમે તેમની સાથે લડીએ. આ તો મોતથી પણ બદતર હશે. સાથી, આ તો મોટી યાતના જેવું છે." તેણે કહ્યું, "ખાસ તો આ ટુકડીનો નેતા."

"નેતા?"

"પેલો કાંટા જેવા વાળવાળો માણસ. તારું ધ્યાન નહોતું?"

"અચ્છા, હા, મેં એને જોયો હતો." અરજણે કહ્યું, "કેમ એમાં શું ખાસ છે?"

"અરે, એનું નામ કેશવનંદ છે. જ્યારે હું શહેરમાં હતો અને મારું કામ કરી રહ્યો હતો મતલબ આરામથી નશામાં મસ્ત હતો ત્યારે મેં જોયું કે એની તસવીર દીવાલો પર લગાવાતી હતી. મેં એ માણસને ધ્યાનથી જોયો હતો." કૃપાએ સંકેત સાથે કહ્યું, "આ માણસ જેલથી ભાગેલો છે. સરકારમાં તો આની તલાશ છે."

"એણે શું ગુનો કર્યો છે?"

કૃપાએ પોતાની ગભરામણ ગળતાં કહ્યું, "વધારે તો હત્યાના અપરાધ છે. હા, બાળકો અને સ્ત્રીઓની હત્યા, એ તો વધારે બદતર અપરાધ છે. અદાલતી હુકમ પ્રમાણે તો આ માણસ પાગલ છે. તેની પાસે વાંકુંચૂકું ખંજર છે. મેં સાંભળ્યું છે કે તેનાથી માનવીય માંસને સારી અને કોમળ રીતે કાપવામાં મદદ મળે છે."

એ વાત કરતા કરતા રોકાયો.

"હું વિચારી રહ્યો છું કે પિતાને બંદી કેમ બનાવ્યા?" કૃપાએ સ્વયં જવાબ આપ્યો, "હું બસ સમજાવી રહ્યો છું કે તમારે આવા હત્યારા

સાથે લડવું ન જોઈએ. આવા હત્યારાના મનમાં પોતાના કોઈ કામ માટે પસ્તાવો હોતો નથી કે ન મગજ હોય છે. તેમના માટે તો આ મોજ-મસ્તી જ છે."

અરજણે જોયું કે આકાશ ધૂંધળું થઈ રહ્યું હતું. સાંજ પડવાની તૈયારી હતી એટલે વિચારવાનો સમય નહોતો.

"મારી પાસે એક યોજના છે." તે બોલ્યો.

"એક યોજના? સાથી, યોજના તો બધા પાસે હોય અને ત્યાં સુધી હોય જ્યાં સુધી કોઈ ધારદાર હથિયારથી હુમલો ન કરે." તેણે કહ્યું, "જ્યારે તમારા કિસ્સામાં તો તમારી પાસે પોતાના બચાવમાં ઢાલ કે કોઈ હથિયાર પણ નથી. ભલે, તમને તમારો બચાવ કરતા આવડતો હોય, પણ મને વિશ્વાસ છે કે તમે એ નહીં કરી શકો. એટલે અહીંથી જવામાં જ ભલાઈ છે." તેણે બાલાને જોયો, "જો આના જેવા ત્રણ હોત તો એક મોકાની શક્યતા હતી, પણ એ તો પૂરા દસ ડાકુ છે. જે દુષ્ટ અને ખેપાની છે. એ ડાકુઓ સામે તું એક નાનો છોકરો ને સાથે એક મજબૂત છોકરો જે તેના નાના રમકડા સાથે રમી શકે છે. હવે મને ફક્ત સાદો જવાબ આપો કે તમારા હિસાબે આમાં કોણ જીતે?"

અરજણ લાંબા અને અઘરા ભાષણ પછી હસ્યો. તેણે એ વાતો પર ધ્યાન નહોતું આપ્યું, "કોણે કહ્યું કે અમારે જીતવા માટે હથિયાર જોઈએ?"

"હથિયાર વગર? ઓહ... એ તો સાવ બેકાર." બાલા બોલ્યો.

"હા."

"અને તારા હિસાબથી આપણે તેમને મારવા માટે શેનો ઉપયોગ કરવો પડશે? લાઠી કે પથ્થર?" અરજણે વૃક્ષો તરફ જોયું, "ના, પણ દોરડાં અને ડાળીઓથી શક્ય થઈ શકે છે." એણે સ્મિત વેર્યું.

20

જ્યારે તક્ષકને ખબર મળી કે એક બુકાનીબંધ માણસે આખા બજાર અને શહેરમાં તબાહી મચાવી, તેના માણસોને મૂર્ખ બનાવ્યા છે તો એ સ્વયં આગળ આવ્યો અને તેણે કીકતપુરના નકશા પર મુક્કો માર્યો, જેમાં ઇન્દ્રગઢની રાજધાની હતી. તે અમુક જગ્યાએ નિશાની કરવા લાગ્યો ને પૂર્વ, પશ્ચિમ અને દક્ષિણ દિશાની જગ્યાએ બિલોરી કાચથી જોવા લાગ્યો, કારણ કે ઉત્તરની તરફ ઠંડીને કારણે ગામની સંખ્યા ઓછી હતી.

એણે ત્યાં 'બે ઢાલ' ગામ શોધવા માગ્યું, પણ સફળતા મળી નહીં.

બેશક. એ જુઠ્ઠું જ બોલ્યો હશે.

"શું કોઈ નાગરિક પાસેથી કોઈ દુર્ઘટનાના સમાચાર આપણને મળ્યા છે?" તક્ષકે તેના ઉપસેનાપતિ ઉલૂપીને પૂછ્યું, "શું કોઈ લૂંટફાટની ઘટના બની છે?"

"ના શ્રીમાન, એવી કોઈ ઘટના નથી બની." ઉલૂપીએ જવાબ આપ્યો.

તક્ષકના લાંબા વાળને ઊંચે ગૂંથેલા હતા જ્યારે ઉલૂપીના વાળ ઘાસ જેવા નાના હતા. તેની આંખો પણ ઘેરા વાદળી રંગની હતી, પણ દેખાવમાં એ દૂબળો લાગતો હતો. તક્ષકને તેના દૂબળા દેહથી પરેશાની નહોતી, કારણ કે તેનું મગજ ખૂબ તેજ હતું. એ ફક્ત બહારથી સમજદાર લાગે તેવા લોકોમાંનો નહોતો.

"દરવાજાની બે વાર તપાસ કરો અને કોઈને અંદર આવવા ન દેશો. ફક્ત મહેલમાં કામ હોય તેવા લોકોના રથને જ અંદર આવવા દેવા." તક્ષકે ઉમેર્યું, "હું એ માણસને શોધીને દંડિત કરવા માગું છું."

"ઠીક છે, શ્રીમાન."

ત્યારે જ એક ચોકીદારે મંત્રણાકક્ષમાં પ્રવેશ કર્યો.

"શ્રીમાન, પંખી પિંજરામાંથી નીકળી ગયું."

તક્ષકે પણ સંમતિપૂર્વક ડોકું હલાવ્યું.

તક્ષક અંગત કામ છે, કહી ઓરડામાંથી નીકળી ગયો. તેણે બે સૈનિક સાથે લીધા જેમની પાસે વધુ હથિયાર નહોતાં. એ ઇચ્છતો નહોતો કે બીજાનું ધ્યાન એમની તરફ દોરાય. રાત પડવાની તૈયારી હતી અને આકાશમાં તારા દેખાવા લાગ્યા હતા. એ કાલની રાત કરતાં વધારે હતા. તક્ષકને તારાઓ વિશે થોડું-ઘણું જ્ઞાન હતું.

તક્ષકના મગજમાં પેલા ઘૂસણખોર વિશે વિચારો હતા, પણ તેને એ કામ પણ કરવાનું હતું જે વાસુકિએ સોંપ્યું હતું. હવે એ ઇન્દ્રગઢના પૂર્વના પીપળ માર્ગ પરના રસ્તા પર હતો. જોકે બધી હો-હા દક્ષિણમાં હતી એટલે એવી કોઈ સંભાવના નહોતી કે કોઈને ખબર પડે. આમ તો એ ઘૂસણખોરે આ કામ સારું કર્યું હતું. તેણે જે જગ્યા પર બજાર હતું ત્યાં યક્ષોના વેપારની તોડફોડ કરી નાખી હતી. બધું જ બરબાદ કરી નાખ્યું હતું, એવું જ્યારે તક્ષકે જાણ્યું ત્યારે તેના ચહેરા પર સ્મિત ફરકી ગયું.

તેણે વેદાંતને જોયો હતો. કેવી રીતે એ આખા રાજ્યમાં ફરીફરીને લોકો સાથે વાત કરી રહ્યો હતો, તેમની ઇચ્છાઓ પૂરી કરી રહ્યો હતો. દાન કરી રહ્યો હતો અને સારા ભવિષ્ય માટે વાયદા કરી રહ્યો હતો. વેદાંતનો પીછો ત્રણ દિવસથી કરી રહ્યો હતો અને એ ધર્મશાળામાં ગયા પછી બહાર નહોતો આવ્યો.

એ પંખી ત્યાં હતું અને ધર્મશાળા એનો માળો હતી.

તક્ષક એના ઘોડા પરથી ઊતર્યો અને એ બહુમાળી ધર્મશાળાની સામે નાની ગલીમાં સંતાયો. પછી તક્ષક રસ્તો પાર કરીને એ ઇમારતમાં ગયો.

જેવો એ પ્રતીક્ષાખંડમાં પ્રવેશ્યો તો બેઠેલાં બધાં ઊભાં થઈ ગયાં અને લાકડાના મેજ પાછળ બેઠેલો પ્રબંધક પણ ઊભો થઈ ગયો.

તક્ષક એના બે સૈનિકો સાથે આગળ વધ્યો. તેનો લાંબો ઝભ્ભો લહેરાઈ રહ્યો હતો અને હાથ છુપાવેલી કટાર પર હતો.

"સેનાપતિ તક્ષક. હું તમને શું મદદ કરી શકું છું." મૂછોવાળા પ્રબંધકે પૂછ્યું.

મતલબ એ એને ઓળખે છે.

"હું તારા નવા આગંતુક વિશે જાણવા આતુર છું."

"રાજા વેદાંત?"

"હા." એણે મેજ પર ટકોરા મારી પોતાના માણસને ઇશારો કર્યો. સૈનિકે થોડા સિક્કા મેજ પર મૂક્યા જેને પ્રબંધક ઘૂરવા લાગ્યો.

"માફ કરજો, મને આવું કરવાની અનુમતિ નથી."

તક્ષક હસ્યો નહીં. તેની નજર સાથે નજર મેળવી બોલ્યો, "સારું." પછી તેણે આજુબાજુ ગરદન ફેરવી, કેટલાક યાત્રીઓ પુસ્તકો વાંચી રહ્યાં હતાં તો કોઈ એકબીજા સાથે વાત કરી રહ્યાં હતાં, "મને ખબર મળી છે કે અહીં કોઈ મંત્રણા ચાલી રહી છે?"

"ના શ્રીમાન, આ સાવ ખોટી વાત, ગપ્પાં છે."

"સારું, તો." તક્ષકે નચિંત થઈ સૈનિકોને કહ્યું, "બધી ચાવીઓ લઈ લો."

સૈનિકો આગળ આવ્યા, પ્રબંધકને ભીંતે ધકેલી પિત્તળની લાંબી ચાવીઓ લઈ લીધી.

"અહીં જ રાહ જુઓ ને આને ભાગવા ન દેતા, કારણ કે આજે એણે જેલની હવા ખાવાની છે."

પ્રબંધકે હાથ જોડ્યા, પણ તક્ષકે તેની તરફ ધ્યાન ન આપ્યું અને સીડીઓ ચડી ગયો. એ લોકો પહેલા માળે જઈને દરવાજા ખોલવા લાગ્યા. કોઈ મહેમાન એકલા હતા, કોઈ પોતાની પ્રેમિકાઓ સાથે હતા. તક્ષકને તેમની અંગત બાબત પર વાંધો નહોતો અને તે એક પછી એક દરવાજા ખોલવા લાગ્યો. એમ કરતા એ છેલ્લા ઓરડા સુધી આવી ગયો. તેના બે દરવાજા હતા, કદાચ બીજો બાલ્કનીમાં ખૂલતો હતો જ્યાંથી આખા શહેરનો નજારો જોઈ શકાતો હતો.

તક્ષકે દરવાજો ખોલ્યો તો તેને એક આકાર તેની તરફ પીઠ કરીને ઊભેલો દેખાયો.

"અનિવાર્ય પૂછપરછ માટે આ રાજ્યમાં આવવાનું કારણ અને પોતાની ઓળખાણ આપો." પછી એનો અવાજ કંપી ગયો. જ્યાં એણે એ આકૃતિના ગળામાં વીંટાળેલો નોળિયો જોયો.

નહીં.

"શું આ જાસૂસી કરવાની બીજી કોઈ રીત છે?" એ પાતળો અને નાજુક અવાજ પણ જાણીતો લાગ્યો.

"કુબેર." તે થોડું હાંફતાં નિઃશ્વાસ સાથે બોલ્યો.

તક્ષક તરફ ફરેલા જાડા યક્ષપ્રમુખને જોઈને તેણે દાંત ભીંસ્યા. મોટાં અને ઝાડીદાર ભવાં તેને બદસૂરત બનાવતા હતા, પણ ચહેરા પર દાઢી નહોતી ને બાકીના શરીરે પણ વાળ નહોતા.

"કેમ છે મારા, દોસ્ત?"

"હું તમારો દોસ્ત નથી." તક્ષક આગળ આવ્યો, "તમે રાજા સાથે શા કારણથી આવ્યા હતા?"

"હવે આ તું નહીં, પણ વાસુકિ બોલે છે." એ હસતો, "પણ તને જાણવાની એટલી જ ઉત્સુકતા હોય તો એને જ પૂછી લે." તેણે હળવેથી માથું હલાવ્યું.

તક્ષકે ફરીને થોડી ભારે ગરદનવાળા વેદાંત સામું જોયું ત્યાં જ એ એક દાઢીવાળો માણસ અંદર આવી ગયો. ક્ષણનો પણ વિલંબ કર્યા વગર તેણે એના હાથમાં કટાર ભોંકીને નસો ચીરી નાખી.

"ઓહ, આ તો લોહી નીકળવા માંડ્યું."

તક્ષક ત્યાં જ પડી ગયો.

"આહ..."

"આ સાલું સાપોલિયું કંઈક કરવા ઇચ્છતું હતું." વેદાંત બોલ્યો.

કુબેર આગળ આવ્યો અને તેના તરફ ઝૂક્યો, "બોલ દોસ્ત, બોલ!"

"ક...ક...કેમ?"

કુબેર મૂંઝાયો, "કેમ? ઓહ, હું ક્યાંથી શરૂઆત કરું? જોકે હું કહેવા માંડું તો મને વિશ્વાસ નથી કે એ સાંભળવા તું જીવતો રહીશ. એટલે કોઈ ફાયદો નથી. બસ, એટલું કહેવું છે કે મારું અને વેદાંતનું સહિયારું હિત છે."

21

રાત થઈ ચૂકી હતી. કલ્કિ એક દીવાલનો સહારો લઈ ઊભો હતો. એ સરકારી આવાસની બહાર લક્ષ્મી પાછી આવે તેની રાહ જોઈ રહ્યો હતો, પણ કલાકો પસાર થયા બાદ પણ તેને અંદર જવાનો મોકો નહોતો મળ્યો. એ આંટા મારવા માંડ્યો અને પછી નક્કી કર્યું કે ત્યાં સુધી એક ઝોકું ખાઈ લઉં. ત્યાં તો અચાનક જોરથી અવાજ આવ્યો જાણે કે કોઈ લાકડું તૂટ્યું હોય.

તેણે ઉપર જોયું તો એક આકાર દેખાયો. આ તો કોઈ સપના જેવું હતું, એ આકાર હવામાં લહેરાતો હતો, પણ પછી કલ્કિને અહેસાસ થયો કે એવું નહોતું, એ આકાર તો તેની આગળ ધડામ દઈને આવીને પડ્યો.

એ તો નક્કી છે કે દેવતાઓએ આ મારા માટે નથી મોકલ્યું.

કલ્કિએ શરમ અનુભવી કે તેને આવી બાબતમાં મજાક સૂઝી હતી. તે એ શરીર પાસે ગયો. એણે જોયું કે કોઈ નાગ હતો. એ નાગના આંખોના રંગ અને હાથ પર ત્રોફાવેલા નિશાનથી સ્પષ્ટ ઓળખાતો હતો. જ્યારે એણે ત્રોફાવેલું નિશાન જોયું ત્યારે લાગ્યું કે આ કોઈ સામાન્ય નાગ નહોતો.

કદાચ કોઈ ઉચ્ચ અધિકારી લાગે છે, પણ તે અહીંયા કેવી રીતે છે.

કલ્કિએ ઉપર જોયું તો કોઈ હતું નહીં. તે માણસની નાડી ચાલી રહી નહોતી. હાથમાં ઘાતક હથિયાર વાગ્યાનું નિશાન હતું. બસ, ત્યાંનું ત્રોફેલું નિશાન દેખાતું નહોતું.

આ શહેરમાં શું થઈ રહ્યું છે? હદ છે આ તો.

“અરે, કોણ છે તું?” એણે કોઈનો અવાજ સાંભળ્યો.

તેણે ઉપર જોયું તો નાગસૈનિકો ઊભેલા દેખાયા.

“કોણ છે તું...?” તેમાંથી એક લાશ જોઈ ચૂપ થઈ ગયો.

"હું સાચું કહું છું, આ અહીં પડેલી હતી. ઉપરથી પડી..."

એક સૈનિકે ગભરાઈને મોં પર હાથ મૂક્યો અને બીજો ગણગણ્યો, "આ તો સેનાપતિ છે."

"ઉપરથી પડ્યો?" બીજાએ એકદમ સાવધ થઈ પોતાની તલવાર કાઢી, "હત્યારા, તારી જગ્યાએથી હાલીશ નહીં. તારે ઇન્દ્રગઢના સેનાપતિની હત્યા માટે ફાંસી પર ચડવું પડશે."

"શું? પણ મેં તો એવું કર્યું જ નથી."

તેને તલવારની અણી ખૂંચી.

"ફરીથી અવાજ પણ ના કાઢીશ." બીજા બે લોકોએ પણ તક્ષકની નાડી જોઈ અને કહ્યું, "છોકરાનાં કપડાં પર લોહી છે. આને તો વરુઓ સામે નાખી દેવો જોઈએ. જલદીથી વાસુકિ જોડે લઈ જાઓ."

"મહારાજ વાસુકી, ના... ના."

"આના હાથ બાંધી દો પાછળ."

કલ્કીએ કમને સહકાર આપ્યો એટલે તેના હાથ દોરડાથી બાંધવામાં આવ્યા.

"તું મુખ્યાલયથી કોઈકને બોલાવી લાવ, હું અહીં જ ઊભો છું." બીજા સૈનિકે કહ્યું, "હા, આની ઉપર ચાંપતી નજર રાખજો."

"તને આ કરવા માટે પસ્તાવો થશે." કલ્કી બોલ્યો.

તેને સરકારી આવાસની દીવાલે ધકેલ્યો. તેને મોડું થઈ રહ્યું હતું, તેને બીજો દિવસ ઊગે ત્યાં તો પાછું પહોંચવાનું હતું. નહીંતર પિતાનો જીવ ખતરામાં પડે તેવું હતું. તેણે ઊંડો શ્વાસ લીધો અને સૈનિકને સમજાવવાનું વિચાર્યું, પણ તેના પર કોઈ અસર થઈ નહીં.

"હું તને પૈસા આપીશ."

"કોઈ પણ સૈનિકને લાંચ આપવી અપરાધ છે."

"હું તને આ અપરાધ અવગણવા માટે પણ પૈસા આપીશ."

"દુનિયાના બધા જ પૈસા પણ તને બચાવી નથી શકવાના. તું એક અધિકારીની લાશ જોડે ઊભો હતો. તું જાણે જ છે તેની સજા શું છે? મૃત્યુ. બસ, એટલી જ વાત છે."

"ઘણો વહેલો નિર્ણય લઈ લીધો. મને ખુશી છે કે તું અદાલતમાં નોકરી માટે આવેદન નથી કરી રહ્યો."

"કોણ કહે છે કે મેં આવેદન નથી કર્યું?"

"ઓહ, તું કરી ચૂક્યો છે, હે ભગવાન."

ત્યારે જ તેણે સરકારી આવાસના દરવાજા પાસે એક રથ નીકળતો જોયો અને તેમાં બીજું કોઈ નહીં, પણ લક્ષ્મી જ હતી. આટલે દૂરથી તે એની આંખો અને સુંદર ચહેરો જોઈ શકતો હતો.

"મારે જવું પડશે... મારી દોસ્ત."

"તારી દોસ્ત?"

કલ્કિ ઘણું સહી ચૂક્યો હતો. તે રોકાયો અને પૂરા બળથી એણે મુઠ્ઠી ભીંસી ને એક ઝટકા સાથે દોરડું તોડી નાખ્યું. સૈનિક તરત સાવધ થઈ ગયો, પણ કલ્કિએ તેની તલવારની પરવા કરી નહીં જે તેના દુર્બળ હાથમાં રાખેલી હતી. કલ્કિએ તેને ગળેથી પકડીને હવામાં લટકાવી દીધો.

"મેં કહ્યું હતું ને તું ભૂલ કરી રહ્યો છે. માફ કરજે." ને કલ્કિએ તેને દસ ગજ દૂર ફેંક્યો.

કલ્કિ ખાલી રસ્તા પર રથ તરફ દોડ્યો. જેની લગામ લક્ષ્મીના હાથમાં હતી.

"તને વાહન મળી ગયું?"

"હા, માસીએ મને રથ આપી દીધો."

લક્ષ્મીએ પાછળની તરફ સંકેત કર્યો. કલ્કિએ સજાવેલો પડદો હટાવીને જોયો તો રથમાં કેટલાય પ્રકારના તલવારો, ઢાલો, કટારો, ભાલા અને ધનુષ-બાણ રાખ્યાં હતાં.

"તેં એમને મનાવ્યા કેવી રીતે?"

"ઓહ, આ તો મારી ગુપ્ત શક્તિ છે. તું લગામ સંભાળ. તેમણે મને નગરમાંથી બહાર જવાનો એક રસ્તો બતાવ્યો છે જ્યાં ઓછી પહેરેદારી હશે. એટલે ત્યાંથી આપણે ચૂપકીથી નીકળી શકીશું."

કલ્કિ બેસી ગયો, "હું તૈયાર છું."

"સારું, પણ મને એ જણાવ કે બધું ઠીક રહ્યું? તેં એ સમયે મને

અંદર મોકલવામાં પોતાનો જીવ જોખમમાં મૂકી દીધો હતો. અરે, આ શું? આ તો લોહી છે. ઊભો રહે આ ક્યાંથી આવ્યું?"

કલ્કિએ નીચે જોયું, "ઓહ, આ?"

"હવે એમ ન કહીશ કે કોઈની હત્યા કરીને આવ્યો છું."

"અરે... ના."

"તો શું થયું?"

"આપણી યાત્રા ઘણી લાંબી છે." કલ્કિએ માથા પરથી પરસેવો લૂછ્યો, "મારા ખ્યાલથી એ બધી વાતોની ચર્ચા ત્યારે થતી રહેશે."

22

વિષ્ણુયશ બહુ જ થાકી ગયો હતો. તેને એવો અંદાજ નહોતો કે તેણે રાત્રે પણ કામ કરવાનું છે. ચરબીને કાપવાની, પૃષ્ઠ ભાગનું માંસ જુદું કરવાનું પછી બાકીના માંસના ટુકડા કરવાના. વિષ્ણુયશે સમજાવ્યું હતું કે કાપેલા માંસને બે અઠવાડિયા માટે બરફમાં ઢાંકીને મૂકી દેવામાં આવે તો એ નરમ થઈ જાય અને તેની કચાશ પણ જતી રહે, પણ કેશવે વાત માની નહોતી. તેનો હોઠ કપાયેલો હતો અને માથાના નાના વાળ ખંજરની જેમ ખોપરીમાં ઊભા હતા. એ ક્યારેક જ બોલી શકતો હતો અને કોઈ ભૂલથી હસે કે મજાક કરે તો તેનું કપરું પરિણામ તેને ભોગવવું પડતું.

વિષ્ણુયશે પોતાની જાતને બચાવવાના ભાગ રૂપે મનોમન નક્કી કર્યું હતું એટલે એણે કેશવને કહ્યું હતું કે તેને ગાયોની દેખરેખ આવડે છે, પણ તેના બદલામાં તેના પુત્ર અરજણને છોડી દેવો.

"આપણે આ બંનેમાંથી એક જ જોઈએ છે." કેશવે બાપ-બેટાને જોઈ કહ્યું હતું.

વિષ્ણુયશ એ સાંભળીને ગભરાઈ ગયેલો અને તેને બાંધવામાં આવે ત્યાં સુધીમાં કેશવના માણસો અરજણને મારવા માટે તેની પાસે પહોંચી ગયેલા, પણ અરજણ કોઈ પણ હિસાબે તેમને ચકમો આપીને ત્યાંથી નાસી છૂટેલો. રાત થઈ ગયેલી એટલે કેશવે તેના માણસોને હુકમ કરેલો કે અરજણને ભૂલીને આ જગ્યા છોડી દે. કેશવે એ ધ્યાન રાખ્યું હતું કે જે કોઈ લોકો એ હુમલાના સાક્ષી હતા તે બધાને શોધી-શોધીને મારી નાખવામાં આવે જેમ અત્યારે વિષ્ણુયશ ગાયોને મારી રહ્યો હતો.

અને અત્યારે તેણે મજબૂરીવશ તેમની મદદ કરવી પડતી હતી. તે એમનો રસોઈયો બનેલો હતો તેનું કારણ ફક્ત કેશવ જ જાણતો

હતો. એ ગૌ-વધનું આ પાપ કરીને થાકી ગયો હતો. તેણે ભાગવાનું વિચાર્યું, પણ તેના માણસો દરેક ખૂણામાં પહેરો ભરી રહ્યા હતા. તેણે સાંભળ્યું હતું કે મ્લેચ્છો કોઈને જીવિત રાખતા નથી, પણ અહીંયા તે સાવ વિપરીત કરી રહ્યા હતા.

વિષ્ણુયશને આ બધું બિલકુલ ગમતું નહોતું. ગાયને કાપતી વખતે દર વખતે તે આંખ બંધ કરીને કામધેનુ દેવીની ક્ષમાપના માંગી લેતો હતો, પરંતુ તેને પોતાને અને પુત્રને બચાવવા માટે આવું કરવું પડતું હતું. એ જાણતો હતો કે આ ઘણું ભયંકર હતું. તેને દરેક ચીરા વખતે પોતાના શરીર પરથી લોહી સાફ કરવું પડતું હતું. કેશવ એટલો તો દયાળુ હતો કે તેણે શરીર ઢાંકવા માટે લાંબું પહેરણ આપ્યું હતું.

"તેં જીભને બહાર કેમ રાખી?"

વિષ્ણુયશને અહેસાસ થયો કે કેશવ તેની પાછળ ઊભો હતો. કેશવ ઝૂક્યો અને તેના કાનમાં કહ્યું, "મને જીભ કાપીને આપ."

વિષ્ણુએ ઘૃણા સાથે ઊંધે માથે પડેલા ગાયના માથાને પોતાની તરફ ખેંચ્યું. સૌથી પહેલાં જાડી નસો ને પછી જીભ બહાર ખેંચીને તેજ ધારવાળા ચાકુથી કાપી નાખી.

"લાવ, મને આપી દે."

મરેલાં પશુઓની દુર્ગંધથી વિષ્ણુયશને ઉબકા આવતા હતા. જંગલનો એ વિસ્તાર ચોતરફ ફેલાયેલા આ માંસના અવશેષ અને હાડપિંજરને કારણે ગંદો થયેલો હતો.

"શું હું તેને ગરમ કરી આપું?"

કેશવને જવાબ આપવો જરૂરી લાગ્યો નહીં. ને એ કાચી જીભને મોંમાં મૂકીને કચર-કચર ચાવવા લાગ્યો. તેના મોંમાંથી આવતો અવાજ સાંભળી વિષ્ણુયશના પેટમાં વળ પડવા લાગ્યા.

"ગ્રામવાસી, તું સરસ કામ કરે છે." કેશવે તેની પીઠ થપથપાવી, "અમે તને કોઈ નુકસાન નહીં પહોંચાડીએ. અમે તો કોઈકની રાહ જોઈ રહ્યા છીએ."

પણ કોની?

"સાંભળો, સરદાર." તેની ટુકડીમાંના કોઈએ બૂમ પાડી.

"શું?" કેશવ બરાડ્યો.

"આના જેવો ધાર્મિક માણસ આપણા માટે કેવો માંસ કાપી રહ્યો છે? મતલબ આ લોકોનો પણ કોઈ નિયમ જેવું હશે ને? શું આ લોકોને કેટલાય દેવતાઓ નથી હોતા?"

"હા, હું પણ એ વિચારી રહ્યો છું કે આ કેવી રીતે કરી શકે છે?"

"મને કોઈ પરવા નથી." વિષ્ણુયશ હળવેથી બોલ્યો.

"નાસ્તિક લાગે છે" કેશવે તાળી પાડી, "તું કોઈ ભગવાનમાં વિશ્વાસ નથી રાખતો, મેં સાચું કહ્યું ને?"

વિષ્ણુયશ કશું બોલ્યો નહીં. કેશવે પળભર માટે એને જોયો પછી પીઠ થપથપાવી બોલ્યો, "સારો માણસ છે."

કેશવ તેની છાવણી તરફ ગયો. એની બહાર એક પિંજરું લટકાવેલું હતું જે વિષ્ણુયશે પહેલાં પણ જોયું હતું. એ પિંજરામાં એક બોલી શકતો પોપટ હતો. તેણે જોયું એ પ્રમાણે એ પોપટ સમજદાર ઘણો હતો. કેશવ તેની આસપાસના ખતરાનું અનુમાન કરવા માટે એ પોપટને છુટ્ટો કરી દેતો. એ પોપટ આસપાસ ઊડીને પાછો આવી જતો. જો એ સતત ટેં-ટેં કરે તો તેનો મતલબ આજુબાજુમાં કોઈ ખતરો છે. કેશવ તો પણ એ પોપટ સાથે સારો વ્યવહાર નહોતો કરતો. તેને ભરપૂર ખાવાનું પણ નહોતો આપતો અને તેને સાંકળથી બાંધીને રાખતો હતો. જ્યારે બહાર છૂટો મૂકે ત્યારે તેના પગમાં પથ્થર બાંધી દેવાતા એટલે એ વધુ દૂર જઈ ન શકે. એ પોપટને એવી રીતે ધમકાવતો જાણે એ બધું સમજતો હોય! વિષ્ણુને ખબર હતી કે પોપટ બધું સમજે છે, કારણ કે એ ખરેખર સમજદાર હતો, પણ ખોટા હાથમાં જઈ ચડ્યો હતો.

કેશવે પોપટને પકડીને ખરાબ રીતે ભીંસ્યો. તે તરફડવા લાગ્યો અને તેના હાથ પર ચાંચ મારવા લાગ્યો, પણ તેના માટે એ બેઅસર હતું. એ ફક્ત હાથમાંથી નીકળેલું લોહી જોઈને ખુશ થતો હતો.

"હા, મારી જાન! લે કર, કર. મને મજા આવે છે." તેણે પોપટને ફરી વધુ દબાવ્યો અને પછી એને પાંજરામાં ફરી પટક્યો. પોપટ દર્દથી

ચિત્કારવા કરવા લાગ્યો અને કેશવ પિંજરું બંધ કરીને આગળ વધ્યો.

વિષ્ણુયશ એકનજરે આ બધું જોઈ રહ્યો હતો. કેશવે ત્યાં આવીને કહ્યું, "મારી આંખો?" વિષ્ણુયશ બોલ્યો, "સુંદર પંખી છે."

વ્રજની સોગંદ, ઇન્દ્ર દેવતા, આ આતંકથી મારી રક્ષા કરો.

"જુગાર કોણ-કોણ રમશે?" તે દોસ્તો તરફ જોઈ બોલ્યો. જોકે એ બધા સમાન રીતે આદર-અનાદરનો ભાવ રાખતા હતા પણ તેમની વચ્ચે કોઈ ઊંચ-નીચ નહોતું. બસ, કેશવ જ એક માથાભારે હતો. એ ટુકડીનું નેતૃત્વ કરતો ને જે મનમાં આવે તે કહેતો-કરતો. જોકે શારીરિક રીતે તે એટલો ડરામણો નહોતો લાગતો.

વિષ્ણુયશ શાંતિથી એ પિંજરા તરફ સરકી આવ્યો. મ્લેચ્છોની પીઠ તેની તરફ હતી. તેણે પિંજરા પાસે બેસીને પોપટને પંપાળવાની ઇચ્છા કરી પણ એ બેકાબૂ થઈને બુમરાણ મચાવવા લાગ્યો.

"શાંત થઈ જા. હું એક ઇમાનદાર માણસ છું." તેણે કહ્યું, પણ પોપટ ચૂપ ન થયો, "સારું, હું તને સારું કંઈક ખાવાનું આપું." તેણે પોતાના ગંદા ઝભ્ભામાં હાથ નાખ્યો તો રોટીનો એક ટુકડો મળી આવ્યો. એને આનંદ થયો, "ખાઈશ મારા દોસ્ત? લે." તેણે પોપટને પોતાની તરફ બોલાવ્યો જેથી એ હાથમાંથી ખાઈ શકે, પણ પોપટ પાછળ ખસ્યો, "સારું, હું અહીંયા રાખી દઉં છું પછી તને ડર નહીં લાગે." તેણે રોટીના ટુકડાને અંદર મૂક્યો તો પોપટ તેને એકીટશે જોવા લાગ્યો. પોપટને જોઈને લાગતું હતું કે ડરેલો હતો. તે એટલે આઘાતમાં હતો કે કોઈ આટલો પ્યાર અને હમદર્દી કેવી રીતે જતાવી શકે. પછી એણે પોતાની ડોક ઝૂકાવી અને રોટીનો ટુકડો ચાંચમાં લીધો.

"બહુ જ સરસ મારા દોસ્ત." વિષ્ણુયશે હળવેથી તાળી બજાવી. આ તેના માટે પ્રસન્નતાસભર ક્ષણ હતી. "તું તો સરસ દોસ્તાના સ્વભાવનો છું. શું નામ છે તારું?"

પોપટ પેલી રોટી ખાવામાં મશગૂલ હતો. રોટી ખતમ થઈ એટલે નાના નાના પગથી ચાલી ખૂણા સુધી આવ્યો અને ડોકું બહાર કાઢ્યું.

"શું ઇચ્છે છે? માથે હાથ ફેરવું, એમ?"

વિષ્ણુયશ હાથ ફેરવતો હસ્યો પછી તેની પાંખો પંપાળી, "ઓહ, કેટલી મુલાયમ છે."

"તારું નામ શું છે, દોસ્ત?"

પોપટ કશું બોલ્યો નહીં.

"આ દુષ્ટોએ તને કોઈ નામ નહીં આપ્યું હોય. ખેર, તું સરસ અને સુંદર છે દોસ્ત. ચાલો, તને 'શુકો' નામ આપી દઈએ."

પોપટે પ્રશંસામાં પાંખ ફફડાવી.

"મારું નામ વિષ્ણુયશ હરિ છે, પણ દોસ્ત, તું મને વિષ્ણુ કહી શકે છે. અમારી સૃષ્ટિના પાલક દેવતાના નામ પરથી રાખવામાં આવ્યું છે. ભગવાન વિષ્ણુ ઘણા મોટા વીર યોદ્ધા હતા. તેમણે સમાજમાં વ્યવસ્થા લાવવા માટે ધર્મની સ્થાપના કરી હતી."

"વિષ્ણુ, વિષ્ણુ." પોપટ તો ખુશીથી એ નામ બોલવા લાગ્યો.

"શું ચાલી રહ્યું છે?" એક મ્લેચ્છ બરાડ્યો.

"ઓહ, કશું નહીં."

વિષ્ણુયશ ઊઠ્યો અને પિંજરથી દૂર આવી બેઠો.

"હું તને પછી રોટીનો ટુકડો આપીશ..."

બધા મળીને પોતાની રીતે તથાકથિત જુગાર રમી રહ્યા હતા. તેમણે કાંકરાથી ઘર બનાવ્યા અને પાસા ફેંકીને જોવામાં આવતું કે કોનો આંકડો વધુ આવ્યો. ત્યાં જ એક કપડાનો ટુકડો બિછાવેલો હતો જેની પર ચોરસ ખાનાં દોર્યાં હતાં. વિષ્ણુયશ બીજી તરફ આવ્યો અને પથ્થરની અસમતોલ બાજુ નમ્યો અને રાહતનો શ્વાસ લેવા ગયો ત્યાં જ ગાયના લોહીની છાલક તેના પગ ઉપર અને હાથ પર પડી.

હું આ જગ્યા પર આવી રીતે ન રહી શકું.

છેલ્લી વખતે તે જ્યારે નાસ્તિકોના વિસ્તારમાં હતો તે એક અજાણ્યું ગામ હતું. તેનું નામ યાદ નહોતું. તે પોતાનાં પશુઓને ચરાવતી વખતે સૂર્યગઢના આગ તપતા વિસ્તારમાંથી જઈ રહ્યો હતો. તે પોતાનો જીવ બચાવતો ભાગ્યો ત્યારે તેણે સફેદ કપડામાં લપેટેલું એક નવજાત બાળક આગની લપટો વચ્ચે જોયું. ધૂળ હજુ બેઠી નહોતી અને વિષ્ણુ જાણી

ગયો કે તેણે એના નામ અને કામમાંથી એકને પસંદ કરવાનું હતું. તેણે ગાયોને ત્યાં જ છોડી અને એ અજાણ્યા બાળકને ઉઠાવી લીધું. અંતમાં, અડધાથી વધુ લોકો જે ગામ છોડી ચૂક્યાં હતાં અને બાકીનાં આગમાં હોમાઈ ગયાં હતાં ત્યારે તે એ બાળક સાથે સાવ એકલો હતો. ધૂળ, ધુમાડા અને રાખથી તેનો ચહેરો કાળો પડી ગયો હતો. તે નવજાતને છાતીએ વળગાડી એક બચેલા વૃક્ષ પાસે આવ્યો ને તેની આંખો પહેલીવાર જોઈ.

"કોણ છે તું?"

પણ એને શું ફરક પડવાનો હતો. વિષ્ણુયશ જાણતો હતો કે હવે તેને શું કરવાનું હતું. તેણે બાળકને ઘેર લઈ જવા વિચાર્યું. તેને અનાથાશ્રમમાં કે અન્યને સોંપવું અપરાધ કહેવાય. કદાચ આ દેવતાઓ તરફથી ભેટ હતી કે આ અનન્ય બાળકના પાલનપોષણ માટે તેને પસંદ કરવામાં આવ્યો હતો. તે તેને છાતીએ વળગાડી શંભલ પહોંચ્યો અને તેણે ધનુર્ધર અર્જુનના નામ પરથી તેનું નામ અરજણ રાખ્યું.

જોકે અત્યારે આ સમયે તેનું મગજ એ વાત પર પાછું આવ્યું કે તે ગામની હાલત સાથે આ હાલતની કોઈ લેવાદેવા નહોતી. એ ફરીથી પોપટને જોઈ વિચારવા લાગ્યો કે પંખી પણ કેશવ અને તેના માણસો વચ્ચે ક્યારનું ફસાયેલું હશે ને ક્યાં સુધી રહેશે. તેને પોપટ પર દયા આવી. તે એને જોતો રહ્યો અને અહેસાસ કર્યો કે એ તેની કેદનું કડવું રૂપક હતું. તે પોતે પણ એ પંખીની જેમ બંદી હતો અને ક્યાં સુધી રહેવાનું હતું તેનું કોઈ અનુમાન કરી શકે તેમ નહોતો.

23

અરજણ વૃક્ષથી તોડેલી ડાળીઓ ભેગી કરીને વચ્ચે આવી ગયો, જ્યાં બાલા ધરતીમાં ખાડો ખોદી રહ્યો હતો. તે એક ઝૂંપડીમાંથી કોદાળી લઈ આવ્યો હતો.

સવાર પડી ત્યાં સુધી ત્રણેયમાંથી કોઈએ પલક પણ ઝપકાવી નહોતી. અરજણને થાક નહોતો લાગ્યો, કારણ કે તેની યોજના પ્રમાણે તેજીથી કામ થઈ રહ્યું હતું. અરજણે બધી ડાળીઓ એ ખાડામાં નાખી દીધી.

"દોસ્ત, તું કરવા શું માગે છે? શું આમાં આગ સળગાવવાની છે? આ તો સારો ઉપાય નથી. કેશવની ટુકડીને આપણા વિશે ખબર પડી જશે. આગની ગંધ તો બીજી કોઈ પણ ગંધથી સારી હોય છે." તેણે હસવાનું રોક્યું.

પણ અરજણને કોઈ ફેર ન પડ્યો. તેના કાન કૃપાના ટોણા અને અપમાનની વાતો સાંભળતા નહોતા. તે બે પથ્થરો લઈને ઘસવા લાગ્યો, કારણ કે તેમની પાસે મશાલ કે દીવો નહોતો અને તેને માટે ગામમાં પાછું જવાનો સમય નહોતો. તે જોરથી ઘસવા લાગ્યો, પથ્થરો વચ્ચે તણખો ફૂટ્યો પણ બુઝાઈ ગયો. તેણે પાંદડાઓની મદદ લીધી અને પથ્થરો ફરી ઘસવા લાગ્યો ને ગુરુકુળમાં શીખ્યો હતો તેમ ઊર્જા પેદા કરવા લાગ્યો. ત્યાં જ તેને ચિનગારી દેખાઈ. તેણે જોરથી ઘસવાનું શરૂ કર્યું ને જોતજોતામાં આગ ભભૂકી ઊઠી. તેણે તે આગને ખાડામાં ધકેલી અને એ આગને હવા આપીને તેજ કરવા લાગ્યો.

"વાહ, તેં કરી બતાવ્યું, ચાલો હવે પાછા જઈએ?" કૃપાએ કહ્યું.

અરજણ પાછો ફર્યો, "હવે તો મસ્તી કરવાનો સમય આવ્યો છે." તે નવ ફૂટ લાંબા થડ પાસે ગયો ને બાલા તેની પાછળ પહોંચ્યો. એ જાડાં લાકડાઓને એક છેડેથી ઝાડ સાથે બાંધવામાં આવ્યાં હતાં અને

તે થડ સાથે અડેલાં હતાં. તેની સાથે બાંધેલું દોરડું લાંબું અને જાડું હતું અને સાચી દિશામાં ફેંકવાથી દૂર સુધી ફેંકવા સક્ષમ હતું.

"બીજી તરફ જઈને મારા આદેશની પ્રતીક્ષા કરો."

બાલાએ ડોકું હલાવ્યું અને પોતાના ભારેખમ શરીરને કીચડથી બચાવતો એ ત્યાં પહોંચ્યો. બે ઝાડ વચ્ચેની જમીન થોડી ત્રાંસી હતી.

"હવે તું આની સાથે શું કરવાનો છે?"

"હવે તારો વારો છે."

"વારો? શેનો વારો?"

"નીચે, વચ્ચે આવીને કેશવને લલકાર."

"દોસ્ત, મજાક કરે છે?"

"હું મજાક નથી કરતો."

"પણ હું જ શું કામ?"

"કારણ કે તું જોઈ શકે છે કે હું આ જગ્યાએ કામમાં લાગેલો છું."

"જો તું હારી જઈશ તો બાલા પાસે બચવાનો મોકો ઘણો છે. આ લાકડાને ખેંચવાનું કામ હું એકલો કરી શકું છે અને હું તે કામમાં નિપુણ અને યોગ્ય પણ છું. મહેરબાની કરીને મને જ આ લાકડું ખેંચવા દે."

"એ તો બરાબર, પણ એવું નહીં થાય." અરજણે ડોકું ધુણાવ્યું. તેને આ કામમાં મજા આવતી હતી. અંતે તે કૃપા સામે જોઈને બોલ્યો, "તું સુરક્ષિત જ રહીશ. ફક્ત આ લાકડાઓથી યોગ્ય સમયે બચાવ કરજે."

"લાકડાઓથી બચાવ..." તેના અવાજમાં ધ્રુજારી હતી.

"હવે જલદી કર. ક્યાંક આ ખેલ ખતરનાક ન થઈ જાય."

"મારે શું કરવાનું છે?"

અરજણે એક ક્ષણ વિચાર્યું, "તું ફક્ત તારું કામ કર." આ પરિસ્થિતિમાં સૌથી યોગ્ય રીતે આટલું જ કહી શકાય તેમ હતું.

કૃપા ધીમે-ધીમે આગળ વધી ઢાળ ઊતરી ગયો. અરજણ એને જોઈ શકતો હતો. જો અરજણ સારી રીતે નિશાન લગાવી શકે તો એકવારમાં જ મ્લેચ્છોના ઝુંડનો સફાયો કરી શકતો હતો.

"અરે સાંભળો, કોઈ છે? મને લાગે છે કે કેશવ અહીં રહે છે?"

કૃપાએ પોતાના નશાથી ચૂર પિયક્કડ જેવા અવાજમાં બૂમ પાડી.

અરજણની માંસપેશીઓ સખત થઈ અને તૈયારીના ભાગરૂપે એણે લાકડાંઓને પાછળ ખેંચ્યાં. તેણે બાલાને પણ આવું કરવાનું કહ્યું. એ લોકો ખેંચીને છેક પાછળ સુધી લઈ ગયા, તેમને કોઈના આવવાની આશા હતી.

પણ કોઈ આવ્યું નહીં.

કૃપાએ અરજણ તરફ જોયું. તેને ખુશી થઈ કે કોઈ આવ્યું નહીં. એણે ખભા ઝાટક્યા. અરજણે હોઠ પર આંગળી મૂકી ચૂપચાપ રાહ જોવાનું કહ્યું.

ત્યાં જ જાણે આખું જંગલ કંપી ઊઠ્યું. કૃપા અરજણની સામેથી હટી ગયો. જંગલમાંથી કેશવ તેના ત્રણ માણસો સાથે સામે આવી ગયો. અરજણ જોઈ શકતો હતો કે કેશવ બીજાની સરખામણીમાં કેટલો કદાવર હતો. તે એનું તીણું નાક અને કપાયેલા હોઠ ને દાઢી સાથે ભયંકર પણ લાગતો હતો.

"તમારે શું જોઈએ છે?"

"અરે, સાંભળો તમારામાંથી કોઈ કેશવ નંદ છે?"

કેશવે એક પળ માટે જોયું, જાણે કોઈ મૂર્ખને સમજવાની કોશિશ કરતો હોય! તેણે તેના માણસોને કહ્યું, "મારી નાંખો આને."

બે માણસ હાથમાં ખંજર લઈ આગળ વધ્યા.

"હમણાં હું આને સભ્ય લોકોની જેમ ઠેકાણે પાડી શકું છું."

એ લોકો થોડા આગળ વધ્યા.

અરજણને હિસાબે બે જણા ઓછા કહેવાય, પણ એને તો એવું કરવું જ પડે તેમ હતું. તેણે બાલા સામું જોયું અને પેલા બંને નિશાનીવાળી જગ્યાએ પહોંચવા લાગ્યા. અચાનક કૃપા થોડો પાછળ હટ્યો અને ગુપ્ત રીતે અરજણની સામું જોયું. અરજણે બાલાને જોઈને ડોકું હલાવ્યું અને જ્યાં એની આંગળીઓ સરકવા લાગી તો અહેસાસ થયો કે તે કોઈનો જીવ લઈ રહ્યો છે. તે વિચારથી તે ગભરાયો પણ તેને તે કરવું જ પડે તેવું હતું.

મારે કરવું જ પડશે, મારા પિતા માટે.

ને ત્યાં જ એના હાથમાં અસહ્ય દર્દનો અનુભવ થયો. તેણે જોયું તો એના હાથમાં તીર ઘૂસેલું હતું અને એ જગ્યાએથી લોહી વહી રહ્યું હતું. અરજણે જોયું તો બાલાની પાછળ પણ બે તીર વાગી ચૂક્યા હતાં.

ઓહ, નહીં.

તેમણે અમને શોધી લીધા.

તેને ધકેલી દે.

અરજણે પૂરી તાકાતથી લાકડાના પટને ખેંચ્યું અને દોરડું તંગ થયું. બંને માણસોએ એક બાજુ જોયું, અચાનક બે લાકડાઓ વચ્ચે જકડાઈ ગયા. તેમનાં હાડકાં તૂટી ગયાં.

અરજણે બાણ ખેંચ્યું તો મ્લેચ્છોને બનાવટી હાસ્ય કરતા જોયા. તેણે તીર કાઢ્યું તો દર્દ વધી ગયું. તે શરીરમાં ઘણે ઊંડે સુધી ગયેલું હતું. તે જોઈ શકતો હતો કે માંસપેશીઓ પર તેની શું અસર થઈ છે. તેણે વિચાર્યું કે બે બદજાતને મારીને જીતી ગયો, પણ એ ખોટો હતો. એ તો ફક્ત અરજણ અને બાલાને ફસાવવા માટેના બલિના બકરા હતા.

આ પોતાના જ લોકોને દાવ પર લગાવી દે છે. કેવા રાક્ષસ લોકો છે!

તેમાંથી એક બોલ્યો, "બેટા જી, તારા બાપને મળવાનો સમય આવી ગયો." તેમ કહીને ખંધુ હસવા લાગ્યો.

24

કલ્કિ શંભલ પહોંચવા જ આવ્યો હતો. લક્ષ્મીએ તેને જે પૂછ્યું હતું તે પ્રશ્નથી લક્ષ્મી બેચેન હતી.

"બાલા આપણને મદદ કેમ કરી રહ્યો છે?"

"તને આવો સવાલ કેમ થયો?"

કલ્કિએ એ વાદળો તરફ જોયું જેને એ પાછળ છોડીને જઈ રહ્યાં હતાં. હવે એ ગામના વિસ્તારમાં પ્રવેશ કરી રહ્યાં હતાં. શહેર તો ધુમાડો, શસ્ત્રાગારથી નીકળતો ઔદ્યોગિક કચરો, ખાણ, ધૂળ અને પાતળી-પાતળી ગલીઓમાં લગાવેલાં બજારોની ગંદગીથી કાળું થઈ ગયેલું હતું. તેણે શાહી કિલ્લા તરફ જોયું, પણ એ શહેરથી ઘણો દૂર હતો.

"એ જ વિચારી રહી હતી કે ધર્મશાળાનો એક ચોકીદાર તારો કર્જદાર કેમ? એ તારી મદદ કરવા કેમ ઇચ્છે છે?"

"એ મારો કર્જદાર છે તેવું કહેવું ઠીક નથી. હું ક્યારેય એવું ઇચ્છું નહીં. હું લોકોની જેમ કોઈ પણ રીતના વળતરની અપેક્ષા વગર જ એની મદદ કરું છું."

"હું જાણું છું એટલે તો આવો વિચાર આવ્યો કે એ કેમ તારી મદદ કરે છે?" લક્ષ્મીએ તેને જવાબ આપવા માટે ઉક્સાવ્યો.

"મેં એને ધર્મશાળામાં એકાદ વાર મદદ કરી છે."

લક્ષ્મીએ કલ્કિના ચહેરા પરના ભાવ વાંચવા ઇચ્છ્યું. તેના માથા પર વળ પડી ગયા અને તેની તરફ એકીટશે તાકતી રહી. એ બોલી, "તું જુઠ્ઠું બોલે છે." પછી એણે હસીને કહ્યું, "સાફ દેખાઈ રહ્યું છે. જો તું જણાવવા ન ઇચ્છતો હોય તો એટલું કહી દે કે નથી કહેવું. એવો કયો ગુનો છે કે તારે છુપાવવો પડે છે. આમ તો તું મારાથી કશું છુપાવતો નથી."

કલ્કિએ ઊંડો શ્વાસ લીધો, કારણ કે છાતી પર ભાર લાગ્યો, "આપણે પહોંચી ગયા." તેણે વિષય બદલ્યો. તેની ગૌશાળાની પાસે ક્યાંક ધુમાડો દેખાયો, "કદાચ કશુંક સળગી રહ્યું છે."

"હા."

"બાકીના લોકો ક્યાં છે?"

કલ્કિએ આસપાસ જોયું, પણ આખા ગામમાં કોઈ નહોતું. બસ, ગધેડા અને બળદગાડીઓ દેખાતી હતી. તે મિત્રના ઘરની પાસેથી નીકળ્યો, ત્રિપાઠીની ઝૂંપડી પસાર કરીને પોતાને ઘેર પહોંચ્યો. તેની મા સુમતિ પણ ઘરે નહોતી.

"આ બધાં ક્યાં ગયાં?" લક્ષ્મીએ પૂછ્યું.

"આ બધાં મળીને ક્યાં ગયાં હશે?"

કલ્કિને વિચાર આવ્યો.

બસ, એક જ જગ્યાએ હોઈ શકે.

કલ્કિ પર્વત બાજુ જનારી આડી-અવળી પગદંડીઓ પાર કરીને સોમ ગુફાઓ સુધી પહોંચ્યો. તેની સાથે રથ હતો અને ગુફાઓ પાસે ભેગાં થયેલાં લોકો બહુ પ્રશંસા અને આશ્ચર્યથી જોઈ રહ્યાં હતાં. રથ જોઈને બાળકો ઉત્સાહમાં આવી ગયાં ને વૃદ્ધો મોં ફાડીને જોવાં લાગ્યાં. સુમતિ સૌથી આગળ હતી. એ હાથમાં થાળી લઈને સોમ ગુફાઓની પૂજા કરી રહી હતી. જ્યારે એ લોકો સંકટમાં ઘેરાય તો આવું જ કરતાં, તેઓ જઈને ઇન્દ્ર ભગવાનના સ્થાનની પૂજા કરતાં જ્યાં તેમણે તપસ્યા કરી હતી અને શંભલને જાદુઈ પથ્થર આપ્યા હતા.

સુમતિ આગળ આવી અને દેવદત્તના નેતૃત્વમાં બધાં જ તેની પાછળ હતાં. સરપંચ તેની મૂછો રમાડી રહ્યો હતો. તે મા-બેટાની વચ્ચે થનારી વાતો સાંભળવા ઉત્સુક હતો.

"તું ક્યાં હતો?" સુમતિએ પૂછ્યું.

"હું શહેર ગયો હતો."

સુમતિના ચહેરાના ભાવ બદલાયા નહીં. તેણે લક્ષ્મી તરફ જોયું જે ચૂપચાપ ઊભી હતી. ત્યાં જ કલ્કિ આગળ આવ્યો તો સુમતિએ તેના ભવાં ચડાવ્યાં.

"આ બધું મેં કર્યું છે, તેનો કોઈ વાંક નથી." તે ગુસ્સામાં જોરથી બોલ્યો જેથી લક્ષ્મીના મા-બાપ પણ સાંભળી લે, "આપણે પિતાની રક્ષા કેમ નથી કરતા? આપણે અહીંયા શું કરીએ છીએ?"

"અમે એ જ કરી રહ્યાં છીએ. હું મારા પતિની રક્ષા કરી રહી છું."

"આની સાથે?" તેણે થાળી તરફ નજર કરી, "આ કોઈ પણ રીતે તેમને બચાવી નથી શકવાની."

"અમે ભગવાનને પ્રાર્થના કરીએ છીએ કે તેથી ભગવાન ઇન્દ્ર અને ભગવાન વિષ્ણુ મારા પરિવારની રક્ષા કરે."

કલ્કિએ માતાની વાત પર ધ્યાન ન આપ્યું.

"હું આ જગ્યાની મહાનતા પર વિશ્વાસ રાખું છું, પણ આ બદજાતો સામે લડવામાં આપણી મદદ નહીં કરે."

કલ્કિનો ચહેરો નિર્વિકાર હતો. તેણે સુમતિને થોડું પંપાળીને પોતાની સાથે ઊભી કરી દીધી. સુમતિ ગુસ્સાથી ધ્રૂજી રહી હતી, પણ કલ્કિ પર ફરીથી હાથ મૂકવાથી તેનો બધો જ ગુસ્સો હવા થઈ ગયો ને કલ્કિ તેનું કારણ જાણતો હતો. કલ્કિ આગળ આવ્યો, તેનામાં નેતૃત્વની સહજ ક્ષમતા હતી. એણે ગરદન ઊંચી કરી અને આંખો ઝીણી કરી. દેવદત્ત તેને શાંત અને ભાવશૂન્ય થઈ જડતાથી જોઈ રહ્યો હતો અને તેય એકપણ શબ્દ કહેવાનું સાહસ કરી ના શક્યો.

"હું ઇલાવર્તીના કેન્દ્ર ઇન્દ્રગઢમાં ગયો હતો જેથી મ્લેચ્છો સાથે યુદ્ધ કરવા માટે હથિયાર લાવી શકાય. આપણે અહીં બેસીને ઈશ્વરને પ્રાર્થના કરી શકીએ છીએ અથવા પેલા પહાડો પર જઈને આપણી લડાઈ લડી શકીએ છીએ. એ મ્લેચ્છોએ ફક્ત મારા પિતાનું જ અપહરણ નથી કર્યું, પણ આપણી શાંતિ, આપણો પ્રેમ, આપણી આશા અને ઇચ્છાઓ છીનવી લીધી છે. તે લોકોએ આપણને એવો અહેસાસ કરાવવા ઇચ્છ્યું કે આપણે કમજોર અને દુર્બળ, ગ્રામ્યજન ને સામાન્ય

માણસો છીએ. આપણે આ ટેકરીઓ આગળ ઊભાં રહીને દેવતાઓની પૂજા કરી રહ્યાં છીએ જે કદાચ ક્યારેય સ્વર્ગથી ઊતરીને આવવાના નથી. શું આપણે એ મ્લેચ્છોની ધારણાને સાબિત કરીએ છીએ? બની શકે કે સ્વર્ગથી કોઈ દેવતા ઊતરીને આવે, પણ કમ-સે-કમ આજે તો નથી જ આવવાના. આજે આપણો દિવસ છે. આજે એ દિવસ છે કે જ્યાં આપણે એ બદજાતો આગળ પોતાને સાબિત કરી શકીએ છીએ. અરે, દેવતાઓને પણ બતાવી શકીએ છીએ કે અમે ફક્ત ગામડિયા નથી. આપણે યોદ્ધા પણ બની શકીએ છીએ; આપણે વીરતા અને બહાદુરીને પોતાની સાથે રાખવી પડશે." તે આવું બોલી રોકાયો અને ઊંડો શ્વાસ લીધો.

દેવદત્તે પણ ઊંડો શ્વાસ લીધો, "ચાલો ચર્ચાને માટે પણ કહીએ તો આપણે હથિયાર લાવવાની વાત પર સહમત થઈએ, પણ એ લોકોને શોધીશું ક્યાં જઈને?" તેણે પછી ઉમેર્યું, "ઉચિત તો એ છે કે આખા વિસ્તારમાં શોધખોળ કરવાને બદલે આપણે નગર પાસે માગણી કરીએ કે તે આપણી મદદ માટે ટુકડી મોકલે."

તેમાંથી અમુક લોકો આ વાત પર સંમત થયા અને અમુક દ્વિધામાં હતા. કલ્કિ જાણતો હતો કે જો આ લોકોમાંથી અમુકને મનાવી શકાય તો એ પણ વનવાસીઓ સામે લડવા માટે આગળ આવી શકશે.

"નગરમાંથી કોઈને નહીં મોકલે. એ લોકો આમ પણ પોતાના રાજનીતિક છળકપટથી ભ્રષ્ટ થયેલા પડ્યા છે. કબીલાવાળાના આવવાથી માહોલ એકદમ ભયજનક થઈ ગયો છે." કલ્કિ બોલ્યો.

"ખેર, મને લાગે છે કે ગાઢ જંગલમાં જઈને શોધવાનું કામ મૂર્ખતાથી કમ નથી." દેવદત્ત બોલ્યો, પણ કલ્કિએ તેની તરફ ધ્યાન ન આપ્યું.

ત્યાં જ કલ્કિને એક વાત સૂઝી. એણે જંગલ તરફ જોયું. તેની સામે વિસ્તૃત હરિયાળી છવાયેલી હતી અને ક્યાંકથી ધુમાડાના ગોટેગોટા ઊઠી રહ્યા હતા.

જો એ મળી જશે તો હું તમને સંકેત આપીશ.

"સંકેત? બેશક."

"તો તમારો તર્ક એ છે કે તમને ખબર નથી કે તલાશ ક્યાં કરવાની છે?"

દેવદત્તે સંમતિપૂર્વક ડોકું હલાવ્યું, "સાચી વાત છે. જો મને ખબર હોત તો હું સ્વયં કુહાડી લઈને આવતો. એ જણાવી દઉં કે સરપંચ છું કે નહીં, પણ યોદ્ધા ચોક્કસ છું. બદકિસ્મતી એ છે કે આપણને ખબર નથી કે એ લોકો ક્યાં છે."

કલ્કિએ હાથ ઘુમાવ્યા અને જેમતેમ રીતે પોતાનું હાસ્ય છુપાવ્યું ને બોલ્યો, "જો હું એમ કહું કે મને ખબર છે કે એ લોકો ક્યાં છે, તો?"

દેવદત્તે પોતાના ઝભ્ભાનાં બટન ઢીલાં કરવાનું ઇચ્છ્યું અને તેનું મોં ઊતરી ગયું.

"મને એવું લાગે છે કે તમારે પેલી કુહાડી લઈને આવવું જોઈએ જેની તમે હમણાં વાત કરતા હતા."

25

સાંજ પડી ગઈ હતી અને વિષ્ણુયશે પોતાના પુત્ર અરજણને જોયો. એને ઘાયલ અવસ્થામાં પીપળાના ઝાડ સાથે બાંધેલો હતો અને તેની સાથે બે સાથીઓ પણ હતા, એક ભારે-ભરખમ માણસ અને બીજો દૂબળો-પાતળો હતો જેનો આખો ચહેરો વાળવાળો હતો. ચહેરા પર કરચલીઓ હતી અને એ ઘણો વૃદ્ધ લાગતો હતો, પછી ખ્યાલ આવ્યો કે એ કોણ હતું. એ માણસ એકીટશે જોઈ રહ્યો હતો ત્યારે જ તેના વિશે અનુમાન થયું. વિષ્ણુયશ અને તે વૃદ્ધ વચ્ચે શબ્દહીન પણ સ્પષ્ટ સંવાદ થયો.

આ મારા પુત્ર સાથે ક્યાંથી આવ્યો?

પણ વિષ્ણુયશ એ પ્રશ્ન પર વધુ વિચાર કરી ન શક્યો, કારણ કે કેશવ આ લોકોને પકડ્યા બાદ તેના માણસો સાથે ત્યાં ઘેરો લગાવીને ઊભો હતો. કેશવ ચૂપ રહ્યો, પણ તેનો એક માણસ બોલ્યો.

"તું તો એવી રીતે આવીને ટપકી પડ્યો જાણે તમારી પોતાની જમીન હોય! અમારા બે માણસોને પણ મારી નાંખ્યા. તે માટે તને મોતની સજા આપવામાં આવશે."

વિષ્ણુયશના પગ નીચેથી જાણે ધરતી સરકી ગઈ. પોતાના પુત્રના મોતના વિચારથી એ ભયભીત થઈ ગયો. કલ્કિ હંમેશાં રોમાંચપ્રિય અને શક્તિમાન રહ્યો, પણ અરજણ હંમેશાં વિચારીને પગલું ભરતો હતો. ખબર નહીં એના મગજમાં શું થયું કે, આ કેવા બે માણસોને લઈને અહીં આવી ચડ્યો.

"મહેરબાની કરીને મને તેની સાથે વાત કરવા દો, સરદાર! કૃપા કરીને એકવાર વાત કરવા દો."

કેશવ ઘૂરક્યો, "ક્યારેક મારે પણ પિતા હતા. કાશ! એ પણ મને આટલું ચાહતા હોત, જા."

વિષ્ણુયશ લથડતા પગે એ ઝાડ સુધી પહોંચ્યો અને અરજણને કસીને ભેટ્યો.

અરજણ ધીમેથી બોલ્યો, "તમે કેમ છો? તમે ઘાયલ છો? આ કપડા પર લોહી દેખાય છે."

"હું ઠીક છું, પુત્ર! તારે આવું નહોતું કરવાનું."

"જો આવું ન કરતો તો હું ખુદને ક્યારેય માફ ન કરી શકત."

વિષ્ણુયશે તેના બંને હાથે તેના ગાલ પકડ્યા, "તું એક મૂર્ખ છે. સમજ્યો, એક મૂર્ખ." અને પછી તેને ફરી ભેટી પડ્યો.

"મેં હંમેશાં તમારો અસલી પુત્ર બનવા ચાહ્યું, પણ સફળ ન થયો. હું પકડાઈ ગયો."

વિષ્ણુયશે તેને પાસે ખેંચ્યો અને નજર મિલાવતાં કહ્યું, "એવું ના બોલ. તેં આવું બોલવાની હિંમત કેવી રીતે કરી? તને ખબર જ છે કે હું તારા માટે કેવી લાગણી ધરાવું છું."

"હંમેશાં એવું થયું છે કે તમે અને મા એવું કહેતાં રહ્યાં કે હું ભરોસાપાત્ર પુત્ર છું, પણ હું જોઈ શકતો હતો કે તમે મને ખુશ કરવા એવું કહેતાં હતાં, જેથી હું ભૂલી શકું કે હું દત્તક પુત્ર હતો. હું તમારા માટે અજાણ્યાથી વિશેષ નહોતો; હું એક કમજોર અને અનાથ હતો જે તમને ખેતરમાંથી મળ્યો હતો. એક એવો નવજાત જેનાં માતા-પિતા નહોતાં."

વિષ્ણુયશને અફસોસ થયો કે તેણે શા માટે સાચું તેને જણાવ્યું હતું. અરજણનું આવું બોલવું તેને ગમતું નહોતું, પણ તેને પોતાના પર ગુસ્સો આવતો હતો કે તેણે શું કામ બધું જણાવી દીધું? તેણે એવું નહોતું કરવા જેવું. આ વાતને પોતાના સુધી સીમિત રાખવાની હતી, પણ આ ઇમાનદારીને લીધે ચૂપ રહી ન શક્યો. વિષ્ણુયશને લાગ્યું કે સાચું કહેવા કરતા જુઠ્ઠું બોલવું પણ હિતકારક હોય છે.

તેણે હતાશ પુત્રને જોયો. હાથમાંથી લોહી વહી રહ્યું હતું, પણ તે અચકાતો હતો. નિરાશ અરજણને વિષ્ણુયશે કહ્યું, "તું મારા માટે એવો પુત્ર છે કે તેનાથી સારા પુત્રની બીજું કોઈ કલ્પના પણ ન કરી શકે."

કેશવના માણસો ત્યારે જ તેને ત્યાંથી ઘસડીને પાછળ લઈ ગયા. વિષ્ણુયશ કેશવ તરફ ગયો. તેના હાથ-પગ નિયંત્રણમાં નહોતા. જાણે એનો જીવ નીકળી ગયો હોય. તે પડી જવાની તૈયારીમાં હતો. તેણે કેશવના પગ પકડી લીધા અને માફી માંગવા લાગ્યો. તેની આંખો આંસુથી ભરેલી હતી. કેશવે એક ક્ષણ માટે વિષ્ણુયશની આંખો દુવિધા સાથે જોઈ. વિષ્ણુયશ તેની આંખોમાં ક્ષમાનો ભાવ જોવા ગયો, પણ સહેજેય નહોતો.

કેશવે વિષ્ણુયશના મોં પર લાત મારી.

"છોડ મને." વિષ્ણુયશ લથડતો દૂર જઈને પડ્યો.

"મેં તારી ઇચ્છા પૂરી કરી. હવે તું તારા પુત્રને સજા પામતો જો."

અરજણ બરાડ્યો, "તને શું લાગે છે તું બચી જઈશ? તને કોઈ જાણ જ નથી."

કેશવનો એક માણસ બોલ્યો, "શું બોલી રહ્યો છે? કોણ આવવાનું છે?"

"તારું મૃત્યુ... મારા હાથે થશે."

"અમારું મૃત્યુ." કેશવ બોલ્યો, "અમારું મૃત્યુ અમારા હાથમાં છે." તેણે પોતાના હાથની હથેળી આગળ કરી.

"હું આના પર વિશ્વાસ નથી રાખતો."

કેશવે આંખો ઝીણી કરી. તેણે ખંજર કાઢ્યું અને અરજણ પાસે ગયો. અરજણ ગુસ્સાથી લાલચોળ આંખે કેશવને જોઈ રહ્યો હતો.

વિષ્ણુયશે હાથ જોડ્યા, "ભગવાનને ખાતર કશું બોલીશ નહીં. કશું જ ના બોલીશ. તને ખબર નથી કે આ શું કરી શકે છે. તને આની તાકાતનો કોઈ અંદાજ નથી."

"આના પર વિશ્વાસ રાખો છો."

કેશવ તેના ખંજરથી તેનો ઘા કોતરવા લાગ્યો. અરજણની ચામડી ચીરાઈ અને ધારથી ચહેરા પર ઘા માર્યો તો તેનો ચહેરો વિકૃત થઈ ગયો. લોહીની ધાર આંખોની નીચે નાકને પાર કરીને ગાલ પર પહોંચી. તેનો ચહેરો લોહીથી લથપથ થયો.

વિષ્ણુયશે ચીસ પડી. તેના હાથ-પગ ભયના માર્યા જડ થઈ ગયા.

કેશવ બોલ્યો, "આ બહાને મને યાદ રખાશે. હંમેશાં મૃતક પર નિશાન છોડી દો, જેથી બીજાને ખબર પડે કે આ કોણે કર્યું છે."

"હું તને પડકાર આપું છું. તું...તને..." અરજણ કાંપવા લાગ્યો. વિષ્ણુયશ જોઈ શકતો હતો કે તે દર્દ સામે લડતો હતો, "તેં હમણાં કહ્યું કે, તમારું મોત તમારા હાથમાં છે... તો પછી... તો આપણે." તે હાંફતાં બોલ્યો, "એક રમત રમીએ."

"રમત."

"મેં તમને પચીસી રમતા જોયા હતા." તેણે જુગારવાળી જગ્યાએ ઇશારો કરીને, "જો તું જીત્યો તો મને મારી નાંખજે. જો તું હાર્યો તો અમને છોડી દેજે. તું એવો માણસ છે જે પોતાનું વચન નિભાવે... હમ્મ... હેં ને? તું નથી ઇચ્છતો..." અરજણનો અવાજ મોટો થયો, "કે તારા મિત્રો તને એવા મનુષ્ય તરીકે જુએ... જે પોતાનો વાયદો નિભાવી ન શકે. એ તો ઘણું ખોટું થશે, કારણ કે તેમને તારા ઉપર ઘણું માન છે."

કેશવે તેના માણસો તરફ જોયું. એક પળ માટે તેની આંખોમાં અનિશ્ચિતતાનો ભાવ આવ્યો.

"ઓહ, ઠીક છે." કેશવે માથું હલાવ્યું, "પણ એ નિયમ બદલાશે... જો હું જીત્યો તો પહેલા તારા બાપને મારી નાંખીશ." કેશવે દુર્બળ વિષ્ણુયશ તરફ જોયું, "તેને તારી સામે તડપાવીને ખંજર વડે મારીશ, જેથી તું જોઈ શકે કે હારનું શું પરિણામ હોય છે."

વિષ્ણુયશ જાણતો હતો કે અરજણે તેના પિતાનો જીવ પોતાના હાથમાં લીધો છે.

"ઠીક છે." અરજણે ગરદન હલાવી.

26

બસ, એક જ વાંધો હતો કે તેને પચીસી રમતાં નહોતું આવડતું.

અરજણે એ રમત રમવા માટે પૂરા ભરોસાથી હા પાડી હતી જેમાં તેણે ગુરુકુળમાં દૂરથી જ બીજા લોકોને રમતા જોયાં હતાં. બીજા વિદ્યાર્થીઓ એક કપડાની આસપાસ બેસી જતા જેની પર ઘણા બધા ચોરસ આકાર બનેલા હોય. આ રમત પોતાની કૂકરીને આગળ વધારવા માટે કોડીઓથી રમાતી હતી. કૂકરી બે રંગની હોય. તેને આ રમતમાં ક્યારેય દિલચસ્પી રહી નહોતી, કારણ કે તેને પ્રાચીન ગ્રંથોનાં પુસ્તકો વાંચવામાં વધુ રસ હતો. એ જાણવા માગતો હતો કે બધું નષ્ટ થયા બાદ જીવન ફરીથી કેવી રીતે સામે આવે છે. અરજણે એ ચોરસ તરફ સાવધાનીથી જોયું અને અનુમાન લગાવ્યું કે એમાં જુગાર પણ થતો હશે. હવે તેને લાગતું હતું કે કાશ, એ આ રમત રમતાં શીખ્યો હોત. તે પેલા પાગલ કેશવ સામે બેઠો હતો અને તેના પિતાનો જીવ દાવ પર લાગેલો હતો.

આ કલ્કિ ક્યાં ગયો? મેં તો આગ લગાવીને સંકેત આપી જ દીધો છે.

તેણે તો કોઈ પણ રીતે સમય પસાર કરવાનો હતો. વિષ્ણુયશને અરજણથી દૂર રાખવામાં આવ્યો હતો. બાલા અને કૃપા બંને હજુ ઝાડ સાથે બાંધેલા હતા અને તેઓના ચહેરા પર તેમની આસપાસના વાતાવરણનો ભાવ જણાતો હતો. અરજણના ચહેરા પર કપડું હતું જેથી એ વહેતું લોહી રોકી શકે. એકવાર ગુરુકુળમાં ઘોડેસવારી શીખવામાં પડી ગયો હતો. આ દર્દ તો તેનાથી ઘણું વધારે હતું. તેના પગમાં મચકોડ આવ્યો હતો અને ચીસો પાડતો ચિકિત્સાલય સુધી આવ્યો એટલીવારમાં તો તેની હાલત એટલી બદતર થઈ કે તેની આંખોમાં આંસુથી બળતરા ઊપડી હતી. તે જાણતો હતો કે તેને આ દર્દ સહન કરવું જ પડશે.

"તો પછી?" કેશવની કંચા જેવી આંખો ચમકી, "શરૂ કરીએ?"

અરજણે માથું હલાવ્યું. બે અલગ રંગની કૂકરીઓ વચ્ચે રાખવામાં આવી. લાલ રંગની અરજણની અને કાળા રંગની કેશવની. વચ્ચે એક ગોળ આકૃતિ બનાવેલી હતી. કેશવની આખી ટુકડી આજુબાજુ ભેગી થઈને ઊભી રહી.

"હરાવી દો, હરાવી દો... સરદાર આને." એ બધા ઉત્સાહ વધારી રહ્યા હતા.

અરજણને ઊજળા રંગની કોડીઓ આપવામાં આવી, "પહેલા તું ચાલ." એ જોવા માગતો હતો કે કેવી રીતે રમાય છે.

"ઠીક છે." કેશવે કોડીઓ લીધી અને મુઠ્ઠીમાં લઈને હલાવવા લાગ્યો. તેણે હળવેથી ધરતી પર ફેંકી ને સાથે જ દાઢી ખંજવાળી. બે સીધી અને બીજી કોડીઓ અવળી પડી હતી. બે ઘર. તેણે એક કૂકરી લીધી અને પોતાની આગળ મૂકી.

અચ્છા, તો આ કોડીઓ ઉપર અને નીચે આવવાના હિસાબથી રમાય છે.

અરજણ પણ કોડીઓ હાથમાં લઈને હલાવવા લાગ્યો. તેણે ઉછાળીને ફેંકી તો પાંચ કોડીઓ છતી પડી. બધા એકસાથે ચોંક્યા.

"મારાથી પણ વધારે." કેશવ હસ્યો.

અરજણે ખુશીના માર્યા પોતાની કૂકરી આગળ વધારી. પોતાના ભારે દુખાવા સાથે હસવા માટે પણ એ સહેજ ઇશારો જ કરી શકતો હતો.

આમ, આ રમત ચાલુ રહી. અરજણ દર વખતે કોડીઓ ઉછાળતી વખતે ધ્યાન રાખીને નાની આંગળીની મદદથી કોડીઓને મુઠ્ઠીમાં ફેરવી નાખતો જેથી અનુકૂળ રીતે પડે. થોડીવાર સુધી એને ખાસ સમજ પડી નહીં ત્યાં સુધીમાં કેશવે રમત પર પોતાનો કાબૂ મેળવી લીધો હતો. એકેય કોડી છતી ન પડી.

બધાએ તાળી પાડી જેનો અવાજ તેને ખીજવવા માટે કાફી હતી. અરજણને રમતની આ વાતની ખબર નહોતી, પણ કેશવ તેની કૂકરીઓને પચીસ ઘર આગળ લઈ આવ્યો. અરજણને ખબર પડી કે તેને પોતાની કૂકરીઓને કોડીઓની મદદથી વચ્ચે પહોંચાડવાની હતી. જ્યાંથી ચાલ્યા

હોય ત્યાંથી ત્યાં પહોંચવામાં બીજા ખેલાડીની કૂકરી વચ્ચે ન હોય તેનું ધ્યાન રાખવાનું હતું. આ જ રમત હતી. અરજણને આ પણ જિંદગીની રમત જેવું જ લાગ્યું.

કેશવ જીતી રહ્યો હતો. અરજણની ત્રણ કોડી છતી પડી અને તેની કૂકરી ત્રણ સ્થાને કેશવના ખાનામાં જ આવી. કેશવે નિઃશ્વાસ સાથે એની કૂકરીને ફરીથી શરૂઆતવાળી જગ્યાએ મૂકી. અરજણ એક પળ માટે ખુશ થયો.

રમત એકાદ કલાક જેવી ચાલી. અરજણ પોતાની ચાલ હાર્યા બાદ આગળ વધી રહ્યો હતો. કેશવના માણસો સતત ગાળો બોલતા હતા અને કેશવ તેની હારેલી કૂકરીઓને ફરીથી આગળ લાવવામાં સફળ થયો હતો. ફક્ત એક જ કૂકરી વચ્ચે જવાની બાકી હતી અને અરજણની બે કૂકરીઓ બાકી હતી, પણ એ હજુ વીસ ઘર દૂર હતો જ્યારે કેશવ ફક્ત ત્રણ ઘર જ દૂર હતો. તેનું હૃદય તેજીથી ધબકી રહ્યું હતું. એ આવું વિચારી દ્રવિત થઈ ઊઠ્યો કે આજે તેણે દાવ પર શું લગાવ્યું હતું. તે એક મૂર્ખ હતો.

ના. ત્યાં જ એણે સાંભળ્યું. જોરથી ખાંસવાનો અવાજ આવ્યો. તેણે કૃપાને સતત ખાંસતો સાંભળ્યો.

કેશવ બરાડ્યો, "ચૂપ મર. હું ધ્યાન લગાવવાનો પ્રયાસ કરું છું." એ ખીજાઈને બોલ્યો ને ત્યારે અરજણને સમજમાં આવ્યું. તેની એક આંખ કપડાથી બાંધી હતી જેને માથા પર કસીને લપેટવામાં આવ્યું હતું. તેણે બીજી આંખથી કૃપા તરફ જોયું તો સમજમાં આવ્યું કે એ વૃદ્ધ માણસ એ સમજતો હતો એવો નશેડી નહોતો.

એ રમત વિશે જાણતો હતો.

જ્યારે તમે કોડીઓ હલાવો તે સમયે જ તમારું ધ્યાન બીજી તરફ વાળવામાં આવે છે. અરજણ જ્યારે કોડીઓ હાથમાં લે ત્યારે તેના માણસો વાતો કરવા લાગે ને તેને ઊલટું-સીધું બોલે જેથી તે કોડીઓ પર પૂરતું ધ્યાન લગાવી ન શકે.

અરજણે કૃપા તરફ જોઈને ઇશારામાં સમજાવ્યું કે તેની વાત સમજાઈ છે.

કેશવ પૂરું ધ્યાન આપીને કોડીઓ હલાવી રમતને જોઈ રહ્યો હતો. તે ઇચ્છતો હતો કે તે બાજીમાં જ એ પચીસી જીતી જાય. જ્યાં એ ઉછાળવા ગયો ત્યાં અરજણે છીંક ખાધી. પલક ઝપકતા જ બાજી પલટાઈ ગઈ. બે કોડીઓ જ સીધી પડી, બાકીની અવળી પડી.

"દુગ્ગા." અરજણ હસ્યો અને કેશવે ગુસ્સામાં આવી પોતાની કૂકરી આગળ વધારી.

અરજણને કોડીઓ આપવામાં આવી. તેને પચીસ ઘર પાર કરવાનાં હતાં જેના માટે બધી જ કોડીઓ છતી પડે તે જરૂરી હતું. તેણે હાથની પકડ ઢીલી કરી ભગવાન વિષ્ણુનું નામ લઈને કોડીઓ ઉછાળી.

"આ શું સરદાર?" તેમાંનો એક મ્લેચ્છ બોલ્યો.

મંડપની બહાર પેલે પાર આકાશમાં ધુમાડાની રેખા દેખાઈ.

"આગ."

"ધુમાડો? આ તો કોઈ જાળ છે." બીજાએ ડરતાં ડરતાં કહ્યું.

કેશવે અરજણ તરફ જોયું. અરજણને લાગ્યું કે કોઈએ કલેજામાં મુક્કો માર્યો હોય. ભયના માર્યા તેનું શરીર કંપી ઊઠ્યું ને ચામડીનો રંગ સફેદ થઈ ગયો.

કલ્કિ, તું ક્યાં છે?

"મારી નાંખો." કેશવ બોલ્યો.

તેના બધા માણસોએ તલવારો કાઢી. તલવારોની ખનકથી અરજણ ખૂબ જ ભયભીત થયો.

"ને એના બાપથી શરૂઆત કરો." કેશવ બોલ્યો, "એના પછી તરત જ આ જગ્યાએથી નીકળવું પડશે."

તેના માણસો તૈયાર હતા. ઝાડ પાસેનો માણસ વિષ્ણુયશ પાસે પહોંચ્યો જે ડાળીની પાછળ ખૂણામાં ઊભો હતો.

જ્યાં તલવાર ઊંચી થઈ, અરજણ પીડાથી ચીસ પાડી ઊઠ્યો.

અને પછી ઘોડાઓનો અવાજ આવ્યો. ઘણા બધા ઘોડાઓનો અવાજ.

27

બધા ચોંકીને અવાજની દિશામાં જોવા લાગ્યા ત્યાં જ એક રથ આવતો દેખાયો. તે રસ્તામાં આવતી બધી ડાળીઓને તોડતો આવી રહ્યો હતો. રથ પર સવાર કલ્કિના હાથમાં ધનુષ્ય-બાણ હતાં અને રથની લગામ લક્ષ્મીએ સંભાળેલી હતી.

તેમની સાથે લોકોનું આખું ટોળું ઊમટી આવ્યું હતું. તે કેશવના સ્તબ્ધ થયેલા લોકો કરતાં સંખ્યામાં ઘણું અધિક હતું. કેશવ તરત જ હાથમાં ખંજર લઈને ઊભો થયો. બીજા કોઈ પર હુમલો કરતાં પહેલાં એ સીધો અરજણ તરફ કુદ્યો. ત્યાં સુધીમાં કલ્કિ રથ પરથી ઊતરી ચૂક્યો હતો અને નિપુણતાથી તીર ચલાવી રહ્યો હતો.

પણ અરજણને તેની આસપાસ જોવાના હોશ નહોતા, કારણ કે તેણે કેશવનો હાથ પકડી રાખ્યો હતો અને તેના ખંજરવાળા હાથને કોઈ પણ દિશામાં જવા રોકી રહ્યો હતો. કેશવે હવામાં હાથ ઉછાળ્યા ને ધકેલ્યા, પણ કશું કામ ન લાગ્યું. ત્યારે અરજણે કંઈક એવું કર્યું કે એવું વિચારી ન શકાય. તેણે કેશવના હાથ પર જોરથી બચકું ભરી દીધું. કેશવ દર્દથી ચીસ પાડી ઊઠ્યો અને ખંજર તેના હાથમાંથી નીચે પડી ગયું.

કેશવે અરજણને ધક્કો માર્યો ને તેને પોતાના પગમાં જકડીને નીચે પાડી દીધો. એણે અરજણના નાક પર સતત એટલા મુક્કા માર્યા કે તેનું નાક સુન્ન થઈ ગયું. અરજણે છૂટવા માટે તેના બે પગ વચ્ચે એક લાત મારી તો કેશવ કણસતો પાછળ જઈને પડ્યો. અરજણે પોતાના નાક પરથી લોહી લૂછ્યું. તે કેશવને પકડવા ગયો, પણ એ નીચે પડેલો પાછળ હટવા લાગ્યો.

અરજણે જોયું કે કલ્કિ બાણ ચલાવી રહ્યો હતો અને બાલા પોતાની ગદાનો કમાલ બતાવી રહ્યો હતો. લક્ષ્મી ભાલો ચલાવી રહી હતી અને

બીજા બધા જ્યાં-ત્યાં મારામારી કરી રહ્યાં હતાં, કારણ કે તેમને યુદ્ધ કરતા આવડતું નહોતું. તેમાંથી ઘણા તો ઘાયલ પણ થયા. તેઓ પોતાના તરફથી જીત મેળવવા માટે આવ્યા હતા, પણ અસફળ રહ્યા. તે કૃપા અને પિતાને શોધી રહ્યો હતો. તેણે આસપાસ જોતા પિતાના નામની બૂમ પાડી ત્યાં જ કલ્કિ દેખાયો.

"બહુ જલદીથી આવી ગયો." અરજણ બોલી ઊઠ્યો.

"તું ફરિયાદ ન કરી શકે. મેં તો વિચાર્યું પણ નહોતું કે તું સ્વયં બંદી બની જઈશ. તું તો ખરેખર મારો ભાઈ જ છે." પછી તેણે આંખો ઝીણી કરી, "તું ઠીક તો છે ને?"

અરજણ હસી પડ્યો, "આપણે મારા ઘા અને દુઃખો વિશે પછી વાત કરી શકીએ છીએ."

"આ લે, આનો ઉપયોગ કરજે." કલ્કિએ તેની તરફ ખંજર ઉછાળ્યું. "કોઈને છોડીશ નહીં. એવી રીતે લડજે જાણે કે આજે જિંદગીનો છેલ્લો દિવસ હોય."

"તને તો લડવાનું પણ નથી આવડતું ને મને શિખામણ આપે છે?"

"આજે આ વાત પર થઈ જાય શરત?"

અરજણે આજુબાજુ નજર ઘુમાવી, "ભાઈ, આજને માટે તો ઘણો જુગાર થઈ ગયો છે."

ત્યાં જ તેની નજર વિષ્ણુયશ પર ગઈ. આ લડાઈમાં એ એક જ એકલો વૃદ્ધ હતો જે બીજા કરતા દુર્બળ અને નાજુક હતો. અરજણે કલ્કિને સંકેત આપ્યો કે તે પિતાની રક્ષા કરે અને તે સ્વયં આગળ વધી ગયો.

વિષ્ણુયશના ચહેરા પર બંને પુત્રોને જોઈને ચમક આવી ગઈ, પણ ત્યાં જ એની પીઠમાં એક બાણ વાગ્યું. અરજણે એ પહેલા જ જોઈ લીધું, કારણ કે કલ્કિ બાણ ચલાવવામાં વ્યસ્ત હતો. પોતાના પિતાને એ હાલતમાં જોઈ તેણે ચીસ પાડી. તેમના શરીરને સંભાળતી વખતે જ લાગ્યું હતું કે તે સુન્ન પડી ગયું છે. અરજણ તેમની પાસે ઘૂંટણિયે બેસી ગયો. કલ્કિએ આ જોયું અને તે પીડાથી ચીસ પાડી ઊઠ્યો.

અરજણે પિતાના શરીરને પકડ્યું અને તેમના માથાને ખોળામાં લીધું. વિષ્ણુયશ આજે તેને શાંત અને સ્થિર આંખે જોઈ રહ્યો હતો જેવી રીતે તે ગુરુકુળમાં ભણવા જતો હતો ત્યારે જોયું હતું. એ નજર જે શીખવાડી રહી હતી કે જીવનમાં અઘરી ક્ષણોનો સામનો પણ સકારાત્મક અને સમત્વ ભાવથી કરવો જોઈએ.

અરજણ તેમને કસીને ભેટી પડ્યો.

કલ્કિ બીજી બાજુ આવી ગયો અને અરજણ તેમનું માથું પંપાળવા લાગ્યો. કલ્કિએ ઝટ તેમનું તીર કાઢી નાખ્યું.

"તમે બંને... આ સંસાર માટે એક મહાન ઉપહાર છો." તેમણે કહ્યું, "અરજણ, તું એ ભૂલીશ નહીં કે તું હરિ પરિવારનો હિસ્સો છું, બીજા કોઈનો નહીં..."

અરજણ લાગણીસભર થઈ ગયો.

"અને કલ્કિ!"

"જી, પિતાજી." કલ્કિનું માથું ઝૂકેલું હતું.

વિષ્ણુયશનો એક હાથ ઊંચો થયો અને કૃપા તરફ ઇશારો કર્યો.

"કોણ છે આ?" કલ્કિએ પૂછ્યું.

"કૃપા." અરજણે જવાબ આપ્યો.

વિષ્ણુયશ સંમતિપૂર્વક બોલ્યો, *"કૃપા... કૃપા..."*

અરજણે ઉપર જોયું અને કલ્કિ અને કૃપા વચ્ચે દૂરથી સંપર્ક થયો જે હિંસાના સ્થળથી દૂર હતો. એ જ સમયે વિષ્ણુયશનું શરીર એક બાજુ ઢળ્યું અને આંખો સ્થિર થઈ ગઈ.

અરજણે મૃત પિતાની છાતીમાં મોઢું છુપાવ્યું અને કલ્કિ તેનો ખભો થપથપાવા લાગ્યો. અરજણે કલ્કિની સામું જોયું, "મને વિશ્વાસ નથી થતો... વિશ્વાસ નથી થતો. એમણે... એમણે આવી રીતે નહોતું જવાનું."

ત્યારે જ એક બાણ અરજણ તરફ આવ્યું ને કલ્કિએ તેને હવામાં જ આંતરી પકડી લીધું. અરજણની આંખો પહોળી થઈ ગઈ. તેણે નવાઈભરી નજરે જોયું કે કલ્કિએ શું કર્યું. કલ્કિએ એ તીરના બે ટુકડા કરી નાખ્યા.

કલ્કિ ઊભો થઈ ગયો અને આગળ વધ્યો. તે સીધો ખતરા તરફ આગળ વધ્યો, કારણ કે એક મ્લેચ્છ સતત બાણ વરસાવી રહ્યો હતો. અરજણે જોયું કે બાણે કલ્કિની ચામડીને ભેદી નાખ્યું, પણ એણે દર્દની ચીસ પાડી નહીં. તેણે દર્દ સહન કર્યું. તે બાદ એક પછી એક પાંચ બાણ કલ્કિની છાતીમાં વાગ્યાં, તેનાં કપડાં ફાટ્યાં. કલ્કિએ બાણ છાતીમાંથી કાઢીને તોડી નાખ્યાં ને પેલા મ્લેચ્છનું ગળું પકડી લીધું.

અરજણ તો હેરાનીથી આ જોતો રહ્યો. વિષ્ણુયશનું શબ હજુય તેના ખોળામાં હતું. કલ્કિએ પેલા મ્લેચ્છને ગળેથી પકડીને હવામાં ઉઠાવ્યો. અરજણને હજુ વિશ્વાસ નહોતો આવતો કે તેના ભાઈમાં આટલી બધી તાકાત ક્યાંથી આવી. કલ્કિએ તેની ગરદન દબાવ્યા કરી અને તેને તોડીને અટક્યો. અરજણે મોં ફેરવી લીધું, પણ તેને શરીર જમીન પર પડવાનો અવાજ આવ્યો.

યુદ્ધ પૂરું થયું. ગ્રામવાસીઓ જીતી ગયા હતા, પણ કલ્કિ અને અરજણ હારી ગયા.

કલ્કિ જતાં પહેલાં મ્લેચ્છ પર એવી રીતે ઊભો હતો જાણે તેને કોઈ ફર્ક ન પડતો હોય. તેના ચહેરા પર કોમળ સ્મિત હતું. આ પરપીડન આનંદથી ભરપૂર દૃષ્ટિ હતી, કારણ કે તે લાશ બીજા કોઈની નહીં પણ કેશવ નંદની હતી.

28

આગ... *મૃત્યુ... આતંક*

એક છોકરો કોઈ પણ રીતે સળગતાં પુસ્તકો અને સામાનના ઢગલામાંથી બચવામાં સફળ રહ્યો અને તેણે લોકોને આગમાં ઝુલસતાં જોયાં. એ કોઈ પણ રીતે ત્યાંથી ભાગ્યો જેથી તે પોતાની બહેનને શોધી શકે. તે રસ્તામાં આવતા બધા અવરોધ હટાવીને છાવણીઓમાં ભટકી રહ્યો હતો. આખરે તેને જે દેખાયું તે સાચે જ ભયંકર હતું. એ માણસ જે આ કાર્ય કરવા માટે મુખ્ય જવાબદાર હતો... બસ, એ માણસની એક ઝલક જોઈ હતી... પણ એ ચહેરો તેને આજીવન યાદ રહ્યો હતો. તે લાંબો હતો, બધાથી લાંબો... તેના માથે ઊંડા ઘાનું નિશાન હતું. એ એટલો ઊંડો ને ભયંકર હતો કે તેમાંથી પરું અને લોહી નીકળી રહ્યું હતું.

છોકરાએ કોઈ પણ રીતે નવજાતને સાંભળ્યું અને બીજા લોકોના અવાજો સાંભળ્યા. *બીજા લોકો પણ, બીજા લોકો પણ ત્યાં હાજર હતા જ.*

તેનાં ભાઈ-બહેનોના રડવાના અવાજ સંભળાઈ રહ્યા હતા.

કળિ ઊઠ્યો. તેના દેહમાં દરેક ઠેકાણે દુખાવો થઈ રહ્યો હતો. તેણે માથા પર હાથ મૂક્યો તો લાગ્યું કે તેને ઘણો તાવ લાગે છે. તે સમયે દરવાજો ખૂલ્યો. કદાચ તેની ચીસ સાંભળીને દુરુક્તિ ગાંડાની જેમ દોડતી ત્યાં આવી. તે ચિંતા કરતી તેની પાસે ઘૂંટણિયે બેસી ગઈ.

હું તેમને બચાવી ન શક્યો... હું મારા ભાઈઓને બચાવી ન શક્યો... મારી બહેનો...

"બધું બરાબર છે, બધું બરાબર છે." દુરુક્તિ તેને પંપાળવા લાગી, તેણે તેનું માથું લૂછ્યું. વાળમાં હાથ ફેરવીને શાંત કરવા ઇચ્છ્યું.

કોકો! વિકોકો!!

એ બંને તરત જ અંદર આવ્યાં.

"જલદીથી ઠંડું પાણી લઈને આવો અને વૈદ્યને ખબર કરો."

"ભાઈ તમે સારા થઈ જશો." તેણે કળિનું માથું ચૂમ્યું, "તમે બિલકુલ સારા થઈ જશો. બસ થોડું..."

"હું કામિયાબ ના થઈ શક્યો... એ મને પકડવા આવી રહ્યા છે... મને મારવા આવી રહ્યા છે." એ ગણગણ્યો, તેની કીકીઓ ફિક્કી પડવા લાગી અને એવું લાગી રહ્યું હતું કે તેના શરીરમાંથી પ્રાણ નીકળી ગયા હોય.

"નહીં... તમને કોઈ નહીં મારે, મારા ભાઈને કોઈ નહીં મારે. હું તમને વચન આપું છું." તેણે કળિને કસીને આલિંગન આપ્યું અને તેનું માથું છાતીમાં દબાવ્યું, "તમે એકદમ સાજા થઈ જશો."

કળિ અત્યારે પલંગના ટેકા પર માથું મૂકી સૂઈ રહેલો હતો. ભીનું કપડું તેના માથા પર હતું અને દુરુક્તિએ તેનો હાથ પકડેલો હતો. પરસેવો સુકાઈ ગયો હતો એટલે તેને સારું લાગતું હતું, પણ તેની છાતીમાં પહેલાં કરતાં વધુ દર્દ થતું હતું. વૈદ્ય જતા રહ્યા હતા અને કોકો-વિકોકો ચિંતિત ચહેરે ત્યાં ઊભાં હતાં. તેમને સાથે જોવાનું દૃશ્ય સારું લાગતું હતું, તે બંને સમાન છતાં અલગ લાગતાં હતાં. વિકોકોના લાલ વાળ ચોટલીમાં બંધાયેલા રહેતા જ્યારે કોકોના લાલ વાળ નાના હતા, પણ તેમની કદ-કાઠી સમાન હતા અને એકબીજાના પૂરક હતાં

જ્યારે કળિ તેમને મળ્યો ત્યારે તે નાનો હતો અને તે બંને તો વધુ નાનાં હતાં.

અમે લોકો સાથે જ મોટા થયા છીએ.

દુરુક્તિએ તેમને બહાર જવાનું કહ્યું.

"શું હવે તમે ઠીક છો?"

કળિએ ગરદન હલાવી. તેણે જુઠ્ઠું કહ્યું, કારણ કે તેની છાતીમાં ઘણું ભારઝલ્લું લાગતું હતું.

"ચિંતા ન કરશો. બધું સારું થઈ જશે. તમે તમારા ઉન્માદમાં બબડી રહ્યા હતા."

"શું?"

"તમે એક માણસને જોયો હતો જેના માથે ઊંડો ઘા હતો." તે બોલી.

કળિએ આંખો ઝીણી કરી. તેને યાદ નહોતું, "એમ, એવું બોલ્યો હતો?"

"તમે એવું કહી રહ્યા હતા કે તમે તમારાં ભાઈ-બહેનોને છોડી દીધાં?"

"જ્યારે ડરી જઉં છું ત્યારે આવું જ બોલું છું." કળિએ દાંત ભીંસ્યા. તે પૂરી રીતે ભયના ઓથારમાં હતો. જેના પર કોઈ કાબૂ નહોતો, "તને ખબર જ છે."

"જે થયું તેમાં તમારી કોઈ ભૂલ નહોતી."

"પણ મને ખબર હોવી જોઈતી હતી." કળિએ તેની નજર તેના તરફથી ફેરવી.

"કમ-સે-કમ મને તો તમે બચાવી જ હતી ને."

"હા."

કળિ નિરાશ નહોતો. તેને ખુશી હતી કે તે એટલું તો કરી શક્યો હતો, પણ તેને હજુય એ વાત આતંકિત કરે છે, તેને ભીતરથી તોડે છે, પેટમાં વળ પાડવા લાગે અને મગજ સવાલો કરવા લાગે ને તેના મનમાં ઊલટા-સીધા ખયાલો ફરવા લાગે.

"મારે તેમને મળવું જ છે." બહારથી કોઈના મોટેથી અવાજો આવ્યા. તે વિરોધના સ્વર સાંભળી શકતો હતો. કોકો અને વિકોકો તેના વિરોધનો સામનો કરી રહ્યા હતા.

"તે આરામ કરે છે."

"આરામ? તે જે પણ કરે, પણ આરામ તો ના જ કરી શકે. મારી સાથે દગો થયો છે ને મને નીચો બતાવવાનો પ્રયાસ થયો છે."

કળિએ ઇશારાથી હા પાડી તો દુરુક્તિએ દરવાજો ખોલી નાખ્યો.

"તેમને અંદર આવવા દો."

કોકો અને વિકોકો ચૂપ થઈ ગયાં અને વાસુકિએ અંદર પ્રવેશ કર્યો. તે ખૂબ જ ખીજાયેલો લાગતો હતો.

"તમારી તબિયત કેવી છે, મહારાજ? હવે તમને કેવું લાગે છે? જ્યાં મારા સૈનિકોના શબના ઢગલા થવા લાગ્યા છે તો એવામાં મારે તમારે

માટે બીજું કંઈ લાવવું જોઈએ?" વાસુકિએ વ્યંગ્યમાં કહ્યું.

"ખબરદાર, જો મહારાજ સાથે આવા સૂરમાં વાત કરી તો..."

કળિએ તેનો હાથ પકડ્યો એટલે દુરુક્તિ ચૂપ થઈ ગઈ. કળિ જાણતો હતો કે આવા સમયે પલંગમાં હોવું દુર્ભાગ્યપૂર્ણ છે પણ તેને કોઈ અંદાજ નહોતો કે બહાર કેવાં ગુલ ખીલી રહ્યાં છે. કળિએ પૂછ્યું, "વાસુકિ મહારાજ શું થયું?"

"તક્ષકને ખંજર મારી ત્રીજા માળેથી નીચે ફેંકી દેવામાં આવ્યો. તમે કલ્પના કરી શકો છો કે આવું કરવાનું દુ:સાહસ કોણ કરી શકે?"

કળિ જાણતો હતો કે તેનો સંકેત કોની તરફ હતો?

"શું તમારી પાસે કોઈ પ્રમાણ છે?"

"મારી તપાસ ચાલુ છે, પણ આપ જાણો છો તેમ જો હલકો આભાસ પણ તેનો મળશે તો યુદ્ધ શરૂ થઈ જશે. હું એ જાડા માણસનું નામોનિશાન મિટાવવા મારી સેના મોકલી દઈશ. એ બધી સંપત્તિ પર પલાઠી મારીને બેઠો છે."

"હું કુબેરને જાણું છું. એ વચનનો પાક્કો છે. તેણે વાયદો કર્યો હતો કે તે કોઈના પ્રાણ નહીં લે કે જેથી યુદ્ધની નોબત આવે."

"ખેર, એ તેના વચનથી ફરી રહ્યો છે અને આવા વચનનો કોઈ મતલબ નથી." વાસુકિએ ઓરડામાં ચક્કર મારવા બંધ કર્યાં. "કળિ આપ જાણો જ છો કે આપણી વચ્ચે સમજૂતી થઈ છે ને હું તેને નિભાવવાનો પ્રયાસ કરું છું. મેં તમને આપણી વચ્ચે શાંતિ સ્થાપવાનું કામ સોંપ્યું છે. જો તમે આ કાર્ય માટે યોગ્ય નહીં હો તો મારે બીજો કોઈ વિકલ્પ શોધવો પડશે જે તમને ગમશે નહીં."

"મહારાજ વાસુકિ, શું હું આને ધમકી સમજું?" આવી ખરાબ સ્થિતિમાં પણ કળિના અવાજે વાસુકિના ચેતાતંત્રને ઠંડું પાડી દીધું.

વાસુકિએ તેની સામે જોયું તો એ ક્ષણ માટે સ્તબ્ધ થઈ ગયો, "હું ખુદ આની તપાસ કરી રહ્યો છું. જો સમય મળશે તો હું તમને જણાવીશ કે મને શું જાણકારી મળી છે. તો હું વિદાય લઉં છું, મારી બહેન રાજકુમારી મનસા મળવા અને સેનાપતિ તક્ષકને અંતિમ વિદાય આપવા આવી રહી

છે. હું આશા રાખું છું કે તક્ષકના અંતિમ સંસ્કારમાં તમે મને મળશો."

ને એ તરત ત્યાંથી ચાલી નીકળ્યો.

કળિ પોતાની હથેળીઓને માથે રાખી વિચારવા લાગ્યો. કપાળ પર ચિંતાની રેખાઓ દેખાતી હતી. તેણે શું કરવું જોઈએ?

"શું થયું?" દુરુક્તિએ પૂછ્યું.

"તને ખબર છે, શું થયું?" કળિએ ગરદન હલાવી. તેણે પોતાના સેનાપતિઓને અંદર બોલાવ્યા. એ લોકો અંદર આવ્યા.

"મને પૂરી ખાતરી છે કે તમે નાગની વાત સાંભળી હશે." કળિ આગળ બોલ્યો, "હું ઇચ્છું છું કે તમે બંને તપાસ કરો કે આ કોનું પરાક્રમ છે. મેં મહામહેનતે સંધિ કરાવી છે. હું નથી ચાહતો કે કોઈ પણ ભૂલથી આ તૂટી જાય અને તમારે આ નાગ કરતા પહેલા જાણકારી લાવવી પડશે."

જોડિયાં ભાઈ-બહેને માથું હલાવ્યું અને કિલ્લાની બહાર નીકળી ગયાં.

"જ્યારે પણ આટલી મહેનતથી મેળવેલું હાથથી ચાલી જતું દેખાય તો મનમાં દુઃખ થાય છે."

"હું સમજી શકું છું, ભાઈ."

કળિએ ઊંઘની મદહોશીમાં જતાં પહેલાં દુરુક્તિના ગાલ થપથપાવ્યા. તે ઇચ્છતો હતો કે જલદીથી આ તાવ અને શરીરમાં થઈ રહેલી પીડાથી છુટકારો મળે, પણ તેનું મન ફરીથી સળગેલા ગામ તરફ ભાગી રહ્યું હતું. આ જ કારણ હતું કે કબીલાવાળા અને માનવોની વચ્ચે શાંતિની સ્થાપના થાય. તેમની શત્રુતાને કારણે જ તેના પરિવારનો નાશ થયો હતો અને આખું ગામ સળગીને રાખ થઈ ગયેલું.

એ વ્યક્તિ કોણ હતો જેના ચહેરા પર ઘા હતો?

કારણ કે તેણે જ બધું બદલી નાખ્યું છે. આ યુદ્ધ શાંતિ નહીં, પણ રહસ્યોનું નામ હતું અને એ રહસ્ય તેના મનમાં ઊંડે સુધી ક્યાંક સુરક્ષિત હતું. તે એટલો ભયભીત હતો કે તે એને ખોલીને જોવા પણ માગતો નહોતો.

29

કલ્કિ તેના પિતાની અંતિમ વિધિમાં ગયો નહીં. તે અરજણની જેમ અંતિમ સંસ્કારનું કર્તવ્ય નિભાવવા યોગ્ય શક્તિ ધરાવતો નહોતો. તે પોતાને ખૂબ જ કમજોર મહેસૂસ કરી રહ્યો હતો. અરજણ બદલાઈ ગયો હતો, તેના ચહેરા પર આવો ઘા જોઈ લોકો રસ્તો બદલી નાખતા હતા. આ ઘા એક સ્મૃતિચિહ્ન બનીને અરજણને બાકીની જિંદગીમાં દરરોજ ખેદ વ્યક્ત કરાવવાનો હતો. આ મૃત્યુથી પણ બદતર હતું. તેણે દૂરથી જ અંત્યેષ્ટિને જોઈ. પોતાની નિરાશ અને શોકાતુર માને જોઈ, જેને એ આશ્વાસન નહોતો આપી શકતો. તે આ કરતા વધુ સારી રીતે જીવવાનો અધિકાર ધરાવતી હતી. તેની સાથે આ ખોટું થયું કે એક દિવસ મ્લેચ્છ આવીને તેના પતિનું અપહરણ કરી જાય અને પછી તેમનો પ્રાણ હરી લે. તે તો સદાથી એક ઇમાનદાર સ્વભાવની સ્ત્રી રહી છે. તેની સાથે આવું કેમ થયું?

કલ્કિ એ જગ્યાએ પણ ગયો, જ્યાં રક્તપાત થયો હતો. તે એ ગોઝારી ઘટનાને યાદ કરવા નહીં, પણ એ જોવા ગયો હતો કે તેના પિતા ત્યાં કશું મૂકી ગયા છે. મ્લેચ્છોની છાવણી નષ્ટ થયેલી હતી અને આગની રાખમાં તેમની લાશો પડેલી હતી.

પહેલેથી જ યુદ્ધમાં વિજય નિર્દોષોનો જીવ લઈને જ મળે છે.

ને ત્યાં જ એને કોઈ અવાજ સંભળાયો. એ અવાજ તેના કાન ભેદીને ગયો. એ શબ્દ પણ સ્પષ્ટ સંભળાઈ રહ્યો હતો.

વિષ્ણુ! વિષ્ણુ!

કલ્કિ ઘૂંટણ પરથી ઝૂક્યો. એક તૂટેલા તંબૂ નીચે પાંજરું દબાયેલું હતું. તેમાંથી એક વિંખાયેલા પણ સુંદર પોપટે કલ્કિ તરફ જોયું.

“અરે!”

"વિષ્ણુ!"

"તને મારા પિતાનું નામ કેવી રીતે ખબર છે?"

"શુકો! શુકો!"

કલ્કિને કશી સમજ ન પડી. તેણે પિંજરાનો દરવાજો ખોલી નાખ્યો જેથી તે પોપટ ઊડી જઈ શકે.

"વિષ્ણુ!"

આ નામ તેને પીડા કરાવતું હતું. આ પોપટ કોઈને કોઈ રીતે તેના પિતાને જાણતો હતો. કલ્કિ પાસે તેને ખવડાવવા માટે કશું નહોતું એટલે એણે તેની પીઠ પસવારી. પોપટ તેના હાથ પર આવીને ખભા સુધી પહોંચ્યો.

"શુકો!"

"તો તારું નામ શુકો છે?"

પોપટે તેના હાથ પર ચાંચ મારીને સંમતિ આપી.

તે એને ગામ તરફ લઈ ગયો, "આશા છે કે તું મને બતાવી શકે કે તું મારા પિતાને કેવી રીતે મળ્યો હતો."

તે નદી પાસે જઈને બેસી ગયો. ઘા હજુ પણ તાજો હતો, ખૂલીને શ્વાસ પણ નહોતો લેવાતો. તેણે એક કાંકરો ઉઠાવીને પાણીમાં ફેંક્યો. શુકો તેના માટેની ભોજનની વ્યવસ્થા માટે નીકળી ગયો ને હજુ સુધી પાછો નહોતો આવ્યો. અંતિમ સંસ્કાર પતી ગયા હતા એટલે લક્ષ્મી તેને શોધતી ત્યાં આવી પહોંચી. તે પાસે આવીને બેસી ગઈ અને અડધો કલાક સુધી કશું બોલી નહીં. કલ્કિ પણ કશું કહેવા માગતો નહોતો. બીજો કોઈ દોસ્ત હોત તો દિલાસાના બે શબ્દો કહીને પાછો જતો રહ્યો હોત. લક્ષ્મી એવી નહોતી. એ કલ્કિને સમજતી હતી ને એવું પણ સમજતી હતી કે ફક્ત શબ્દો દુઃખનો ઇલાજ નથી. કલ્કિએ જોયું કે તેમના હાથ એકબીજામાં ગુંથાયેલા હતા. તેઓ આકાશના ભૂરા રંગને ધીરે-ધીરે કેસરી રંગની સાંજમાં ઓગળતા જોઈ રહ્યાં, વાદળ ચમકતા કપડાંના ટુકડા જેવાં લાગતાં હતાં.

"તેણે એક ભૂલ કરી હતી. તે મદદ કરવા માગતો હતો ને મેં મદદ કરી." કલ્કિએ બોલવાનું શરૂ કર્યું.

"તું કહેવા શું માગે છે?"

"બાલા." તેણે લક્ષ્મી તરફ ફરીને કહ્યું, "તેં પેલે દિવસે બાલા વિશે પૂછ્યું હતું ને?"

"એ મારો કર્જદાર કેમ છે? એક ધર્મશાળાના ચોકીદાર સાથે મારે શી લેણદેણ? એણે એક નાની છોકરીને ધર્મશાળામાં જવાની અનુમતિ આપી હતી. અહીં અનુમતિ શબ્દ પોતે જ એક મહત્ત્વનો અર્થ રાખે છે. એ છોકરી તેની મરજી વિના અંદર ડોકિયાં કરતી હતી. એ તેને રોકી ન શક્યો. એ તેની ભૂલ હતી કે તેની પાછળ ન ગયો કે એને બહાર ન કાઢી. તેને એવું ન સમજાવ્યું કે તેના જેટલી છોકરીઓ માટે આવી જગ્યાઓ ખરાબ ગણાય. એ ફક્ત તેર વર્ષની જ હતી."

લક્ષ્મીના ચહેરા પરનું વિસ્મય વધતું જતું હતું.

"એ સમજી નહીં કે નશામાં ધૂત પુરુષોને એ છોકરી, છોકરી જેવી નથી દેખાતી. એ એનામાં સ્ત્રી જુએ છે અને તેમાં કોઈ સીમા નથી હોતી કે કોઈ નિયમ નથી હોતા."

"કોણ હતી એ?"

"હું નથી જાણતો. અમે આસપાસ તપાસ કરી હતી."

"ખરેખર શું થયું હતું?" લક્ષ્મીએ તેનો હાથ કસીને પકડ્યો.

કલ્કિ તેને આખી વાત કહેવા લાગ્યો, "એક વર્ષ પહેલાની વાત છે. ધર્મશાળા ફક્ત એવી જગ્યા નથી કે જ્યાં લોકો દારૂ પીવા આવે છે. ત્યાં ઘણા પ્રકારના ઓરડા છે જ્યાં પોતાનો દેહ વેચતી સ્ત્રીઓ આસાનીથી મળી જાય છે. બાલા અંદર ગયેલી છોકરી વિશે ભૂલી ગયો હતો. બીજી સવારે એ રોજની જેમ ઓરડાઓમાં પાણીની ડોલ અને પોતું લઈને સફાઈ માટે નીકળ્યો ત્યારે એ છેલ્લા ઓરડામાં આવ્યો ત્યાં તાળું લગાવેલું હતું. તેણે ધર્મશાળાના માલિક અરિંદમને બોલાવ્યો તો એ પણ વિચારમાં પડી ગયો. ત્યાં તાળું લગાવવાનું સાહસ કોઈ કરી ન શકે.

બાલાએ ધક્કો લગાવીને દરવાજો ખોલ્યો તો અંદરથી ઢોળાયેલી

શરાબ અને મૈથુનની તીવ્ર ગંધ આવી. એક ખૂણામાં એક છોકરી હતી. તેને બાંધેલી હતી અને તેની આસપાસ પડેલા કંબલની જેમ તેનાં કપડાં પણ ફાટેલાં હતાં. ક્યારેક કોઈ સમસ્યાનો કોઈ ઉકેલ નથી મળતો. તેમાં કયા માણસનો હાથ હતો એ જાણી ન શકાયું. બાલાએ મને આ મામલામાં મદદ કરવાનું કહ્યું. એ ઇચ્છતો હતો કે હું એ છોકરી માટે કોઈ ઘર શોધીને આપું."

"શું તેં એ કામ કરી આપ્યું?"

"હા, એક બીજા ગામમાં. એ મારા ખભા પર માથું મૂકીને રડ્યો અને મારાથી એ સંભાળી શકાય તેવો નહોતો. એ ત્યાં સુધી રડતો રહ્યો કે જ્યાં સુધી તેનાં આંસુ સુકાયાં નહીં. તેણે એ છોકરી સાથે થયેલા દુષ્કર્મ માટે પોતાની જાતને જવાબદાર માની."

લક્ષ્મીની નજરો નીચે નમેલી હતી.

"હું તને જણાવવા નહોતો માગતો નહીંતર તું એની નિંદા જ કરતી. ભલે મેં એની નહીં, પણ પેલી છોકરીની મદદ કરી હતી, પરંતુ બાલા તે કામ માટે સદાયથી મારો અહેસાન માને છે. તેણે મને વાયદો કર્યો હતો કે જીવશે ત્યાં સુધી એ મારી અને મારા ભાઈની રક્ષા કરશે."

લક્ષ્મીએ ગરદન હલાવી, "હું નિંદા ન કરતી. તેં મારા માટે ખોટું અનુમાન લગાવ્યું."

"કદાચ એવું બની શકે. હું ભૂલી ગયો હતો કે આપણે શું છીએ અને એકબીજા માટે કેવા હતાં. આપણે એકબીજાને મળ્યે પૂરાં બે વરસ થઈ ગયાં."

લક્ષ્મીની આંગળીઓ તેના વાળમાં ફરતી હતી, "મેં તને બહુ યાદ કર્યો. હું બદલાઈ ગઈ. હા, પણ તું મને ના ભૂલીશ. હું હજુ પણ એ જ છું. બસ, વિચારો થોડા બદલાયા છે."

કલ્કિએ સ્મિત આપ્યું. વાળમાં લક્ષ્મીના હાથનો સ્પર્શ તેની નસોમાં રોમાંચ પેદા કરતો હતો. તેના માટે આ વિચિત્ર અનુભવ હતો. તેને આવા સ્પર્શથી ખુશી મળી રહી હતી. એ આવી ખુશીને સંભાળી રાખવા માગતો હતો.

"હું એક ખબર લાવી છું."

"શું થયું?"

લક્ષ્મીએ ઊંડો શ્વાસ લીધો ને જાણે કોઈ ક્ષમા માંગવાનો ઇરાદો હોય, "હું જાણું છું કે આપણે ઘણું બધું જોયું છે, પણ છેલ્લે જ્યારે માસીને મળી ત્યારે એમણે મને શહેરમાં પાછું આવવાનું કહ્યું. તેમના કહેવા મુજબ ઇન્દ્રગઢમાં હવે બધું વ્યવસ્થિત છે ને બધું સામાન્ય થઈ જશે."

"તેં મને જણાવ્યું કેમ નહીં?"

"સારો સમય કે મોકો જ નહોતો મળ્યો."

"કેટલા સમય સુધી?" કલ્કિના અવાજમાં કંપ હતો.

ફરીથી નહીં, એ ફરીથી પોતે એકલો પડી જશે.

"ખબર નથી કેટલા સમય માટે પણ અત્યારે જવું તો પડશે જ."

"હું નથી ઇચ્છતો કે તું શહેર પાછી જાય."

લક્ષ્મીએ આંખો મીંચી. કદાચ કંઈક વિચારી રહી હતી, "તું જાણે છે હું જઈશ. જઈશ જ. હું મારી માસીની જેમ અધિકારિણી, મજબૂત અને શિક્ષિત બનવા માગું છું ને ભલે, બીજું કંઈ નહીં, પણ શંભલ મને એટલું તો બનાવી જ શકે છે."

કલ્કિ નિરાશ ન થયો. તેને આવા જવાબની જ અપેક્ષા હતી, "તારી આ ખૂબી ક્યારેય નહીં બદલાય. વચન આપું છું કે આ વખતે જરૂર મળવા આવીશ."

"ઘણું સારું કહેવાય. માસીએ મને વાયદો કર્યો છે કે મને પુસ્તકાલયમાં નોકરી અપાવી દેશે. તું વિચાર કે કેવી મજા આવશે."

કલ્કિએ ગરદન હલાવી, "પુસ્તકો રસપ્રદ હોય છે. હું અરજણને પણ સાથે લાવીશ."

"જરૂર, કેમ નહીં."

એ બંને પરસ્પર હસ્યાં. કલ્કિને તેની આંખોમાં ખુશીની ઝલક દેખાઈ. લક્ષ્મી તેને માટે દરેક વસ્તુ બહેતર બનાવી શકતી હતી. નાની-નાની વાતો કે તેની ફરિયાદ કરવાની રીત, ગભરામણની વખતે ભવાં ચડાવવાં, તે આ બધી વાતોને નવી નજરે જોવા લાગ્યો હતો. એ ખરેખર ઘણી પ્યારી હતી.

તે આગળ આવી ને એ પણ આવ્યો. તેનું હૃદય તેજીથી ધડકી રહ્યું હતું. હોઠ સુકાઈને ઠંડા પડી ગયા હતા અને આંખ બંધ થવા લાગી હતી, ત્યારે...

શુકો ત્યાં આવીને જોરથી બોલવા લાગ્યો.

"કલ્કિ! કલ્કિ!"

કલ્કિ અને લક્ષ્મી અચાનક પાછળ હટી ગયાં. તેમને ખ્યાલ આવ્યો કે શું કરવા જઈ રહ્યાં હતાં, એ પણ પિતાના શોક મનાવવાના દિવસે. લક્ષ્મીનો ચહેરો લાલ પડી ગયો. તેનું હૃદય તેજીથી ધડકવા લાગ્યું. તેણે જીવનમાં ક્યારેય આટલી વ્યાકુળતા નહોતી અનુભવી.

"આ કોણ છે?"

"શુકો." પોપટ તેના ખભા પર આવી બેઠો, "આજે નવો દોસ્ત બન્યો છે."

"મજેદાર છે." એ હસી પડી.

પછી બંને જણ ક્યાંય સુધી ઢળતા સૂરજને જોઈ રહ્યાં. તેમના હાથ હજુય એકબીજામાં ગુંથાયેલા હતા.

બીજી સવારે કલ્કિ બાલા સાથે ધર્મશાળા તરફના રસ્તે જવા નીકળ્યાં. અરજણ તેની માની સંભાળમાં હતો.

"ભાઈ, પૂરો વિશ્વાસ છે કે એ જ હતો." બાલાએ પૂછ્યું.

"અરે હા, મને વિશ્વાસ છે."

"એ બીજું કોઈ નહીં, પણ એક..."

"નહીં, એ કોઈક તો છે. હું તારી સાથે શરત લગાવી શકું છું."

એ લોકો પેલા પહાડ પાસે પહોંચ્યા જ્યાં કૃપા એક ટેકરી પર બેઠેલો ઘેનમાં જણાતો હતો. તેની આજુબાજુ શરાબના પ્યાલા પડેલા હતા. આ એ જ છે જે કલ્કિને એકવાર મળેલો હતો. તેને યાદ આવ્યું કે જે દિવસે લક્ષ્મી ગામમાં આવી ને નદી પાસે મગરે હુમલો કરેલો એ રાતે ઘેર પાછા ફરતે સમય કલ્કિને આ પિયક્કડ જ મળેલો.

આ કોઈ સંયોગ તો નહોતો જ.

"હું કાલે આ જગ્યા સુધી તેની પાછળ આવ્યો હતો. ભાઈ, આ પિતાની અંતિમવિધિમાં પણ આવ્યો હતો. ભીડથી દૂર રહ્યો હતો એટલો ડરપોક માણસ છે. લડાઈ વખતે પણ એ ક્યાંક સંતાઈ ગયો હતો."

"પિતા ચાહતા હતા કે હું તેની સાથે વાત કરું. આ કંઈક જાણે છે." કલ્કિએ બાલાને કહ્યું, "મને પૂરો વિશ્વાસ છે કે પિતાએ એમનેએમ નહોતું કહ્યું. એમને નામ પણ ખબર હતી. એમણે કૃપા... એવું કહ્યું હતું."

"તેમણે એવું કહ્યું હતું?"

"ચાલો, જોઈએ કે એ તેના બચાવમાં શું કહે છે."

30

જ્યાં સુધી એણે આંખો નહોતી ખોલી ત્યાં સુધી બધું ધૂંધળું હતું. પછી તેણે પોતાને કોઈ અલગ માહોલમાં હોય તેવું લાગ્યું. ઠંડી હતી, ભારે કાતિલ ઠંડી હતી. તેણે હાથ છાતી પર મૂક્યા અને ઊભો થયો. ઓહ, પગ નીચે કંઈક તૂટ્યું હોય તેમ લાગ્યું ને ખ્યાલ આવ્યો કે તે બરફ પર ઊભો હતો.

આ સારી વાત ન કહેવાય.

બર્ફીલી હવાથી નાકમાં દમ લાગતો હતો. તેનું ધ્યાન પણ લાગતું નહોતું. તે જેમતેમ કરીને પંજા પર ચાલીને કિનારા સુધી આવ્યો.

આવી તો આશા જ નહોતી.

"ઓહ, હવે મજા આવી ગઈ તમને." તેણે બરફની પાતળી ચાદર પર સાવધાનીથી પગ જમાવી આકાશ તરફ જોઈ બૂમો પાડી કહ્યું, "મારા પ્રભુ, મારા મિત્ર, તમે જ મદદ કરીને બચાવી શકો છો, નહીંતર હું આ ઠંડીમાં મરી જ જઈશ."

અને કિનારા પરનો બરફ તૂટીને નીચે જામેલા પાણીમાં જઈને પડ્યો. કૃપાએ ધીરેથી ખુદને ખેંચ્યો ને બરફની મજબૂત સપાટી પર જવાની કોશિશ કરવા લાગ્યો. ત્યાં જ એને કોઈ આકૃતિ ઊભેલી દેખાઈ. લાંબી અને ભારે આકૃતિએ મૃગચામડું લપેટેલું હતું. તેની પીઠ પર એક કુહાડી લટકેલી હતી. લાંબા વાળની જટા બનાવેલી હતી.

"દોસ્ત, તમે હંમેશાં તમારા માટે ભરપૂર આનંદનો સામાન મેળવી લો છો, પણ મને આ સપનાઓમાં બોલાવાનું બંધ કરો. ઠીક છે. આ બધું મને બહુ ભારે પડે છે, કષ્ટ આપે છે..."

એ આકૃતિ ચૂપચાપ ત્યાં જ ઊભી રહી, તેનાં નસકોરાં ફૂલી રહ્યાં હતાં.

"ભાર્ગવ, તમે શું ઇચ્છો છો? મેં તમને લડાઈ બતાવી દીધી, બરાબર?"

"મેં જોયું કે એણે શું કર્યું? આ પેલો જ છે?" કૃપાના સૂર બદલાઈ ગયા. એમાં પહેલાં કરતાં વધુ સખતી અને ઊંડાણ હતું.

"તું સામાન્ય રીતે પણ બોલી શકે છે."

કૃપાએ નિઃસાસો નાંખ્યો.

"તમને કોઈ અંદાજ છે કે તમારા મગજમાં ઘૂસવા માટે કેટલી ઊર્જા ખર્ચવી પડે છે અને આમ પણ આ કોઈ સારી કે સુખદ જગ્યા નથી." ભાર્ગવ રામ ચાલવા લાગ્યા અને કૃપા જેમતેમ કરી તેમની પાછળ જવાની કોશિશમાં હતો. તેમની આગળ કૃપા ઘરડો અને ગંદો લાગતો હતો, ભાર્ગવમાં એક અલગ રીતની ગરિમા અને ભવ્યતાનો આભાસ થતો હતો.

"હું તેની અનુમતિ ક્યારેય ન આપતો."

"શું તમને લાગે છે કે મારી પાસે કોઈ બીજો વિકલ્પ છે? તમારો ભાણો પોતાની નિયતિથી ભટકી ગયો. ફક્ત તારા પર જ વિશ્વાસ કરી શકાય છે."

ભાર્ગવ બરફથી બનેલા નક્કર મંચ પર જઈને બેઠા, જે તેમણે સોમની ઊર્જામાંથી તૈયાર કર્યું હતું.

"પોતાના બચાવમાં તેને પોતાની નિયતિ સાથે નહોતું ચાલવાનું, પેલા શ્રાપ પછી તો બિચારો છોકરો..."

ભાર્ગવે હાથથી ઇશારો કર્યો, "ના, તે એવું કરી શકતો હતો. તેને સ્વર્ગ તરફથી વચન આપવામાં આવ્યું હતું કે જો એણે તે માટે સંમતિ આપી અને તેનું પાલન કર્યું, પરંતુ એણે એવું ના કર્યું અને હવે એ સંતાઈ રહ્યો છે. એ અત્યારે અધર્મથી પણ મોટી સમસ્યા બની શકે છે. તે છેલ્લીવાર શિવ મંદિરમાં જોવા મળ્યો..."

કૃપાનું લોહી જાણે થીજી ગયું, "મને લાગ્યું કે મેં તેને એ જગ્યાએ સરસ રીતે પૂરી દીધો હતો."

"એ તો નક્કી છે કે તેં એવું ન કર્યું. તેણે એને શોધી કાઢ્યો." ભાર્ગવે પગ પછાડ્યો અને બરફમાં ઊંડી તિરાડ પડી ગઈ.

કૃપાના હૃદયના ધબકાર એક ક્ષણ માટે થંભી ગયા.

"જો તેને શિવની તલવાર મળી ગઈ તો આપણે બધા મુશ્કેલીમાં મુકાઈ જઈશું. આપણે હજુ નાયક સાથે ફસાયેલા છીએ જે તમારા હિસાબથી એ જ છે."

કૃપાએ માથું હલાવ્યું, "આ એ જ છે ને, હું તે અનુભવી શકું છું. તમે સ્વયં એને જોયો. હું ત્યાં જ હતો, તમને બધું બતાવી રહ્યો હતો."

"મેં જોયું કે એણે શું કર્યું પણ એ દુર્બળ છે." ભાર્ગવે નિષ્પ્રાણ ભાવે કહ્યું, "એ ભવિષ્યવાણીમાં બતાવેલી દુષ્ટતાનો અંત કેવી રીતે કરશે? કોઈ પણ ભાવક વ્યક્તિને ધર્મ બનવાની અનુમતિ આપવી ન જોઈએ. મને નથી ખબર કે દેવોએ તેની પાસે શું કાર્ય કરાવવાની યોજના બનાવી છે?"

કૃપાએ માથું ધુણાવ્યું, "નહીં, મને તો તેનામાં એક ઇમાનદાર માણસ દેખાયો. મિત્ર, ભલે તમે એને ભાવુકતા કહો, પણ હું એને તાકાત કહું છું. ઠંડા દિમાગથી જ કોઈની ભલાઈ થઈ શકે છે, સમજ્યા મારી વાત?"

ભગવાન ભાર્ગવ રામ પલટ્યા ને કૃપા તરફ આવ્યા, "આ વાતો એ માણસ કહે છે જેણે આ પ્રપંચ રચ્યો. તેં જ મ્લેચ્છોને લાંચ આપી તેના પિતાનું અપહરણ કરાવ્યું જેથી તે એની ક્ષમતાનું પ્રદર્શન કરી શકે. તું સતત ખોટાં નામ અને વચેટિયાઓની મદદ લઈ પોતાનું કામ કઢાવતો રહ્યો."

કૃપા નિરાશ થયો, "મેં તમારા આદેશથી જ આ બધું કર્યું. તમે મને દોષ ન આપો. મેં આપના માટે જ કાર્ય કર્યું. કમ-સે-કમ સફળ થયું. મિત્ર, આપણે આટલા લાંબા સમયથી એમ ને એમ પ્રતીક્ષા નથી કરી, હેં ને?"

"હું તારો મિત્ર નથી." ભાર્ગવે ભવાં ચડાવ્યાં, "મને અધર્મના જાગરણનો ભાસ થઈ રહ્યો છે. બહુ જલદીથી આપણે વિપરીત પરિસ્થિતિનો સામનો કરવો પડશે. હું વિચારી રહ્યો છું કે નિયતિ આપણી સાથે રમત રમે છે. આપણા તરફથી એ ભવિષ્યવાણી સાચી ન પડે તેના ઘણા પ્રયત્ન થયા, પણ દુર્ભાગ્યે આપણે જ તેના શિકાર બન્યા. હું નથી ઇચ્છતો

કે અધર્મના યુગનો પ્રારંભ થાય, પરંતુ હવે એવું લાગે છે કે તેવું જ થવાનું છે."

"તે એક દિવસ મોડો પડ્યો એ હું જાણું છું." કૃપાએ સંમતિ દર્શાવી, "નહીંતર આપણી પાસે ધર્મ ના રહેતો, પરંતુ એને એ પણ ખબર હતી કે નિયતિએ તેમાં પણ ફેરબદલ કરી હશે જેથી શાસ્ત્રોમાં લખેલું સાર્થક બની શકે."

"પાછળનો યુગ આપણા માટે ભયંકર રહ્યો. આપણે બધા તેના શિકાર બન્યા." ભાર્ગવ રોકાયા જાણે તેમને પોતાના ભાવોને સંયત કરવામાં સમય લાગ્યો, "હું ઇચ્છું છું કે તું અનિવાર્ય પ્રબંધ કર અને તેને તૈયાર કરીને મારી પાસે લાવ. તેણે બીજા કોઈ કરતાં પહેલાં એ તલવાર હાંસલ કરવી પડશે. તેને પ્રશિક્ષણ લેવું પડશે નહીંતર આપણે હારવું પડશે. એકવાર ફરીથી."

કૃપાએ સંમતિપૂર્વક કહ્યું, "હું તમને વચન આપું છું."

ને અચાનક તેની છાતીમાં ઝટકો લાગ્યો અને તેને ક્યાંકથી ખેંચી લેવામાં આવ્યો. તેની આસપાસ બધું અંધકારમય લાગ્યું. પક્ષીઓના કલશોર અને શરાબની સુગંધે એને વશમાં કરી લીધો. ત્યાં જ તેની જાંઘ પર કોઈ લાત મારતું હોય તેવું લાગ્યું.

તેણે ઝડપથી આંખો ખોલી તો સામે બે વ્યક્તિ ઊભી હતી. એ જાણીતી હતી. હવે તે બરફની ઠંડકથી દૂર હતો. તેને બરફ અને ઉત્તરીય નામથી જ કંઈક થવા લાગતું, ખાસ તો ત્યાંના અસંતુલિત અને અણીદાર પહાડોને જોઈને.

કલ્કિના ખભા પર પોપટ બેઠો હતો જે જોવામાં અનોખો લાગતો હતો, એ સારી વાત કહેવાય. કમ-સે-કમ એ શબ્દોને અનુરૂપ હતું કે જેવું વર્ણન લખાયું હતું. *આ જ એ અસલી નાયક છે. આભાર પ્રભુ. હવે આપણે નાયકની વધારે શોધખોળ કરવાની જરૂર નહીં પડે.*

તેણે સ્મિત સાથે એક નિઃશ્વાસ નાખ્યો. આ ગુપ્ત કરતબબાજ કૃપાચાર્યનું વિજયી વળતર હતું. એ ખુદને શાબાશી આપવા માગતો હતો.

"પિયક્કડ, તું કોઈ વાત પર હસી રહ્યો છે? ઊઠીને મારા મિત્ર

સાથે વાત કર. આજના માટે ઘણું ઊંઘી લીધું."

કલ્કિ ઘૂંટણિયે બેઠો. તેના ખુલ્લા પહેરણમાંથી શરીર પર ઠેરઠેર ઘા દેખાઈ રહ્યા હતા. તેની ત્વચા શંભલના લોકો કરતા વધુ શ્યામ હતી.

"આપણે વાત કરવી પડશે." તે હોઠ દબાવીને બોલ્યો.

મને તો પહેલેથી જ ખબર હતી.

કૃપાએ પોતાના હાથ પહોળા કર્યા ને કલ્કિ તરફ જોઈ બોલ્યો, "સાંભળવામાં ભલે અજીબ લાગે, પણ હું સાચું કહું કે હું સપનામાં તને જ જોતો હતો."

બંને આગંતુકો એકબીજાની સામું દ્વિધાથી જોવા લાગ્યા.

31

"હવે તું જા." જ્યારે તેઓ સોમ ગુફાઓ પાસે પહોંચ્યા તો કલ્કિએ બાલાને કહ્યું, "મારી સાથે આવવા માટે ધન્યવાદ. હવે તું પાછો જા."

"શું તને એવું લાગે છે કે આ બરોબર છે?" બાલાએ ઊંડા અને ગંભીર અવાજે પૂછ્યું.

"હા, ચોક્કસ. મારે તેની સાથે એકલા જ વાત કરવી છે. તું જઈને જો કે, માને કોઈ ચીજની જરૂર તો નથી ને."

બાલાએ વાત સમજીને માથું હલાવ્યું અને પોતાની ગદા લહેરાવતો પાછો ગયો. કલ્કિ હસ્યો. તેને ખબર હતી કે બાલા તેના પરમ મિત્રોમાંનો એક હતો.

કલ્કિએ કૃપા તરફ નજર કરી. કૃપા જંગલી શતાવરી ફૂલો જોઈ રહ્યો હતો, જે સોમ ગુફાઓને બહારથી ઢાંકેલી શિલાઓ પર ઊગેલાં હતાં.

"તમે મને આ જગ્યાએ કેમ લઈને આવ્યા?"

"તેં પૂછ્યું હતું કે તારા પિતા મને કેવી રીતે ઓળખતા હતા. અમે બંને પહેલીવાર અહીંયાં મળ્યા હતા." તેમણે હાથથી ઇશારો કર્યો, "તે એક ઇમાનદાર માણસ હતા, જે એ સમયે ચિંતામાં હતા. આ તારા જન્મ પહેલા કે જન્મ થયાના થોડા સમય બાદની ઘટના હશે."

"તમારી ઉંમર શું હશે?" કલ્કિએ પૂછ્યું.

"લગભગ સોથી વધારે. હવે તો ગણવાનું બંધ કરી દીધું છે."

"એવું કેવી રીતે સંભવ બને? તમે શરાબ તો એવી રીતે પીવો છો કે જાણે કાલે અંત થવાનો હોય."

કૃપા લાડથી હસ્યા, "કારણ કે મને વરદાન મળેલું છે. જોકે એમ કહી શકાય કે મને ઈશ્વર તરફથી અમરત્વ પ્રાપ્ત થયું છે."

"અમરત્વ?"

"હા." તેમણે કહ્યું, "તું વિશ્વાસ કરે છે કે શાંતિ અને અસ્ત-વ્યસ્તતાથી સભર એક જ યુગ છે જેમાં આપણે જીવી રહ્યા છીએ. આ સિવાય બીજા ઘણા યુગ થયા છે અને તેમાંના એકમાં હું હતો, પાછળના યુગમાં પણ મારું અસ્તિત્વ હતું. મેં અનેક પ્રાણીઓની રક્ષા કરી હતી અને અંતિમ અવતારમાં મને અમર હોવાનું વરદાન મળ્યું."

કલ્કિને હજુ વિશ્વાસ થતો નહોતો. તેણે આવા અમર લોકો વિશે સાંભળ્યું જ હતું કે જે હંમેશાં જીવિત જ રહે છે.

"અમારા જેવા લોકોને ચિરંજીવી પણ કહેવામાં આવે છે."

"આ અશક્ય છે."

"મિત્ર, તારી પાસે પણ એવું જ બળ છે." કૃપાએ હસતાં હસતાં કહ્યું, "એવું ન વિચાર કે મારું ધ્યાન નહોતું. તારો ભાઈ અરજણ પણ તને એ સવાલ પૂછવા માગતો હશે કે તેના ભાઈએ આટલાં બધાં બાણનો સામનો કેવી રીતે કર્યો ને છતાં પણ પ્રાણ ન ગયા."

કલ્કિ ભોંઠો પડ્યો. તે ચમત્કારના સાક્ષી અરજણ અને ગામવાળા લોકોની સંદેહાસ્પદ નજર તેણે જાતે જોઈ જ હતી.

"મિત્ર, આપણે સાધારણ દુનિયામાં નથી રહેતા. હવે તો ખરેખર જ નહીં. જ્યારથી પ્રાચીન યુગ સમાપ્ત થયો, બધું નષ્ટ પામ્યું."

આ બધી વાતો તેની સમજ બહાર હતી.

"તમે મારા પિતાને કેવી રીતે ઓળખો?"

"હું શરૂઆતથી જણાવવા માંગીશ." એ ધરતી પર પલાંઠી લગાવી બેઠા, "પ્રત્યેક યુગના એક ધર્મનાયક, અધર્મ ને પાપી હોય છે. છેલ્લા યુગમાં મારી ભૂમિકા મહત્ત્વપૂર્ણ હતી જેમાં એક ભયંકર યુદ્ધ થયું. જેમાં પ્રભુ ગોવિંદ નામના નાયક હતા."

કલ્કિ મંત્રમુગ્ધ થઈ ગયો, આ નામ તો એ જાણતો હતો. તેણે ઇતિહાસના પાઠ દરમિયાન ભગવાન ગોવિંદની વીરતાના વિષયમાં વાંચ્યું હતું. આર્યાવર્તના રાજાઓના વિચિત્ર પરામર્શદાતા, જેમણે એમને મહાયુદ્ધમાં વિજય મેળવવા માટે મદદ કરી હતી. આ બધો ઇતિહાસ હતો.

"એ ભગવાન નારાયણના અવતાર હતા અથવા સાદી રીતે કહીએ

તો દેવોના પણ દેવ, ભગવાન વિષ્ણુ." કૃપા હસ્યો, "અથવા તેમને લાગતું હતું કે મેં ક્યારેય તેમના પર વિશ્વાસ નથી કર્યો. તું જાણે છે કે એ બધા પાખંડી હતા. શાસ્ત્રો અનુસાર જ્યારે નારાયણે ઇલાવર્તી છોડ્યું ત્યારે વચન આપ્યું હતું કે જ્યારે પણ પાપીઓ વિભિન્ન રૂપોમાં પ્રહાર કરશે ત્યારે તે પ્રત્યેક યુગમાં ફરી પાછા આવશે. તે અવતાર લેશે. હું નથી જાણતો કે તેમાં સત્ય કેટલું છે. હું તેની પર વિશ્વાસ નથી રાખતો, કારણ કે મને લાગે છે કે ગોવિંદે નારાયણના પથનું પાલન કરવાને બદલે પોતાનો પથ અપનાવ્યો. હું હમણાં જ તેની પાછળના તર્ક પર આવીશ." એક ક્ષણ રોકાઈને ફરીથી કહ્યું, "ભગવાન ગોવિંદે મને અને મારા મિત્ર... ના મિત્ર નહીં, અપરાધમાં મારા સાથીને આ પવિત્ર કર્તવ્ય સોંપ્યું કે એવો યુગ ફરીથી ન આવે. તેમને ભવિષ્યવાણીઓ અથવા પસંદ કરેલા લોકો પર વિશ્વાસ નહોતો. તેમને લાગતું હતું કે આ બધી મૂર્ખામી હતી. તે બધા પાપને જડમૂળથી નષ્ટ કરવા માંગતા હતા, સોમ. તેમને એવું લાગતું હતું કે સોમને લીધે જ લોકો નાયક અથવા વિનાશક બને છે અને જો તેનો અર્થ આ યુગના નાયકની બલિ ચઢાવવાનો હોય તો બહેતર એ છે કે વિનાશકો કે પાગલોના વંશનો જ અંત કરી દેવામાં આવે."

તેમણે ગુફાઓ તરફ ઇશારો કર્યો.

"તે ઇચ્છે છે કે હું મારા સાથી અને ભાણા સાથે મળીને આનો અંત લાવી દઉં. મારા સાથીને તેના ભયંકર પાપકર્મ માટે કઠિન તપશ્ચર્યા માટે જવું પડ્યું. તેને પોતાના પાપથી મુક્ત થવું હતું. તેણે આ કાર્ય મને સોંપ્યું કે આ દેશમાં એકલા ફરીને સોમને શોધું અને પૂર્ણ રીતે નષ્ટ કરી દઉં."

"તમારા ભાણાનું શું થયું?"

કૃપાનો ચહેરો ગંભીર થઈ ગયો, "એ એક કઠિન રસ્તે ચાલી નીકળ્યો. ખબર નથી તેને કોનામાં વિશ્વાસ છે, પણ તે છોડીને જતો રહ્યો. હું સાવ એકલો પડી ગયો પણ તોય મેં કર્યું. નિરંતર યાત્રાથી થાક લાગવા માંડ્યો એટલે મારા કષ્ટસાધ્ય અભિયાનને પૂરું કરવા શરાબનો

સહારો લેવા લાગ્યો. ભગવાન ઇન્દ્રએ સોમની શક્તિઓને આખા દેશમાં ફેલાવી દીધી હતી એટલે તું અનુમાન કરી શકે છે કે તે શોધવું કેટલું કઠિન રહ્યું હશે."

"એક વાત મારી સમજમાં ન આવી. ભગવાન ગોવિંદને એવું કેમ લાગ્યું કે સોમ પાપથી સભર છે, ખરેખર તો આ દેવોનું વરદાન છે."

"આ અનિવાર્ય નથી." કૃપાએ કહ્યું, "ભગવાન ઇન્દ્રએ જ્યારે આ પથ્થરોને ફેલાવ્યા ત્યારે તેમની નિયતમાં કોઈ કમી નહોતી, પરંતુ તેમને આ ખ્યાલ નહોતો, આ માનવો માટે નથી. માનવ એટલા પાપી અને દુર્બળ હતા કે એ સોમ પામવા માટે યોગ્ય નહોતા. એ લોકો પાગલ અને આળસુ થઈ જતા. આ જ કારણથી છેલ્લા યુગને મહાયુદ્ધ જોવા મળ્યું. એવું એટલા માટે થયું કે અનેક લોકોએ સોમની સુગંધ લઈ લીધી હતી. આ કારણથી જ ભગવાન ગોવિંદ ઇચ્છતા હતા કે હવે બીજા કોઈ તેનું સેવન ન કરે."

"શું તેમણે એનું સેવન કર્યું હતું?"

"હા."

"તો એ વિઘાતક કે પાગલ કેમ ન થયા?"

કૃપાએ ઊંડું વિચાર્યું ને પછી કહ્યું, "તેના વિશે મને ચોક્કસ ખાતરી નથી, કારણ કે હું નથી જાણતો. આધ્યાત્મિક પક્ષ મુજબ પ્રત્યેક યુગમાં ધર્મ અને અધર્મ નામની સત્તાઓ હોય છે. સોમની શક્તિઓ ગ્રહણ કરીને તે સારા અને ખરાબ બંને વ્યવહારમાં ઉપયોગી થાય છે. વિજ્ઞાન કહે છે કે અમુક લોકો પોતાના શરીરની રોગપ્રતિકારક ક્ષમતાને લીધે બીજાઓથી શ્રેષ્ઠ હોય છે. તેમની પાસે ઉચ્ચ આનુવાંશિક ગુણ કે શારીરિક માળખું હોય છે. તેમની માનસિક ક્ષમતા પણ બીજા લોકો કરતાં વધુ હોય છે. આપણે આ પ્રશ્ન માટે કોઈ સુનિશ્ચિત ઉત્તર નથી આપી શકતા."

"આ રીતે અધર્મ પણ સોમની શક્તિનો ઉપયોગ કરી શકે છે?"

"હા."

"શું તે તમને મળ્યો?"

"ના, હજુ સુધી તો મળ્યો નથી, પણ મારા સાથીનું કહેવું છે કે એની શોધમાં લગભગ નજીક પહોંચી ગયો છે."

"ધર્મનું શું થયું? શું તમે એને... એક ક્ષણ... ઓહ." કલ્કિએ આંખો ઝીણી કરી અને કૃપા તેને જોઈને હસતા હતા. કલ્કિ બોલ્યો, "તમને લાગે છે કે હું ધર્મ છું?"

કૃપાએ હકારમાં માથું હલાવ્યું, "અહીંથી જ તારા પિતા કહાનીનો ભાગ બન્યા છે. હું આખા દેશની યાત્રા કરીને અહીં પહોંચ્યો હતો. મને આવીને અહેસાસ થયો કે સોમ ગુફાઓ અહીં જ હતી. હું જાણતો હતો કે મારે કંઈક કરવાનું છે એટલે મેં એ બંધ કરવાનો નિર્ણય લીધો."

કલ્કિએ શિલાઓના ઢગલા તરફ જોયું, "તમે કેવી રીતે આ કર્યું?"

"મારી પાસે મારી જ વ્યવસ્થા છે." કૃપાએ સ્મિત કર્યું, "અમુક એવાં રાસાયણિક મિશ્રણ હોય છે જેનાથી ધડાકા કરી શકાય છે. હું ક્યારેક તને પણ શીખવાડીશ." એક ક્ષણ રોકાઈને, "હું મારું કામ કરી ચૂક્યો હતો ત્યાં અચાનક મારી પર કોઈએ હુમલો કર્યો. તેણે મને માર્યો અને આવું કરવા બદલ ધમકાવ્યો તો મેં એને રોક્યો. તેને તેની શક્તિની જાળમાં જ ગૂંચવ્યો. કહી શકું છું કે તે યોદ્ધા નહોતો, પણ તેના બાવડામાં ઘણી તાકાત હતી. એ તારા પિતા હતા."

કલ્કિએ તો કલ્પના પણ નહોતી કરી કે તેના પિતા કોઈની ઉપર હુમલો કરી શકે. તેમણે તો કોઈ માખી પણ નહીં મારી હોય, પણ કૃપા એવા લોકોમાંનો એક હતો જે દિમાગ પર હાવી થઈ જાય.

"તેણે કહ્યું કે સોમ તો દેવોનું વરદાન છે. મેં તેને કહ્યું કે તે વાત ખોટી છે, લોકો તેને કારણે પાગલ થઈ જાય છે. તેનો પ્રયોગ કરવો ઉચિત નથી. વિષ્ણુએ ત્યારે તારા વિશે જણાવ્યું. તેણે જણાવ્યું કે તારી માતા ગર્ભાવસ્થા દરમિયાન બહુ જ ખરાબ રીતે બીમાર પડી ગઈ હતી. તેણે બધા નિયમ ફગાવીને પથ્થરોથી અમૃત ચોરીને તેને પીવડાવી દીધું. તેને આશા હતી કે દેવકૃપાથી પત્ની સાજી થઈ જશે ને સાજી થઈ પણ ગઈ. આગળ જતાં જ્યારે તું મોટો થયો ત્યારે તારામાં છુપાયેલું અસીમ બળ તેણે જોયું. તે સ્તબ્ધ થઈ ગયો, પરંતુ તેને એવું લાગ્યું કે આ સોમ

બીજા લોકોને પણ આપી શકાય જેનાથી તારા જેવા શક્તિશાળી બને. એ નાદાની અને ખોટું હતું."

કલ્કિને યાદ આવ્યું કે એકવાર પિતાએ કહ્યું હતું કે તે એક વિશેષ વ્યક્તિ છે અને તેની પસંદગી કરવામાં આવી હતી.

"અને ત્યારે જ મને કુતૂહલ જાગ્યું. એવું ક્યારેય થયું નહોતું કે સોમ અમૃતના ગુણ બીજામાં સ્થાનાંતરિત થયા હોય. તારી માતાને દેવકૃપા નહોતી થઈ. તને દેવતાઓ દ્વારા પસંદ કરવામાં આવ્યો હતો. તને એ શક્તિ પ્રાપ્ત થઈ ને તું ન તો પાગલ થયો કે ન તારું મૃત્યુ થયું. તું એકદમ ઠીકઠાક અને તારા નાયકત્વ તરફ અગ્રેસર હતો. તું ગોવિંદનો પ્રતિરૂપ હતો. એ જ કુલીનતા, વીરતા, નૈતિકતા અને દંભ પણ. તારા કારણે જ મને ધર્મ પર વિશ્વાસ થયો. મેં વિષ્ણુને આ બધું સમજાવ્યું તો તેમણે એવું કહ્યું કે તને એક સારા ને સામાન્ય માણસ તરીકે મોટો થવા દેવાય, પણ હું જાણતો હતો." કૃપાએ પોતાની વાત આગળ વધારી, "મને ખબર હતી કે તારી તપાસ કરવી પડશે, કારણ કે તને જે સોમની માત્રા મળી હતી તે એકદમ ઓછી હતી. એવું પણ બની શકે કે તું ભાગ્યશાળી હોઈ શકે, પણ મ્લેચ્છો સાથેના યુદ્ધમાં તેં મને ખોટો પુરવાર કર્યો. તું જ વાસ્તવિક નાયક, ધર્મ છો, મારા મિત્ર."

કલ્કિએ તેનાં જડબાં ભીંસ્યાં, "મને નથી લાગતું... હું નથી જાણતો..."

"અધર્મ નિકટ છે કલ્કિ." તે આગળ આવ્યો, "અને તારે નિર્ણય લેવો પડશે. શું તું એક ખૂણામાં ઊભો રહીને જોતો રહીશ કે તું એને રોકવા માટે જઈશ? અધર્મનો એક અંધકારમય યુગ આવતાં જ સંસારનો અંત આવે છે અને આપણે નથી ઇચ્છતા કે ફરીથી નિર્દોષોના પ્રાણ જાય, જેવું મહાયુદ્ધમાં થયું હતું."

"જો એવું નહીં થાય તો? તમે તો કહ્યું કે સોમ મળવાની બધી શક્યતાઓ પર રોક લગાવવામાં આવી છે. હું ભાગ્યશાળી છું, બસ એવું કહી શકાય." કલ્કિ એક ક્ષણ માટે રોકાયો, "તમે એ સ્થાન બંધ કર્યાં તો એને નષ્ટ કેમ ન કર્યાં?"

કૃપાએ ગુફાઓની બહાર બનાવેલા મંદિર તરફ જોયું.

"કારણ કે એક દિવસ એવો સમય આવશે જ્યારે અંધકાર યુગનો અંત આવશે અને આપણા બધાની બુદ્ધિ સમૃદ્ધ હશે. ત્યારે બધા પાપનો નાશ થઈ જશે, તો દેવોનું આ અમૃત બધાને માટે હશે. બધા જ મુક્ત ભાવે તેનું સેવન કરી શકશે. મેં તેને ત્યાં સુધી બંધ કર્યું છે."

કૃપા બીજું કંઈ બોલે ત્યાં સુધી સન્નાટો રહ્યો.

"અને હવે તારા આરંભિક પ્રશ્નનો ઉત્તર." કૃપાએ હસીને કહ્યું, "હું અને મારો સાથી લગભગ આ વાત પર ઉપહાસ કરતા હોઈએ છીએ. ભલે અમે અંધકારયુગના આગમનને રોકવાનો પ્રયાસ કર્યો કે જેથી અધર્મનો ઉદય ન થાય અને ત્યાં સુધી કે ધર્મના ઉદયને પણ રોકતા રહ્યા, પરંતુ નિયતિએ અમને એવું કરવાની અનુમતિ ન આપી. તેણે અમને રોક્યા. ઘણીવાર તમે જાત સાથે છળ નથી કરી શકતા, કર્મ હંમેશાં સામે આવી જાય છે અને એવું જ કરે છે જે નિયતિએ પહેલેથી નક્કી કર્યું હોય. જો તને એવું લાગે કે સોમ મેળવવાના માર્ગ બંધ છે અને કોઈ હવે પછી તેને કારણે અધર્મ નહીં બની શકે તો તારે માટે કોઈ ને કોઈ આશ્ચર્ય નિયોજિત હશે જ. કંઈક એવું જેની તમે ક્યારેય અપેક્ષા ન રાખી હોય. આ દુનિયા આ રીતે જ તમારા પર થૂંકીને ઉપહાસ કરે છે."

કૃપા અત્યારે કોઈ પણ રીતે પિયક્કડ નહોતો લાગતો. એક એવો માણસ લાગતો હતો કે જેની પાસે વિવેક ને જ્ઞાનનો ભંડાર હોય અને કલ્કિને વાસ્તવમાં આવા જ માણસની જીવનમાં જરૂર હતી.

"કેવી રીતે?" તેણે હળવેથી પૂછ્યું.

"આપણે જલદીથી શંભલથી મહેન્દ્ર પર્વતો તરફ નીકળવું પડશે. જ્યાં મારો સાથી તને અવતાર બનવા માટે પ્રશિક્ષણ આપશે જેથી જો પાપનો ઉદય થાય તો તું એટલો સક્ષમ હોય કે તેનો સામનો કરી શકે."

કલ્કિએ માથું ધુણાવ્યું, "મારી પાસે હજુ ઘણા પ્રશ્નો છે ને ઉત્તર ઓછા છે. જો પિતા બધું જાણતા હતા તો મને કેમ ક્યારેય જણાવ્યું નહીં."

"કારણ કે તે આ વાત પર વિશ્વાસ નહોતા કરવા માંગતા. તેમને લાગ્યું કે એ જ યોગ્ય રહેશે કે તું આ જાણકારીના ભારને ખભે લીધા

વગર જ મોટો થાય, પણ હવે તું વયસ્ક અને શક્તિશાળી છે તો આ બધું જાણવા માટે તૈયાર પણ છે."

"તમે કોણ છો?" કલ્કિ ફર્યો, "હું તમને અને તમારા રહસ્યમયી ભાણા ને સાથી સિવાય બધાને ઓળખું છું. હું કેવી રીતે જાણી શકું કે તમે જ અધર્મ નથી."

"મિત્ર, મારે તે સાથે દૂર-દૂરનો સંબંધ નથી. જોકે હજુ હું મારા ભાણાની ઓળખ પ્રગટ કરી શકું તેમ નથી. મારું નામ કૃપા આચાર્ય છે."

"આચાર્ય? આ તો ગુરુકુળ ચલાવનારા ગુરુઓને આપેલું નામ છે ને?"

"હું એ જ છું."

કલ્કિ ગુફા પાસે ગયો. તેણે અંદરની પથ્થરની શિલાને અડીને તેની મજબૂતીનો અનુભવ કર્યો. જે બધાના કલ્યાણ માટે હતી.

"તમે આ ફરીથી નહીં ખોલો?"

"ના, અત્યારે તો નહીં."

"જો મને તેની ખરેખર જરૂર પડી ત્યારે?"

"આ સારું નથી, આ લોકોના દિમાગ પર હાવી થઈ જાય છે." કૃપાએ કહ્યું, "જ્યારે તું તૈયાર અને પ્રશિક્ષિત હોઈશ ત્યારે એ શક્ય બનશે, પણ અત્યારે તો તારા પિતાએ જે માત્રા તને આપી હતી એ અસરકારક છે. સોમ ત્યાં સુધી જ સારું છે કે તેનો ઉપયોગ એકવાર થાય. બની શકે કે ધર્મ માટે આ ફાયદાકારક હોય, પણ તેના અધિક ઉપયોગથી કશું પણ થઈ શકે છે અને આપણે હજુ તેવો કોઈ પ્રયોગ નથી કર્યો."

"પરંતુ જો હું ધર્મ છું તો સોમની અધિક માત્રા પણ પચાવી જ શકું છું, બરાબર ને?"

"મને ખબર નથી અને સાચું કહું તો હું જાણવા પણ નથી માગતો." તેણે માથું ધુણાવ્યું, "હું જોવા નથી માગતો કે અધિક માત્રા લેવાથી તારા ઉપર શું પ્રભાવ પડે છે. ભલે તે સારા માટે કેમ ન હોય. હું તેનો દુષ્પ્રભાવ જોવા નથી ઇચ્છતો. મિત્ર, આવું કરવું ભયાનક બની શકે છે. તારે આ માટે સાવધાની રાખવી પડશે."

"ભગવાન ગોવિંદનું શું થયું?"

કૃપાએ માથું ધુણાવ્યું, "તેમણે મહાયુદ્ધ શરૂ થવાનું હતું ત્યારે આનું ફરીથી સેવન કર્યું હતું જેથી તેમની શક્તિ ઊર્જાવંત બની શકે. તેનું પરિણામ સારું ન આવ્યું. તેમને શક્તિ તો મળી, પણ એક પછી એક દુષ્પ્રભાવ સામે આવવા લાગ્યા. હું તને જણાવું કે તે ભયાવહ હતું. તેમની ત્વચાનો રંગ શ્યામ-કાળો પડવા લાગ્યો હતો. જ્યાં સુધી એવું મહત્ત્વપૂર્ણ ન હોય ત્યાં સુધી આનું વધુ સેવન કરવું નહીં, આ ભગવાન ગોવિંદના શબ્દો હતા."

એકદમ સન્નાટો છવાઈ ગયો. કલ્કિને ગોવિંદનાં ચિત્રો અને પ્રતિમાઓ યાદ આવી જેમાં તેમને ભૂરા કે ઘેરાં રંગમાં બતાવવામાં આવ્યા હતા. તેના ગુરુનું કહેવું હતું કે એવું એટલે થયું હતું કે તેઓ વીરતાથી લડ્યા અને ભૂરો રંગ વીરતાનું પ્રતીક છે, એટલે તેમને આવા રંગથી ચિત્રિત કરવામાં આવે છે. એ બધી વ્યાખ્યાઓ હવે ખોટી લાગવા લાગી હતી.

કલ્કિએ પોતાનું માથું ધુણાવ્યું, "મારા મગજમાં ઘણું બધું ચાલી રહ્યું છે, હું કાલે આવીને તમારી સાથે વાત કરીશ." આટલું કહીને એ ચાલી નીકળ્યો. મનમાં રહેલી બધી જ છબીઓ એક પછી એક સામે આવવા લાગી હતી.

32

રાત્રિએ આખી ઇલાવર્તીમાંથી પુસ્તકો પસંદ કર્યાં. એ તેને પોતાના વડે અથવા સહાયકોની મદદ વડે ઇન્દ્રગઢના પુસ્તકાલયમાં લઈને આવી, જે કીકતપુર રાજ્યનું સૌથી પ્રતિષ્ઠિત નગર કહેવાતું હતું. ઇન્દ્રગઢના ગામમાં ઊછરેલી રાત્રિએ પોતે નક્કી કરેલું હતું કે તે ઇન્દ્રગઢની સંસ્કૃતિનું રક્ષણ કરશે, પણ બધું દિશાહીન થઈ ગયું હતું. ઘણા લોકો હિંસાના રસ્તે વળી ગયા હતા જેને તે કાયમથી ઘૃણા કરતી હતી.

રાત્રિએ ખરેખર એક-એક પગલા લઈને ખૂબ મહેનત કરવાનો નિર્ણય લીધો અને તેમાં પાછીપાની નહોતી કરી. આ તેનું આદર્શ સપનું હતું કે તે પુસ્તકો વચ્ચે જીવે અને શ્વાસ લે, પણ તેનું પણ મૂલ્ય ચૂકવવું પડ્યું. રાજા વેદાંતે આતિથ્ય અને સાંસ્કૃતિક કાર્યક્રમોના આયોજન સંબંધી અધિકાર તેની પાસેથી લઈ લીધા. હવે તે રંગમંચ પ્રદર્શન કે પછી કબીલાવાળાના અન્યાય વિરુદ્ધ ભાષણ કરાવી નહીં શકે. આમ તો એ ક્યારેય કબીલાવાળાઓને માનવોની વચ્ચે સામેલ કરવાની વિરુદ્ધ તો નહોતી. તેઓ માનવો કરતા અલ્પ વિકસિત હતા, પણ એ જ તેની વિરુદ્ધ થઈ ગયા જ્યારે તેની પાસેથી અધિકારપૂર્ણ પદ છીનવી લેવામાં આવ્યું.

“ઓહ, હું અત્યારની ઘટનાઓ પર કોઈ પ્રતિક્રિયા નથી ચાહતો. મને ખબર છે કે તું લોકોનો અવાજ બનવા માગે છે, પણ સરકાર આ બધું સહન નહીં કરે.” આટલું કહીને તેને એકલી મૂકી દેવામાં આવી, “બહેતર એ જ રહેશે તું અમારા ભવનને રાષ્ટ્રીય પુસ્તકાલય બનાવવા પર ધ્યાન રાખે, જ્યારે બધું શાંત પડી જશે ત્યારે હું ફરીથી તારા પદ પર તારી નિમણૂક કરી દઈશ.”

જ્યારે લક્ષ્મી તેની મદદ માટે આવી તેના પહેલાની જ આ વાત

હતી. રાત્રિને લક્ષ્મી જેવી ભાણી પર ગર્વ થતો હતો, જે જ્ઞાન મેળવવા ઇચ્છુક હતી. લક્ષ્મી સુંદર દેખાતી હતી એટલું જ નહીં, તેનો સ્વભાવ પણ સુંદર હતો. એ એવી પ્રેમાળ વ્યક્તિ હતી કે જેવી તો મળવી હવે દુર્લભ થઈ ગઈ હતી. અમુક લોકો તો ભૂલી પણ ચૂક્યા હતા કે ઇમાનદાર હોવું એટલે શું કહેવાય.

રાત્રિએ વેદાંત સાથે બદલો લેવા માટે જ લક્ષ્મીની મદદ કરી હતી. તેણે લક્ષ્મીને શસ્ત્રાગારમાં બચેલાં હથિયાર લઈ જવામાં મદદ કરી જે પહેલા રંગમંચના નાટકનાં પાત્રોને આપવામાં કામ લાગતાં હતાં.

પણ હવે પુસ્તકાલયનું કામ હાથમાં આવ્યા બાદ તેને લક્ષ્મીની વધારે આવશ્યકતા હતી. પુસ્તકાલયમાં તેની નિયુક્તિ અસ્થાયી હતી ને પુસ્તકાલય બેહાલ હતું. પુસ્તકોના ઢગલાઓ પડ્યા હતા તેની ક્રમાનુસાર ગોઠવણી પણ નહોતી. પુસ્તકનું કે લેખકના નામ સાથે શોધવું મુશ્કેલ હતું. તે એના સહાયક યક્ષ, કુમાર સાથે કમર કસીને મેદાનમાં આવી હતી. કુમાર અજીબ બોલી બોલતો હતો જેમાં અડધા શબ્દો તેની પોતાની ભાષાના રહેતા હતા.

જોકે હવે કુમારના બોલવા સિવાય તો આખો માહોલ વધુ શાંત હતો. રાત્રિએ પુસ્તકાલયના પહેલા માળ પર રહેલાં મોટાં અને ચામડાનાં પૂઠાંમાં બંધાયેલાં પુસ્તકો વચ્ચે પોતાના વાળની લટ પાછળ કરતા નીચે જોયું, “કુમાર, ક્યાં છે તું?

“જી, દેવી.” પાછળથી અવાજ આવ્યો.

કુમાર કૂદતો પોતાની તરફ આવતો હતો એ રાત્રિએ જોયું.

“શું થયું કુમાર?”

“કોઈ ખાસ આપને મળવા માટે આવ્યું છે.”

“તેમને કહો કે હું વ્યસ્ત છું. દેખાતું નથી કેટલું કામ છે મારી પાસે. ખરેખર સમય નથી.

“પણ દેવી, એ મહારાજ કળિની બહેન દુરુક્તિ છે.”

“ઓહ, દેવી દુરુક્તિ.”

“જી, જી... એ.” કુમાર તેની બોલીમાં બોલ્યો, “તે તમારી સાથે વાત

કરવા માગે છે.” ને એક મહિલાના તેજ સ્વર આગળ તેનો અવાજ દબાઈ ગયો.

“કુમાર, આ લઈ જઉં છું.”

“ઓહ, રાજકુમારી.” કુમાર આગળ આવી ઘૂંટણિયે બેઠો ને ઝૂક્યો. દુરુક્તિએ તેને ઊઠવા કહ્યું ને તેના સૈનિકોએ બાજુમાં ખસેડ્યો.

રાત્રિએ દુરુક્તિ તરફ જોયું ને વિચાર્યું કે ક્યાંક એણે લક્ષ્મીને હથિયારો આપીને ઉતાવળ કે ભૂલ તો નથી કરીને. લક્ષ્મીએ તેનું શું કર્યું હશે? રાત્રિને ફક્ત એવું કહેવાયું હતું કે તેણે લક્ષ્મી પર વિશ્વાસ રાખવો.

આજે દેવી દુરુક્તિ તેના પુસ્તકાલયમાં હતી. એ એક સુંદર સ્ત્રી હતી અને પોતાની ઉંમરનાં પ્રમાણે ગરિમાપૂર્ણ દેખાતી હતી. તેનામાં એક શાહી ઠસ્સો હતો. રાત્રિને એ વિચિત્ર ન લાગ્યું, કારણ કે તે રાજશી પોશાકમાં હતી. રાત્રિ માટે તો શારીરિક રંગ-રૂપ વગેરે તો ફક્ત સામાજિક આજ્ઞાપત્ર હતું.

“જી! હું તમને શું મદદ કરી શકું?” રાત્રિએ ઔપચારિક વાતો કરવાને બદલે સીધું પૂછ્યું.

“મેં સાંભળ્યું છે કે તું આ નગરની સૌથી સુશિક્ષિત સ્ત્રી છે.” દુરુક્તિએ સૌમ્ય સ્વરમાં પૂછ્યું.

રાત્રિ પ્રભાવિત થઈ. દુરુક્તિએ તેની પ્રશંસા કરી તે ગમ્યું.

“યક્ષિણી કઠિન ભાષા છે.” દુરુક્તિ હજુ ભોંયતળિયે હતી, “મને શીખવામાં સમય લાગ્યો, પણ મેં નક્કી કરેલું હતું મારા ભાઈ સાથે કબીલાવાળા ભેગા થાય તે પહેલાં હું બધી આદિવાસી ભાષા શીખી લઈશ.”

“દેવી, આ તમે ઉત્તમ કાર્ય કર્યું. હું તમારા માટે શું કરી શકું છું? હું વ્યસ્ત છું એટલે જો આપ સીધું કામ જણાવો તો...”

“શું તેં શંભલનું નામ સાંભળ્યું છે?”

“જી.”

હું ત્યાંની તો છું. રાત્રિને થયું.

“મેં સોમ ગુફાઓ વિશે સાંભળ્યું છે. શું એ સાચું છે કે તેમાં કોઈ

દુર્બળ મરણાસન્ન વ્યક્તિની પણ સારવાર કરવાની ક્ષમતા સમાયેલી છે."

"ફૂલ-પત્તા, જી. જો તમારી પાસે કોઈ જડીબુટ્ટી વિશેષજ્ઞ હોય તો એ તેમાંથી રસ કાઢી શકે છે. મને શરદી થઈ હતી તો એનાથી જ ઠીક થયેલી."

"હું ફૂલોની વાત નથી કરતી. હું ગુફાઓની વાત કરું છું."

તેણે ભવાં સંકોચ્યાં, "તમે પણ એ બધા બકવાસ કિસ્સા સાંભળ્યા હશે? દેવી, હું તમારી સાથે વ્યવહારિક રીતે વાત કરવા માંગીશ. હું તો વિજ્ઞાન અને પુસ્તકોની દુનિયાની છું તો આવા પથ્થરો પર વિશ્વાસ નથી કરતી, જે તમને ઊડવાની તાકાત આપે કે રોગોનો ઇલાજ કરી આપે."

"ઊડવાની શક્તિ? આ તો મને નથી ખબર."

"ચાલો, માની લઈએ કે સોમનું સેવન કરવાથી મહામાનવ જેવી શક્તિ આવતી હશે, પણ એ ક્યારેય પ્રમાણિત નથી થયું એટલે હું વિશ્વાસ નથી રાખતી."

"શું ક્યારેય કોઈએ તેનો ઉપયોગ કર્યો છે? જો કર્યો હોય તો તેનો દુષ્પ્રભાવ શો હશે?"

"હાલમાં તો કોઈએ ઉપયોગ નથી કર્યો. ગુફાઓ તો ભૂકંપના કારણે બંધ થઈ ગઈ હતી. કોઈ પ્રવેશ નથી કરી શકતું. ભૂતકાળમાં તેના સેવનના ઉદાહરણ છે, પણ બધા ઇતિહાસનાં પાનાં ઉપરની વાર્તાઓ છે. બધી સાંભળેલી વાતો. કશું સત્ય નથી. કશું સાબિત નથી થઈ શક્યું. મને ખોટી સાબિત કરો તો હું ખુશીથી ફાંસીએ ચડવા તૈયાર છું."

દુરુક્તિના ચહેરા પર તણાવની રેખાઓ અંકિત થઈ. "ઓહ, ફક્ત કિસ્સાઓ જ છે." તે નિરાશ થઈ.

"બસ, કિસ્સાઓ જ છે."

"શું તારી પાસે શંભલનો નકશો છે?"

રાત્રિએ માથું ધુણાવ્યું, "તમે પેલા ખૂણામાં જાઓ. કીકતપુરના બધા નકશાઓ ત્યાં હશે. ઘણા બધા વિસ્તારોના નામ સામેલ નહીં હોય, પણ તમને શંભલની જાણકારી મળી જશે."

દુરુક્તિના ઇશારા વડે સંત્રીએ નકશો કાઢ્યો. જ્યારે દુરુક્તિ ધ્યાનથી

જોઈ રહી હતી ત્યારે રાત્રિ પોતાના કામની વચ્ચે વચ્ચે તેની તરફ નજર નાખી લેતી હતી.

"તમને મળ્યું?"

"જી." દુરુક્તિ બોલી, "શું હું આ નકશો મારી સાથે લઈ જઈ શકું છું?"

"કેમ નહીં." રાત્રિએ ચહેરા પર સ્મિત ફરકાવ્યું, "હજુ અમે સદસ્યતા આપવાનું શરૂ નથી કર્યું, પણ તમે પહેલા ગ્રાહક છો એટલે લઈ જઈ શકો છો. બસ, પાછું આપવાનું ન ભૂલશો. મને પુસ્તક પરત આપવામાં મોડું કરે તે ગમતું નથી."

"ચિંતા ન કરો." દુરુક્તિએ હસીને કહ્યું, "એવું જ કરીશ."

રાત્રિએ તેને હાથ હલાવી વિદાય આપી અને એ તરત પુસ્તકાલય છોડી નીકળી ગઈ. રાત્રિ ઝડપથી નીચે આવી અને કુમારને દરવાજો બંધ કરવાનું કહ્યું. કુમારે એવું કરીને રાત્રિ બેઠી હતી તે મેજ પાસે આવ્યો. રાત્રિ કાગળ પર પીંછા અને શ્યાહી વડે લખી રહી હતી.

"શું થયું, દેવી?"

"કશું નહીં." તે લક્ષ્મીને પત્ર લખતી રહી, "શું આપણી પાસે સંદેશ મોકલવા માટે બાજ છે?"

"જી, હજુય છે."

તેણે પત્રને બંધ કરી સિક્કો લગાવ્યો કે કોઈ તેને ખોલે નહીં, "આને શંભલના ટપાલખાતામાં મોકલી દે."

કુમારે પત્ર જોઈ પૂછ્યું, "શું થયું દેવી?"

રાત્રિએ હોઠ ભીંસ્યા અને બોલી, "મારા પરિવાર પર જોખમ છે."

33

કલ્કિ તેની ઝૂંપડી પાસે પહોંચ્યો. તે હજુય એવી જ હતી. જે કંઈ બધું બન્યું, પરંતુ તેમાં કોઈ ફેરફાર નહોતો. બાલા કોઈ પહેરેદારની જેમ બહાર ઊભો હતો. પીઠ ઉપરના ઘાના સોજાને કારણે તે વાંકો વળેલો હતો, પણ તેના ચહેરા પણ સૌમ્ય સ્મિત હતું. કલ્કિને અંદર પગ મૂકતાં જ પિતાની ગેરહાજરીનો અહેસાસ થયો. તેને થયું કે કાશ, તેમની પાસે તે વધુ સમય વિતાવી શક્યો હોત. તેની અંદર પસ્તાવો જન્મ્યો, પણ તેણે એવી ક્ષણો યાદ કરી જ્યારે તેઓ શાણપણની વાતો કરતા હતા. તેણે માને બધે જ ઠેકાણે શોધી.

તેણે જોયું તો તે પિતાના કપડાંની ગડી વાળીને ઢગલો કરી રહી હતી.

"અરજણ ક્યાં છે? મને લાગ્યું કે તે તમારી સાથે છે?"

"તે હમણાં જ નીકળ્યો છે." માએ તેની સામું જોયા વગર જ જવાબ આપ્યો.

કલ્કિનાં ભવાં ચડ્યાં, એ ક્યાં ગયો હશે? કદાચ માનું ધ્યાન રાખ્યા બાદ ખેતર સંભાળવા ગયો હશે.

"મા, તમે ઠીક છો?"

તેણે ઊંચું જોયું. તે થાકેલી અને દુઃખી લાગી, તેની આંખોનાં પોપચાં સૂજી ગયાં હતાં.

"શું તું ઠીક છે?"

કલ્કિએ જડબું ભીંસ્યું, "હું જાણું છું, આ મૂર્ખતાપૂર્ણ પ્રશ્ન છે."

"ના, બધું બરાબર છે, કલ્કિ. દુઃખ ત્યારે જોરદાર પ્રહાર કરે છે જ્યારે તમે એવું ઇચ્છતા ન હો, પણ તેને પોતાની પર સવાર નહીં થવા દેવાનું." તેમણે હસીને કહ્યું.

"કેમ?"

"કારણ કે તે અસ્થાયી છે."

"મને તેમની બહુ યાદ આવશે."

તે કશું બોલી નહીં. બસ, માથું ધુણાવ્યું.

"તમે એમનાં કપડાં કેમ સમેટો છો?"

"હું આ ભિખારીઓને આપી દઈશ. એ પણ એવું ઇચ્છતા કે નિર્ધનોનું ભલું થાય."

કલ્કિ મનોમન તેના પિતાને યાદ કરી હસ્યો. એ તો એવા જ હતા, "મને દુ:ખ છે કે હું તેમનો જીવ બચાવી ન શક્યો. અગર હું થોડો પણ સહજ હોત તો કદાચ હું બચાવી લેત, પણ હું વધારે..."

"હું જાણું છું કે તે જીવિત નથી, પરંતુ તેનો મતલબ એ નથી કે તે અહીં નથી."

કલ્કિ વિચાર્યા વગર ન રહી શક્યો કે માની વાતમાં કેટલી સચ્ચાઈ હતી.

"તું મનમાં ઓછું ન લાવીશ. જ્યારે તને ઈશ્વરીય શક્તિઓ મળી તો એ જાણતા હતા કે તું એમની રક્ષા નહીં કરી શકે."

માએ વાતો-વાતોમાં ભલે કહી દીધું, પણ એમને ખબર નહોતી કે તેમની વાતોમાં કેટલી સચ્ચાઈ હતી. ભગવાને તો સોમના માધ્યમથી શક્તિ પ્રદાન કરી હતી. જ્યારે મા સામે કલ્કિની આ બધી શક્તિઓ આવી તો એને લાગ્યું કે આ ઈશ્વરીય ભેટ છે. ફક્ત લક્ષ્મી અને તેનાં માતા-પિતા જ આ રહસ્યને જાણતાં હતાં. કલ્કિ અપરાધભાવ અનુભવવા લાગ્યો. તેને લાગ્યું કે કમ-સે-કમ અરજણને તો જણાવી જ દેવું જોઈએ.

"તેણે કેમ નહોતું જણાવ્યું? શું તેને ભય હતો કે તેનો ભાઈ આ સાંભળી શું પ્રતિક્રિયા આપશે?"

પોતાના પિતાને પણ એ બચાવી ન શક્યો. તે એક પળ માટે રોકાયો, "એ સૌથી મહત્ત્વપૂર્ણ વ્યક્તિ હતી જેમની મારે રક્ષા કરવાની હતી."

સુમતિએ માથું હલાવ્યું, "કદાચ સૌના જવાનો એક સમય હોય છે." તે આગળ આવી અને તેના હાથ કસીને પકડી લીધા, "તારે એ વાતો નથી ભૂલવાની જેણે તને મોટા થવામાં અને અસાધારણ થવામાં મદદ

કરી છે. મને લાગે છે કે જ્યારે કંઈક ખરાબ બને છે તો એ ત્રાસદાયક હોય છે, પણ હું તેને અલગ રીતે જોઉં છું. હું સમજુ છું કે ત્રાસદી ખરાબ હોય છે, પરંતુ તે તમને નાયક તરીકે ઉભરવામાં મદદ કરે છે, કારણ કે આ તમને સાહસ અને વાસ્તવિકતા સમજાવે છે. આ એક સાચા રાજાના લક્ષણ છે."

કલ્કિ ભદ્દું હસ્યો, "હું ક્યારેય રાજા નહીં બનું. મને મુગટ પહેરવાથી જ નફરત છે."

"એક મુગટ ક્યારેય કોઈને રાજા નથી બનાવતો."

તેમનું માથું કલ્કિની છાતી પર ઢળ્યું ને તે છાતી પર ગરમ આંસુ અનુભવી શકતો હતો. તે પોતાને પણ રડવાથી રોકી ન શક્યો.

"જો મને રાજા બનવા માટે આ સ્થાન છોડી જવું પડે તો? જો મને તેના નીતિ-નિયમો શીખવા જવું પડ્યું તો?" કલ્કિને કૃપાએ કહેલી વાત યાદ આવી. તેણે કહ્યું હતું કે અવતાર બનવા માટે તેને શંભલનો ત્યાગ કરવો પડશે.

એ કશું ન બોલી.

"શું મારે જવું જોઈએ?"

"કેમ પૂછે છે?"

"શું મારે કારણ આપવાની જરૂર છે?"

તે બાદ થોડી ચુપ્પી છવાઈ ગઈ.

"વિષ્ણુયશે મને કશુંક જણાવ્યું હતું, જે મારે તને જણાવવું છે."

"હા." તેની હૃદય જિજ્ઞાસાથી ઊછળવા લાગ્યું.

"કોઈ પણ વ્યક્તિનું બળ તેને નાયક નથી બનાવતું. તે પોતાની તાકાતનો ઉપયોગ ક્યાં કરે છે એ વાત ઉપર ખાસ આધાર રાખે છે. એક નાયક જન્મ નથી લેતો. તેને બનાવવામાં આવે છે. તે લોકો, યાત્રાઓ અને વધારે પડતા દુઃખમાંથી પસાર થઈને નાયક બને છે. કલ્કિ તું ગમે ત્યાં જઈ શકે છે, પણ એ ન ભૂલતો કે તું ક્યાંનો છું અને તું જે પણ છું તે તને કોણે બનાવ્યો છે, કારણ કે મોટેભાગે જ્યારે આપણે કંઈક બની જઈએ ત્યારે આપણને બનાવવાવાળા લોકોને અને જગ્યાને ભૂલી

જઈએ છીએ. એ ધ્યાન રાખજે કે તારે સદા પ્રેમ અને દયાનો સંદેશ આપવાનો છે, દુનિયામાં એ બંનેનો અભાવ છે."

કલ્કિએ પોતાનાં આંસુ લૂછ્યાં.

"હું દયાળુતાનો પ્રસાર કેવી રીતે કરી શકું છું?"

"પરસ્પર વાતચીત અને આપ-લે દ્વારા." તેમણે કહ્યું, "મ્લેચ્છો પાસે આની જ કમી છે એટલે તેમની પાસે કોઈ નિષ્ઠા રહી નથી. જો આપણે ઘૃણા ફેલાવવાનું બંધ કરી દઈએ તો આપણી દુનિયા વધારે મહાન બનશે."

કલ્કિએ હકારમાં માથું હલાવ્યું, "મા! હું આ વાતનું ધ્યાન રાખીશ. ધન્યવાદ."

અને પછી તે ભેટી પડ્યો.

કલ્કિ ખેતરે પહોંચ્યો. અરજણ તબેલા પાસે ઊભો રહી બચેલી ગાયો જોઈ રહ્યો હતો. તેણે અનાજના ઘણા બધા કોથળા તૈયાર કરીને બળદગાડી પર લાદી નાખ્યા હતા. ખેતર આખું સૂમસામ લાગતું હતું, સૂરજ ઢળવાની તૈયારીમાં હતો અને સાંજ ઢળતાં જ આકાશમાં તારા ટમટમતા દેખાતા હતા.

પણ અરજણ એકલો ઊભો હતો ને બસ એમ જ જોઈ રહ્યો હતો. એ ન તો ફરી રહ્યો હતો કે ન તો કોઈ કામ કરી રહ્યો હતો. આ જોઈને કલ્કિને ચિંતા થઈ. એ તેને દૂરથી જોઈ રહ્યો.

"ખબર નથી કે આપણે આનું શું કરીશું. સમજ નથી પડતી." અરજણે તેની તરફ જોયા વગર કહ્યું. અરજણે વિચારની મુદ્રામાં હોઠ પર આંગળી મૂકેલી હતી. એ મોટેભાગે વિચારતી વખતે આવું જ કરતો.

કલ્કિએ થોડા દાણા શુકોને ખવડાવ્યા જે તેના ખભા પર બેઠેલો હતો. એ તેના ભાઈ પાસે આવ્યો ત્યારે સૂર્ય અસ્ત પામી ચૂક્યો હતો.

"આ જગ્યાની વાત કરે છે?"

"હા." અરજણના ઘા સાંજની ધૂંધળાશમાં પણ દેખાતા હતા. તેની

સાથે થયું તે ભયંકર હતું, પણ હવે તે એ રીતે વર્તતો હતો કે જાણે કશું થયું જ નથી, "હું આ આપી દેવા નથી માગતો."

"તો આપણે ન આપવું જોઈએ."

"બાબા પણ ન રહ્યા ને એમના બધા માણસો પણ માર્યા ગયા." અરજણે સહજભાવે કહ્યું, પણ કલ્કિ જાણતો હતો કે તેની ભીતર ભારે ઊથલપાથલ હતી, "હવે આ બધાનું ધ્યાન કોણ રાખશે?"

"કદાચ આપણે રાખવું જોઈએ."

અરજણે મોં ફેરવ્યું, "મને લાગે છે કે આપણે આ રાખી શકીએ પણ શું ખેતીવાડી અને પશુપાલન તારું સપનું હતું?"

"મોટેભાગે સપનાં પૂરાં નથી થતાં."

"એ લોકો માટે જે મોટાં સપનાં જોવાનું સાહસ નથી કરતાં."

"તું શું બનવાનું સપનું ધરાવે છે?"

"કદાચ પ્રવાસ, ઇતિહાસ શીખવો, કબીલાના લોકોને મળવાનું, દરેક પ્રકારની સંસ્કૃતિને જાણવાનું અને ફક્ત હું તેમને મળવા નથી માગતો કે જેમણે ઇન્દ્રગઢની સંધિ અનુસાર અનુમતિ મળી છે, પણ હું એ લોકોને પણ મળવા માગું છું જે છેવાડાના વિસ્તારોમાં છુપાયેલાં છે." એ એક ક્ષણ રોકાયો, "મેં પશ્ચિમનો ઇતિહાસ પુસ્તકોમાં વાંચ્યો છે કે એક કબીલો એવો છે જે લોકોને વાળનો કોઈ દુર્લભ રોગ થયો છે ને એ લોકો બંદર જેવાં દેખાય છે. તેમને જોવા કોઈ વિસ્મયથી ઓછું નથી. એ વાનરો જેવા દેખાતા હોવાથી તેમને જાતિમાંથી કાઢી મૂકીને જંગલોમાં ફેંકી દેવામાં આવ્યાં છે."

"વાનર નરોને જોવા; એ સાંભળવું પણ કેટલું રોચક લાગે છે." કલ્કિ હસ્યો. અરજણ પણ પોતાના હાસ્યાસ્પદ વિચાર પર હસ્યો.

"તારું શું સપનું છે?"

આ એક એવો પ્રશ્ન હતો જે કલ્કિ ખુદને કરવાનો હતો ને પછી ભૂલી ગયો હતો. તેને એટલું બધું કરવાનું હતું કે તેની પાસે વર્તમાનમાં કોઈ આવેગ, ઇચ્છા કે આશા રહી નહોતી. તે ક્યાંક ખોવાઈ ગયો, પણ આ પ્રશ્નએ તેને વિચારવા માટે વિવશ કર્યો.

હું શું બનવા માગું છું?

"મને ખબર છે, સાંભળવામાં વિચિત્ર લાગશે..." એ તેના વિશે વિચારી દાઢમાં હસ્યો ને બોલ્યો, "હું પ્રસન્ન છું અને સંતુષ્ટ બનવા માગું છું."

"શું તું કોઈ મોટું સપનું નથી જોતો? તું ક્યાંય યાત્રા કરવા નથી માગતો?"

કલ્કિએ ભાઈના ગળે હાથ રાખી કહ્યું, "કદાચ હું એવું કરવા નથી માગતો. કદાચ મોટા હોવું હંમેશાં કામનું નથી હોતું. નાની વાતો પણ પ્રસન્નતા આપી શકે છે જેને આપણે રોજિંદા જીવનમાંથી પામી શકીએ છીએ. કેવી મજેદાર વાત છે કે દુઃખના સમયે તમને એ સારી બાબતોનો અહેસાસ થવા લાગે છે જેને તમે જિંદગીમાં અત્યાર સુધી અવગણતા આવ્યા હો."

"અને એ કઈ હોઈ શકે?"

કલ્કિએ તેનું ગળું પકડ્યું અને વાળ ખેંચવા લાગ્યો, "જેમ કે મારો નાનો મૂર્ખ ભાઈ."

અરજણે એને ધક્કો મારી કહ્યું, "તું મારી સાથે ઊલઝવાની કોશિશ ન કરીશ. આ ઘા લાગ્યા બાદ મારી ભીતર તાકાત આવી ગઈ છે... ઊભો રહે, આ ખભા પર પોપટ કેમ બેસાડી રાખ્યો છે?"

"આ મારો મિત્ર છે."

અરજણ જોર-જોરથી હસવા લાગ્યો અને બે હાથથી પેટ પકડી નીચે પડી ગયો, "શું તું પણ... ખરેખર, તું સાવ મજાનો માણસ છે."

"ચૂપ થા." કલ્કિને ભોંઠા પડવા જેવું લાગ્યું, પણ એ અરજણને જોઈને હસ્યા વગર ન રહી શક્યો.

અરજણ હસતો બંધ થયો, પણ ત્યાં જ પડી રહ્યો. કલ્કિ તેને પોતાની વાત કહેવા જ જતો હતો ત્યાં અસ્ત-વ્યસ્ત લક્ષ્મી આવી પહોંચી. તે જુદાં કપડાંમાં હતી. પરસેવાથી લથપથ તે હાંફી રહી હતી. તેના હાથમાં એક પત્ર હતો. તેને જોઈને બંને ભાઈના ચહેરા પરના ભાવ પલટાઈ ગયા.

"શું થયું?"

"તારી માએ જણાવ્યું કે તમે બંને અહીંયા છો." તે જેમતેમ

પોતાના શ્વાસ કાબૂમાં લાવી. પછી તેણે પરસેવો લૂછ્યો. એના વાળ પણ વિખરાયેલા હતા.

"શું થયું?" અરજણ એક પળ માટે રોકાયો, "શું વાત છે?"

"થયું છે એવું કે રાજકુમારી દુરુક્તિ... આ ગામમાં આવી રહી છે અને એ કોઈ દોસ્તના રૂપમાં નથી આવી રહી." પછી તેણે બંને ભાઈઓને એ પત્ર બતાવ્યો.

34

ગ્રામ પરિષદની સભા બોલાવવામાં આવી હતી. બધા વડીલો-વૃદ્ધ પીપળાની નીચે બેઠા હતા. બાકીના લોકો ઊભા હતા. કલ્કિએ જોયું કે આટલા લોકો તો ક્યારેય કોઈ સભામાં નહોતા આવ્યા. એ તો એવી નીરસ સભામાં ભાગ લેવા બિલકુલ પસંદ ન કરે, પણ સરપંચ દેવદત્તનું કહેવું હતું કે બધાએ આવવું અનિવાર્ય છે, કારણ કે આ જીવન-મરણનો પ્રશ્ન છે.

જ્યારે કલ્કિ દેવદત્તની ઝૂંપડીએ પહોંચ્યો તો તેને ઝડપથી સભા માટે રવાના થતો જોયો. તેને બહુ જ નવાઈ લાગી.

"મારે તમારું કામ છે. કોઈ જરૂરી વાત કરવાની છે." કલ્કિ તેના બંને સાથી અરજણ અને લક્ષ્મી સાથે હતો. એ બંને પણ તેમની પાછળ ઊભાં એટલાં જ સ્તબ્ધ અને કિંકર્તવ્યમૂઢ હતાં.

"છોકરા, આ બધી વાતો પછી પણ થઈ શકે છે. મારે આ સમયે એક મહત્ત્વના પ્રશ્ન માટે વાત કરવાની છે." દેવદત્તે વાત કાપી નાખી.

હવે કલ્કિ ભીડનો એક હિસ્સો બની ઊભો હતો અને અરજણ તેની સાથે હતો. સુમતિ કલ્કિ તરફ ઊભી હતી. તેણે પોતાની સાડીનો છેડો પકડી રાખેલો હતો. કલ્કિએ ભીડમાં ઊભેલાં બીજાં બધાંને જોયા. રોશન મિત્ર તેનાં માતા-પિતા સાથે હતો. લૈલા સર્વેશ તેના જોડિયા ભાઈઓ અગત્સ્ય અને અંધક સાથે હતી. સાગર અને તેની બહેન માયા પણ હતી. તેમાંથી ઘણાં લોકો તેની ઉંમરના હતાં જેમની સાથે કલ્કિ મોટો

થયો હતો. એ બધાં જ લોકો કોઈ મહત્ત્વની ખબર સાંભળવા માટે આતુર ઊભાં હતાં જે તેમની સામે આવવાની હતી.

"હું વિચારું છું કે એવું તો શું હોઈ શકે છે?" અરજણે ધીમેથી પૂછ્યું.

"કબીલાવાળા આપણું ગામ નષ્ટ કરવા આવી રહ્યા છે, લગભગ તેનાથી વધુ મહત્ત્વપૂર્ણ તો નહીં જ હોય."

કલ્કિએ લક્ષ્મી તરફ નજર નાખી, "મને લાગ્યું હતું કે તને શંભલથી નફરત છે. શું કહેતી હતી? ઉજ્જડ ગામ?" એ હસ્યો.

લક્ષ્મીનાં ભવાં ચડી ગયાં અને ચહેરા પર અણગમો આવ્યો, "જોકે મારા કહેવાનો અર્થ એ નહોતો. ભલે ક્યારેક મારું મગજ ખરાબ કરી દે છે, પણ તોય મને શંભલ પ્રત્યે પ્રેમ છે."

"તમે બંને ઝઘડવાનું બંધ કરો, સભા શરૂ થનારી છે."

"શસ્શ. અરજણ." સુમતિએ ધમકાવ્યો.

અરજણ તેની માને હેરાનીથી જોવા લાગ્યો. એ તો કશું બોલી જ નહોતો રહ્યો. કલ્કિ આવા ગંભીર વાતાવરણમાં પણ હસવાનું રોકી ન શક્યો અને લક્ષ્મી પણ આછું હસી પડી.

"હવે તમે કઈ વાતે હસો છો? તારો પોપટ ક્યાં છે?" અરજણનું નાક ફૂલી ગયું હતું.

દેવદત્ત પગથિયાં પર ઊભો હતો અને ભાષણ આપવા લાગ્યો. તેના હાથમાં શાહી મહોર લાગેલું ફરમાન હતું જેને લપેટેલું હતું. "હવે બધાં સાંભળો. બધાને પ્રણામ. આ સંદેશ વાંચીને સંભળાવું તે પહેલાં તમને જણાવવા માંગીશ કે આપણા બધા માટે પાછળના થોડા દિવસો કઠિન ગયા. આપણે સમાજના મહત્ત્વના વ્યક્તિ વિષ્ણુ હરિને ગુમાવ્યા. એ વાત મહત્ત્વની હતી કે બધા લોકો પોતાની સુરક્ષા માટે આગળ આવ્યા. જોકે આપણે વિરોધીઓને જે સજા આપી તેના એ અધિકારી હતા, પણ આપણે વિષ્ણુને બચાવી ન શક્યા. આ આપણા માટે બહુ મોટી ખોટ હતી ને અમે શોકના આ સમયમાં તેમના પરિવાર પ્રતિ સંવેદના પ્રગટ કરીએ છીએ." કલ્કિ અને તેની મા પ્રતિ સન્માન માટે બધા ઝૂક્યા.

કલ્કિએ આવી અપેક્ષા નહોતી રાખી અને તેને એ જોઈને દુ:ખ થયું

કે તેના પિતા પ્રત્યે લોકોમાં કેટલું માન હતું ને તે એ વાતે ચોંક્યો કે કેવી રીતે દેવદત્તે આખા બચાવ અભિયાનનો શ્રેય પોતે લઈ લીધો. ખરેખર તો કલ્કિએ જ આ પગલું ભરવા માટે બધાને પ્રેરિત કર્યા હતા.

"આપણે બધા આપણા એક ભાઈને બચાવવા માટે એક થયાં હતાં અને આજે પણ મેં તમને એવું કરવા માટે જ બોલાવ્યા છે. આ ફરમાન ઇન્દ્રગઢથી આવ્યું છે, આ ઇન્દ્રગઢના સેનાપતિ મહારાજ કળિ તરફથી આવ્યું છે. તેમાં કહેવામાં આવ્યું છે કે આપણે તેમના સ્વાગતની તૈયારી કરવાની છે, પરંતુ તે સાથે આપણે મોટી કિંમત ચૂકવવી પડશે. તેઓ આપણા મંદિરનું ખોદકામ કરવા માગે છે, ભગવાન ઇન્દ્રનું વિશ્રામ સ્થળ, ઇન્દ્રવન."

"ખોદકામ?" આ શબ્દ સાંભળી બધા ચોંકી ઊઠ્યાં.

કલ્કિ જાણતો હતો કે તેનો અર્થ એ હતો કે બુનિયાદી રીતે આખી જગ્યા બરબાદ કરીને ત્યાંથી પોતાના માટે સોમના પથ્થરો લઈ જવાના હશે, પરંતુ બહારના લોકોને સોમના પથ્થરોનું મહત્ત્વ કોણે જણાવ્યું. કલ્કિએ કૃપાની શોધખોળ માટે આમતેમ નજર દોડાવી, તે દેખાયો પણ ખરો. એ હાથમાં સુરાનો પ્યાલો લઈને ખૂણામાં ઊભો હતો, પરંતુ તેના ચહેરા પરની ગંભીરતા વાંચી શકતો હતો.

"જો આપણે તેમનું સમર્થન ના કરીએ તો આપણને વિદ્રોહી માનીને હુમલો કરશે." તેણે એ પત્ર વાંચ્યો. લોકો કબીલાવાળા દ્વારા ગામને નષ્ટ કરવાની કલ્પનાથી જ સહમી ગયાં.

"કોઈ પણ પ્રકારના સમર્થન અને સ્નેહને ઉચિત પુરસ્કાર આપવામાં આવશે."

કોઈએ ભીડમાંથી કહ્યું, "મારી સમજમાં એ નથી આવતું કે આ આપણું મંદિર છે. એ લોકો અહીં કેમ ખોદકામ કરવા આવે છે?"

"કદાચ તે સોમ પથ્થરો લઈ જવા માગે છે."

"શું એ સાચેસાચ હોય છે?" કોઈ બીજાએ મોટેથી પૂછ્યું, "શું કોઈએ તેને ક્યારેય જોયા છે?"

"હા, ઘણા લોકોએ જોયાં છે." દેવદત્તે કહ્યું, "પણ કોઈએ તેને

અડવાનું સાહસ નથી કર્યું, કારણ કે તેને પવિત્ર માનવામાં આવે છે. તેને દૂરથી જોઈને જ પૂજવા જોઈએ, કારણ કે તે ભગવાન ઇન્દ્રની અંતિમ યાદગીરી છે." તેણે એક ક્ષણ વિચાર્યું, "આપણા પૂર્વજોએ જે નિયમ બનાવ્યા તે સ્પષ્ટ જ છે, ગુફાઓને અડનારા લોકોને કઠોર દંડ મળશે. વિષ્ણુયશ તો પણ તેની પત્નીના પ્રેમ અને સલામતી માટે બધા નિયમો તોડી ગુફામાં ગયો જેથી તેને દર્દથી બચાવી શકે. બદકિસ્મતીથી ભૂકંપમાં આપણું મંદિર તબાહ થઈ ગયું, પણ તેના અવશેષો હજુ એ જ સ્થિતિમાં ત્યાં છે. ત્યારે પણ હતા જ."

બધાં ચૂપચાપ સાંભળી રહ્યાં.

"હું અવઢવમાં છું. સમજમાં નથી આવતું કે શું કરીશું. ગામનો મુખિયા હોવાને નાતે આ પરંપરાનું રક્ષણ કરવું એ મારી ફરજ બને છે, પણ એના વિનાશની કિંમત પર?"

કોઈની પાસે કોઈ જવાબ નહોતો. આખા ગામના સમાજને એક કરી રાખનારું સ્થળ નષ્ટ થઈ જશે. કલ્કિ તેનો અર્થ જાણતો હતો. અધર્મનો ઉદય થઈ શકતો હતો, કારણ કે સોમ પથ્થરો આમ સાર્વજનિક થઈ જાય કે દુષ્ટ કબીલાવાળાના હાથમાં આવી જાય તો સાચે જ બધું હાથથી નીકળી જાય. જો આવું થવાનું રોકવામાં સફળ થાય તો બની શકે કે તેને શંભલ છોડવું નહીં પડે અને મામલો અહીં જ પૂરો થઈ જાય. ના અધર્મનો યુગ આવે કે ના અંધકાર યુગ.

કલ્કિએ જોરથી કહ્યું, "હું કંઈક કહેવા માગું છું." સન્નાટો તૂટી ગયો.

કલ્કિ આગળ આવ્યો. એનું જીવન એવું બદલાઈ ગયું હતું કે તે વક્તા થઈ ગયો હતો. એ હવે શ્રોતા નહોતો રહ્યો, "સરપંચજી કહે છે કે, આ આપણી પરંપરા છે ને તેની રક્ષા કરવી જોઈએ એ વાત સાચી જ છે. શંભલ એક નાનકડું ગામ છે, પરંતુ સૌથી વધુ આદરણીય છે, કારણ કે આપણી પરંપરા મહાન છે. આપણે યોદ્ધા નથી, પરંતુ આપણે એવાં લોકો છીએ જે અંત સુધી લડવા તૈયાર છીએ. હું ક્યારેય ખૂણામાં ઊભો રહીને જોઈ ન શકું કે મારા પૂજનસ્થળને એટલે નષ્ટ કરવામાં આવ્યું કે હું ડરથી સામે અવાજ ઉઠાવી નહોતો શકતો. હું

લડવાનું પસંદ કરું. ઘણા બધા લોકો કદાચ ભયભીત પણ થશે, થવું પણ જોઈએ, પરંતુ જો બધામાં એકતા હશે તો સેનાઓને પણ રોકી શકીશું. જો આપણે આપણા સંકલ્પ પર અડગ રહીશું તો મોટામાં મોટો ચમત્કાર પણ થઈ શકે છે."

તે લોકોમાંથી કેટલાકે તૈયારી દર્શાવી, કેટલાક એમ જ ઊભાં રહ્યાં.

"આપણે તેમને હથિયારો સિવાય કેવી રીતે રોકી શકીએ?" મિત્ર રોશને પૂછ્યું. તેનાં માતા-પિતા તેને સવાલ કરતો જોઈ દંગ થયાં, કારણ કે તેમને એવું હતું કે તે કલ્કિની આગળ નહીં બોલી શકે.

કલ્કિ પાસે પણ ઉચિત તર્ક નહોતો. તેણે લક્ષ્મી સામું જોયું ને તેણે પણ શરમિંદા થઈને માથું ઝૂકાવી દીધું.

"આપણી પાસે થોડાં હથિયાર તો છે."

"એ મ્લેચ્છો માટે પર્યાપ્ત હતાં." લૈલા સર્વેશે વચ્ચે ટોક્યા. એ મજબૂત શરીરની મહિલા હતી ને તે એના ભાઈઓ જેવી નહોતી, "પરંતુ શહેરથી આવનારી સેનાની સામે એ હથિયાર ઓછાં પડે."

"હું કંઈ બોલી શકું?" ત્યારે જ ભીડમાંથી એક તીણો અવાજ આવ્યો.

કલ્કિએ કૃપાને જોઈ પોતાની નજર ઝૂકાવી દીધી, "હે યુવતી! જો આપણે ઇચ્છીએ તો પોતાનાં હથિયાર જાતે બનાવી શકીએ છીએ. આપણે એવા જંગલની વચ્ચે રહીએ છીએ જેમાં અનેક પ્રકારનાં વૃક્ષો મળી આવે છે."

"તું કોણ છે?" લૈલાના ભાઈ અગત્સયે પ્રશ્ન કર્યો.

"મને કૃપા કહો, બરાબર?"

કલ્કિએ સ્મિત આપ્યું. કૃપા આચાર્ય પોતાના બચાવમાં આગળ આવી ગયા હતા.

"પરંતુ શંભલવાસી યોદ્ધા નથી, પુત્ર." ગામના એક વૃદ્ધે કહ્યું. દેવદત્ત તેની સાથે સહમત લાગ્યો, પણ એ મૌન રહ્યો, "આપણે તો શાંતિ સ્થાપના કરનારા છીએ. અમારા પૂર્વજો આવું જ કરતા આવ્યા છે ને પછીની પેઢીઓ પણ એવું જ કરશે."

"ઇમાનદારીથી કહું તો આપણે શાંતિ સ્થાપનાના સમયમાં નથી જીવી

રહ્યાં." કલ્કિની આંખોમાં જાણે અંગારા હતા, તેના શબ્દો વિષની જેમ ટપકતા હતા. તે એ સૌને નિશાન બનાવતો હતો જે આવી પરિસ્થિતિની હકીકતથી મોં સંતાડીને ભાગતાં હતાં, "આપણા પૂર્વજોએ જે કર્યું તે વાતથી બહુ વધારે ફેર નથી પડવાનો, પરંતુ આપણે જે કરીશું તે ઇતિહાસ લખશે." તેણે કૃપાની સામું જોયું, "આપ જે પણ કહો, પરંતુ આ લોકો પાસે કમ-સે-કમ એક તરકીબ તો છે. આપણને કાયર નહીં, પણ નવી રાહ ચીંધનાર નાયક જોઈએ." તેણે દેવદત્ત સામું જોયું.

ને પછી કલ્કિએ વડીલોને બોલવાનો મોકો આપ્યા વગર જ પોતાની રીતે એક પગલું ભર્યું, "ખબર નથી કે ગામના વડીલ-વૃદ્ધ શું કરવાની યોજના બનાવે છે, પણ હું મારા મિત્રોની મદદથી આવું જ કરવા જઈ રહ્યો છું ને અમે તૈયાર છીએ. હું મારા આદરણીય વૃદ્ધોને આગ્રહ કરું છું કે આ રાજકીય આદેશ ફાડી નાખે, તેમને જણાવી દો કે અમે વિદ્રોહી છીએ, તેમને આવવા દો. જે લોકો મને સાથ આપવા માગે છે તે બપોરે મારે ત્યાં વ્યવસ્થાવિષયક ચર્ચા માટે આમંત્રિત છે. અમે બતાવી દઈશું કે અમારું ગામ એવું નથી કે કોઈ પણ આવીને સતાવી જાય."

આટલું કહીને તે નીચે ઊતર્યો. પાછળથી આવતા તાળીઓના અવાજ તેને સંભળાઈ રહ્યા હતા.

35

વાસુકિ પોતાના કિલ્લામાં તેની બહેનની પ્રતીક્ષા કરી રહ્યો હતો. કામ ખતમ થવા આવ્યું હતું ને તેનો ઓરડો તૈયાર થઈ ગયો હતો. લગભગ પચાસ જેટલા નાગ-સૈનિકોનો ત્યાં પહેરો હતો, જે દિવસ-રાતની પાળીમાં પહેરો ભરતા હતા. તેણે જાતે નક્કી કર્યું હતું કે કોઈ પણ ભોગે તે કામથી વિમુખ નહીં થાય ને જે કોઈ લાપરવાહી કરશે તેને પહેરેદારની નોકરીથી કાઢી મૂકવામાં આવશે. ઉલુપીને સેનાપતિનું પદ આપવામાં આવ્યું હતું. તેને રસ્તાઓની દેખરેખ સિવાય એ કામ પણ સોંપવામાં આવ્યું હતું કે તે તક્ષકને મારનારા માણસને શોધે. તક્ષકના ઘાની તપાસ બાદ ખબર પડી હતી કે તેને એક નાગની કટારથી મારવામાં આવ્યો હતો જે તેના પાતળી અને વળી ગયેલી કિનારોથી ઓળખાતી હતી.

એ જાણતો હતો કે તે કુબેરનું કામ હતું. કુબેર પહેલેથી જ વાસુકિની ઈર્ષ્યા કરતો હતો જ્યારથી તેની નજર મણિ પર પડી હતી. નાગ દક્ષિણી લોકોમાં લોકપ્રિય હતા. ફક્ત એ લોકો જ તેમની સ્વચ્છતા માટે અને મધ્યમ-સ્તરીય શાહી દરજ્જા માટે સન્માનીય હતા.

આ બધું આગળ જતાં બદલાઈ ગયું, જ્યારે કુબેરે એ અણમોલ મણિ ચોરવાનો નિર્ણય કર્યો જે એની શક્તિનું પ્રતીક હતું. તેને નાગમણિ કહેવાતો હતો, જે શેષનાગની પૂજા કરતાં હતાં અને ભગવાન વિષ્ણુની શૈયા હતી. એ જ તેમના સંરક્ષક દેવ હતા. તેને જ નાગ લોકો સર્વોચ્ચ દેવતા માનતા હતા. તેઓએ વાસુકિના નગર નાગપુરીમાં વિશાળ મંદિર પણ બનાવ્યું હતું જેમાં તાંબા અને કાંસાની વિશાળ પ્રતિમા સ્થાપિત હતી. તેના માથા પર જ એ અણમોલ મણિ જડ્યો હતો જે ચોરવામાં આવ્યો. જોઈને ખ્યાલ આવ્યો કે તે કોઈ યક્ષે જ ચોર્યો છે, કારણ કે ત્યાં મળેલા પગલાંનાં નિશાન કુબેર જેવાં જ હતાં.

વાસુકિ અને તક્ષકે મળીને યક્ષોની નગરી અલકાપુર પર હુમલો કરી દીધો. તે રેતીની ટેકરીઓ વચ્ચે આવેલી પવિત્ર ભૂમિ હતી. વાસુકિ હારી ગયો, પણ પછીથી કળિ સાથે કબીલાવાળા વચ્ચે સમજૂતી થઈ ત્યારે વાસુકિએ એક શરત પર તેની સેના અને સંસાધન આપવાનો વાયદો કર્યો કે કુબેર તેનો મણિ પરત કરે. કુબેરે કમને તે સ્વીકાર્યું, કારણ કે કળિએ તેને મોટી યોજના બતાવીને લોભાવ્યો હતો.

આ બધો ઇતિહાસ હતો. કુબેર સાથે ફક્ત લડાઈ ને ઝઘડો હતો. પ્રેમ નહીં, માત્ર ઘૃણા જ ઘૃણા હતી. વાસુકિએ સમજૂતીનો સ્વીકાર કર્યો, પણ કુબેર સાથે કામ કરવામાં હજુય શંકા હતી. કળિએ તેને વચન આપ્યું હતું કે બધા સાથે એકસમાન વર્તાવ થશે અને કોઈ અડચણ નહીં આવે, પણ હવે આ બધું સાંભળેલી વાર્તાઓ જેવું લાગતું હતું. હવે તે નાગપુરીથી બહુ દૂર હતો. તે જવા માગતો હતો, પણ જઈ નહોતો શકતો. તેને તેનાં લોકો જ કાયર કહેતાં. તે પોતાના હિસાબે હજુ પણ કાયર જ હતો પણ વાતાવરણમાં કટુતા હતી.

તેણે મનસાને શહેરમાં લાવવા માટે ઘણા બધા સૈનિકો મોકલ્યા હતા જેથી કોઈ વિઘ્ન વગર એ કિલ્લા સુધી આવી શકે. તેણે એ પણ ધ્યાન રાખ્યું હતું કે કોઈને ખબર ન પડે કે કોઈ નાગ હસ્તીનું આગમન થઈ રહ્યું છે. કિલ્લાના લોખંડી દરવાજાનાં દોરડાં હટાવીને પૂરી રીતે ખુલ્લા રખાયા હતા. તે ઘોડેસવાર અને પાયદળ સૈનિકોની ટુકડી વચ્ચે ત્રણ ઘોડાવાળા રથ પર સવાર પોતાની બહેનને આવતી જોઈ શકતો હતો. તે પોતે કિલ્લાની છત ઉપરથી આ બધું જોઈ શકતો હતો. તે ઝડપથી નીચે આવ્યો, અંગરક્ષકો પણ તેની પાછળ હતા. કિલ્લામાં કામ કરનારા શ્રમિકો જન્મથી જ નાગ હતા. એ બીજી કોઈ જાતિના કર્મચારીઓ રાખીને કોઈ પણ પ્રકારનો ખતરો લેવા માગતો ન હતો, કારણ કે તેણે તેના પિતાની હત્યા થતી જોઈ હતી.

પિતાના મૃત્યુનો વિચાર આવતાં જ તેની ચાલ ધીમી પડી ગઈ અને જાત સંભાળવી પડી. તે મુખ્ય કક્ષ તરફ આગળ વધ્યો, જ્યાં ચારે તરફથી પાણીનો છંટકાવ થતો હતો. સૈનિકોના કવચ પર નાગનું ચિહ્ન

અંકિત હતું અને તેમની તલવારોની મૂઠ પર શેષના મસ્તકનું પ્રતીક હતું.

મનસા રથથી નીચે ઊતરી. તેનો એક હાથ બીજા કરતાં નાનો હતો. વાસુકિએ એ તરફ ધ્યાન કરવાનું છોડી દીધું હતું. તે આ અપંગ હાથ સાથે જન્મી હતી જેની લોકો મજાક કરતા હતા ને વાસુકિને તેની બહુ ખીજ ચડતી હતી? એમાં ઉપહાસ કરવા જેવી વાત શું હતી. તેનો એમાં દોષ પણ શું હતો? જો કે હવે તેની કોઈ પરવા નહોતી. તેનો એ હાથ એમ જ ઝૂલી રહ્યો હતો જે જાંબલી રેશમી વસ્ત્રથી ઢંકાયેલો હતો. તેની આંખો તેના ભાઈની જેમ ભૂરી હતી. તે વાસુકિને ભેટી ને પોતાના લોહીને મળતાં જ તેનામાં જાન આવી. મનસા નગરમાં તેની સાથે હતી તે તેને સારું લાગ્યું.

"આવવા માટે ધન્યવાદ."

"આભાર." મનસાએ અન્ય નાગ સ્ત્રીઓની જેમ ભારે અવાજમાં કહ્યું, "તું તારા માણસોને સારી રીતે ગણવેશ પહેરવાનું કેમ નથી કહેતો? એનો પટ્ટો ઢીલો છે, પોશાક ફાટેલો છે ને પગમાં પહેરેલાં જૂતાં પણ ફાટેલાં છે. આવા દિદાર સાથે તો એ જંગમાં એક કલાક પણ નહીં ટકી શકે."

વાસુકિએ તેનાથી મોટી અને સખત મનસાને જોઈ. તે તેનાથી ઘણી લાંબી હતી ને પૂરા રોબથી ભાઈને તતડાવી રહી હતી, "શાંત થા, મારી પ્યારી બહેન." વાસુકિએ થપથપાવી, પછી એક હાથે તેનું કાંડું પકડી પોતાની સાથે અંદર લઈ ગયો.

તે હંમેશાં રંગો, બનાવટ, વસ્ત્રો, જૂની વનસ્પતિઓ ને ઝાડીઓને પસંદ કરતી હતી. તેને ગુપ્તચરી વિદ્યાનું પૂરું જ્ઞાન હતું. તેને ખબર હતી કે લાંબા સમય સુધી જંગમાં ટકવા માટે શું શું જરૂરી હોય છે. પહેરણની લંબાઈથી ખબર પડે કે કોઈ માણસ જંગમાં કેટલો સમય જીવિત રહેશે. જેમ તેના ઘૂંટણ પર બાંધવામાં આવતી પટ્ટી અને તલવારની બનાવટનું મહત્ત્વ હોય છે.

એ સફેદ દીવાલોવાળા પોતાના કક્ષમાં આવ્યાં જ્યાં એક લાંબા મેજ પર કાંસાની પ્લેટ, પ્યાલા ને જગ પડેલાં હતાં. તેણે પોતાના માટે પ્યાલામાં મદિરા લીધી અને એ મદિરા મનસાને પણ આપી. તેને સૌથી

વધુ જરૂર એની હતી. એ ખુરશીમાં જઈને બેઠો.

"શું થયું, તેં લખ્યું હતું કે તું દ્રોહીઓની વચ્ચે છું?"

"હા, એવું જ છે. મને મારી આસપાસ કોઈ ભરોસાપાત્ર માણસ જોઈએ છે."

"મારા પ્યારા ભાઈ, હું આવી ગઈ છું. તારી મોટી બહેન એ દરેક જગ્યાએ હાજર હશે જ્યાં તને જરૂરત હશે."

વાસુકિએ ઊંડો શ્વાસ લીધો. તેના પ્યાલામાંથી ઘૂંટ લેતા પ્યાલાની કિનારીએ હોઠ અડાડ્યા. તેણે કેવી રીતે વેદાંતની જાસૂસી માટે તક્ષકને મોકલ્યો હતો એ વિશેની વાત કરી.

"મારા વહાલા, ક્યારેય તક્ષક જેવી જાડી બુદ્ધિના લોકોને જાસૂસી માટે ન મોકલાય. તેને જાસૂસીનું કોઈ જ્ઞાન નહોતું. તેને એમ હતું કે લોકોને મારી-મચડીને વાત કઢાવવી એને જાસૂસી કહેવાય છે. ખરેખર તો જાસૂસી પણ એક અલગ કળા જ છે. તમે શું બોલો છે, શું પહેરો છો, કેવી રીતે લોકો આગળ રજૂ થાઓ છો એ બધું જ બહુ મહત્ત્વનું હોય છે."

"હું જાણું છું. હું જ મૂર્ખ હતો."

"હવે બધું બરાબર છે." તેણે પોતાના મનપસંદ ચાર શબ્દ કાઢ્યા જેને વાસુકિ આજીવન અસંખ્ય વાર સાંભળવાનું કષ્ટ કરી ચૂક્યો હતો, "હવે આપણે તારા શત્રુઓને હરાવવા માટે નવી યોજના ઘડવી પડે, પણ એ માટે પહેલાં આપણે તેમને ઓળખી કાઢવા પડશે."

"હું એમાંથી બેને જાણું છું."

"સરસ ને પેલા સુંદર ને બીમાર કળિ માટે શું અભિપ્રાય છે?"

"અરે હા, હકીકતમાં તો અત્યારે એ રમતની બહાર જ સમજો. પોતાના કામ પણ એ સારી રીતે નથી કરી શકતો." વાસુકિએ મોંમાં વધેલી શરાબ થૂંકતાં ઉપહાસ કર્યો.

"હમ્મ." મનસા થોડી ચોક્કસ લાગી, "એ તેની બહેન સાથે મળીને એકદમ મજબૂત લાગે છે. પ્રિય, મને એ વાત હેરાન કરે છે કે એ બંને એટલાં સક્ષમ નથી."

"એ દુર્બળ અને ભ્રમનો રોગી થઈ ગયો છે." વાસુકિએ શરાબનો પોતાનો પ્યાલો લાકડાના મેજ પર પટક્યો, "મને યાદ છે, કાલની તો વાત લાગે છે, આપણે માંડ પોતાને પોતાના માણસોની પકડથી છોડાવવામાં સફળ થયા, જે પોતાના માલિકોને દગો કરી રહ્યા હતા."

"અને આપણે કેવી રીતે તેમને હરાવ્યા, વહાલા, યાદ છે મને બધું." મનસા હસી, "કબીલાઓમાં ગૃહયુદ્ધ થતાં રહે છે. તારે પરેશાન ન થવાય. જે પણ હોય બધા પોતાના અંગત જીવનમાં અસભ્ય જ હોય છે."

"આપણે અહીં પણ જીતીશું." વાસુકિ ઊભો થયો ને તેનું પહેરણ ધીરે ધીરે ધરતી પર પ્રસરવા માંડ્યું. રાજા બનવાના હિસાબે તો એ એક સંપૂર્ણ વ્યક્તિ હતો. જ્યાં બીજા લોકોના ચહેરા પર ઘા જોવા મળતા હતા, તેનો ચહેરો સાફ હતો, કારણ કે તે ક્યારેય મોરચા પર લડ્યો જ નથી. બસ, એક જ વાર એવું થયું હતું કે તેમના પર ઇન્દ્રગઢની બહાર હુમલો થયો અને કળિએ તેને આશ્ચર્યજનક રીતે રોક્યો હતો.

"પહેલા માણસો શાણા હતા, પણ હવે તો ગરીબ માણસો પણ સુવર જેવા થઈ ગયા છે. શું તારી પાસે કોઈ ગુપ્તચર દળ છે?"

"ધીરજ રાખ, મારા ભાઈ." એ આગળ આવી ને તેના ઝભ્ભાને ધીમેથી બીજી તરફ પલટાવ્યો જેથી સોનેરી પટ્ટાવાળું કપડું સારી રીતે દેખાય. એક રાજાએ તેનાં કપડાં સાવધાનીપૂર્વક પહેરવાં જોઈએ.

વાસુકિ સંમત થયો ને પોતાના હોઠ ભીંસ્યા, "હું જાણું છું. માફ કરજે. તેં મને એટલું શીખવાડ્યું છે કે એક જ ભૂલનું પુનરાવર્તન ન થવું જોઈએ."

"ખરેખર મારા હિસાબે કોઈ હત્યારો હોય તો એ બહુ જ સ્ફૂર્તિવાળો હોવો જોઈએ જેથી કોઈની નજર ન પડે. કોઈ એવું જે આપણા જ શત્રુઓ સાથે મળીને તેમને તેમના સિંહાસન પરથી ઉતારી દે અને તેને ખબર પણ ન પડે." મનસાએ પોતાનું ખૂંખાર હાસ્ય કર્યું, "ને આપણે ભાગ્ય અને ધીરજની મદદથી આપણા માટે એવો જાસૂસ શોધી કાઢીશું. શેષ પ્રભુ અમને માર્ગદર્શન આપો."

વાસુકિએ સહમતી દર્શાવી, “જેવું તને ઠીક લાગે, પણ કળિનું શું કરવાનું છે?”

તે કશું ન બોલી, પણ વાસુકિને જોતી રહી, “જો એણે વચન આપ્યું કે કબીલાઓ વચ્ચે શાંતિ સ્થાપિત કરશે તો આપણી સાથે હતો. હકીકતમાં તો ભાઈ, ક્યાંય કોઈ શાંતિ સ્થાપિત થઈ નથી.” તેના હોઠ પર દુષ્ટતાસભર હાસ્ય રમ્યું, “તો એ આપણા શું કામનો રહ્યો?”

36

તેઓ રાહ જોઈ રહ્યાં હતાં.

કલ્કિ તેના ઘરની બહાર બેઠા-બેઠા બેચેની સાથે ઝોકું ખાઈ રહ્યો હતો. એ થાકેલો હતો. અરજણ એ ઝાડ પર ટેકો લઈને બેઠો હતો જેના છાંયડાના ચંદરવામાં તેમની ઝૂંપડી હતી. એ સિક્કાને હવામાં ઉછાળી ચિત્ત કે પટ એમ કમને રમી રહ્યો હતો. લક્ષ્મી પુસ્તક વાંચી રહી હતી. અરજણ તેમાં નજર કરવા ગયો. બાલા તેની ગદા સાફ કરવામાં મગ્ન હતો.

સુમતિએ કલ્કિને ખખડાવ્યો કે તેણે ગામના વડીલ-વૃદ્ધ સાથે આદર-માનથી વર્તવું જોઈએ. તેણે દરેક વખતે સભામાં ઘૂસવાની જરૂર નથી. એકવાર બધાને મનાવી લીધા તો એનો અર્થ એ નથી કે દર વખતે ટાંગ અડાડવી પડે. કલ્કિ મનોમન એક સંમોહનમાં હતો કે એ નહીં પણ આ યુગનો અવતાર આ બધું કરી રહ્યો છે. શું ભગવાન ગોવિંદે સ્વયં તેને આ બધું કરવાની પરવાનગી આપી? પણ એ તો એવી વ્યક્તિ હતી જેમને દહીં-માખણ ભાવતાં હતાં જે ચોરીને ખાતા હતા. તેમની અંદર કમી અને દોષ હતાં જેમ કલ્કિમાં છે, એનો બોલકો સ્વભાવ જ એની સૌથી મોટી કમી હતી, જે મોટેભાગે તેને પોતાની આસપાસના વાતાવરણને ભૂલવા વિવશ કરી દેતી હતી.

શુકો તેના ખભા પર બેઠો હતો ને એણે એને રોટીનો ટુકડો ખવડાવ્યો. થોડીવાર પછી જ્યાં શુકોનું પેટ ભરાઈ ગયું તો કલ્કિને અહેસાસ થયો કે કૃપા હજુ સુધી આવ્યો નહીં. તેમણે પ્રાકૃતિક જંગલી સંસાધનોથી હથિયાર બનાવવાની વાત કરી હતી ને એ ખુદ ગાયબ હતા. એ એક આચાર્ય હતા અને સમયની ચોકસાઈ ન રાખવાનું તેમને શોભતું નહોતું.

એક મ્લેચ્છની કથા કહી શકાય કે જે મહાયુદ્ધ સમયથી હતો. એ

એક મહાન ધનુર્ધર બનવા માગતો હતો અને તેની પાસે તેવું કરવાની ક્ષમતા પણ હતી. આદરણીય આચાર્યને લાગ્યું કે તે એ સમયના નાયક માટે ખતરો બની શકે તેમ છે એટલે તેમણે મ્લેચ્છ પાસે ગુરુદક્ષિણામાં અંગૂઠો માંગી લીધો. અંગૂઠા વગર મ્લેચ્છ ધનુષ્ય ચલાવવામાં અક્ષમ થઈ ગયો અને ધનુર્વિદ્યા વિશેના પ્રેમનું મોઘું મૂલ્ય ચૂકવવું પડ્યું. કલ્કિ જાણતો હતો કે આચાર્ય પણ કુલીન અને ઇમાનદાર લોકોમાંના નથી, ભલે તે કુલીનો સાથે હતા. ખરેખર આ સંસારમાં કંઈ જ સારું યા ખોટું જેવું રહ્યું નથી. ફક્ત લોકો અને તેમની પસંદગી જ તેમને ભયંકર વિનાશકારી પરિણામો તરફ લઈ જાય છે. આ ઉચિત પ્રસંગ હતો જે કલ્કિને ગુરુકુળના સમયથી યાદ હતો. હવે તેય વિચારવા લાગ્યો કે કૃપા પણ સારો માણસ છે કે નહીં, પહેલાની તેની સદ્‌ભાવના તેનાં કાર્યો સાથે મેળ નથી ખાતી.

કલ્કિને એ વાત પર પણ થોડી શંકા હતી કે તે એના સાથી અને ભાણાનું નામ કેમ જણાવવા નથી માગતો. તેણે વિચાર્યું કે તે માટે ઉચિત સમય નહીં આવ્યો હોય અને જ્યારે એ સાચા અર્થમાં સત્યનિષ્ઠાના પક્ષે અગ્રેસર થશે તો તેને પ્રશ્નોના ઉત્તર મળી જશે.

"મને નથી લાગતું કે કોઈ આવવાનું છે, ભાઈ." અરજણ થોડી મજાક સાથે બોલ્યો, "કદાચ તારું ભાષણ એટલું જોરદાર નહીં રહ્યું હોય. શું તારા પર કોઈ અસર થઈ?" તેણે બાલાને બૂમ પાડી પૂછ્યું.

બાલા તેની ગદા સાફ કરવામાં મગ્ન હતો, "હેં...હમ્મ...ઓહ."

કલ્કિએ નિરાશાથી માથું હલાવ્યું, "હું ચિંતિત છું કે મારા પોતાના જ મારા નિર્ણય પર વિશ્વાસ નથી રાખતા." તે ખાંસ્યો જેથી લક્ષ્મી પુસ્તકમાંથી માથું ઊંચું કરી જવાબ આપે, પણ એ ચૂપચાપ પાનાં ફેરવતી રહી, "સરસ, આવું પ્રોત્સાહન આપવા બદલ આભાર."

એ ત્યારે પણ કંઈ ન બોલી.

"મને નથી લાગતું કે તે સાંભળી રહી છે."

લક્ષ્મીએ માથું ઊંચું કર્યા વગર કહ્યું, "સાંભળી રહી છું. બસ, કોઈ જવાબ આપવા નથી માગતી."

"ઓહ, મારું મન ખુશ થઈ ગયું. આપ સૌનો ઘણો આભાર." કલ્કિ વ્યંગ્યમાં બોલ્યો ને માથું હલાવીને વન તરફ નજર કરી.

ત્યારે જ એક વ્યક્તિને પોતાની તરફ આવતી જોઈ. એ ખૂબ લાંબી નહોતી, શરીરનું બંધારણ સામાન્ય કદકાઠી જેવું હતું. રોશન મિત્ર આળસી ચાલે તેની તરફ આવી રહ્યો હતો. જેને બધાં કમજોર સમજીને હસી કાઢતાં હતાં તેને કલ્કિએ પિતાના ખેતરમાં પાક કાપણીના સમયે અનાજની બોરીઓ ચઢાવતો-ઉતારતો જોયો હતો. એ દૂબળા માણસમાં અજબ તાકાત હતી.

"શું મારે...મારે આ જગ્યાએ સેવા આપવાની છે?"

"ઓહ...હા...અહીં જ." કલ્કિ તરત ઊભો થયો, "તું અમને શું મદદ કરી શકીશ?"

"હું હથિયાર બનાવવામાં મદદ કરી શકીશ."

"શું તને ખબર છે કે હથિયાર કેવી રીતે બને છે?"

રોશને ડોકું ધુણાવ્યું, "કોઈએ શીખવાડવું પડશે, પણ મને શીખવામાં વાર નહીં લાગે."

"ઓહ, આ તો...આ તો ઘણી સારી વાત છે." કલ્કિ તેના મિત્રો તરફ ફર્યો, જે પોતાનું હસવું રોકવાની કોશિશ કરતા હતા, "ને તું લડવાનો નથી?"

"ના, માએ કહ્યું છે કે એવું કંઈ જ ન કરવું જેમાં જીવ જોખમમાં હોય."

"સારું." કલ્કિએ સ્મિત આપ્યું, "રોશન અમને સાથ આપવા બદલ આભાર."

"ઊભા રહો!!" એક અવાજ સંભળાયો.

કલ્કિ ફર્યો તો એ સાથે બીજા બધાં માથાં એ તરફ ફર્યાં. લૈલા તેના બે ભાઈઓ, સાગર, માયા અને અન્ય દસેક મિત્રો સાથે આવી રહી હતી, પણ એ દસ નહોતા, જ્યાં સુધી કલ્કિએ જોયું તો સેંકડોની સંખ્યામાં હતાં. એ મોટી-મોટી ટુકડીઓમાં અને પરસ્પર વાતો કરી રહ્યાં હતાં કે આ રીતે પંચાયતી નિર્ણયની વિરુદ્ધ જઈને કબીલાવાળા

જોડે લડવાનો અવસર મળશે, જે તેમના મંદિરમાં ખોદકામ કરીને નષ્ટ કરવા માગે છે.

લક્ષ્મીએ પુસ્તક બંધ કર્યું. બાલા ટટ્ટાર થયો. અરજણ હવે સિક્કો નહોતો રમતો.

"આશા રાખું છું કે આટલાં લોકો પૂરતાં હશે કલ્કિ." લૈલાએ દબાયેલા અવાજમાં હસીને કહ્યું. તેના વાળ ઘેરા કાળા, પાંપણો વાંકી અને પાતળો ચહેરો હતો. તેના ભાઈ તેના જેવા નહોતા, પણ લાંબા ને મજબૂત હતા, કલ્કિને આવા લોકોની જ જરૂર હતી.

"આ તો જરૂરિયાત કરતાં વધારે છે, આવવા માટે ઘણો-ઘણો ધન્યવાદ." કલ્કિએ પોતાની નજર ઝૂકાવી આવનારાં પ્રત્યે સન્માન પ્રગટ કર્યું, "પરંતુ તમને બધાંને આવવા માટે કોણે મનાવ્યા?" તેણે લૈલાને પૂછ્યું.

"મેં? મેં તો કશું જ નથી કર્યું. હું તો મારા ભાઈઓ સાથે આવી રહી હતી, ત્યારે મેં આ બધાંને આ તરફ આવતાં જોયાં. એ બધાં આ તરફ આવી રહ્યાં હતાં."

"આ લોકોને ભેગાં કોણે કર્યાં?"

લૈલાએ અચાનક અંગૂઠાથી પાછળની બાજુ ઇશારો કર્યો ને ભીડની વચ્ચે એક જાણીતો ચહેરો સામે આવ્યો. સફેદ કપડાં પહેરેલા દેવદત્તે કલ્કિ સામું ઔદાર્યસભર સ્મિત આપ્યું. કલ્કિએ તેમની સામું જોઈ ગરદન હલાવી.

"સરપંચજી." તેણે આવું તો વિચાર્યું જ નહોતું કે જેને કાયર માનતો આવ્યો હતો એ વ્યક્તિ જ કલ્કિ માટે લોકોને ભેગા કરશે, "મને લાગ્યું હતું કે તમને મારા પર ભરોસો નથી."

દેવદત્તે ઊંડો શ્વાસ લીધો, "ખબર નથી કે કોની પર વિશ્વાસ કરવો કે ન કરવો, પણ એક વાત જાણું છું. જો કબીલાવાળાને મંદિર પર હુમલો કરવા દીધો તો આજીવન પસ્તાવો થશે. હું ક્યારેય કોઈ વાતે પસ્તાવો નથી કરતો, આશા રાખું છું કે આપણે હવે પણ સફળ જ રહીશું."

કલ્કિ અરજણ સાથે મળીને હસ્યો અને તેણે ભાઈની પીઠ થપથપાવી. લક્ષ્મીએ તેનો હાથ પકડી લીધો. તેમની હથેળીઓ પરસ્પર ટકરાઈ અને

તેની અંદર એ જ વીજળી દોડવા લાગી જેવી બાબાના અંત્યેષ્ઠિના દિવસે થયું હતું, જ્યારે એ બંને એકબીજાને ચૂમવાની તૈયારીમાં હતાં. કલ્કિએ સુમતિની સામું પણ જોયું જે હોબાળાના અવાજ સાંભળી બહાર દોડી આવી હતી. અનેક લોકોએ તેમને અભિવાદન કર્યું. એ ચૂપ હતી, પરંતુ ચહેરા પર પ્રસન્નતા અને વિસ્મયના ભાવ હતા.

દેવદત્તે શાહી ફરમાન કાઢ્યું અને કલ્કિ પાસે જઈને ફાડીને હવામાં ઉછાળ્યું. આ પૂરી સભાને જણાવવાની રીત હતી કે તેણે શું નિર્ણય લીધો છે અને કલ્કિ તેમને સૌભાગ્યશાળી પરિણામો તરફ દોરી જવાનો હતો.

37

અરજણે સાચું જ કહ્યું હતું. તેણે કહ્યું હતું કે આટલા લોકોને સંભાળવા મુશ્કેલ હતાં, કારણ કે કલ્કિ યુદ્ધકલાની કોઈ જાણકારી નહોતો ધરાવતો. એ લોકો કલ્કિને ઘેર બેઠાં હતાં અને સુમતિ તેમને આપવા માટે દહીં ને દૂધ લઈને આવી. સૌથી વધુ સ્વયંસેવકો પોતાની ભાગીદારીનું એલાન કરી પાછા જઈ ચૂક્યા હતા.

"હું તેમને ગદા ચલાવવાનું શીખવાડી શકીશ." બાલાએ કહ્યું ને દહીં તરફ ત્રાટક્યો, જેથી તેનો ભરપૂર સ્વાદ લઈ શકે, "આ બધાં યોદ્ધા બનશે."

"એક સામાન્ય માણસ ગદાનો ભાર ઊંચકી ન શકે." કલ્કિએ કહ્યું, "આમ તો આ બધાને ફક્ત એક જ ચીજ શીખવાડી ન શકાય."

"આપણે તેમને કૌશલ અને હુનર પ્રમાણે જુદાં કરવાં પડશે." લક્ષ્મી બોલી, "જોવું પડશે કે બધા કઈ રીતે મદદ કરી શકે છે અને એ પ્રમાણે યુદ્ધમાં તેમની ભૂમિકા આપવી પડે."

"એ બધા શંભલવાસી છે અને તેમાંથી મોટેભાગે પોતાના માટે અહિંસાનો માર્ગ જ પસંદ કરશે." કલ્કિ ઊભો થયો, એ થાક અને ઉત્કંઠા બંને અનુભવી રહ્યો હતો. સવાર પડી ગઈ હતી ને એ લોકોમાંથી કોઈએ રાત્રે ઊંઘ લીધી નહોતી. હવે સમયની કિંમત વધારે હતી, "આપણે મ્લેચ્છો પર હુમલો કરવામાં કામયાબ રહ્યા, કારણ કે ત્યારે સ્વયંસેવક સાથીઓની સરખામણીમાં તેમની સંખ્યા ઓછી હતી. હવે તો કબીલાઈ સેના સામે લોકો ઓછાં હશે. તેનાથી ખરાબ વાત એ હતી કે આપણે જાણતાં નથી કે સેના તેમનું કામ કેવી રીતે કરે છે. આપણા લોકોને પ્રશિક્ષણની જરૂર છે ને એ કામ ઝડપથી કરવું પડશે."

અરજણે માથું હલાવ્યું ને તેની આંગળીઓ હોઠ પર જઈને અટકી.

મ્યાનમાં રાખેલી કટાર તેના કમરે લટકી રહી હતી. તેણે કહ્યું હતું કે આ હથિયાર માએ આપ્યું છે. આ સાંભળી કલ્કિને ઈર્ષ્યા થઈ કે માએ મને કશું નથી આપ્યું. એને એવું થવું જોઈતું નહોતું, કારણ કે ઈર્ષ્યા તો બાલિશ ભાવ છે. આમ પણ તેની પાસે સોમની શક્તિ હતી, અરજણ પાસે કશું નહોતું એટલે એને હથિયારની જરૂર વધુ હતી. આ બધું એના મગજ પર હાવી થઈ રહ્યું હતું. હકીકતમાં ઘણા બધા લોકોએ પોતાનો ભરોસો તેની પર રાખ્યો હતો અને એમને લાગી રહ્યું હતું કે, કલ્કિ તેમને એ આપી શકે છે, જે એ લોકો ઇચ્છે છે. આ ઉંમરના યુવક માટે આ બધું સરળ નહોતું. હજુ તો એટલી ઉંમર પણ નહોતી કે, એ જીવનની જવાબદારીઓ લઈ શકે અને આ તો આખા ગામની જવાબદારીનો સવાલ હતો. તેણે પોતાના અસીમ સાહસના બળ પર એવું ભાષણ આપ્યું જેનાથી સામાન્ય ગ્રામવાસીઓના મનમાં આશાનો દીપક પ્રગટ્યો હતો, પણ એનો અર્થ એ નહોતો કે તેની જીત નિશ્ચિત થશે.

શું એવું થશે? કેવી રીતે?

નિરાશાથી ભરેલો વિચાર તેના મગજમાં આવ્યો અને હટી ગયો. તેણે નક્કી કર્યું હતું કે તે ત્યાં સુધી નહીં સૂઈ જાય જ્યાં સુધી લોકોનો તેના વિશેનો અભિપ્રાય સાચો સાબિત ન કરે અને શંભલને એનો નાયક ન આપી દે, પણ તેના પહેલાં તેણે પોતાનો દૂધનો પ્યાલો ખતમ કરવાનો હતો.

"આપણે એક ગુરુની જરૂર છે." અરજણે કહ્યું, "એક આચાર્ય. હું મદદ માટે ગુરુ વશિષ્ઠનો સંપર્ક કરી શકું છું, પરંતુ બની શકે કે તેઓ નકાર કરે, કારણ કે તેમણે પોતાનાં દ્વાર ઘણા બધા પ્રવાસીઓ માટે ખોલી નાખ્યાં છે. અગર એ હા પાડી પણ દે તોય તેમનું અહીંયા આવવું મુશ્કેલીભર્યું રહે, જેમાં સમય વધુ લાગે. અત્યારે આપણી પાસે સૌથી વધુ અભાવ સમયનો છે."

"ગુરુ?"

લક્ષ્મીએ પોતાની નજર ઝૂકાવી. મોટેભાગે એ ઊંડા વિચારમાં હોય ત્યારે એવું જ કરતી, "હું સહમત છું. કાગડો કળિના કાર્યાલયમાં સંદેશ

આપશે અને જ્યાં સુધી અનુમાન છે ત્યાં સુધી એ લોકો સૈન્યની તૈયારી શરૂ કરી દેશે. તેમને અહીં આવવા માટે અને સૈન્ય ભેગું કરવામાં લગભગ દસ દિવસનો સમય લાગશે."

"નાની છોકરી, આટલો સમય કેમ?" બાલાએ ઊંચા સ્વરે પૂછ્યું.

લક્ષ્મીએ વિસ્ફારિત આંખે તેને ઘૂર્યો. કલ્કિ તેનું કારણ જાણતો હતો. તેને એવું સહેજેય પસંદ નહોતું કે કોઈ નાની છોકરી કહે. હવે તે બહુ મોટી થઈ ગઈ હતી. લક્ષ્મી એ લોકોમાંથી હતી જેને પોતાનું બાળપણ પસંદ નહોતું અને કલ્કિ એ દિવસોને યાદ કરતો હતો જ્યારે એ લોકો કેટલાં માસૂમ હતાં. "ઉમ્મ...હમ્મ, કારણ કે મેં અને કલ્કિએ એ રસ્તો દોઢ દિવસમાં પસાર કર્યો હતો, જ્યાં અમે બે જ જણ હતાં, પરંતુ પૂરી સેના સાથે કેટલીય જગ્યાએ વિશ્રામ માટે પડાવ કરવો પડે જેમાં ઘણી વાર લાગે. અગર ઓછામાં ઓછા દિવસ લાગે તો પણ ત્રણ દિવસ તો થાય જ."

અરજણે પૂછ્યું, "આપણને તેમના આવવાની માહિતી કેવી રીતે મળશે?"

"પોપટ ઊંચે ઊડીને ઘૂસણખોરોની ગતિવિધિઓ જોઈ શકે છે." બાલા બોલ્યો, "પોપટનો સારી રીતે ઉપયોગ થાય તો એ ઉપયોગી સાબિત થઈ શકે છે."

કલ્કિ સિવાય બધાએ શુકો તરફ જોયું, જે દહીંવાળી ચાંચ સાથે પાંખો ફફડાવી રહ્યો હતો. તેણે જોરથી ટેં-ટેં કરવાનું શરૂ કરી દીધું.

કલ્કિના શરીરમાં અક્કડ આવી, "હું એવા વ્યક્તિને જાણું છું જે આપણી સહાયતા કરી શકે છે, પરંતુ તે એટલો વિશ્વસનીય નથી. આમ તો તમે પણ એને ઓળખો છો." તેણે અરજણ અને બાલા તરફ સંકેતથી જોયું.

"અમે તો એક જ માણસને જાણીએ છીએ." અરજણે આંખો ઝીણી કરી અને ડરથી ચીસ પાડી બોલ્યો, "અરે, નહીં તું એમ ન કહીશ કે પેલાની જ વાત કરું છું."

"હકીકતમાં એની જ વાત કરું છું." કલ્કિનું હાસ્ય જુદું જ હતું.

અરજણ માથે હાથ દઈ બેઠો અને બાલા બેસીને એના વિશે વિચારવા લાગ્યો.

એ સાધુ જેવો દેખાતો હતો. સાધુ મોટેભાગે ભટકતા રહેતા પૂજારીઓ જેવા હતા, જે કોઈ એક ધર્મવિશેષ પર વિશ્વાસ નહોતા રાખતા. તેમની પાસે પંડિતોની જેમ મંદિર નહોતા કે ન એ ભૌતિકવાદની તલાશમાં રહેતા હતા. એ સાંસારિક સુખોનો ત્યાગ કરી ચૂક્યા હતા. એ ગંદા અને મેલા-ઘેલા રહેતા હતા ને વિચરતા અસ્તિત્વમાં મગ્ન રહેતા હતા. કૃપા પણ દેખાવમાં ઘણા બધા અંશે સાધુ જ લાગતો હતો. એ પથ્થરોના સહારે જાત ટેકવીને ઊભો હતો. તેના હોઠ પર શાંતિસભર સ્મિત રમતું હતું ને બંને હાથ કમર પર ટેકવેલા હતા.

કલ્કિ અને તેના મિત્ર બરાબર ત્યાં જ પહોંચ્યા. તેમને એક પિયક્કડ શરાબીનાં દર્શન થયાં. એનું માથું ધરતી પર આળોટતું હતું ને તેની આસપાસ શરાબના કેટલાય ખાલી પ્યાલા પડેલા હતા. કલ્કિ જાણતો હતો કે આ બાબતમાં બધા મિત્રો તેના નિર્ણયને વધાવશે નહીં, પરંતુ કૃપા જ એકમાત્ર આશાનું કિરણ હતું. એ સામાન્ય આચાર્યથી અધિક હતો. એ એક ચિરંજીવી હતો જેણે મહાયુદ્ધમાં મહત્ત્વપૂર્ણ ભૂમિકા ભજવી હતી ને તેને શસ્ત્રો વિશે વિશેષરૂપે જ્ઞાન હશે. આ બધા મિત્રોને ખબર નહોતી ને ઈશ્વરને પ્રાર્થના કરી કે તેમને આ વિષયની ખબર ન પડે.

"કહેવું પડે કલ્કિ, તને કોઈ કહે કે એ ગુરુ છે તો તું સાચે જ ભરોસો કરી લે છે?" અરજણ બોલ્યો, "મને ખાતરી છે કે કૃપાએ જંગલમાં રસ્તો બતાવવાનું કામ તો સારી રીતે કર્યું હતું પણ એ ન કહી શકું કે કબીલાઈ સેનાનો સામનો કરવામાં મદદ કરી હતી."

લક્ષ્મી ભડકી, "હા...એની સામું તો જુઓ. કેટલો ખરાબ માણસ લાગે છે અને..."

"છી, કલ્કિ હું આપણા લોકોને બહેતર પ્રશિક્ષણ આપી શકું છું. એક મોકો તો આપી જો." બાલા પૂરા જોશથી આગળ આવ્યો ને એણે

કૃપાને હચમચાવ્યો, જે આ અવાજોથી પોતાની તંદ્રામાંથી જાગ્યો.

"શું હું કોઈ ખરાબ સ્વપ્ન જોઈ રહ્યો છું?" કૃપાએ આજુબાજુ જોયું. તેની આંખો પીળી હતી, પાંપણ સૂજેલી હતી, ચહેરો મુરઝાયેલો હતો ને મોંમાંથી વાસ આવતી હતી. બધા વાળ તૈલી ને અસ્તવ્યસ્ત હતા, "મને આટલા બધા મૂર્ખ એકસાથે કેમ દેખાય છે?"

કલ્કિએ માથું હલાવ્યું, "આ કશું અશોભનીય ન કહેવાય નહીંતર હાલત વધુ બગડી શકે તેમ છે."

"ઘરડા માણસ, શું તું એક આચાર્ય છે?" બાલા કૃપા પર ત્રાટક્યો ને એને હલાવીને ઊભો કરી દીધો, "જલદી બતાવ, કોણ છો? ઘરડા માણસ, શું તું અમને શીખવાડી શકીશ?"

કલ્કિ આગળ આવ્યો અને બાલાને મજબૂર કર્યો કે તે ચિરંજીવીને છોડી દે, જે છૂટવા માટે તરફડતો હતો.

"હા, હું એટલું બતાવીશ, જેટલું હું જાણું છું. એ ક્યારેક એક ગુરુ હતા, પરંતુ એ શરાબને આધીન થઈ ગયા છે ને હવે ઉચિત-અનુચિતનું પણ જ્ઞાન નથી. હવે એ એક સાધુ ને વણઝારાની જેમ જીવન વ્યતીત કરે છે."

"આટલો મોટો પિયક્કડ અને..." લક્ષ્મીએ મોં બગાડ્યું.

કૃપાએ ત્રાંસી આંખે કલ્કિ ને બાકીનાને જોયા, "સાથીઓ, શું બકબક કરો છો? હે ભગવાન, શું કામ મારી ઊંઘ બગાડો છો? શું મેં તમારા માટે ઘણું નથી કરી નાખ્યું?"

"અમને તમારી મદદ જોઈએ." કલ્કિએ તેમની પાસે આવી કડકાઈથી સામું જોયું, "તમે સભામાં કહ્યું હતું કે વનઊપજથી જ તમે હથિયાર બનાવી શકો છો. અમને પ્રશિક્ષણ અને હથિયાર માટે તમારી મદદની જરૂર છે, કારણ કે આવનારા દિવસોમાં જ યુદ્ધ થશે."

"શું આ વાત સાચી છે?" કૃપાએ તીણા અવાજે કલ્કિના મિત્રોને પૂછ્યું, "દસ દિવસમાં તો અડધો યોદ્ધા પણ તૈયાર ન થાય, આ પણ એક હકીકત છે."

"મને પરવા નથી. મારા માટે એ ઘણું હશે."

કૃપાએ વિસ્મયભરી નજરે જોયું, "દોસ્ત, તું ખરેખર ગંભીર છે? સારી વાત છે. આપણે બધાએ, નાયકોએ ખુશ થવું જોઈએ ને જંગમાં જીતવાની આશા રાખવી જોઈએ, પણ મારે આ બધું કેમ કરવાનું છે, જે તમે મારી પાસેથી ઇચ્છો છો?"

"કારણ કે અત્યારે આ કરવું જ ઉચિત છે." લક્ષ્મી ઉગ્રતાથી બોલી.

"ઉચિત? હા, મારે એવી રીતે રજૂ થવું જોઈએ? છોકરી, ઉચિત-અનુચિત એ લોકો માટે છે જેની કોઈ નૈતિકતા હોય ને બદકિસ્મતીથી હું એ થોડા સમય પહેલાં ખોઈ ચૂક્યો છું."

"તેં સભામાં મારો સાથ આપ્યો. મને એમ કે તું અમારા નિર્ણયની સાથે છું."

"તું સભાની વાત કરે છે, મને તો એ પણ યાદ નથી કે હમણાં શું સપનું જોયું. હું તો ઘણું બધું બોલતો રહેતો હોઉં છું, પણ એ વાતોનો કોઈ અર્થ નથી હોતો. શું તને સમજ પડી કે કોઈ બીજી રીતે સમજાવું?"

કલ્કિ તેના મિત્રોની પરવા છોડી આગળ આવ્યો. તેણે મૂર્ખ વૃદ્ધને હળવેથી ઉઠાવીને કહ્યું, "અમારે એક આચાર્યની સખત જરૂર છે. જો તેં અમને મદદ કરી તો હું વચન આપું છું કે હું તારા એ રહસ્યમયી સાથીને મળવા માટે પર્વત પર જઈશ, જ્યાં તું મને લઈ જવા માગે છે." કલ્કિ એકીટશે તેને ઘૂરી રહ્યો હતો.

"મહેન્દ્રગિરિ." તેના અવાજમાં ગુંજ હતી.

"શું?"

"એ જ પર્વતનું નામ જે તેં હમણાં લીધું, તું જાણે છે."

કલ્કિએ એને છોડ્યો ને રાહતનો શ્વાસ લીધો, "ગમે તે પર્વત હોય."

"ઠીક છે." કૃપા તેનું પહેરણ ખંખેરી ઊભો થયો.

કલ્કિના મિત્રોની ચિંતા મટી નહોતી, પણ એ ખુશ હતાં. ભલે એક પિયક્કડ તરફથી હોય, પણ મદદ તો મળી રહી હતી.

"સૌથી પહેલાં જંગલમાં જઈને જેટલી અધિક થઈ શકે એટલી સામગ્રી એકઠી કરવી પડશે, આપણે દૂધની પણ જરૂર પડશે."

"દૂધ? યુદ્ધ માટે?" અરજણે પૂછ્યું.

"ઊર્જા દોસ્ત, તાકાત. ખબર છે, એ કહે છે કે દૂધમાં બળ હોય છે."

લક્ષ્મીએ ટોક્યા, "એવું કોઈ નથી કહેતું."

"કોઈએ નિશ્ચિતપણે એ કીધું છે."

"કોઈએ નથી કહ્યું. એક માણસે પણ નથી કહ્યું."

"મને પૂરો વિશ્વાસ છે કે કોઈએ તો કહ્યું જ છે." એ મનમાં હસ્યો, "મને પૂરો વિશ્વાસ છે, સમજી."

કલ્કિ ઝડપથી વચ્ચે આવ્યો, "કોઈએ શું કહ્યું તેનાથી કોઈ ફર્ક નથી પડતો. અમે એ જ કરીશું જે તું કહીશ. તારે અમારા સ્વયંસેવકોને મળવું જોઈએ. તેમને તેમની યોગ્યતા અનુસાર કામ માટે પસંદ કરી લઈએ."

"ઠીક છે, જેવી તમારી આજ્ઞા." કૃપાએ મજાક સાથે સલામ ઠોકી.

કલ્કિ તેની સાથે ચાલવા લાગ્યો. બીજાં બધાં લોકો પણ પાછળ ચાલવાં લાગ્યાં. ત્યારે જ કૃપા તેના કાનમાં હળવેથી બોલ્યો, "સાથી, તું અને તારા ભાઈની મનાવવાની રીતમાં ભારે અંતર છે. દોસ્ત, તમારી બંનેની આસપાસ થોડું જાળવીને રહેવું પડશે. આ સારી વાત છે. તારા મિત્ર પણ તારી સાથે પ્રસન્ન જણાઈ રહ્યા છે, પરંતુ જો, એક અવતાર બનવા માટે તારે બલિદાન આપવું પડશે, એટલે આ બધાનો ત્યાં સુધી આનંદ લઈ લે જ્યાં સુધી તેઓ આસપાસ છે." અને એ બીજી બાજુ ચાલવા લાગ્યો.

કલ્કિ તેની પાછળ પડ્યો. તેના ચહેરા પર ગભરામણની ઝલક પ્રસરેલી હતી.

38

કળિ શાંત ભાવથી એના પલંગ પર પડેલો હતો, તેણે જીવનમાં ક્યારેય આવું અસહાયપણું અનુભવ્યું નહોતું. તેણે એવું નક્કી કરેલું હતું કે જ્યારે મૃત્યુ નજીક હશે ત્યારે જ આરામ કરીશ, તે પહેલાં નહીં. તેના માટે વિશ્રામનો અર્થ હતો સાધારણ આનંદની વચ્ચે સમય વિતાવવો. કળિને ગભરામણ થતી હતી ને તે ફક્ત તેના ફેફસાંમાં જમા થયેલી ધૂળને કારણે નહોતું. આવું તેથી પણ હતું કે તે એક ઓરડામાં કેદ થઈને રહેલો હતો, કારણ કે તેની બહેનને તેની ખૂબ જ ચિંતા સતાવતી હતી. એ દેખાતી નહોતી, તેણે જાતને પૂછ્યું. તેને ચિંતા થવા લાગી, કારણ કે દુરુક્તિને જોયે પૂરો એક દિવસ થઈ ગયો હતો.

જોકે આ અવસર પણ એક વરદાન જેવો બની શકતો હતો.

કળિએ જાતને બેઠી કરી. પોતાના પગ જમીન પર ઘસ્યા ને આગળ-પાછળ ખેંચ્યા. એ જાણતો હતો કે આ રીતે જો એ પલંગ પર વધારે સમય પડી રહેશે તો એ નહીં બચે. એ દરવાજા પાસે ગયો તો તેના બે સેનાપતિઓને કવચસહિતના પોશાકમાં તહેનાત જોયા. એ કળિને જોતા જ સાવધાન થયા.

“વિશ્રામ.” કળિએ કહ્યું, પણ આટલું બોલતા પણ તેના કંઠને જોર પડ્યું.

કોકોએ ધીરેથી પૂછ્યું, “મહારાજ! આપે આરામ કરવો જોઈએ.”

“જાણું છું કે આરામ કરવો જોઈએ, પણ હું એવું કરવા નથી માગતો.”

“રાજકુમારી દુરુક્તિનો આવો આદેશ હતો...”

કળિએ વિકોકો તરફ પૂરી વિષ દૃષ્ટિથી જોયું. તે પોતાના મહારાજથી નજર ન મિલાવી શકી. કળિએ અનુભવ્યું કે એ જોડિયાં ભાઈ-બહેન આગળ કેટલો નાનો હતો. એ બંને છ ફૂટ લાંબાં અને તગડાં હતાં ને તેમની સામે એ ઘણો નાનો દેખાતો હતો.

"હું બહાર ફરવા જવા માગું છું. જોવા માગું છું કે નગરમાં શું ચાલી રહ્યું છે."

"ઠીક છે, મહારાજ."

કળિ એ બંને સાથે કિલ્લાની બહાર આવ્યો. તેણે સૂર્યનાં ચમચમતાં કિરણો જોયા જે ઘણા સમય પછી તેની પર પડી રહ્યાં હતાં. બંનેએ રથનો દરવાજો ખોલ્યો જેની સાથે બે સફેદ ઘોડા તૈયાર હતા. કળિએ પોતાની સવારી જોઈ માથું ધૂણાવ્યું.

"મારે મારા માટે એક ઘોડો જોઈએ. મારો પોતાનો ઘોડો."

કિલ્લાની આસપાસના પહેરેદાર પણ સ્તબ્ધ થઈ ગયા. બંને જોડિયા ઝડપથી આગળ આવ્યા. કોકો બોલ્યો, "મહારાજ, તમારી પીઠ માટે યોગ્ય રહેશે?"

"હું મારા માટે વધારે સુરક્ષા ઇચ્છતો નથી." કળિએ તેના સેનાપતિને થપથપાવી હોંશથી સ્મિત કર્યું. તેને આશા હતી કે કદાચ એ તેની પીડા સમજી શકે, "હું નગરના રસ્તા પર ઘોડેસવારી કરતા કરતા તાજી હવા લેવા માગું છું."

જોડિયાએ વધુ ચર્ચા ન કરી. તેઓ તેમના માટે ઘોડા લઈને આવ્યા ને એમની પ્રતીક્ષા દરમિયાન એ બીજા પહેરેદારોને જોતો રહ્યો. ફક્ત તેના કિલ્લામાં જ માનવ, રાક્ષસ, યક્ષ કે નાગ, બધા પ્રકારના સૈનિકો હાજર હતા. એ નહોતો ઇચ્છતો કે કામમાં પણ કોઈ પણ પ્રકારનો ભેદભાવ રાખવામાં આવે. કિલ્લાના વચ્ચેના ભાગમાં નાના બાગમાં કળિ અને દુરુક્તિની મૂર્તિ હતી, જેની બંને તરફ વૃક્ષોની હરોળ હતી. તેના અધિકારીઓ અહીંયાથી ત્યાં ફરીને તેમનું કર્તવ્ય પૂરું કરી રહ્યા હતા. જ્યાં એણે જોયું ત્યાં ઝૂકીને પ્રણામ કરે ને તે હાથ હલાવી અભિવાદન સ્વીકારે.

તેની આગળ ઘોડો લાવવામાં આવ્યો. કળિ તેની પર બેઠો અને પહેલાંની જેમ જ તાકાતનો અનુભવ કર્યો. એ કાળાં કપડાંમાં હતો, જેની પર ધાતુનું કવચ પહેરેલું હતું. તેના ગળામાં લાલ રંગનું નાનું કપડું વીંટાળેલું હતું. તેણે એ ચહેરા પર ખેંચી લીધું, જેનાથી ચહેરો આંશિક

ઢંકાયો. આ તેનાં ફેફસાંને બચાવવાની સાથે સાથે સુરક્ષાની દષ્ટિએ પણ જરૂરી હતું. ઘોડાએ તેજીથી કદમ વધાર્યા ને કિલ્લાના દરવાજાને પાર કરી તે નગર તરફ આગળ વધ્યો. જોડિયા અંગરક્ષકો બંને આગળ હતા ને બે સૈનિકો તેની પાછળ સુરક્ષા માટે ચાલી રહ્યા હતા.

લાંબા સમયની નિષ્ક્રિયતા સહન કર્યા પછી એને કેટલાય પ્રકારની ગંધ અને દશ્યોનો સામનો કરવો પડ્યો. બજાર પૂરી રીતે જામેલાં હતાં. વેપારીઓ અને ગ્રાહકો વચ્ચે ઘોંઘાટભરી સોદાબાજી ચાલી રહી હતી. દરેક જગ્યાએ કળિને જોઈને લોકો ઝઘડવાનું મૂકીને રસ્તો આપી રહ્યાં હતાં. એ લોકો પરસ્પર ગુસપુસ કરતાં હતાં. કેટલાંક ડરેલાં તો કેટલાંક પ્રસન્ન જણાતાં હતાં. આ બજાર તેના મગજની જ ઊપજ હતી, જેને ખુલ્લા જથ્થાબંધ બજારના નામે ચાલુ કરવામાં આવ્યું હતું. જ્યાં સંપૂર્ણ ઉત્તરીય પ્રદેશોથી આવેલા વેપારીઓ અને જથ્થાબંધ વેપારીઓ વચ્ચે સામાનની લેવડદેવડ થતી હતી. તેમને થતી કમાણીમાંથી ચાલીસ ટકા કર તરીકે લેવામાં આવતો, પરંતુ તેમને પણ ખાસ્સો લાભ થતો હતો. એ વિભિન્ન ગલીઓમાં વેચાતાં પુસ્તકો, ખાદ્યપદાર્થો અને વાસણો વગેરે જોઈ શકતો હતો. પાતળી ગલીઓમાં દુકાનો બનાવવામાં આવી હતી જેને રંગીન મંડપોથી ઢાંકવામાં આવી હતી.

કળિ ઘોડા પરથી ઊતરી ગયો ને અંગરક્ષકોએ તેનું અનુકરણ કર્યું. તેણે તેમને ઇશારો કર્યો કે તેઓ તેનો પીછો ન કરે. ફક્ત કોકો-વિકોકો જ સાથે હતાં, કારણ કે એ લોકો જ દરેક જગ્યાએ તેની સાથે રહેતાં હતાં.

તેણે બજારમાં જઈને પોતાનો રસ્તો પકડ્યો. કેટલાંક લોકો સોદાબાજીમાં એટલાં મગ્ન હતા કે તેમને કળિના નીકળવાની ખબર જ ન પડી. જોકે કળિએ પોતે જ વિશેષ જતાવાની કોશિશ નહોતી કરી. તે એક સામાન્ય માણસની જેમ જ તેમની વચ્ચે ફરવા માગતો હતો. તેણે એના હાથ ફેલાવ્યા ત્યાં જ તેની નજર મેજની પાછળ બેઠેલી એક ઘરડી સ્ત્રી પર પડી. તેની મેજ પર ઘણાં બધાં પાનાં હતાં અને દરેક પાનાં સાથે જોડમાં કેટલાંય પ્રકારનાં રત્નો મૂકેલાં હતાં.

કળિને તેમાં રસ પડ્યો. તે હંમેશાં ભાગ્ય અને નિયતિમાં વિશ્વાસ

રાખતો હતો. તે અંધવિશ્વાસી હતો. કળિએ ભવિષ્યકથન શીખ્યું હતું જે જ્યોતિષવિદ્યાનો જ પ્રકાર હતો. કળિ તે સ્ત્રી આગળ જઈને બેસી ગયો. તે એની ભૂરા રંગની આંખોને કારણે નાગ જાતિની લાગતી હતી, પણ આંખોનો રંગ બરાબર એવો નહોતો. કદાચ તે આંધળી હતી. કળિ બોલ્યો, "કલ્યાણ શેઠ." જોકે ઘણાં લોકો જાણતાં નહોતાં, પણ આ છેલ્લો શબ્દ તેના પોતાના કુળનું નામ હતું. આમ તો તેને પોતાને પણ એ શબ્દ બોલ્યે એટલો સમય થઈ ગયો હતો કે એ ખુદ ભૂલી ગયો હતો.

"પદ?" તે સ્ત્રીએ પાનાં ચીપવાનું આરંભ કર્યું.

"મધ્યમ વર્ગીય જાતિ." કળિ બોલ્યો.

"હમ્મ." તે પાનાં ફેલાવતાં બોલી, "આમાંથી એક પસંદ કરી લો."

"મેં તો સવાલ જ નથી પૂછ્યો." એ આ વિદ્યાની થોડી જાણકારી ધરાવતો હતો. આ બધું બાળપણથી જોતો આવ્યો હતો. કેટલાક લોકો હાથ જોતાં અને કેટલાક વ્યક્તિને સ્પર્શ કરીને સમજી જાય. તેને આ બધું જુઠ્ઠું લાગતું. એકવાર એ માનવો અને કબીલાઈ લોકોને એક કરવાના હેતુ સાથે નીકળતો હતો ત્યારે તેને એક ભવિષ્યવેત્તા સાથે મળવાનું થયું હતું. તેણે કહ્યું હતું કે બધું આસાનીથી પાર પડશે, પણ તેણે કિંમત ચૂકવવી પડશે. કદાચ તેની લથડતી તબિયત જ એ કિંમત હતી કે કદાચ બીજું પણ હોઈ શકે.

"પત્તું બતાવો." તે સ્ત્રીના ચહેરા પર કોઈ કરચલી નહોતી, પણ તે છતાં તે ઘરડી લાગતી હતી. તેની આંખોથી વિવેક છલકતો હતો, પણ અવાજ માસૂમ હતો. બીજી કોઈ નાગ યુવતી કરતા તેની ત્વચાનો રંગ ઘેરો હતો અને તેના હાથ શરીર પ્રમાણે નાના હતા.

કળિએ તેવું કર્યું. તે સ્ત્રીએ પત્તાને એ રીતે પ્યારથી સ્પર્શ કર્યો જાણે એ મહેસૂસ કરી રહી હોય. પછી તેણે તે પત્તાને સફેદ ચાદર પર ઉછાળ્યું.

"તું જુઠ્ઠું બોલી રહ્યો છું." એ બોલી, "તેં તારા નામ અને પદવી બાબતમાં જુઠ્ઠું કહ્યું."

કળિ હસ્યો. તેને વિશ્વાસ નહોતો આવતો કે તેનું જુઠ્ઠાણું પકડાઈ

ગયું હતું. તેની વાતોમાં અનિશ્ચિતતાનો રણકાર હતો કે પછી સાચે જ જાદુ હતો?

"ઠીક છે, પણ હું નથી જણાવવા માગતો."

"કોઈ વાંધો નથી. એક પત્તાને સ્પર્શ કર."

કળિએ એવું જ કર્યું.

"તારી ઊર્જા આમાં આવી ગઈ." સ્ત્રીએ બધાં જ પત્તાં ચીપીને ફરીથી ફેલાવ્યાં, "મારે તારા માટે કેટલાં પત્તાં ઉઠાવવાનાં છે?"

કળિના મોંથી 'ત્રણ' બોલાઈ ગયું. તેણે પૂછ્યું, "મારે પ્રશ્ન નથી પૂછવાનો?"

"જે સવાલ પૂછે છે એ ખરેખર સવાલનો નિશ્ચિત ઉત્તર ઇચ્છતા હોય છે અને એટલે માયાવી તાંત્રિક છળ કરીને એવો જ ઉત્તર આપે છે જે તેને સાંભળવો હોય છે. આ કોઈના મનને વાંચવાની કળા છે. માણસની ઉત્સુકતા, દૃઢતા અને શારીરિક હાવભાવ ઉત્તરને નક્કી કરવામાં મદદ કરતા હોય છે. બીજા જ્યોતિષીઓ તેમાંથી જ પૈસા કમાય છે." તેણે કળિને પ્રભાવિત કરવાની પ્રક્રિયામાં થોડા ખુલાસા કર્યા, "મારી પાસે ભવિષ્ય જોવાની શક્તિ છે. હું સાબિત કરી શકું છું કે હું બીજાથી અલગ છું. મેં મારી આંખો નષ્ટ કરી છે જેથી હું કોઈને જોઈ ન શકું. આ રીતે હું ફક્ત ઊર્જાઓનો અનુભવ કરી શકું છું."

કળિએ હોઠ ભીંસ્યા. તેણે ઉત્સાહિત થઈ પત્તાંની ઢગલીમાંથી ત્રણ પત્તાં કાઢ્યાં. પેટમાં અજબ ખલબલી થવા લાગી. તે થોડો ગભરાયેલો લાગ્યો. તે સ્ત્રીએ પત્તાં ઉઠાવી સૂંઘ્યાં જેથી તેની ઊર્જા અનુભવી શકે. તેને દુરુક્તિની જેમ આ વાતો પર વધારે વિશ્વાસ નહોતો, પણ આજે આ જાદુના પત્તાએ તેને બાંધી લીધો હતો.

"હમ્મ." એ બોલી, "એક મજબૂત ભાગીદારી દેખાય છે."

કળિએ સંમતિપૂર્વક કહ્યું, "હા, એ થઈ ગઈ છે."

"ના, અત્યારે નહીં. આજની નહીં, હું આવનારા કાલની વાત કરું છું. હું તારી અને કોઈ વ્યક્તિ અથવા કોઈ સમૂહ સાથેની ભાગીદારીની વાત જોઈ શકું છું, જે તેં ક્યારેય વિચારી જ ન હોય. સમયનો પ્રવાહ

બદલાઈ જશે, તું સાચા રસ્તે ચાલ્યો તો પોતાના માટે મોટું સામ્રાજ્ય ઊભું કરી શકીશ.” એ સ્ત્રી બોલતી હતી ને કળિએ પત્તા તરફ જોયું. બે જણાએ કોઈ સાથીની જેમ હાથ પકડેલા હતા.

“અને એ ભરોસાપાત્ર લોકો હશે.”

“જો મેં એવું ન કર્યું તો?”

“આ જ તારા પતનનું કારણ બનશે.”

કળિએ તાણ અનુભવી, “પતન?” એ આટલી કઠિનાઈથી લડતો લડતો આ જગ્યાએ આવી પહોંચ્યો. એ વિશ્વાસ નહોતો કરી શકતો કે કોઈની ભાગીદારી તૂટવાથી બધું નષ્ટ થઈ જશે. સ્ત્રીએ બીજું પત્તું લીધું તો શ્વેત ઘોડેસવાર યુવક દેખાયો. તેના વાળ લાંબા અને હાથમાં ચમકતી તલવાર હતી. તેણે તે પ્રમાણે હાથનું સંચાલન કર્યું.

“તારે તારા જેવા બળબુદ્ધિવાળા શત્રુનો સામનો કરવો પડશે. તે તને નષ્ટ કરવા ઇચ્છતો હશે.”

“આ બરાબર છે.” તેણે ખભા ઉલાળ્યા. તે એવા પ્રભાવશાળી પદ પર હતો કે તેના જીવનમાં આવાં સંકટો તો રહેવાનાં જ હતાં.

“એ તારો સૌથી મોટો દુશ્મન હશે, પણ તું તેને કારણે નહીં ડૂબે.”

અને એ શબ્દો કળિની છાતીને ચીરી ગયા. જોકે એ પહેલા કરતા વધારે અંદર બળતરા થતી હતી.

“એ કોઈ યુવક છે?”

“હમ્મ યુવક...આહ, પણ પરેશાની તો એક જ છે. એ હજુ તૈયાર નથી. પોતાની જ શોધમાં લાગ્યો છે.”

કળિએ ગરદન હલાવી. સ્ત્રીએ ત્રીજું પત્તું ખોલ્યું.

“તને એનાથી જ દગો મળશે જેના પર તેં સૌથી વધુ ભરોસો કર્યો હશે.” એ સ્ત્રી કટાક્ષમય સ્વરે બોલી.

કળિથી વધુ સહન ન થયું. એ ઊભો થઈ ગયો, “આ બધું સાવ બકવાસ છે. શું મારા માટે કશું જ સારું નથી લખ્યું?”

“મહારાજ કળિ, એક મહાન તાકાત તમારી તરફ આવતી દેખાઈ રહી છે.” સ્ત્રીનો હાસ્યમિશ્રિત અવાજ ખોખરો થવા લાગ્યો.

મારું નામ આ કેવી રીતે જાણી ગઈ?

"સંભાળીને ઉપયોગ કરજે, નહીંતર ભ્રષ્ટ કરી નાખશે તને." સ્ત્રીના અવાજમાં ચેતવણી હતી.

ને ત્યારે જ તેની પીઠ પર કોઈએ ખંજરથી ઊંડો ઘા કર્યો. તેના હાથ પાછળની તરફ ગયા અને તેણે એ ખંજર પકડી લીધું. ખંજર કાઢીને તેણે પાછું ફરી એ માણસને જોયો જે કપડામાં લપેટાયેલો હતો. કળિએ તેના અંગરક્ષકોને બૂમ પાડી જે બહાર ખેલ જોઈ રહ્યા હતા. તે બૂમ સાંભળતાં જ દોડી આવ્યા. આ દોડભાગમાં હત્યારાએ ભાગવાનું નક્કી કર્યું.

કળિ પડી ગયો, પણ તેણે હત્યારાનો પગ પકડી રાખીને તેને રોકવા મથ્યો. કળિએ તેનું કપડું ખેંચી નાખ્યું. અંગરક્ષક અંદર આવ્યા ને કોઈ પણ રીતે હત્યારાનું ગળું રહેંસી નાંખ્યું. તેનું ગળું કપાવાથી આજુબાજુ પસાર થનારા પર લોહીના છાંટા ઊડ્યા. આખું ચહલપહલભર્યું બજાર સ્તબ્ધ થઈ ગયું. કોકો ને વિકોકોએ કળિને ઊભો કર્યો. કળિએ પીઠના મણકામાં જોરદાર દુખાવો અનુભવ્યો. તેણે માંડ તેની ગરદન ઘુમાવી, પેલી સ્ત્રી ગાયબ હતી.

"આપણે જવું જોઈએ, મહારાજ."

"મને તેની લાશ બતાવો."

કળિને બંને અંગરક્ષક ને સેનાપતિ આગળ લઈ ગયા. બજારમાં પહેરો ભરી રહ્યા સૈનિકો પણ ભીડ ચીરી અંદર આવી ગયા હતા. કળિ ઘૂંટણિયે બેઠો ને લાશની છાતી પરથી કપડું હટાવવા ગયો. તેણે બધી તાકાત નીચોવી એ કપડું ફાડ્યું.

તો ભૂરી આંખોવાળા હત્યારાનું કવચ ચમકી ઊઠ્યું, તેની પર નાગનું પ્રતીક અંકિત હતું.

39

હકીકત તો એ ઉપાયથી પણ વધુ બદતર નીકળી.

અરજણને અહેસાસ નહોતો કે કૃપા સાથે કામ કરવું આટલું અઘરું હશે. એ દેખાવમાં ભલે અક્ષમ અને નકામો લાગતો હતો, પણ અરજણ ખોટો પડ્યો. તેણે સ્વયંસેવક ટુકડીને જોઈને તરત કહ્યું, “આપણે એક મોટી જગ્યાની જરૂર છે.”

બાલાએ જ સૌથી પહેલું શરાબના પીઠાનું નામ લીધું. ઘણા બધા લોકો એ બદનામ જગ્યાએ જવા તૈયાર નહોતા.

“આપણે એક અધાર્મિક માણસની છત નીચે આપણા પવિત્ર અભિયાન વિષયક કામ નહીં કરીએ.” દેવદત્તે ચીડ સાથે કહ્યું.

મદિરાના પીઠાના માલિક અરિંદમ પણ એ ટુકડીથી થોડે દૂર ઊભો હતો. એ પણ સ્વયંસેવક હતો ને જોકે તેનાં કારણ જુદાં હતાં. અરજણને એવું લાગ્યું કે તે એ લોકોને સાથ આપવા એટલે આવ્યો છે કે તેનાથી પોતાની ધર્મશાળાને બરબાદ થવાથી બચાવી શકે. તે જાણતો હતો કે સેના જો ગામ પર કબજો જમાવે તો તેનું કામ ખતમ થઈ જશે, કારણ કે તે લોકો ધર્મશાળા જેવી વ્યાવસાયિક જગ્યા પર ભારે કર લાદી દેશે. શક્ય છે કે બીજો કોઈ ઉદ્દેશ્ય પણ હોય જે અરિંદમે છુપાવ્યો હોય. એવું પણ બની શકે કે તેને પણ બીજાઓની જેમ શંભલની પરવા હતી. એ વિશ્વાસ કરવો કઠિન હતું કે લોકો પોતાની આસપાસ ખતરો જોઈને બદલાય કે વિકસિત થતા હોય છે.

કલ્કિએ સમર્થનમાં કહ્યું, “એ ધર્મશાળા જ એવી જગ્યા છે જ્યાં ઘણા બધા લોકોને સાથે રાખી શકાશે. હું એ જગ્યાએ જતો નથી, પણ આપણે જે કામ કરી રહ્યા છીએ તેને માટે એ ઉચિત રહેશે.”

“તે સિવાય આપણને મદિરા-સુરા પણ મળશે.” કૃપાના હુંકાર સાથે

જ કલ્કિએ તેની ઘૂરતી નજરથી તેમને ચૂપ કરી દીધા. એ ત્યારે જ નક્કી થઈ ગયું હતું કે ધર્મશાળામાં અભ્યાસનું કામ થશે, પણ અરજણ માટે એ સમસ્યા નહોતી. આ તો એક એવી સમસ્યા હતી જેનો ઝડપથી નિકાલ આવી ગયો હતો. તેના પછી જે થયું તે વધારે કઠિન હતું. અરજણે ક્યારેય પોતાને આવો સશક્ત અને સ્ફૂર્તિલો અનુભવ્યો નહોતો. મ્લેચ્છો સાથે થયેલી લડાઈ બાદ એને થયેલા ઊંડા ઘા છતાંયે એ હવે પોતાનું રક્ષણ કરવા માગતો હતો. એ વાત તેને સમજાતી નહોતી કે એ બધાં સંભવિત રીતે કોઈ દૈવીય ગુફાઓનું રક્ષણ કરવા માટે જીવ જોખમમાં મૂકી રહ્યાં હતાં. ઇન્દ્રવનનું જે થવાનું હોય તે થાય, તેને ક્યાં પરવા હતી. હકીકતમાં કલ્કિ પણ અરજણ જેવો હતો. એ પણ મૂર્તિઓ કરતાં વધારે માણસોને બચાવવા પર વિશ્વાસ રાખતો હતો, પરંતુ તેની અંદર જાણે બધું બદલાઈ ગયું હતું.

અરજણે જે જોયું એ કદી ભૂલી શકે તેમ નહોતો. એ ફક્ત માનવીય ક્ષમતાઓ નહોતી. કોઈ પણ આવા હુમલાઓથી બચી શકે તેમ નહોતું. તે આજેય જડીબુટ્ટીના લેપ ચહેરા પર લગાવતો હતો ને ચહેરાને સહેજ અડવાથી પણ દર્દ થતું હતું. એ દર્દ જાણે ઘામાં વસી ગયું હતું જે તેનાથી ક્યારેય અલગ થવાનું નહોતું. તેને એનો જ અફસોસ હતો. એ હવે પહેલા જેવો માસૂમ છોકરો રહ્યો નહોતો.

આમ તો કલ્કિની છાતી પર પણ ઘા હતા, પણ તે રુઝાઈ રહ્યા હતા. સામાન્ય માણસની સરખામણીએ ઝડપથી રુઝાઈ રહ્યા હતા. અરજણે આવું પુનરુત્પાદક શરીરવિજ્ઞાન વિશે સાંભળ્યું નહોતું એટલે તેણે લક્ષ્મીને પૂછ્યું કે, "શું તેણે એવું ક્યાંય વાંચ્યું છે."

"તેં આવો પ્રશ્ન કેમ કર્યો?" લક્ષ્મીએ પૂછ્યું.

અરજણે કશો જવાબ ન આપ્યો.

"હા, આવા કિસ્સાઓ હોય છે જેમાં મોટેભાગે અંધવિશ્વાસ જ હોય છે." લક્ષ્મીએ જવાબ આપ્યો, પણ તેનાથી પૂરતો સંતોષ થયો નહીં.

એ કલ્કિને પણ પૂછી શકતો હતો, કારણ કે એ બંને વચ્ચે વ્યક્તિગત એવા જ સંબંધો હતા, પણ તેને ડર હતો કે ક્યાંક તેને એવા સત્યનો

સામનો ન કરવો પડે જે તેની સમજની પણ બહાર હોય. અરજણનું મગજ આ કારણે ભટકી ગયેલું હતું. કૃપાએ શરાબ સાથે સંબંધ તોડી જંગલનો રસ્તો પકડ્યો ને સાથે બધાને પણ લઈ ગયો. અરજણ ત્યાં જ હતો, પરંતુ કલ્કિ નહોતો. જ્યારે એ લોકો જંગલમાં ગયાં તો કૃપાએ કહ્યું કે, તેણે આ સામાનમાંથી શસ્ત્રો બનાવવાં પડશે.

અરજણે પ્રાકૃતિક સંસાધનોમાંથી હથિયાર બનાવવાની મહત્ત્વપૂર્ણ રીતો શીખી. લક્ષ્મી તેની સાથે જે ધાતુના અસ્ત્ર-શસ્ત્ર લાવી હતી તે નિપુણ યોદ્ધાઓ માટે હતાં જેમને જાણકારી હોય કે ભારે શસ્ત્ર ઉઠાવીને કેવી રીતે પ્રયોગ કરી શકાય. પ્રાકૃતિક શસ્ત્ર વજનમાં હલકાં હોય. અરજણે એવું પસંદ કરવું હતું જે દૂરથી પ્રહાર કરી શકે, એ જંગથી દૂર રહીને પણ પ્રભાવી રહેવા માગતો હતો. અરજણ કેશવ સાથે હાથોહાથ યુદ્ધ કરી શકતો હતો, પણ એણે નહોતું કર્યું. તેણે દરેક સમયે બળ કરતા યુક્તિ પર જ વધુ વિશ્વાસ કર્યો.

તેણે પોતાને માટે ધનુષ્ય-બાણ પસંદ કર્યું. રસોડાના ચપ્પુ વડે તેણે વાંસ કાપ્યો ને બે છેડાને વાળીને ધનુષ્ય તૈયાર કર્યું. તેણે બાણ બનાવવા માટે ધારદાર અને લાંબી ડાળીઓનો ઉપયોગ કર્યો જેનાથી વધુ સારા બાણ તૈયાર થયાં.

લૈલાએ પોતાને માટે લાંબો ભાલો તૈયાર કર્યો. એ ઝાડની છાલથી તેની અસ્ત્રા જેવી ધાર લપેટેલી હતી. અરિંદમ અને અગત્સ્યએ પોતાને માટે દોરડાથી લટકાવેલી ગદા બનાવી. જેની બંને તરફ દોરડાંથી ભારે પથ્થર લટકાવ્યા હતા. તેને ફેરવવા જતાં જાતે જ ઘાયલ થયા. રોશન મિત્રને ચાકુની કલાકારી સારી આવડતી હતી. તેણે લોકોને હથિયાર તૈયાર કરવા માટે લાકડીઓ શોધી આપી.

કૃપાએ કહ્યું હતું કે, બધા પાસે હથિયાર હોવાં જોઈએ. તેમની પાસે જંગમાં લડવા માટેની યોજના પણ હતી. હથિયાર ત્યારે જ કામમાં લેવાં જોઈએ જ્યારે તેની વધારે જરૂરત હોય, "આપણે આ જંગ શસ્ત્રો વગર જીતવો છે."

સાગર ને માયા ભાઈ-બહેને પોતાના માટે બેધારી તલવાર પસંદ

કરી હતી. કૃપા પાસે હથિયાર નહોતું, પણ તે વાસણોમાં ઝાડના રસ, જસત અને કોલસાને ગરમ કરીને નાના ગોળા બનાવતો હતો. અરજણ તેનું ધનુષ્ય અને શણમાંથી બનાવેલ ભાથામાં બાણ લઈને પહોંચ્યો. તેણે આ બધું બહુ મહેનતથી બનાવેલું હતું. તેની ચામડી અને આંખોમાં થાકને કારણે બળતરા થતી હતી. એની ઊર્જા જાણે ખતમ થઈ ગઈ હતી.

"આ શું છે?"

કૃપા ઘૂંટણિયે બેઠો હતો. તેણે ઊંચું જોયું, "દોસ્ત, આ વિસ્ફોટક છે. આગના સ્પર્શથી જ આ દસેકને ધૂળ ચટાવી શકે છે."

"આપણે આ બધાને પ્રશિક્ષણ ક્યારે આપીશું?"

"બે દિવસ પછી. બસ, તેમનાં શસ્ત્રો તૈયાર થઈ જવા દો. મારે કલ્કિને પણ વાત કરવી પડશે જેથી ખબર પડે કે સેના કઈ દિશામાંથી આવી રહી છે. આપણે એવો ઉપાય કરીશું કે તેમનો દમ ઘુંટાઈ જાય ને પરત જવાનો કોઈ રસ્તો જ બાકી ન રહે."

શંભલમાં આવવાનો માર્ગ એક જ હતો ને એ કેટલાય અસમતલ રસ્તાઓ વડે ઘેરા જંગલમાં જતો હતો.

"કલ્કિ ક્યાં છે?"

"મેં તેને પોતાનો અભ્યાસ કરવાનું કહ્યું છે. એ એકાંતમાં એ કરી રહ્યો છે."

"ઓહ... એવું છે." અરજણ અણગમતા શંકાસ્પદ ગુરુ પાસેથી પાછો આવી ગયો. કૃપા પણ એવી જ શંકાસ્પદ દૃષ્ટિએ જોતો હતો જેવી રીતે અરજણ જોઈ રહ્યો હતો.

રાત થઈ ચૂકી હતી ને એ ગામના પ્રવેશદ્વાર પાસે ઊભો હતો. દ્વારના નામે વાંસનો વાડો બનાવેલો હતો, પણ કોઈ દરવાજો નહોતો. એ તેના મોટાભાઈ અને મા સાથે ઊભો હતો જેમને સાવધાનીથી ઘોડા પર બેસાડી દેવાયાં હતાં.

"ક્યાંક પડી ન જવાય... સાચવીને જજો." કલ્કિએ માને એક વાસણ અને પોટલી પકડાવતાં કહ્યું.

સુમતિએ કપડું લપેટતાં કહ્યું, "બેટા, હું આ જગ્યા છોડવા માગતી નથી. મને મજબૂર ન કર."

"તમે બંને મળવા ક્યારે આવશો?"

"આ બધું પતી જાય એટલે."

"કેટલો સમય? મને જણાવો, કેટલા દિવસ સુધી...?"

કલ્કિ અને અરજણે એકબીજા સામું જોયું. "અમે તમને કબૂતર દ્વારા સંદેશો મોકલી દઈશું."

સુમતિ તેમને નિરાશ થઈ જોતી રહી અને તેમને ભેટી પડી.

"તમારું ધ્યાન રાખજો અને પૂરી તાકાતથી લડજો. મારું નામ ઉજાળજો."

કલ્કિની આંખો ભીની થઈ, પણ અરજણ જડ બનેલો હતો, "બદ્રીનાથ આશ્રમ જવામાં ચાર દિવસ થશે. પોતાની સંભાળ રાખજો."

"ચિંતા ન કરો. સંદેહયુક્ત મનનો મતલબ છે કે તમે સાચા રસ્તે છો. ઇન્દ્રના વજ્રની શક્તિ તમારા બંને સાથે છે." સુમતિ બોલી અને ઘોડાની લગામ પકડી ચાલી નીકળી.

કલ્કિ અને અરજણ તેમને જતાં જોઈ રહ્યાં. તેમના જોતાં-જોતાં જ ઘોડો અદૃશ્ય થયો. તેમના હૃદયમાં ડર હતો.

"શું આપણે જીતી જઈશું?" કલ્કિએ પૂછ્યું.

અરજણ પરેશાન હતો. કલ્કિએ બધાને વિવશ કર્યાં હતાં કે ઊઠીને પોતાની ધરતીનો દાવો કરે. અરજણ આવું નહોતો ઇચ્છતો અને બધાંના નાયક બનવાથી ડરતો હતો.

"આપણી પાસે બીજો કોઈ રસ્તો નથી." અરજણે પોતાના હાથથી ભાઈને પકડ્યો ને હળવેથી દિલાસો આપ્યો.

40

દુરુક્તિ ફૂલો વડે સજાવેલ બારીમાંથી સૂર્યાસ્ત જોઈ રહી હતી. તેને એ સમય પણ યાદ નહોતો જ્યારે કળિ ભોળો ને સોનેરી આંખોવાળો છોકરો હતો. તેણે હંમેશાં તેનું ધ્યાન રાખ્યું. જ્યારે એને ખ્યાલ આવ્યો કે તે પેટ ભર્યું હોવાનું જુઠ્ઠું બોલતી હતી જેથી એ ખાઈ શકે ત્યારે એ કેટલાય દિવસો સુધી ભૂખ્યો રહેતો હતો.

"હા, મેં જમી લીધું."

પણ દુરુક્તિ જાણતી હતી કે એ જુઠ્ઠું બોલી રહ્યો છે. તેની પાંસળીઓ બહારથી દેખાતી હતી ને તેનો ચહેરો સાવ થાકેલો લાગતો હતો. એ નોકરીની શોધમાં આમતેમ ભટકી રહ્યો હતો. તેને સ્થાનિક ધર્મશાળામાં સહાયક કે ખાણમાં ખોદકામ માટેનું કામ મળતું, પણ જીવન એટલું આસાન નહોતું. મોટેભાગે લોકો તેમાં કામ કરાવીને પછી લાત મારી ભગાવી દેતા હોય ને મહેનતાણું પણ નહોતા આપતા. બધું તેની અને દુરુક્તિની વિરુદ્ધ જઈ રહ્યું હતું. દુનિયા ઘણી નિર્દયી હતી ને નિર્દોષપણું ક્યાંક ખોવાઈ ગયેલું હતું.

ત્યારથી એણે અપરાધી જીવન સ્વીકારી લીધું.

એની પહેલા એ યાદ કરતી કે બધું કળિને કેવી રીતે અનુકૂળ થવા લાગ્યું. દરવાજા પરની હલચલથી તેનું ધ્યાનભંગ થયું. સિમરિન અંદર આવી. એ ચિંતિત હતી. તેના હાથમાં ગોળ લપેટેલો પત્ર હતો.

દુરુક્તિને વાંચવાની જરૂર જ ના પડી. સિમરિનના ચહેરા પર વંચાતું હતું.

"તેમણે આપણી વિનંતી માની નથી?" દુરુક્તિએ પૂછ્યું.

"રાજકુમારી, તેમના કહેવા પ્રમાણે આ વિનંતી નહોતી, આપણો આદેશ હતો." સિમરિન બોલી.

દુરુક્તિ આવા અસંવેદનશીલ અને રુક્ષ જવાબ માટે તેને કામ પરથી દૂર કરી શકતી હતી, પણ સિમરિને ખોટું તો નહોતું જ કહ્યું. આ કોઈ આગ્રહ નહોતો. એ પત્ર ઘણી અનુચિત ભાષા અને શૈલીથી શંભલ ગામના સરપંચને લખવામાં આવ્યો હતો જે કીકતપુર પ્રાંતના સંપન્ન ગામમાંનું એક હતું. ખરેખર તો એ એવું બતાવવા માગતી હતી કે શંભલપુર પર તેમનું સ્વામિત્વ હતું. તે પોતાની મરજી લાગુ કરવા માગતી હતી, પણ તે એવું નહોતી ઇચ્છતી કે અનાડી ગ્રામીણ લોકો રાજકીય આદેશને ધુત્કારે ને તેમની સામે છાતી કાઢીને યુદ્ધનું એલાન કરવું પડે.

"હું આ કામ સહેલાઈથી પૂરું કરવા માગતી હતી. મારે રક્તપાત નહોતો જોઈતો. તેમણે આપણા આદેશને ઠોકર મારી મતલબ કે તેઓ લડવા માગે છે." દુરુક્તિ સિમરિન પાસે આવી, "આપણી પાસે શંભલ વિશે શી જાણકારી છે?"

"અહીંયા કોઈ યોદ્ધા સમુદાય નથી કે ન તો એમની પાસે કોઈ હથિયાર છે. મને તો એ જ વિચાર આવે છે કે તેમણે ના કેવી રીતે પાડી દીધી. જ્યાં સુધી કિસ્સાઓ સાંભળ્યા છે ત્યાં સુધી અહીંના લોકો લોહી અને તલવારની ધાર પણ જોઈ શકતાં નથી એવા કાયર છે. આપણે ત્યાં જઈને તેમને ભયભીત કરી શકીએ તેમ છીએ."

"આપણે તે માટે મોટી સેનાની જરૂર પડશે." દુરુક્તિએ હોઠ ભીંસ્યા. મોટી સેનાનો મતલબ મોટી સમસ્યા, જેનો મતલબ કે કળિને ખબર પડે તો ઝડપથી ના પાડી દેશે. એ ક્યારેય નહીં ઇચ્છે કે તેની તબિયતના કારણે ગૃહયુદ્ધ થાય અને લોકો માર્યા જાય, પરંતુ તેને એ અહેસાસ નહોતો કે પોતાના ભાઈને બચાવવા માટે દુરુક્તિ આખી દુનિયાનો નાશ કરવા તૈયાર હતી, "હું મહારાજ સાથે વાત કરીશ."

ત્યાં જ એક પડછાયો દેખાયો. દુરુક્તિ પાછળ ફરી તો તેને વિકોકો દેખાઈ, જે આખા શરીરે પરસેવાથી લથપથ હતી. તેની છાતીના કવચ પર લોહી દેખાતું હતું.

"રાજકુમારી."

નહીં.

વિકોકોએ આગળ આવી કહ્યું, "મારી પાસે ખરાબ સમાચાર છે."

દુરુક્તિ કિલ્લાની અંદર આવેલા શસ્ત્રાગાર તરફ દોડીને અંદર ગઈ. સિમરિન તેની પાછળ જ હતી. કોકો બહાર ઊભો કાંપી રહ્યો હતો.

"તમને મેં ભાઈની સુરક્ષાની જવાબદારી સોંપી હતી. શું કર્યું તમે? જો તેમને કશું થયું તો હું તમારો દેશનિકાલ કરી દઈશ." દુરુક્તિએ તણખા ઝરતા અવાજે કહ્યું. તેની ભીતર ભાવ, પીડા અને ભયનું તોફાન ઊમટી રહ્યું હતું.

"હું મારા અપરાધ માટે ક્ષમા માગું છું, રાજકુમારી..."

દુરુક્તિએ હાથ ઊંચો કર્યો, "શબ્દોથી મારા ભાઈના ઘા નહીં રૂઝાય."

ચટ્ટાઈ પર મીણબત્તીઓના ઘેરાની વચ્ચે કળિ પેટભર સૂતો હતો. ઘા ચોખ્ખો દેખાઈ આવતો હતો, જે તેના હાડકાની પાર થઈ ગયેલો હતો.

"કેવું છે તેમને?"

"નસીબવંત છે." વૈદ્યે ગોળ ચક્કર કાપ્યું અને કળિ પાસે ઘૂંટણિયે બેસતા કહ્યું ને ઘા પર રંગવિહીન લેપ લગાવ્યો. "આ ચીરો કરોડરજ્જુ પાસે થયો, પણ અંદર સુધી નથી."

તેને લાગ્યું કે હવે તેનો ભય ઓછો થયો છે. જોકે ચિંતા તો તેના પર સવાર થયેલી જ હતી.

"તેમને ક્યાં સુધી આ રીતે રહેવું પડશે?"

"રાજકુમારી, મને થોડા દિવસ આપો. આરોગ્યની પ્રક્રિયાને કૃત્રિમ રીતે પૂરી કરવા કરતા કુદરતી રીતે જ થવા દઈએ."

"હું તમને કશુંક પૂછવા માગું છું." દુરુક્તિ એ મીણબત્તીઓના વર્તુળની અંદર પહોંચી ગઈ જે તેની અને તેના નગ્ન ભાઈની વચ્ચે આવી રહી હતી, "શું તમે સોમ વિશે જાણ્યું છે?"

"હા." એ ઘરડા માણસે માથું હલાવ્યું, "દુર્લભ ઔષધીય અમૃત, તેને સોમલતામાંથી કાઢવામાં આવે છે. જે ઉત્તરની બર્ફીલી પહાડીઓમાં મળે છે."

"એ દુર્લભ કેમ છે?"

"સંસાર આગળ વધ્યો અને એણે ઘણા બધા ચમત્કારોને પાછળ ધકેલી દીધા." વૈદ્યે અસહાય ભાવથી આટલું જ કહી શકવાની તાકાત કેળવી.

"મેં સાંભળ્યું છે કે એ પથ્થરોમાંથી મળે છે."

"દરેક દવાની જેમ આના પણ ઘણા રૂપ છે. અમુક પથ્થરોમાં છે ને અમુક વનસ્પતિમાંથી મળે છે. બંનેમાંથી આખરે તો અમૃત કાઢવું પડે."

દુરુક્તિએ ગોળ ચક્કર કાપવાનું બંધ કર્યું. તેનાં પગમાં જૂતાં ડંખી રહ્યાં હતાં.

"પથ્થરમાંથી અમૃત કાઢવું કેટલું કઠિન છે?"

વૈદ્ય રોકાઈ ગયા, "પહેલા તેને તોડવા પડે... પછી અંદરથી ઓગાળવા પડે."

"કેટલું કઠિન?" ફરીથી એ જ પ્રશ્ન કર્યો.

વૈદ્યની આંખો ભયભીત થઈ ઊઠી, હોઠ કાંપવા લાગ્યા, "એટલું વધારે નહીં, પરંતુ તે માટે ઉપયુક્ત ઓજાર હોવાં જોઈએ. જોકે હવે તો સોમ પ્રાપ્ત કરવું અસંભવ છે, કારણ કે દુર્લભ થઈ ગયા છે."

"કેટલા દિવસ?" તેના અવાજમાં ટાઢક હતી, "આ મિશ્રણ બનાવવામાં કેટલા દિવસ લાગે?"

"કદાચ ત્રણ કે તેનાથી વધારે દિવસ." વૈદ્ય હળવા અવાજે બોલ્યા.

"હું તમને જણાવવા માગું છું." દુરુક્તિનો પડછાયો તેના ચહેરા પરથી પસાર થયો ને વૃદ્ધ વૈદ્ય હેરાન-પરેશાન થઈ કળિના શરીર પાસે ઊભો હતો. દુરુક્તિના ચહેરા પર પ્રકાશ નાચી રહ્યો હતો, અગરબત્તીની સુવાસ તેના નાકમાં જઈ રહી હતી, "જો તમે મારા માટે આ કામ કરી આપશો તો તમને તમારી સેવાઓમાંથી મુક્તિ આપી દેવાશે ને આપ કોઈને આ વાત નહીં કરો. જો ભૂલથી પણ તમે એ કર્યું તો હું મારા હાથે જ માથું ધડથી અલગ કરી દઈશ." દુરુક્તિએ તેમને ધમકાવતાં દાંત ભીંસ્યા. કદાચ આ વાતના આભાસથી જ એવા ભાવ મનમાં આવ્યા કે તે શું કરી શકે છે.

વૈદ્યે હા પાડી.

"મને મહારાજની તબિયત વિશે જણાવતાં રહેજો."

દુરુક્તિએ ઓરડામાંથી આવતા જ ચેનનો શ્વાસ લીધો. કોકો અને વિકોકો તેને જોઈ રહ્યાં હતાં. તે પરસેવાથી લથપથ ને અસ્થિર હતી. તેને લાગ્યું કે બીજા લોકોની સામે તેણે કમજોર ન દેખાવું જોઈએ. તે પોતાના પગ પર ઊભી થઈ અને ડોકું ટટ્ટાર કરીને બંને હાથ એકબીજા સાથે બાંધ્યા.

"મુક્તિ એને જ મળે જે તેના માટે કામ કરે છે." દુરુક્તિ બોલી. સિમરિન પોતાને સંયમિત કરી રહી કે ક્યાંક એ કશુંક બોલી ન ઊઠે.

"જ્યારે ભાઈએ તમારો જીવ બચાવ્યો હતો તો તમે બંનેએ તમારા રક્તથી સોગંદ લીધા હતા તમારો જીવ આપીને પણ તેમની રક્ષા કરશો. હું ઇચ્છું છું કે તમે તેમની રક્ષા કરવાની સાથે એક કામ બીજું પણ કરો."

બંને ઊભા રહી આગળ સાંભળવાની પ્રતીક્ષા કરી રહ્યાં હતાં.

"તેમને જુઠ્ઠું કહો." દુરુક્તિ બોલી, "તેમને જુઠ્ઠું કહો કે તેમની બહેન તેમના ઓરડામાં છે. એ ખૂબ નારાજ અને શોકમાં છે કે એ આવી પરિસ્થિતિ વચ્ચે પોતાના ભાઈની રક્ષા ન કરી શકી. મારા માટે જુઠ્ઠું બોલો ને હું તમને ક્ષમા કરી દઈશ."

એ બંનેની પલક ઝબકી. એ કળિની રક્ષામાં હતાં, પણ તેમને દુરુક્તિને નિરાશ કરવાનું દુઃખ હતું. એ તેનું દિલ જીતવા ગમે તે કરવા તૈયાર હતાં.

"કારણ કે હું થોડા દિવસ માટે બહાર જઈ રહી છું. મારી સાથે રક્તપની સેનાની ટુકડી હશે જેને એ અહીંયા મૂકીને ગયો છે."

બંને જોડિયાએ માથું હલાવ્યું.

"શું આપ ઇચ્છો છો કે અમે મહારાજ વાસુકિની તપાસ કરીએ, કારણ કે તેમની પર કોઈ નાગે હુમલો કર્યો છે." કોકોએ પૂછ્યું. વિકોકો પરસેવાથી લથપથ હજુ ડરેલી હતી.

દુરુક્તિએ માથું ધુણાવ્યું, "આ રાજનીતિક વિષય છે જેમાં મહારાજ કળિ જ કશું કરી શકે. આપણે ફક્ત તેમની તબિયત સારી રહે તેનું જ ધ્યાન રાખીએ."

દુરુક્તિ ચાલવા લાગી તો સિમરિન પાછળ ચાલવા લાગી, “રાજકુમારી, અંદર શું થયું હતું?”

દુરુક્તિએ સપાટ ચહેરે જવાબ આપ્યો, “આભાસ.” તેની આંખો રસ્તા પર ટકેલી હતી.

“હવે આપણે શું કરવા જઈ રહ્યાં છીએ? તમે રક્તપની સેના સાથે લીધી છે તો શું તમે શંભલ જવા માગો છો?”

“હું પહેલેથી જ જવા માગતી હતી.” દુરુક્તિએ દૃઢ શબ્દોમાં કહ્યું, પણ એ જાણતી હતી કે સિમરિન શેના માટે પૂછે છે. દુરુક્તિ અત્યાર સુધી નિર્ણય લેવા અક્ષમ રહી હતી, એ ચિંતિત ને ડરેલી હતી. તેને શંકા હતી કે જો તે શંભલ જશે તો ઊથલપાથલ મચી જશે અને કળિ આવાં વિઘ્નોને રાજનીતિક સમજદારી ને સોદાબાજીની કુટનીતિક વડે હલ કરતો હતો. દુરુક્તિ બોલી, “સિમરિન, મારી વાત યાદ રાખજે, હવે મને એ ગુફાઓમાં પ્રવેશ કરવાથી કોઈ રોકી નહીં શકે.”

41

થકવી નાખે તેવા અભ્યાસને ત્રણ દિવસ થઈ ગયા હતા. કૃપાએ તેને પ્રણાલન અને અવચેતન સાથે સંપર્ક કરવાના ઉપાય અને પુરોગામીઓથી શિક્ષણ પ્રાપ્ત કરવાની રીતો શીખવાડી દીધી હતી જેમણે સોમનું સેવન કર્યું હતું. કૃપાએ કલ્કિને કહ્યું હતું કે અવતારોની આત્માઓ અરસપરસ જોડાયેલી છે. જોકે હવે તેઓ ભૌતિક સ્વરૂપે ગ્રહ પર ઉપસ્થિત નહોતા, પરંતુ પ્રણાલન અને એકાગ્રતાના માધ્યમ વડે એ સામાન્ય અનુભવોથી એ સંસાધનોને પ્રાપ્ત કરી શકતો હતો, જે વીતેલા યુગોથી સ્થાનાંતરિત થતા આવ્યા હતા.

કલ્કિ તપસ્યા માટે બેઠો હતો અને આ એક સૌથી ખરાબ વાત હતી. તે કંટાળીને પોતાની આંખો ખોલી દેતો હતો. આડો પડીને તારાઓ જોવા લાગતો અને કેટલીયવાર જો તેના મન મુજબ ન થાય તો તેને લાગતું કે આ સમયની બરબાદી સિવાય બીજું કશુંય નહોતું. ખરેખર તેવું નહોતું થવું જોઈતું. તેને બીજા લોકોની જેમ અભ્યાસ કરવો જોઈતો હતો, આંખો બંધ કરીને પલાઠી લગાવીને બેસવા કરતાં દુશ્મન સાથે લડવા માટેની તરકીબો શીખવી જોઈએ.

એ પછી બેસીને પ્રતીક્ષા કરવા લાગ્યો. લગભગ એક કલાક થઈ ગયો હતો. તેને એકાએક આજુબાજુની વસ્તુઓ વિલીન થતી હોય તેવું લાગ્યું. આંખો બંધ કર્યા બાદ પણ એવું લાગતું હતું કે તે આ ધરતી પર નહોતો. તેણે આંખો ખોલીને જોયું. ચોતરફ અંધારું જ હતું. તેણે પોતાના ધ્યાનને પોતાનામાં સંકોચ્યું અને તેને પરિચિત ક્ષેત્રમાંથી આ ઊંડા અંધારામાં લાવી મૂક્યો હતો. એનું હૃદય જોરથી ધબકતું હતું, તે આ જગ્યાથી બચવા માગતો હતો ત્યાં જ અચાનક તે આગળ તરફ ખેંચાવા લાગ્યો.

બધું ધૂંધળું થવા લાગ્યું હતું. ત્યાં એક ઝૂંપડી હતી. તેની ઉપર ઊડી શકતું એક વિશાળ પક્ષી હતું અને ત્યારે કલ્કિને અહેસાસ થયો કે એ કોઈ પક્ષી નહોતું, પણ એક યંત્ર હતું. તે પોતાના સમયથી ઘણી આગળની ચીજ હતી. તે યાંત્રિક પક્ષીમાંથી એક મૂછાળી વ્યક્તિ બહાર આવી.

એ ફરીથી કોઈ ચીજ તરફ ખેંચાયો. તે વન તરફ ગયો, કદાચ ત્યાં તેણે એક જટાધારી યુવકને બાણ ચલાવતો જોયો.

"વાહ... ઉત્તમ રાઘવ." એક વ્યક્તિ રાઘવ નામની વ્યક્તિ પાસે આવી અને તેનો ખભો થાબડ્યો.

કલ્કિ બેભાન થઈ ગયો ને પોતાને એક વિસ્તૃત ભૂમિ પર જોયો. મોરપંખ લગાવેલો એક યુવક આખા ખેતરમાં વેગથી દોડી રહ્યો હતો, તે પોતાના પર થતી બાણવર્ષાથી બચવાની કોશિશ કરી રહ્યો હતો. તેણે પલટવાર કરીને પોતાનું ચક્ર કાઢીને ચલાવી દીધું. એ સીધું કલ્કિ તરફ આવ્યું ને તેણે ડરના માર્યા આંખો મીંચી લીધી. જ્યારે તેણે આંખો ખોલી તો પોતાને બીજી જ કોઈ જગ્યાએ જોયો. આ વખતે કોઈ ઠંડા પ્રદેશમાં હતો, કદાચ પહાડોની વચમાં હતો.

"સાચું કહું તો, તને અહીં જોઈને મને આશ્ચર્ય થયું."

કલ્કિ અવાજ સાંભળી ફર્યો. બરફની સપાટી પર પલાઠી વાળીને બેઠેલી લાંબી દાઢી અને જટાધારી વ્યક્તિ દેખાઈ. તેમની પીઠ પર મોટી કુહાડી લટકાવેલી હતી. તેમણે મૃગચર્મ લપેટેલું હતું. કલ્કિને ઠંડી લાગતી હતી, પણ એ વ્યક્તિને જોઈને લાગ્યું કે તે આ બધી વાતથી પર હતો.

"તમે આ વાતાવરણમાં કે... કેવી રીતે જીવી શકો છો?" કલ્કિ કાંપી રહ્યો હતો.

"તને ઠંડી નથી લાગતી. તું વિચારી રહ્યો છું કે તને ઠંડી લાગે છે." તે આકૃતિએ કહ્યું, "આ એક સ્વપ્નાવસ્થા છે. આ બધું કૃત્રિમ છે. ફક્ત એક ક્ષણના એક અંશમાં જ તું ઊંઘમાંથી જાગી શકે છે. આ સમયે તું ધ્યાનયોગમાં છું."

કલ્કિને હજુય ઠંડી લાગી રહી હતી. હકીકતમાં એ વ્યક્તિ કહેવા શું માગે છે?

"કોણ છો આપ?"

"તું." તેમણે કહ્યું અને ઊભા થયા, "કેટલાંય વર્ષો પહેલાં હું તું જ હતો. હું છઠ્ઠા સ્થાને હતો."

કલ્કિનું મોં આપોઆપ જ ખૂલી ગયું, "ભગવાન ભાર્ગવ રામ." અને એ પોતાની શ્રદ્ધા અર્પણ કરવા ઘૂંટણિયે બેસી પડ્યો.

"પ્રભાવશાળી. તારી પ્રવાહિત થવાની શક્તિઓ કામ કરી રહી છે."

"એવું કેવી રીતે સંભવ છે કે હું તમારી સાથે વાતચીત કરી રહ્યો છું? કેમ બીજા લોકો સાથે આ શક્ય નથી બની શક્યું?"

"એ ફક્ત આભાસી ચિત્ર જ છે." ભગવાન ભાર્ગવ બોલ્યા, "એ ઇતિહાસના છાયાચિત્ર છે મતલબ કે જે બની ગયેલું છે. એ તારા ભૂતકાળના રૂપ છે, જો તું વાસ્તવમાં પ્રયત્ન કરે તો એમની સાથે પણ સંપર્ક કરી શકે છે, પરંતુ હું વાસ્તવિક છું, જીવિત અને મારા હાડ-માંસના શરીર સાથે તારી પ્રતીક્ષા કરી રહ્યો છું."

"તમે જ કૃપાના સાથી છો ને?"

ભાર્ગવ પ્રભુએ સંમતિ દર્શાવી, "હું મારી આજુબાજુ સારી સંગતિ નથી રાખતો પણ ઘણા બધા લોકો મારી આસપાસ રહેતા પણ નથી. મારુતિ પણ મને છોડીને તેના..."

"મારુતિ?"

"કદાચ તું તેમને ભગવાન બજરંગીના રૂપે જાણતો હોઈશ."

નિઃસંદેહ, કલ્કિએ તેમના વિશે ગુરુકુળમાં વાંચ્યું હતું, કેવી રીતે તેમણે રાક્ષસોને પરાજિત કરીને ભગવાન રાઘવની સહાયતા કરી હતી. એ સ્વયં ત્યારે કોઈ કબીલામાંથી જ હતા. હવે અત્યારે એ બધા તેમના યુગમાં દેવતા તરીકે ઓળખાય છે.

"તમે કહો છો કે એ બધાં રૂપોમાં હું જ છું."

"હા, તું એ મોટા ચિત્રનો એક અંશ અને આપણે બધા ભગવાન નારાયણના અંશ છીએ, જેમણે આપણને ઇચ્છિત શક્તિ પ્રદાન કરી છે."

કલ્કિએ માથું હલાવ્યું, "કૃપાચાર્યએ તથ્ય કહ્યું કે મેં સોમ પ્રાપ્ત કર્યું જે મારી જ પસંદગી હતી અને ભગવાન ગોવિંદે સોમગુફાઓ બંધ

કરવાનું કહ્યું જેથી વ્યક્તિ ઉન્માદગ્રસ્ત ન થાય. તેમણે એ બધું એ રીતે કહ્યું જાણે આ વૈજ્ઞાનિક હતું, પરંતુ તમે એ રીતે કહ્યું કે આ તો થવાનું જ હતું, જાણે કે નિશ્ચિત જ હતું."

"નિયતિની વાત કરીએ તો કૃપાચાર્ય અ-વિશ્વાસી છે. હા, વ્યાવહારિક રીતે અમે એક નથી. આપણે બધા ભૂલવશ અથવા જાણીજોઈને કોઈ ને કોઈ પ્રકારે સોમના સંપર્કમાં આવ્યા, પરંતુ મારું એવું માનવું છે કે અમે અમારા સમયમાં કોઈ મહત્ત્વના કાર્ય માટે પ્રગટ થયા. જો એક વ્યક્તિ કોઈ વાત પર વિશ્વાસ નથી ધરાવતો તો તેનો અર્થ એ નથી કે એ બીજા વ્યક્તિ પર કોઈ પ્રકારે એ માટે દબાણ ન કરી શકે." ભાર્ગવે સ્મિત આપ્યું, "હવે મને જણાવ કે શું તું વિશ્વાસ ધરાવે છે?"

કલ્કિ વિચારમાં પડી ગયો, તેને પોતાના શબ્દોની પસંદગી સમજીને કરવાની હતી, કારણ કે તે એક વિચિત્ર વ્યક્તિને મળી રહ્યો હતો જે તેને તેના સપનામાં મુલાકાત આપી રહ્યા હતા. એ બહુ લાંબા કદના અને મજબૂત શારીરિક સૌષ્ઠવ ધરાવતા ને હાથમાં શિરાઓ ઊપસેલી હતી. ભલે વૃદ્ધ થયા હોય, પરંતુ હજુય કોઈ ચટ્ટાન જેવા મજબૂત દેખાતા હતા.

"મેં હજુ કોઈ વિચાર નથી કર્યો."

"એવું એટલે છે, કારણ કે તેં હજુ દુનિયા જોઈ જ નથી. તું પોતાના માળામાં જ રહેતો આવ્યો છે, પણ એકવાર જો બહાર આવી જઈશ તો તને જવાબો મળશે કે આપણે કોણ છીએ, આપણને વરદાન મળ્યું છે કે આપણે કેવળ એક ભૂલ જ છીએ."

કલ્કિએ આંખો ઝીણી કરી, "મારી જેમ અન્ય બધા અવતાર મૃત્યુ પામ્યા છે, તો આપ કેમ જીવિત છો?"

ભાર્ગવ શાંત થઈને, "જ્યારે તું મને આવીને મળીશ ત્યારે એ જણાવવું ઉચિત રહેશે. આ ઉત્તર ત્યારે સમજી શકાશે, જ્યારે તું ઘણુંખરું શીખીને પર્યાપ્ત માત્રામાં ભુલાવી દઈશ..." આ શબ્દો સાથે જ્યાં કલ્કિ ફર્યો તો તેને એક સ્ત્રીની ધૂંધળી છબી દેખાઈ.

અને પછી ગાલ પર જોરદાર થપ્પડ સાથે જ કલ્કિ ભાનમાં આવ્યો

અને તેને ખ્યાલ આવ્યો કે તે કોઈ છબી નહોતો જોતો. એ બરાબર તે જ જગ્યાએ પાછો આવ્યો હતો જ્યાં તે પહેલેથી જ હતો. ઝાડીઓ, ડાળીઓ અને વૃક્ષના મંડપ તળે બેઠેલો. સૂરજની ચમકતી રોશની વચ્ચે ઠંડકનું નામોનિશાન નહોતું. બધું એકસાથે કેટલું અસલી ને કેટલું નકલી લાગી રહ્યું હતું. તે હજુય આંગળીના ટેરવા પર ઠંડક અનુભવી રહ્યો હતો, પછી એને ઝટકો લાગ્યો ને એ પોતાના સપનામાંથી બહાર આવીને હાથ જોવા લાગ્યો.

"તું અત્યારે ખેતરમાં શું કરી રહ્યો છું?" લક્ષ્મીએ ચિંતા સાથે પૂછ્યું.

"હું શું કરી રહ્યો છું?"

"તું બેભાન પડ્યો હતો. આંખો ખુલ્લી હતી પણ કશું બોલી નહોતો રહ્યો. મને ચિંતા થઈ ગઈ." લક્ષ્મી તેની પાસે ઘૂંટણિયે બેસી ગઈ, "તારા જેવા મૂર્ખ માટે મારી ચિંતાઓનો કોઈ અંત નથી. તું શું કરતો હતો?"

કલ્કિએ ઊંડો શ્વાસ લીધો. એ તેને બધું કહેવા માગતો હતો, પરંતુ તેવું કરવાથી તેની અવઢવ વધી શકે તેમ હતી, "મેં શુકોને કહ્યું હતું કે જો કોઈ આસપાસ આવે તો મને જગાડી દેજે. એ ક્યાં ગયો...?" એ તેની આસપાસ દેખવા લાગ્યો અને લક્ષ્મીએ તેનાથી થોડા ઈંચની દૂરીથી તેનો ચહેરો ફેરવ્યો.

"તેણે કહ્યું કે ફરીથી વિઘ્ન નહીં નાખે જેવું એણે પેલી વખતે કર્યું હતું."

ઓહ, કલ્કિ હજુય ભ્રમમાં હતો, "ઠીક છે." તેણે જાત સંભાળી, "જોકે મને વિશ્વાસ છે કે તેણે એવું નહીં કહ્યું હોય."

કલ્કિ તેને જોતો રહ્યો અને એ હસ્યો. એ હસ્યા વગર રહી ન શક્યો. એ તેના જીવનમાં પહેલાથી વધુ સ્થિરતા લાવી હતી. જાણે કે તે કોઈ છીદ્રમાં ફસાયેલો હોય ને લક્ષ્મીએ બહાર ખેંચ્યો હોય. એ તેના વગર આ દુનિયામાં જીવી કેવી રીતે શકે.

"મને ડર લાગે છે." લક્ષ્મીએ આવું કહી તેના ગળામાં હાથ પરોવ્યા, "હું તને કહેવા માગું છું કે મને ડર લાગે છે. હું મરવા નથી માગતી."

"તું મરીશ નહીં. હું વચન આપું છું." કલ્કિએ તેના હાથ પણ તેની

કમરે વીંટાળ્યા. એ બંને સાવ નજીક હતા, એટલા નજીક કે તેના હૃદયના ધબકાર સાથે શ્વાસની મહેક પણ અનુભવી શકતો હતો, "મને પણ ડર લાગે છે. હું દુનિયાને કહેવા માગું છું કે મને ડર લાગે છે."

"હું જાણું છું. હું તે જોઈ શકું છું."

"હું જાણું છું કે તું જોઈ શકે છે. તું હંમેશાં જોઈ જ લે છે."

"સારું છે કે તું જાણે છે." લક્ષ્મીએ માથું હલાવીને કહ્યું, "આપણું ડરવું સ્વાભાવિક છે. આ દુનિયાનો અંત નથી. બધું સારું થઈ જશે."

"હું જાણું છું, જાણું છું, પણ જો તે અનુભવી શકતો હોત તો સારું હોત. હું તેને મહેસૂસ નથી કરી શકતો."

"જો હું ન બચી તો?" લક્ષ્મીએ પૂછ્યું.

કલ્કિ એ વિષયમાં વિચારી ન શક્યો. તે એવી પીડાનો સામનો કરી શકે તેમ નહોતું, "હું એવી પરિસ્થિતિ વિશે વિચારવા જ નથી માગતો. મારી નજરમાં તું એક પલક ઝપકતાં જ આહ સાથે તું જીવિત થઈ જાય છે."

તે બંનેએ એકબીજા સામું ક્ષણભર માટે જોયું અને કસીને ભેટી પડ્યાં. કલ્કિ આગળ વધ્યો તો જાણે હૃદયે જવાબ આપી દીધો. તેને લાગ્યું કે તેમના હોઠ આપસમાં મળશે, પણ તે કશું કરે તે પહેલાં જ તેમના કાનમાં અસંખ્ય અવાજો આવ્યા. મંદિરના ઘંટ વાગી રહ્યા હતા અને હાથવેંતનું કામ પડતું મૂકવું પડ્યું. બંનેની નજર મળી. એ ભયભીત અને ગભરાયેલાં હતાં. બંને આ અવાજનો અર્થ જાણતાં હતાં.

યુદ્ધનો આરંભ થઈ ચૂક્યો હતો.

42

કલ્કિએ શુકોને જોવા માટે મોકલ્યો કે તેમની સેના કેટલી મોટી છે અને એ ધર્મશાળા તરફ આગળ વધ્યો, જ્યાં બાકીના બધાં એકઠાં થયેલાં હતાં. ત્યાં બીજા વૃદ્ધો પણ હાજર હતા. આખી ધર્મશાળામાં લોકો ભેગા થયેલાં હતાં. એ બધાં ચિંતિત હતા ને અમુક મોં છુપાવવાની તૈયારી કરી રહ્યા હતા. જ્યારે એમણે કલ્કિ અને લક્ષ્મીને જોયાં તો તેમનો પ્રતિરોધનો સ્વર ઘટી ગયો.

કલ્કિ આગળ આવ્યો. બંને હાથ પૂરા આત્મવિશ્વાસ અને ગર્વથી શરીરની બંને તરફ ઝૂલી રહ્યા હતા. તેણે બધાં તરફ એક નજર નાખી. એ બધા ડરેલા, ચિંતિત અને અસહાય ભયથી ગ્રસ્ત લાગતાં હતાં.

કલ્કિએ કહ્યું, "હું મારી ઇચ્છા લાદવા નથી માગતો, પણ જો તમને આ ગામની પરવા હોય તો બહાર ઊભા રાક્ષસોને તુચ્છ જાણીને ઇન્દ્રવન તરફ જાઓ. ગુફાઓની બહાર ઊભા રહી જાઓ અને તેમને એ જગ્યા નષ્ટ ન કરવા દો."

"જો તેમણે અમને મારી નાંખ્યા તો?" તેમાંથી એકે પૂછ્યું.

"એ એવું નહીં કરે." કલ્કિએ પોતાના સુક્કા હોઠ પર જીભ ફેરવી, હાથમાં કંપ હોવા છતાં વાત ચાલુ રાખી, "જો તમે બધાં એક થઈ જશો તો કોઈ કશું જ નહીં કરી શકે."

ભીડમાંથી કોઈ બરાડ્યું, "શું તમે જીતશો?"

કલ્કિએ આહ ભરી. કેટલો ભયાનક પ્રશ્ન હતો. એ ઇમાનદાર બનીને કહેવા માગતો હતો કે કઠિન હતું, પણ તેના હાથમાં બીજો હાથ જોડાયો, નરમ અને મુલાયમ. એ લક્ષ્મીનો હાથ હતો ને એણે તેની સામે સ્વીકારભાવે માથું હલાવ્યું.

"હા." કલ્કિની અંદર જોશ ઊમટી પડ્યો, "જ્યારે આપણે વિશ્વાસ

નથી રાખતા કે આપણી જીત થશે ત્યારે જ આપણે હારીએ છીએ. આપણે પૂરી આશા સાથે આપણી જીત પર ભરોસો રાખવો જોઈએ. આપણે આ અંધકારથી નીકળીને એ રાક્ષસોને હરાવી દઈશું જે આપણી પરંપરાનો નાશ કરવા માગે છે."

કોઈએ એક શબ્દ પણ ન કહ્યો. સન્નાટો છવાયેલો હતો. કલ્કિને આ ગમ્યું નહીં. તેનો અર્થ એ હતો કે તેની પર ભરોસો થવા લાગ્યો હતો. એ આવું તો ઇચ્છતો હતો, હેં ને? એ તેના પ્રતિ થયેલો ભરોસો જોઈ ડરી કેમ ગયો? તેને જવાબદારી લેવાથી કેમ ભય લાગતો હતો. અનેક વ્યક્તિનું જીવન તેના ભરોસે હતું. અનેક પરિવાર ને બાળકો તેને જોઈ રહ્યાં હતાં. તેમનું માનવું હતું કે તે કરી શકે તેમ છે.

કલ્કિ પર ખાસ્સું દબાણ હતું. તેની અંદર જાણે કોઈ કહી રહ્યું હતું કે તેણે સમયમાં પાછું જતું રહેવું જોઈએ અને મંચ પર આવી નગરની સેના વિરુદ્ધ તેના વેરનું પ્રદર્શન ન કરવું જોઈએ. એ એક નાની જગ્યાનો એક ગ્રામીણ છોકરો જ હતો. કદાચ એણે ઘણું મોટું સપનું જોઈ લીધું હતું.

નહીં.

એ હવે આવી વાતો વિચારી ના શકે. તેણે પોતાનો હાથ લક્ષ્મીના હાથ સાથે જકડ્યો. અંદર જતાં પહેલાં બધાં સામું જોઈ ગરદન હલાવી. સમય લોકોમાં બદલાવ લાવી દે છે પરંતુ આપણી પસંદગી નક્કી કરે છે કે આ ભલાઈ માટે છે કે નહીં.

ધર્મશાળાની અંદર હલ્લાબોલ મચી હતી. અડધા લોકો ભારે પથ્થર, શિલાઓ અને હથિયાર લઈને સીડી ચઢી રહ્યાં હતાં. કેટલાંક બીજાં દીવડાઓ અને મીણબત્તી પાસે રહેલા નકશા પર કામ કરી રહ્યાં હતાં. પરસેવો અને જોશની ગંધ ફેલાયેલી હતી. બધાએ કલ્કિને જોઈ માથું હલાવ્યું, આ તેના પ્રત્યે આદર ને પ્રશંસા સૂચવતું હતું. તેણે થોડાક જ દિવસમાં કેટલું પામી લીધું હતું પરંતુ આ બધાં કેટલા નાના અને નાદાન હતા. શું આ લોકો લડી શકશે?

એ મુખ્ય ખંડમાં પહોંચ્યો જ્યાં અરિંદમ ખૂણામાં બેઠો હતો. કૃપા વચ્ચે રાખેલા મેજ પર નકશો બનાવતો હતો. દેવદત્ત અરજણ ને બાલા સાથે

ત્યાં જ હતો. અરજણ પાસે નવું હથિયાર હતું, ધનુષ્ય અને બાણ જે તેના જેવા યુવક માટે ઉપયુક્ત હતું. બાલા પાસે ભારેખમ ગદા હતી જેને તે આસાનીથી ઉઠાવી લેતો હતો. દેવદત્ત પાસે કૃપાની જેમ કશું નહોતું.

તેણે કલ્કિને એવું કહ્યું હતું કે શંભલ એક એવું ગામ હતું જેને માટે શસ્ત્ર એક અસાધારણ પ્રસ્તાવ હતો. ત્યાં કોઈ શસ્ત્રાગાર નહોતું, કારણ કે બધાં લોકો ખેતીવાડી કરતાં હતાં. નિઃસંદેહ હવે પરિસ્થિતિ બદલાઈ ચૂકી હતી.

"સાથી તું ક્યાં હતો?" કૃપાએ પૂછ્યું.

કલ્કિએ લક્ષ્મીનો હાથ છોડ્યો અને મેજ પાસે આવ્યો.

"સારું, આપણે શું જોયું?"

"તારા પોપટે શું જોયું?"

"એ હજુ પાછો નથી આવ્યો. શું તેને કોઈ બાણ વાગી ગયું?" તેણે મનોમન વિચાર્યું કે આવું ન થયું હોય.

"આપણે આ ધર્મશાળાની છત પરથી જોઈશું." અરજણે બધાંને ચૂપ કરાવતાં જોરથી કહ્યું, ગામનું પ્રવેશદ્વાર પૂરી રીતે બંધ કરવામાં આવ્યું છે. વનમાં છાવણીઓ લગાવી દીધી છે. આપણે જે વિચારી હતી એના કરતાં આ સેના સાવ અલગ છે."

"શું તેમની છાતી પરના કવચ પર નાગનું ચિહ્ન અંકિત છે?" કલ્કિને તેની નગરયાત્રા દરમિયાન થયેલી નાગસૈનિકો સાથેની લડાઈ યાદ હતી. તેણે તેમને ઇન્દ્રગઢના રસ્તા પર પહેરો ભરતા પણ જોયા હતા, "કદાચ એ લોકો જ આવ્યા છે."

"ના, હકીકતમાં એવું કોઈ ચિહ્ન નથી. ફક્ત કવચ જ પહેરેલું છે અને જ્યાં સુધી મને યાદ છે ત્યાં સુધી અમુકે તો કવચ પણ નથી પહેર્યાં."

લક્ષ્મી ઝડપથી જમીન પર બેસી ગઈ જાણે કોઈ ખરાબ સમાચાર તેણે સાંભળ્યા હોય. કલ્કિ તેને સંભાળવા આવ્યો ને હાથ પકડી પૂછ્યું, "શું થયું?"

"કોઈ ચિહ્ન નથી એનો મતલબ તે લોકો કોઈ ભગવાનમાં માનતા નથી." લક્ષ્મીએ કહ્યું, "તેનો અર્થ કે..."

“રાક્ષસ.” કૃપા ગંભીર સ્વરમાં બોલ્યો.

“નહીં.” દેવદત્ત સ્તબ્ધ થઈને દીવાલને ટેકે જઈ પહોંચ્યો.

કલ્કિ જાણતો હતો કે બધાં કેમ ચિંતામાં પડી ગયાં છે. ગુરુકુળ વિશે સૌથી આકર્ષક તથ્ય એ હતું કે તેણે બધા કબીલા વિશે વાંચ્યું હતું. એક સમય હતો કે આ બધા માનવો સાથે જ મળીને રહેતા હતા, પરંતુ લાંબા સમયથી તેમની વચ્ચે અંતર વધી ગયેલું હતું. છેક દક્ષિણમાં સૌથી પહેલા ઈલમના રાજા દશાનને ઉત્તરજીવિતાની જંગમાં વિદ્રોહીના રૂપમાં પોતાનું નામ નોંધાવ્યું. આ એ વ્યક્તિ હતો જેને કલ્કિએ ગત સમયમાં જઈને અવતારો સાથે સંપર્ક સાધતી વખતે જોયો હતો. આ જ એ વ્યક્તિ હતો જે ઊડતા યંત્રમાંથી બહાર આવ્યો હતો.

સાવ સાદી રીતે કહીએ તો રાક્ષસ લોકો વિધ્વંસક હતા. તેમને કોઈ વાતની પરવા નહોતી. તે કોઈ વિચાર નહોતા કરતા. એ અંધકારના વંશજ હતા અને કબીલામાં રહેતા હતા. તે પિશાચો જેવા નહોતા જે દેખાવમાં વિક્ષિપ્ત હોય. રાક્ષસ બુદ્ધિમાન હતા. એ કોઈના કહ્યામાં રહે તેવા નહોતા. તે બધા શ્યામવર્ણ હતા એ તેમનું મુખ્ય લક્ષણ હતું. તેમાંના અનેકનાં નામ પોતાના ભૂતપૂર્વ પ્રમુખોનાં નામ પરથી હતાં. તેમના કોઈ ભગવાન નહોતા, કારણ કે તેઓ જાત પર વિશ્વાસ રાખતા હતા. તેમને યુદ્ધ અને તેના પરિણામો પર વિશ્વાસ હતો. તેમની પાસે કવચ નહોતાં કારણ કે તેમને એવી આવશ્યકતા નહોતી.

“સરપંચજી.” કલ્કિ દેવદત્ત તરફ ફર્યો, “ઘણા બધા લોકો બહાર પ્રતીક્ષા કરે છે.” તેણે એ વૃદ્ધ સામું જોઈને કહ્યું, જે તેમને કોઈ કામમાં આવે તેમ નહોતો, “તમે આ બધાને તમારી સાથે ઇન્દ્રવન લઈ જાઓ અને ગુફાની બહાર તેમને ઢાલ બનાવી ઊભા રાખો. આમ આ લોકો ભગવાન ઇન્દ્રના સંરક્ષણ નીચે સુરક્ષિત રહેશે.”

દેવદત્તે સંમતિમાં માથું હલાવ્યું, “વ્રજના આશીર્વાદ અટલ રહે.” તેણે બધાને જોઈને માથું હલાવ્યું અને તરત ખંડમાંથી બહાર નીકળી ગયો. તે ગયો ને અધખુલ્લા બારણામાંથી શુકો અંદર આવ્યો ને કશું બોલે એ પહેલાં અરજણ ગુસ્સામાં બોલ્યો, “તેં કેટલા લોકોને

એકસાથે એ જગ્યાએ મોકલી દીધા, જ્યાં દુશ્મન જવા માગે છે. શું તને સમજ નથી પડતી? શું આ બધી ધાર્મિક વાતોમાં પડીને મગજ પણ જાડું થઈ ગયું છે?"

કલ્કિને ખબર હતી કે તે નાસ્તિક છે, પણ તેનો ગુસ્સો સાચો હતો. કલ્કિએ તેને આ કામથી જોડાયેલ તર્ક બાબતે જણાવવું પડ્યું, "મેં એ લોકોને ભગવાનની શરણમાં નહીં, પણ મોટી સંખ્યામાં જમા થવા મોકલ્યા છે. એટલે કે ગમે તેટલી મોટી સેના હોય પણ એ લોકો પવિત્ર ભૂમિ પર હુમલો નહીં કરે."

"એ રાક્ષસ છે. તેમને કોઈ પવિત્ર હોવા સાથે લેવાદેવા નથી." અરજણ સાવધાનીથી પાછળ થયો, કદાચ તેની ગુસ્સાની આગ પર શરમનું પાણી પડી ગયું હતું.

"પણ તેમનો નેતા છે એ આ વાતો પર વિશ્વાસ રાખે છે."

બાલા ભાઈઓની લડાઈમાં દખલ આપવા ખાંસ્યો, "અને એ કોણ છે? પોપટ તું જલદીથી તારા જ્ઞાનનો પટારો ખોલીને જણાવ, શું ખબર છે?"

પોપટ બધાને જોઈને ચિચિયારી કરવા લાગ્યો ને બોલ્યો, "સ્ત્રી! સ્ત્રી! લાંબી સ્ત્રી!" કલ્કિને જવાબ મળી ગયો.

"હવે આપણે જાણીએ છીએ કે તેમની આગેવાની કોણ કરી રહ્યું છે." કલ્કિએ શુકોને ખભે બેસાડ્યો. અરજણ હજુ ગુસ્સામાં હતો ત્યારે કૃપા ચૂપચાપ આ તમાશો જોતો હતો.

"સાથીઓ, આજે એકબીજા સામે લડવાનો સમય નથી. આપણે તો એ લોકો સાથે લડવાનું છે."

કલ્કિએ સંમતિ દર્શાવી અને નકશા પાસે જઈને શંભલની ભૌગોલિક સ્થિતિનું અધ્યયન કરવા લાગ્યો.

તેણે ઉત્તર-પૂર્વ તરફ સંકેત કર્યો, "અહીંથી પ્રવેશનો માર્ગ છે. થાંભલા આ બે કિનારાને મળે છે. શું આપણે આ પ્રવેશદ્વાર બંધ કર્યું?"

"ના." બાલા બોલ્યો, "પણ તીરંદાજો ત્યાં દૂરથી તીર ચલાવવા તૈયાર છે."

"એ રાક્ષસ છે" કૃપાએ કહ્યું, "તેમની ચામડી સામાન્ય માનવો કરતાં

જાડી હોય છે. વાંસથી બનેલા બાણ તેમને કશી અસર નહીં કરે. આપણે તેમને પાછળ ધકેલવા સતત ચોટ આપવી પડશે."

બાલાનો ચહેરો ઊતરી ગયો. તેણે આવી આશા નહોતી રાખી.

"આ જુઓ." કલ્કિએ તેની આંગળી લાંબી શંકુ આકારની પહાડી પર મૂકી, "બંને બાજુ બે વિસ્તારમાં ઢાળ બને છે જે નીચે તરફ આવે છે. આપણે બંને તરફ ભારે શિલાઓ મૂકી દઈએ અને નીચે ધકેલીએ. આ રીતે આપણે તેમને આંચકો આપી શકીશું."

કૃપાએ સાવધાનીથી ત્યાં જોયું અને તેના હોઠ પર સ્મિત આવ્યું, "વિચાર ખોટો નથી, જેમ તારા ભાઈએ યોજના બનાવી છે, પણ તેમાં આપણે વધુ લોકોને મારી નહીં શકીએ."

"આપણે તેમનો માર્ગ રોકી શકીએ છીએ અને ઘણાં લોકોને નુકસાન કરી શકીએ છીએ." કલ્કિ બોલ્યો.

"સાંભળવામાં સારું લાગે છે, જે લોકો પથ્થરો ઓળંગીને આવશે તેમનું શું કરીશું. જુઓ, આ યુદ્ધ એક દિવસની વાત નથી. આ થોડા દિવસ ચાલી શકે છે અને એ રીતે બધો અવરોધ પાર કરીને તેઓ અંદર આવી શકે છે."

"આપણી પાસે એવા લોકો તૈયાર છે જે વિસ્ફોટકો ફેંકવાનું કામ કરશે." અરજણ હળવેથી બોલ્યો.

લક્ષ્મી આ આખી યોજના જોઈ આગળ આવી, "સારું, એ વૃક્ષો તેમની પર ફેંકશે જે આજુબાજુમાં ઊગેલાં છે." તેણે ઘનઘોર વનમાં લાગેલાં વૃક્ષો તરફ સંકેત કર્યો. "રાક્ષસોને ઊંચાઈનો ભય હોય છે. હેં ને?"

"એ વાતો જૂની થઈ ગઈ." કૃપાએ ખભા ખંખેર્યા, "કેટલાય લોકો એ અવગુણથી બહાર આવી ગયા છે અને ડર પર જીત મેળવી ચૂક્યા છે."

લક્ષ્મીએ હોઠ ભીંસ્યા.

"બીજી બાજુથી ગિલોલોનો પ્રયોગ કરી શકીએ." અરજણે એ વિસ્તારની બીજી બાજુ જોતાં કહ્યું, જે બાજુથી રાક્ષસ પ્રવેશ કરીને મુખ્ય ભાગમાં આવી શકે તેમ હતા, "આપણે તેમની પર આગના ગોળા વરસાવી શકીએ."

કલ્કિએ આ બધી વાતોને ધ્યાનથી સાંભળી કહ્યું, "સામસામેની લડાઈ નહીં થાય, સમજ્યા."

"એ ઇચ્છે તો પણ કરી ન શકીએ. એ લોકોની સંખ્યા સામે આપણી ઘણી ઓછી છે."

કલ્કિ શુકો તરફ ફર્યો, "કેટલા લોકો છે?"

"ઘણા બધા."

"ઓહ, ઘણી મદદ કરી પક્ષી મહારાજ." બાલા ખીજાઈને બોલ્યો.

"ગિલોલો પર કેટલો ભરોસો રાખી શકાય?"

"અમે તેને અજમાવી નથી જોયું." અરજણે સ્વીકાર્યું, "તેઓ આપણી ગણતરી કરતાં વહેલા આવી ગયા છે."

લક્ષ્મીએ કહ્યું, "આપણાં સંસાધનો આ યુદ્ધમાં એકાદ દિવસ ચાલે એટલાં જ છે."

કલ્કિએ માથું હલાવ્યું. એ સમજી નહોતો શકતો કે આ સમસ્યાને કેમ ઉકેલવી, "અરજણ, હું ઇચ્છું છું કે તું બધા તીરંદાજોને પૂર્વમાં ગોઠવી દે અને અમુક લોકોને જ પશ્ચિમમાં મોકલ. દક્ષિણ ખાલી રહેશે, ત્યાં ફક્ત ઝૂંપડીઓ જ છે તેની તેમને પરવા નહીં હોય. હું ઇચ્છું છું કે આપણી સેનાના દસ લોકો બધા ઘરમાં જઈને તપાસ કરે કે એ લોકો બધા ઇન્દ્રવન જવા નીકળી ચૂક્યા કે નહીં. જો કોઈ રાક્ષસે ઘરમાં કોઈને એકલું જોયું... હું ઇચ્છું છું કે લૈલા અને સાગરના નેતૃત્વમાં પચાસેક જણ કુહાડી અને તલવાર લઈને મારી સાથે રહે." કલ્કિએ અંતે કહ્યું, "આ રીતે આપણને સારી રીતે કામ કરવાની તક મળશે અને આટલા ઓછા લોકોથી પણ તેમનો મુકાબલો કરી શકીશું."

"સવાલ એ થાય છે કે તેમણે હજુ પ્રવેશ કેમ નથી કર્યો?" રોશન મિત્રએ નખ ચાવતા પૂછ્યું. તો કલ્કિએ તેની સામે ફરીને કહ્યું, "મારે ફરીથી મારા દિમાગથી કામ લેવું પડશે. શું તમને નથી લાગતું કે તેમણે ખાલી જગ્યા જોઈને હુમલો કરી લેવો જોઈએ? મતલબ એ સામે કેમ નથી આવતાં."

ખંડમાં સન્નાટો છવાઈ ગયો.

"બની શકે કે તેઓ તેમનો સામાન કે શસ્ત્રોની રાહ જોઈ રહ્યાં હોય." લૈલા બોલી, "અથવા આપણી જેમ કોઈ યોજના બનાવી રહ્યાં હોય."

"અથવા..." લક્ષ્મી બોલી, "મેં ક્યાંક વાંચ્યું છે કે એ લોકો ત્યાં સુધી યુદ્ધનો આરંભ ન કરે, જ્યાં સુધી..."

તેનું વાક્ય પૂરું થાય એ પહેલાં જ દરવાજા પર ભારે અવાજો થયા. કલ્કિએ ગરદન હલાવી અને વાત રોકીને એ દરવાજા તરફ આગળ વધ્યો.

કલ્કિએ જોયું કે સામે એક વાંકા-ચૂંકા અર્ધ તૂટેલા દાંતવાળો માણસ ત્રણ લોકો સાથે ઊભો હતો. એ લોકો કોલસા જેવા કાળા હતા અને તેમના વાળ અસ્તવ્યસ્ત જટામાં બંધાયેલા હતા.

કલ્કિ ઇન્દ્રગઢ ગયો હતો, પણ રાક્ષસોને બરાબર જોયા નહોતા. નગરમાં તેમની કોઈ વિશેષ ઉપસ્થિતિ નહોતી. કેટલાક લોકો મહારાજ કળિની સેવામાં હતા. રાક્ષસ દેખાવમાં તો એવા જ હતા જેવી તેણે કલ્પના કરી હતી, બદસૂરત અને ભયંકર, જોકે મ્લેચ્છોની જેમ મૂઢ જેવા નહોતા. એ લોકો લાંબા હતા, તેમના કદ જેટલા જ હતા, કદાચ અમુક તો વધુ લાંબા પણ હતા.

"રાજકુમારી દુરુક્તિ તરફથી સંદેશ." સંદેશવાહક બોલ્યો. તેના અવાજમાં ભારે દક્ષિણી લહેકો હતો. એ લોકો મૂળ ઈલમના હતા જે ઇલાવર્તીના દક્ષિણે સ્થિત છે.

કલ્કિએ સંદેશો ખોલીને વાંચવાનો પ્રારંભ કર્યો અને કૃપા પાછળથી તેમાં જોવા લાગ્યો. બાલા, લૈલા, સાગર અને બીજાઓ વારાફરતી વાંચવા માટે આગળ આવવા લાગ્યા. એ વારંવાર વાંચીને અનુમાન લગાવતા હતા કે રાજકુમારી દુરુક્તિ કહેવા શું માગે છે.

સંદેશવાહક તેમના ઘોડા તરફ આગળ વધ્યો અને ધર્મશાળા તરફ જોયું. તેણે તેના સાથીઓ સામું જોઈ મોં બગાડ્યું અને કંઈક બોલીને ઉપહાસ કર્યો. એવું કહેવાય છે કે દક્ષિણી સૂર્યના પ્રખર તાપથી તેમની ચામડી કાળી પડી ગઈ હતી. કેટલાક લોકો આધ્યાત્મિક સંદર્ભે એવું પણ કહેતાં કે તેમના પાપપૂર્ણ જીવનનું જ પરિણામ છે.

તેમના ડરામણા ચહેરાનો સામનો કરવા છતાં કલ્કિ જાણતો હતો કે

તેમના વિશેના અપ્રાકૃતિક પ્રકારના દાવા ખોટા હતા. એમની બનાવટ ભલે અલગ હતી, પણ એ માનવો જેવા જ હતા. બસ, સંસ્કૃતિ જુદી હતી. તેનો અર્થ એવો છે કે તેમને મારી શકાય તેમ હતું. કલ્કિને આ વિચારે આશાનું કિરણ દેખાયું. ભૂત ત્યાં સુધી જ ડરામણા લાગે જ્યાં સુધી તેમને જોયા ન હોય. એ પછી તો એક ચિત્ર મનમાં તૈયાર હોય.

"અમે તમારા જેવા સામાન્ય લોકોને નુકસાન પહોંચાડવા નથી માંગતા. આશા રાખીએ કે તમે સાચો નિર્ણય પસંદ કરશો." તેમણે એકસૂરમાં હાંસી ઉડાવી અને એ જગ્યાએથી જવા માટે નીકળી ગયા. તેમના ઘોડાઓની ગતિથી ધરતી પર ધૂળ છવાઈ ગઈ.

સંદેશમાં લખ્યું હતું : "અત્યારે આત્મસમર્પણ કરો અથવા બંને પક્ષના એક-એક યોદ્ધા વચ્ચે સામસામેની લડાઈ માટે તૈયાર થઈ જાઓ. જે જીતશે તેની જીત ગણાશે અને જે પરિણામ આવશે તેને કોઈ વિરોધ વગર માન્ય ગણી લેવાશે."

"જો તેઓ જીત્યા તો ગામ પર હુમલો કરી દેશે." લક્ષ્મી બોલી, "જો હારી ગયા તો પાછાં જતાં રહેશે."

અને કલ્કિ જાણતો હતો કે આ દ્વંદ્વયુદ્ધ માટે પોતાની તરફથી કોને મોકલવામાં આવશે.

43

દુરુક્તિ ઇન્દ્રગઢથી શંભલ સુધી યાત્રા કરીને આવી હતી અને તેને માટે આ સફર આસાન નહોતી રહી. તે જે રથ પર આવી હતી તે ખાસ આરામદાયક નહોતો. આરામ કરવા માટે તંબૂ લગાવવામાં આવ્યા, પણ અસમતલ અને પથરાળ જમીન પર લગાવ્યા. અડધી રાત સુધી આસપાસથી જંગલી જાનવરોના અવાજે સૂવા ન દીધી.

આ દરમિયાન તેણે રાક્ષસોના અર્ધલશ્કરી નેતા સરદાર માર્તંડ સાથે વાત કરી લીધી હતી. તે અન્ય રાક્ષસો જેવો લાંબો અને મજબૂત નહોતો. એ ઘણો શાંત અને મિતભાષી હતો. દુરુક્તિના મનમાં રાક્ષસો માટે ભારે પૂર્વગ્રહ હતો. તેઓ મેલાઘેલા, ગંદા ને ભયંકર હોય છે, પણ અંગત રીતે તે મળી તો એ બધા પૂર્વગ્રહો ભુંસાઈ ગયા.

તેને બધું જ યાદ હતું, એટલી તો મોટી હતી જ કે રાજા રક્તપ અને કળિની સોદાબાજી યાદ રહે. બીજા લોકોને ખબર નહોતી કે એ કેવી રીતે બન્યું. કળિએ દક્ષિણી લોકોની મદદ લીધી જેમાં ઈલમની યાત્રા માટે જહાજ ભેટ પણ આપ્યું અને રક્તપ સાથે ઘણો સારો વિમર્શ પણ થયો. કળિને તેમને સમજાવતાં પૂરો એક મહિનો થયો હતો ત્યારે એ લોકો ઇલાવર્તીના મેદાની વિસ્તારોમાં પગ મૂકવા તૈયાર થયા. કળિએ તેમને ઘણા વાયદાઓ કર્યા હતા.

રક્તપ એક શાંત વ્યક્તિ હતો, જે દુરુક્તિ માટે આશ્ચર્યથી ઓછું નહોતું. તેણે એવું જ સાંભળ્યું હતું કે રાક્ષસો હિંસક જ હોય છે. તે વાસ્તવમાં ભગવાન શિવના પરમ ભક્ત હતા અને ઈલમની ઉત્તરમાં ઘણે દૂર ઠંડા પ્રદેશમાં તેમનું સંરક્ષિત મંદિર પણ હતું જ્યાં એ પ્રતિવર્ષ તીર્થયાત્રા માટે જતા હતા. એવું કહેવાય છે કે ઈલમ બહુ ગરમ ક્ષેત્ર નહોતું. બેશક દિવસે સૂરજ ઘણો તપતો હતો, પણ રાત્રે સમુદ્ર તરફથી

આવતી હવાઓથી ઠંડક રહેતી અને શિયાળામાં જે તેમણે સ્વયં પ્રવાસમાં અનુભવ કર્યો તે પ્રમાણે બરફ પણ પડતો. રક્તપનું કહેવું હતું કે તેમનાં શરીરો સૂરજને કારણે કાળાં નહોતાં, એ એક સંસ્કૃતિનો ભાગ હતો. તેઓ આ રીતે જ જન્મતા આવ્યા હતા, કદાચ અનંતકાળથી.

સરદાર માર્તંડને જોઈને તેને રક્તપની યાદ આવતી. ઇમાનદાર અને પહોળા ચહેરા પર કાયમ બેપરવા સ્મિત સજેલું હોય. તેના ગળામાં ત્રિશૂલ આકારનું માદળિયું હતું, પરંતુ જમણી આંખ જોવા જેવી હતી. તેને સીવીને બંધ કરેલી હતી અને હવે ઘા રુઝાયેલો હતો. ઉપરની પાંપણ ઊલટી થયેલી હતી. તે જોઈને લાગતું કે માર્તંડે મૃત્યુનો સામનો ખૂબ નજીકથી કર્યો હશે.

જ્યારે એ તંબૂમાં શંભલનો નકશો જોઈ રહ્યાં હતાં ત્યારે દુરુક્તિએ પૂછ્યું, "મને એવું હતું કે તમારા માણસો કોઈ પ્રતીક ધારણ નથી કરતાં, પણ તમે તો ભગવાન શિવનું ત્રિશૂલ ધારણ કરેલું છે."

"અમે બધાને એવું જણાવતાં નથી ફરતાં કે અમને ભગવાન શિવ પ્રત્યે પ્રેમ છે. તમારા હાથોમાં આ છૂંદણાં, કવચો પર ભગવાનના નામ આ બધું અમને બનાવટી લાગે છે. અમે એવા નથી. અમે સાચા વિશ્વાસી છીએ અને આ..." તેણે છાતીમાં લટકતા માદળિયાને થપથપાવતાં હસીને કહ્યું, "આ અમારું પ્રતીક છે. આ માદળિયું તો મારી માએ આપેલી સ્નેહભરી ભેટ છે. બાકી ચંદ્રમૌલી તો અમારા હૃદયમાં વાસ કરે છે. એ અમારી આત્માનો અંશ છે. તેમના માટે અમારે કોઈ ભૌતિક ભાવની જરૂર નથી."

દુરુક્તિ બ્રહ્મરાક્ષસોથી પ્રભાવિત હતી. બ્રહ્મરાક્ષસ પ્રધાન હતા, તેમાંથી મોટેભાગે જન્મથી બ્રાહ્મણ તથા રાક્ષસ જાતિના હતા. એ સર્વાધિક શિક્ષિત અને વૈભવશાળી ને કૌશલ્યસંપન્ન મનાતા હતા. જો તેમાંથી કોઈનું મૃત્યુ થાય તો બ્રહ્મરાક્ષસની પદવી બીજા પ્રમુખ વ્યક્તિઓને અપાતી, જેમ કે માર્તંડ.

જ્યારે એ શંભલની નજીક પહોંચ્યા તો માર્તંડે સ્થિતિનું નિરીક્ષણ કર્યું.

"રાજકુમારી! વિચારવા જેવી વાત છે કે કોઈ દેખાતું નથી. આ જગ્યા ખાલી કેમ છે?"

"એ ક્યાંક છુપાઈ ગયાં હશે." તે બોલી, પરંતુ તેનો સ્વર રાક્ષસોના નિરંતર પ્રશિક્ષણ, ધાતુના ભાલાના અથડાવાના અવાજોમાં દબાઈ ગયો. દુરુક્તિએ અનેક લાલ રંગના તંબૂનું અને ઘોડાઓનું નિરીક્ષણ કર્યું. સિમરિન બરાબર તેની પાછળ તેનું પહેરણ પકડીને ઊભી હતી.

એ લોકો સોમની આટલી નિકટ આવવા છતાં દૂર હતાં. એ આવી રીતે આક્રમણ ન કરી શકે. કોઈ સેના કે લોકો વિના તે પ્રવેશ ન કરી શકે. એવું કરવું શરમજનક હતું અને રાક્ષસોની છબિ ખરાબ થાય, જે ફક્ત વીરતા સાથે પોતાની આત્મરક્ષા માટે જ લડતા આવ્યા હતા.

માર્તંડે બે લોકોને નિરીક્ષણ માટે મોકલ્યા. ત્યાં સુધી રીંછ આગમાં શેકાતું રહ્યું, એ લોકો આગની આસપાસ બેસી પ્રતીક્ષા કરતા રહ્યા. બંને જાસૂસ ઘોડા પર પાછા આવ્યા ત્યાં સુધી તે શેકાઈ ચૂક્યું હતું.

"સરદાર, તેમાંનાં અડધા લોકો ગુફાની પાસે છે અને અડધા લોકો ધનુષ-બાણ ચલાવવાની તૈયારીમાં છે. તેમની પાસે વિસ્ફોટકો પણ છે. તેમાંનાં અમુક લોકો ધર્મશાળામાં છુપાયેલાં છે." જાસૂસોએ કહ્યું.

માર્તંડે શેકેલું રીંછ ખાતાં ખાતાં ફક્ત ગરદન હલાવી.

દુરુક્તિએ સિમરિન તરફ જોયું જે લીલા દાણા ખાઈ રહી હતી, "તેં તો એવું કહ્યું હતું કે તેમની પાસે કોઈ શસ્ત્રાગાર નથી."

સિમરિન નિરાશ ચહેરે નીચે જોવા લાગી. તે ખૂબ જ થાકેલી હતી એટલે તરત જવાબ ન આપી શકી.

"અમને તલવારો માટે ધાતુ નથી જોઈતી. દક્ષિણમાં અમે ફક્ત વાંસથી જ અભ્યાસ કરતા હતા. જો રાજકુમારી મારું સાંભળો તો, વાંસ તો ધાતુથી પણ ઘણા મજબૂત હોય છે." માર્તંડ વિચારીને બોલ્યો, "અનુમાનને આધારે આ જગ્યા પર લગભગ પાંચસો જેટલા લોકો હશે. એ બધા પર એક જ હુમલામાં કામ નહીં બને. એવું કરવું મૂર્ખતા હશે ને આ રીતે તમારા ભાઈ અને બીજા કબીલાના સરદારો સુધી વાત પહોંચશે. આપણે બંને નથી ઇચ્છતાં કે એવું થાય એટલે આ કામ આપણે શાંતિથી કરવું પડશે."

દુરુક્તિએ સંમતિ દર્શાવી, "હું પણ રક્તપાત ઇચ્છતી નથી. શંભલ

ઇન્દ્રગઢ માટે મહત્ત્વનું ગામ છે. મેં આમ તેની છબી બગાડી તો વેદાંતને મારા ભાઈ પ્રત્યે ઘૃણા થઈ શકે છે, પણ આપણે આ જગ્યાને જીતીને વશમાં તો કરવી જ છે."

"રાજકુમારી! આ કામ સન્માનપૂર્વક પણ થઈ શકે છે. બંને પક્ષોના શ્રેષ્ઠ યોદ્ધા પરસ્પર લડે. જે જીતે તેને પોતાની યોજના પ્રમાણે ચાલવાનો અધિકાર આપી શકાય."

દુરુક્તિએ પળભર માટે વિચાર્યું. તેને વાત સમજાતી હતી.

"મને તેમનાથી વધુ આશા તો નથી, પણ એ તૈયારી કરી રહ્યા છે. બેશક જો આપણે કહ્યા વિના હુમલો કરીએ તો આપણે ખોટાં પડીશું. હું અમારા લોકોને ખોવા નથી માગતો." એ કોઈ ભાડૂતી ટટ્ટુની માફક બોલતો હતો. દુરુક્તિએ તેને પોતાના તરફ વફાદારી નિભાવવા અને અભિયાનને ગુપ્ત રાખવા માટે ખાસ્સું સોનું-ચાંદી આપ્યું હતું.

"તો આ પરસ્પર દ્વંદ્વયુદ્ધ બરાબર લાગે છે?"

"બેશક, આ બધી જ રીતે ઉચિત રહેશે. બની શકે કે તેમણે પણ કોઈ યોજના વિચારી રાખી હોય. તેમાંથી કોઈ વિદ્યાધર જેવું પણ હોય." તેણે એ જગ્યાના તાંત્રિકો વિશે વાત કરતાં કહ્યું, "એ મોટેભાગે કબીલામાં રહે છે, પણ હવે સંખ્યા ઓછી થવાથી રસ્તાઓ પર તેમના કરતબ અને બાજીગરી બતાવી લોકોને મોહિત કરી દે છે, પણ તેમની પાસે આપણા જેવા મજબૂત અને શક્તિશાળી યોદ્ધા નહીં હોય."

દુરુક્તિએ રાક્ષસો તરફ નજર નાખી, એ બધા લાંબા-પહોળા હતા. દુરુક્તિને પોતે નાની દેખાય છે તેવી લાગણી થઈ. માનવોનું કદ સામાન્ય હતું, પણ નાગ અને રાક્ષસ પહેલાં વૃક્ષો જેટલા લાંબા હતા.

"તમે કોને મોકલવા માંગશો?"

"આપણી પાસે કુંભ છે. રાજકુમારી, તેનું નામ રાજા દશાનનના ભાઈ પરથી રાખવામાં આવ્યું હતું."

"આશા રાખું છું કે તે રાજાના ભાઈની જેમ કાયમ ઊંઘી જ રહેનારો નહીં હોય." દુરુક્તિ દશાનન વિશે જાણતી હતી. ઘણા લોકો તેને પાગલ માનતા હતા, પરંતુ રક્તપ અનુસાર એ શાંતિનો સમર્થક હતો. ઘણાંય

વર્ષો પહેલા દશાનન આવ્યો હતો, પરંતુ તેણે એને ઈલમ આપ્યું. એક સુંદર દ્વીપ તૈયાર કર્યો જેથી તે વસી જાય અને વિકાસ કરી શકે.

માર્તંડ હસી પડ્યો, "તમે પણ શું... જોકે એ ઘણો કામનો માણસ છે."

દુરુક્તિએ સંમતિ આપી. તે ઊભી થઈ, કારણ કે તેણે ભોજન કરી લીધું હતું. એ સમયે એક ઝાટકે સિમરિન પણ ઊભી થઈ, "સારું, પણ એક વાત યાદ રહે." જીવલેણ રોગથી ગ્રસ્ત, કમજોર અને ઘાયલ ભાઈની તસવીર દુરુક્તિ આગળ તરતી હતી અને તે રૂંધાયેલ કંઠે એટલું જ કહી શકી, "આપણે જીતવું જ પડશે!"

44

અરજાણે ગરદન હલાવી, “એ આપણા પર હસી રહ્યા છે.”

કૃપાએ પણ સ્વીકાર્યું, “સાચે જ.” એ લોકોને જોવા આગળ આવ્યા. તેના હાથ કમર પાછળ બાંધેલા હતા, “જોકે ઘણા બધા લોકો અકારણ મરે એના કરતાં આ સારો ઉપાય છે. આ રાજકુમારી દુરુક્તિ કોણ છે?”

“એ મહારાજ કળિની સગી બહેન છે.” લક્ષ્મીએ કહ્યું અને બધા તેની તરફ જોવા લાગ્યા કે તેને કેવી રીતે ખબર પડી, “મારી માસી સરકારી નોકરી કરે છે, યાદ છે ને?”

“એ જે પણ હોય.” કૃપા બોલ્યો, “એ રક્તપાત ઇચ્છતી નથી એટલે એણે આવો ઉપાય વિચાર્યો છે. આ રીતે તેને જીતવામાં આસાની રહેશે, કારણ કે તે સારી રીતે જાણે છે કે આપણી પાસે એવો મજબૂત શક્તિશાળી યોદ્ધા નથી જે મુકાબલો કરી શકે. તેની પાસે તો સૌથી મજબૂત કબીલો છે. આપણા પરાજય પછી તે સહેલાઈથી ગામમાં પ્રવેશ કરી શકે છે. આ બંને રીતે સારું છે. જો આપણે કોઈ પણ પ્રકારે જીતી જઈએ તો એ પાછાં જતાં રહેશે.

અરજાણે હાથ ભીડાવ્યા, “સારું, પણ આ વાતની બાંહેધરી શું છે?”

“સાથી, આ જંગ છે.” કૃપા હસ્યો, “અહીં કોઈ બાંહેધરી આપતું નથી. બસ, શબ્દો અને વચનોનું આદાનપ્રદાન થતું હોય છે જેને પરસ્પર નિભાવવામાં આવે છે.”

“આ પ્રસ્તાવને ઠોકર મારી લાશોના ઢગલા ઉઠાવવા કરતા તો સારું જ છે.” કલ્કિ બોલ્યો.

લૈલા વચ્ચે બોલી, “આપણે પ્રસ્તાવ નકારીને પૂરી તાકાતથી લડી લેવું જોઈએ.”

કૃપાએ માથું હલાવ્યું, “આમ તો આપણા તરફથી સારું પગલું ન

કહેવાય, કારણ કે આપણે અપ્રશિક્ષિત, કમજોર અને અસંગઠિત છીએ. આ સમયે આ આમને-સામને મુકાબલાથી જ કોઈ આશા રાખી શકાય."

રોશન મિત્રએ ગળું ખંખેરતાં પ્રશ્ન પૂછ્યો, "શું હું પૂછી શકું કે આપણે એવો શક્તિશાળી માણસ ક્યાંથી શોધીશું, જે આપણે હમણાં જોયેલા બે વ્યક્તિ જેવો મજબૂત, કઠોર કે કાળો હોય."

બધા બાલા તરફ ફર્યા, જે ઘમંડથી ગદા ઉઠાવીને હસી રહ્યો હતો, પણ કલ્કિએ જોયું કે કૃપા અને લક્ષ્મી તેની તરફ જોતાં હતાં ત્યારે તેની નજર અરજણ પર ગઈ. એ પણ બાલાને બદલે કલ્કિને જ જોઈ રહ્યો હતો. તેમણે પરસ્પર સહમતી પ્રગટ કરી, પરંતુ કલ્કિ જાણતો હતો કે તે પોતાને મહારાજ કળિની બહેન સમક્ષ લઈ જવા માગતો નહોતો. જો તેને તેના શક્તિશાળી હોવાની જાણ થાય કે અંદરની શક્તિનું અનુમાન થઈ જાય તો આ બધું સંપૂર્ણપણે ખોટો વળાંક લેશે.

એ લોકો રાક્ષસી સેના સામે ઊભાં હતાં. કલ્કિએ લડવાની સંમતિ દર્શાવી, પણ એ પોતાની તૈયારીઓ સાથે આવ્યો હતો. રાક્ષસો અને રાજકુમારી દુરુક્તિની નજરથી બચી કેટલાક લોકો ઊંચાઈ પર ભારે પથ્થરો લઈ ઊભા હતા કે મોકો મળતા તેમને કચડી શકાય. બધા તીરંદાજ ને તલવારબાજ પોતાની જગ્યાએ હતાં. ગોળા વરસાવનારા પણ વિસ્ફોટકો સાથે તૈયાર હતા. કલ્કિએ તેમનો પ્રભાવ જોઈ લીધો હતો. તેનાથી રાક્ષસ મરશે નહીં, પણ તેમને ઘાયલ કે આંધળા કરી શકાય તેમ હતું.

લક્ષ્મીએ ઘણા લોકોને તપાસ કરવા મોકલ્યા હતા કે ગામ ખાલી થયું કે નહીં. લૈલા અને સમર પચાસ ગજના અંતરે ઇન્દ્રવન જવાના માર્ગ પર હતાં. અરજણ અને કૃપા પૂર્વીય મોરચા પર તૈયાર હતા અને રોશન પશ્ચિમમાં બાણ સાથે તૈયાર હતો જેથી કંઈ પણ ખોટું થાય તો તે ટુકડી સાથે બાણોનો વરસાદ વરસાવી શકે. કેટલાક સૈનિકો રક્તપની છાવણીથી દૂર વિખરાયેલા ઊભા હતા. કેટલાક લોકો પોતાના બાણ લઈ

ઝાડ પર તૈયાર હતા તો કેટલાક બળદગાડીમાં છુપાયેલા હતા. થોડી ગરબડ થાય તો એ પોતાનાં હથિયાર લઈ સામે આવી શકે. મોટાભાગના નિષ્ક્રિય અને વૃદ્ધ લોકો ઇન્દ્રવનમાં હતા. તેઓ એ લોકો માટે પ્રાર્થના કરી રહ્યા હતા જે લોકો તેમના જીવ જોખમમાં મૂકીને તેમના પ્રાણની રક્ષા કરી રહ્યા હતા. કલ્કિ અને બાલા, બે બીજા સાથીઓ સાથે ઊભા હતા જેમના હાથમાં કુહાડીઓ હતી. એ લોકો તૈયારીઓ સાથે નહોતા આવ્યા, પણ દુરુક્તિ પૂરી તૈયારીઓ સાથે હતી. તેની સાથે રાક્ષસોની એક ટુકડી હતી અને તે એક સ્ત્રી સાથે ઘોડા પર સવાર હતી.

તેમણે કેવી રીતે જાણ્યું કે દુરુક્તિ કોણ હતી? તે સ્ત્રીના પ્રવેશ કરવાની રીતથી જ ખબર પડી ગઈ હતી. તેનો ચહેરો ઊંચો ને ટટ્ટાર હતો. કલ્કિને એ જોઈને નવાઈ લાગી કે તે ઉંમરમાં તેના જેટલી કે નાની હતી અને અપવાદરૂપે સુંદરી કહી શકાય તેમ હતું. એ દુશ્મનને સુંદર માનવાના વિચારથી શરમમાં પડી ગયો. તેણે વર્તમાનમાં પોતાના ધ્યાનને કેન્દ્રિત કર્યું.

દુરુક્તિએ ચમકતો સોનેરી અને ઘેરા લાલ રંગનો ઝભ્ભો પહેરેલો હતો. એ ઘોડાની લગામ પકડી કલ્કિ અને આખા ક્ષેત્રનું નિરીક્ષણ કરી રહી હતી. એ તે લોકો જેવો નહોતો. તેણે મેલાં કપડાં પહેર્યાં હતાં. દુરુક્તિ સાથે અરજણની ઉંમરની યુવતી હતી, પણ એ તેના જેટલી સુંદર નહોતી. તે એક રાજસી મહિલા હોવાનો ડોળ કરી રહી હતી, પણ તેને જોઈને લાગતું હતું કે તે કોઈ ગ્રામીણ યુવતી હશે. એ યુવતીમાં એક અનોખી વાત હતી તેને સાત આંગળીઓ હતી. લોકોનું કહેવું હતું કે આવા લોકો નસીબવંતા હોય છે. કલ્કિને તો શંકા હતી કે જે આખા નિર્દોષ ગામને તબાહ કરવા માગતી હોય તે નસીબવંત કેવી રીતે કહેવાય?

“હું આભારી છું કે તમે લોકોએ અમારો પ્રસ્તાવ સ્વીકાર્યો. અમને ચિંતા હતી કે તમે યુદ્ધ ઇચ્છતા હતા. આશા રાખું છું કે આપણે કોઈ નિષ્કર્ષ પર આવી શકીશું.” દુરુક્તિએ સ્મિત આપ્યું, તેના અવાજમાં કોમળતા હતી.

એ શું કરી રહી છે? તે આટલી મીઠાશથી કેમ વર્તે છે? એ પ્રશ્નો તેના અંતરાત્માને ભેદતા રહ્યા. તેને ચિંતા થવા લાગી, કારણ કે આવા

મીઠા લોકો ઓછા ખતરનાક નથી હોતા.

"આ બાલા છે." કલ્કિએ હાંફતાં, ભવાં ચઢાવતાં ને ગદા ઘુમાવતાં પોતાના મિત્રની પીઠ પર ધબ્બો માર્યો.

દુરુક્તિએ સંમતિપૂર્વક કહ્યું, "સરદાર માર્તંડ." તેણે એક આંખવાળા રાક્ષસ તરફ સંકેત કર્યો, બધા લોકોમાં ફક્ત તેણે જ કવચ પહેર્યું હતું, "આપણા યોદ્ધાને બોલાવો."

માર્તંડે તેના માણસને ઇશારો કર્યો. કલ્કિ તેમના તરફથી એક વિશાળકાય દુશ્મનની આવવાની પ્રતીક્ષા કરતો હતો. ટુકડીના બધા રાક્ષસોને પાર કરીને એક લાંબો અને પાતળો માણસ ભાલો લઈને સામે આવ્યો. તેણે ધોતી સિવાય કશું પહેર્યું નહોતું. ઘેરી ચામડી પર ઘણાં નિશાન હતાં ને શરીરે અને માથા પર ઓછા વાળ હતા, પણ ચહેરા પર ઘાટી દાઢી દેખાતી હતી.

બાલાએ કલ્કિ સામું જોયું ને બંને સમજી ગયા કે તેમણે આવી અપેક્ષા નહોતી રાખી.

"તેનું નામ કુંભ છે." દુરુક્તિએ સપાટ ચહેરે કહ્યું.

કલ્કિને લાગ્યું કે રાહતનો શ્વાસ લઈ શકાય તેમ છે. બાલા એક પ્રશિક્ષિત સંત્રી હતો અને કુંભ તેનાથી આકારમાં અડધો હતો. બાલાની એક થપ્પડ પડે તો જમીન પરથી ઊભો પણ ન થઈ શકે. કલ્કિએ જોયું કે બાલા તેની ગદા લઈને તોફાન મચાવવા આગળ વધી રહ્યો હતો.

લડવાની જગ્યા કોઈ ખાસ નહોતી કે તેના વિશે જણાવી શકાય. આ જંગલની પાસેનો એક સાફ ખૂણો હતો જ્યાં એક બાજુ ફૂલદાર ઝાડીઓ હતી અને વૃક્ષમાંથી ચળાઈને ઝીણો તડકો આવી રહ્યો હતો. આખા વિસ્તારમાં સૂકાં, બળેલાં પાંદડાની અને તેલની વાસ આવી રહી હતી. કલ્કિ જોઈ શકતો હતો કે દરેકનાં શરીર તેલથી ચમકી રહ્યાં હતાં. એ તેમનાં કવચ અને હથિયારો સાથે હતાં. તેઓ તેમની ટુકડી કરતાં સરખામણીમાં ઘણી તૈયારીઓ સાથે દેખાતા હતા.

"ચાલો શરૂ કરીએ." દુરુક્તિએ સંકેત આપ્યો.

બસ, થઈ ગયો સફાયો.

એ એક ગોળ ક્ષેત્રની વચ્ચે લડવા માટે તૈયાર હતા. એ બંને એકબીજાની આસપાસ ચક્કર લગાવવા લાગ્યા. એ આરામથી ચાલી રહ્યો હતો અને બાલા આક્રમણ કરવાની ઉતાવળમાં લાગતો હતો.

ત્યાં જ બાલા કુંભ પર હુમલો કરવા આગળ આવ્યો, તેણે ગદાનો પ્રયોગ કર્યો નહોતો.

એ પોતાની શક્તિથી કુંભને મારવા ઇચ્છતો હતો. કુંભ ગોળ ફરીને હુમલાથી બચવામાં સફળ રહ્યો. તેણે એક જ ઝટકામાં એવું કર્યું કે બાલા સમજી ન શક્યો કે એ ક્યાં ગયો. તે પાછળ ફર્યો. કુંભ તેની પાછળ ઊભો રહીને હસતો હતો.

કલ્કિએ જોયું કે હવે બાલા તેની ગદા ગોળગોળ ફેરવીને હુમલો કરવાની તૈયારીમાં હતો. જ્યાં એણે ગરજીને જોરથી પ્રહાર કર્યો ત્યારે પણ એ હવામાં જ થયો. કુંભ ફરી બચી ગયો. એ ફરીથી બાલાની પાછળ ઊભો હતો. એ આસાનીથી બાલા પર કૂદીને પોતાના હથિયારથી ભેદી શકતો હતો, પણ તેણે તેવું કર્યું નહીં. એ બાલાના દરેક નિષ્ફળ પ્રહારનો આનંદ ઉઠાવતો હતો.

કુંભની બધી વિચારેલી ચાલ તેની રીતે નિરાળી હતી. એ બીજા રાક્ષસોની જેમ મજબૂત બાંધાવાળો નહોતો. તે સાપની જેમ સરવામાં, ઊછળવામાં, કૂદવામાં કે લપસવામાં નિપુણ હતો. તેના હાથ ખાસ્સા પાતળા અને પેટ સપાટ હતું ને તેનો ચહેરો જીવંત અને જોશથી ભરપૂર હતો. એ એક અજીબ રહસ્ય જેવો હતો.

બાલા ફરીથી આગળ આવ્યો, પણ તેના પ્રહાર ચૂકતો ગયો. તેનાથી તેની ઉત્કંઠા વધતી હતી. કલ્કિ જોઈ રહ્યો હતો કે બાલાની અધીરતા વધતી જતી હતી. તે ગુસ્સામાં હતો અને ગુસ્સાથી તેનો કંઠ રૂંધાઈ ગયો હતો. તે ગુસ્સામાં બરાડ્યો અને ફરીથી તેણે કુંભ પર હુમલો કર્યો.

ફરીથી તે છટકી ગયો.

ઓહ, એ જાણીજોઈને તેને થકવે છે.

અને બાલા આ ગૂઢ વાત સમજે તે પહેલાં એ છ ફૂટ નવ ઇંચનો સંત્રી કુંભ પર હુમલો કરવા દોડ્યો. આસાનીથી તેમાંથી છટકીને કુંભ

કલાબાજી બતાવતો તેના ખભા પર જઈ બેઠો. તેણે એક હાથમાં બાલાની ગરદન અને બીજા હાથમાં તેની ગદા પકડી લીધી. તેણે બાલાને એકદમ માર્યો નહીં. એણે પોતાની જાતને નીચે ધકેલી તેથી બાલા પણ બમણા વેગથી નીચે પડ્યો. બાલા પલટી મારે તે પહેલાં તે દબાઈ ન જાય એટલે એ ખસી ગયો. કુંભ એકદમ સામે આવી ગયો ને ત્યારે બાલાને કળ વળી નહોતી. કુંભે ફરીથી હવામાં કલાબાજી બતાવી અને તેનો ભાલો બાલાની છાતી વીંધવા માટે આગળ કર્યો.

પણ તે એવું કરી ન શક્યો.

કુંભે ફાટી આંખે ઉપર જોયું કે એવું તો શું હતું કે તેના ભાલાને આટલી તેજીથી રોકતું હતું.

તેના ભાલાને રોકનાર બીજું કોઈ નહીં, પણ સ્વયં કલ્કિ જ હતો. તેની મુઠ્ઠીએ ભાલાની ધાતુની અણી જકડી હતી. તેણે બળ વડે તે અણીને લગભગ વાળી નાખી. બાલા પર લોહીનું ટપકું પડ્યું જે હમણાંની ઘટનાથી હોશમાં આવ્યો હતો. કુંભના ચહેરા પર જડ મૂરખ જેવા ભાવ હતા. એ દુર્બળ બનીને લગભગ કાંપતો હતો.

કલ્કિ ભાલાને કસીને પકડીને ભીંસવા લાગ્યો અને તેની ધારના ટુકડા થઈ ગયા. તેણે પૂરી તાકાતથી ભાલાનો એક છેડો પકડેલો હતો અને એ ભાલાના તૂટેલા ભાગ વડે કુંભની છાતી પર કૂદ્યો. તે એવી જ રીતે નીચે પડ્યો જેવું બાલા સાથે થયું હતું. તેણે ભાલાને એક બાજુ ફેંક્યો અને કુંભને પકડી લીધો. તે એને કીચડના મેદાનમાં ઘસડવા લાગ્યો જેનાથી શ્વાસ રૂંધાય. કલ્કિએ તેના પેટમાં મુક્કાઓ માર્યા. નાક અને ચહેરા પરથી ટપકતાં લોહીથી કુંભની અંદર પહેલાં જેવો ઉમંગ નહોતો. એ કમજોર અને હારેલો લાગતો હતો. કલ્કિએ માર્તંડ અને દુરુક્તિ તરફ જોયું જે તેને એકીટશે જોઈ રહ્યાં હતાં. એ ભયભીત હતા ને સાથે સાથે કલ્કિની અસીમ શક્તિ પ્રત્યે વિસ્મયમાં હતાં. તેણે તેમના સૌથી શક્તિશાળી યોદ્ધાની શું દશા કરી દીધી હતી ત્યારે જ કલ્કિએ કુંભની ગળા પરની પકડ ઢીલી કરી અને છોડી દીધો. એ ધડામ દઈને નીચે પડ્યો.

કુંભ જમીન પર પડ્યો તો કલ્કિએ આંખો ઝીણી કરી તેને જોયો.

તેના નાકમાંથી લોહી ટપકતું હતું. સાવ રાક્ષસ! કલ્કિએ તેનું લોહી લૂછતાં ઉપર તરફ જોયું. તેણે પોતાના પહેરણમાંથી કપડું ફાડી પોતાની હથેળી પર બાંધી. તેનું ધ્યાન અસહાયતા અનુભવતી દુરુક્તિ પર પડ્યું.

બાલા ઊભો થયો અને બંને હાથથી કલ્કિનો ચહેરો પકડ્યો. તે ધ્રૂજી રહ્યો હતો. બાલા તો આવું ક્યારેય નહોતો કરતો. કદાચ મૃત્યુને આટલા નજીકથી જોઈ ગભરાઈ ગયો હતો.

“અમે જીતી ગયા.” કલ્કિ શાંતિથી બોલ્યો. માર્તંડે કુંભ તરફ જોયું. તેને હજુ વિશ્વાસ નહોતો આવતો કે તેણે પસંદ કરેલો યોદ્ધો ગામના એક છોકરાથી હારી જાય. જોકે તેને એવી ખબર નહોતી કે કલ્કિ તેના ધાર્યા કરતાં ઘણો શક્તિશાળી હતો. કલ્કિએ આદેશ આપ્યો, “તમારે આ સ્થાન ખાલી કરવું પડશે, અત્યારે જ.” તે પાછો જવા લાગ્યો ત્યારે જ એક કોમળ અવાજ આવ્યો.

“તું આ લડાઈનો ભાગ જ નહોતો.”

“તમને ખબર નથી, પણ હું મોટેભાગે લડાઈમાં આવી રીતે વચ્ચે જ આવું છું.”

દુરુક્તિનો ચહેરો ગુસ્સાથી તમતમી ગયો, “તું આવી જ ચાલબાજી કરવા માગે છે?”

કલ્કિએ કળિની બહેન તરફ નજર કરી અને સંમતિ દર્શાવી.

“સારું.” દુરુક્તિએ માર્તંડ તરફ જોયું, “આ છોકરાને પકડી લો અને આખા ગામ પર હુમલો કરી દો.”

કલ્કિના શરીરે અક્કડતા આવી, પણ એ કંઈ વિચારે એ પહેલાં દસ રાક્ષસ તેની સામે આવી ગયા. તેણે બાલાને ઇશારો કર્યો કે તે તેના માણસો સાથે આ સ્થળેથી ભાગી જાય. બાલાએ એવું જ કર્યું અને કલ્કિ પોતાની રીતે રાક્ષસો સાથે ઝઝૂમી રહ્યો હતો. તેમાંથી અમુક બાલાની પાછળ ભાગ્યા, પણ બાલા ઝડપથી ઊંડા જંગલ તરફ જવામાં સફળ થયો.

એ લોકોએ કલ્કિનો જીવ નહોતો લીધો એટલે એ થોડાક રાક્ષસોને પીટવામાં સફળ થયો, પણ જલદીથી તેના હાથ અને પગ કસીને બાંધી દેવામાં આવ્યા. તેને જબરજસ્તી બાંધવામાં આવી રહ્યો હતો ત્યારે

તેની નજર અચાનક આકાશ તરફ ગઈ તો પિતાજી ત્યાં દેખાયા. તેને ત્યાંથી બળજબરી લઈ જવામાં આવ્યો અને તે દરમિયાન તેની પીઠ પર સતત કોરડા મારવામાં આવ્યા. તેને દુરુક્તિ સમક્ષ બળજબરીથી ઘૂંટણિયે બેસાડવામાં આવ્યો. તેને બાલાની કોઈ ભાળ ન દેખાતા તેણે મનોમન વિચાર્યું કે તે લોકો બહાદુરીથી લડ્યા.

"તેં સમજૂતીનો ભંગ કર્યો."

"મેં એ જ કર્યું જે તમે લોકોએ કર્યું." દુરુક્તિના સ્મિતમાં દુષ્ટતા અને ચાલબાજીની ઝલક હતી. તેણે કલ્કિને પકડી રાખનારા રાક્ષસોને કહ્યું, "આનો પ્રાણ નથી લેવાનો."

માર્તંડને નવાઈ લાગી, "કેમ, રાજકુમારી?"

"એક ખેડૂત જેને વશમાં રાખવા માટે તમારા દસ માણસો ઓછા પડે છે." તેણે આંખો ઝીણી કરી, કલ્કિ તરફ ધારદાર નજરે જોયું જેને કેટલાય હાથોથી મરજી વિરુદ્ધ પકડવામાં આવ્યો હતો, "આવો માણસ ફક્ત ખેડૂત ન હોઈ શકે."

કલ્કિએ ઉપરની તરફ જોઈને પોતાના હાથની તાકાત વાપરી. એ જોઈ શકતો હતો કે તેની ટુકડીના યુવાનો બંને બાજુ પર ભારે પથ્થરોની પાસે બરાબર મુકાબલા વાળી જગ્યાએ લઈ આવ્યા હતા.

"હુમલો." કલ્કિએ બૂમ પાડી.

દુરુક્તિ અને માર્તંડ અચાનક થયેલાં પથ્થરોનો હુમલો જોઈ બરાડ્યાં અને જગ્યાએથી ખસવા લાગ્યાં. એ ભારે પથ્થરો એકબીજા સાથે અથડાતા રહી રાક્ષસો અને તેમના તંબૂને નુકસાન પહોંચાડી રહ્યા હતા. જોકે કંઈ વધારે જાનહાનિ નહોતી, પણ માર્તંડનો ગુસ્સો સાતમા આસમાને હતો.

"આ મૂરખને પાંજરામાં નાખી દો. દરેક ઘરમાં ઘૂસીને હુમલો કરો અને ગુફાઓની તપાસ કરો."

કલ્કિને ઢસડવામાં આવી રહ્યો હતો પણ તેને તો એક જ ચીજની ચિંતા હતી. *શું લક્ષ્મી સુરક્ષિત સ્થાન પર પહોંચી ચૂકી હશે?*

45

જે થઈ ચૂક્યું હતું તેનો તો અરજણે ઘણો થોડો અંશ જ જોયો હતો. તીરંદાજો પોતાના બાણ સાથે તૈયાર હતા અને બીજા આદેશની પ્રતીક્ષામાં હતા. તે દૂરથી પશ્ચિમ દિશામાં રોશન અને તેની ટુકડીને જોઈ શકતો હતો. કૃપા પણ એ બાજુ જ હતો, એ ટેકરી પાછળ છુપાયેલો હતો. કોઈ હિલચાલ થઈ નહીં.

અને પછી તેને લીલાં અને ગરમ મેદાનની વચ્ચે કોઈ ભાગતું દેખાયું. તેની આંખો ફાટી અને મોં ખુલ્લું જ રહી ગયું. કોઈ કદાવર અને લાંબો આકાર આવતો હતો... બાલા. આ વિચાર મૂર્ખતાપૂર્ણ હતો, બાલા જેવો યોદ્ધા આમ પીઠ બતાવી કેવી રીતે ભાગી શકતો હતો.

"અરે, એ સાચે જ બાલા હતો."

એ તેમની તરફ આવી રહ્યો હતો.

"બધાં તૈયાર થઈ જાઓ." કૃપા બોલ્યો જે અરજણ કહેવા માગતો હતો.

જ્યાં એ ઝાડીઓની ઓથમાંથી પૂરી રીતે દેખાવા લાગ્યો, તેની પાછળ બે માણસ પણ હતા જે તેની સાથે ગયા હતા. તેમનાથી થોડા ગજના અંતરે રાક્ષસ હતા. એ લોકો સામાન્ય રીતે દોડતા નહોતા, પણ જાણે હવા સાથે વાતો કરતા હતા. તે લોકોએ પોતાની કુહાડીથી બંને માણસોનાં માથાં ધડથી અલગ કરી દીધાં. એ બાલા સુધી પહોંચે તે પહેલાં કૃપાએ બાણ છોડવાનો આદેશ આપી દીધો હતો.

બંને રાક્ષસોને બાણ વાગ્યાં. બાલા અરજણ અને કૃપાથી થોડા અંતરે બેઠેલા તીરંદાજો પાસે જઈને લથડ્યો. એ પાંદડાઓ અને ઘાસને પકડીને જોરદાર હાંફી રહ્યો હતો. તેણે પાણી માગ્યું અને અરજણ પાણી લેવા ભાગ્યો. તેમણે તીરંદાજો માટે તાજા પાણીના પાંચ માટલાં તૈયાર રાખેલાં

હતાં. અરજણે બાલાની તરસ છિપાવવામાં મદદ કરી. તેણે ફરીથી કહ્યું, "એ આવી રહ્યા છે. બધું ખતમ થઈ ગયું. તેમણે...તેમણે...એ..." તેને શ્વાસ લેવામાં પણ તકલીફ થતી હતી, "તેમણે કલ્કિને પકડી લીધો છે."

કૃપાએ ચિંતિત નજરે અરજણ તરફ જોયું.

"આપણે તેને પાછો લાવવો પડશે, સાથી." કૃપાએ ઝડપથી અરજણને જોઈ હાથ હલાવ્યો.

"મુકાબલામાં કોણ જીત્યું?"

બાલાએ નીચે જોયું. એ હારી ગયો હતો.

"આપણી જીત થઈ. કલ્કિએ મને મરતો બચાવ્યો." તેની આંખમાં ઝળઝળિયાં હતાં, પણ અરજણને એ ઉદાસીથી કંઈક વધારે દેખાયું. તેને ભારે નિરાશા દેખાઈ, "એ યોદ્ધો ઘણો નાનો હતો... મારે તેને હરાવવો જોઈતો હતો."

કૃપા ઘૂંટણિયે બેઠો અને તેનો ઝભ્ભો પકડીને બોલ્યો, "હવે સાંભળ, જાડિયા માણસ. તારા જાડા મગજમાં આ વાત નાખી દે." કૃપા અત્યારે સાફ વાત કરતો હતો, તેને દારૂડિયા તરીકે જોનાર માટે તો અજીબ હતું, "આપણે મરવા તરફ જઈ રહ્યાં છીએ, એટલે આ રોવાધોવાનું બંધ કરી દે. મારે તારી ખરેખરની તાકાત જોવી છે."

"પણ એ...એ ખરેખર સાવ ઠીંગણો હતો..."

કૃપાએ ઊંડો શ્વાસ લીધો, "ક્યારેય આપણા દુશ્મનને નબળો ન મનાય. નાના કે મોટા આકારથી કશો ફેર નથી પડતો. જો સામેવાળાને ખબર પડે કે દુશ્મનની કમજોર કડી કઈ છે તો આ બધી વાતોનું કોઈ મહત્ત્વ નથી."

ને ત્યારે જ એ લોકોને ભારેખમ અવાજ સંભળાવા લાગ્યા. કૃપા આગળ આવ્યો અને અરજણને જે દેખાયું તેના પર તેને વિશ્વાસ ન આવ્યો. જેમ મધપૂડાની આસપાસ મધમાખીઓ ઊડતી હોય તેમ ચારેતરફ રાક્ષસ દેખાયા. એ કુહાડી, તલવાર, બરછી અને ભાલા સાથે હતા. અરજણ થોડો પાછળ સંતાયો અને રાક્ષસો તરફ બાણ ચલાવવા લાગ્યો.

અરજણનું ધ્યાન ગયું કે રાક્ષસોએ રોશન મિત્રવાળી ઝૂંપડીઓને

પોતાને આધીન કરી લીધી હતી. કેટલાક રાક્ષસો લૈલાની ટુકડી તરફ આવી રહ્યા હતા, જ્યાં વધારે સૈનિકો તહેનાત કરવામાં આવ્યા હતા. કદાચ એ લોકો રોકી શકે, કદાચ.

ત્યાં તો રાક્ષસો તેના ક્ષેત્રમાં ઘૂસ્યા. તીરંદાજોની પાછળ ઊભેલા લોકોએ ગોળા વરસાવાના ચાલુ કર્યા. પહેલા તો રાક્ષસો ચોંક્યા, પણ તેમણે પોતાની આસપાસ થતા વિસ્ફોટોની પરવા કરવાની બંધ કરી દીધી. મોટાભાગના બાણનાં નિશાન ખાલી જતાં હતાં. કેટલાક રાક્ષસોને નાક કે ગળામાં બાણ વાગ્યા તે ત્યાં જ ધરાશાયી થઈ ગયા.

વધેલા બીજા રાક્ષસોએ આગળ આવી તીરંદાજો સાથે ધનુષોને ઝડપી લીધા. તેમણે તેમનાં માથાં ધડથી અલગ કરી દીધાં. અરજણ આ બધું જોઈ રહ્યો હતો ત્યારે તેને આંખો પર વિશ્વાસ નહોતો આવતો. જે લોકો સાથે જીવન વિતાવ્યું એ લોકોને ગાજર-મૂળાની જેમ કાપવામાં આવ્યા હતા. બધા જીવ રેડીને લડ્યા હતા. કેટલાક તરત માર્યા ગયા, કેટલાકે રાક્ષસોનો ત્રાસ સહન કર્યો.

અરજણે બાલાને ઝાડ પાછળ સંતાતો જોયો. તે દોડીને તેની પાસે ગયો અને તેને ખભેથી પકડ્યો, "તું અહીં શું કરે છે? ચાલ, અમને મદદ કર." તેણે તરત એક બાણ ચલાવીને એક રાક્ષસનો હાથ ભેદી નાખ્યો.

"હું... મને નથી ખબર... નથી ખબર. હું આ લોકો સાથે લડવા માટે... ના હું એટલો શક્તિશાળી નથી... હું હારી ગયો." ભયના માર્યા બાલાની કીકીઓ ફિક્કી પડી ગઈ હતી.

"શક્તિશાળી હોવાનો મતલબ એ નથી કે દર વખત જીત જ મળે. તેનો મતલબ એ પણ છે હાર્યા બાદ ફરીથી બેઠાય થવાય."

તે સમયે જ એક રાક્ષસ સામે આવી ગયો. અરજણે જેવું બાણ ચલાવવાનું ઇચ્છ્યું ત્યાં તો રાક્ષસે એને નીચે પટક્યો. એ બાલા પર હુમલો કરવા ગયો જ્યાં તે આસાનીથી બદલો લઈ શકતો હતો ને તે આસાનીથી ઠોકર ખાવા તૈયાર પણ હતો. અરજણને બાલા પાસેથી આશા નહોતી રહી, પણ તેને કૃપાનો ક્રોધ દેખાયો. તેણે બાલા પર હુમલો કરવા જતા રાક્ષસના પેટમાં તલવાર ઘુસાડી દીધી.

"જાડા માણસ. અમારી સાથે ચાલ, કલ્કિને પાછો લાવવામાં મદદ કર."

"આપણે બધા માર્યા જવાના." બાલા વિલાપના સૂરમાં બોલ્યો.

રાક્ષસોએ બધા તીરંદાજોનો ખાતમો બોલાવી દીધો હતો, તેમાંના ત્રણ રાક્ષસ અરજણ પર હુમલો કરવાની તૈયારીમાં હતા. અરજણનાં બાણ ખતમ થઈ ગયાં હતાં. કૃપાએ તેની આગળ તલવાર ધરી.

ત્રણેય રાક્ષસ એકસાથે હસ્યા જાણે એકબીજા સાથે જોડાયેલા હોય. તેમાંથી એક અરજણ તરફ ધપ્યો. અરજણ નિઃસહાયતા અનુભવતો હતો, કારણ કે રાક્ષસોમાંથી એકે તેની તરફ છલાંગ લગાવી દીધી હતી. તેણે જેટલીવાર કુહાડીથી પ્રહાર કર્યા તે કોઈ ને કોઈ રીતે બચતો રહ્યો. તેણે પોતાના ઘૂંટણની મદદથી તે રાક્ષસના પગ વચ્ચે પ્રહાર કર્યો. અરજણે તેના પડી ગયેલા ધનુષને પકડ્યું અને રાક્ષસમાં ખોસી દીધું, પણ તેને બહુ અસર ન થઈ. રાક્ષસે આગળ આવીને તરાપ મારી, તેની તલવાર સૂરજની જેમ ચમકતી હતી. ત્યાં તો એક મોટી આકૃતિ સામે આવી.

અરજણને ખ્યાલ આવ્યો કે એ બીજું કોઈ નહીં, પણ બાલા જ હતો જે રાક્ષસોને ગદાના પ્રહારથી ખરાબ રીતે કચડી રહ્યો હતો. બીજા રાક્ષસો પણ હતપ્રભ થયેલા લાગ્યા. તે બાદ રક્તથી લથપથ બાલા એ રાક્ષસ પર ત્રાટક્યો જે કૃપા પર ઘાત લગાવી બેઠો હતો. અરજણે જોયું કે બાલાએ એ ત્રીજા રાક્ષસના રોટલીની જેમ ટુકડા કરી નાંખ્યા. કૃપા પર હુમલો કરવા જતો રાક્ષસ તેના મિત્રોના હાલ જોઈને ભયનો માર્યો ઝાડના સહારે ઊભો રહી ગયો. બાલાએ આગળ આવીને પોતાની ગદા થપથપાવી અને તે એને કચડવા તૈયાર હતો.

તે એવું કરવા ગયો ત્યાં કૃપાએ તેને રોક્યો.

"આપણે તેમની છાવણીની જાણકારી લેવાની છે."

રાક્ષસે આંખો ઝપકાવી, "ઇમાનદારીથી કહું છું મને કશી ખબર નથી." તેના અવાજમાં ડર હતો.

"તું આને મારી શકે છે." એમ કહી કૃપાએ લોહી લૂછતાં પોતાના ખભા ઝાટક્યા.

બાલાએ ગદા ઉઠાવી ત્યાં અરજણે તેને પ્રહાર કરતાં રોક્યો.

"શું તમે મને ડરાવવાનું બંધ કરશો?" રાક્ષસ જમીન પર પડી રડવા લાગ્યો. એ જોઈને હસવું આવતું હતું. એ થોડીવાર પહેલાં જેને મારવા માગતો હતો, "ભલે મને મારી નાંખો, પણ આવો વર્તાવ..." અચાનક ભયના માર્યા તેણે પોતાની ભાષામાં બોલવાનું શરૂ કરી દીધું.

કૃપાએ તેને ઉઠાવ્યો. ભયભીત રાક્ષસે પૂછ્યું, "તમે મારી પાસેથી શું ઇચ્છો છો?"

"છાવણીમાં કેટલા લોકો છે?"

"ઘણાં બધાં."

"આ કોઈ સંખ્યા નથી. વધારે શાણો ન થઈશ. ખાસ આ સમયે તો જરા પણ નહીં." બાલાએ ઝાડ પર મુક્કો માર્યો.

અરજણને ખુશી થઈ, કારણ કે બાલા પાછો આવી ગયો હતો. એ પળભર માટે ભૂલી ગયો હતો કે એ શું હતો અને શું કરી શકે તેમ છે. એ બધાથી જુદો હતો, એટલો અનોખો અને અલગ હતો કે અરજણને પણ ખ્યાલ આવ્યો કે જ્યારે અસલમાં મૃત્યુનો સામનો થાય ત્યારે એકદમ મજબૂત માણસ પણ કમજોર થઈ જાય છે. બાલા એક ભલો માણસ હતો જેને જોઈને ભય અનુભવાય, પણ આજે સ્વયં રડી પડ્યો હતો. લડાઈઓ માણસના જીવનમાં ઘણું બધું બદલી નાખે છે. તેમનો આત્મા પણ ખોવાઈ જાય છે. જોકે તે પાછો આવી ગયો હતો કદાચ દોસ્તને બચાવવાનો ભાવ તેનામાં જાદુ કરી ગયો હોય.

"સો...સો જેટલા છે."

"સારું." કૃપાએ કહ્યું, "છાવણીની સાચી દિશા બતાવ."

કૃપા રેત પર સળીથી એક નકશો દોરવા લાગ્યો. એણે એક નિશ્ચિત આકારમાં ગોળ ગોળ તંબૂ માટેના પ્રતીક બનાવ્યા અને તારલાને રાક્ષસોના પ્રતીક તરીકે બનાવ્યા, "હવે સાફ-સાફ જણાવી દે કે ત્યાંની સ્થિતિ કેવી છે?"

"હું...હું માર્યો જઈશ." એણે ખાંસી ખાધી, "જો તેમને ખબર પડશે કે મેં જણાવ્યું..."

"તો તને શું લાગે છે કે તું નહીં બતાવે તો અમે તારી સાથે શું

કરીશું?" કૃપાએ પાછળ પડેલા રાક્ષસો તરફ ઇશારો કર્યો.

"હે ભગવાન." અરજણને વિશ્વાસ નહોતો થતો કે તે પોતે કેવા રોમાંચની વચ્ચે હતો જેને માટે તે ક્યારેય તૈયાર નહોતો. એ પોતાની અંદર ઊમટી પડેલા જોશ સાથે ભય પણ અનુભવતો હતો. જોકે તે એ સમયે કોઈ પ્રકારનો અહેસાસ ઇચ્છતો નહોતો. એ ચાહતો હતો કે લડાઈમાંથી તર્કસંગત વિવેક અને વ્યાવહારિકતાથી બહાર આવી જાય. જો તેમણે આખું કામ યોજનાબદ્ધ રીતે કર્યું તો જલદીથી આ બદજાતોને હાંકી કાઢવામાં સફળ થશે.

"સારું...સારું." રાક્ષસે હાર માની અને કૃપાને આખો નકશો સમજાવ્યો, "બની શકે કે તમારા મિત્રને આ જગ્યાએ... કદાચ આ જગ્યાએ પીંજરામાં રાખ્યો હશે. અમે આ જગ્યાએ ઘોડાઓ અને ખચ્ચર રાખીએ છીએ. અહીં અમારા માલિકનો તંબૂ છે..."

"દુરુક્તિ?"

"હમ્મ? એ જ નક્કામી ઓરત." રાક્ષસ બોલ્યો, "તેના કારણે જ તો મારા આ હાલ છે."

"આ તંબૂ પીંજરાની પાસે છે." કૃપાએ કહ્યું, "તેનો મતલબ વધારે સુરક્ષા હશે. તંબૂમાં પાછળ કેટલા જણ રહેલા હશે?"

"કદાચ વીસ હશે. ધ્યાન રાખજો, ક્યાંક કશું ખોટું ન થાય."

કૃપાને આ વાત પસંદ ન આવી, "દોસ્ત, તું આની સાથે એ જ કર જે તને ઠીક લાગે." તેણે બાલાનો ખભો થપથપાવ્યો.

રાક્ષસ પહેલાંની જેમ આજીજી કરવા લાગ્યો. તેનો ચહેરો અસહાય લાગતો હતો, પણ બાલાએ તેની ગદાથી તેનું માથું ફોડી નાંખ્યું, એ ત્યાં જ ઢગલો થઈ ગયો.

"આપણે શું કરવું પડશે?" અરજણે આચાર્યને પૂછ્યું.

"આપણે બચીને અહીંથી ભાગવું પડશે." કૃપાએ બાલા અને અરજણને એકસાથે જોઈ કહ્યું, "તારા ભાઈને છોડાવ અને આ જગ્યાએથી ભાગો."

"શંભલનું શું થશે?"

કૃપાએ અરજણનો ખભો પકડતાં કહ્યું, "શંભલ દુનિયાનો એક ભાગ

છે અને આપણે આખી દુનિયા બચાવવા માટે એક ભાગનું બલિદાન આપવું પડશે. તસવીરનું આખું સ્વરૂપ સમજો."

"કહેવા શું માગો છો?"

કૃપાએ રહસ્ય ખોલ્યું, "તારો ભાઈ સ્વયંને જે સમજે છે, તેનાથી ઘણો વધારે એ છે. અને તમે બંનેને સમજાવીશ કે આપણા માટે તેની રક્ષા કરવી કેટલી મહત્ત્વની છે. તે આ જગ્યાના કોઈ પણ માણસ કરતાં સૌથી જરૂરી છે. એ ના મરી શકે, કારણ કે જો એ મરી જાય તો...તો ફક્ત શંભલ નહીં, પણ આખી ઇલાવર્તી સળગી ઊઠશે."

અરજણ સ્થિતિની ગંભીરતા ન સમજ્યો, પણ તેને વિશ્વાસ પણ નહોતો આવતો કે તેનો ભાઈ કોઈ એવો માણસ હતો જે આખી દુનિયાની રક્ષા કરી શકે. એ તો એક ગ્રામીણ છોકરો હતો.

"સારું, અમારું નેતૃત્વ કરો." અરજણે માથું હલાવ્યું.

કૃપાએ જંગલમાં પગ મૂક્યો. બાલા અને અરજણ ચૂપચાપ પાછળ ચાલતા હતા. ત્યારે અરજણે તેના મનની વાત કરી, "સાંભળો, આપણે તો દુશ્મનની છાવણીમાં જઈ રહ્યા છીએ અને એ પણ ખબર નથી કે જીવતાં રહીશું કે નહીં. જો આપણે માર્યા ગયા તો?"

આ સાંભળી કૃપાએ માથું ખંજવાળ્યું, "ઓહ, મેં બચાવ મોરચામાં એ વિશે તો કંઈ વિચાર્યું જ નહીં." અને તે હસવા લાગ્યો.

હે ભગવાન, મને આ હાસ્યથી નફરત છે. અરજણ મનોમન વિચારતો રહ્યો પણ એ ચૂપચાપ કૃપાની પાછળ ચાલતો રહ્યો.

46

આ બધું ઘણું ભયંકર હતું. ઘોડાની લાદથી ઊઠતી બદબૂ વચ્ચે રાક્ષસોને એક જગ્યાએથી બીજી જગ્યાએ જતા જોવાનું. તેને એક એવા પીંજરામાં રાખવામાં આવ્યો હતો જેમાં તેના જેવા ડઝન લોકો સમાઈ શકે. આટલી ખુલ્લી જગ્યા હોવા છતાં કલ્કિ ગૂંગળામણ અનુભવતો હતો. એવું નહોતું કે કલ્કિએ પીંજરું તોડવાની કોશિશ નહોતી કરી. તેણે પોતાની બધી તાકાત વાપરી. તેણે ખેંચીને-ધકેલીને સળિયા તોડવાનો પ્રયાસ કર્યો, પણ કશું થયું નહીં. કદાચ ધાતુ મજબૂત હતી અથવા તે પોતે કમજોર હતો.

તેણે સુક્કા મોંની તરસ બુઝાવવા જીભ બહાર કાઢી જેથી તેની પર હવા અડવાથી થોડું સારું લાગે. કલ્કિએ છાવણીને અંદરથી જોઈ જે તેના અનુમાનથી ઘણી વધારે સંગઠિત લાગી. એક તંબૂમાં ઘણાં બધાં શસ્ત્રો મોજૂદ હતાં, ત્યાં જઈને રાક્ષસ તેમના માટે હથિયાર લાવતા હતા. કેટલાક મોટા તંબૂઓ પણ દેખાતા હતા જે કદાચ દુરુક્તિ અને માર્તંડના હોઈ શકે. વાસણોમાં પાણી અને શરાબ ભરેલાં હતાં. લાકડીઓ ભરીને આગ માટે ખાડા કરવામાં આવ્યા હતા. તેને બંને બાજુથી ચીસો-બૂમો સિવાય કશું જ સંભળાતું નહોતું. તેની એ સમજમાં નહોતું આવતું કે આ અવાજો રાક્ષસોના હતા કે તેના લોકોના? જ્યાં તમે સાચું જાણતા જ ન હો તો સહાનુભૂતિ પણ કોની તરફ દર્શાવી શકાય?

કલ્કિ બેચેન થયો તો પીંજરા પર મુક્કા મારવા લાગ્યો. એ લથડ્યો, પણ કશું તૂટ્યું નહીં. એ ત્યાં સુધી મુક્કા મારતો રહ્યો જ્યાં સુધી આંગળીઓના સ્નાયુ દુઃખવા ન લાગ્યા. હાથમાં અપાર દુખાવો થતો હતો કે એ થોડા સમય સુધી સુન્ન થઈ ગયો. તેની પાસે તેના ઘા ઢાંકવા માટે કશું નહોતું અને તેમાં ચેપ લાગવાની શક્યતા હતી.

"ગુસ્સો સારી વાત છે." પાછળથી અવાજ આવ્યો, "પણ તેનો પોતાની સામે ઉપયોગ ન કરાય."

કલ્કિએ પાછા ફરી જોયું. દુરુક્તિ તેની સાથીદાર સાથે હાજર હતી. આટલી અફરાતફરી અને શસ્ત્રોના અવાજો વચ્ચે દુરુક્તિ એ રીતે શાંત હતી જાણે કે તેને પૂરો વિશ્વાસ આવી ગયો કે જીત તેની જ છે.

"મને વિશ્વાસ છે કે આ બધું તમારી ધારણા પ્રમાણે તો નહીં જ થયું હોય." કલ્કિએ કહ્યું.

દુરુક્તિએ સ્વીકાર્યું, "આ વાત પર હું સહમત છું. શંભલ જેવા ગામ તરફથી આ પહેલ પ્રશંસનીય છે, પણ તમને લોકોને પણ ખ્યાલ હોવો જોઈએ કે તમે પ્રશિક્ષિત સૈન્યનો મુકાબલો કરવા જઈ રહ્યા છો."

"આ કબીલાવાળા છે." કલ્કિએ તેની ધોતીથી લોહી લૂછ્યું, "આ પણ અમારી જેમ પ્રશિક્ષિત છે."

"કબીલાવાળા કહેવાથી તેઓ અસભ્ય નથી થઈ જતા. તેં હજુ એટલી દુનિયા નથી જોઈ જેટલી મેં જોઈ છે. મેં ઘણી યાત્રાઓ કરી છે ને એક વાત કહી શકું કે જ્યારે પોતાના અસ્તિત્વને વાજબી ઠેરવવાનું હોય અને પોતાના માટે કહાનીઓ બનાવવાની હોય ત્યારે માનવો સૌથી વધારે રૂઢિચુસ્ત અને નિર્દયી બની શકે છે."

"તમે કયા કબીલાના છો?" કલ્કિ ગુસ્સો સહન ન કરી શકતા તે થૂંક્યો.

દુરુક્તિએ એની જીભને મોંની એક તરફ ફેરવી. તેને આવું કરવાની આદત હતી અને યુદ્ધમાં પણ તેની આવી હરકતથી કલ્કિનું ધ્યાન વિચલિત થતું હતું.

"શું હું કોઈ કબીલામાંથી આવી હોય તેવી દેખાઉં છું?" દુરુક્તિએ પૂછ્યું અને તેની સખી શાંત હતી, "શું હું યક્ષો જેવી જાડી કે નાગ લોકો જેવી ભૂરી આંખોવાળી છું કે શું હું રાક્ષસો જેવી કાળી છું? મહેરબાની કરીને જણાવશો મને?"

એ સાચું કહી રહી હતી. એ ઘણી ગોરી, સપાટ ચહેરો અને વળાંકયુક્ત શરીર ધરાવતી હતી.

"બની શકે કે તમારો કબીલો એવો હોય જેની જાણકારી મને ન હોય."

દુરુક્તિએ ફરીથી જીભ ફેરવી, "એ કહે છે કે હું અને મારો ભાઈ અસુર જાતિના છીએ."

આ સાંભળીને કલ્કિની કરોડરજ્જુમાં એક ઝણઝણાહટી વ્યાપી ગઈ. *એ તો વિલુપ્ત નથી થઈ ગયા?*

"કળિ" તેણે સ્વયં કહ્યું.

"તારું નામ શું છે?"

"કલ્કિ."

"ઓહ, અપવિત્રતાનો વિનાશક." એ બોલી, "ખુદ મલિનતાની વચ્ચે રહેનારા માટે નામ વિચિત્ર નથી લાગતું અને તારે મારા ભાઈને મહારાજ કળિ કહેવું જોઈએ."

"હું તેમની પૂજા નથી કરતો, જે સ્વયંને દુનિયામાં મહારાજા બનાવવા માગતું હોય." પલાંઠી લગાવીને બેઠેલો કલ્કિ પોતાના હાથની માલિશ કરવા લાગ્યો. તેનો ચહેરો ઉદાસ હતો. આત્મા ઇચ્છતો હતો કે કાશ તે પીંજરું તોડીને શંભલ પાછો જાય અને પોતાના લોકોને મદદ કરે."

"દરેક દેવતા ક્યારેક તો મનુષ્ય હતા જ." દુરુક્તિએ સ્મિત આપ્યું, "ત્રિમૂર્તિની વાત કરો તો - બ્રહ્મા, વિષ્ણુ ને મહેશ. એ બધા પ્રજાપિતા હતા, દ્રષ્ટા કે આદિ પુરુષ. વાસ્તવમાં એ ત્યારે પણ ઉપસ્થિત હતા જ્યારે પ્રાચીન લોકો આપણી વચ્ચે રહેતા હતા. તેમનાં નામ જુદાં હતાં, પણ વાસ્તવમાં એ બધા દેવતા, જેમની આજે પૂજા થાય છે, તેમના નામ અલગ હતા."

"પ્રાચીન લોકો, એ એવી સભ્યતા હતી જે પ્રલયના પહેલા અસ્તિત્વમાં હતી. પ્રલય અને પ્લેગમાં તો ભગવાન ગોવિંદ જેવાનો પણ ભોગ લેવાયો. તેમાંથી કેટલાક આજે પણ દેવતા તરીકે પૂજાય છે."

"મને લાગે છે કે આપણો જન્મ એ વિધ્વંસ બાદ થયો, પણ આપણે આ સમયે એક વિભિન્ન યથાર્થમાં જીવીએ છીએ." દુરુક્તિએ પોતાની વાતોથી કલ્કિને વિસ્મિત કરી દીધો હતો. એ વિશ્વાસ નહોતો કરી

શકતો કે આટલી ઓછી ઉંમરની યુવતી આટલા વિવેકથી જ્ઞાનસભર વાત કરી રહી હતી.

"એ બધા નવા યુગના ઉદય સુધી અહીંયા જ હતા. તું આ બધું નથી જાણતો, કારણ કે તું તારી બનાવેલી નાની દુનિયામાં જ મગ્ન રહે છે."

કલ્કિએ ખભા ખંખેર્યા, "હું તારી સાથે વધુ વાત કરવા નથી માગતો. હું ફક્ત રાજા વેદાંત સાથે વાત કરીશ."

દુરુક્તિએ એ નામ સાંભળીને દાંત ભીંસ્યા, "રાજાએ મને અધિકાર આપ્યા છે કે નગરની આસપાસના ગામમાં હું જે ઇચ્છું તે કરી શકું છું."

"જો તેમને ખબર પડી જશે કે તેં બુનિયાદી નિયમોનો ભંગ કર્યો છે તો...?"

"હું કહીશ કે તેં વિદ્રોહ કર્યો હતો. તેમની પાસે મારી પર આરોપ લગાવવાનું કોઈ પ્રમાણ નથી." દુરુક્તિએ હસીને મજાક ઉડાવી.

કલ્કિ અક્કડ રહ્યો, "તમે મારી સાથે શું કરવા માગો છો?"

"લગભગ હું અભ્યાસ કરવા માંગીશ. તારા જેવા શક્તિશાળી ને ઉત્તમ યોદ્ધાને આ રીતે વ્યર્થ ન થવા દેવાય. તને તો મનોરંજન માટે પ્રદર્શનીમાં રાખવો જોઈએ." તેણે હાંસી ઉડાવી.

કલ્કિએ માથું ધુણાવ્યું, "બસ, મને ખતમ કરો અને કિસ્સો પતાવો. તમારા અને મારા માટે આ અંત જ સારો હશે. જ્યારે મારા માણસો તમારા લોકોને હાથે માર્યા જતા હોય તેવા સમયે મારાથી આમ શાંત રહી ન શકાય." તે એવું બોલી સળિયાની નજીક આવ્યો. તેની આંખો ભીની હતી, "એ બધા મારા ભરોસે હતા અને એક સાચા મિત્રની રીતે હું તેમની સાથે જીવ પણ નથી આપી શકતો, હું મારું કર્તવ્ય પૂરું ન કરી શક્યો. મેં જ તેમને કહ્યું હતું કે તમારી ગુફા તોડવાની અપીલનો અનાદર કરવામાં આવે."

દુરુક્તિએ એક પળ માટે તેની સામે જોયું. તેની બધી મશ્કરી કે ઘૃણા તેના ચહેરા પરથી વિલીન થઈ ગઈ. તે એ જગ્યાએ ભ્રમિત અને ઉદાસ ઊભી રહી અને સળિયાની નજીક આવી બોલી, "તારે આવું નહોતું કરવું જોઈતું."

"હું તને અને નગરને બચાવવાની કોશિશ કરી રહ્યો છું. ગુફાઓની અંદર જે છે તેને અડવું નકામું છે. તે શાપિત છે. એવું કરવું... એવું કરવું ઉચિત જ નથી." તે એવું ન કહી શક્યો કે સોમ ભૂલથી ભાવિ અધર્મના હાથોમાં પડી શકતું હતું, જે કોઈ કબીલાઈ હોઈ શકતા હતા જેને પરમ દુષ્ટ માનવામાં આવતા હતા. એ પોતાના તરફથી યથાસંભવ આ પરિસ્થિતિને સામે આવતી રોકવા માગતો હતો, કારણ કે અધર્મ આવતા જ અંધકાર યુગ આવી શકે છે.

"હું માફી માગું છું." તેના અવાજમાં ગંભીરતા હતી અને દૃષ્ટિ અપરાધભાવથી ઝૂકેલી હતી, "હું તમને લોકોને નુકસાન પહોંચાડવા નહોતી માગતી. મારે... મારે એ પથ્થરો પામવા માટે આવું કરવું પડ્યું. જો હું આવું ન કરતી તો તેનાં ગંભીર પરિણામો આવી શકે તેમ છે." એ પણ કલ્કિની જેમ અસહાય હતી, "અને આપણી વચ્ચે કશું ન આવી શકતું. મેં મારી જાતને એવું વચન આપ્યું છે."

કલ્કિએ નિઃશ્વાસ સાથે કહ્યું, "મહેરબાની કરીને એ લોકોને મારો નહીં, મહેરબાની કરો."

ત્યારે જ માર્તંડ તેમની વાતચીતમાં વિઘ્ન બન્યો. જે તેની સામે દેખાતું દૃશ્ય જોઈ જાણવા માટે નજીક આવી ગયો હતો. તે થોડે દૂર અવઢવમાં ઊભો હતો અને પછી દુરુક્તિનો સંકેત થતાં પાસે આવ્યો હતો. એ બોલ્યો, "રાજકુમારી, આશા રાખું છું કે આ ભિખારી તમારું અપમાન નહોતો કરતો." એ દુરુક્તિ સામે છાતી કાઢીને ઊભો હતો.

દુરુક્તિએ એક નજર કલ્કિ પર નાખી. જાણે એ તેને સારી રીતે ઓળખી ગઈ હોય, "ના, એવું નથી કરી રહ્યો. હવે એ વિનમ્ર થઈ ગયો છે." કલ્કિએ જોયું કે એ કંઈક વિચારી રહી હતી, "શું કોઈ સમાચાર છે?"

"જી, મારી રાજકુમારી. અમે ગુફાઓની ભાળ મેળવી છે અને એ સ્થળ તરફનો રસ્તો ખાલી છે."

"ઓહ, નહીં!" તેનો મતલબ છે કે લૈલા અને સાગર પણ માર્યાં ગયાં, ઘાયલ થયાં અથવા પરાજિત કરવામાં આવ્યાં. ઉપરથી ગુફા તરફના બીજા માણસો પણ આ રાક્ષસોનો માર્ગ રોકવામાં અસફળ થયા.

"મારા માણસો હજુય ગામનાં ઘરોમાં તલાશી કરી રહ્યા છે કે કોઈ છુપાઈને ન બેઠું હોય. હકીકતમાં હું નથી ઇચ્છતો કે આપણા કામમાં કોઈ પીઠ પાછળથી હુમલો કરે." તે બોલ્યો. જાણે કલ્કિને ધમકાવી રહ્યો હોય!

કલ્કિ નીચે નહીં, પણ સીધી નજરે જોઈ રહ્યો હતો. તેણે પોતાના દાંત ભીંસ્યા. તેને કોઈ પણ રીતે આ જગ્યાએથી નીકળવું હતું.

"કેટલા ગ્રામીણ લોકો માર્યા ગયા?"

"ઘણા બધા, રાજકુમારી." કલ્કિએ જોયું કે આવું બોલતા માર્તંડનો ઉત્સાહ સમાતો નહોતો.

"હું ઇચ્છું છું કે તમે તમારા માણસોને કહી દો કે એ બીજા લોકોને હાનિ ન પહોંચાડે. તમે મારી વાત સમજ્યા?"

માર્તંડ ચોંક્યો, તેની પાંપણ સતત નીચી ફરકતી હતી, "મારી રાજકુમારી, પણ..."

"નહીં, હવે વધારે નહીં. કોઈ સશસ્ત્ર પર પણ હાથ નથી ઉઠાવવાનો. તેને માર્યા કરતા તેને તાબે કરી લો." દુરુક્તિએ કડકાઈથી આદેશ કર્યો.

કલ્કિ એ છોકરી તરફ ફર્યો, જે નગરમાં એટલી મહત્ત્વપૂર્ણ બની ગઈ હતી કે રાક્ષસોનો અર્ધસૈનિક પ્રમુખ પણ તેને આદર આપતો હતો. તેને એ વિશ્વાસ ન આવ્યો કે તેની સાથે એ સહમત થઈ હતી. કલ્કિના આગ્રહને તેણે સાંભળ્યો. જે પણ હોય, તેની પાસે પણ અંતરાત્મા હશે જ. તેણે કઠોર કવચમાં પોતાને છુપાવી રાખી હતી.

"સારું, રાજકુમારી. જેવી આપની ઇચ્છા." માર્તંડ સહેજ ઝૂકીને બોલ્યો.

"ચાલો જઈએ." તેણે તેની સાથીને ઇશારો કર્યો અને માર્તંડ સાથે ત્યાંથી નીકળી ગયા.

કલ્કિ તે લોકોને જતાં જોઈ રહ્યો હતો ત્યાં જ અચાનક દુરુક્તિની સાથી પાછી ફરી. તેની આંખો માછલી જેવી હતી ને તેણે સાત આંગળીઓ વાળા હાથે સળિયો પકડ્યો. તેના હોઠ પર ઉત્તેજિત સ્મિત છલક્યું, "તેણે મને તારા વિશે બધું જ જણાવ્યું. ઓહ, તું તો ખરેખર સુંદર છો, શ્વેત અશ્વ."

તેની આંખોમાં ઉન્માદ છલક્યો. એક પળમાં એ દુરુક્તિની દાસી હતી ને બીજી જ પળે કેવો વિચિત્ર વ્યવહાર કરી રહી હતી.

"કોણ?"

"એ આવશે. ચિંતા ન કર. અરે, એ અવશ્ય આવશે. તું થોડા સમયમાં જ તેને મળીશ." તેનું હાસ્ય પણ ભેદી હતું.

કલ્કિએ તેનો હાથ પકડી લીધો. તેનું લોહી તેના હાથ પર લાગ્યું. તેણે તરત હાથ પાછો ખેંચ્યો, "હું જાણવા માગું છું કે એ કોણ છે? તું મને કેવી રીતે જાણે છે? એ માણસ કોણ છે?"

એ છોકરી ખડખડ હસી તો તેના પીળા દાંત ચમક્યા, "એ સત્યનો વાહક છે. એ તને બધું જણાવી દેશે, જોકે મને કશું નથી કીધું. તેને લાગે છે કે હજુ હું તૈયાર નથી. હું સમજી શકું છું કે તેણે ખોટું નથી કહ્યું. તું હજુ અપરિપક્વ છે." એ ફરીથી હસી. કલ્કિની અંદર વિચારોનાં વમળ સર્જાયાં હતાં.

"સિમરિન." તંબૂની બીજી તરફથી અવાજ આવ્યો.

"મારે જવું પડશે." સિમરિન નામની છોકરીએ કહ્યું, "તેનું પ્યાદું મને બોલાવે છે."

તેનું પ્યાદું?

આટલું બોલીને ઝડપથી ભાગી. કલ્કિને પીંજરાથી ચીડ ચડતી હતી. એ ફક્ત એક તરફનું જોઈ શકતો હતો, કારણ કે બીજી તરફ ઘણી બધી ઢાલ મૂકીને આડશ રચવામાં આવી હતી.

કલ્કિએ જોયું કે રાક્ષસો તેનાથી થોડે અંતરે ઊભા રહીને વાતો કરી રહ્યા હતા. એ પહેલા પણ ત્યાં જ ઊભા હતા. તેણે ત્રાંસી નજરે જોયું તો તેમાંના એકના હાથમાં ચાવી લટકી રહી હતી.

મારે આ ચાવીઓ ઝડપવી પડશે, પણ કેવી રીતે?

અને ત્યાં જ તેની નજર ઉપર ચક્કર કાપી રહેલા પોપટ પર ગઈ જે બોલી રહ્યું હતું. વાહ, આ તો પોપટ. કલ્કિના હોઠ પર સ્મિત પ્રસર્યું. શુકો ગાયબ થયા બાદ તેની બહુ યાદ આવી હતી પણ હવે એ આવી ગયો હતો. શુકો! કલ્કિએ રાહતનો શ્વાસ લીધો.

47

લક્ષ્મીએ વિલાપનો અવાજ પહેલા સાંભળ્યો. તેણે નજર ફેરવીને જોયું તો લાંબા ઘાસને ચીરીને તેની તરફ આવતા રાક્ષસો દેખાયા. તેઓ ભયંકર રીતે ગર્જી રહ્યા હતા. લક્ષ્મી કોઈ પણ રીતે બધાને ઇન્દ્રવન મોકલવામાં સફળ રહી. છતાં અમુક ઘર એવાં હતાં જે ખાલી નહોતાં થયાં. પોતાની રક્ષા માટે સંઘર્ષ કરતા લોકો સામે આવતી સેના જોઈ, જે બાણોના વરસાદનો સામનો કરી રહી હતી. અમુક રાક્ષસોને બાણ વાગ્યાં પણ ખરાં તે છતાં એ લોકો ઘરોમાં ઘૂસવામાં સફળ રહ્યા. લક્ષ્મી સાથે જે તલવારબાજ હતા એ લોકોએ પણ હથિયારોના સહારે ઝઝૂમવા ગયા, પણ રાક્ષસો સામે કશું ન ચાલ્યું. તેમાંના મોટાભાગનાને રાક્ષસોએ મારી કે ચીરી નાંખ્યા.

એ પોતે મહામહેનતે ઝૂંપડીની પાછળ જઈને પથ્થરોની ભીંત પાછળ સંતાઈ. એણે તૂટેલી બારીમાંથી જોયું કે તેમના માણસો જ ઝાડ પર બેઠેલા છે. તે લોકો રાક્ષસો પર વિસ્ફોટકો ફેંકવા લાગ્યા. કેટલાક રાક્ષસોના ચહેરા સળગ્યા પણ ખરા, પણ બાકીના બચવામાં સફળ રહ્યા. લક્ષ્મી જોઈ રહી હતી કે રાક્ષસો જાણે હસી રહ્યા હતા. એ લોકો ઝડપથી એ ઝાડ પાસે જઈ પહોંચ્યા. જ્યાં એ લોકો ઝાડ પરથી કૂદ્યા, રાક્ષસોએ તેમને પકડીને તેમના પહેરેલા કપડાથી જ ઝાડ પર લટકાવી દીધા. તેમની છાતીમાં ભાલા ખૂંપાવી દીધા.

આ તો સાચે જ શેતાનોનો અવતાર છે.

લક્ષ્મીને તેમાંથી કોઈના ચહેરા પર પસ્તાવો કે ગ્લાનિનો ભાવ ન દેખાયો. આ શંભલનો અંત હતો ને તે આ વાત સમજી શકતી હતી. કલ્કિ પર અપાર ઘૃણા થઈ રહી હતી જેણે રાક્ષસો સાથે લડવાનો નિર્ણય લીધો હતો. એ કેટલો જડ મૂર્ખ હતો, પરંતુ તેણે જે કારણથી

આ નિર્ણય લીધો, એ તો ઇમાનદાર હતો. અને કોઈ કાયર ભાગેડુની માફક જીવવા કરતાં ઉમદા રીતે મરવું બહેતર છે.

લક્ષ્મી ઝાડની એક ડાળી સાથે બહાર આવી. ઠંડીને કારણે તેના પગની આંગળીઓ બહેરી લાગતી હતી. તેને ખબર હતી કે તે નહીં જીવે પણ તેણે એ કરવાનું જ હતું. આખરે એ લોકો તેને સંતાયેલી જગ્યાએથી શોધી જ કાઢત. જીવિત રાક્ષસોએ તેની તરફ જોયું ને તાજા શિકાર તરફ જોઈ ખુશ થઈ ગયા.

એ તેની તરફ આવવા લાગ્યા, એમાંથી અમુક લોકો પોતાના ચહેરા પરથી લક્ષ્મીના સાથીઓનું લોહી લૂછતાં હતા. લક્ષ્મીએ હાથમાં રહેલી લાકડી પર પકડ વધારી, તેનો ખરબચડો ભાગ તેની હથેળીમાં ખૂંચતો હતો.

“આવો, આવી જાઓ તમે બધા.” લક્ષ્મીએ ઊંડો શ્વાસ લીધો. આ એક વિચિત્ર નિર્ણય હતો એ જાણતી હતી, પણ તેની પાસે બીજો કોઈ વિકલ્પ પણ નહોતો.

બાકીના રાક્ષસ જાણે તમાશો જોવાનો હોય તેમ પાછળ ઊભા રહી ગયા અને તેમાંથી ફક્ત એક તેના શસ્ત્રની ધાર ચમકાવતો આગળ આવ્યો.

“તારા જેવી સુંદર યુવતીએ આવી જગ્યાએ ન હોવું જોઈએ.” તેના અવાજમાં ભારોભાર વાસના હતી, “અમારી સાથે આવ, શરાબ પીને આનંદ મનાવ, અમે તારી સાથે એવું કંઈ જ નહીં કરીએ જેનાથી તને આનંદ ન આવે.”

એ તેની પર તરાપ મારવા આગળ વધ્યો. લક્ષ્મી થોડું પાછળ હટી અને હાથમાં પકડેલી લાકડીથી તેની છાતી પર તીવ્ર પ્રહાર કર્યો. એ આઘાત પામ્યો અને જમીન પર પડ્યો. તેની છાતીમાંથી ઝડપથી લોહી વહેવા લાગ્યું. બીજા રાક્ષસ અચંબામાં પડી ગયા. તેણે રાત્રિ માસી જોડે ફક્ત પુસ્તકોનું જ જ્ઞાન નહોતું લીધું. તેમણે શરીરના નબળા બિંદુઓ વિશે પણ શીખવ્યું હતું. તેને શીખવ્યું હતું કે શરીરમાં સૌથી પાતળી નસો ક્યાં હોય અને કોઈને ઘાયલ કરવા માટે ઓછામાં ઓછા કેટલા ઘા કરવા પડે.

બે રાક્ષસ આગળ આવ્યા. આ વખતે એ હુમલો કરવા આગળ આવ્યા. એ કોઈ પણ રીતે છટકવા દેવા નહોતા માંગતા. આ વખતે તેણે લાકડીને બદલે ગોળાનો ઉપયોગ કર્યો. જ્યાં બે રાક્ષસ આગળ આવ્યા તો તે હવામાં ઊછળી અને હવામાં કલાબાજી કરી. તે લોકોને વિસ્મય થયું ત્યારે તેણે ગોળો ફેંકીને લાકડી પકડી લીધી અને ભાલાની જેમ એક રાક્ષસના પગમાં ઘુસાડી દીધી. બીજો રાક્ષસ તલવાર લઈને આગળ આવ્યો, પણ તેણે પાછળ ફરીને તેને ઝટકો આપ્યો. બીજો તેની તરફ આવી ગયો એટલે એણે પાછળ હટવા ઇચ્છ્યું. ત્યાં તો પાછળથી ચાર હાથોએ તેને કમરથી પકડી લીધી. એ છૂટવા માટે તરફડિયાં મારવા લાગી પણ અસફળ રહી.

“ના છોકરી, અમારી સાથે રમવા માગે છે, તો ચાલો રમવા દઈએ.” તેઓએ હાંસી ઉડાવી.

લક્ષ્મી હાથ-પગ પછાડતી ચીસો પાડી રહી હતી ત્યાં એક રાક્ષસે તેને માથા પર ઉપાડી લીધી. રાક્ષસ આગળ આવી મજાથી પ્રશંસાભરી નજરે જોઈને બોલ્યો, “વાહ, સરસ.” તેનો જાડો ને તૈલીય હાથ ખુલ્લી કમર પર ફરવા લાગ્યો.

ત્યાં જ રાક્ષસના માથાને ભેદતું એક બાણ નીકળી ગયું. તેની આંખો આઘાતથી ફાટી ગઈ અને તે ગબડીને નીચે પડ્યો. બીજા રાક્ષસો સાથે લક્ષ્મીએ પણ પાછળ જોયું તો તેને એ જ રથ પર રોશન મિત્ર આવતો દેખાયો જે એ લોકો ઇન્દ્રગઢથી લઈને આવ્યા હતા. તેની આગળ ઊભેલા બે તીરંદાજ સતત બાણ ચલાવી રહ્યા હતા.

રાક્ષસોએ લક્ષ્મીને નીચે પટકી. એ ધડામ દઈને પડી અને તેની કરોડરજ્જુમાં જોરદાર દર્દ થયું. થોડી ક્ષણો એને કશું અનુભવાયું નહીં કે સંભળાયું પણ નહીં. તે ખુલ્લી આંખે આકાશ તાકી રહી હતી. તેણે દુખાવો ઓછો કરવા ઊંડો શ્વાસ લીધો અને તેણે ડાબી બાજુ જોયું. ત્યાં રોશન ધનુષ સાથે ઊભો હતો. એ શંભલનાં જંગલોમાંથી નીકળીને આ રાક્ષસો પર હુમલો કરવા આવ્યો હશે. તેણે જોયું કે જે રાક્ષસે તેને નીચે પટકી હતી તેણે એકદમ રોશનના રથ પર હુમલો કરી દીધો હતો

અને તે બચવાની કોશિશ કરી રહ્યો હતો. એ પાછળની તરફ પડ્યો અને રથના પૈડાં તૂટીને લક્ષ્મી તરફ ઢળવા લાગ્યાં.

લક્ષ્મીએ માંડ સાહસ કેળવ્યું. તે એ પૈડાંની ધરી પકડીને ઊભી થઈ ગઈ. રથના ટુકડેટુકડા થઈ ગયા હતા. ત્રણ રાક્ષસ જમીન પર આળોટી રહ્યા હતા. તેમના ચહેરા બાણથી વીંધેલા હતા. તેમાંથી એકે તીરંદાજોને મારી નાંખ્યા અને હવે રોશન પર ત્રાટક્યા હતા. રોશન ધરતી પર પડેલો હતો.

લક્ષ્મી આગળ ધપી, તે પૂરા વેગથી હવામાં ઊછળી અને પળભરમાં જાણે બધું ધૂંધળું થઈ ગયું ને ભાન આવ્યું ત્યારે તેના હાથમાં દબાણ અનુભવ્યું. તેના હાથમાંની ધરી રાક્ષસના માથામાં ઘૂસી ગઈ હતી. એ હાંફતી નીચે પડી અને રાક્ષસ ત્યાં જ મરી ગયો.

રોશન તેની પાસે ખસીને આવ્યો અને તેને દિલાસો આપવા લાગ્યો, કારણ કે તેની આગળ પથરાયેલું દૃશ્ય જોઈ તે સૂકાં પત્તાની જેમ કંપી રહી હતી. લક્ષ્મી માંડ તેના સ્થાને ઊભી થઈ, પણ કશું સાંભળી નહોતી શકતી. એ લોકો હારી ગયા હતા અને એ રાક્ષસોની સેના સોમ ગુફાઓ તરફ વધતી જોઈ રહી હતી.

તૂટેલો રથ, મૃત રાક્ષસ, અસંખ્ય ગ્રામીણોનાં શબ ક્યારેક પવિત્ર મનાતી એવી ધરતી પર પડ્યાં હતાં. જાણે કે બધું ખતમ થઈ ગયું હોય.

રોશન લંગડાઈ રહ્યો હતો, ત્યારે જ લક્ષ્મીએ કહ્યું, "આપણે ઘરોમાં જઈને જોવું પડશે."

"સોમ ગુફાઓનું શું થશે?" તે બોલ્યો.

"આપણે બધા ઘરમાં જોયા વગર ત્યાં ન જઈ શકીએ."

"એ આવી રહ્યા છે." રોશને લક્ષ્મીને થપથપાવીને કહ્યું.

લક્ષ્મીએ પાછળ જોયું. રાક્ષસો મોટી સંખ્યામાં ઝૂંપડીઓ તરફ આવી રહ્યા હતા. તે એના મિત્ર સાથે ઢાળ ઊતરીને બીજી તરફ જવા લાગી જ્યાં થોડી બીજી ઝૂંપડીઓ હતી.

લક્ષ્મી તેની આસપાસ ફેલાયેલા અંધારાનો વિશ્વાસ નહોતી કરી શકતી. રોશન સૌથી નજીકની ઝૂંપડીમાં જતો રહ્યો કે તેના પગને

આરામ આપી શકે. તેઓ એક બીજા શંભલ પરિવારના ઘરમાં છુપાયા ને થોડો આરામ કર્યો. લક્ષ્મીને ઘણી તરસ લાગી હતી, પણ એ ત્યારે રોશનના પગના ઘા પર બાંધેલી પટ્ટી ખોલી રહી હતી જે ખરાબ રીતે સૂજી ગયો હતો.

"ઓહ... અરે... નહીં. ભગવાન નહીં." રોશને ડોકું ફેરવ્યું, "આ તો આપઘાત હતો. હું તો જાણતો જ હતો. આ આપઘાત હતો. મારી માએ કહ્યું જ હતું."

લક્ષ્મીએ તેના ગાલ પર કસીને તમાચો મારી દીધો, "બકવાસ બંધ કર." તેને વિશ્વાસ ન આવ્યો કે તેણે સાવ આસાનીથી એક યુવાનને તમાચો માર્યો હતો. તે ગુસ્સામાં હતી. નસોમાં લોહી ઊકળી રહ્યું હતું ને મનમાં ઉદાસી હતી. તેણે પોતાના દુપટ્ટામાંથી કપડું ફાડ્યું અને ઘા પર બાંધ્યું, "આપણે આ રીતે લોહી વહાવી ન શકીએ."

અને ત્યારે જ એને કંઈક અવાજ સંભળાયો. અવાજ ઝૂંપડીની અંદરથી આવ્યો હતો. ફરીથી બારીની બહાર જોયું તો રાક્ષસ તેમની તરફ આવી રહ્યા હતા. એ ફક્ત ત્રણ હતા, પણ દસ ગ્રામીણ લોકોના બરાબર હતા. લક્ષ્મી અને રોશન બંને વિરોધ કરવાની સ્થિતિમાં નહોતાં, કારણ કે બંને ઘાયલ હતાં. લક્ષ્મી અને રોશન બંને પાસે હથિયાર નહોતાં.

"અહીં જ રાહ જો."

લક્ષ્મી એ અજાણ્યા ઘરમાં ઘૂસી જેથી અંદરથી કાંઈક મળી શકે. તેણે મોટા ઓરડામાં જોયું, માટલાં ભરેલાં હતાં, ચૂલો હજુ સળગતો હતો અને તેને પોતાને માટે એક ચપ્પુ મળી ગયું.

ત્યાં જ એને ધડામ દઈને અવાજ સંભળાયો.

ઓહ...નહીં.

લક્ષ્મી આગળ વધી જ્યાં રોશન હતો. એણે ફરીથી ધડામ અવાજ સાંભળ્યો જે કદાચ રસોડા તરફથી આવતો હતો. તેણે નીચે નમીને સાદડી હટાવી. એક મોટા બાકોરાં પર જાળી દેખાઈ જ્યાં નીચે રસ્તા જેવું લાગ્યું. તેણે નીચે ધ્યાનથી જોયું બે આકૃતિઓ દેખાઈ.

એ લોકો સંતાયેલા હતા.

એ લોકો કોણ હતા એ ખબર ન પડી એટલે એ બોલી, “મારું નામ લક્ષ્મી છે. હું શંભલની છું. આપ કોણ છો, જવાબ આપો?”

કોઈ જવાબ ન આવ્યો.

“તમારે ડરવાની જરૂર નથી. આપણે એકસાથે આ જગ્યાએથી બહાર નીકળવું પડશે. જો તમે અહીં રહેશો તો મોટી કિંમત ચૂકવવી પડશે.”

“સાંભળો.” લક્ષ્મીને એક હળવો અવાજ સંભળાયો.

ત્યાં જ બીજો કોઈ અવાજ બોલ્યો, “ચૂપ કર. બોલીશ નહીં.”

લક્ષ્મીને ખાતરી થઈ કે અંદર બે જણ છે.

“તમારે ચિંતા કરવાની જરૂર નથી. ઉપર આવી જાઓ.” તેણે તેનો હાથ આગળ કર્યો, “હું વચન આપું છું, બધું સારું થઈ જશે.”

થોડીવાર રાહ જોયા બાદ બે હાથ વારાફરતી દેખાયા. તેણે બંનેને બહાર ખેંચ્યા. એ મા-બેટી હતાં જે ગંદા પાણીમાં હતાં. મોટાભાગના ઘરમાં આવા ખાડાઓ બનાવેલા હતા જેથી ભીતરની સફાઈ વ્યવસ્થા શક્ય બને.

“તારું નામ શું છે?” લક્ષ્મીએ ભયભીત સ્ત્રીને પૂછ્યું.

“આરતી.” એ સ્ત્રી બોલી, “અને આ પિયા છે.”

“ઓહ, પિયા.” લક્ષ્મીએ ચારેક વર્ષની બાળકીને જોઈ હસી અને પ્યારથી તેના વાંકડિયા વાળમાં હાથ ફેરવી પૂછ્યું, “તમે આ જગ્યાએ કેમ છુપાયા હતા?”

આરતીએ અવિશ્વાસથી જોયું. તેને કદાચ સમજવામાં તકલીફ પડતી હતી કે શંભલમાં કોઈ બીજું ગ્રામીણ જીવતું હતું.

“બોલો... કેમ?”

“હું...હું ડરી ગઈ હતી.”

“શું તમે બધાની સાથે ઇન્દ્રવન નથી ગયા?”

“હું...મારા પતિએ ઘરની બહાર જવા ના પાડી હતી.”

“એ ક્યાં છે?” લક્ષ્મીએ માથું હલાવ્યું. આ સવાલ પૂછીને તેને પોતાના પર ચીડ ચડી. બેશક તે માર્યો ગયો હશે. હંમેશની જેમ તેજીથી વિચારવાવાળું મગજ કામ નહોતું કરી રહ્યું. તેણે થોડું વિચારીને પગલું

ભરવું પડશે. એ જીવનના દરેક તબક્કે આવું જ કરતી આવી છે.

"ખબર નથી, એ પાછા નથી આવ્યા."

એવું જ થયું હશે.

લક્ષ્મીને એ સ્ત્રી માટે દુઃખ થયું. તેણે કેટલું દુઃખ સહન કર્યું. કોને ખબર ક્યારની એ નાની બાળકી સાથે એ બદબૂદાર જગ્યામાં છુપાઈ હશે.

"શું તારી ઝૂંપડીમાં કોઈ દવા કે મલમ હશે?"

એ સ્ત્રી ચકિત રહી. તેની સમજમાં કશું ન આવ્યું.

"મારો દોસ્ત બહાર ઘાયલ છે. તેના માટે જોઈએ."

"કેટલા લોકો છે?" આરતી હજુ વિસ્મિત હતી, "કેટલા લોકો જીવિત બચ્યા?"

તેનો ચહેરો જોઈ લક્ષ્મી સારી રીતે જવાબ ન આપી શકી, "આ બાજુ તો ઓછા બચ્યા છે, પણ બની શકે કે ઇન્દ્રવન તરફ વધારે હોઈ શકે."

"ચિંતા ન કરો. હિંમત રાખો. મને વિશ્વાસ છે કે આપણે જીવતા રહીશું."

"શું તે બહાર છે? મને વચમાં તેમના ભારે અવાજો આવતા હતા." એ બહુ ખરાબ રીતે ધ્રૂજતી હતી અને પિયા રડવા લાગી. લક્ષ્મીએ પિયાને થપથપાવી અને માને ધમકાવી, "એવું બોલવાનું બંધ કરો. આ બાળકીને ડરાવો છો."

"તને ખબર નથી, પણ અમે કેવું નરક ભોગવી રહ્યાં હતાં."

લક્ષ્મીએ પણ માન્યું કે એ અંદાજ નહોતો લગાવી શકતી. તેને બહુ દુઃખ થવા લાગ્યું.

આરતીએ તેને કોઈ વનસ્પતિનાં પાંદડાં બતાવ્યાં જે દવા તરીકે કામ આવી શકે તેમ હતાં. એ ચૂલા પાસે પડેલાં હતાં જેને લક્ષ્મીએ પહેલા જોયાં હતાં. લક્ષ્મીએ પાંદડાં સૂંઘ્યાં. જ્યારે એણે કલ્કિના ઘા સાફ કર્યા હતા ત્યારે પણ આવી જ ગંધ આવી હતી. લક્ષ્મી વૈદ્યની મદદ લેવાને બદલે મોટેભાગે પોતાના પ્રમાણે પ્રાથમિક સારવાર લઈ લેતી હતી.

"શું ઘરમાં કોઈ હથિયાર હશે?"

"હથિયાર? ના બહેન, અમે તો માછીમાર લોકો છીએ."

ઘરની બહાર એકાએક ઘોંઘાટ શરૂ થયો. લક્ષ્મીએ જોયું તો ગરબડ લાગી. એ ધીરેધીરે બહાર જવાના રસ્તે આગળ વધી તો બે રાક્ષસને ઘરમાં ઘૂસતા જોયા. એ ઝૂંપડીના ખૂણેખૂણા તપાસતા હતા. અચાનક લક્ષ્મીની નજર રોશન મિત્ર પર ગઈ જેના માથામાં નાની કુહાડી ઘુસાડી દેવામાં આવી હતી. એની નિર્જીવ નજર લક્ષ્મી તરફ હતી.

લક્ષ્મીએ જ્યાં આરતીને જોઈ તો બંનેની નજરમાં ભયનું લખલખું દોડી ગયું.

"મને માફ કરજો." લક્ષ્મીની આંખ ભીની થઈ ગઈ.

"ફરીથી નીચે જતાં રહો." તેણે એ બંનેને ઇશારો કર્યો.

આરતી અને પિયા ફરીથી નીચે જતાં રહ્યાં. લક્ષ્મીને પોતાની આ કોશિશ હાસ્યાસ્પદ લાગી કે તેમને ઉપર શું કામ બોલાવ્યાં હતાં. તેને લાગ્યું કે તે રાક્ષસોથી બચી જશે, પણ તે કેટલી મૂર્ખ હતી. બે જણ નીચે ગયા એટલે તેણે એ બાકોરાને સાદડીથી ઢાંકી દીધું, પણ તેની હિલચાલથી રાક્ષસ સાવધ થઈ ગયા હતા. એ જલદીથી અંદર ઘૂસી આવ્યા.

લક્ષ્મી આંખ બંધ કરીને પોતાના ઈષ્ટદેવને મનાવવા લાગી અને આંખ ખોલી તો સામે રાક્ષસ હાથમાં બેધારી તલવાર સાથે સાવ નિર્વિકાર ભાવથી તેને જ તાકી રહ્યા હતા. એ તેજીથી આગળ વધ્યા. લક્ષ્મી જાણીને સાદડી પર ઊભી રહી ગઈ જેથી તેમને કશી ખબર ન પડે. ત્યાં કોઈ જોરદાર અવાજ આવ્યો.

"નહીં."

"આ શું હતું?" એક રાક્ષસે ભારે અવાજે પૂછ્યું.

લક્ષ્મી નિરુત્તર રહી.

"આપણને કહેવામાં આવ્યું છે કે કોઈને મારવાના નથી." બીજા રાક્ષસે કહ્યું.

"શું આ એ નથી જેણે આપણા મિત્રનું માથું ધડથી જુદું કર્યું હતું." બીજો બોલ્યો, "મૃત્યુની સૌથી વધુ સુંદરતા એ જ છે કે કોઈ જાણતું નથી કે ક્યારે મૃત્યુ આવે છે."

લક્ષ્મીએ પેલું ચપ્પુ કાઢ્યું જે રસોડામાંથી લીધું હતું. એણે જેવું ચપ્પુ ઉઠાવ્યું, રાક્ષસ પાછળ ફરી ગયો અને તેનું કાંડું પકડીને તેને ભીંત તરફ ફેરવી દીધી. જમીન પર પડેલી લક્ષ્મી ધૂળમાં ફસડાઈ ગઈ. રાક્ષસોએ એ સાદડી હટાવી લીધી જ્યાં આરતી અને પિયાને છુપાવ્યાં હતાં. તેમણે બધું હટાવીને નીચે જોયું.

"બહુ જ સરસ." રાક્ષસ ખાંસ્યો, "પોતાના મિત્રોને અહીં સંતાડ્યા છે."

લક્ષ્મી કશું ન બોલી. બીજા રાક્ષસે તેને પકડીને દીવાલે અથડાવી. આ વખતે ભારેખમ હાથમાં લક્ષ્મી જકડાયેલી હતી. તેણે છૂટવા માટે બધું જ જોર અજમાવી લીધું. એ બાકોરાં પાસે ઊભેલા રાક્ષસે તેના પટ્ટામાંથી એક ગોળો કાઢ્યો.

"તમારા જ મિત્રોની મહેરબાની."

આ તો કૃપાએ તૈયાર કરેલો વિસ્ફોટક હતો.

રાક્ષસે એ વિસ્ફોટક બાકોરામાં નાખી દીધો. લક્ષ્મી એટલી જોરથી ચીસ પાડી ઊઠી કે તેની છાતી ફાટી ગઈ જાણે, અને આ નૃશંસતાનો ક્રૂર તમાશો જોઈને તેનું મગજ ચકરાવે ચડી ગયું. બાકોરામાં વિસ્ફોટ થયો અને સૌથી બદતર વાત એ હતી કે તેણે કશું જ ન સાંભળ્યું. રડવાનો કે વિરોધ કરવાનો પણ કોઈ અવાજ ન આવ્યો.

ઓહ, ભગવાનને માટે દયા કરો.

લક્ષ્મીએ પોતાના જીવનમાં ક્યારેય આવી અસહાયતા નહોતી અનુભવી. એ અનુભવી શકતી હતી કે શરમના માર્યા જાણે તેના હાડ ઓગળી ગયા હોય.

"હવે તારી સાથે શું કરવું જોઈએ?"

"ચાલો, થોડી મજા લૂંટીએ." બીજાએ કહ્યું.

"વાહ..." પેલો હસ્યો, "એને બહાર લઈ જઈએ."

લક્ષ્મીને લાગ્યું કે તેને પગથી પકડીને ઘસડવામાં આવતી હતી. એ સમજી નહોતી શકતી કે તેનું હવે શું થવાનું છે.

48

કલ્કિ રાહ જોઈ રહ્યો હતો કે શુકો કંઈક કરે, પણ એ તો રાક્ષસોના ટોળા પર ચક્કર મારવા કે પાંખ ફફડાવવા સિવાય કશુંય નહોતો કરતો, પણ એ ઘણી ઝડપથી તેમની નજરથી ઓઝલ પણ થઈ જતો હતો, આ જોઈને કલ્કિ હસ્યા વગર ન રહી શક્યો.

"કંઈક કર દોસ્ત. હવે આવી પણ જા."

ત્યારે જ એણે શુકોને સળિયા પાસે બેસીને અવાજ કરતો સાંભળ્યો. સંત્રીએ તેને જોયો ને તેનો પગ પકડવા ગયો. એ કામિયાબ રહ્યો, શુકોએ ઊડવા ઇચ્છ્યું, પણ એ શક્ય ન બન્યું. કલ્કિ ડરનો માર્યો જડ થઈ ગયો. તેને કોઈ પણ પ્રકારે ધ્યાન ભટકાવવું હતું. એ ચીસો પાડીને અપશબ્દ બોલવા લાગ્યો.

"ગંદા, જંગલી પ્રાણી, ગાયનાં છાણની ગંધ તારા કરતાં સારી હોય છે."

જે રાક્ષસે શુકોને પકડી રાખ્યો હતો એ અવિશ્વાસથી બીજાને તાકી રહ્યો હતો. કલ્કિ ખુદ પણ સમજી ન શક્યો કે તેણે આવી ભાષાનો પ્રયોગ કેમ કર્યો.

એ સમયે જ શુકો રાક્ષસના હાથમાં ચરક્યો. તેણે અજાણતાં જ હાથ ઝાટક્યો અને શુકોને જીવ બચાવીને ભાગવાની તક મળી.

"તેં કેમ એને છોડી દીધો?" બીજો રાક્ષસ એની પર ત્રાટક્યો.

"એણે મારા હાથ પર વિષ્ટા કરી." રાક્ષસે શરીરના નીચેના હિસ્સામાં હાથ લૂછ્યો, "હે ભગવાન! પોપટની વિષ્ટા. આમ પણ દિવસ ખરાબ હતો ને એમાં..."

"આનાથી બદતર શું હોય?" કલ્કિ બોલ્યો.

"હા-હા, એ જ." રાક્ષસ બોલ્યો.

પેલા રાક્ષસે તેને ફરી ટોક્યો, "તું આ કેદીની વાતમાં સહમત ન થઈ શકે. સરદારે તેની સાથે વાત કરવાની મનાઈ કરી છે."

"હું વાત નહોતો કરતો. બસ, સહમત થતો હતો."

"તો પણ વાત તો થઈ હતી ને. હું સરદારને ફરિયાદ કરી દઈશ."

કલ્કિએ ગળું ખંખેરીને ફરીથી અડચણ કરી, "જોકે તારે આટલું ફરિયાદી ન બનવું જોઈએ, ખબર છે."

"બિલકુલ ઠીક." બીજાએ કહ્યું, "આ હંમેશાં એવું જ કરે છે. હું એક કામ પણ સારી રીતે કરી શકતો નથી. એ ડર રહ્યા કરે કે ક્યાંક સરદારને કહી ન દે."

કલ્કિને તેનું ધ્યાન ભટકાવવામાં આનંદ આવતો હતો. તેની આંખો ચાવી પર ટકેલી હતી. તેણે શુકોના માધ્યમથી એ મેળવવાની હતી. તેણે ધીરેથી સીટી બજાવી શુકોને બોલાવ્યો અને તેને વાત સમજાવી.

"તું શું કરી રહ્યો છું?"

કલ્કિ રોકાયો, "શું?"

"આ અવાજ શેનો હતો?" બીજાએ કડક થઈ પૂછ્યું.

પહેલાએ હાથ ખંખેર્યા, "અરે છોડ ને, આરામથી બેસી નથી શકતો."

"હમ્મ...શું તું બેસી શકે છે?" કલ્કિએ કડક સ્વભાવવાળા સંત્રીને કહ્યું.

"આ કોઈને સંકેત આપી રહ્યો છે." બીજાએ કહ્યું.

"કોણ સંકેત કરે છે?" પહેલાએ આસપાસ જોઈને, "કોઈ છે નહીં. આપણી આસપાસ આપણા માણસો જ છે. કોઈ ચિંતા નથી." તેણે બીજાની છાતી પર ધબ્બો માર્યો.

"તને ખબર છે, મને દુખાવો થઈ જાય છે." બીજાએ છાતી પર પંપાળવા માંડ્યું.

"આમ તો તેં પણ હમણાં કેદી સાથે વાત કરી. એટલે તેં પણ નિયમનો ભંગ કર્યો."

"જી નહીં, હું તો ફક્ત પૂછપરછ કરતો હતો."

"શું પૂછપરછનો મતલબ વાત કરવી એમ ન થાય?"

"ઓહ...આ તો..." બીજો એકદમ વિચાર કરવા લાગ્યો. તેણે

કલ્કિને જ પૂછ્યું, "તું જ કહે? શું મારી પૂછપરછને પણ તારી સાથેની વાતચીત કહેવાય?"

કલ્કિએ ખભા ઝાટક્યા, "હમ્મ... પૂછપરછ પણ બોલીને જ કરાય છે એટલે તું મારી સાથે વાતચીત જ કરતો હતો."

પહેલા સંત્રીની આંખો ગર્વથી ચમકી, "આહ, સમજ્યો ફરિયાદી માણસ."

બીજાએ ભવાં ચડાવ્યાં.

આ બધી નકામી વાતો હતી અને કલ્કિની નજર હજુ પણ ચાવી પર જ ચોંટેલી હતી. જો એ થોડો પણ પાસે આવે તો કલ્કિ ખુદ એ ચાવી લઈ શકતો હતો, પણ તેને એ બંને રાક્ષસો વચ્ચે આવવું યોગ્ય ન લાગ્યું. એ વખતે જ શુકો નીચે ઊતર્યો ને તેણે તેના પંજાથી પહેલા રાક્ષસને નહોર માર્યા. રાક્ષસ ત્રાટક્યો, પણ તેને પકડી ન શક્યો.

"આ જગ્યાનાં પંખીઓને શેની આફત આવી છે?" એ પોતાના ઘા પરથી લોહી લૂછતાં બોલ્યો.

"એ તમને નફરત કરે છે." બીજાએ મજાક કરી. તેને સાથી પર હસવાનો એક મોકો મળ્યો હતો.

કલ્કિએ ફરીથી ધીરેથી સીટી વગાડી. શુકો ફરીથી આગળ આવ્યો અને બીજા રાક્ષસનો ચહેરો પીંખ્યો ને પાછો ઊડી ગયો.

"હું આ પોપટને જાનથી મારી નાખીશ." બીજો ગુસ્સામાં બોલ્યો, "હું હમણાં ધનુષ-બાણ લઈને આવું છું."

કલ્કિએ જોયું કે શુકોએ ચાવીને ધીમેથી ખેંચી. ત્યાં તો એક કદાવર માણસ હાથમાં ગદા લઈને આવતો જોયો. બાલા!! ત્યાં બીજી બાજુથી કૃપા અને અરજણ પણ આવ્યા. બંને રાક્ષસો ચકિત થઈને જોતા રહ્યા.

ઘૂસણખોરો! પહેલા રાક્ષસે બૂમ પાડી.

એ બીજીવાર બૂમ પાડવા જાય તે પહેલાં બાલાએ તેની ગરદન ભીંસી નાખી અને અરજણે બીજાની છાતીમાં બાણ મારી દીધું. એ લથડાયો અને પીંજર પાસે આવીને પડ્યો.

"ભગવાનનો આભાર કે તમે આવી ગયા." કલ્કિએ રાહતનો શ્વાસ

લીધો. ત્યાં જ એણે જોયું કે ત્યાં રાક્ષસો ભેગા થવા લાગ્યા હતા. એ પાંચ લોકો પાસે મોટા-મોટા ભાલા હતા.

બાલા અને અરજણ મરી ન શકે.

એ લોકોને તૈયાર થતા જોયા, પણ કૃપાએ પોતાની તલવાર વાપરતા પોતાની પેંતરાબાજી શરૂ કરી દીધી. કૃપા ભલે પોતાને ભારે નશેડી તરીકે બતાવતા હોય, પણ તેમની ભીતર એક કપટી માણસ છુપાયેલો હતો. એ ઘણી આસાનીથી તલવાર ચલાવી શકતો હતો. તેને તલવાર ચલાવી દુશ્મનને છકાવવાનું આવડતું હતું. તેણે કલાબાજી કરતા ધરતી પર ગુલાંટ મારી અને રાક્ષસના પગ કાપી નાખ્યા.

બાલા એકદમ નિર્દયતા બતાવી રહ્યો હતો. પહેલા એ કુંભને હરાવી નહોતો શક્યો, પણ અહીંયા તો એ રાક્ષસોને લાકડીના પૂતળાની જેમ મસળી રહ્યો હતો. તેણે પોતાની ગદાના પ્રહારથી રાક્ષસોને ખરાબ રીતે કચડ્યા. તેની પીઠમાં ભાલો વાગ્યો તો એણે પીડાથી ચીસ પાડી ને ભાલાને કાઢી રાક્ષસની આંખમાં ભોંકી દીધો.

અરજણની તૈયારી સૌથી ઓછી હતી, એ ફક્ત હુમલાને રોકવાની તજવીજમાં હતો. બચાવવાની કોશિશ છતાં સતત એને રાક્ષસનો પ્રકોપ સહેવો પડતો હતો.

હુમલો કરનાર રાક્ષસોની સંખ્યા વધતી જતી હતી અને કલ્કિ જાણતો હતો કે મિત્રોની રક્ષા કરવાની જરૂર હતી. તેણે પોતાનો હાથ બહાર કાઢી પેલા રાક્ષસ સુધી લંબાવ્યો, પણ ચાવી થોડી દૂર હતી. ત્યારે જ એક રાક્ષસે ચાવી પર પગ મૂક્યો અને પછી તેણે કલ્કિના હાથ પર પગ મૂકી દીધો, પણ કલ્કિએ તેની આંગળીઓ તેની પગની ઘૂંટીમાં ખોસી દીધી અને પકડ મજબૂત બનાવીને તેના માંસમાં ઊંડે સુધી ખૂંપાવવા માંડી. તે રાક્ષસ પીડાથી બૂમો પાડવા લાગ્યો. શુકો પણ તેને અધમૂઓ કરવા ચાંચો મારતો રહ્યો. એટલામાં કૃપાએ તેના માથામાં તલવાર ઘુસાડીને નીચે પાડી મારી નાખ્યો.

કૃપાએ કલ્કિને જોઈ આંખ મીંચકારી. તે પોતાના ઉંમરના પ્રમાણે વધુ દક્ષ હતો. શુકો અવાજ કરતો નીચે આવ્યો અને ચાવી લઈને કલ્કિના

હાથમાં સોંપી. કલ્કિએ ચાવી લઈને તેને થપથપાવ્યો ને તાળું ખોલી નાખ્યું.

એ પીંજરામાંથી બહાર આવ્યો અને શુકો તેના ખભા પર બેસી ગયો. આખરે તે આઝાદ હતો. તેને લાગ્યું કે પ્રકૃતિ પણ તેની મુક્તિ માટે અભિનંદન આપી રહી હતી. વાદળોની કોર પરથી સૂરજ બહાર આવ્યો હતો અને હવા ધીમેધીમે ગતિમાન થઈ હતી. કલ્કિ અરજણ પાસે પહોંચ્યો જે અત્યાર સુધી તલવારોના પ્રહારથી બચતો હતો. જ્યાં તેની પર કોઈ પ્રહાર કરવા ગયો, કલ્કિએ રાક્ષસની પીઠ પર કૂદીને તેને રોક્યો. રાક્ષસે ચકિત થઈ પાછળ જોયું. કલ્કિએ તેને તલવાર છોડવા માટે મજબૂર કર્યો અને એક મુક્કામાં જ ધરાશાયી કરી દીધો.

તે તેના ભાઈને ભેટ્યો. અરજણે તેના હાથ ફેલાવી બાથમાં લીધો, “મને તારી બહુ યાદ આવતી હતી.”

“મને માફ કરી દેજે.” કલ્કિએ ગરદન હલાવી.

આટલા બધા રાક્ષસોને મારવા કઠિન હતા, પણ તેમણે તો કોશિશ કરવાની જ હતી. કલ્કિએ ગદાથી પ્રહાર કરવા વિચાર્યું. તે સતત તેને ફેરવતો રહ્યો અને આખરે તેના હાથથી છૂટી અને એક રાક્ષસના પગમાં જઈને પડી, તેના પગની આંગળી કપાઈ ગઈ. તે પીડાથી બૂમો પાડતો કલ્કિની પાછળ દોડ્યો, પણ તેણે તેને છેતર્યો. હવે તે અરજણ પર ત્રાટક્યો જેણે તેની પર તીર ચલાવ્યું હતું. કલ્કિને એક રાક્ષસે પાછળથી પકડ્યો અને તેને જમીન પર પછાડ્યો. કલ્કિએ ઝડપી ભાન મેળવી લીધું, પણ તેના પેટમાં અને કરોડરજ્જુમાં સખત પીડા થતી હતી. એવી હાલતમાં રાક્ષસે તેને બે હાથે પકડ્યો ત્યારે કલ્કિએ શસ્ત્ર માટે હાથ પ્રસરાવ્યા. તેના હાથમાં અચાનક એક ભાલો આવી ગયો. તેણે ભાલા વડે ફેરવીને રાક્ષસ પર પ્રહાર કર્યો. ભાલો તેના ગળામાં ઘૂસતો જ ગયો.

બાલા પોતાની હિંમત પરત મેળવવામાં સફળ રહ્યો હતો. તેના એક હાથમાં ગદા હતી અને બીજા હાથમાં તેણે એક રાક્ષસને ઉપાડી લીધો. એણે વારંવાર બીજા હાથે તેની ખોપરીમાં ગદાથી પ્રહાર કર્યા ને તેની ખોપરી ફાડી નાંખી. અરજણ પાસે બાણ ખતમ થઈ ગયાં હતાં. તેને

એક કુહાડી મળી ગઈ, પણ તેની ચલાવવાની અણઆવડતને કારણે એક રાક્ષસે છીનવી લીધી.

કલ્કિ તેના ભાઈને બચાવવા ત્યાં આવી ગયો અને તેણે તે રાક્ષસને પાછળથી પકડ્યો. તેણે પૂરી તાકાતથી રાક્ષસને ઉઠાવી લીધો અને પાછળ ફેરવીને ફેંક્યો. રાક્ષસ ત્યાં જ મરણ પામ્યો. કૃપા પર એકસાથે બે રાક્ષસો પ્રહાર કરવા લાગ્યા. કૃપા બંનેને હરાવતો રહ્યો. તેણે પછી એવી ચાલ કરી કે એ બંને રાક્ષસોએ સામસામે આવીને એકબીજાને તલવાર ઘુસાડી દીધી.

કલ્કિ ઊભો થયો, તેના ઘૂંટણમાં ભારે પીડા થતી હતી. તેને લાગ્યું કે તે પોતાની જાતને સીમાથી ઘણી આગળ લાવી ચૂક્યો છે. એણે હાંફતાં હાંફતાં થોડો આરામ કરવાનું વિચાર્યું. તેણે હવે રાક્ષસોની ચિંતા કરવાની જરૂર નહોતી, કારણ કે કૃપા તેનું કામ બરાબર સંભાળી રહ્યા હતા. તે દર વખતે અચૂક નિશાન સાથે તે લોકોની ખોપરીઓ ફોડી રહ્યા હતા.

અરજણ ઘાયલ થયો હતો. કલ્કિને વિશ્વાસ નહોતો આવતો કે અરજણ જેવો યુવક આવા ભીષણ સંઘર્ષમાં વચ્ચે હતો. આરંભિક ભૂલોને બાદ કરતા તેણે પણ બધું સારી રીતે સંભાળ્યું હતું. એ આટલું બધું કરવામાં સફળ રહ્યો જેટલું બીજા યોદ્ધા કરવાની કોશિશ કરતા હોય.

ઉત્તરજીવિતા!

કલ્કિ બાલા પાસે ગયો અને કસીને ભેટ્યો. જ્યારે એ છૂટા પડ્યા ત્યારે બાલા પોતાના ઊંડા ઘા હોવા છતાં એવી રીતે વર્ત્યો કે જાણે કશું થયું જ ના હોય, “માફ કરી દે ભાઈ, હું વધારે પડતા આત્મવિશ્વાસના ચક્કરમાં ફસાઈ ગયો હતો.”

“નહીં, કંઈ વાંધો નહીં. આપણે બંને ખોટા હતા.”

“તેં આવું કેવી રીતે કર્યું?” બાલાએ પૂછ્યું.

કલ્કિએ હોઠ ભીંસ્યા. આ એવી વાત હતી કે જેને આ સમયે કહેવા જેવી નહોતી. તેને આનંદ થયો કે કૃપા તલવાર લઈને વચ્ચે આવી ચડ્યો, “સાથીઓ, મેં ઘણા લાંબા સમયથી હાથમાં શસ્ત્ર લીધું નહોતું. હવે થોડું અજીબ લાગે છે. હું એવા પરિવારને ઓળખું છું જેની પાસે

દરેક પ્રકારની તલવારો છે. હું એ પરિવારમાંથી જ છું, મોટેભાગે એવું જ કહી શકાય."

"આપણે હવે શું કરવાનું છે?" અરજણ આગળ આવ્યો અને તે લોકો ગોળાકારમાં ઊભા રહી ગયા.

"આપણે લાંબો સમય અહીં રહેવું હિતાવહ નથી, કારણ કે તે લોકો પાછા આવશે. કદાચ એ લોકો ગુફાઓ જોવા ગયા હશે." કૃપાએ કહ્યું.

"મારે જવું પડશે." કલ્કિને યાદ આવ્યું કે તેને હજુ એક કર્તવ્ય પૂરું કરવાનું છે. તેને કોઈ પણ સંજોગોમાં ગામના લોકોની રક્ષા કરવાની છે.

લક્ષ્મી! આશા રાખું છું કે જીવિત હોય.

કલ્કિ શુકોને ખભે બેસાડી, સૌથી નજીકના ઘોડા પાસે ગયો. તેણે લગામ પકડી અને જાનવર પર કાઠી મૂકવા ગયો ત્યારે કૃપાએ તેનું ગળું ખંખેર્યું.

"અમને આનંદ છે કે તું ગામના લોકોને મદદ કરવા જઈ રહ્યો છે, પરંતુ આપણે અહીંથી નીકળવું પડશે."

કલ્કિ ભ્રમિત થઈ બોલ્યો, "ક્યાં જવું પડશે?" તેણે બાલા અને અરજણ સામે જોયું જે શરમથી માથું નમાવી ઊભા હતા.

"તને ખબર છે કે ક્યાં...?"

"હું અત્યારે નહીં જઈ શકું." કલ્કિએ દાંત ભીંસ્યા.

"તો અમે આ જગ્યાએ શેના માટે આવ્યા? તારે આવવું જ પડશે. તું સમજતો કેમ નથી?"

કલ્કિએ હાથ ફરકાવ્યો, "મને કોઈ પરવા નથી. મને પરવા નથી કે હું શું નથી સમજતો અને શું સમજુ છું." તેણે આગળ વધી લગામ પકડીને ઘોડા પર બેઠો, "પણ હું એટલું જાણું છું કે તમે એક વાત નથી સમજતા. એ લોકો સાચે જ જીવતા માણસો છે ને તમે કહો છો કે હું આ યુગનો રક્ષક છું. જો મારા ગામને જ ન બચાવી શકું તો આખા પ્રદેશની રક્ષા કેવી રીતે કરીશ?" તેણે અરજણ અને બાલાને જોઈને કહ્યું, "હું પાછો આવીશ. તમે લોકો અહીંથી નીકળો અને જંગલમાં છુપાઈ જાઓ."

"આપણે એમ છુપાઈ ન શકીએ." અરજણ બોલ્યો.

કલ્કિએ ઘોડો ફેરવ્યો. એ જાણતો હતો કે એ લોકોની વાત સાચી છે, "સારું તો તમે ઇન્દ્રવન જાઓ. એ લોકોને તેમની યોજના પ્રમાણે કામ કરતા રોકો."

"હું ગામમાં ચક્કર લગાવીને ત્યાં જ આવીશ. મારે જોવું છે કે લક્ષ્મી જીવિત છે કે નહીં?"

કૃપાએ આગળ આવીને ઘોડો રોક્યો. તેનો અવાજ પહેલા કરતા શાંત હતો, "તું અધર્મના ઉદયને રોકી નહીં શકે. મેં ગુફાઓ બંધ કરવાનું ઇચ્છ્યું, પણ જોઈ લે હું અત્યારે ક્યાં છું. તું પણ કોઈ પણ રીતે જન્મી ગયો અને એ લોકો પણ એમ જ..."

કલ્કિએ સાંભળ્યું નહીં. તેને કોઈ પરવા નહોતી કે કૃપા શું બોલે છે. તેણે પોતાના ઘોડાને એડી મારી અને આગળ ધપ્યો. તેનું શરીર આગળ નમ્યું અને તેની આંખો મંજિલ તરફ મંડાઈ.

એ આવી રહ્યો હતો.

49

દુરુક્તિ પોતાના ઘોડા પર હતી. એ રાક્ષસોની સેનાની પાછળ જઈ રહી હતી જેમાં અમુક ઘોડા પર હતા અને બીજા બધા પગપાળા ચાલી રહ્યા હતા. સરદાર માર્તંડ પોતાના કાળા ઘોડા પર સવાર હતો અને બીજી બાજુ સિમરિન પણ દૂબળા ઘોડા પર બેઠેલી હતી જે તેના આકાર અનુસાર બરાબર હતો. એ કંઈક જુદી રીતે વર્તી રહી હતી, રોજના કરતાં વધુ પ્રસન્ન હતી.

"શું શંભલ એવી જગ્યા છે જે જોઈને પ્રસન્નતા થઈ રહી છે?" દુરુક્તિએ આગળ આવીને પૂછ્યું.

સિમરિને ઝડપથી પોતાના ચહેરા પરનું સ્મિત હટાવી દીધું, "નહીં, મારી રાજકુમારી! એવી તો કોઈ વાત જ નથી."

"નહીં?" દુરુક્તિ ચકિત થઈ ગઈ. એ જુઠ્ઠું બોલી રહી હતી કારણ કે શંભલ ખરેખર સુંદર જગ્યા હતી. દુરુક્તિએ ઘણી યાત્રાઓ કરી હતી, પણ તેણે આવી જગ્યા ક્યાંય નહોતી જોઈ. સરોવરનાં પાણી સ્વચ્છ અને પારદર્શી હતાં. ચોતરફ ફૂલો ખીલ્યાં હતાં. જોકે તેની પર અત્યારે લોહીના છાંટા હતા, પણ એ દૃશ્ય જોવાલાયક હતું. જંગલની હરિયાળી એકદમ ઘેરી હતી, તે કુત્રિમ હોવાનો ભ્રમ થતો હતો. આ બધી સુંદરતાની સરખામણીમાં ધરતી પર જે થયું એ પણ એક વાસ્તવિકતા હતી, ઠેરઠેર લાશો વિખરાયેલી હતી. કેટલીક લાશો સડવા લાગી હતી અને કેટલીક હજુ તરફડી રહી હતી. દુરુક્તિના કડક આદેશ છતાં આ બધો વિનાશ અને જાનમાલનું નુકસાન થઈ ચૂક્યું હતું.

એ સોમ ગુફાઓની નજીક પહોંચી ગઈ હતી જેને ઇન્દ્રવન પણ કહેવાતું હતું. દુરુક્તિએ ભગવાન ઇન્દ્ર વિશે વાંચ્યું હતું. ક્યાંક એવું પણ લખવામાં આવ્યું હતું કે તે કોઈ દેવતા નથી કે જેનાથી ડરી

શકાય અથવા ઇષ્ટ માની શકાય. એ વિક્ષિપ્ત હતા જેમણે ઇલાવર્તી સામે પોતાનો બદલો લીધો હતો જે તેના વિરોધી દાનવોની તરફેણમાં હતા. જેમકે તેણે વાંચ્યું હતું તે પ્રમાણે તે સમયે બે યોદ્ધા ભાઈઓના વંશ હતા. એ વિલુપ્ત થયા હતા અથવા ક્યાંક છુપાયેલા હતા. છેલ્લા કેટલાક સમયથી એ ક્યાંય જોવામાં આવ્યા નહોતા. કહેવાય છે કે તે નવ ફૂટ લાંબા અને તેમના હાથ સામાન્ય દરવાજાથી ઘણા મોટા હતા. તેમના વિરોધી ભાઈ સુર હતા, જેમ કે ઇન્દ્ર ને બીજા બધા. સુર જાણતા હતા કે દાનવ બેકાર, બદસૂરત અને વર્ણસંકર જાતિ હતી, જે તેમના અપયશનું કારણ હતી. ઇન્દ્ર અને તેના ભાઈઓએ તેમના નાતિલા બધા જ ભાઈઓને મારી નાંખ્યા, જે બચી ગયા તેમને અમુક પ્રકારની જડીબુટ્ટીઓ દ્વારા ચિર નિદ્રામાં સુવાડી દેવામાં આવ્યા. દુરુક્તિ જાણતી હતી કે તેનો મતલબ કે તેઓને વિષ આપી દેવામાં આવ્યું હતું.

આ તો બધા કિસ્સા હતા. પૌરાણિકતા ઘણી રોચક હોય છે. ઘણા બધા તે સાચું-ખોટું હોવાના દાવામાં તકરાર કરતા હતા. જોકે તેઓ જાણતા જ હતા કે તેનો કોઈ ઉચિત ઉત્તર નહોતા. ઇતિહાસનું સાક્ષી વર્તમાનમાં કોણ બની શક્યું છે? આમ પણ તે ઘટનાઓને વિજયી પક્ષની જરૂરિયાતો પ્રમાણે રજૂ કરવામાં આવતી હોય છે.

આખા વિસ્તારમાં ફૂલોની ચાદર ખૂબ દૂર સુધી ફેલાયેલી હતી, જ્યાં અસ્ત થનારા સૂર્યની આભા દેખાતી હતી. તેને પહેલેથી પ્રકૃતિ તરફનું ખેંચાણ હતું. કદાચ સંપૂર્ણ ઇલાવર્તી જોયા પછી અને પોતાના દેશને જાણ્યા બાદ આ લગાવ ધીરેધીરે વધતો ગયો હતો. તેણે એ પણ જોયું કે તેના દેશની શું ક્ષમતા હતી અને વિભાજન પછી તે સાવ નિષ્ક્રિય થઈ ગઈ હતી. આગ અને લોહીની વિચિત્ર વાસનું સ્થાન તાજી હવાએ લીધું હતું, જ્યાં ફૂલો અને ફૂલોની ખટાશયુક્ત સુગંધ ભરપૂર હતી. તે હસવા લાગી અને તેના મનને થોડું સારું લાગ્યું. એ પક્ષીઓનો કલબલાટ અને કલશોર સાંભળી શકતી હતી, જે થોડી જ વારમાં ચીસો અને હોંકારામાં બદલાઈ ગયા. તેને અહેસાસ ન થયો, તેણે પોતાની આંખો

બંધ કરીને પાછી ખોલી, તો તે આજુબાજુના દશ્યને સમજી જ ન શકી. સોમ ગુફાઓની બહાર મોટી સંખ્યામાં લોકો ઊભાં હતાં.

એવું કહી શકાય કે આખા ગામની સરખામણીએ ગુફાઓવાળો વિસ્તાર એટલો સારો નહોતો. આ દેવતાઓની દંતકથાઓમાં વિશ્વાસ રાખનારા અન્ય કોઈ ગામની જેમ તેમણે પણ તેની આસપાસ એક મંદિર બનાવ્યું હતું, જેમાં મૂર્તિઓ મૂકી હતી અને ભીંતો પર મંત્ર અંકિત કરેલા હતા. એ સ્થાન વ્રજના દેવતા ભગવાન ઇન્દ્રની ઉપાસનાનું સ્થાન હતું. તેમણે ભયના માર્યા એ સ્થાન પર કબજો જમાવી દીધો હતો, તેને ભયથી છાતીએ ચોંટાડી દીધો હતો.

એ તેના ઘોડા પરથી ઊતરી અને માર્તંડે પણ તેવું જ કર્યું. તે માર્ગના પ્રવેશદ્વારે પહોંચી. તેણે શાંતિથી બધા તરફ જોયું. એ લોકોએ રસ્તો રોકેલો હતો. આ પેલા ખેડૂતની જ યોજના હશે, જે આ લોકોનો કહેવાતો નેતા બનેલો હતો. ખેડૂત પોતે આમ તો કંઈક ખાસ જ હતો. એ કોઈ સામાન્ય ગ્રામીણ છોકરો નહોતો. તેનું એક અલગ જ આભામંડળ હતું જેનું વર્ણન કરવું અશક્ય હતું. કદાચ તે તેની મોહક આંખો, લાંબા વાંકડિયા વાળ અને સુરેખ જડબાને કારણે સુંદર દેખાતો હતો. જોકે નાકની ઢબ બરાબર નહોતી, પણ આ બધી વાતોનું કોઈ મહત્ત્વ નથી. તેની અંદર એક એવું તેજ હતું, જે તેણે ફક્ત એક જ વ્યક્તિમાં જોયું હતું – કળિ. દુરુક્તિએ એ તેજને પોતાના જીવનનો હિસ્સો બનાવતા કળિને જોયો હતો, પણ એ યુવકને જોઈને એવું લાગતું હતું કે એ આભા જન્મજાત હતી. તેની બોલચાલ પણ નિરાળી હતી જાણે કે કોઈ પરવા જ ન હોય. દુરુક્તિએ આવાં ઘણાં સ્ત્રી-પુરુષ જોયાં હતાં જે એવું બતાવતા કે દુનિયાની તેમને કોઈ પડી જ ન હોય, પણ છૂપી રીતે, એ દરેક પરિસ્થિતિઓને પોતાના પ્રમાણે નચાવતા હતા. આ છોકરો એવો નહોતો. તેનું દિલ સોનાનું હતું. તેની વાતોમાં વિશુદ્ધ પ્રેમ છલકાતો હતો. એ ઘણો ઇમાનદાર હતો ને દુનિયામાં આવો યુવાન મળવો ઘણું કઠિન હતું. એટલે તો દુરુક્તિએ હા પાડી હતી કે તે કોઈને નુકસાન નહીં પહોંચાડે, પરંતુ તે તેનો ગુનો નહોતો પણ તેનો જુસ્સો હતો જેણે તેને

એવા નિર્ણય માટે પ્રેરણા આપી. આ બધી વાતોથી તે ડરી ગઈ, ગાલ લાલ થઈ ગયા. તેણે ક્યારેય વિચાર્યું નહોતું કે તેના મનમાં પણ કોઈ યુવક માટે આવા વિચાર આવી શકે છે. તેણે એનું માથું હલાવ્યું અને આગળ ઊભેલાં ગામનાં લોકોને જોયાં.

લોકોના ડરેલા અને નિરાશ ચહેરાઓએ તેનું હૃદય હચમચાવી નાખ્યું. તેને વિશ્વાસ નહોતો થતો કે તેણે આટલાં બધાંને નુકસાન પહોંચાડ્યું હતું. તે એ યુવકની કહેવાતી સેનાનો સામનો નહોતો કરી શકતી. તેને જીત મળી, પણ એ રક્તરંજિત હતી. હવે તે આવું કશું ફરીથી કરવા નહોતી માગતી. તે થાકેલી હતી અને તે બધાં મૃત્યુનું આળ તેના માથે હતું. તે ઇચ્છતી હતી કે આ બધું ભૂલીને તે જે લેવા આવી છે તે મેળવી લે. દુરુક્તિ તેની હથેળીઓ પરસ્પર ભેગી કરી આગળ વધી. તેની પાછળ માર્તંડ અને સિમરિન ચાલ્યાં.

ભીડમાંથી એક અડધી ટાલ ધરાવતો વૃદ્ધ આગળ આવ્યો, તેનો કરચલીવાળો ચહેરો અને આંખોમાંથી વિવેક છલકતો હતો.

"શું એ બધા માર્યા ગયા?" તેણે સપાટ ચહેરે પૂછ્યું, પણ દુરુક્તિ તેના ચહેરા પાછળ છુપાયેલું દુઃખ જોઈ શકતી હતી.

દુરુક્તિએ ક્ષમાયાચનાના ભાવ સાથે કહ્યું, "હું માફી માગું છું."

"શું તમે અમને લોકોને મારી નાંખવા આવ્યા છો?" તે વૃદ્ધે પૂછ્યું.

"તમારું નામ શું છે?"

"દેવદત્ત." તેણે ધીમેથી જવાબ આપ્યો.

"ઈશ્વરની દેન." દુરુક્તિએ સૌમ્ય સ્મિત સાથે જવાબ આપ્યો, "હું એવી નથી છતાંય તમારા બધાના કષ્ટનું કારણ બની."

દુરુક્તિએ ઉદાસ વૃદ્ધ ચહેરા સામે જોઈને કહ્યું, "તમારે માની જવું જોઈતું હતું. ધાર્મિક પરંપરાઓ નિભાવવી જોઈએ, પણ તેના માટે આટલા નિર્દોષોના પ્રાણ લેવાનો શો અર્થ છે?"

"મારી વાતનો જવાબ ન આપ્યો? શું અમને મારી નાંખવા આવ્યા છો?" એ ઘૂંટણિયે ઝૂકી ગયો. તેના પગ જાણે કમજોર થઈ ગયા હતા.

"ના, હું એવું કરી ન શકું." દુરુક્તિ બોલી, "હું વધારે દુશ્મન

બનાવવા નથી માગતી. મેં કોઈને વાયદો કર્યો છે કે તેના મિત્રોને હું કોઈ નુકસાન નહીં પહોંચાડું.”

કદાચ એ વૃદ્ધ આંખોમાં ચમક હતી, પણ એણે એ રીતે માથું હલાવ્યું કે જાણે તેને ખબર હોય કે દુરુક્તિ કોની વાત કરે છે, “કેટલી મજેદાર વાત છે, તને કોઈએ કહ્યું અને તું માની ગઈ.” વૃદ્ધે માથું નીચું કરેલું હતું, દુરુક્તિ તેને જોઈ નહોતી શકતી, “કારણ કે જો તે એ જ વ્યક્તિ હોય જે હું સમજું છું તો એણે તો મને કહ્યું હતું કે તારી નાભિમાં કટાર ઘુસાડવાની છે.”

અને પછી એકાએક એ ત્રાટક્યો. વૃદ્ધના દેહમાં જોરદાર તાકાત હતી. તેણે ન જાણે ક્યાંથી કટાર કાઢી લીધી. બધાં ચોંક્યા, પણ જોકે દુરુક્તિને પૂર્વાનુમાન થયું હોય તેમ તે પ્રહારથી બચી ગઈ. તેણે કટારની મૂઠ પર હાથ જકડ્યો. હવે તે વૃદ્ધનો હાથ તેના હાથમાં દબાયેલો હતો. તેણે એક ઝટકામાં કટાર વાળીને વૃદ્ધના શરીરમાં ઘુસાડી દીધી. વૃદ્ધ એ પ્રહારથી બચી ન શક્યો અને ભયથી લથડાઈને પાછળ હટ્યો.

દુરુક્તિએ આત્મરક્ષણની બધી તરકીબો શીખેલી હતી. અચાનક થનારા હુમલાથી બચવાની તેની શૈલી નહોતી. તેને ધીરેધીરે તડપાવીને મૃત્યુ આપવાની તરકીબો પસંદ હતી, પણ તોય તેનામાં પોતાના બચાવ માટેના હુમલાને જવાબ આપવાની નિપુણતા હતી. દેવદત્ત જમીન પર ફસડાયો. હાથ કટાર પર ટેકવેલો હતો, ઝભ્ભો લોહીથી ખરડાયો હતો.

દુરુક્તિએ વાયદો કર્યો હતો કે કોઈના પ્રાણ નહીં લે, પણ આ તો આત્મરક્ષા માટે હતું. આમ જોવા જઈએ તો તેણે કોઈ વચનભંગ નહોતો કર્યો. તે આગળ આવી. આ વખતે નિર્દયી, આગ ઓકતી આંખો ને ભવાં તણાયેલ ચહેરા પર ગુસ્સો દેખાતો હતો. તેણે એ કટાર પર પગ મૂક્યો જે તરત દેવદત્તના શરીરમાં ઘૂસી ગઈ હતી. પછી બીજો પગ ધરતીની ધૂળમાં મૂક્યો ને બધાની સામું જોયું.

“હું તમને આગ્રહ કરું છું કે મને અધિક ગુસ્સે ન કરશો. તમને બધાને મારી આટલી વિનંતી છે.” તેના સૂરમાં આ વિનંતી પણ કોઈ આદેશ જેવી લાગતી હતી. અવાજમાં અધિકાર ભારોભાર છલકતો

હતો, "આ જગ્યા ખાલી કરી દો. અમારા સરદાર તમને જણાવશે કે અમારું કામ ખતમ થાય પછી તમારે કઈ જગ્યાએ રહેવાનું છે. આજે અમે આ ગુફાઓ ખોલવા જઈ રહ્યા છીએ અને હું ચેતવણી આપું છું કે તમારામાંથી કોઈ મને રોકવાની કોશિશ ન કરે."

50

કલ્કિએ ચોતરફ જોયું. આખું ગામ બરબાદ થઈ ગયું હતું, ઝૂંપડીઓ નષ્ટ થયેલી હતી અને દરેક જગ્યાએ તબાહીનો નગ્ન નાચ દેખાતો હતો. ભલે દુરુક્તિ એવું ઇચ્છતી નહોતી, પણ રાક્ષસોએ એવું જ કર્યું હતું. તેમણે એવું બતાવ્યું કે તેઓ સાંભળી રહ્યા છે, પણ તેમણે શું સાંભળ્યું? કલ્કિએ તેના મિત્રો, માની સખીઓ અને બીજાઓને ખેતરોમાં મરેલાં જોયાં, જ્યાં ક્યારેક હરિયાળી ફેલાયેલી હતી. તેણે એ તૂટેલો રથ જોયો જેને તે નગરથી લાવ્યો હતો. એ આંશિક રૂપે તૂટેલો હતો, પણ તેનાં પૈડાં ગાયબ હતાં. પશ્ચિમમાં બીજાં બધાંના શબથી ઘેરાયેલું લૈલાનું શબ પણ દેખાયું અને બધું ખતમ થયેલું હતું. તેની બનાવેલી બધી જ યોજનાઓ પર પાણી ફરી ગયું હતું. તેણે કેટલું બધું ગુમાવ્યું હતું તે અપરાધની લાગણી તેને ઘેરી વળી.

કલ્કિ ઘોડા પર ઢાળ ઊતરવા લાગ્યો. તે બહુ સારો ઘોડેસવાર નહોતો એટલે તેને એ ઢાળ ઊતરતા વાર લાગી જ્યાં થોડી ઝૂંપડીઓ દેખાઈ રહી હતી. તે ઊંડા નિઃશ્વાસ સાથે ઢાળ ઊતરતો હતો ત્યાં તેની નજરમાં તે ઝૂંપડીઓ આવી. એ ઉજ્જડ જગ્યાની આસપાસ પણ ઘણાં શબ વિખરાયેલાં હતાં. હવે પક્ષીઓના સૂર પણ બદલાઈને કર્કશ ગુસ્સામય લગતા હતા.

એ જાણતો હતો કે અવાજ કઈ તરફથી આવતા હતા, પણ એ કોણ હતા?

તેણે ઘોડો રોક્યો અને તેની પરથી ઊતર્યો. તે એક હાથમાં કુહાડી લઈને આગળ ચાલવા લાગ્યો. એ થોડું ઝૂકીઝૂકીને સંભાળીને ચાલી રહ્યો હતો ત્યાં જ તેને મેદાનમાં રોશન મિત્ર દેખાયો. તેની નિષ્પ્રાણ આંખો કલ્કિને તાકતી હતી. તેને ઝૂંપડીમાંથી ખેંચીને બહાર કાઢવામાં

આવ્યો હતો અને લોહીથી એક સંદેશ લખવામાં આવ્યો હતો જે રાક્ષસી ભાષામાં હતો.

ઓહ, કયાં પ્રાણીઓ બીજા સાથે આવો ક્રૂર વર્તાવ કરતાં હશે?

લક્ષ્મી! એણે બૂમ પાડી. તે એનો ઉત્તર સાંભળવાની પ્રતીક્ષામાં હતો. હવે તેને કોઈ ડર નહોતો, કારણ કે ડરવામાં કોઈ લાભ નહોતો. તેણે પોતે જાણે અંદરથી મરતો હોય તેવું અનુભવ્યું. એણે ફરીથી બૂમ પાડી. તેને મનોમન એવું થયું કે એ કદાચ ગુફાઓ તરફ જતી રહી હોય, પણ શું તેનાથી કોઈ વાત બને તેમ હતી? એ વિચારવા લાગ્યો. તેણે અહીં જ હોવું જોઈતું હતું. જે પ્રમાણે તે જાણે છે તેમ તેનો જીવ જોખમમાં હોય તો પણ તે મેદાન છોડે તેવી તો નથી જ.

નહીં!

કલ્કિએ ફરીથી તેના નામની બૂમ પાડી.

પણ આ વખતે તેને કંઈ અવાજ સંભળાયો.

કલ્કિ... અને તેનો અવાજ ધ્રૂજી ગયો. કલ્કિ અવાજની દિશામાં દોડ્યો. કુહાડી પર જકડાયેલી આંગળીઓમાં પરસેવો થઈ ગયેલો હતો. લક્ષ્મી કોઈ પણ રીતના સંકટમાં હોય, પણ કલ્કિએ તો તેની રક્ષા કરવાની જ હતી. કલ્કિ આગળ આવ્યો ને તેણે દૃશ્ય જોયું. તેની આજુબાજુ ત્રણ રાક્ષસ હતા જે તેને જમીન પણ ઘસડી રહ્યા હતા. તેને તેના લાંબા વાળથી જ ખેંચવામાં આવી રહી હતી. એકે તેના બંને પગ જબરજસ્તી પકડેલા હતા.

રાક્ષસોએ એકબીજાની સામે જોયું અને કલ્કિને જોઈને ચોંકી ગયા.

કલ્કિ ગુસ્સામાં આગળ વધી રહ્યો હતો, તેના પગ જમીનમાં ખૂંપી રહ્યા હતા. તેની આસપાસ કીચડ હતો ને તેનું મોંઢું સુકાઈ રહ્યું હતું. તેના પગમાં ગતિ આવી ગઈ. રાક્ષસ તેમનાં હથિયાર સાથે તૈયાર હતા પણ ડરેલા હતા, કારણ કે તેમણે તેમની સામે આ વ્યક્તિ આવશે તેવું અનુમાન નહોતું કર્યું. ઢળતા સૂરજની રોશનીમાં કલ્કિની ત્વચા ચમકી રહી હતી. તેની આંખો અલગ રંગની જણાઈ આવતી હતી. રાક્ષસ આગળ આવ્યા, તેમાંથી એકના હાથમાં ભાલો હતો. તેણે પોતાનો ભાલો

કલ્કિ તરફ ફેંક્યો.

પરંતુ તેણે હાથ આગળ કરી ભાલાને વચ્ચે જ રોકી લીધો. તે રાક્ષસ તરફ ફર્યો અને એ ભાલાને તેના શરીરમાં ઘુસાડી દીધો. તેણે રાક્ષસને ઊંચો ઉઠાવ્યો અને ભાલાને જમીનમાં ખોસી દીધો. બીજા બે રાક્ષસ આ જોઈને વિચારમાં પડ્યા.

કલ્કિએ કશું કરવું ન પડ્યું. લક્ષ્મી તરત ઊભી થઈ ગઈ અને એક રાક્ષસને તેણે મોટો પથ્થર મારી દીધો. કલ્કિએ કુહાડી તેના તરફ ફેંકી જે એણે તરત જ ઝડપી લીધી. લક્ષ્મીએ તેની મદદથી રાક્ષસનું ગળું ચીરી નાખ્યું અને આ દૃશ્ય જોવું કલ્કિ માટે ભારે થઈ પડ્યું. રાક્ષસની કાળી છાતીમાંથી સતત લોહી નીતરી રહ્યું હતું. એ નીચે પડીને મરી ગયો.

કલ્કિએ લક્ષ્મી તરફ જોયું. તેમની વચ્ચે એક મૂંગી ક્ષણ પસાર થઈ ગઈ. કમ-સે-કમ તે કોઈને તો બચાવી શક્યો. એ તેની તરફ જવા તેજીથી આગળ વધ્યો કે તેને ભેટી શકે.

પણ એ બહુ જલદી પહોંચી ન શક્યો.

તેની આંખો લક્ષ્મીને આંતરી રહેનારા પડછાયા પર પડી. આ એ જ રાક્ષસ હતો જેના પર લક્ષ્મીએ પથ્થરથી પ્રહાર કર્યો હતો. તેના હાથમાં ભાલો હતો જે એણે લક્ષ્મીની છાતીમાં ઘુસાડી દીધો. કલ્કિની નજર સામે જ તે દર્દ સાથે જમીન પર પડી અને તેનું માથું ગામની માટીમાં પડ્યું જેની સાથે તેનો પ્રેમ અને ઘૃણાનો સંબંધ રહ્યો હતો.

એક ક્ષણ માટે તો આ દૃશ્યના સાક્ષી થયા બાદ તેના માટે શ્વાસ લેવું કઠિન લાગ્યું. તેની આસપાસ બધું ગોળગોળ ફરી રહ્યું હતું, પણ તેને તો લક્ષ્મીનો જીવ બચાવવાનો હતો. હાથમાં કોઈ હથિયાર નહોતું, પણ એણે રાક્ષસ પાસે પહોંચીને મુક્કાઓનો વરસાદ કરી નાખ્યો. એણે લગાતાર મુક્કાઓ માર્યા કર્યા, તેના મોંમાંથી લોહી નીકળવા લાગ્યું ને અધમૂઓ થઈ ગયો. રાક્ષસ ક્યારેય પોતાનું ઝઝૂમવાનું બંધ ન કરે. તેણે પૂરું બળ વાપરીને કલ્કિને એક ધક્કો માર્યો. કલ્કિને ઝટકો લાગ્યો, પણ તેણે પોતાને સંભાળી લીધી. તે ફરીથી રાક્ષસ પર ત્રાટક્યો અને ફરીથી નીચે પાડી દીધો.

રાક્ષસ બરાડ્યો, “મને મારવો એટલો આસાન નથી.”

કલ્કિએ ઘણી કોશિશ કરી, પણ રાક્ષસ તેનાથી બળમાં બમણો હતો. તેણે જમીન પરથી ધૂળ લઈ તેની આંખોમાં નાખી દીધી. રાક્ષસ પીડાથી ચીસ પાડી ઊઠ્યો. કલ્કિ તાકાત સાથે લાતો મારવા લાગ્યો. તેણે લક્ષ્મીના હાથમાંથી પડેલી કુહાડી લઈને તેની ખોપરી ફોડી નાંખી. તેના ચહેરા પર ઊડેલું લોહી લૂછ્યું. તેણે એને મારી નાંખ્યો હતો, પણ નહીં...

એ લક્ષ્મી તરફ સરક્યો. સૌથી પહેલા એણે લક્ષ્મીની છાતીમાં ખૂંપેલો ભાલો કાઢ્યો. બાળપણથી લઈને અત્યાર સુધીની બધી જ ક્ષણો તેની સામે તરવા લાગી જ્યારે લક્ષ્મીએ તેનો જીવ બચાવ્યો હતો. તેને એ દિવસ યાદ આવ્યો જ્યારે લક્ષ્મી ગામમાં પાછી આવી અને તેને મગરથી બચાવી હતી, જ્યાં એકબીજાને ચૂમવા ગયા ત્યાં શુકો વચ્ચે આવી ગયેલો અને હવે આ ક્ષણ... જ્યારે તેમની વચ્ચે કોઈ નથી અને તેને ઇલાજની તાતી જરૂર હતી.

તે જગ્યાએ કોઈ નહોતું.

લક્ષ્મી હજુય હોશમાં હતી. આંખોમાં ભેજ હતો, પણ ચેતના બાકી હતી. કલ્કિએ તેને પોતાના હાથમાં જકડી લીધી. તે પ્રહાર વડે ખરાબ રીતે ઘાયલ હતી અને મોંમાંથી લોહી ટપકતું હતું.

ના, એવું ન બની શકે.

“સારું છે, સારું થઈ જશે. આપણે ઘણો જ ખરાબ સમય જોઈ લીધો છે અને હવે બધું સારું થઈ જશે.” એ પાગલની જેમ તેના શબ્દોનું પુનરાવર્તન કરતો હતો, “ઠીક છે, પણ ભગવાનને ખાતર જાત સંભાળ. તું મરી ન શકે.” તે ફરી ભેટ્યો અને કપાળ ચૂમ્યું. એ તેને કસીને પકડવા કોશિશ કરતો હતો.

“મને...મા...ફ... કરી દે. હું કોઈને કામ ન આવી શકી.” તેનો અવાજ કમજોર થતો હતો, “મને ખબર પડવી જોઈતી હતી કે તું જે છે... એવો કેમ છે.”

“હું હવે જાણું છું. લક્ષ્મી હું તને બધું જણાવવાનો જ હતો.” કલ્કિના ગાલ પર ગરમ આંસુ દડતાં હતાં. “હું કદાચ કોઈ અવતાર કે રક્ષક છું.”

"રક્ષક?" તેના હોઠ પર હળવું સ્મિત રમ્યું.

"તું?"

એ હોઠ દબાવી સહેજ હસ્યો, "હમ્મ, હવે હું જાણું છું."

"મને નથી લાગતું કે આ સાચું હોય."

"મને ખબર છે." કલ્કિએ જડબું ભીંસ્યું. હવે તેના ચહેરા પર સ્મિત નહોતું, "ચલ જઈએ અહીંથી."

"ના." લક્ષ્મી બોલી, "હું...હું આ હાલતમાં બચી નહીં શકું."

કલ્કિને જાત સંભાળવી મુશ્કેલ લાગતી હતી.

"પણ એમ ના વિચારીશ કે તું બીજાઓનો રક્ષક નહીં બની શકે. મેં ક્યાંક આ વાત વાંચી..."

"પેલા મોટા નકામા પુસ્તકમાં..." કલ્કિએ હસીને ખભા ખંખેર્યા.

"હમ્મ...સાચી વાત. મેં વાંચ્યું છે કે કષ્ટ દ્વારા જ નાયકનો જન્મ થાય છે."

"જો આવું કષ્ટ સહન કરવાનું હોય તો મારે નાયક નથી બનવું. હું એવો જ છોકરો રહેવા માગું છે જે એક છોકરીને બેહદ પ્રેમ કરે છે." તેણે લક્ષ્મી પરની પકડ વધારી, "શંભલનો છોકરો, જેને દુનિયાની કોઈ પરવા નથી. હું એમ જ મોટો થવા માગું છું."

લક્ષ્મી તેનો હાથ હળવેથી કલ્કિના ગાલ સુધી લાવી, "કલ્કિ આપણે બંને જાણીએ છીએ કે હવે એ બધું શક્ય નહીં બને."

કલ્કિનું માથું હલ્યું, પણ તેને વિશ્વાસ નહોતો આવતો કે તેના એક નિર્ણયથી બધું ગુમાવી ચૂક્યો હતો. તે ક્ષણે તેને પોતાના જીવનની બધી જ વાત માટે પસ્તાવો થતો હતો. હકીકતમાં એ અવતાર હોવાની વાતે પોતાનાથી નારાજ હતો.

"મને ચૂમી લે." લક્ષ્મી બોલી, "આ વખતે કોઈ અડચણ નહીં આવે."

કલ્કિએ એવું જ કર્યું. તેણે લક્ષ્મીને હળવેથી ચૂમી. તે બંનેનાં આંસુ એકબીજામાં ભળી ગયાં ત્યારે જ તેને લક્ષ્મીના હોઠ સ્થિર થવાનો અહેસાસ થયો. એ ઠંડા પડી ગયા હતા. તેણે નજર કરી તો લક્ષ્મીની આંખો સદા માટે બંધ થઈ ગઈ હતી.

એ જતી રહી હતી.

કલ્કિની છાતી ફાટી ગઈ અને એણે ચીસ પાડી. જંગલના બધા શિયાળ ને વરુઓએ તે ચિત્કાર સાંભળ્યો. તેના ચિત્કારમાં એટલી તીવ્રતા હતી કે પંખીઓ માળામાંથી ઊડી ગયાં અને એટલી તાકાત હતી કે દુશ્મનોને પણ ખબર પડે કે તે આવી રહ્યો છે.

51

દુરુક્તિએ બધા ગામવાળાઓને એકતરફ કરાવી દીધાં હતાં. આમ પણ દેવદત્તની ઘટના પછી કોઈ પણ તેની કે તેના લક્ષ્યની વચ્ચે આવવાનું સાહસ કરે તેવું નહોતું. તે બધાંને નીચે બેસાડી દેવાયાં હતાં અને રાક્ષસો તેમની આસપાસ ચક્કર લગાવતા હતા. જો કોઈ હલનચલન કરે તો ભાલાની અણીથી રોકતા હતા.

તે પોતાના ઇલાજ અથવા એ જે પણ હતું; તે લક્ષ્યની ઘણી નિકટ પહોંચી હતી. તેણે જોયું કે માર્તંડે શિલાઓમાં મોટી કડીઓ ફસાવી દીધી હતી. પાંચ ઘોડાઓ તેની સાથે બાંધવામાં આવ્યા ને તેની પર રાક્ષસ બેસી ગયા. તેઓ તેને વિરુદ્ધ દિશામાં ખેંચવા લાગ્યા. દરેક પ્રયાસમાં સહેજ ખસતો વિશાળ પથ્થર હજુય ગુફાના દ્વારને અડેલો અકબંધ હતો.

માર્તંડ દુરુક્તિ પાસે ગયો જે ગુફાઓ તરફ જનારા માર્ગમાં ઊભી હતી. તે સૈનિકોને વટાવીને ત્યાં પહોંચ્યો અને શ્વાસ લેવા થંભ્યો પછી બોલ્યો, “રાજકુમારીજી, આ શિલા હજુય ત્યાં અટકેલી છે. મને લાગે છે કે હજુ વધુ માણસોની જરૂર પડશે.”

“તો આપણા માણસોનો ઉપયોગ કરો.”

“તો પણ વધુ લોકો જોઈશે.”

દુરુક્તિએ દાંત પીસ્યા, “શું બીજા લોકોની વ્યવસ્થા કરવી શક્ય છે ખરી?”

“જો કોશિશ કરવામાં આવે તો શક્ય બની શકે છે.”

ઘણો ચતુરાઈથી જવાબ આપ્યો હતો.

દુરુક્તિની નજર સૈનિકોથી આગળ વધીને પેલા બદહાલ ગ્રામવાસીઓ પર પડી જે એકબીજાની સાથે ખેતરમાં ગણગણાટ કરી રહ્યાં હતાં. બની શકે કે તેઓ માટે તો તે સાવ ધૃષ્ટતાની પ્રતીક લાગતી હોય,

પણ તેની પાછળ પણ કારણ હતું એ તેઓ સમજી શકે તેમ નહોતાં. તેઓ આટલાં દેવી-દેવતાઓને પૂજે છે તો એટલું કેમ નથી જાણતાં કે વિધ્વંસ અને પ્રલય બાદ માનવોને સાવ અલગ કરવામાં આવ્યાં હતાં.

દુરુક્તિ બોલી, "આ લોકોને બોલાવો. તેમને કહો કે તમને મદદ કરે."

"સારું રાજકુમારી." માર્તંડે આંખો મીચકારી.

તેણે ત્યાં જઈને ગ્રામવાસીઓ નજીક ઊભેલા પોતાના માણસોને આદેશ કર્યો. દુરુક્તિ ત્યાં ઊભી ઊભી વિચારતી હતી. તેણે હજુ સુધી માર્તંડને જણાવ્યું નહોતું કે તેમાં શું હતું અને તે માટે તેને અધિક ધન આપવામાં આવ્યું હતું કે તે કોઈ પ્રશ્ન નહીં કરે, પરંતુ તે એક પુરુષ હતો અને તે પણ રાક્ષસ જાતિનો. એ ઘણો સમજદાર હતો; એટલું તો સમજતો જ હતો કે ગુફાઓમાં કોઈ અનમોલ વસ્તુઓ છે.

ફક્ત સોનું કે તાંબાની લાલચમાં એ પથ્થર હટાવવાના કામમાં નહોતો સામેલ થયો, તેનાથી વધુ જાણવાનું કુતૂહલ પણ હતું. તે જાણતી હતી કે માર્તંડ ચતુર સરદાર હતો. દેખાવ પૂરતું તે દુરુક્તિ પ્રત્યે સન્માન ધરાવતો હતો, પણ ભીતરથી તેનો મનસૂબો કંઈક જુદો જ હતો, પણ અત્યારે તે કોઈ પણ રીતે બીજા વિચારને રોકવાના પક્ષમાં હતી જેથી કોઈને શક ન થાય કે ક્યાંક સાચે જ ગુફામાંથી એવું જ કંઈક નીકળે જેનો તેને પહેલા અંદેશો હતો. તે ડરેલી હતી. તેના જ કારણે, તેના લક્ષ્ય માટે લોકોએ પોતાનાં સંતાનો અને પતિ-પત્ની ખોયાં હતાં. કદાચ તેનું લક્ષ્ય જો સમયની બરબાદી સાબિત થાય તો તે સ્વયંની કાયમ માટે ઘૃણા કરશે. આ બધાથી વિપરીત એ સિમરિનને ક્યારેય માફ નહીં કરે જેણે આ બધું કાર્ય કરાવ્યું હતું.

ગ્રામવાસીઓએ કામ કરવાનું શરૂ કર્યું હતું. એ તેમનાં દાતરડાં અને ચપ્પાઓની મદદથી કિનારીઓ પર ઊગેલું ઘાસ ને અડચણ દૂર કરવાં લાગ્યાં, જે લોકોએ મનાઈ કરી તેમને દોરડાંથી બાંધવામાં આવ્યાં. ધીમે-ધીમે ભારે પથ્થર તેના સ્થાન પરથી ખસવા લાગ્યો.

દુરુક્તિ માટે આ દશ્ય દુઃખદાયક હતું, પણ તે પોતાના ઇચ્છિત લક્ષ્યથી નજીક હતી.

ત્યાં જ એક અવાજ આવ્યો. જે સાંભળી તેના આખા શરીરમાં ભય વ્યાપી ગયો, "*દુરુક્તિ.*"

તેણે તરત જ નજર ફેરવીને જોયું કે અવાજ કઈ તરફથી આવી રહ્યો છે. તેણે જોયું કે કલ્કિ તેના સંત્રીઓની પાછળ ઊભો હતો. લોહીથી ખરડાયેલી ધોતી, હાથમાં કુહાડી અને ધૂળ-રક્ત મિશ્રિત તેની છાતી.

એ દોડ્યો. ઘોડા ઊભા રહી ગયા. માર્તંડે તેના સૈનિકોને બૂમ પાડી આદેશ કર્યો કે કલ્કિને પકડીને બંદી બનાવી લેવામાં આવે. દુરુક્તિની આજુબાજુ લગભગ વીસેક સૈનિકો હતા. કલ્કિએ આડેધડ પ્રહાર કરવાના શરૂ કરી દીધા. કેટલાકને લાત વાગી, કેટલાકને મુક્કા અને કેટલાકને તેની કુહાડીના પ્રહાર સહન કરવાના આવ્યા. આ જગ્યાએ તેની હાજરીનો મતલબ હતો કે ગુફાઓની નજીક કામ કરનારા પણ તેની સાથે લડવા પહોંચી જાય.

એ બચીને કેવી રીતે આવ્યો.

"*તેં બધાને મારી નાંખ્યા કે શું?*" એ બરાડ્યો. તે રાક્ષસોથી ઘેરાયેલો હતો.

"*હવે હું તને મારી નાંખીશ.*" તેણે ગુસ્સામાં જવાબ આપ્યો.

"સૈનિકો." માર્તંડે આદેશ કર્યો, "મારી નાખો આ ગ્રામીણ છોકરાને."

એક રાક્ષસ તલવાર લઈને આગળ આવ્યો. તે કલ્કિનું માથું ધડથી અલગ કરવા તૈયાર જ હતો.

દુરુક્તિ જાણતી હતી કે તેના કષ્ટનો અંત નજીક છે. તેના પર પ્રહાર થાય તે પહેલાં સિમરિન તેના કાનમાં બોલી, "રાજકુમારીજી, તમારે પહેલેથી જ ઘાયલ વ્યક્તિને ન મારી શકાય. તમને યાદ જ હશે કે આ એક વિશેષ યુવક છે. તમને નથી લાગતું કે તેનો ગુસ્સો શાંત થાય પછી તેને આ કબીલાના લોકોની સામે આપણા પક્ષમાં ઊભો કરી શકીએ છીએ. જે કાયમથી મહારાજ કળિ વિરુદ્ધ છૂપી રીતે ષડયંત્ર રચતા રહે છે.

દુરુક્તિએ ભવાં ચડાવ્યાં.

"રોકાઈ જાઓ." દુરુક્તિએ બૂમ પાડી, પરંતુ તેણે એવું સિમરિનના

કહેવાથી નહોતું કર્યું, અને એ ગ્રામવાસીઓને વધુ ગુસ્સે કરવા નહોતી માગતી. જોકે સિમરિનની વાત પણ ખોટી નહોતી. કલ્કિની પાસે એવી જ શક્તિ છે જે લોકકથાઓના નાયકોમાં જોવા મળતી હતી જેના વિશે બાળપણમાં તેણે વાંચ્યું હતું.

માર્તંડ તેની તરફ આવ્યો, "માફ કરજો રાજકુમારી, પરંતુ આ માણસે મારા સૈનિકો પર હુમલાઓ કર્યા છે. આને તો એક ઉદાહરણ તરીકે લોકો સમક્ષ મૂકવો જોઈએ. આ તો બચીને અહીં આવ્યો છે, હું વિચારું છું કે તેણે છાવણીમાં શો તાંડવ મચાવ્યો હશે."

"તેને અહીંયા નહીં, નગરમાં જઈને દંડ આપવામાં આવશે." તેણે કલ્કિ તરફ નજર નાખી, "તેણે તમારા માણસોને માર્યા છે, બરાબર? કાનૂન પ્રમાણે તેનો ફેંસલો કબીલાના સરદાર મહારાજ કળિ જ કરશે. એ જ તેને મૃત્યુદંડ આપી શકે છે."

જો મનાવ્યા પછી પણ કલ્કિ તેને સાથ નહીં આપે તો આસાનીથી તેને ભાઈ કળિને સોંપી દેવાશે. તે પોતાના માથે કોઈ મુશ્કેલી વહોરવા નહોતી માગતી.

"ઓહ." માર્તંડે ગળું ખંખેર્યું, "મને લાગ્યું કે તમે આ વાત તેમનાથી ખાનગી રાખવાના હતા."

દુરુક્તિએ સ્વીકાર્યું, "એવું જ છે. તેમને ફક્ત એટલું કહેવામાં આવશે કે કબીલાવાળાઓની વચ્ચે રહેતા આ વિદ્રોહીને બંદી બનાવવો આવશ્યક હતો."

માર્તંડ એક ક્ષણ માટે તેની સામે જોતો રહી ગયો. તેને વિશ્વાસ નહોતો આવતો કે આટલી નાની ઉંમરમાં કોઈ વ્યક્તિ આટલી રૂક્ષ ને કઠોર હોય. તે એક જ સમયે આ રીતે સ્નેહી ને ઇચ્છિત કેવી રીતે થઈ શકે. દુરુક્તિએ હોઠ ભીંસ્યા, તે પોતાની સુધારેલી યોજનાથી ખુશ હતી, "સરદાર તમે કામ ચાલુ રાખો. તેમાં વધારે વાર કરવી જરૂરી નથી. જો તમે વધારે સમય લેશો તો આ છોકરો આખી સેનાને કચડી નાખશે."

કલ્કિને દોરડાંથી બાંધવામાં આવ્યો ને તેનું મોં બંધ કરવામાં આવ્યું.

પાંચ ભાલા તેના ગળા પર તકાયેલા હતા. એ થોડું પણ હલે તો તેનો જીવ જોખમમાં હતો.

"કમ-સે-કમ પોતાના માટે તો હલવાનું બંધ કર. હું તને બચાવવાની કોશિશ કરી રહી છું. તારા પ્રાણ લેવા પડે તે માટે મજબૂર ન કરીશ." દુરુક્તિએ શાંત ભાવથી કહ્યું. તે પોતાની લાગણીઓ છુપાવીને કઠોર દેખાવાની કોશિશ કરી રહી હતી.

કલ્કિની આંખો હજારો શબ્દો કહી રહી હતી. તેણે એવી રીતે જોયું જાણે તેને પરવા જ ન હોય. એ ભલે અહેસાન કરી રહી હતી, પણ તે જાણે અહેસાન કરતા પ્રાણ ગુમાવવો ઉચિત માનતો હોય. તેની આંખોમાં રાજકુમારી માટે ગુસ્સો અને નફરત સિવાય કશું જ નહોતું. *એક ભાવુક વ્યક્તિ જાતે જ ખતરનાક હોય છે.*

દુરુક્તિએ તેનું બધું જ ધ્યાન ગુફાઓ તરફ લગાવ્યું. તે આગળ આવી. તેનું પહેરણ જમીનને અડીને સરકી રહ્યું હતું. તેણે જોયું કે તે તેના લક્ષ્યની નજીક છે. તેની આંખોમાં એક ચમક આવી. ભારેખમ શિલાને ગુફાઓના દ્વાર પરથી ખસેડવાનું કાર્ય તેજીમાં હતું. ઘોડાઓના કામમાં તેજી આવી અને ગ્રામવાસીઓ શિલાની આસપાસની જગ્યા ખોતરવામાં મશગૂલ હતા ને ત્યાં જ એ શિલા તેની જગ્યાએથી ખસી. એ લોકો જીવ બચાવવા માટે ભાગ્યાં છતાં તેમાંથી અમુક લોકો કચડાયાં પણ ખરાં.

દુરુક્તિએ માર્તંડને કહ્યું, "જાઓ તે લોકોની સંભાળ લો. હું ગુફાની અંદર જઈ રહી છું." એ રાક્ષસોથી પીછો છોડાવવા માગતી હતી, જેથી એ લોકો કહેવાતા સોમને જોઈ ન શકે.

માર્તંડે કમને વાત માની અને પોતાના માણસો સાથે ખેતર તરફ ગયો. તેમાંના અમુક લોકો ચીસ પાડી રહેલા કલ્કિ પાસે આવીને રોકાઈ ગયા. તે મોં બંધ હોવાથી સરખી રીતે બરાડા પણ નહોતો પાડી શકતો. ગુફામાં જતાં પહેલાં દુરુક્તિએ આકરી નજરે તેની સામું જોયું, તેના ધબકારા તેજીથી ચાલી રહ્યા હતા.

"તારે આશા રાખવી જોઈએ કે અંદર જઈને મને કશું સારું જોવા

મળે, નહીંતર...” તેણે સિમરિન સામે ગુસ્સામાં જોયું જે ગભરાટના માર્યા થૂંક ગળે ઉતારી ગઈ.

ત્રણ રાક્ષસ તેમની પાછળ આવી રહ્યા હતા. પ્રવેશદ્વાર પર રાક્ષસોએ મશાલ સળગાવી, તે એ લોકોના સળગાવવાના અવાજ સાંભળી શકતી હતી. તેમાંથી ભેજની વિચિત્ર દુર્ગંધ આવી રહી હતી. જ્યારે એ મશાલ લઈને દીવાલ પાસે ગઈ તો શરૂઆતમાં તો કશું દેખાયું નહીં.

તેણે સિમરિન તરફ જોયું, જેની નજર પણ તેના ઉપર જ હતી.

તે અંદર ગઈ તો એ દીવાલો નજીકથી પસાર થઈ જે ભૂરા રંગની ને ચમકતી હતી. તેને ત્યાં શિલાલેખ જેવું વંચાયું. તેમાં કેટલાય પ્રકારનાં ચિત્રો ને પ્રતીકો હતાં. તેણે સ્પર્શ કર્યો તો લાગ્યું કે અનંત સંખ્યાના પ્રતીકને આડી-અવળી લીટીઓ વડે બનાવ્યું છે.

“માફ કરજો રાજકુમારીજી, મને આવું કહેવામાં આવ્યું.... મને કોઈએ કહ્યું હતું...”

“તને ખબર હતી કે આ શું છે?” દુરુક્તિએ તેની સીધીસાદી સહાયિકાને પૂછ્યું, “આ પાલક વિષ્ણુનું પ્રતીક છે.” તે બીજા ચિત્ર તરફ આગળ વધી જેની પર અજબ છાપ અંકિત હતી, “તે એક શ્વેત અશ્વનું ચિત્ર હતું...” એ ત્રીજા ચિત્ર તરફ આવી, “આ વિજયનું પ્રતીક છે.”

“રાજકુમારીજી મને થયું કે એ...” દુરુક્તિએ નજર કરી કે સિમરિનનો અવાજ ગુંજી રહ્યો હતો.

દુરુક્તિએ હોઠ પર આંગળી મૂકી તેને ચૂપ રહેવાનું કહ્યું. તે આગળ વધી. ગુફામાંથી કોઈ રસ ઝરી રહ્યો હતો. તેણે એને સ્પર્શ કર્યો. તેનો રંગ ભૂરો હતો જે દીવાલોમાંથી ટપકી રહ્યો હતો.

“હવે ફરીથી બોલ.” દુરુક્તિએ આદેશ આપ્યો.

“જી?” સિમરિન હળવેથી બોલી.

“જોરથી બોલ, છોકરી.” દુરુક્તિ કંટાળા સાથે બોલી, પણ દુરુક્તિને સિમરિનની વાત સંભળાઈ નહીં, કારણ કે તેનો પોતાનો અવાજ ચોતરફ ગુંજતો હતો.

તેણે એ રાક્ષસની હાથમાંથી મશાલ છીનવી તેને આગળ કર્યો.

"રાજકુમારીજી." સિમરિન બોલી.

જે થયું તે અસાધારણ હતું. જોતજોતામાં મશાલની જ્યોત દીવાલો પર લાગી અને તે દીવાલ અસમતલ ભૂરા રંગની બની ગઈ. એ આગ જ તેમને સોમ સુધી દોરી ગઈ.

"આ જ છે કે શું?" તેણે પૂછ્યું.

સિમરિન ઉત્સાહથી બોલી, "જી રાજકુમારી, હું આ જ કહેતી હતી."

દુરુક્તિના ચહેરા પર સ્મિત ફરક્યું અને તેણે એ ભૂરા અવશેષને સ્પર્શ કર્યો. તેણે તે તોડ્યો. એ દેખાવમાં કઠોર હતો, પરંતુ હકીકતમાં નરમ અને ઘડાય તેવો હતો. તેણે તેનો એક ખૂણો કોચ્યો તો તેમાંથી એક વિચિત્ર રંગનું ભૂરું દ્રવ્ય તેની ચામડી પર પડ્યું.

તેણે એ સૂંઘ્યું, પણ કોઈ સુગંધ નહોતી... ના નહોતી જ.

તેણે આંગળી પર લઈ ચાખી જોયું... એ બેસ્વાદ હતું.

"શું તને વિશ્વાસ છે કે તે આ જ હશે."

સિમરિન બોલી, "જી રાજકુમારી, આપણે હવે તમારા ભાઈનો ઇલાજ શોધી લીધો છે." જોકે આ સ્મિત પાછળ એક અજબ બેચેની હતી જે દુરુક્તિ સમજી નહોતી શકી. કદાચ તેની નકામી શંકાને કારણે હોઈ શકે. કદાચ તેણે ઉત્સાહિત હોવું જોઈએ. તેણે હસવા ઇચ્છ્યું, પણ એ જાણતી હતી કે કોઈ એકનો જીવ બચાવવા ઘણાં લોકોનો ભોગ લેવામાં આવ્યો હતો.

52

અરજણ આ બધું જોઈ ચૂક્યો હતો. દુરુક્તિ સહિત રાક્ષસોની સેના પાછી ગયે એક દિવસ થઈ ગયો હતો. એ પછી જ બધા સામે આવ્યા હતા. ત્યાં સુધી લોકોએ ધરતી પર પડેલાં ફળ ખાઈને દિવસો કાઢ્યા હતા. થાકેલો અરજણ ફરીથી એકવાર શંભલના રસ્તે હતો. તે એ બધાથી વિપરીત માંડ ચાલી રહ્યો હતો જેમની તેના પર નજર હતી, કૃપા અને બાલા જે ગત દિવસોની ઘટનાના સાક્ષી હતા.

પણ એ લોકોએ કોઈ ધ્યાન ન આપ્યું. લાશો ઉઠાવી લેવાઈ હતી ને ચિતાઓ સળગી રહી હતી. અરજણનું ઘર હિંસાના પ્રકોપથી બચી ગયું હતું. તેઓ ઘેર પહોંચ્યાં ત્યારે એ બોલ્યો, "તમારે મને જવા દેવા જોઈતો હતો."

"અમે તને મરવા દેતા." કૃપા બોલ્યો અને બાલાની સામે જોયું, "સાથી, ક્યારેક તું તારા ભાઈથી પણ વધુ પાગલ જેવી વાત કરે છે."

જ્યારે બાલાએ જોયું કે કલ્કિ સાથે શું થઈ રહ્યું છે તો એ અરજણને ઢસડીને ત્યાંથી લઈ ગયો હતો. અરજણ, કૃપા અને બાલા પર્યાપ્ત હથિયાર અને સામગ્રી ભેગી કરીને ગુફાઓ તરફ પહોંચ્યા તો તેમણે દૂરથી જોયું કે કલ્કિને ઘણા બધા રાક્ષસોએ ઘેરેલો હતો. એ હલી શકે તેવું પણ નહોતું. તેને ઘૂંટણિયે બેસવા માટે મજબૂર કરાયો હતો જેથી તે કાબૂમાં રહે. તેઓએ તેને બાંધીને મોઢામાં કપડું ખોસ્યું હતું. અરજણે ત્યાં જઈને હુમલો કરવાનું વિચાર્યું પણ કૃપાએ તેને રોક્યો.

"તારા પણ એ જ હાલ થશે જે તારા ભાઈના થયા છે. રાજકુમારી તારા ભાઈને પસંદ કરે છે, તને નહીં, એટલે બચીને રહેજે." કૃપાએ ચેતવણી આપી હતી.

અરજણે કૃપાની વાત સાંભળી નહીં, કારણ કે તે હંમેશાં બેહૂદી

વાતો કરતો હતો. જોકે બાલા જાણતો હતો કે હવે અંત આવી ગયો છે. તેઓ કશું જ એવું નહોતા કરી શકતા જેનાથી કલ્કિને બચાવી શકાય. તેઓએ ચતુરાઈ બતાવવાની હતી.

"લક્ષ્મી ક્યાં છે?" અરજણે વર્તમાનમાં આવતા સાથીઓને પૂછ્યું.

કૃપા અને બાલાએ એકબીજા સામે જોયું.

"સારું, આપણી યોજના કારગર ન નીવડી." અરજણે મુઠ્ઠીઓ ભીંસી.

"સાચું કહું સાથી, આપણી પાસે કોઈ યોજના હતી જ નહીં." કૃપાએ કહ્યું, "પણ આપણે જીવિત રહ્યા અને કલ્કિ પણ જીવિત છે. તે પણ કોઈ નાનીસૂની વાત નથી."

અરજણે ડોકું હલાવ્યું. તેણે એકવાર ફરી ગામ તરફ નજર નાખી. અડધીથી વધુ વસ્તીનો ભોગ લેવાઈ ચૂક્યો હતો. તે બોલ્યો, "હું આ જગ્યા પર રહી નહીં શકું."

"અને આશા રાખું છું કે તું ન જ રહે, કારણ કે હવે..." કૃપા અટક્યો.

"હવે કશું જ નહીં." અરજણ ઝૂંપડીમાં જઈ વસ્તુઓ આઘીપાછી કરતો કપડાં કાઢવા લાગ્યો. ખબર નહીં પણ તેને એવું થયું કે ઝૂંપડીમાં મા તેનું સ્વાગત કરશે, પણ તેનો પરિવાર આ જગ્યાએ નહોતો. તેને ખુશી થઈ કે તેણે માને પહેલેથી જ મોકલી દીધી હતી. નહીંતર તેને ખ્યાલ હતો કે તેના પણ આ જ હાલ થાત જે અન્ય પરિચિતોના થયા હતા. આ વિચારથી જ તેની છાતીમાં કંઈક અટક્યું હોય એવું તેને લાગ્યું.

"તું ક્યાંય જવાનું વિચારી રહ્યો છું?" એ ઘરડા માણસે બેચેનીથી પૂછ્યું. તેણે તેનું માથું પકવી દીધું હતું. ગુરુ બને છે અને ગ્રામવાસીઓની એક ટુકડીને પણ લડવાનું શીખવાડી નથી શકતો. એ પણ તેની જ ભૂલ હતી.

"ખબર નથી. હજુ કશું નક્કી નથી કર્યું."

બાલાએ અરજણને ખભે હાથ મૂક્યો તેને શાંત કર્યો. એ ભારે હતો, ને અરજણ તે મહેસૂસ કરી શકતો હતો, પણ તે લોહીથી લથપથ હતો.

અરજણને ખ્યાલ આવ્યો કે યુદ્ધ સમાપ્ત થયા બાદ તેણે સ્નાન પણ નથી કર્યું. તેણે સરોવરમાં ડૂબકી લગાવવી પડશે, પણ સરોવર તો એ સ્ત્રી-પુરુષોનાં હાડકાંઓથી યુક્ત હશે જેમણે આ મહાન કાર્યમાં તેમની આહુતિ આપી દીધી.

"આપણે તારા ભાઈની કોઈ મદદ કરવી પડશે."

"એ જતો રહ્યો છે." અરજણે એક લાંબું કપડું પોતાની છાતી પર લપેટ્યું અને એક દુપટ્ટામાં પોતાનાં વસ્ત્રોની પોટલી બનાવી જેથી આસાનીથી ઉપાડી શકે. "અને એ મરી ગયો છે."

"દોસ્ત, આપણે આટલી આસાનીથી હાર ન માની શકીએ, માનું છું કે અત્યારે આપણે હતોત્સાહ છીએ."

"હતોત્સાહ?" અરજણ બગડ્યો, "એવું કહેવું વાજબી નથી. હું બહુ જ ખરાબ અનુભવી રહ્યો છું. એવું લાગે છે કે મારે પણ ત્યાં જ મરી જવું જોઈતું હતું. હવે આ લોકો મને મારા પરિવાર સહિત નફરત કરે છે. હું મારી માને પણ અહીં લાવી શકું તેમ નથી. શંભલ હવે પહેલાં જેવું રહ્યું નથી, જેવું પહેલાં હતું. બધું ખતમ થઈ ગયું. માનવજાતિનો રક્ષક, ઓહ...હમ્મ...કદાચ કોઈ કારાવાસમાં પડ્યો સડી રહ્યો હશે."

કૃપાએ ગળું ખંખેર્યું, "પોતાના ભાઈ માટે તેં સારા શબ્દો પસંદ કર્યા."

"એ મારો ભાઈ નથી. મારો કોઈની સાથે સંબંધ નથી."

કૃપાનાં ભવાં ચડી ગયાં, "મને ખબર નથી કે એ શું હતો, પણ આ વાત મૂર્ખતાપૂર્ણ છે કે તું છોડીને જઈ રહ્યો છું. તું લોકો સાથે આવું ન કરી શકે. તારા માથે તારા ભાઈનું દેવું છે, તારે એને બચાવવો પડશે."

"દેવું? હું કોઈનો દેવાદાર નથી. કોઈનો નહીં."

તે ઘરમાંથી બીજો સામાન લેવા માંડ્યો. તેણે ભારે હૃદયે એ બધાં પુસ્તકો જોયાં જેને એ યાત્રા દરમિયાન ક્યારેક વાંચી શકે... કદાચ ક્યાંક. તે મા પાસે જઈ શકતો હતો પણ એ કેટલાય પ્રશ્નો કરશે જેના ઉત્તર તેની પાસે નહીં હોય. તેમને કેવી રીતે કહેવાય કે કલ્કિ જલદી પાછો નહીં આવી શકે.

પણ એ કોનાથી ડરીને ભાગી રહ્યો હતો? શું તે આ લોકો હતા

અથવા તેમનો અનિવાર્ય પરાજય? શું તે અસફળતાથી ભયભીત હતો? એ ગુરુકુળના સમયથી સદા જીતતો જ આવ્યો છે. મ્લેચ્છો સાથેની લડાઈમાં પણ તેણે કલ્કિ સાથે જીત મેળવી હતી. ત્યાં સુધી તો અસફળતા તેને માટે એક શબ્દમાત્ર હતો, પણ હવે તે હકીકત બન્યો હતો.

ત્યારે જ તેણે દાતરડું પડેલું જોયું જે મ્લેચ્છોની તપાસ વખતે તેની માએ સ્વયં તેને આપ્યું હતું. તેને લડાઈમાં ક્યાંય વાપર્યું નહીં તો એણે પાછું લઈ લીધું હતું. તેણે તેના પર પછી ક્યારેય ધ્યાન નહોતું આપ્યું. તેને લાગ્યું કે તેણે ધનુષ-બાણ કરતા આનો ઉપયોગ કરવો જોઈતો હતો.

કાયર પરાજય બાદ હાર માની લે છે. પરાજિત થવા છતાં ફરીથી બેઠો થનારો જ અસલી વિજેતા કહેવાય છે.

એ કલ્કિની તપાસ માટે હાર કેમ માની બેઠો હતો? તેની માએ કહ્યું હતું કે હંમેશાં સાથે રહેજો, કદી અલગ ન પડતા. એ કેમ નિરાશા અનુભવે છે? એવું શું થયું છે? એ ત્યાં જ ઊભો ઊભો બધી ઘટનાઓ વિશે વિચારવા લાગ્યો.

જાણે શેનું ભૂત સવાર થયું હતું. કદાચ આ શરમ, ઉદાસી કે અસફળતા જ હશે, તેણે પોતાની ગરદન હલાવી પોતાને જ કહ્યું.

"હકીકતમાં, એ કહેવું પણ બેઇમાની નથી કે તને પોતાની જાત સાથે વાત કરતો જોવો પણ મજેદાર લાગે છે." કૃપાએ કટાક્ષમાં કહ્યું, "પણ શું હું એ પૂછી શકું છું કે મહાશય પોતાના હાથમાં દાતરડું લઈને શું વિચારી રહ્યા છે?"

અરજણ એ તરફ ફર્યો. બધા અવાજો પરત આવ્યા હતા અને ક્ષણભર પહેલાનો સન્નાટો તૂટી ગયો હતો. તેણે નિઃશ્વાસ સાથે પૂછ્યું, "જો આપણે જતાં રહીશું તો શંભલનું શું થશે?"

"હું તને એક વાર્તા સંભળાવું." કૃપાએ હાથ પહોળા કર્યા અને સાદડી પર બેઠો, જેની પર અરજણ રાત્રે સૂતો હતો, "ઘણાં વર્ષો પહેલાં, વિધ્વંસ અને પ્રલયની આસપાસ એક ભારે યુદ્ધ થયું. એ યુદ્ધનું ભયંકર પરિણામ આવ્યું. કેટલાય લોકો માર્યા ગયા અને ઘણાં લોકો તેના વિશે ભૂલી પણ ગયા. તે યુદ્ધ સૌથી ખરાબ યુદ્ધ હતું..."

"મહાયુદ્ધ જેવું?" અરજણ બોલ્યો. તેને ભગવાન અર્જુનનો કાળ યાદ આવ્યો જેના નામ પરથી તેનું નામ હતું. અર્જુને તે યુદ્ધમાં મહત્ત્વપૂર્ણ ભૂમિકા ભજવી હતી, તે એક વિખ્યાત ધનુર્ધર હતા.

કૃપાના ગળામાં ગૂંગળામણ થઈ, "હમ્મ, કહી શકે છે, એ મહાયુદ્ધ વર્ષો સુધી ચાલુ રહ્યું. હા, અનેક નગર, ગામ અને કસ્બાઓ રાખ કરવામાં આવ્યાં. એ સમયના એ મહાયુદ્ધમાં લાખો લોકો પ્રભાવિત થયાં. તે બાદ, વિધ્વંસને લીધે એક વધારાનો ફટકો પડ્યો. આ બધું મહાયુદ્ધને પરિણામે હતું." કૃપાએ ડોકું હલાવ્યું, "જે પણ થયું તે છતાં મારું કહેવું એવું છે કે આ દેશે આનાથી પણ ભયંકર દિવસો જોયા છે, પરંતુ એ કાયમ પોતાના પગ પર જાતે બેઠો થઈ આગળ વધ્યો છે. તેમાં સમય લાગે છે, પરંતુ એ વ્યવસ્થિત થઈ જાય છે. જો તમારામાં ધૈર્ય હોય તો ઘામાં રૂઝ આવે જ છે."

અરજણે એ સ્વીકાર્યું.

"અને અમુક વખત હું કે તું આ બાબતમાં કશું નથી કરી શકતા. આપણે કોઈ કામમાં ઝડપ નથી કરી શકતા. આપણે એના સાક્ષી જ બનવું પડે છે." અરજણને લાગ્યું કે કૃપા હવે તેને કહેવાને બદલે પોતાની જાતને જ વધુ કહે છે, પરંતુ અચાનક એ સ્મિત સાથે પાછો આવ્યો, "બસ, થઈ ગયું. આશા રાખું છું કે મેં મારી વાત સમજાવી દીધી છે. જો હું એવું નથી કરી શક્યો તો પ્રિય, તારે માની લેવું પડશે કે હું ઘણો થાકી ગયેલો છું, કારણ કે હું લાંબા સમયથી સૂતો નથી અને ચાર ઘૂંટ પીધા પણ નથી. મારા મિત્ર, બે ઘૂંટડાની તરસ લાગી છે. મારે શરાબખાનામાં જવું પડશે..."

બાલાએ ઊંડો શ્વાસ લીધો.

"અરે ના," કૃપા ગભરાટભર્યા સ્મિત સાથે બોલ્યો, "આપણો મહાન અને સૌથી મોટો મિત્ર જે કહે તે કરવામાં આવે."

અરજણ જાણતો હતો કે પુસ્તકો જે શીખવાડે એ સત્ય હોય છે, પણ તે હંમેશાં વિરોધાભાસી રહ્યું છે. એક ક્ષણમાં કોઈ કશું લખે છે અને બીજી જ ક્ષણે તેનો બીજો અર્થ સામે આવે છે. એ બધા અવાસ્તવિક

હતા. રાક્ષસને પહેલા પાશવી અને બીજા લોકમાંથી આવેલ નરકીય જીવ મનાતા હતા, પણ જે જોયું તે સાવ ઊલટું હતું. બેશક ખતરનાક હતા, પણ તેમની એક શાન હતી. તે એટલા પાશવી પણ નહોતા. જે દુનિયામાં જીવી રહ્યા હતા તે એવી જ વિરોધાભાસથી ઘેરાયેલી હતી. શું સાચું અને શું જુઠ્ઠું એ વ્યક્તિગત માપદંડ પર નિર્ભર હતું.

"તો તમે શું કરવા માગો છો?" અરજણે પૂછ્યું.

"ઓહ, આભાર." કૃપાએ બાળકની જેમ તાલી બજાવી, "મને ખુશી છે કે તું સાચા રસ્તે આવી ગયો મિત્ર, કારણ કે મારી પાસે એક સાવ નવી યોજના છે."

બાલા બોલ્યો, "તો કહી જ દો, મહારાજ."

"આપણે ઇન્દ્રગઢ જઈએ છીએ જ્યાં તેને લઈ જવામાં આવ્યો છે. આપણે કલ્કિને છોડાવવો પડશે અને પછી ઉત્તરમાં મારા મિત્ર... આમ તો મિત્ર નહીં, પણ એક વ્યક્તિ પાસે જઈશું, કારણ કે હવે સોમગુફાઓ ખુલ્લી થઈ ગઈ છે."

"આપણે તો એમને કશું લઈ જતાં જોયા નથી." અરજણને હજુ પણ સોમની લોકકથાઓ પર વિશ્વાસ નહોતો. જોકે કલ્કિને અસલી રૂપમાં જોઈ તેણે પોતાની માન્યતા બદલી નાખી હતી.

કૃપાએ વચમાં કહ્યું, "અરે એ ગયા છે, કારણ કે તેઓ ઘણું બધું સોમ ભરીને લઈ ગયાં છે. જો એ લોકો ભારે પ્રમાણમાં લઈ ગયા હશે અને એટલું જાણી લો કે એ ભૂરું દ્રવ્ય જો આટલી બધી માત્રામાં સાર્વજનિક થશે તો આપણે બધા મોટી મુશ્કેલીમાં મુકાઈ જઈશું, કારણ કે પછી ઘણી બધી ખરાબ ઘટનાઓના સાક્ષી બનવું પડશે અને એ બધાનો મુકાબલો કરવા માટે તારા ભાઈની જરૂર પડશે. એ માટે તેને તૈયાર કરવો પડશે જેથી એ ફરીથી ક્યારેય પચાસથી પણ વધારે સૈનિકોની સામે કોઈ શાહી વ્યક્તિ સાથે બાથ ભીડવાની મૂર્ખામી ન કરે. આ છોકરામાં વિવેકનો અભાવ છે પણ તે તેના બાહુબળથી તેની પૂર્તિ કરી દે છે."

અરજણે બાલા તરફ જોયું, "સારું, તો આપણી યોજના શું છે?"

“મેં હમણાં જણાવ્યું તો ખરું.”

“તમે હમણાં એ કહ્યું કે કલ્કિને આપણે મદદ નહીં કરીએ તો શું થશે.” અરજણ બોલ્યો, “પણ તેને કેદ કે મૃત્યુદંડથી છુટકારો મેળવવા માટેની શી યોજના છે?”

કૃપા એક ક્ષણ માટે વિચારમાં પડ્યો. ક્ષણિક સન્નાટા પછી એ બોલ્યો, “આપણે ઇન્દ્રગઢ જઈશું.”

“ઠીક છે.” અરજણે સ્વીકારભાવ બતાવ્યો ને બાલા પણ સંમત થયો, “પછી?”

“અને પછી?” કૃપાએ અનુભવી વૃદ્ધની જેમ કહ્યું, “આપણે તે સમયે જ યોજના બનાવીશું.”

અરજણે સહેજ વિચારીને સંમતિ આપી.

આપણે ફરીથી શરૂ કરવા જઈ રહ્યા છીએ.

ભાગ ૨

કળિનો ઉદય

53

તે ત્યાં જ હોવો જોઈએ.

ગાઢ અને ધુમ્મસભરી રાત્રિમાં બર્ફીલી હવા વેદાંતનાં હાડકાંઓ સુધી ઘૂસતી હતી અને તે પ્રતીક્ષા કરી રહ્યો હતો. પહેલા મુશળધાર વરસાદ બાદ ઇન્દ્રગઢ પોતાના રહેવાસીઓ માટે ઠંડા જળવાયુનો ઉપહાર લઈને આવતો.

તેને અડધી રાત્રે કિલ્લાની બહાર થનારી આવી મુલાકાતોથી ઘૃણા હતી. એ બરાબર એવી જગ્યાએ હતો કે જેને નગરનો મધ્ય ભાગ કહી શકાય. વેદાંત માટે આ જગ્યાએ આવવું સુરક્ષિત નહોતું. તેના ફેફસાંમાં પ્રદૂષણનો અહેસાસ થવા લાગ્યો. તેની ઘ્રાણેન્દ્રિયો જ ખરાબ તબિયતનું કારણ નહોતી, પણ તેના દુશ્મનો પણ પડછાયામાં લહેરાઈ રહ્યા હતા. દીવાલો તેના નામથી રક્તરંજિત હતી. તેને હજુય રાજા માનવામાં આવતો હતો, પણ તેના વિરોધીઓની કોઈ કમી નહોતી. ખાસ તો જ્યારથી તેણે કળિના આદેશથી એ અપમાનજનક સમજૂતી પર હસ્તાક્ષર કર્યા હતા ત્યારથી.

પહેલા જીવલેણ હુમલાઓ થતા રહ્યા હતા, પણ હવે કુબેરે વચન આપ્યું હતું કે જો તે કુબેર સાથે મળીને કામ કરશે તો તેનો કોઈ વાળ પણ વાંકો નહીં કરી શકે. એ ધ્યાન રાખવાનો હતો કે વેદાંત નગરમાં સુરક્ષિત રીતે અવરજવર કરી શકે. તેને એવું કહેવામાં આવ્યું હતું કે તે કોઈ સૈનિક અથવા સામાન્ય નાગરિકનો વેશ લઈને મળવા આવે અને સાથે વધારે માણસો ન રાખે.

આજે બધી ગલીઓ સૂમસામ હતી. તેના અંગરક્ષકો થોડે દૂર ઊભા હતા. ઇમારતો પર તહેનાત તીરંદાજો કોઈ પણ સંભવિત ખતરાને પહોંચી વળવા તૈયાર બેઠા હતા.

વેદાંત મનોમન વિચારતો હતો કે સાવધાન રહેવામાં ખોટું શું છે.

આજે વેદાંતને દરજીની દુકાન પાસે યક્ષોના રાજાને મળવાનું હતું જે ઇન્દ્રગઢના ઉત્તરમાં એક માત્ર દુકાન હતી. આ નગરની ખાલી રહેતી જગ્યા હતી જ્યાં સંપન્ન અને કુલીન લોકોની અવરજવર રહેતી હતી. પોતાના ગામમાંથી આવીને નગરમાં વસેલા ખેડૂતો પૂર્વ કે પશ્ચિમમાં કામ કરતા હતા. તેમાંય પશ્ચિમને તેઓ વધુ પ્રાથમિકતા આપતા હતા, કારણ કે તે જ મત્સ્યપાલન અને માલસામાનની આવનજાવન અને વ્યાપારિક ગતિવિધિઓનું કેન્દ્ર હતું.

વેદાંતને વિશ્વાસ નહોતો આવતો કે તે કુબેર સાથે મળીને કામ કરે છે. એક દળ તરીકે વિચારે તો પણ તે વિચિત્ર હતું, પણ કુબેર એવું જ ઇચ્છતો હતો. આવી અટપટી જોડી, જેની પર કોઈને શંકા જ ન પડે. કોઈ તેમની તરફ જુએ તો પણ વિશ્વાસ નહોતા કરી શકતા કે કબીલાવાળા અને માનવ સાથે મળીને કામ કરે છે.

વેદાંત પણ પહેલા આવું જ વિચારતો હતો. તેને કુબેર સાથે કામ કરવાનું પસંદ નહોતું આવ્યું, પણ યક્ષરાજે એક દિવસ કિલ્લામાં મળવાની અનુમતિ માંગી.

"હું જાણું છું મહારાજ. તમારો શ્વાસ રૂંધાય છે." તે એકદમ હળવા સૂરે બોલતો હતો. તેને બીજા લોકોની જેમ બરાડા પાડીને બોલવાની ટેવ નહોતી. તેના શબ્દોમાં લય રહેતો. બાફેલા ઈંડાં જેવું ટાલિયું માથું અને ગળામાં લપેટેલો વિચિત્ર નોળિયો. જ્યારે પણ વેદાંત તેની પાસે જવાની કોશિશ કરે તો નોળિયો ત્રાટકે અને કુબેર તેને થપથપાવે, "તમને નિયમો પસંદ નથી અને સાચું કહું તો મને પણ પસંદ નથી. જુઓ, હું તો કળિના અભિયાનનો એક રોકાણકાર છું. એ બધું મારું નથી. હકીકતમાં તો હું તમારા પર હુમલો કરવાના પક્ષમાં પણ નહોતો, પણ કળિએ મને મજબૂર કર્યો હતો."

વેદાંત શાંતિથી બધું સાંભળતો હતો, તેને એકેય શબ્દ પર વિશ્વાસ નહોતો, પણ તેને એ માણસને અભિનંદન આપવાનું મન થયું જે જુઠ્ઠું, પણ સજાવીને બોલવામાં નિપુણ હતો. ખરેખર, ઘૃણાસ્પદ જુઠ્ઠાણું, પણ

તેને પરવા નહોતી, કારણ કે તે જાણતો હતો કે કુબેર તેની પાસે કેમ આવ્યો છે.

સમર્થન.

"મને લાગ્યું કે રોકાણકારના પણ પોતાના લાભ હોય છે." વેદાંતે પણ સંભળાવ્યું.

કુબેરનો ચહેરો ઊતરી ગયો, "હોય છે, હું માનું છું કે એવું છે જ, પણ તમને પણ અહેસાસ હોવો જોઈએ કે દરેક માણસની કંઈક જરૂરિયાતો હોય છે. હું જે જગ્યાએથી આવું છું એ અલક, સુવર્ણ નગરી..."

વેદાંતે સંમતિ દર્શાવી. તેણે એ શાશ્વત નગરી વિશે સાંભળ્યું હતું. કેટલાક તેને પૌરાણિક માનતા હતા. તેમના અનુસાર આ એ જ જગ્યા હતી જ્યાં દેવતાઓએ ઇલાવર્તી તરફ જતાં પહેલાં પોતાની બધી જ મિલકત સંગ્રહ કરી હતી. જોકે વેદાંત મોટેભાગે આને પૌરાણિક પ્રસંગો જ માનતો હતો..

"એ દેવતાઓનું કોષાગાર હતું." કુબેરે સ્મિત આપ્યું, "જેને માટે અમારું નગર ગર્વ અનુભવે છે, પરંતુ ઇમાનદારીથી કહું તો દેવતાઓ પણ મનુષ્યો જ હતા જેમની આસપાસ ધર્માંધોની ભીડ રહેતી હતી. તેમણે તેમને ધર્મના રાજા બનાવી દીધા. આપણી આજુબાજુ ઘણા બધા લોકો છે જે અમારો ભંડાર લૂંટવા માગે છે. સૌથી મોટો ભંડાર છે તે આપ જાણતા જ હશો. અમે તે વૈભવ સંભાળી રાખવામાં બહુ મહેનત કરી છે. જો હું મારા અનુમાન પ્રમાણે વધુ ન કહું તો પણ તમે એ જગ્યાને ઇલાવર્તીનો રાજ્ય-કોષ કહી શકો છો."

"ના રે, તેમાં કોઈ અતિશયોક્તિ નથી." વેદાંતે દાંત ભીંસ્યા.

"આ તો મારી વાતનું મૂળ કારણ છે. મારી અસલિયત એ છે કે કોષાગારના દેવતા કુબેરના નામે મારું નામ કુબેર રાખવામાં આવ્યું છે, અમારી દેશી બોલીમાં તેને કુવેર પણ કહે છે. મારા પિતાને લાગ્યું હશે કે આ નામ જ યોગ્ય છે, કારણ કે મારો જન્મ એ સંપદા વચ્ચે થયો હતો અને મને પૂરો અધિકાર છે કે મારું મૃત્યુ પણ તે સંપદાની વચ્ચે થાય."

વેદાંત સત્ય સાંભળવાની પ્રતીક્ષા કરતો હતો, પણ એ વ્યક્તિ સાચી રીતે બતાવતો ન હતો. એ વારંવાર તેના મુખ્ય વિષયની આસપાસ ભમી રહ્યો હતો.

"કળિ મારી પાસે આર્થિક સહાયતા માટે આવ્યો હતો. તે રાક્ષસ, નાગ અને યક્ષથી બનેલી સેના ખરીદવાનું વિચારતો હતો. તેણે મને વ્યક્તિગત રીતે હાજર રહેવાનો આગ્રહ કર્યો હતો. તેની પાસે એક પ્રસ્તાવ હતો અને મને લાગ્યું કે સારું તે જ રહેશે કે તેની યોજનામાં સાથ આપવામાં આવે, પછી તમારી પાસે આવી, તે યોજના તમને જણાવું."

"અને તે યોજના શું છે?" વેદાંત વ્યગ્ર થઈ રહ્યો હતો, "મને જવાબ જોઈએ."

"અને એ જવાબ આપવામાં આવશે." કુબેર સહેજ ચિડાયો, "હું કોઈ માણસના સાંસારિક વર્ચસ્વ પામવાની ઇચ્છા પૂરી કરવા માટે નિર્દેશક નથી બનવા માગતો. આમ તો મેં ક્યારેય તેમાં વિશ્વાસ નથી કર્યો. મહાયુદ્ધ પછી વિખેરાઈ ગયેલાં રાજ્યોને એક કરવા બહુ જ કઠિન હશે, જે કળિ કરવા નીકળ્યો છે, પરંતુ હવે સમય આવી ગયો છે, કે નેતૃત્વ બીજા કોઈને સોંપવામાં આવે."

વેદાંત તેનો જવાબ જાણતો હતો, "અને હું તમને બતાવી દઉં કે તે 'કોઈ' પણ તમે જ હશો."

"અરે નહીં, મારા મહારાજ!" કુબેર કોમળતાથી હસ્યો, "તે તમે છો."

"હું?"

"હા, પરંતુ તેના માટે જરૂર કોઈ કિંમત આપવી પડશે."

હવે આવી આખી વાત સામે. કુબેર ભલે તેને કળિ-ઘેલી વાતોની જાળમાં ફસાવતો હતો, ખોટા કિસ્સા બનાવી રહ્યો હતો, પણ તે બધાની પાછળ તેનો પોતાનો એક ઉદ્દેશ હતો. વેદાંત તે પછીનું જોઈ શકતો હતો, પરંતુ તે એકપણ શબ્દ ના બોલ્યો. તે રાહ જોઈ રહ્યો હતો કે ધીરજ ધરવાનું ફળ હંમેશાં મીઠું મળે છે.

"કેવળ આપણે બે જ હોઈશું."

"અને જો મેં આવું કર્યું તો મને શું લાભ થઈ શકે?" વેદાંતે આંખો ઝીણી કરી.

"ધન અને વ્યાપાર. સમજી લો, અલક નગરી વૈભવશાળી છે અને જો એકવાર અમે રાક્ષસો અને નાગલોકોને હરાવી દીધા તો હું તેમાંથી સારો એવો વિસ્તાર તમને આપી દઈશ."

"ઊભા રહો, તમે બધાને આધીન કરવા માગો છો? તે કેવી રીતે થશે? અલક ભલે ઇલાવર્તીમાં સૌથી સંપન્ન હોય, પરંતુ તે શસ્ત્રાગાર તરીકે જાણીતું નથી."

"અને અહીં તો તમારી ભૂમિકા આવે છે. તમે મને માનવબળ આપશો. હું તમને ધન અને સંપદા આપીશ."

"તમે આ બધાં ક્ષેત્રોને પોતાના તાબામાં કરવા માટે શું યોજના બનાવી છે?"

કુબેરે આખા ઓરડામાં નજર નાખી તો વેદાંતના અધ્યયન ખંડમાં એક કુંડામાં છોડ ઉગાડેલો હતો. તેને વનસ્પતિઓનો શોખ હતો. એની પાસે અલકમાં ઘણા પ્રકારની વનસ્પતિઓના છોડ હતા.

કુબેરે તેમાંથી એક ફૂલ તોડ્યું.

"તેં આવી હિંમત કેવી રીતે કરી?" વેદાંત બરાડ્યો.

"એમ જ." એણે સ્મિત આપ્યું, "તેમને મૂળિયાંથી અલગ કરવા પડશે. પ્રદેશો નેતાઓના સહારે હોય છે અને જો નેતાઓ જ નહીં રહે તો નેતૃત્વ કરવા માટે પ્રદેશો જ નહીં રહે."

"કળિનું શું થશે?"

"એ તો માટીનું પૂતળું છે જેને આપણી જરૂરિયાતો મુજબ ઢાળવાનું છે. જો તેણે પરેશાન કરવાનું વિચાર્યું તો તેને જમીન પર પછાડી નાંખીશું." તેણે દાંત કાઢ્યા.

વેદાંત આખી યોજના સમજી ચૂક્યો હતો. તે ધનના બદલામાં પોતાની સેનાથી મદદ કરે. એ બીજા કબીલાના નેતાઓને મારી નાંખશે અને કળિ વચ્ચે આવ્યો તો તેને પણ...

"તમારી પાસે ઘણા બધા પ્રદેશો હશે, મારી પાસે શું હશે?"

"મને લાગ્યું કે તમે કબીલાવાળા સામે પડવા નહીં માગો. એ કઈ રીતની પ્રતિષ્ઠા થઈ? મેં તમને યોજના બતાવી છે એ અનુસાર એ બધાં જ રાજ્યો તમે આધીન કરી શકો છો જેમાં અત્યારે કળિ શાસન કરે છે. ઇન્દ્રગઢ ફરીથી તમારું હશે ને તમે તેના કઠપૂતળી શાસક નહીં હો."

પોતાનું બધું સાચા અર્થમાં પરત લેવાનો વિચાર લોભામણો હતો.

વેદાંત ઊભો થયો, "ના, ભલેને આ ક્રૂર યોજનામાં આપણે સફળ થઈએ, પણ એ વાતનો ભરોસો શું કે તમે મારી પીઠ પાછળ ઘા નહીં કરો."

"શું હું ભરોસાને લાયક નથી." એ સ્મિત સાથે બોલ્યો.

વેદાંતના વિચારો વર્તમાનમાં પાછા આવ્યા. એ ભરોસાને લાયક નહોતો એ સાચું, પણ ઉપયોગી તો હતો જ. જ્યારે એકવાર તે બધું મેળવી લેશે તો એ કુબેરને મિટાવી દેશે. તેને માટે એ કામ અઘરું નહીં હોય. બીજી બાજુ કબીલાવાળા સાથે કામ કરવું કઠિન રહેશે. પોતાના જ નિર્ણયો અને નૈતિકતાની વિરુદ્ધ જવું પડે, પણ બીજા દુશ્મનોને ખતમ કરવા માટે તેણે એ દુશ્મનને દોસ્ત બનાવવો જ પડ્યો. તે પ્રમાણે તેઓ વાસુકિ તરફ ધ્યાન આપવા લાગ્યા હતા. વેદાંતે વચ્ચેના લોકો પર પોતાનો પ્રભાવ નાખ્યો હતો કે જેથી વાસુકિનો જમણો હાથ કહેવાતા વ્યક્તિને પોતાને આધીન કરી શકાય.

એ સમયે જ તેની સામે ચારેક માણસ આવતા લાગ્યા. એ યક્ષ હતા, કદ ભલે ઓછું હતું, પરંતુ નિપુણ લોકો હતા. તેમની કમરે ધનુષ અને કટારો લટકતી હતી. થોડીવારમાં કુબેર પણ આવ્યો. એ તેના નોળિયાને કશુંક ખવડાવી રહ્યો હતો. ધ્યાનથી જોયું તો ખ્યાલ આવ્યો કે કોઈ માણસની કાઢેલી આંખ હતી.

"આજે થોડા લોકોને વધેર્યા." તેણે એક આંખ નોળિયા તરફ ઉછાળી.

"કેમ?"

કુબેરે તેની આસપાસ જોયું, "ફરીથી યાદ દેવડાવ્યું કે તમને અહીં ક્યારેય ન બોલાવવા, એટલે."

"કોણ હતું એ?" વેદાંતે પૂછ્યું.

"ઓહ...એ અમુક નાગ સાથીઓ હતા."

"નાગ? જો વાસુકિ જાણશે તો..."

"કોઈ ચિંતા નથી." તેણે આરામથી ગરદન હલાવી, "એ મારી સમસ્યા નથી. મેં તેમનો પીછો છોડાવ્યો અને વાસુકિને ખબર પણ નહીં પડે કે તેણે તેના બે માણસોને ગુમાવ્યા છે."

"તમે એવું કેમ કર્યું?"

"મેં તમને અહીં એટલે જ બોલાવ્યા છે, મહારાજ. આપણે બધા જોખમમાં છીએ, કળિ પાસે એક બીજો દુશ્મન છે."

"દુશ્મન?"

"અરે હા, એ કિલ્લાની બહાર નીકળ્યો હતો ત્યાં કોઈએ તેના પર હુમલો કર્યો. એ પણ એક નાગ હતો. એટલે મારે તેના માણસોને યાતના આપીને વાત કઢાવવી પડી કે હુમલા પાછળ કોનો હાથ છે?"

"શું એ વાસુકિ ન હોય?"

"જો વાસુકિએ તેના માણસનો ઉપયોગ કર્યો હોય તો તેના જેવો બીજો કોઈ મૂર્ખ નથી. તેણે કોઈ કબીલામાંથી આ હત્યા માટે માણસો ભાડે પર લીધા હશે, પણ જે હોય તે ઘણો શાતિર છે. તે ઇચ્છતો હતો કે હત્યામાં નાગનું નામ આવે. તમને શું લાગે છે આ તેનો માણસ ન હોઈ શકે, જે તેના વિરુદ્ધમાં જવાની કોશિશમાં હોય."

વેદાંતે સ્વીકાર સાથે પૂછ્યું, "હવે કળિ ક્યાં છે?"

"કદાચ તેના આખરી શ્વાસ લઈ રહ્યો હશે." તે બોલ્યો, "પણ ચિંતા નથી. તેની બહેન તમારા જ કોઈ ગામમાંથી તેના માટેનો ઉપચાર લઈને આવી ગઈ છે."

વેદાંત એકદમ જડ થઈ ગયો, "કયા ગામમાંથી?"

"શંભલ."

વેદાંતે તેનું માથું ધુણાવ્યું, "તેણે મને પૂછ્યા વગર એવું કરવાનું સાહસ કેવી રીતે કર્યું?"

કુબેરે વેદાંતનો ખભો થપથપાવ્યો, "શાંત થઈ જાઓ, મારા મહારાજ. આ સમયે કળિને ગુસ્સે કરવાનું કામ ન કરતા. એ બહુ જલદીથી ઠીક

થઈને બધું પોતાના તાબામાં લઈ લેશે. આમ પણ ગામના બધા અધિકાર તેની બહેનને સોંપ્યા તેમાં તમે જ હસ્તાક્ષર કર્યા છે. ભૂલી ગયા કે? મને દયા આવે છે, પણ આપણે આ બાબતમાં પણ પોતાના લાભનો જ વિચાર કરીએ છીએ."

"કેવો લાભ? તમે આ બધું શું કરવા જઈ રહ્યા છો?" વેદાંતે પૂછ્યું.

કુબેરના હોઠ પર ફરીથી સાદગીસભર સ્મિત ફરી વળ્યું, "મારા મહારાજ, ચિંતા ન કરો. મારા પર બધું છોડી દો."

54

તેને ખબર હતી કે શ્રોતાઓનું ધ્યાન પોતાની તરફ ખેંચવાનું હતું.

અવરજવરવાળા એ રસ્તા પર વચ્ચે ઊભેલી પદ્માના હાથમાં એક ઢોલ અને દાંડી હતી ને તે સતત વગાડી રહી હતી જેથી લોકોનું ધ્યાન તેની તરફ ખેંચાય. તેનો મિત્ર આકાશ જોરજોરથી બૂમો પાડી બધાને સાંભળવા માટે કહી રહ્યો હતો.

“સાંભળો! સાંભળો! સાંભળો, મારા નગરવાસીઓ! જાગવાનો સમય આવી ગયો છે. આપણે બધા કબીલાવાળાને સ્વીકારવાથી રાજાની દુષ્ટતાના શિકાર બન્યા છીએ. જેમાં આશ્વાસન હતું કે બધું એક દિવસ સારું થઈ જશે, પણ કશું જ બરાબર થયું નથી.”

તેના અવાજમાં તાકાત હતી એટલે પદ્મા દ્વારા તેને આ કામ સોંપવામાં આવ્યું હતું. આ કામ માટે દમદાર એવો અવાજ પોતાની પાસે નહોતો એવું તે જાણતી હતી.

“તેઓએ અમારું કામ છીનવ્યું, અમારા રોજગાર છીનવ્યા, તેઓએ બજાર બનાવ્યા અને અમને જ બહાર ફેંકી દીધા, આપણે માનવ જ નકશામાંથી બહાર થઈ ગયા.” ભીડ તેમની તરફ આકર્ષિત થવા લાગી અને પદ્માના ચહેરા પર રોનક આવી. એ મહિનામાં તેઓ બીજીવાર આ રીતે સાંભળવા એકઠા થયાં હતાં, “મારા પ્યારા મિત્રો, સાંભળો. એ બધા જૂઠ ભૂલી જાઓ જે તેમણે તમને ઘોળી પીવડાવ્યા છે. આ નગરમાં કોઈ પ્રગતિ થઈ નથી. કશી પણ નહીં.”

ભીડની સંખ્યા વધવા લાગી, એ બધા આકાશની વાતો પર સહમત હતા. આમ પણ એ સાચે જ એક મોહક અને કરિશ્માઈ યુવક હતો. તે પોતાની વાત કહી શકતો હતો અને તેને જોઈ પદ્માને પોતાના બીજા ભાઈની યાદ આવી જતી હતી. તેણે ભાઈ-બહેનની યાદ આવતાં આંખો

બંધ કરી દીધી અને પોતાને પ્રેમ અને બધું હારી જવાની આ ભાવનાના નિરર્થક વિચારથી દૂર લઈ જવા ઇચ્છ્યું. તેને તો આ ઘટના પર ધ્યાન આપવું હતું. તે આ પ્રચારની પરવા નહીં કરે. એ ફક્ત સામ્રાજ્યને નાશ કરવા અને લોકોને વિચારવા માટે મજબૂર કરવા માટેનું જ હતું, કારણ કે તેવું કરવું ખૂબ જરૂરી થઈ ગયું હતું. લોકોને એક વિચાર અવશ્ય આપી શકાય જેનાથી એક સાકારરૂપે ક્રાંતિ થઈ શકે.

"આવો, બધા જ આવો! આપણા મહારાજ વિશેની વધુ સચ્ચાઈ જાણો. આ તો સ્પષ્ટ છે કે તે એક મૂર્ખ માટે કામ કરે છે…" છેલ્લો શબ્દ બોલતા-બોલતા આકાશના સૂર ધીમા થઈ ગયા. તેણે પાછળ જઈને એક કાગળ લીધો. તેની પર હાથથી એક ચિત્ર બનાવવામાં આવ્યું હતું. ચિત્ર પરથી સ્પષ્ટ હતું કે તે લાંબા વાળ અને તીખી આંખો વાળા કળિનું હતું. બસ, નાકને અસામાન્ય લાંબું બનાવી તેને હાસ્યાસ્પદ વ્યંગ્યચિત્ર બનાવવામાં આવ્યું હતું.

"તમને ખબર છે કે આ લાંબા નાકવાળો લોકોને શું કહે છે?" તેણે શરારતી અંદાજમાં પોતાના ભવાં ચડાવ્યાં. બધાને મજા આવી એટલે હસવા લાગ્યા. કોઈને વિશ્વાસ નહોતો આવતો કે તે ખુલ્લેઆમ બધાની વચ્ચે આમ રાજા વિશે આવું કેવી રીતે કહી શકતો હતો. તેમના માર્ગ પ્રચારની નેતા રાત્રિએ તેમને યોગ્ય સમય પસંદ કરવા કહ્યું હતું. સવારે નાગસૈનિકોની દેખરેખ થોડી ઓછી થઈ જતી હતી.

આ પહેલાં પણ તેમણે આવું પ્રદર્શન કરવાની કોશિશ કરી હતી. તેમણે આખા શહેરમાં આવા હાથથી દોરેલાં વ્યંગ્યચિત્રો લગાવી દીધાં હતા. જેમાં અલગ-અલગ ભાષામાં મજાક ઉડાવવા કહેવામાં આવ્યું હતું – રાજાશાહી, તું અસફળ રહી. એ બધું ચારેતરફ જોઈ શકાતું હતું. જોકે તેનાથી કબીલાને કોઈ નુકસાન નહોતું થયું, પણ નાગસૈનિકોનું ધ્યાન એ બાજુ ગયું હતું અને તેમણે બીજા છેડા સુધી આકાશ અને પદ્માનો પીછો કર્યો હતો. એ લોકો માંડ નદીમાં કૂદીને જીવ બચાવી શક્યાં હતાં. એ લોકો તરીને પશ્ચિમ ભાગમાં પહોંચીને છુપાઈ ગયાં હતાં.

રાત્રિનું કહેવું હતું કે કબીલાવાળાને સહયોગ કરવો યોગ્ય હતું પણ

એ સમાન માત્રામાં હોવો જોઈએ. અગર તેનાથી માનવજીવનનો વિનાશ થઈ રહ્યો હોય તો આવું સશક્તિકરણ અને સમાનતા ફક્ત ખોટો દેખાડો કરવા જેવું ગણાય.

હવામાં ઊડતું એક ઘુવડ દેખાયું અને તે પાંખ ફફડાવતું પદ્માના સફેદ વાળની બાજુમાં ખભે બેસી ગયું. બધાને એવું લાગતું કે આટલી નાની ઉંમરમાં આવા સફેદ વાળ કેવી રીતે, જોકે તે અનુવાંશિક નહોતું. તેણે રંગ-રસાયણોથી વાળનો રંગ બદલ્યો હતો. તેની પાસે આવું કરવાનું કારણ હતું. એ જીવનમાં ઘણી મોટી ત્રાસદીનો શિકાર બની ચૂકી હતી અને જો રાજાને તેના ચહેરાની જાણ થાય તો એને ફાંસી થઈ શકતી હતી. તેણે કશું નહોતું કર્યું, પણ તેના ભાઈઓએ રાજા વિરુદ્ધ અવાજ બુલંદ કર્યો હતો. કબીલાવાળા આવ્યા તે પહેલા પણ તેઓ રાજાના સમર્થક નહોતા. તેઓ તાનાશાહી નહીં, પણ લોકશાહી રાજ ઇચ્છતા હતા અને તેનું પરિણામ સારું નહોતું આવ્યું. નસીબે ઊંધો ખેલ રચ્યો હતો ને પદ્માએ બધાં પરિણામ ભોગવવાં પડ્યાં હતાં.

તેણે પોતાના ઘુવડના કાન પાસે ચુમ્મી આપી ને ઘુવડે પ્રતિભાવમાં આંખો ઝીણી કરી. ત્યારે જ તેનું ધ્યાન ગયું કે ઘુવડના એક પગમાં નાની ચબરખી હતી. તેણે એક હાથે ઢોલ પીટતા પીટતા બીજા હાથે તે સંદેશ વાંચવાનો પ્રયાસ કર્યો. થોડી મહેનત બાદ એ માંડ ખોલી શકી અને વાંચ્યું ત્યારે એને જાણ થઈ કે શું થયું છે.

એ તમારી તરફ આવે છે. એ નવી છે.

— રાત્રિ

તેની આંખો સજાગ થઈ. તેણે ઢોલ પીટવું બંધ કર્યું. આકાશે તેની તરફ જોયું ને ચાલુ રાખવાનું કહ્યું, તો પદ્માએ માથું ધુણાવ્યું.

“આપણે નીકળવું પડશે.”

તેણે રાહ જોઈ રહેલાં લોકો સામે સુંદર સ્મિત આપ્યું અને તેની પાસે જઈને કાનમાં બોલ્યો, “ચિંતા ન કરીશ, બધું બરાબર થઈ જશે. બધું સમુસૂતરું પાર પડશે.”

“આપણે પકડાઈ જઈશું.” પદ્માએ કહ્યું, “રાત્રિએ સંદેશો મોકલ્યો છે.”

તેણે એ વાત કાપી, "રાત્રિને જ્યારથી એ વિચિત્ર પુસ્તકાલયમાં મોકલવામાં આવી છે ત્યારની એ વધુ પરેશાન રહેવા લાગી છે. ચિંતા બંધ કર અને ઢોલ પીટવાનું ચાલુ રાખ."

ત્યાં જ એમને અવાજ સંભળાયો. ઘોડાઓનો અવાજ નજીક આવતો હતો અને એ સાંભળી ભીડ તાત્કાલિક વેરણછેરણ થવા લાગી. એ લોકો નહોતા ઇચ્છતા કે રાજ્યના દુશ્મનોની આસપાસ તે લોકો હોય.

નહીં.

તેમની સામે ઘોડા પર ચાર સિપાહી સામે આવ્યા અને વચ્ચે ઘેરા રંગના વાળવાળી સ્ત્રી હતી, વાળ લાંબા હોવાથી તેને ચોટલામાં બાંધવામાં આવ્યા હતા.

"આ બધું શું ચાલી રહ્યું છે? કદાચ તમે વિદ્રોહ કરી રહ્યાં છો?" તે સ્ત્રીએ પૂછ્યું.

આમ તો એક પ્રકારની ધમકી જ કહી શકાય, પણ તે એક મોહક વાક્યની રીતે કહેવામાં આવી. કદાચ એ સ્ત્રી નાગલોકો માટે કામ કરતી હતી, પણ જે રીતે તેનું વર્તન હતું તેના પરથી કહી શકાય કે તે ફક્ત કોઈ સૈન્ય પદ ધરાવતી નહીં હોય. તેની શાન અલગ દેખાઈ રહી હતી. ઊંચી ડોક, સપ્રમાણ નાક અને ઊંચી ભ્રમર.

"તેમને મારશો નહીં. મને આવા છૂપા ક્રાંતિકારી બહુ પસંદ છે." તેણે ઉત્સાહ સાથે તાળી બજાવી.

ઓહ...આ શું થઈ...!

ત્યાં જ પહેલો સૈનિક તલવાર લઈને આકાશ તરફ દોડ્યો, પણ તે ગુલાંટ મારીને નીચે પડ્યો. પદ્માએ કંઈક તો કરવું જ પડે. તેણે બીજા સૈનિકને આવતો જોયો અને તેની આસપાસની ભીડ ગાયબ થઈ ગઈ. જ્યાં એ નજીક આવ્યો તો પદ્મા અને આકાશ ઈંટોથી બનેલી ઇમારતના ખૂણામાં પહોંચી ગયાં. તેણે હાથમાં રહેલું ઢોલ એક તરફ સરકાવ્યું અને...

પદ્માએ સીટી બજાવી અને ખભા પર બેઠેલું ઘુવડ સામે આવી રહેલા નાગસૈનિક પર તૂટી પડ્યું. એ પાછળ જઈને પડ્યો. નાગલોકોનું કદ લાંબું હતું, પણ રાક્ષસો જેટલા બળવાન નહોતા ને તેમના શરીરે સર્પનાં

છૂંદણાં છૂંદેલાં હતાં. એ ભલે બળપ્રદર્શન કરતા હતા, પણ તેમાંથી એક તો ઘુવડને હાથે ધરાશાયી થઈ ગયો હતો. પદ્માએ ભીંતનો લાભ લઈ તેની ઉપર છલાંગ લગાવી અને બે કટારો બહાર ખેંચી. તેમાંથી એક એણે આકાશ તરફ ફેંકી.

આકાશે બૂમ પાડી.

પદ્માએ નજર ફેરવી. એ કોઈ મદદ કરવાને બદલે બરાડા પાડી રહ્યો હતો. એકસાથે આટલા બધા મોરચા જોઈ તે ચિડાયો હતો. બીજો નાગ તેની તરફ આવતો હતો, તેને થયું કે એ વધુ ખતરનાક હતી. સરકારી અધિકારીઓ પર હાથ ઉઠાવવાનો મતલબ તેણે મૃત્યુને આમંત્રણ આપ્યું હતું. આ બધામાં તે એવું તો જાણતી જ હતી કે આમાં નિષ્ઠુર કાર્યમાં સાથ આપવો તો ઠીક સાક્ષી બનવું પણ કેટલું ભયંકર હોય છે.

તે જાણતી હતી કે તે નાગસૈનિકોને મારી નથી શકવાની. તેણે પોતાની કટારનો ઉપયોગ ન કર્યો, પણ તેણે ખિસ્સામાંથી તાંબાના સિક્કા કાઢ્યા. એ ગોળાકાર સિક્કાઓ પર ઇન્દ્રગઢના શાહી ચિહ્નની મહોર ઊપસેલી હતી. તેણે એ સિક્કાઓ જમીન પર ઉછાળ્યા. એ લોકો કઢંગી રીતે તેના પરથી લપસવા લાગ્યા.

પદ્માને હસવું આવતું હતું. એ બેઠા થાય તે પહેલા તેમાંના એકને પદ્મા ઘૂંટણથી મારી ચૂકી હતી. એ નીચે પડ્યો પણ બીજો તેની તલવાર લઈને પદ્મા તરફ ઝપટ્યો. તેણે તેની કલાબાજીથી માત કરીને પ્રહાર ચૂકીને તે પીઠ પર નીચે પડી. તેણે એ ભ્રમિત નાગને ટહુકો કર્યો તો એ પાછળ ફર્યો એટલે અચાનક તેના મોં પર મુક્કો મારી દીધો.

બીજા સૈનિક પાસે હથિયાર નહોતું, પણ એ મહાકાય હતો. તે મુક્કાઓ વીંઝવા લાગ્યો.

"હું તને મારી નાંખીશ."

"ઓહ... એમ?"

"હું તને ભલાઈ બતાવી રહી હતી." પદ્માએ તેની કટાર તેની છાતીમાં જ્યાં કવચ નહોતું ત્યાં જ ઘુસાડી દીધી. તેણે ફરીને જોયું તો

તેનો પ્રહાર બરાબર તેની નસો પર થયો હતો. લોહી એકાએક વહેવાથી તે જમીન પર ઢળી પડ્યો.

તેણે આકાશ પર પડેલા શરીરને બાજુમાં કર્યું અને કટાર કાઢી લીધી.

"ચલ, ભાગી જઈએ."

આકાશ ગભરાતો, ધ્રૂજતો ઊભો થયો. એ પાછળ ફર્યો તો પદ્માને ખ્યાલ આવ્યો કે તે બીજા દસ નાગ-સૈનિકોની સામે હતી. એ બધાના હાથમાં ભાલા હતા અને દરેક પોતાની ઢાલ પાછળ ઊભેલા હતા. થોડા દૂર રહેલા ભાલાઓ સાથે તે આ સામાન્ય છોકરી સાથે લડવા તૈયાર હતા.

આટલા જલદી આ લોકો ક્યાંથી આવી ગયા?

"હે ભગવાન, મરી ગયા. પહેલા જ કહ્યું હતું કે નીકળી જઈએ." આકાશ ભીખ માંગવા લાગ્યો, "મહેરબાની કરીને અમને ન મારશો. હું મરવા નથી ઇચ્છતો."

"મજાક કરતો લાગે છે."

પદ્માએ નજર ફેરવી. એ ખભા ઊંચા કરીને આકાશ તરફ ફરી ગઈ. એને કોઈ ભય નહોતો, કારણ કે તે મૃત્યુથી પણ ગંભીર દૃશ્યો નિહાળી ચૂકી હતી.

અને એ દુ:ખદ હતું.

"તને ખરેખર એવું લાગે છે કે તું બચી જઈશ, પ્યારી?" કાળા ઘોડા પર સવાર યુવતી બોલી. તેની પાછળ સૈનિકોની સંખ્યા વધી ગઈ હતી.

"તારે તેમની તાકાત ઓછી ન આંકવી જોઈએ જેની સામે વિદ્રોહ કરવા નીકળી છું."

પદ્મા નિ:શબ્દ જ રહી.

"છોકરાને પકડી લો." તેણે આદેશ આપ્યો, "તમને ખબર જ છે કે તેને ક્યાં મોકલવાનો છે."

"માફ કરો, માફ..." આકાશને પદ્માની સામે જ જમીન પર પાડી દેવામાં આવ્યો ને પછી નાગસૈનિકો ત્યાંથી લઈ ગયા.

"બીજો એક પણ ગયો."

આમ તો એને કશું ખોટું નથી લાગ્યું. બેશક, એ મદદ કરી રહ્યો

હતો, પણ તે તેના અભિયાનને ખોટી દિશામાં લઈ જઈ રહ્યો હતો. કાળા ઘોડા પર સવાર યુવતી નીચે ઊતરી ને જમીન પર પગ મૂકતા જ કોઈ છનાક અવાજ થયો. પદ્માએ જોયું કે તેના એક પગમાં ઝાંઝર બાંધ્યું હતું. તેણે એ પણ જોયું કે યુવતી એક હાથે અપંગ હતી ને બીજા હાથે જ કામ કરી રહી હતી.

"ઘાયલ લોકોનો ઇલાજ કરાવો. જો કાલ સુધીમાં તેમને સારું ન થાય તો કહી દેજો કે કામમાંથી કાઢી મૂકવામાં આવ્યા છે." યુવતી બોલી અને તેની નજર પદ્મા પર ગઈ. તેની આંખો ભૂરા રંગની હતી જે આસમાનના રંગ સાથે મેળ ખાતી હતી.

"મારું નામ રાજકુમારી મનસા છે, રાજકુમાર વાસુકિની બહેન છું." નાગયુવતીએ પદ્માને ધ્યાનથી જોઈ, "આશા રાખું છું કે તને તારા દોસ્ત માટે ખરાબ નહીં લાગ્યું હોય. તે તારા કામમાં મદદ નહોતો કરી રહ્યો અને જે લોકો તમારા કામમાં મદદ ન કરી શકે તેમનું અસ્તિત્વ જ મિટાવી દેવું જોઈએ."

મનસા એ પાનાં સુધી આવી જેને પદ્માએ જમીન પર ઉછાળ્યાં હતાં, "આ તો એ સિક્કાઓ છે જેને મહાયુદ્ધ સમયે ઉપયોગમાં લીધા હતા. તને ક્યાંથી મળ્યા?"

તેને કેવી રીતે ખબર કે મહાયુદ્ધ સમયે કયા સિક્કાઓનો ઉપયોગ થયો હતો.

"હું સિક્કા ભેગા કરતી હોઉં છું." પદ્માએ કહ્યું. તેને સિક્કા ભેગા કરવાનો શોખ હતો. એ સાત વરસની ઉંમરથી કરતી હતી. મનસાએ તેને સિક્કા પાછા આપ્યા. પદ્માએ તે હાથમાં લીધા, તે રાજકુમારીની ઉદારતા જોઈ ચિંતામાં પડી ગઈ હતી. તેણે તે પોતાના ખિસ્સામાં પાછાં મૂક્યાં.

"મને તારા વાળ પસંદ આવ્યા." તેણે ઘેરા લાલ રંગથી રંગેલા પાતળા નખથી વાળમાં આંગળીઓ ફેરવીને પૂછ્યું, "આ કુદરતી છે?"

પદ્માએ ગરદન હલાવી. તેને એવું લાગ્યું કે તેને ભરબજાર વચ્ચે ભીડમાં નાગસૈનિકો વચ્ચે પોતાની મા મળી હોય.

"મારી વહાલી, તું ખાસ લાગે છે." મનસા તેના સફેદ વાળથી રમતી

રહી. પછી અચાનક મુઠ્ઠીમાં પકડી હળવેથી ખેંચ્યા, ઝટકો લાગ્યો. એ બોલી, "થોડી વધારે ખાસ. આટલી નાની ઉંમરે પ્રશિક્ષિત સૈનિકો સાથે બાથ ભીડી રહી હતી, જોવાલાયક દૃશ્ય હતું. હું તો આ નગરમાં આવું દૃશ્ય જોવા તડપી રહી હતી. નાગલોકો માનવ જેવા નથી, અમને ઉત્તમ શિક્ષણ અને યુદ્ધકળાની બારીકાઈનું પ્રશિક્ષણ આપવામાં આવે છે. તેમાં સ્ત્રીઓ પુરુષ કરતાં વધુ મહત્ત્વપૂર્ણ હોય છે. પુરુષ દર્શન શાસ્ત્ર ભણે છે ને શરાબમાં ખોવાઈ જાય છે જ્યારે સ્ત્રીઓ જ્ઞાન અને જાણકારીનો ભંડાર હોય છે. તને જોઈને નાગકન્યાની યાદ આવી ગઈ. તું જે પણ કરી રહી છે, તે કેમ કરી રહી છે?"

પદ્મા શાંત રહી. રાજ્યના વિરુદ્ધમાં બોલવું સહેજ પણ યોગ્ય ન કહેવાય.

"શું તને શાસક પ્રત્યે ઘૃણા છે?"

પદ્માએ તેની તરફ જોયું.

"ઓહ, ખરેખર. મતલબ કે આપણે એકસરખો વિચાર ધરાવીએ છે, કારણ કે મને પણ નફરત છે." તે હળવેથી સ્મિત સાથે બોલી, "મારી પ્રિય, જો આપણે બંને મળીને કામ કરીએ તો કંઈક અદ્‌ભુત કરી શકીશું. જો મારો પ્રસ્તાવ મંજૂર હોય તો કોઈ દિવસ મારા કાર્યાલયમાં આવીને મળજે." તે બોલી.

તો એ નગરમાં પ્રચારવાદીઓને રોકી કેમ રહી છે? શું એ નગર શાસક પ્રત્યે ઘૃણા રાખનારાઓની સેના તૈયાર કરે છે? પણ કેમ? તેને રાજાથી શું પરેશાની હશે?

"મારા માટે આ બધું સતત કંટાળાજનક પ્રસંગ જેવું છે, જેના અંતમાં કોઈ ફળ મળશે." તેનો હાથ પકડી તે ચાલવા લાગી. નાગસૈનિકો આસપાસ જ ચાલી રહ્યા હતા, "અને મને ફળ પસંદ છે. આટલી લાંબી રાહ બાદ તો સારા અંતનો અધિકાર છે જ, હું સાચું કહી રહી છું ને?"

પદ્માએ સંમતિ દર્શાવી. એ સમજી ન શકી કે રાજકુમારી શું ઇચ્છે છે, પણ તે જે પણ હોય તેને લાગ્યું કે તે તેનો હિસ્સો બનવા જઈ રહી છે. આમ પણ તેણે આજ સુધી જાણ્યું નહોતું કે સત્તા શું હોય છે?

"તું એક ખોટા રસ્તે વધારે મહેનત કરી રહી છે. તને અસલી ફળ મળી શકે છે, પણ જો મારું કહ્યું માને તો આપણે બંને આ માણસથી છુટકારો મેળવી શકીએ છીએ જેના પ્રત્યે તને ઘૃણા છે."

"શું મારા જેવાં બીજાં લોકો પણ છે?"

"પ્રિય, તારા સિવાય અન્ય મને પ્રભાવિત કરવામાં નિષ્ફળ નીવડ્યા છે." રાજકુમારી મનસા બોલી, "તું આ કામ માટે જે માંગીશ તે તને આપવામાં આવશે."

પદ્માને અહેસાસ થયો કે તેઓ એક એવી ઇમારત પાસે આવી ગયા છે, જે બીજું કંઈ નહીં, પણ નાગકિલ્લાનું પ્રવેશદ્વાર હતું. કબીલાવાળા આવ્યા બાદ તેમના પ્રમાણે કિલ્લા બનાવવામાં આવ્યા હતા અને તે માટે માનવ કારીગરોને કામે લગાડવામાં આવ્યાં હતાં. કેટલાય લોકોને તે પસંદ નહોતું આવ્યું, પણ કિલ્લો દેખાવમાં સાચે જ સુંદર હતો. તેને ખબર નહોતી પડતી કે આ સમયે તેને કેવી લાગણી થવી જોઈએ, પણ એટલું એ જાણતી હતી કે મનસા સાથે લાંબો સમય રહેવામાં ફાયદો તો થશે જ. તેને મારી નાંખવામાં આવે કે પુરસ્કૃત કરવામાં આવે તેને એ વાતોથી કોઈ ફરક નહોતો પડતો. જો આ બધું વેદાંતની વિરુદ્ધ કામ લાગવાનું હોય તો તેને કોઈ વાંધો નહોતો.

જ્યારે તેઓ કિલ્લાની ગલીઓમાંથી નીકળ્યા તો એક નાના એવા ખંડ સુધી આવી ગયા. અંગરક્ષક પાછળ હટી ગયા. પદ્માના ધબકારા તેજ થઈ ગયા. તે દુશ્મનોના વિસ્તારમાં હતી અને તે એ મહેલોમાં હતી, જેના વિરુદ્ધ એ લડતી આવી હતી. તેમની જ વચ્ચે એ ઊભી હતી. તેને આકાશનો વિચાર આવ્યો જેને ઢસડીને કેદમાં લઈ જવામાં આવ્યો હતો, પણ તેને આશા હતી કે રાત્રિ તેને છોડાવી લેશે. તેણે અત્યારે એ વાતો પર ધ્યાન ન આપવું જોઈએ.

તે એક ભવ્ય ઓરડામાં બેઠી જેની સુંદરતા ચારેતરફ ફેલાયેલાં પુસ્તકો વડે ઢંકાયેલી હતી. તેને આનાથી નફરત હતી. તેણે વાંચવા ઇચ્છ્યું, પણ તેને પસંદ પડે એવું કશું જ ન મળ્યું.

"તમે મારી તરફથી શું ઇચ્છો છો?"

"અરે, હા, હું જણાવીશ પણ પહેલા તું..." તેણે ખાનામાંથી એક થેલી કાઢી અને મેજ પર ઠાલવી ખાલી કરી દીધી.

પદ્માએ એ જોયું. તેની આંખો પર વિશ્વાસ ન થયો, તેમાં સોના-ચાંદીના સિક્કા, કર્ષાપણ, પાના અને કોડીઓ હતી. તેણે મેજ પર ફેલાવી દીધું. જે અત્યારે ચલણમાં જ નહોતા, પણ સંગ્રહકર્તા માટે તો આ ખજાનાથી પણ કમ નહોતું.

"હું પણ સંગ્રહ કરું છું. મને એ જાણીને આનંદ થયો કે તને પણ આ શોખ છે, પ્રિય." મનસાએ કહ્યું.

પદ્માએ તેની સામું જોયું.

"તું આ બધું રાખી શકે છે."

પદ્માએ એ થેલી ત્યાં જ મૂકી દીધી. વાત એ હતી કે આ વસ્તુઓની કિંમત ચૂકવવી પડે. ને તે પોતે એ કિંમત ચૂકવી શકે તેમ છે કે નહીં.

"ચિંતા ન કરીશ."

"મારે તમારા માટે શું કરવાનું છે?" આ વખતે થોડી કડકાઈથી પદ્મા બોલી.

"ઓહ, એ ઘણું આનંદદાયક હશે." મનસાની આંખોમાં ચમક હતી, "તને નિશ્ચિતપણે હથિયાર વાપરવાનો અવસર મળશે."

"હું એ નહીં કરી શકું... ન કરી શકું, આ બધું." આ બધી વાતો નકારવું અઘરું હતું, "હું તેમના માટે કામ ન કરી શકું...."

"કોણ? મારા માટે...હું એક નિર્દોષ સ્ત્રી છું, પ્રિય. તને ખ્યાલ હોવો જોઈએ કે અમે પણ શાંતિ અને અહિંસાના ચાહક છીએ."

તેણે પોતાના હાથ મેજ પર ફેલાવ્યા. ત્યાં જ પાછળથી અવાજ આવ્યો. પદ્માએ પાછળ જોયું. કાળા રંગના વાળવાળો સુંદર યુવક પાછળ ઊભો હતો, ભૂરી આંખોવાળા એ ચહેરા પર મંદ સ્મિત હતું. તેના ઘેરા આસમાની રંગના પહેરણે આખું શરીર ઢાંકેલું હતું. તે એક અક્કડ, શાહી રૂઆબ અને અદાથી મનસા પાસે આવી ઊભો રહ્યો.

"એ સાચું જ કહી રહી છે."

એ તો સ્પષ્ટ હતું કે આવનાર વ્યક્તિ કોણ હશે - વાસુકિ, નાગ

રાજકુમાર અથવા રાજા. આમ પણ નાગલોકો પાસે કોઈ લાંબી-પહોળી ઉપાધિઓ નહોતી, એટલે તેમને જે યોગ્ય લાગે તે પસંદ કરી લેતા હતા. આ એ જ હતો, જેની નગરમાં ચર્ચા હતી.

મનસાનો સૂર પહેલાં કરતાં વધુ ભારે અને ફૂંફાડાવાળો હતો. એ બોલી, “કાં તો તું અમારા કહ્યા મુજબ ચાલી અમારા દરબારની સેવિકા બનીને આભાર તરીકે આ સિક્કાઓ તારી પાસે રાખ કાં તો સરકારી અધિકારી પર હુમલો કરવાના આરોપસર તને કાલે મૃત્યુદંડ આપવામાં આવે.” તેણે મુઠ્ઠીઓ ભીંસી અને ચહેરા પર મિત્રતાની રેખાઓ ગાયબ થઈ.

“હવે પસંદગી પણ તારી જ છે, મિત્ર.”

55

કળિ ભાગી રહ્યો હતો. તેને યાદ નહોતું કે તે ક્યારનો ભાગી રહ્યો હતો.

એણે માંડ પોતાની આંખો ખોલી અને બહાર ધ્યાન ગયું. તે સફેદ આરસપહાણના પગથિયાં સુધી ચાલ્યો અને કઠેડાનો ટેકો લઈને ઊભો રહ્યો. તેણે છીછરાં પાણીના પરપોટાને થોડા સમતલ કર્યા તો તેનો ચહેરો પાણીમાં જોયો. કેટલો બદલાઈ ગયેલો હતો. રોગથી ત્વચા ખવાઈ ગઈ હતી, શરીર સાવ ખોખલું થયેલું હતું. માથા પર વિખરાયેલા વાળ અને દૂબળા હાથ-પગ. એ ટાલિયો થતો ગયો હતો ને આ જ તેને માટે ગમતી વાત નહોતી. તે હંમેશાં એક સુંદર યુવકના રૂપમાં જાણીતો હતો, પણ હવે તેને લાગ્યું કે તે બદલાઈ રહ્યો હતો.

જો કળિની પ્યારી બહેન ન હોત તો તે કદાચ જીવિત પણ ન હોત. રોગ અને તેના હુમલાને કારણે અસહ્ય પીડાનો સામનો કર્યો હતો. તેને વિશ્વાસ નહોતો આવતો કે તે દુરુક્તિની મદદથી કોઈ પણ રીતે જાળમાંથી છૂટી નીકળ્યો હતો. તેણે તેને સ્વાદવિહીન, ગંધવિહીન નાગ લોકોની કીકીઓ જેવા રંગનું ભૂરું પીણું પીવા આપ્યું હતું. તે એક જ ઘૂંટડામાં તે પી ગયો હતો. તેના થોડા દિવસ પછી ફરીથી તે પીધું હતું, એ બાદ તેને સારું લાગવા માંડ્યું હતું.

આ ત્રણ દિવસ પહેલાંની જ વાત છે.

હવે તેના શરીરમાં ધીમે-ધીમે તાકાત પાછી આવી રહી હતી. હવે તે રોગિષ્ટ જેવું મહેસૂસ નહોતો કરતો. એ પીણું જે પણ હતું, પણ તેને કારણે જ તે પોતાના રોગમાંથી બહાર આવી ગયો હતો.

તેના કિલ્લામાં કામ કરી રહેલા સરકારી માણસો પોતાના રોજિંદા કામમાં વ્યસ્ત હતા. તેણે તેમની કોઈ પરવા ન કરી. તે જે પ્રકારની રાજનીતિમાંથી પસાર થઈ રહ્યો હતો તે બધું ભૂલી ગયો હતો. તે ઊભો

થયો અને શરીરને પૂરતી મોકળાશ આપી આળસ ખાધી. ત્યાં ફરીથી તેની નજર પોતાના પ્રતિબિંબ પર પડી. એ કેટલો બદલાઈ ગયો હતો. એ ધીમે-ધીમે આગળ આવ્યો તો જોયું કે તે નહોતો બદલાયો, પણ પાણીનો રંગ બદલાઈ ગયો હતો. એ લોહીથી લથપથ હતું.

તે ઊંડું કે પારદર્શી તો નહોતું. આ જગ્યાએ એ આછા રંગનું હતું જ્યાં તેનું પ્રતિબિંબ દેખાતું હતું. તે બહુ ભયંકર લાગતો હતો. તે પ્રતિબિંબમાં એની ચામડી ખરાબ થયેલી અને તે વાળ વગરનો દેખાતો હતો. તેણે પોતાના કોઢને છુપાવવા માટે ગળા પર વિચિત્ર શાલ વીંટાળેલી હતી. તે જ સમયે તેની સામે વારંવાર અલગ-અલગ છબીઓ નજર સમક્ષ આવવા લાગી. તે કશું સમજી ન શક્યો. અચાનક માથામાં તેને તીક્ષ્ણ સણકા ઊપડ્યા અને તેને લાગ્યું કે તેણે મૃત્યુથી પણ બદતર જોઈ લીધું છે. તેનું શરીર કમજોર થયું અને તે એકદમ ઘૂંટણિયે થઈ પડી ગયો. આંખો એ લાલ રંગના પાણી તરફ સ્થિર હતી, જ્યાં સુધી એણે કેટલાક લોકોને પોતાની તરફ આવતા જોયા. તે તેની સાથે ઊભા હતા પણ સૌથી ભયાનક એ હતું કે તે બધા બળેલા હતા.

"ભાઈ, તમે મને બચાવી ન શક્યા. તમે અમને બચાવી ન શક્યા." એક બળેલા બાળકના પ્રતિબિંબે કહ્યું, પણ તેનો અવાજ પડઘાઈ રહ્યો હતો જાણે કોઈ બીજી દુનિયામાંથી આવતો હોય તે રીતે બોલ્યો, "તમે અમને ત્યાં જ છોડી દીધા. તમે તમારા ભાઈઓને છોડી દીધા?" એ બધા એકસાથે બોલી રહ્યા હતા. પાણીમાં એકદમ જાણે મોજું આવ્યું અને પરપોટા થવા લાગ્યા.

આ શું થઈ રહ્યું છે?

"હું સ્વયંને મુક્ત કેવી રીતે કરી શકીશ?" એ બરાડી ઊઠ્યો, "હું એવું કેવી રીતે કરી શકું છું? તમે લોકો વારંવાર મારી પાસે આવો છો, પણ મને ખબર નથી પડતી કે મારે શું કરવું જોઈએ?"

"અમને સન્માન આપો." એ બધા એક સૂરમાં બોલ્યા અને તેની તીવ્રતા વધી હતી.

"તમને સન્માન કેવી રીતે આપું? હું શું કરી શકું?"

પાણીમાંથી હાથ બહાર આવ્યા અને ભૂતોની બળેલી આંગળીઓએ ખેંચીને તેની ગરદન પકડી લીધી. તેનો શ્વાસ રૂંધાવા લાગ્યો અને તે બધાએ તેને રક્તરંજિત પાણીમાં ખેંચી લીધો. તેણે તેનાં સળગેલાં ભાઈ-બહેનોને જોયાં જેમનો કોઈ ચહેરો કે આંખો નહોતી, બસ, આકાર જ મોજૂદ હતો. તેની આંખો ફાટી પડી. એ અવર્ણનીય રીતે ભયંકર હતું જાણે ભૂતકાળના અગ્નિકાંડના શિકાર બનેલાં હતાં.

"પોતાનાં મૂળિયાંનું સન્માન કરો. પોતાની વિરાસતને શોધો." આમ કહી તેને ધક્કો મારી પાછળ ધકેલ્યો. તે પાણીમાંથી બહાર આવી જમીન પર પડ્યો.

તેના પછી શ્વાસ રૂંધી દે તેવી ખાંસીથી તેણે પોતાને થાકેલો ત્યાં જ બેઠેલો અનુભવ્યો જ્યાં તે પહેલેથી જ હતો. એ ભીનો નહોતો. પાણીનો રંગ... પાણીનો રંગ પણ આસમાની હતો અને બધું જ સ્થિર હતું. તેણે વિચાર્યું કે તે ભ્રમ હતો. કેમ? તેને મૃતકો તરફથી વારસો શોધવાનો સંદેશ મળ્યો, આ તો રોગ નહોતો. આ એક સંકેત હતો, કળિ જાણતો હતો કે આ અલગ પ્રકારનો સંકેત છે.

તેમનો વારસો અને પરંપરા અનૈતિક અને અસ્પષ્ટ હતાં, પણ તે બધું જાણતો હતો. તેણે વિચાર્યું કે ગામને સળગાવવા પાછળનું અડધું કારણ તો એ હતું કે સળગાવનારા જાણતા હતા કે કળિ કોણ હતો અને તેણે કેવી રીતે પરિવારને છુપાવ્યો હતો. એ લોકો પણ એક સમસ્યા જ હતા. અસુર! સૌથી ખરાબ જાતિ, અસ્તિત્વ માટે જોખમી અને તથાકથિત એ રાક્ષસો આમ સરળ મગજના લોકો હતા. એવું મનાતું હતું કે બધા જ અસુર અંધકાર યુગમાં વિકસિત થયા, કહેવાતી ભવિષ્યવાણીથી જોડાયેલું ભવિષ્ય, જ્યાં દુનિયામાં હત્યાઓ અને ભારે ઊથલપાથલનું સામ્રાજ્ય હતું. તેણે દુરુક્તિ સિવાય કોઈને જણાવ્યું નહોતું કે એ લોકો કોણ હતા. એવું નહોતું કે એ ખતરનાક હતા, પરંતુ તેને ખબર હતી કે વાત જાણ્યા બાદ લોકો જે નજરથી જોશે તે તેને ગમશે નહીં. તેણે વિચાર્યું કે આ એક રહસ્ય જ રહેવું જોઈએ, એ જ તેને માટે સારું રહેશે.

કળિએ નક્કી કર્યું હતું કે એ ક્યાંય ભાગશે નહીં અને તે પોતાના

દરબાર તરફ જવા નીકળ્યો. તેને ત્યાં કુબેર મળ્યો, જે તે સમયે જ કિલ્લામાં પ્રવેશી રહ્યો હતો. તેની સાથે હંમેશની જેમ સુંદર સાથી અને થોડા યક્ષ હતા.

નગરની વાણિજ્ય વ્યવસ્થાની દેખરેખ કરનારી વ્યક્તિ તરીકે કુબેર પહેલી નજરમાં એકદમ સામાન્ય લાગતો હતો.

"હું જોઈ રહ્યો છું કે સ્વાસ્થ્યમાં સુધારો થઈ રહ્યો છે."

"હા, હું જલદીથી પરિષદની સભામાં ભાગ લેવાનો છું." કળિ બોલ્યો.

આ અહીંયા શું કરે છે? જોકે તેણે પૂછપરછ ન કરી, કારણ કે તેવું કરવું અસભ્ય ગણાય. એ નહોતો ઇચ્છતો કે કુબેર તેનાથી વિમુખ થઈ જાય, કારણ કે એ જ એક પહેલો વ્યક્તિ હતો જેણે કીકતપુર અને ઇલાવર્તીનાં ઉત્તરી રાજ્યોને હરાવવામાં સ્વેચ્છાએ યોગદાન આપ્યું હતું.

"શું અત્યારે સભા થવા જઈ રહી છે?"

"આપણે કરવી જ પડશે."

"હું જરા વધારે ઉતાવળ બતાવવા માટે માફી માગું છું." કુબેરે સ્મિત આપ્યું, "પણ તમારી પીઠમાં કેવું છે?" તેને પોતાના આ દખલ આપનારા સવાલ માટે કોઈ ખેદ નહોતો.

કળિને તેનું મોટું મોઢું તોડવાની મજા આવતી, પણ તેણે ખુદ પર સંયમ રાખ્યો. કોણ જાણે કેમ મનમાં ઉચાટ હતો. એ તો સદા શાંત અને શાલીન રહેતો હતો. તે હવે પોતાની આંગળીઓ અને છાતી પરથી ભાર હોવાનો અહેસાસ ભૂંસવા માગતો હતો, જે સતત રહેતો હતો. તેણે અકારણ જ સ્વયંને આક્રમક અને આશંકાગ્રસ્ત અનુભવ્યો.

"સરદાર કુબેર, એવું લાગે છે કે તમે તમારા પ્રમાણમાં કંઈક વધારે જ માહિતી રાખો છો." તેણે પણ એવી જ રીતે શબ્દો ગોઠવીને શાંતિથી જવાબ આપ્યો.

"હું તો નમ્રતાથી થોડી જિજ્ઞાસા સંતોષવા માગું છું." કુબેર બોલવા માંડ્યો, "મેં સાંભળ્યું હતું કે કોઈ નાગ યુવકે તમારી વિરુદ્ધ ષડયંત્ર રચ્યું, પરંતુ દેવતા દયાળુ છે જેમણે તમને ફરીથી જીવનદાન આપ્યું."

કળિએ ફક્ત માથું હલાવ્યું અને દરબાર તરફ જવા લાગ્યો. તે

પોતાના સૈનિકોથી પણ આગળ નીકળ્યો. તેમણે માથું નમાવ્યું અને સામે તેણે ફક્ત માથું હલાવ્યું.

"તું સારી રીતે જાણે છે કે હું કોઈ દેવી-દેવતા પર વિશ્વાસ નથી રાખતો. કોઈ દેવી કે દેવતા હોતાં નથી. ફક્ત મનુષ્યો જ હોય છે."

"હું જાણું છું. ધર્મની બાબતમાં તમારી શંકાઓ પણ સમજી શકું છું."

કળિ આ મંદિરોના પૂજારીઓ અને પુરોહિતોથી કંટાળી ગયો હતો, એ ચાહતા હતા કે મૂળ આદિ પુરુષ, મનુષ્ય જ બધા રાજ્યોનો શાસક હોઈ શકે. કબીલાવાળા પછાત હતા, તે એ લોકો સામે વિકસિત નહોતા. કળિએ પોતાના તરફથી મંદિરો માટે કોઈ નિયમો નહોતા બનાવ્યા. એ ઉપાસના સ્થળ હતાં અને કોઈ હિંસક ક્રાંતિ કે વિરોધોથી બચવા માગે તો તેણે કોઈ દેવતાઓને અડવું પણ ન જોઈએ. એ લોકો દરબાર સુધી પહોંચી ગયા. કુબેરે કહ્યું, "તમારે એ ભૂલવું ન જોઈએ કે તમારા પર હુમલો થવાનો અર્થ મારા પર હુમલો થયો તેમ કહેવાય. મને તપાસ કરવા દો કે કોઈ નાગે વિદ્રોહ કેમ કર્યો?"

કળિ પોતાની જગ્યાએ બેસી વિચાર કરવા લાગ્યો.

"અથવા આપને લાગતું હશે કે તેમણે વિદ્રોહ નથી કર્યો?" કુબેર તેની સામે રાખેલી હાથાવાળી ખુરશી પર બેસી ગયો, "અરે નહીં, શું તમને એવું નથી લાગતું કે આ વાસુકિનું કામ હોય?"

કળિને આવું વિચારીને જ કુબેરથી અરુચિ થવા લાગી કે તે કેવી વાતો બનાવી રહ્યો હતો. તે છતાં એ કશું ન કરી શક્યો ને બોલ્યો, "કોકો અને વિકોકોએ તપાસમાં એવું કહ્યું કે નાગ અહીંનો કોઈ નહોતો. એમાંય આપણી ટુકડીની સૂચિનો તો નહોતો જ."

"તો આ વાસુકિનું કામ નથી." કુબેર સ્પષ્ટ અવાજે ટેકો લઈ બોલ્યો, "મારો મતલબ એ જ છે કે કોઈ બહારના વ્યક્તિને લાવીને જોખમ ન ઉઠાવે, જેનાથી તમને કોઈ શક ન પડે. આમ પણ તે આવું ન કરી શકે."

કળિએ દાંત ભીંસ્યા, "આ મોટી ફાંદવાળો કહેવા શું માગે છે?"

"મને પૂરો વિશ્વાસ છે કે તે વાસુકિ ન હોય. એ તો તમને પસંદ

કરે છે. તેને તમારા પર વધુ વિશ્વાસ છે. મને પૂરો વિશ્વાસ છે કે મારું ધન લાગ્યું છે તેની સાથે તેની ધીરજ પણ..."

કળિએ તેના હાથ મેજ પર જોરથી પછાડી યક્ષની વાત કાપી, "તક્ષકના મર્યા બાદ તેણે તે આરોપ મારા માથે નાખ્યો અને કહ્યું કે એ સ્વયં આ બાબતને જોશે અને તેનું આ કામ અને પદ્ધતિ મને ખાસ પસંદ નથી આવી."

કુબેરે એકદમ માસૂમિયતથી ભવાં ચઢાવ્યાં, "પ્રિય દેવતાઓ, તમે પણ તેના નિશાના પર આવી જ ગયા. મને તો લાગ્યું હતું કે તે મતભેદ ભૂલીને સારો માણસ બનશે. મેં તમને ક્યારેય નથી જણાવ્યું કે મેં તેની પાસેથી મણિ કેમ ચોર્યો હતો જેને તે ઘણું ચાહતો હતો. એવું નહોતું કે મને ચમકદાર વસ્તુઓનો મોહ હતો, પરંતુ હું તેના અહમ્‌ને તોડવા માગતો હતો. મણિને કારણે તેને મારી સામે ઝૂકવું પડ્યું હતું તે મને ગમ્યું હતું. આવી રીતે એ તેવા સ્તર પર આવી ગયો હતો જ્યાં પહેલાં નાગલોકો હતા, તમે સમજ્યા ને?"

કુબેરે ગળામાં લપેટેલા નોળિયાને પણ કસીને લપેટ્યો. તેણે તેનું પણ એક નામ રાખ્યું હતું, પણ કળિને એ ત્યારે યાદ ન આવ્યું. તેણે કુબેરના નોળિયાની કોઈ પરવા ન કરી, પણ એ વાત મજેદાર હતી કે તે નોળિયો અને વાસુકિના નાગ બંને સ્વભાવથી એકબીજાના પાક્કા વેરી હતા.

"આપણે અત્યારે જાણતાં નથી." કળિ બોલ્યો, "આ બધાં આપણાં અનુમાન માત્ર છે."

"હું જાણું છું. આશા રાખું છું કે તમે યોગ્ય પગલાં લેશો, કળિ. હું તમને પરેશાન કરવા નથી માગતો. તમે પરત આવી ગયા છો, પહેલાં કરતાં મજબૂત છો અને હું ઇચ્છું છું કે તમે યથાસંભવ સંપન્ન અને વૈભવશાળી રહો."

કળિએ પગ ઝાટક્યો અને લાકડાની નાની પેટીમાંથી બે પાસા કાઢ્યા. તે એને મસળવા લાગ્યો જાણે તે ફેંકવા જઈ રહ્યો હોય, પણ તેણે એવું ન કર્યું. તે સતત એને હાથથી મસળતો રહ્યો જેથી તેની અંદર જાગેલા જ્વાળામુખીને શાંત કરી શકે.

"શું તમને લાગે છે કે જો સાબિત કરવાની જ વાત હોય તો શું આપણે વાસુકિની વિરુદ્ધ કોઈ યોજના બનાવવી જોઈએ?" પળવાર માટે શાંતિ થઈ પછી કુબેર ધીરેથી વાતને ફરી એ જ વિષય પર લઈ આવ્યો જે જોઈને કળિને બહુ જ આનંદ થતો હતો. ને કળિ ના પાડે તે પહેલા જ દરવાજે હલચલ થઈ અને કવચધારી કોકો અંદર પ્રવેશ્યો.

"મહારાજ, અમને રસ્તા પર બળવો કરનાર બાગી મળ્યો છે, જેને સરદાર વાસુકિની બહેન મનસાએ પકડ્યો છે."

કળિ અને કુબેરે એકબીજા સામું જોયું. આ પણ કેવી અજબ વાત હતી કે જેના વિષયમાં વાત કરતા હતા ત્યાં જ ત્રીજા માણસે પણ આવીને તેનું જ નામ લીધું, જે આ બંનેની વાતથી સાવ અજાણ હતો.

"તેણે શું કર્યું છે?" કળિએ પૂછ્યું. આવા ક્રાંતિકારીઓની સંખ્યા સેંકડોમાં હતી અને તેઓને કળિની સામે લાવવામાં આવતા હતા જેથી તેમની કિસ્મતનો ફેંસલો તત્કાલ થાય.

કોકો આગળ આવ્યો અને ગડીબદ્ધ કાગળ તેની આગળ મૂક્યો, "તે વિદ્રોહને ઉત્તેજન આપનારી વાતો કરીને રાજદ્રોહ કરી રહ્યો હતો. તે લોકોને પણ પ્રભાવિત કરવા ઇચ્છતો હતો."

"શું તેનાથી લોકો પર કોઈ અસર દેખાઈ?" કળિએ કાગળ ઉઠાવીને પૂછ્યું.

"હું ત્યારે તે જગ્યાએ નહોતો, પણ જે પ્રમાણે જાણકારી મળી તે મુજબ કોઈના પર પ્રભાવ નહોતો પડ્યો."

કળિએ કાગળ જોયો. તેના રેખાચિત્ર પર અપશબ્દ લખેલા હતા.

"શું એને પચાસ દિવસની સશ્રમ નિર્વાસન આપવામાં આવે કે પછી પચાસ દિવસની કેદ, મહારાજ?"

કળિએ માથું ખંજવાળી તે કાગળ દીવાની જ્યોતથી સળગાવી દીધો. પછી તેણે કુબેર સામું જોયું, એ હજુ કોઈ આશ્ચર્ય પામેલો હતો. કળિને આનંદ થયો કે કુબેરના ચહેરા પર થોડી ગભરામણ દેખાતી હતી.

"એ ક્યાં છે?"

"બહાર છે, મહારાજ." કોકો બોલ્યો.

કળિએ દરવાજો ખોલ્યો અને કુબેર અને કોકો સાથે બહાર આવીને જોયું તો વિકોકો અપરાધીને પકડીને ઊભી હતી. સાથે બે સૈનિકો પણ હતા. એ યુવક વીસેક વર્ષનો હતો. ચહેરો સુંદર અને માસૂમ હતો. કળિને જોઈને આશ્ચર્ય થયું કે આવી વ્યક્તિ તેના રાજની વિરુદ્ધ ક્રાંતિ કરે છે. તેને આવા લોકો પર ઘણો ગુસ્સો આવતો હતો જેને એ વાતનો કોઈ અણસાર જ નહોતો કે કળિએ આ સ્થાને પહોંચવા માટે કેટલી મહેનત કરી છે.

કળિ આગળ આવ્યો અને નીચે જોઈ રહેલા યુવકને ઘૂરવા લાગ્યો. એ સાચે જ શરમ અનુભવતો હતો, કદાચ દિલથી ક્ષમા ઇચ્છતો હતો, પણ કળિ પાસે એક અલગ જ યોજના હતી. તેણે કશું જ ના કહ્યું ને તેને કશું બોલવા પણ ના દીધું. તેણે રાક્ષસના હાથમાંથી ભાલો લઈને યુવકની છાતીમાં ઘુસાડી દીધો. તેણે એ ભાલા સાથે એ યુવકને આસાનીથી ઊંચો કર્યો. તે યુવક સાથે એ પરસાળ જેવી જગ્યા પાર કરીને ખુલ્લી જગ્યામાં આવ્યો. તેણે પોતાના કાંડાને ઘુમાવીને ભાલાનો બીજો છેડો જમીનમાં ખોસી દીધો ને બીજો છેડો ઉપર હતો તે સૂરજને ઢાંકી રહ્યો હતો. યુવકનું શરીર વિકૃત થઈ ગયું હતું. તેનું માંસ ભાલા પર લટકવા માંડ્યું હતું.

કિલ્લાના બધા કુલીન અને સ્ત્રીઓએ આ દૃશ્ય જોયું અને આ ભયાનકતાથી સ્તબ્ધ થઈ ગયાં ને અંદરોઅંદર વાતો કરવા લાગ્યાં. તે કોકો, વિકોકો અને કુબેર તરફ ફર્યો, જે લોકો હજુય સ્તબ્ધ હતાં. તેણે પોતાને પણ હતપ્રભ કર્યો હતો, પરંતુ તેને ખુશી પણ હતી.

"સાંભળો." તેણે શાંત ભાવથી કોકોને કહ્યું, "એક કલાકારને બોલાવીને આનું ચિત્ર બનાવી આખા નગરમાં ફરતું કરો કે જે પણ રાજદ્રોહ કરશે તેનું આ પરિણામ આવશે. હું લોકોના આવા દ્રોહપૂર્ણ કામથી તંગ આવી ગયો છું." કળિએ બગાસું ખાઈ કુબેર તરફ ફરી કહ્યું, "મારે હવે આરામ માટે જવું જોઈએ."

કુબેર એક ક્ષણ માટે તેને સતત તાકતો રહ્યો, પછી ધીમેથી ખાંસીને

બોલ્યો, “ઓહ, મને પણ એવું જ લાગે છે કે તમારે આરામ કરવો જોઈએ. તમે થાકી ગયા હશો.”

કળિએ ત્રાંસી નજરે હસીને હા પાડી. તે કુબેર, મૃતકના શબ પાસેથી આગળ ચાલ્યો જ્યાં ભીડ થઈ રહી હતી, પણ તેના ચહેરા પર સ્મિત યથાવત હતું. તેણે બધા જ કબીલા પ્રમુખ માટે યોજના તૈયાર કરવા માંડી હતી, પરંતુ તેમાં સમય લાગે તેમ હતું. તેને ખ્યાલ આવી ગયો હતો કે કુબેરના આગમનનો અર્થ એ જ કે હવે તે પરિષદના કોઈના પર કોઈ પણ રીતે વિશ્વાસ નથી કરી શકતો. તેણે પોતાના પર અને તેને જેના પર વિશ્વાસ છે તેના પર આધાર રાખવો પડશે.

આ બધા વિચારો સાથે તેના મગજમાં એકાએક કોઈ નવો મજેદાર વિચાર આવ્યો. તેની વ્યાકુળતા શાંત થઈ ગઈ હતી અને તે જાણતો હતો તેનું અસલી કારણ શું હતું.

56

પ્રભુ રાઘવે હળવેથી કલ્કિના કાનમાં કહ્યું, "ધનુષને આંગળીઓમાં જકડવું નહીં. તેને ફક્ત હાથમાં રાખો." ગૌરવર્ણીય રાઘવ તેમનાં અદ્‌ભુત નેત્રોથી કલ્કિને જોઈ રહ્યા હતા. તેમણે તેને એક પગ આગળ અને બીજો પગ પાછળ રાખવાનું કહ્યું, "સદા યાદ રાખજે, પિસ્તાલીસ અક્ષાંશના ખૂણે પકડ હોવી જઈએ એમ આંગળીઓ ધનુષ પર ટકેલી હોવી જોઈએ."

કલ્કિએ માથું હલાવ્યું. તેણે ધનુષને પકડીને યથાસંભવ બાણ લગાવી પણછ ચડાવી અને આકાશ તરફ જોયું. ગાલ પરથી પરસેવાનું બુંદ ટપકી પડ્યું.

"હવે જ્યારે તેનું સંધાન કરે ત્યારે પોતાનો ધનુષ પકડેલો હાથ નિશાન તરફ ધકેલવાનો." રાઘવનો ગહન-ગંભીર સ્વર ફરીથી ગુંજ્યો.

"મારે કોઈનું નિશાન લેવાનું છે?" કલ્કિએ જાતને પૂછ્યું, "શું આ મારી સામે દેખાય છે એ હરણ હોઈ શકે છે?" એ પશુ ઝાડીઓની પાછળ ઊભેલા બે પુરુષોથી અજાણ મેદાનમાં ઘાસ ચરી રહ્યું હતું.

રાઘવે નકારમાં માથું હલાવ્યું, "પશુઓની અંદર પણ આપણી જેમ જ આત્મા વસે છે. આ ક્યારેય ભૂલીશ નહીં." તેમણે ધનુષને ઝાડના થડ તરફ વાળ્યું, "આ જગ્યાએ નિશાન તાક અને બની શકે તો એક ડાળી પાડીને બતાવ."

કલ્કિએ ગરદન હલાવી. તેને અંદરથી અપરાધભાવ જાગ્યો કે તે એક પશુને મારવા વિચારી રહ્યો હતો, પરંતુ રાઘવે જે રીતે સમજાવ્યું તે બદલ તેના મનમાં રાઘવ માટે વધુ સન્માન જાગ્યું. તેણે ક્યારેય એવું વિચાર્યું નહોતું કે તે આવી સુંદર હરિયાળી જગ્યા વચ્ચે ઊભો હશે, જ્યાં દેડકાઓની ટર્ર...ટર્ર અને ઘુવડોની હૂ-હૂ વચ્ચે સરર...સરર કરતી હવા રોમાંચિત કરી દેતી હતી. બધું એટલું સુંદર હતું કે અવાસ્તવિક લાગતું

હતું, કારણ કે આ જ સત્ય હતું. તેમની છબી મનોમન જ રચાઈ હતી. તે ભગવાન રામને મળવા ન જઈ શક્યો પણ તેણે માનસિક સંપ્રેક્ષથી શીખી લીધું હતું કે પોતાના ભૂતપૂર્વ અવતારો સાથે કેવી રીતે સંપર્ક થઈ શકતો હતો. તેઓ સમય દ્વારા પ્રતિબિંબિત થઈને અવચેતન મનમાં વાસ કરે છે ને તે પ્રકારે યુદ્ધકલાના કૌશલ્ય વિશે જ્ઞાન આપી શકે.

કલ્કિએ બાણ છોડ્યું. તે સર...સરર કરતું હવાને ચીરીને ડાળી સુધી પહોંચ્યું, પણ ડાળીને તોડવામાં અસમર્થ રહ્યું. બાણ ત્યાં જ પડી ગયું.

કલ્કિએ પગ પછાડી પોતાની નિરાશા વ્યક્ત કરી.

રાઘવ બાણ પાસે ગયા અને તે ઉઠાવી લીધું, "ક્યારેય નિરાશ નહીં થવાનું." કલ્કિને બાણ પાછું આપતાં બોલ્યા, "જે પણ પડે છે તેને હંમેશાં ઉપર ઉઠાવી શકાય છે."

કલ્કિએ પણ સંમતિપૂર્વક માથું હલાવ્યું. તેણે બાણ ફરી ચલાવ્યું. તેને લાગ્યું કે તેનું નિશાન બગડી રહ્યું હતું. તેને લાગ્યું કે તેની આસપાસની વાસ્તવિકતા ભાંગીને ભુક્કો થઈ રહી હતી. તેના કાનમાં હળવા અવાજો આવવા લાગ્યા.

"એ માણસ. એ માણસ સાંભળ." તેની ચેતનાની ગલીઓમાં અવાજ ગુંજ્યો.

એ ઝટકા સાથે બેઠો થયો. તેનું શરીર એકદમ હલ્યું ને તેને અહેસાસ થયો કે તે કેદમાં પાછો આવી ગયો છે. આ ગંદકી અને સડેલી જગ્યામાં મરેલા ઉંદરો જેવી બદબૂ આવતી હતી, જાણે તે ગંદા નાળા જેવી જગ્યાએ હતો જ્યાં ભીંતોમાંથી કાળું પાણી ઝરી રહ્યું હતું. તે પલાંઠી મારીને ધ્યાનમુદ્રામાં બેઠો હતો. તે પોતાના પગ ફેલાવવા જ જતો હતો ત્યાં કોઈ અવાજ સંભળાયો. તે અવાજ કોઈ સાથી કેદીનો હતો જે તેની જેમ જ અંધારામાં બેઠો હતો.

"તું અહીં શેને કારણે છે?"

"હત્યા." કલ્કિએ જવાબ આપ્યો.

"તું તો કોઈ નાના ગામનો ગ્રામીણ લાગે છે."

કલ્કિએ હકારમાં માથું હલાવી કીધું, "શંભલ."

તે હજુ એ માણસનો ચહેરો જોઈ નહોતો શકતો, પણ એને તેણે પહેલા જોયો હતો, જ્યારે તે લોકોને પીંજરામાં બંધ કરી નગરની વચ્ચે સુનાવણી માટે લઈ જવામાં આવ્યા હતા. તેમને વિનાકારણ જ આ બધું દેખાડવામાં આવ્યું હતું, પરંતુ કલ્કિ જાણતો હતો કે એવું કેમ કરવામાં આવ્યું હતું. તેઓ અન્ય કેદીને ભયભીત કરવા માંગતા હતા કે તેઓએ જો બગાવત કરી તો તેઓ પણ આ રીતે માર્યા જશે.

તે બંદીનું કોઈ નામ નહોતું અને હશે તો તેને યાદ નહોતું રહ્યું. તેના ચહેરા પર આછી દાઢી હતી પણ માથે ટાલ હતી. ભલે લક્ષણ એક હતા, પણ તેને જોઈને કૃપા યાદ નહોતો આવતો. કૃપાની આંખોમાં ચતુરાઈભરી ચમક રહેતી હતી ને આ માણસનો ચહેરો ઉદાસ ને થાકેલો જણાતો હતો.

"તું અહીંયા કેમ છે?"

"કારણ કે હું નિર્દોષ છું."

"શું આપણે બધા નિર્દોષ નથી?"

"મને એવી ખબર નથી, પણ મને જે ગુનાઓ માટે આરોપી ગણવામાં આવ્યો છે તે મેં કર્યા જ નથી." વૃદ્ધ ખિજાયો, "સમજ્યો કંઈ?"

"હમ્મ."

"તું બહુ શાંત લાગે છે."

"હા, એવો થઈ ગયો છું."

"ચૂપ રહેનારા માટે એક ખાસ પ્રકારનું નરક છે." એ તાળી બજાવી હસ્યો અને કલ્કિ પણ હસી પડ્યો, "સંઘર્ષના સમયમાં."

"અહીંયા કોઈ સંઘર્ષ નથી."

"સંઘર્ષ હંમેશાં સ્થાન પર નિર્ભર નથી હોતો." તેના શ્વાસની ઘર... ઘરર પણ તેને સ્પષ્ટ સંભળાતી હતી, "શું પરિવારમાં કોઈ બચ્યું છે?"

"ખબર નથી... કદાચ કોઈ બચ્યું હોય." કલ્કિ વિચારવા લાગ્યો કે શું અરજણ અને બાલા સહીસલામત હશે.

"શું આ શહેરમાં કોઈને ઓળખે છે?"

"ના, પ્રત્યક્ષ રીતે નહીં, પણ લક્ષ્મીની માસી રાત્રિ સાથે પરિચય છે."

"મારી પાસે એક તરકીબ છે. જો કોઈના વિશે જાણકારી લેવી હોય તો મને કહેજે. હું મદદ કરી શકું તેમ છું. હું મોટેભાગે આવા કામના પૈસા લઉં છું, પણ તારા માટે મફત કરીશ."

કલ્કિએ સ્મિત સાથે પૂછ્યું, "કેમ મારામાં એવું તે શું છે?"

"તું કોઈ સારો છોકરો લાગે છે. તને જોઈને આંખોને ટાઢક થાય છે."

તે સમયે જ પગરવ સંભળાયો અને તેમની વાતચીતમાં ખલેલ પડી. કલ્કિના દરવાજા પર આવીને ઊભેલા દરવાને એ ખોલી નાખ્યો અને કલ્કિને બેડીમાં બંધ હોવાથી નીચે ઝૂકવા મજબૂર થવું પડ્યું.

બીજું કોઈ નહીં, પણ દુરુક્તિ જ મળવા આવી હતી. તે હંમેશની જેમ પૂરા રૂઆબથી ઊભી હતી. તેને પણ અરજણની જેમ વિચારમાં હોય ત્યારે પોતાના હોઠ દબાવવાની કે આંગળીઓ સાથે રમવાની ટેવ હતી. કલ્કિ દુરુક્તિને એટલી બધી વાર મળી ચૂક્યો હતો કે તેના પરની ઘૃણા હવે રહી નહોતી. તે એક આદરણીય યુવતી હતી, પણ તેના ચહેરા પર હંમેશાં ઉદાસી છવાયેલી લાગતી. તેનાથી નફરત ન કરી શકાય, તે તો સહાનુભૂતિને પાત્ર હતી.

"શું તેં એ વિશે વિચાર્યું?"

તે રોજ એક જ પ્રસ્તાવ લઈને આવતી. એ ઇચ્છતી હતી કે કલ્કિ તેની સાથે કામ કરે અને તે દર વખતે એક જ ઉત્તર આપતો, "હું એવી સ્ત્રી સાથે કામ કરવા કરતાં મરવાનું પસંદ કરું જેણે મારું ઘર ઉજાડ્યું હોય." આ એક પ્રશ્નનો વિચિત્ર એવો તર્કયુક્ત ઉત્તર હતો. તેને એવું કેમ લાગતું હતું કે કલ્કિ તેને માટે કામ કરશે. જો કલ્કિ આવા કારણસર કેદમાંથી બહાર આવવાનો મોકો શોધે તો પણ તે આજીવન પોતાના પર ઘૃણા કરતો. તે પોતાના બળ પર બહાર આવવા ઇચ્છતો હતો.

"નહીં, ધન્યવાદ."

દુરુક્તિએ ફરીને એ કેદી સામું જોયું જે ત્યાં એકીટશે જોઈ રહ્યો હતો. તેણે પગ પછાડ્યા તો તે કેદીની ખોલીમાં નાગસૈનિક ગયા અને તેને ખેંચીને બીજી તરફ કર્યો. તેના ગળા પર ભાલા મૂકી દેવામાં આવ્યા.

"તેને ના સતાવો. તે પહેલેથી બહુ સહન કરી ચૂક્યો છે." કલ્કિ બોલ્યો.

દુરુક્તિએ તેના દરવાનોને કહ્યું કે તેને છોડી દો.

દુરુક્તિ ઘૂંટણ પર બેઠી અને પહેલીવાર તેની નજરમાં વિનંતીની ઝલક દેખાઈ, "મહેરબાની કરીને સાંભળ. હું તારી આગળ વિનંતી કરવા નહોતી માગતી, પણ જો જરૂર પડે તો એવું પણ કરવા હું તૈયાર છું." તેનો અવાજ એટલો ધીમો હતો કે નાગસૈનિકો પણ સાંભળી ન શકે, "જો મારા ભાઈને ખબર પડશે કે મેં તને આ જગ્યાએ રાખ્યો છે તો તને પ્રાણદંડ આપવામાં સમય નહીં લાગે. હું એવું નથી ઇચ્છતી."

કલ્કિએ આંખો ઝીણી કરી, "કેમ?"

તે એક ક્ષણ માટે નિષ્ક્રિય રહી, પછી માથું હલાવ્યું, જાણે માથામાંથી કોઈ ચીજ ઝટકી રહી હતી, "તું મારા માટે ઉપયોગી બની શકે છે."

"અને મને એમાં શું મળશે?"

"મૃત્યુથી આઝાદી."

"હું પહેલેથી જ આપને કારણે ઘણું કષ્ટ વેઠી ચૂક્યો છું." તેની નજર સામે લક્ષ્મીની તસવીર આવી. તેની યાદ આવતાં જ જાણે છાતીમાં કસક ઊપડી. એ વિષય પર તે વિચારવા નહોતો માગતો, પણ વિચાર્યા વગર રહી નહોતો શકતો.

"મૃત્યુથી કોઈ આઝાદી હોતી નથી. આપણે ફક્ત જિંદગીથી આઝાદ થઈએ છીએ."

"મેં જે પણ કર્યું તે મારા ભાઈને બચાવવા કર્યું. એ મારા માટે મારી દુનિયા સમાન છે. તું વિચારી પણ ન શકે કે મારો ભાઈ મારા માટે કઈ હદે મહત્ત્વનો છે." એ કોઈ પણ રીતે પોતાનાં આંસુ રોકવા માગતી હતી, "હું ઇચ્છતી હતી કે એ સ્વસ્થ રહે..."

કલ્કિએ આંખો ઝીણી કરી, "આપે એ પીણું તેમને આપી દીધું? સોમ?"

"હા." દુરુક્તિએ ભવાં ચડાવ્યાં, "કેમ?"

"શું આપના ભાઈ પર તેની કોઈ ખરાબ અસર દેખાઈ?"

"તું કહેવા શું માગે છે?"

"તેનો મતલબ છે, નહીં. સોમને બે લોકો જ આરામથી પચાવી શકે છે, ધર્મ અને અધર્મ." તેના સ્નાયુમાં ખેંચાણ અનુભવાયું.

"નહીં. એવું ન બની શકે." કલ્કિએ મુટ્ઠીઓ ભીંસી, "શું એ બીજા કોઈને આપવામાં આવ્યું છે?"

દુરુક્તિએ માથું ધુણાવ્યું, "ના."

"ભગવાનને માટે કહું છું કે જો આપ ચાહો કે હું આપના માટે કામ કરું તો કોઈ બીજાને એ અડવા પણ ન દેશો. એ પણ ધ્યાન રહે કે ગમે તે થાય, પણ આપના ભાઈને પણ તેની અધિક માત્રા આપશો નહીં." કલ્કિની આંખોમાં વિનવણી દેખાઈ.

દુરુક્તિએ તેને જોઈને ગરદન હલાવી, "જો તેમનું સ્વાસ્થ્ય ફરીથી ખરાબ થાય તો?"

"તમને અનુમાન છે ખરું કે સોમ લોકો પર કેવો પ્રભાવ પાડી શકે છે?"

"તેનાથી શું પ્રભાવ પડે છે?"

"કહેવાય છે કે તે માણસને પાગલપન સુધી લઈ જાય છે, કારણ કે કોઈ સામાન્ય માણસ તેનો પ્રભાવ કે શક્તિ સહન નથી કરી શકતો." પણ કળિ કોઈ સાધારણ વ્યક્તિ હતી? જો દુરુક્તિ અસુર હોય તો કળિ પણ અસુર હોય. આ રીતે તો પેલી ભવિષ્યવાણી સાચી પડશે. અસુર તો દુનિયામાં ઊથલપાથલ સર્જવા માટે જ જન્મ્યા હતા. આ બધું એક સ્પષ્ટ ઉખાણા જેવું સટીક લાગતું હતું...

દુરુક્તિ ઊભી થઈ, "તારી વાતનો કોઈ અર્થ નથી જણાતો. મારો ભાઈ દૃઢ સંકલ્પ શક્તિનો સ્વામી છે. આ બધી જે વાતો તેં સાંભળી છે તે ફક્ત ગ્રામીણ લોકોની અણઘડ વાતો છે. આ સિવાય તેનો બીજો કોઈ મતલબ નથી. મેં જે તેમને આપ્યું તે વૈદ્યે પણ ચાખ્યું હતું. એ કોઈને માટે નુકસાનકર્તા નથી. મેં તેને ભવિષ્યની જરૂરિયાત માટે રાખી લીધું છે. કોઈ પણ મને એનું સેવન કરતા રોકી નહીં શકે, માટે તું આ બધી નકામી વાતો કરવાનું બંધ..."

કલ્કિએ પોતાની સાંકળો ઊંચી કરી. તેના શરીર પર તેની અસર વર્તાઈ. તેણે રાજકુમારીને જોઈ તો તેની નસોમાં પહેલાં કરતાં વધુ ખેંચાણ અનુભવાયું, "આ મૂર્ખામી છે. તમને સત્ય નથી દેખાતું. વિજ્ઞાને તમારા મગજને ભ્રષ્ટ કરી દીધા છે."

"બસ, આટલું જ." દુરુક્તિએ ગુસ્સાથી લાલ આંખે જોયું ને સ્પષ્ટ કર્યું કે તે આ વિષયમાં વાત કરવા નથી માગતી. કલ્કિએ તેને બહાર જતાં જોઈ અને તેનો દરવાજો બંધ થયો.

"આને કારાવાસમાં નાખી દો અને જ્યાં સુધી મારી સાથે કામ કરવા તૈયાર ન થાય અને મારી માફી માંગવા તૈયાર ન થાય ત્યાં સુધી બહાર ન કાઢશો. હું તેને બહાર કાઢવા માગું છું."

કલ્કિ જાણતો હતો કારાવાસનો અર્થ શું હતો, એક અંધારી ઓરડીમાં પાણીથી ભર્યા પાત્રમાં ફક્ત મોઢું બહાર રહે તે રીતે બાંધવામાં આવતો, ને ઠંડીને કારણે હાડકાંઓ થીજી જાય. કલ્કિ જાણતો હતો કે તેને આ બધું પસંદ નહીં આવે.

"રાજકુમારી, જો આ કશું ન બોલ્યો તો?" નાગસૈનિકે કંટાળીને કહ્યું.

તેણે ફરીથી કલ્કિ સામું જોયું. ચહેરા પર કોમળતા નહીં, પણ ગુસ્સો હતો, "તેને સડવા દો. મને કોઈ પરવા નથી." પણ તેને પરવા હતી તે તેના ચહેરા પર દેખાતી હતી જે કલ્કિએ જાણી લીધું હતું. તે ત્યારે તેના સાથી કેદીની ઓરડી તરફ ભાગ્યો. તેના અવાજમાં આગ્રહ હતો.

"સરકારી અધિકારી રાત્રિને મારો સંદેશ આપી દેજે."

નાગસૈનિકો આગળ આવ્યા અને તેને કોરડા મારતા લઈ જવા લાગ્યા. એ પાછળ પડી ગયો.

"મારે તેને શું કહેવાનું છે?" બીજો કેદી બરાડ્યો.

"તેને કહેવું...", બે સૈનિકો તેને કારાવાસની કોટડી તરફ લઈ જઈ ચૂક્યા હતા અને અંદર જતાં પહેલાં તે જોરથી બોલ્યો, "તેને કહેવું કે કદાચ... ઇન્દ્રગઢનો સેનાપતિ કળિ 'અધર્મ' છે અને જો એવું હોય તો અંધકાર યુગનો આરંભ થઈ ગયો છે."

તે બાદ કલ્કિ પૂરી રીતે અંધારામાં ડૂબી ગયો. તેના મગજમાં પેલા કેદીની અને ત્યાંથી વિખૂટા પડ્યાના પ્રકાશની છબી સતત ઘુમરાતી રહી.

57

અરજણ પહેલાં ક્યારેય ઇન્દ્રગઢ આવ્યો નહોતો. તેને કલ્કિ જેવો અવસર મળ્યો નહોતો. અરજણને કદી જવા દેવાયો જ નહોતો અને મહત્ત્વપૂર્ણ વાત એ હતી કે તે ક્યારેય જવા માગતો પણ ન હતો. તે પોતાના ઘરની સુખ-સુવિધાના ત્યાગ માટે આળસ જ કરતો. અને આમ તેનામાં દુનિયા જોવાની અને જાણવાની ઊંડી ઇચ્છા પણ હતી. શંભલમાં કલ્કિનો શ્વાસ જાણે રૂંધાતો અને અરજણને બેહદ પ્યાર હતો, પણ એવુંય નહોતું કે તે કાયમ અહીં રહેવા માગતો હતો. તેને કીકતપુરની પેલે પાર વસનારા લોકોની સભ્યતાઓ જોવાની બહુ જ ઇચ્છા હતી.

તે જ્યારે શહેરમાં આવ્યો તો પરેશાની ઊભી થઈ ગઈ, કારણ કે સૈનિક કોઈ પણ ગ્રામીણ લોકોને વિનાકારણ શહેરમાં પ્રવેશવા નહોતા દેતા. કૃપાએ પોતાનું મગજ દોડાવ્યું. તેણે થોડાક તાંબાના સિક્કાઓ નાગસૈનિકના ખિસ્સામાં નાંખ્યા અને કહ્યું, “અમે સીધા-સાદા ગામના લોકો છીએ, શહેરની રોનક જોવા આવી ગયા છીએ.” તેણે હાથ જોડ્યા, “મહેરબાની કરીને અમને જવા દો સાહેબ!”

નાગે ઇનકાર ન કર્યો. અરજણને તો પૈસાની બરબાદી લાગી. આમ પણ તેમની પાસે સંસાધનો ઓછાં હતાં. તેમણે ઇન્દ્રગઢ આવવા માટે ગુરુ વશિષ્ઠ પાસેથી મદદ લીધી હતી. એ લોકો ગુરુકુળમાં રોકાયા અને અરજણને એ જોઈને નવાઈ લાગી કે વશિષ્ઠને કોઈ પણ બીજા ગુરુકુળથી કૃપાનો સંબંધ યાદ નહોતો. જોકે પ્રભુ રાઘવના સમયના એક લોકપ્રિય ગુરુના નામ પર તેમનું નામ રાખવામાં આવ્યું હતું, પણ તોય તેવી જાણકારી તેમને નહોતી. અરજણ કશું ન બોલ્યો. જોકે તેની સમજમાં નહોતું આવતું કે બાલા ક્યાં ગયો, કદાચ કોઈ સામાન લેવા ગયો હશે.

“મારી એક બહેન હતી.” કૃપાએ કહ્યું, “તેનું નામ મારી જેમ કૃપા હતું.

એ મારા માટે સર્વસ્વ હતી." તેણે આગળ કહ્યું, "અમે બંને બાળપણમાં ખૂબ આનંદી સ્વભાવના હતાં. મોટા થઈને અમે બંનેએ પોતાની રીતે સંઘર્ષ પસંદ કર્યો અને પોતપોતાની લડાઈ લડી."

"કેવી લડાઈ?"

તે કશું બોલ્યો નહીં, મૌન રહેવું વધુ બહેતર લાગ્યું.

"હું તને આ બધું એટલે કહું છું કે હું જાણું છું કે તને પણ કલ્કિની યાદ સતાવતી હશે, મિત્ર." સૂર્યની રોશનીમાં એ આંખો ચમકી ઊઠી, "ભલે એ તારો સગો ભાઈ ન હોય..."

"મારો કહેવાનો મતલબ એ નહોતો." અરજણે વાત કાપી.

"હું જાણું છું. હું જાણું છું કે ક્રોધ આપણને ઝેર ઓકવા માટે મજબૂર કરી દે છે, પણ આપણે એ ન ભૂલવું જોઈએ કે વિષથી મળેલા ઘા પણ મટતા નથી." એણે એવી રીતે કહ્યું જાણે કોઈએ ભૂતકાળમાં તેના હૃદય પર ઘા કર્યો હોય.

અરજણે ડોકું હલાવી પૂછ્યું, "તમારી બહેન ક્યાં છે?"

કૃપાએ નીચી નજરે જવાબ આપ્યો, "એ નથી રહી દુનિયામાં. આ મારા જેવા માણસ માટે એક શાપથી ઓછું ન કહેવાય." એણે સ્મિત આપ્યું પણ તેની પાછળ ઘેરી ઉદાસી દેખાઈ.

"તમારા જેવો?" અરજણ વિચારમાં પડી ગયો, પણ એ કંઈ પૂછે તે પહેલા કૃપાએ આગળ કહ્યું, "સાથી, મને ખબર છે કે તને સાંભળીને ખરાબ લાગ્યું, પણ આખું જીવન આ તો કહેતો આવ્યો છું અને એ પણ જણાવું કે આની પાછળ કોઈ તર્ક નથી. કોઈ તેની પરવા નથી કરતું, પણ તેનો કોઈ અર્થ નથી. હકીકતમાં આ વિચારવા જેવું છે."

"તો પછી અમારા જેવા ઉપર આશા રાખીને કેમ લડો છો?"

કૃપાએ કહ્યું, "કારણ કે મને લાગે છે કે લોકોમાં બધી બદીઓની સાથે સારાપણું પણ ક્યાંક હોય છે. હું એટલું જીવી ચૂક્યો છું કે તેનો કણ-કણ જોઈ ચૂક્યો છું. એટલે હા, આપણે દુનિયામાં બચેલી જે સારપ છે તેના માટે લડીશું. જ્યાં સુધી આ લડાઈ ચાલુ રહેશે સારપ પણ સ્થિત રહેશે. ભલે હું દેખાવમાં કઠોર છું, પણ આ બધા પર મને વિશ્વાસ

છે. મિત્ર, મને આનાથી ખુશી મળે છે. હું આ દુનિયાનો હિસ્સો છું અને ક્યારેક ખુશ થવું પણ સારું લાગે છે. પોતાના અસ્તિત્વનો આનંદ મનાવો, ક્યારેક-ક્યારેક આવું કરવામાં કોઈ નુકસાન નથી."

અરજણ પણ હસ્યો, "આમ તો સકારાત્મકતા તમારા વ્યક્તિત્વનો ભાગ નથી, પણ લાગે છે કે કશું યાદ આવી ગયું છે. એવું શું છે જે તમને સતાવી રહ્યું છે?"

"ઇમાનદારીથી કહું તો લાગણી પર માર પડ્યો છે. એકવાર ગુસ્સો આવી ગયો હતો; બહુ પહેલાની આ વાત છે. હું એવું કરી બેઠો જે નહોતું કરવા જેવું." તેણે ગળામાં થૂંક ઉતાર્યું, "ગુસ્સો મારા પર હાવી થઈ ગયો અને તેણે મારા કર્મને પ્રભાવિત કર્યું."

"શું થયું હતું?"

અરજણે કૃપાની આંખમાં ભીનાશ જોઈ. આ તો અવિશ્વસનીય હતું.

"મને ખબર છે કે તું નારાજ હતો." એ અરજણના પૂછેલા પ્રશ્નથી ભટકી ગયો, "તું લોકોને ખોવાથી અને માન ગુમાવ્યાની વાતથી નારાજ હતો. તું કલ્કિથી નારાજ હતો કે તેણે સભામાં આવી વાત કેમ મૂકી, પણ જ્યારે તું એની નજરથી જોઈશ તો ખ્યાલ આવશે કે સારપ કોને કહેવાય. ક્યારેક દુનિયામાં ગુસ્સો સમાપ્ત કરવા માટે કેટલીક વાતોને બીજાની નજરથી જોવી આવશ્યક થઈ જાય છે."

ભલમનસાઈ, ખરેખર. ગુરુ વસિષ્ઠના આશ્રમની યાત્રા દરમિયાન અરજણે જાણ્યું હતું, કલ્કિ કોણ છે, શું કરવા સક્ષમ છે, તેની મહાનતા. તેને વિશ્વાસ નહોતો આવતો કે આ યુગમાં અને વર્તમાનમાં આવું કંઈ સંભવ હોઈ શકે છે. તેને એ અસંભવ જ લાગતું હતું.

વર્તમાનમાં અરજણ ઇન્દ્રગઢના ચહલપહલભર્યા નગરમાં લોકોની ધક્કામુક્કી વચ્ચે હતો. બાલાને આનાથી કોઈ પરેશાની નહોતી. તેને જોઈને જ લોકો ખસી જતા અથવા તેનાથી બચીને ચાલતા. અરજણ વિચારતો કે બાલા પણ માનવ છે કે નહીં? કદાચ દાનવોના કબીલાનો ઘણો લાંબો-કદાવર માણસ જે અત્યારે વિલુપ્ત છે. લોકો કહેતા હતા કે તેમના વંશજ હજુય ક્યાંક મળી આવે છે, પણ તેનો કોઈ સબૂત

નહોતો. દાનવ અને અસુર, આ બંને નામથી લોકો હજુય ડરતાં હતાં. તે પ્રાચીન સમયના કબીલામાંથી હતાં, જ્યારે ભગવાન ઇન્દ્ર ઇલાવર્તીમાં રહેતા હતા.

અરજણ છેવટે મુખ્ય માર્ગ પર પહોંચી ગયો. બંને બાજુથી લોકોના અવાજો આવી રહ્યા હતા. ખૂણામાં ઊભેલા નાગસૈનિકોની ચાંપતી નજર હતી. બધી ઇમારતો પર લાંબી પતાકાઓ ફરકતી હતી. મશાલો સાથે એક તીખી ગંધ ફેલાયેલી હતી જેનાથી અરજણ પરિચિત નહોતો. બધી બાજુએ દીવાઓ સળગાવેલા હતા.

"આ જ લક્ષ્મીના રાત્રિમાસીનું ઘર હોવું જોઈએ." કૃપા શહેરનો નકશો જોઈ રહ્યો હતો જે એણે એક નાગસૈનિકના ખિસ્સામાંથી ચોર્યો હતો. અરજણ જાણતો હતો કે કૃપા તિકડમબાજ હતો, પણ તેને એવી ખબર નહોતી કે તે ચોરી પણ કરી શકતો હતો.

તેઓ એક ઇમારત પાસે ગયા અને ઝાંપો ખખડાવ્યો. ઝાંપો ખૂલ્યો પણ તેઓ એ જોઈ ન શક્યા કે ઝાંપો કોણે ખોલ્યો. ત્યાં જ તેઓનું ધ્યાન નીચે તરફ ગયું જ્યાંથી ખાંસીનો અવાજ આવ્યો. એ નાના કદનો માણસ હતો. એક યક્ષને સામે જોવાનો અનુભવ પણ મજેદાર હતો. તે આસાનીથી દેખાતો પણ નહોતો. નાગ લોકો તેમના મનમોહક ચહેરા અને ભરાવદાર શરીરથી આકર્ષિત કરતા હતા, પણ યક્ષ નાના અને ગંદા હતા. જોકે ઝાંપો ખોલનાર યક્ષ ગંદો નહોતો.

"કોણ છો તમે?" તેણે તરત પૂછ્યું.

તેના અવાજમાં નોળિયા જેવો સૂર હતો, "તું તારી સાથે આ દૈત્ય કેમ લાવ્યો છું?" તેનો ઇશારો બાલા તરફ હતો.

અરજણ હસ્યો, "અમે લોકો રાત્રિજીને મળવા આવ્યા છીએ." તેણે અંદર જોવા ઇચ્છ્યું, પણ પેલા યક્ષે ઝાંપો બંધ કરી દીધો.

અરજણે ફરીથી ખખડાવ્યું.

"શું હું આ તોડી નાખું?" બાલાએ પાછળથી પૂછ્યું, "એવું કરવું જ આસાન રહેશે. આપણે એ ઠીંગુને બાજુમાં ફેંકી આરામથી અંદર જઈ શકીશું."

"હમ્મ, મતલબ કે રાત્રિ પાસેથી મદદ મળવાની આશા છોડી દેવી જોઈએ."

ઝાંપો ફરીથી ખૂલ્યો, "જી, કોણ છો આપ?" યક્ષે પૂછ્યું.

"મારું નામ અરજણ હરિ છે. આ કૃપાચાર્ય છે અને આ બાલા ચંદ્ર છે."

"ઠીક છે." યક્ષે માથું હલાવ્યું, "પણ મને શું પડી છે કે તમે લોકો કોણ છો?"

"તમે તો પૂછ્યું કે તમે કોણ છો?"

"મેં પૂછ્યું કે રાત્રિદેવી સાથે તમારો શું સંબંધ છે? મારે તમારા નામ નહોતા જાણવા. તમે મારા માટે કશુંય નથી. હકીકતમાં મારા માટે તમારા જેવાની કોઈ કિંમત જ નથી. તમે લોકો મારા માટે ન બરાબર છો, એટલે મહેરબાની કરીને..."

"હું દરવાજો તોડી શકું છું." બાલા બોલીને આગળ વધ્યો.

યક્ષ ડરી ગયો ત્યાં તો અંદરથી અવાજ આવ્યો.

"કુમાર."

"જી, દેવી."

"કોણ છે?"

"ખબર નહીં... કોઈ અરજણ હરિ આવ્યો છે."

"હરિ?" અવાજમાં ઉત્કંઠા હતી. અચાનક પુસ્તકો નીચે પડવાનો અવાજ આવ્યો અને એક સ્ત્રી તેમની સામે આવી. તેણે યક્ષને પાછળ ધકેલ્યો અને પૂછ્યું, "શું તમે લોકો કલ્કિ હરિના સંબંધી છો?"

"જી, દેવી. એ મારો ભાઈ છે." અરજણ બોલ્યો.

રાત્રિએ નજીક આવી એક હાથે ગળું પકડ્યું. તેના નાજુક કાંડામાં બંગડીઓ ચમકતી હતી, આંખોમાં કાજળ અને માથામાં કપડાંથી બાંધેલા વાંકડિયા વાળ હતા. તેનું આખું શરીર સોનેરી ઝાભ્ભાથી ઢાંકેલું હતું અને રૂપાજડિત ઘરેણાંની મદદથી શાલને કસીને બાંધેલી હતી, પણ આ બધાથી અરજણને કશી નિસ્બત નહોતી, કારણ કે તેના બીજા હાથનો મુક્કો તેની નજીક હતો. તે સમજી ન શક્યો કે તે આવું કેમ વર્તી.

“તારા ભાઈએ મારી ભાણીને ફોસલાવી, જેથી મારી પાસેથી હથિયાર લઈ જઈ શકે. એ ક્યાં છે? લક્ષ્મી ક્યાં છે?”

અરજણ ત્યાં સુધી શાંત રહ્યો, જ્યાં સુધી તેનો હાથ ગરદન પરથી હટ્યો નહીં.

“દેવી મારી પાસે એક ખરાબ સમાચાર છે.” અરજણે માથું હલાવ્યું. તેને એ સમાચાર આપવા ગમતા તો નહોતા.

તેઓ અંદર બેસીને પીણું પી રહ્યા હતા જે રાત્રિએ તેમને આપ્યું હતું. આ શરાબ નહોતી એટલે કૃપાને પસંદ ન આવ્યું. તેણે અરજણને જણાવ્યું હતું કે તેણે થોડા સમયથી શરાબ પીવાનું બંધ કરી દીધું છે, પણ તેને આ સ્વાદ ન ભાવ્યો.

રાત્રિનું ઘર પુસ્તકોથી એવું ભરેલું હતું કે કોઈને એમ જ લાગે કે આ પુસ્તકાલય છે. અરજણને આ જગ્યાનો એકેક ખૂણો પસંદ આવ્યો. જ્યાં સુધી રાત્રિ જમવાનું લઈને આવે ત્યાં સુધીમાં તેણે ઘણાં પુસ્તકો તારવીને જુદાં કરી લીધાં હતાં. મોકો મળે તો એ માંગી શકાય તેવો તેનો ઇરાદો પણ હતો. જોકે અત્યારે રાત્રિ કશું કહેવા કે સાંભળવાની સ્થિતિમાં નહોતી, એ રડી પણ નહોતી.

“એ મારા જેવી બનવા માગતી હતી.” અંતે રાત્રિએ બોલીને સન્નાટો તોડ્યો, “એ પુસ્તકાલયમાં કામ કરવા માગતી હતી.”

અરજણે સંમતિ દર્શાવી.

“શું તમે તેને જોઈ હતી? તેના અંતિમ સંસ્કાર ઉચિત સ્વરૂપે થયા હતા?”

“અમે એવું ન કરી શક્યા. અમારે મજબૂરીથી એ જગ્યા છોડીને નીકળવું પડ્યું.” કૃપાએ જુઠ્ઠું કીધું, “ગ્રામવાસીઓ બધાં શબ એકઠાં કરી રહ્યાં હતાં અને તેમણે અમને નગર તરફ મોકલ્યા જેથી પ્રશાસનિક ઉપાય તરીકે પરિષદને મળીને આ એકતરફી નરસંહારના સમાચાર આપવામાં આવે.”

રાત્રિએ માથું ધુણાવ્યું, "બિલકુલ, પણ જો તમને એવું લાગતું હોય કે હું તમને કોઈ મદદ કરી શકું છું તો હું કશું કરી નહીં શકું. મને તો અતિથિ અધિકારીના પદ પરથી હટાવી પુસ્તકાલય અધ્યક્ષ બનાવી દેવાઈ છે, એટલે મને માફ કરજો."

"ઓહ, એ તો બરાબર છે. અમે તો આપને આ સમાચાર આપવા જ માંગતા હતા." અરજણ આગળ નમ્યો, "આ કબીલાવાળાના..." તેણે કુમાર સામે જોયું જે તેમની વાત તરફ બેધ્યાન હતો, "આવ્યા પછી રાજકીય પ્રબંધમાં ભારે ફેરફારો થયા છે. જેમાં અધિક તાનાશાહ હશે, આતંક પણ એટલો જ વધુ હશે."

"હા, ખાસ તો વેદાંત પણ ઇન્દ્રગઢના શાસક તરીકેનું કર્તવ્ય ભૂલી ગયા છે." રાત્રિ ગુસ્સા સાથે બોલી, "તમે લોકો લડાઈમાં કેવી રીતે બચી ગયા?"

"અમે... અમે લોકોએ એ સમયે જ આ પ્રકારે યોજના બનાવી હતી દેવી."

"તમે તો ગંદા અને હાસ્યાસ્પદ લાગો તેવા વ્યક્તિ છો. શું તમે ખરેખર કોઈ આચાર્ય છો?" રાત્રિએ કૃપાને સ્પષ્ટ અવાજે પૂછ્યું.

"જી, હું હત્યાનો આરોપી છું." કૃપાએ ઊઠીને નમન કર્યું, "જોકે મને લાગે છે કે સરખામણી બરાબર રીતે થઈ નથી."

રાત્રિએ પોતાનું પીણું નીચે મૂક્યું અને બોલી, "તમે લોકો બચવામાં સફળ થયા અને મને વિશ્વાસ છે કે તમે તમારા ભાઈને બચાવવા અને ગામને ઉજાડનારા લોકો સામે બદલો લેવા માટે આવ્યા છો. મારી સાથે કામ કરશો તો બંને લક્ષ્ય પૂરા થશે, પણ તેમાં ધીરજ અને સમય બંનેની જરૂર પડશે."

"મને નથી લાગતું કે તમારે આ બધી વાતો..."

"કુમાર?" રાત્રિએ તેની પીઠ પર ધબ્બો માર્યો, "આ તો ઘણો પ્યારો છે. આ કુબેરનો નહીં, પણ મારો વફાદાર છે."

"એવું કેમ?" કૃપાએ પૂછ્યું.

"કારણ કે ઓ વૃદ્ધ માણસ!" રાત્રિને બદલે કુમારે મોં ચડાવી ગુસ્સામાં

જવાબ આપ્યો, "બધા કબીલાવાળાને રાજા પસંદ નથી હોતો. તેમાંથી અમુક લોકો પોતાની વિચારધારા પણ રાખતા હોય છે."

રાત્રિએ પોતે તાલી બજાવી, "સારું, આ સારું થયું. હવે અમારી પાસે એક ટુકડી છે."

"અને અમારે શું કરવાનું રહેશે? શું અમારે નાગસૈનિકોની ખોપરીઓ ખોલવાની છે?" બાલાએ માથું ખંજવાળતાં પૂછ્યું.

"હિંસા કોઈ જવાબ નથી હોતો." રાત્રિ બોલી, "મહાયુદ્ધમાં પણ પ્રભુ ગોવિંદે હિંસાનો સાથ આપવાને બદલે અમુકવાર છળ અને યુક્તિથી પોતાના શત્રુને પરાજિત કર્યા હતા."

અરજણ બોલ્યો, "મને એમ કે તમે ધાર્મિક નહીં હોવ."

"હું નથી જ, પણ તેનો અર્થ એ નથી કે કોઈ દંતકથામાંથી પ્રેરણા પણ ન લઉં." રાત્રિએ તેની સામું સ્મિત આપ્યું.

"પ્રિય દેવી, આ તો ઠીક છે, પણ તમારી પાસે અમારા માટે શું યોજના છે? બધા જ નાગ અમારી વિરુદ્ધ છે ને તે લોકો સંખ્યામાં પણ ઘણા છે, જ્યારે..." કૃપા તેની વાતથી ભટક્યો, "અમે તેમને કેવી રીતે રોકીશું?"

"મારા માટે એક છોકરી કામ કરે છે. એ મદદ કરી શકશે. એ અત્યારે ક્યાં છે તેની ખબર નથી. હમણાંથી તે મનમાની કરવા લાગી છે." રાત્રિએ વિચાર કરીને કહ્યું, "પણ ચિંતા ન કરો, મને લાગે છે કે આપણે મળીને કોઈ ઉપાય કરી શકીશું. આપણે રાજ્યની વિરુદ્ધ ઘૃણાનો પ્રચાર કરવો પડશે અને એકવાર બધાના મગજમાં શંકાનું બીજ વાવી દઈએ તો ક્રાંતિની ધજા આપણા હાથમાં હશે."

"પ્રચાર." અરજણે આવું ક્યાંક વાંચ્યું હતું. સત્યના પ્રચાર સાથે રાજ્યના વિરુદ્ધમાં ક્રાંતિ, લોકોને એ ખ્યાલ આપવો પડશે કે તેઓ એક અક્ષમ નેતાની પાછળ ચાલી રહ્યા છે, પરંતુ આ બર્બરયુગ ચાલી રહ્યો હતો અને કહેવું કઠિન હતું કે આ બધું કારગર નીવડે કે નહીં, પણ અત્યારે તેમના માથે એક છત, હાથમાં પીણું અને પોતાના જેવી વિચારધારાવાળા લોકોનો સાથ હતો. હવે તેમની સાથે મળીને યોજના

બનાવવી પડશે, એ પછી જ તેઓ કલ્કિને મુક્ત કરાવીને પર્વતો તરફ જવાની યોજના બનાવવા પર વિચાર કરવા લાગ્યાં.

અરજણ કૃપાને એક બાજુ લઈ ગયો ને બાલા એ નાના આસન પર બેઠો બેઠો આઘોપાછો થતો હતો, "આ તો બરાબર છે, પણ જો તમારા કહેવા મુજબ એ લોકો સોમ લઈ આવ્યા છે તો તેનો અર્થ એ થયો કે અધર્મ આપણી તરફ આગળ વધી રહ્યું છે."

"હા, મારી વાતમાં સચ્ચાઈ છે. ભલે તેની ગતિ અધિક નથી, પરંતુ..."

ત્યારે જ બહાર અવાજ આવ્યો. અરજણે ધ્યાન ન આપ્યું પણ કુમાર તે તરફ દોડ્યો.

"આપણે એક ઉત્તમ યોજના પર વિચાર કરીને આ છોકરીની સહાયતા લઈ શકીશું. તેની સાથે આપણા માટે રસ્તા પર ચાલવું, કલ્કિની ભાળ મેળવવી અને તેને મુક્ત કરાવવાનું આસાન રહેશે."

"અત્યાર માટે કોઈ યોજના નથી?" અરજણે દાંત ભીંસ્યા.

કૃપાએ ગરદન હલાવી, "મારી પાસે યોજના છે, પણ તેને માટે આપણને કારાવાસ અને સોમ જે જગ્યાએ રાખ્યું છે ત્યાંની સ્થિતિનો ખ્યાલ હોવો જોઈએ."

"તમે સોમનો પ્રયોગ કરવા માગો છો?"

"હમ્મ, એક રીતે એવું પણ કહી શકો છો."

"આપણે એ ચીજોથી તો ભાગી રહ્યા હતા, હવે તેની તરફ કેમ આપણે જવું છે?"

"કારણ કે નવી કામચલાઉ યોજનાની એ માંગ છે."

"જો તમે બનાવી છે તો તેને કામચલાઉ ન કહી શકાય." અરજણ બોલ્યો.

"અચ્છા, ભાઈ! કેવળ યોજના કહીએ, બસ." એ હસ્યો.

અરજણે માથું હલાવ્યું. જે પણ હોય, કૃપાના મગજમાં જે ચાલી રહ્યું હોય, વિચાર તો ખોટો નહોતો. ને ઉપરથી અરજણ પાસે તેનાથી કોઈ વધારે સારી યુક્તિ પણ નહોતી.

ત્યાં જ રાત્રિ તેના હાથમાં ચર્મપત્ર લઈને ઓરડામાં પાછી આવી.

"અરજણ, મારી પાસે તારા ભાઈનો સંદેશ આવ્યો છે."

અરજણ આગળ આવ્યો, તેના ધબકારા વધી ગયા હતા, "આ કોણે આપ્યો તમને?"

"કોઈ રસ્તે જનારે."

"તેની પર ભરોસો કરી શકાય?"

"અધર્મ અને અંધકાર યુગ શું છે? લાગે છે કે તેના વિશે મેં પહેલા ક્યાંક વાંચ્યું છે..." તે સંદેશને ફરીથી વાંચતી વખતે તેના વિશે વિચારવા લાગી.

અરજણે કૃપા સામે જોઈ ધીમેથી કહ્યું, "સારું, તમારી યોજના જે પણ હોય, આપણે તેજીથી કામ કરવું પડશે. આમ પણ આપણા પર મુશ્કેલીઓ વધેલી જ દેખાય છે."

58

જ્યારે વેદાંત કોઈ કામ ન કરી રહ્યો હોય, કીકતપુરના વિરોધીઓને ડામવાની યોજના ન બનાવી રહ્યો હોય ત્યારે તે તેની પુત્રી ઉર્વશીની પથારી પાસે બેસી તેને નાયકો અને ખલનાયકો વિશેના કિસ્સાઓ સંભળાવતો હોય, પરંતુ આજે તે હાથમાં દીવડો લઈને ત્યાં પહોંચ્યો તો એ સૂઈ ગઈ હતી. મોટેભાગે એ રાત્રે જ્યારે ક્યાંય ગયો હોય ત્યારે તેની સાથે દીવડો પકડીને કોઈ સંત્રી ચાલતો હોય, પણ ઉર્વશી માટે તો તે જ લઈને જતો. તેને ભણવાની વ્યવસ્થા પણ ઘરે જ કરવામાં આવી હતી અને તે કિલ્લાઓની દીવાલો વચ્ચે સુરક્ષિત હતી. તેના ઓરડા બહાર દસ સૈનિકો પહેરો ભરતા હતા, તેથી કોઈ તેને નુકસાન પહોંચાડવાનું સાહસ જ ન કરી શકે.

તેણે કળિ સાથે ટક્કર લેવાનું પણ એટલે જ છોડી દીધું હતું, કારણ કે તેને ઉર્વશીની ચિંતા હતી. સુંદર ચહેરો અને સોનેરી દિલવાળી નાની રાજકુમારી તેની મા જેવી જ પ્યારી હતી. એ નહોતો ઇચ્છતો કે તેના જીવન સાથે કોઈ છેડછાડ થાય. કળિ સાથે લડીને હારવા કરતાં તેની સાથે મળીને કામ કરવામાં વધુ સમજદારી હતી. તમે તમારા નગરને ફરીથી મેળવી શકો, પણ પુત્રી હાથથી જાય તો મેળવવી સંભવ નથી.

આજે એ પહેલેથી જ સૂઈ ગઈ હતી. તે તેની પાસે આવીને ઊભો રહ્યો અને હસ્યો. કદાચ તે વાર્તા સાંભળવા નહીં માગતી હોય અથવા થાકી ગઈ હશે. તે એને ફક્ત પુસ્તકિયું જ્ઞાન નહીં, પણ યુદ્ધકલા, ઘોડેસવારી અને તલવારબાજીનું શિક્ષણ પણ આપતો હતો. આ દુનિયામાં અસ્તિત્વની લડાઈ માટે આ બધું શીખવું જરૂરી હતું અને રાજવી પરિવારનું હોવું કોઈ અસ્થાયી રોગથી ઓછું ન ગણાય. નામ અને સુખસુવિધા તો આવતી-જતી ચીજ છે. માનો કે કાલે વેદાંત પાસે આ

બધું ન હોય તો ઉર્વશીને ખબર હોવી જોઈએ કે બહાર જઈને એક યોદ્ધાની રીતે કેવી રીતે જીવી શકાય.

"પિતાજી." એક કોમળ અવાજ આવ્યો.

"તને પરેશાન કરવા માટે માફી માગું છું. મને એમ કે તું જાગે છે એટલે જ આવ્યો."

"હું તમારી પુત્રી છું. મારી તમારે માફી જ ન માંગવાની હોય." તેણે પથારીમાંથી વેદાંત તરફ ચહેરો ફેરવ્યો. અત્યારે એ તેર વર્ષની હતી. દીવાના પ્રકાશમાં તેનો ચહેરો ઝગમગી ઊઠ્યો અને વેદાંતને જે ગમતો હતો તેવો ચહેરો સામે હતો.

"તને જોઈને તારી મા યાદ આવી જાય છે."

ઉર્વશીના ચહેરા પર સ્મિત આવ્યું, "મને તેના વિશે જણાવો."

વેદાંતે માથું ધુણાવ્યું, "ફરી ક્યારેક. અત્યારે નહીં પ્રિય."

"તમે હંમેશાં આવું જ કહો છો." તેણે મોઢું ફુલાવ્યું, "આપ હંમેશાં ભૂતકાળની વાતો ટાળો છો, પિતાજી. પોતાની અસફળતાને વર્તમાન અથવા ભવિષ્ય પર હાવી ન થવા દેવાય." ઉર્વશી બેઠી થઈ અને ટેકો લઈને બેસી ગઈ.

"તેં આવું બધું ક્યાંથી શીખ્યું?"

"એ વાર્તાઓમાંથી શીખી, જે તમે સંભળાવો છો."

વેદાંત મૂછમાં હસ્યો. તે પોતાના જ પ્રશ્નની જાળમાં ફસાઈ ગયો હતો. તેણે માથું હલાવ્યું તો એક વનસ્પતિની સુગંધ આવવા લાગી. તે જાણતો હતો કે એ શું હતું. એ ઊઠીને તે છોડ પાસે ગયો, જે બારી પાસે હતો. તેની પાંદડીઓ કમળના આકારની હતી જે હવામાં લહેરાઈ રહી હતી. તેનો રંગ આછો હતો. તેણે હળવેથી તેને સ્પર્શ કર્યો. મને આનંદ છે કે તેં આ છોડને ભૂલથી પણ ગુમાવ્યો નથી. ઉર્વશી લગભગ તેના આપેલા છોડની દેખરેખ નહોતી કરી શકતી. એ મૂર્ખ નહોતો, એ જાણતો હતો કે ઉર્વશીને ભેટ પસંદ નહોતી આવતી, પણ તેને તેની કિંમત ખબર નહોતી. એટલે તે એને પૂરી રીતે દોષી પણ નહોતો માનતો.

"હમ્મ, જોકે આ છોડની સુગંધ એટલી બધી ખરાબ નથી, જેટલી

પેલા બીજા છોડની હતી.”

“આ દુષ્ટ આત્માઓને દૂર રાખવા માટેનો સહાયક છોડ છે.” વેદાંતે છોડને મૃદુતાથી સ્પર્શ કર્યો.

“આ નાના છોડ માટેનો તમારો પ્રેમ જોઈને મને ડર લાગે છે.” ઉર્વશી હસવા લાગી.

“જાણે તને આવી કોઈ વિચિત્ર રુચિ હોય જ નહીં.” વેદાંતે લાકડાંની એ નાની નાની આકૃતિઓ તરફ આંગળી કરી, જેને એ નાના ચાકુથી કોતરતી રહેતી હોય છે, “આપણા દરેકના કોઈ શોખ હોય છે જે આપણા ચરિત્રને ઘડતા હોય છે, જે વાસ્તવમાં આપણે હોઈએ છીએ.”

એ ખુરશીની નજીક આવ્યો, “બેટા, આ છોડને કરમાવા ન દઈશ. આ એક વિશેષ કારણથી લાવવામાં આવ્યો છે. આપણે અત્યારે વૈભવની વચ્ચે નથી. આપણો સમય સંઘર્ષથી ઘેરાયેલો છે. આપણે બહુ સાવધાન રહેવું પડશે. દરેક કદમ વિચારીને ઉપાડવા પડશે.”

ઉર્વશીએ સંમતિ દર્શાવી, “ચિંતા ન કરો, એવું જ થશે. હું સાવધાન જ છું. તમે આ કબીલાવાળાઓથી પીછો છોડાવવાની યોજના ક્યારે બનાવવાના છો?”

“જલદીથી.” વેદાંતે પહેલા પણ ઉર્વશી આગળ પોતાની શંકા પ્રગટ કરી હતી કે તે કેવી રીતે કબીલાવાળાના હસ્તક્ષેપથી હેરાન હતો. જોકે તેણે એવું નહોતું જણાવ્યું કે અત્યારે તેમાંથી જ એક જણ જોડે તે કામ કરી રહ્યો છે. એ બોલ્યો, “તું તારી માની જેમ જ સવાલ-જવાબ કરે છે.”

“જ્યારથી એ ગઈ છે ત્યારથી આ કિલ્લાના સ્વામીની દેખરેખ કરવા માટે કોઈ તો જોઈએ ને.”

વેદાંત હસ્યો. તે ઉર્વશીને કસીને ભેટી પડ્યો અને ઉર્વશી પણ ભાવથી તેને ભેટી પડી. એ બંને થોડીવાર એમ જ રહ્યાં ત્યારે બહારથી કોઈકે ખખડાવ્યું હોય તેવો અવાજ આવ્યો.

“કોણ છે, અત્યારે પાછા જાઓ.” વેદાંત બરાડ્યો.

“મહારાજ.” આ અવાજમાં ભયનો સંકેત લાગતો હતો.

વેદાંતે નિઃસાસો નાંખ્યો. એણે ઉર્વશીને કીધું, “હું તને બહુ જ પ્રેમ કરું

છું." પછી કંટાળાજનક ચહેરો કરીને ઓરડામાંથી બહાર નીકળી ગયો. બહાર નીકળીને જોયું તો એ વ્યક્તિ પરસેવાથી લથપથ, હાંફી રહેલો ને ગભરાયેલો હતો, ઉપરથી તેના ચાંદયુક્ત કવચ પર લોહીના છાંટા હતા.

"શું થયું?"

"મહારાજ," તેની આંખો પહોળી થઈ ગઈ, "હત્યાકાંડ થયો છે."

વેદાંત જમીન પર વિખરાયેલા લોહી પર ઊભો હતો. તે એક વેશ્યાલયની અંદર હતો, જ્યાં રાત રંગીન થતી હતી અને દિવસે એક ધર્મશાળા જેવું લાગે. વેદાંતે આજુબાજુ જોયું. તેના બધા જ પરિચિતો ધરતી પર પડ્યા હતા ને તેમનાં ગળાં રહેંસી નાંખેલાં હતાં.

પ્રબંધક વેદાંતની પાછળ પાછળ ગભરાયેલો ફરી રહ્યો હતો. વેદાંત જે ઓરડામાં જાય ત્યાં આવું જ દૃશ્ય જોવા મળતું. બધાં જ ઓશીકાં લોહીથી લથપથ હતાં. જમીન પર વેશ્યાઓના લોહીથી ખરડાયેલા પગના નિશાન હતાં. હે ભગવાન, દુર્ગંધને કારણે ઊભું રહેવું પણ અસહ્ય હતું. વેદાંતે આ બધું જોઈને મોં પર શાલ લપેટી હતી.

એ ફક્ત સામાન્ય માણસો નહોતા. તેઓ તેના મંત્રીઓ અને સેનાપતિઓ હતા. આ દૃશ્ય જોઈને તેને એક જ વિચાર આવ્યો કે હવે તેની પાસે પોતાનું કોઈ બચ્ચું નહોતું. તેને થયું કે તે આ સિવાયનું વિચારશે. તેણે તેની પાછળનો દરવાજો બંધ કર્યો. નાક ઉપરથી ભારેખમ શાલ હટાવીને ઊંડો શ્વાસ લીધો.

"આ લોકો વેશ્યાલયમાં શું કામ આવ્યા હતા?" તેણે પોતાના સંત્રીઓને પૂછ્યું.

પ્રબંધકના મોઢામાંથી તો કશું ન નીકળ્યું. તે પોતાની જગ્યા પર હલી-ડૂલી રહેવા સિવાય કશું જ ન કરી શક્યો. જોકે તે અત્યંત ગભરાયેલો હતો, "એવો કયો જશ્ન મનાવવા આવ્યા હતા?"

સંત્રીઓ કશું જ ન બોલ્યા એટલે પ્રબંધકે સાહસ કર્યું.

"મહારાજ, આ લોકો ઘણીવાર ટોળી બનાવી, દાવત કરવા અને

અહીંની છોકરીઓ સાથે મોજ-મસ્તી કરવા આવતા રહેતા હતા."

વેદાંતને વિશ્વાસ ન આવ્યો કે તેના અધિકારીઓ આવી ગેરકાયદેસર પ્રવૃત્તિમાં લિપ્ત હતા. આ તો સમાજના નૈતિક નિયમો વિરુદ્ધ હતું, જેનાથી તે આટલા સમયથી બચતો આવ્યો હતો. જો એ લોકોનું વિવાહિત જીવન હોવા છતાં પરસ્ત્રીગમન ચાલુ હતું તો તેણે ભગવાન વિષ્ણુ, ભગવાન શિવ અને ભગવાન ઇન્દ્રના મંદિર કેમ બનાવ્યા? તેને વિચારમાત્રથી ઘૃણા થઈ. એ ફક્ત મંત્રીઓના મૃત્યુથી સ્તબ્ધ નહોતો, પણ એ નિયમો પ્રત્યે મંત્રીઓની ઉદાસીનતાથી પણ પરેશાન હતો. તેનો મતલબ એ થયો કે એ લોકો વેદાંતની શાસક તરીકે પણ ઇજ્જત નહોતા કરતા.

"છોકરીઓ? એ લોકોએ કશું નથી જોયું કે આ કોણે કર્યું?"

"મહારાજ, મેં હજુ નથી પૂછ્યું. તે લોકોએ જે જોયું એ પછી ભયભીત હોવાથી કશું કહેવાની સ્થિતિમાં જ નથી."

પાંચ મંત્રી માર્યા ગયા હતા અને તેને એ વાતની ચિંતા હતી કે તેની વેશ્યાઓ આઘાતગ્રસ્ત છે. વેદાંતે તેનો કાંઠલો પકડીને પોતાની તરફ ખેંચ્યો, "એ બધાંને મારી સામે લાવીને ઊભી કરી દે. હું તેમને મળવા માગું છું, અત્યારે ને અત્યારે જ."

પ્રબંધક ગરદન હલાવી ત્યાંથી ખસી ગયો. વેદાંત પોતાના પાંચ સંત્રીઓ સાથે રાહ જોવા લાગ્યો. વેશ્યાઓને એક હારમાં ઊભી રાખી. તેમાંથી ઘણીએ બહુ જ ઓછાં વસ્ત્ર પહેર્યાં હતાં, શરીર પણ સફેદ વસ્ત્ર લપેટેલું હતું જે તેમની છાતી ઢાંકી નહોતું શકતું. તેણે પોતાની પત્ની સિવાય બીજા કોઈને આવી અવસ્થામાં જોઈ નહોતી. તે સાચા અર્થમાં પોતાની પત્ની સિવાય કોઈને ચાહતો નહોતો. તે એને ખૂબ જ પ્રેમ કરતો હતો.

તે આગળ આવ્યો અને ધીરે-ધીરે એ બધાને જોવા લાગ્યો. તે એ લોકોના ચહેરા પરના ભાવની ચઢ-ઊતર સમજવાની કોશિશમાં હતો અને આખરે એક વેશ્યા પાસે આવીને રોકાઈ ગયો.

"તેં શું જોયું હતું?" તેણે પૂછી લીધું.

"મેં... મેં તો..." એ યુવતી પ્રશ્નને ટાળવા માટેની પૂરી કોશિશમાં હતી. કંઈક તો વાત હતી જ.

વેદાંતે માથું હલાવી તેને વાળથી પકડી. પ્રબંધકનો જીવ તાળવે ચોંટ્યો. વાળ નકલી હતા. તેણે તેને જમીન પર પટકી નાખી. તેની સામે સ્ત્રીના વેશમાં એક પુરુષ હતો, "તું પોતાને જે સ્વરૂપમાં વેચે એ તારો પોતાનો નિર્ણય છે, પણ પોતાને એક સ્ત્રીના વેશમાં છુપાવીને તારા રૂપને લજ્જિત ન કર."

તેણે અન્ય નગરની યાત્રાના સમયે જોયું હતું કે અમુક શાસકો વાત કરતા હતા કે કેવી રીતે છદ્મવેશે પુરુષોને પોતાના ઓરડામાં મોકલી દેવાતા હતા. એ તેમની પ્રાથમિકતા હતી કે તેઓ પોતાને પુરુષને બદલે આ રીતે વેચે. બેશક, આ ભગવાને બનાવેલા નિયમોથી વિરુદ્ધ હતું, પણ આ બધું તો સદીઓથી ચાલતું હતું ત્યારે પરિસ્થિતિ બીજી હતી. વેદાંતને આ બધી વાતની પરવા નહોતી, જોકે કીકતપુરમાં વેશ્યાવૃત્તિ હજુ પણ ગેરકાયદેસર હતી.

"મારા મંત્રીઓ એક પછી એક મરતા ગયા અને તમે બધા જોતાં રહ્યાં અને તોય તમે કહો છો કે તમે કશું જોયું નથી." તેના અવાજમાં કડકાઈ હતી કે સાંભળનારને તેની દુષ્ટતાનું અનુમાન કરાવી દે, "તું બોલીશ કે હું અત્યારે જ આ કોઠો બંધ કરાવીને તને વેશ્યાવૃત્તિના આરોપમાં કારાવાસમાં મોકલી દઉં." એ સાચું કહી દે તો પણ તે એવું જ કરવાનો હતો, પણ અત્યારે તો વાત કઢાવવા માટે આ રીત કારગર થાય તેમ હતી.

પ્રબંધક રડી રહ્યો હતો. એ એક લંપટ માણસ હતો. તેને કશું જણાવવામાં કોઈ અડચણ હતી. વેદાંત એક સ્ત્રી પાસે જઈને બોલ્યો, "હા, તું કશું જણાવવા માગે છે?"

"આ બધું ત્યારે થયું જ્યારે અમે તે લોકો સાથે સૂઈ રહ્યાં હતાં." તે સ્ત્રીને પોતાની વાત કહેતા આવડતી હતી. એ વેદાંત તરફ જોતી નહોતી પણ તેના શબ્દોમાં કોઈ સંકોચ નહોતો, "એવું લાગે છે કે કોઈ અમારા સૂઈ જવાની પ્રતીક્ષા કરતું હતું."

"શું તમે બધાં જ સૂઈ ગયાં હતાં?"

"જી, હા." બધાં એકસાથે બોલી ઊઠ્યાં.

વેદાંતે આંખો ઝીણી કરી. તેના મંત્રીઓની નિર્મમ હત્યા કરવામાં

આવી હતી, કદાચ કામ આસાન કરવા માટે તેમની શરાબમાં બેહોશી માટેની દવા નાંખવામાં આવી હશે.

"શું કોઈએ કશું પણ બીજું જોયું છે?"

એક હાથ ઊંચો થયો. વેદાંત તે તરફ ગયો.

"બોલ."

તે સ્ત્રીની આંખો ભૂરી હતી. કદાચ કોઈ નાગ-યુવતી હતી, "હું થોડી જલદી ઊઠી ગઈ હતી, મેં તે હત્યારાની આકૃતિ જોઈ હતી."

કોઈ તો કામની વાત થઈ.

"હા, મહેરબાની કરીને જણાવી દે." એ કુતૂહલથી રાહ જોવા લાગ્યો, તેના મગજની નસો ફાટી રહી હતી.

"તે માણસે મારી તરફ જોયું અને એ ભાગી ગયો. તે પેલી બારીમાંથી બહાર ભાગ્યો."

"તેણે શું પહેર્યું હતું?"

"ચહેરા પર શાલ લપેટેલી હતી, પૂરેપૂરો ઢંકાયેલો હતો."

"કશું ખાસ દેખાયું, જે જણાવવાલાયક હોય?" વેદાંત જાણવા માટે અધીરો હતો અને પેલી યુવતી આંખો સંકોરી ઊંડા વિચારમાં હતી.

"હા." તેણે નિઃસાસો નાખ્યો ને તેની આંખો ચમકી ઊઠી. વેદાંતના ધબકારા પણ વધી ગયા. બની શકે કે આ માહિતી અપરાધી સુધી લઈ જઈ શકે.

"એ માણસ જે પણ હોય, બહુ જ ઉતાવળમાં હતો. જ્યારે તેણે બારીમાંથી છલાંગ લગાવી ત્યારે હવાને કારણે તેના વાળના રંગ જોયા હતા."

"હમ્મ."

"હું એના વાળ જ જોઈ શકી."

"કેમ, એના વાળમાં એવું શું ખાસ હતું?"

"મહારાજ, એ સફેદ રંગના હતા. આપણે જાણીએ છીએ તેમ આખા શહેરમાં આવા વાળ ધરાવતાં વધુ લોકો નહીં હોય."

59

કળિને એવી કોઈ ચિંતા નહોતી કે માર્તંડને ક્યાં શોધવો પડશે? અન્ય રાક્ષસોની જેમ એ પણ તેના ભવનના કોઈ ખૂણામાં મળશે અથવા સડક પર સૈનિકોને કદમતાલ કરાવતો તેનું કામ કરી રહ્યો હશે, પણ મોટેભાગે એવું થતું નહીં. એ જીવનની નાની નાની ચીજોનો આનંદ ઉઠાવતો સુરાપાન કરતો મળી આવતો અને કોકો-વિકોકોએ તે દિવસે તેને એવી જ જગ્યાએ જોયો.

કળિએ અંદર જઈને જોયું તો તે માણસમાંથી મદિરાની ભયાનક ગંધ આવી રહી હતી. એક રાક્ષસને આવી પરિસ્થિતિમાં નિહાળવો એ આશ્ચર્યજનક હતું. એ દક્ષિણના અનુશાસિત લોકોમાંથી હતા જે લોકો પોતાની મહેનત અને લગનના બળે ઉચ્ચ હોદ્દાઓ પર પહોંચ્યા હતા. એ અસાધારણ માનવામાં આવતા હતા અને અહીંયા રાક્ષસોનો સંસદીય પ્રમુખ આવી દશામાં ઉપસ્થિત હતો. એ તો નક્કી હતું કે જો રક્તપને આ ખબર પડે તો માર્તંડને જવાબ આપવો ભારે પડી જાય. રક્તપ માર્તંડ જેવો નહોતો. તેનો કોઈ દિવસ ખરાબ નહોતો. તેના ખરાબ દિવસ સારા અને સારા દિવસ તેનાથી પણ બહેતર હતા. કદાચ માર્તંડને એક આંખમાં તકલીફ હતી.

એક ઘાયલ વ્યક્તિને એ વ્યક્તિની સરખામણીએ પોતાની અંદર વધુ અજ્ઞાનતા દેખાય છે જે સહેજેય ઘાયલ નથી હોતો.

કળિના પગરવના અવાજથી માર્તંડ સહેજ હલ્યો, પણ એ અર્ધજાગ્રત અવસ્થામાં એમ જ પડ્યો રહ્યો. કળિએ તેના સૈનિકોને જોયા, જે મદિરા નહોતા પીતા. તેઓ તેની પાછળ ઘૂંટણિયે બેઠા હતા. કળિને આવું સન્માન બહુ ગમતું, આ રીતે તેની અંદર આત્મવિશ્વાસ ઉભરાતો હતો અને તે પોતાને ઘણો વધારે સારો મહેસૂસ કરતો.

કળિ ત્યાંની એક ખુરશી પર એક પગ પર બીજો પગ ચડાવી બેઠો. તેણે કશું જ કર્યું નહીં. બસ, સામે બેઠેલા વ્યક્તિને જોયા કર્યું. મદિરાપાનથી મોટામાં મોટો વ્યક્તિ પણ કેટલો નિસહાય થયેલો હોય છે તેવું લાગ્યું. આ જ કારણસર તેણે પોતાની જાતને મદિરાથી કાયમ દૂર રાખી હતી.

કોકોએ આગળ આવી માર્તંડને ઢંઢોળ્યો. એક ક્ષણ માટે તે ગુસ્સે થયો, પણ પછી તેને ખ્યાલ આવ્યો કે ઢંઢોળવા વાળી વ્યક્તિ બીજું કોઈ નહીં કળિનો અંગરક્ષક જ હતો. તે બેબાકળો થઈને ઊભો થયો અને કળિને જોઈને હાથમાં રહેલો પ્યાલો ઊંધો કરી દીધો.

"માફ કરજો." તેની આંખો ઝપકવા માંડી, "હું...હું તો..."

"વાંધો નહીં." કળિએ તેની સામું હલકું સ્મિત કર્યું, "કશો વાંધો નહીં, ચિંતા ન કરો. આપણે બધા આનંદ કરવાનો અધિકાર ધરાવીએ છીએ."

માર્તંડે કળિની સામે શંકાભરી નજરે જોયું ને વિચારવા લાગ્યો કે શું ઇન્દ્રગઢના શાસક કળિએ આવું કહ્યું કે પછી તેને એવો ભ્રમ થયો છે.

"કેટલાક સમયથી શરીરમાં રોગ હતા, વિશ્રામ કર્યા બાદ હવે સ્વસ્થ છું."

"તમારા વાળને શું થયું?"

કળિની અંદર આગ જેવો અનુભવ થયો. કોઈને એવો હક નહોતો કે તે વાળ વિશે પૂછે, એમાંય આ કબીલાના મૂર્ખ સરદારને તો સહેજેય નહોતો. તેની ટાલવાળા માથામાં અમુક વાળ જ બચ્યા હતા, ચહેરો પણ દિવસ જતા સુકાતો જતો હતો, "આ મારી બીમારી... બસ, બીજું કશું નહીં. જલદીથી બધું સારું થઈ જશે."

માર્તંડને તેની અસલામતીનો અહેસાસ થયો કારણ તે નીચે ઝૂકેલો હતો. તે થોડો આગળ આવ્યો.

"ખબર છે, મેં સાંભળ્યું હતું કે તમારી સાથે શું થયું હતું?"

"અફવાઓ ઝેર જેવી હોય છે, તેં સાંભળી જ હશે?"

"પણ મહારાજ, જો આ સાચું હોય તો મને સાચે જ વિશ્વાસ છે

કે તમને ઝેર જ આપવામાં આવ્યું છે." માર્તંડ મૂર્ખતાથી કળિ સામે જોઈ હસ્યો, "મહારાજ, હું કોઈ વસ્તુ પર વિશેષ રૂપે આંગળી નથી ચીંધતો." તેની પાસે તેની વાત કહેવાનો અલગ અંદાજ હતો. કળિએ ક્યારેય કોઈને આવું અડધું-પડધું બોલતાં નહોતો જોયો, "પણ તમારે તમારી પીઠ પાછળ ધ્યાન રાખવું જોઈએ, મોટેભાગે વિજેતાઓની પીઠ પર એ લોકો જ પ્રહાર કરે છે જેને તે વધુ પ્રેમ કરતો હોય."

કળિએ માથું હલાવ્યું, "મેં પણ સાંભળ્યું છે એટલે તો મારી પાસે આ બંને છે." તેણે કોકો અને વિકોકો તરફ ઇશારો કર્યો, એ બંને પણ તેમનું નામ સાંભળતાં જ સાવધાન થયા.

"તમારા વફાદાર." માર્તંડે સંમતિ દર્શાવી, "અને મહારાજ, તમે મારી પાસે આવવાનું કષ્ટ કેમ કર્યું? મેં શું એવું કંઈ કર્યું છે? કંઈક ખોટું-કંઈક સારું?"

કળિએ તેના પહેરણમાંથી એક નાની શીશી કાઢી અને તેમાંથી એક ઘૂંટડો પીધું. "આમાં શું છે?" કળિએ શીશી તરફ સંકેત કર્યો.

માર્તંડે શીશીમાં ભૂરા રંગનું દ્રવ્ય જોયું, "પરંતુ મહારાજ, તમે આ પ્રશ્ન મને કેમ કરો છો?"

"કારણ કે," કળિ આગળ આવ્યો, તેની આંગળીઓ એકબીજા સાથે ગુંથાયેલી હતી. તેનો અડધો ચહેરો ઓરડાના પડછાયામાં છુપાયેલો હતો, "મને ખબર છે કે તમે બંનેએ શું કર્યું છે અને એ સારી વાત પણ ન હતી. દુરુક્તિ હઠીલી છે અને એ તે સમસ્યા ને તેનું સમાધાન જુએ છે. તેણે તેના ભાઈને મરણપથારીએ જોયો અને મદદ કરવાની કોશિશ કરી, પરિણામોની કોઈ ચિંતા ન કરી તેનો પણ વાંધો નથી. ના, સમસ્યા એ છે કે આ સમાધાન માટે એ કઈ જગ્યાએ ગઈ." તેણે શીશી ઉપાડી ભૂરા રંગના પ્રવાહીને ધ્યાનથી જોયું, "હું જાણવા માગું છું કે આ શું છે, જે સ્વસ્થ થવામાં મને મદદ કરે છે. તેનું કહેવું છે કે આ કોઈ જડીબુટ્ટીનો રસ છે, પણ મને હજુ તેવો વિશ્વાસ નથી આવતો. મને લાગે છે કે આ કંઈક બીજું જ છે. આ કંઈક એવું છે જે આ દુનિયાનું તો નથી જ લાગતું."

માર્તંડ ચિડાયો, "તમે આ વિષયમાં તમારી બહેનને કેમ નથી પૂછતા?"

કળિ નહોતો પૂછી શકતો. તેને એ વાતની શરમ હતી કે ક્યાંક દુરુક્તિને તેની શંકા વિશે ખબર ન પડે. તે એને નફરત કરી શકતી હતી. શરૂથી આજ સુધી એ બંનેના સ્નેહમાં કોઈ શરત કે શંકા જેવું ક્યારેય રહ્યું નહોતું. ફક્ત તેની બહેન અને તે એક તરફ અને આખી દુનિયા બીજી તરફ.

"મહારાજ, તમે તમારી બહેન આગળ ગભરાઈ જાઓ છો. મને આશ્ચર્ય થાય છે કે તે એક સ્ત્રી જ છે. આટલો ડર રાખવાની શી જરૂર છે?"

"એ મારી બહેન છે."

"અમારી સભ્યતામાં તો કોઈ ફેર નથી હોતો." માર્તંડે જાણે ખભા ખંખેર્યા, "અમારા માટે તો પત્નીઓ, બહેનો, વેશ્યાઓ બધું એક જ છે."

રાક્ષસ તેમની સ્ત્રીઓ સાથે એવા મુક્ત સંબંધ રાખતા હતા, કારણ કે તેમના પૂર્વજો સ્વભાવથી જ વ્યભિચારમાં લપેટાયેલા હતા.

"મહારાજ, પુરુષ જ તો આખા સંસારનો ભાર વહન કરતા આવ્યા છે, જેમ કે તમે." માર્તંડે હસવાનું બંધ કરી નિંદામય દૃષ્ટિથી જોયું.

"તમે જાણવા માગો છે કે આ શું છે. હકીકતમાં તે આ દુનિયાનું નથી અને મારા માણસોનું કહેવું એવું છે કે તેને દેવતાઓ દ્વારા આપવામાં આવ્યું હતું. આ જાદુઈ મિશ્રણોથી બનાવેલું અમૃત છે. જો આ અનુચિત માત્રામાં લેવાય તો તમે પાગલ થઈ શકો છો. તમારા પર આનો કોઈ પ્રભાવ કેમ નથી દેખાતો?"

"તું આ વિષયમાં આટલું બધું કેવી રીતે જાણે છે?"

"જ્યારે કોઈ વ્યક્તિ કોઈની સહાય કરતું હોય ત્યારે તેને બરાબર ખબર હોવી જોઈએ કે તે કોની અને કયા વિષયમાં મદદ કરી રહ્યા છે." માર્તંડ બોલ્યો.

"અને તેં સ્વયં આ પીવાનું નથી વિચાર્યું?"

માર્તંડ હસ્યો, "ખબર નથી, મેં ક્યારેય વિચાર્યું જ નથી કે મને આ પીવાની મંજૂરી છે કે નહીં?"

"કોણે રોક્યો તને?"

“અરે વાહ, તમે તો મને સારી રીતે જાણો છો.” એ હસી પડ્યો.

“તેં આનો ઉપયોગ એટલે નથી કર્યો, કારણ કે દુરુક્તિએ ધ્યાન રાખ્યું છે કે આ બીજા કોઈના હાથમાં ન આવે. તેણે નગરમાં આ એવી જગ્યાએ છુપાવ્યું છે કે તે તું પણ નથી જાણતો. તેં આ અમૃતની શોધખોળ કરી, પરંતુ બધા પ્રયાસ નિષ્ફળ ગયા એટલે તું આ જગ્યાએ આવી ગયો. અહીંયા તેં કલ્પના કરી કે સુરા અમૃત છે, અને તું પીવા લાગ્યો.” કળિએ વિસ્તારથી જણાવ્યું, “જો હું તને કહું કે તું તપાસ કર કે દુરુક્તિએ આનો ભંડાર ક્યાં છુપાવ્યો છે તો?”

“તમને કેવી રીતે ખબર પડી?”

“મારા ગુપ્તચરો તારા માણસો કરતાં નિપુણ છે.” કળિએ ફરીથી તેના અંગરક્ષકો તરફ ઇશારો કર્યો.

માર્તંડે તે બંને તરફ જોયું, “ખબર છે, મને એ જાણવામાં ખૂબ જ આનંદ આવશે કે તમે આ બંનેને કેવી રીતે મળ્યા. મને ખાતરી છે કે એ બહુ મજેદાર વાત હશે.”

“આપણે બધા આ વાર્તાના પાત્ર છીએ સરદાર.” કળિએ સ્મિત આપ્યું.

કળિ એ ભંડારગૃહમાં ઊભો હતો જ્યાં અયસ્ક અને અશ્મિઓની ગંધ આવી રહી હતી. તેણે સંત્રીઓને બહાર ઊભા રહેવાની સૂચના આપી હતી. સોમ તે જગ્યાએ જ તેને હાથવગું હતું, પણ દુરુક્તિને એ જાણ નહોતી. દરેક પથ્થર બહારથી કઠણ અને અંદરથી ભૂરા રંગની લૂગદી જેવો પદાર્થ હતો, જેને કારણે આસપાસની ભીંતો પર તેજીથી બદલાતી રંગીન છબીઓ ઉપસતી હતી.

માર્તંડે આગળ આવી તે પથ્થરોને સ્પર્શ કર્યો. કળિ એક જ જગ્યાએ પાછળ હાથ બાંધી ઊભો હતો અને માર્તંડ પોતાની શોધનો પૂરો આનંદ લઈ રહ્યો હતો.

“મને ખૂબ જ ખુશી છે કે હું અહીંયા છું.”

“મને પણ તને ખુશ જોઈને આનંદ આવ્યો.” કળિએ જવાબ આપ્યો.

માર્તંડ આ સાંભળીને સહેજ આંખનું મટકું મારતાં બોલ્યો, "મહારાજ, તમે આ શું કહી રહ્યા છે?"

કળિનો ચહેરો ભાવવિહીન હતો, "આ પથ્થરોએ મારી તાકાત વધારવામાં મદદ કરી. મને લાગે છે કે આ તારી આંખ સાજી કરી શકે છે."

"ઓહ, એ તો છે જ નહીં. તેને તો ક્યારની કાઢી નંખાઈ છે."

"ના, પણ એવું કંઈ છે જ નહીં જે આ જાદુથી સારું ન થાય."

"તમે પણ આ જાદુમાં વિશ્વાસ રાખો છો?"

કળિ સહેજ આગળ આવ્યો, "હું હવે ઘણી બધી બાબતો પર વિશ્વાસ ધરાવું છું. જાણે કે મારું મગજ બ્રહ્માંડ માટે ખૂલી ગયું છે. હવે દેવી અને દેવતાઓનું અસ્તિત્વ મને લોભાવી રહ્યું છે. મને હવે તેમના પ્રત્યે અરુચિ નથી રહી."

"ઓહ, આ તો કેટલું લોભામણું છે. બધું બદલાઈ રહ્યું છે. મને વિશ્વાસ નથી આવતો કે તમે ફક્ત સદ્‌ભાવનાવશ મારી ખોવાયેલી આંખની દૃષ્ટિ પાછી લાવવા માગો છો."

"સદ્‌ભાવના એટલી દુર્લભ થઈ ગઈ છે કે જો કોઈ મદદ કરવા ઇચ્છે તો સામેવાળાને લાગે કે આમાં કોઈ ચાલ હશે."

"તમે સાચું જ કહ્યું." માર્તંડે માથું નમાવ્યું, "તો તમે એ કહો કે વાસ્તવમાં આપ મારી પાસેથી શું ઇચ્છો છો?"

કળિ અને માર્તંડ એકબીજાથી દસેક મીટર અંતરે ઊભા હતા. તેમની નજર સામસામે હતી અને એકબીજાને અપલક તાકી રહી હતી. માર્તંડ જવાબની રાહ જોતો હતો. કળિને કોઈ ઉતાવળ નહોતી. માર્તંડ જાણતો હતો કે કળિની સદ્‌ભાવના પાછળ કોઈ તર્ક હતો. એ કોઈ કલ્યાણકારી સંગઠન ખોલીને બેઠો નહોતો, પણ આ વાત જલદીથી સ્પષ્ટ કરવી આવશ્યક હતી.

"સારું, રક્તપ આ જગ્યાએ નથી અને મારે તારું સમર્થન જોઈએ છે. મારા દરબારમાં શત્રુઓની કમી નથી, તો મારે એવો સાથી જોઈએ જેની પર ભરોસો કરી શકું. તારી સેવાના બદલામાં તને અમૃતનો

ઉપહાર મળશે અને રાજકોષમાંથી સોનું પણ આપીશ."

તે સહેજ આગળ આવી હસ્યો, "ઓહ, તો આવી વાત છે. બેશક, તમે મારા પર ભરોસો રાખી શકો છો. મને જે જોઈએ તે મને લગાતાર મળતું રહે તો હું ત્યાં સુધી તમારું સમર્થન કરતો રહીશ."

"મેં તને જે જોઈએ તે જ આપ્યું છે."

રાક્ષસના ચહેરા પર સ્મિત ફરક્યું, "સારું, હું તમારી સાથે સામેલ છું."

કળિ પણ હસ્યો અને સમજૂતીની પુષ્ટિ તરીકે તેની સાથે હાથ મિલાવ્યો.

"જો તમે મારા પર ભરોસો કરતા હો તો હું તમને જણાવી દઉં કે તે કેદીથી સાવધાન રહેજો જે તમારી બહેન સાથે અહીં લઈ આવી છે."

"કેદી?" કળિનાં ભવાં ચડી ગયાં અને તેના ચહેરા પર સખતી દેખાઈ.

"ઓહ પ્રિય, મને લાગ્યું જ હતું કે તેણે તમને આ વાત નહીં જણાવી હોય." માર્તંડે કળિના ખભે હાથ મૂક્યો, "મને લાગે છે કે તેની સાથે લાંબી અને સારી એવી વાત કરવાનો સમય આવી ગયો છે. તે એ ગ્રામીણ છોકરાને દિલ દઈ બેઠી છે."

60

તેના ચહેરામાં કંઈક ખાસ હતું. એ કાયમ દીવાના પ્રકાશમાં ઝગમગી ઊઠતો. તેની આંખોમાં કાજળની રેખા રહેતી અને ગાલ પર આવેલી લાલાશ તેના અભિજાતીય ગાલના હાડકાને ઉભાર આપતી હતી. કળિ દરવાજા પર એક ક્ષણ માટે રોકાયો. પછી નિર્ભીક ભાવે અંદર પહોંચી ગયો. તેને પોતાની અંદર ઊભા થયેલા ભયને મારવો હતો. તેને લાગ્યું હતું તે તેની બહેનનો અહેસાનમંદ હતો, પણ તેવું હતું નહીં. તેના અહેસાન નીચે એ દબાયેલી હતી. એ તેને ચાહતી હતી, કારણ કે તેણે તેને અગ્નિકાંડમાંથી બચાવી હતી, તેના માટે પોતાનાં બીજાં ભાઈ-બહેનોનો બલિ ચઢાવ્યો હતો.

તેણે એક લાંબું પહેરણ પહેર્યું હતું, જે મોટેભાગે રાત્રે પહેરતી હતી. અર્ધ અંધારા ઓરડાના પ્રકાશમાં તેણે નજર ઉઠાવી જોયું. કળિએ જોયું કે દુરુક્તિના ચહેરાના ભાવ બદલાયેલા હતા. તે ફરી નહીં. તે એના ચમકતા કવચને જોઈ હસી જેથી કળિને લાગે કે તે પ્રસન્ન થઈ.

કળિ તેની પાસે આવ્યો અને તેની આંગળીઓ તેના ખભાને માલીશ કરવા લાગી. તેણે વાત શરૂ કરતાં પહેલાં હાથને સહેજ દબાણ આપ્યું, "કેમ છે તું?"

"બહુ જ સરસ." એ બોલી.

તે બંનેએ એકબીજા સામું કતરાતા જોયું, જાણે સામસામે જોવાથી ડરતાં હોય!

"શું મેં તને એ કહ્યું હતું કે જ્યારે આપણે બેઘર અને ભૂખ્યાં હતાં ત્યારે તેં કહ્યું હતું કે તેં મારા માટે પ્રાર્થના કરી હતી."

તેના ચહેરા પર આશ્ચર્યની લહેર દોડી ગઈ, "ખરેખર? મેં એવું પૂછ્યું? આખી દુનિયા છોડીને મને જ આ સૂઝ્યું?

કળિ હસ્યો, "બેશક, કેમ નહીં. એક સમય હતો જ્યારે તું આસ્તિક હતી. મને લાગે છે કે આપણે બધા બાળપણમાં આસ્તિક હોઈએ જ છીએ. મોટા થયાં બાદ પોતાના વિચારોમાંથી ભરોસો ઊઠી જાય છે."

"મેં શેના માટે પ્રાર્થના કરી હતી?" તે પોતાના હાથ પર મુલાયમ રાખવા માટેનો લેપ લગાવવા લાગી. કળિ જાણતો હતો કે આ લેપ મોંઘો છે અને જ્યાં તેની પર હુમલો થયો હતો તે બજારમાં જ મળે છે. કેટલું શરમજનક કહેવાય કે તેને કોઈ માહિતી ન મળી કે એ પત્તા જોવાવાળી ઘરડી સ્ત્રી કોણ હતી. તેણે જાણે કળિને ખરાબ રીતે ભયભીત કરી નાખ્યો હતો, પણ તેણે એક બીજી વાત કહી હતી. તેની પાસે તાકાત હશે અને તે સ્વયંને તેનાથી ભ્રષ્ટ થતો બચાવશે. કદાચ તે સ્ત્રી આ તથાકથિત સોમ વિશે કહી રહી હશે, એ વાત પરેશાન કરતી હતી. એ વૃદ્ધાએ કહ્યું હતું કે તેનું નજીકનું જ તેને દગો આપશે. શું એ દુરુક્તિ હોઈ શકે?

ના. એવું ન બની શકે. એ કેટલી નિષ્ઠાવાન છે પણ બધું ક્ષણભંગુર તો હોય છે.

કેદીથી સાવધાન રહેજો.

તે એ ગ્રામીણ છોકરાને દિલ દઈ બેઠી છે.

તેને નહોતી ખબર કે એ ગ્રામીણ છોકરો કોણ છે, પણ તેના વિચારમાત્રથી તેની અંદર કટુતા ઊભરતી હતી. તેને લાગ્યું કે જાણે ફેફસાંમાં આગ લાગી છે. કોઈ એવો અનુભવ થઈ રહ્યો હતો જે ક્યારેય અનુભવ્યો ન હોય.

ઈર્ષ્યા!

અને એ ભાવની અવગણના કરવા માટે તેણે એ લેપ તેના હાથમાંથી લઈ લીધો, છીનવી લીધો. દુરુક્તિ વિચારમાં પડી ગઈ ને કળિ એ લેપ તેના હાથ પર લગાવવા માંડ્યો. તેની આંખો પર વિશ્વાસ ન આવ્યો અને અકળામણ થઈ આવી.

"શું થયું છે?"

કળિએ તેની વાત સાંભળી નહીં. તે લેપ લગાવવામાં મશગૂલ રહ્યો ને તેની આંગળીઓ કોમળતાથી તેની ચામડી પર ફરી રહી હતી, “તેં આપણા માટે પ્રાર્થના કરી હતી. આપણે બંનેનું કલ્યાણ થાય તેની પ્રાર્થના હતી. તેં દેવતાઓને કહ્યું હતું કે અમને એ બધું મળવું જોઈએ જેના માટે અમે અધિકાર ધરાવીએ છીએ અને એ એક સારું જીવન છે. મેં જ્યારે તને એમ કહ્યું કે પ્રાર્થના નિરર્થક હોય છે અને તારે એનું જ સાંભળવું જોઈએ જેની પર તને વધુ પ્રેમ હોય. ત્યારે તેં એવું કહ્યું હતું કે એ વ્યક્તિ તો હું છું.”

દુરુક્તિનાં ભવાં ખેંચાયાં, “મારા હિસાબે આ લેપ હવે ઘણો થઈ ગયો.”

એ ઊભી થવા ગઈ તો કળિએ તેનો હાથ પકડી જબરજસ્તી બેસાડી દીધી. તેના જડબાં ભીંસાયાં. જ્યારે કળિ તેના માથે હાથ ફેરવવા લાગ્યો તો દુરુક્તિની આંખોમાં વિસ્મય હતું. તેમની નજર મળી એ દાંત ભીંસી રહ્યો હતો. એ ધીરે-ધીરે તેની ગરદનની આસપાસ તેની આંગળી ફેરવવા લાગ્યો, જાણે તે દબાવવા માગતો હોય. તે હાથને વાળમાંથી લઈ લમણાં સુધી લઈ આવ્યો.

“બસ હવે.” તેણે તેના ચહેરાને જકડી લીધો અને જે હાથે કમર પકડી હતી તે તેની છાતી સુધી આવી ગયો.

“શું કરી રહ્યા...” તેની આંગળીઓ દુરુક્તિના મોંમાં હતી, પણ તેણે બચકું નહોતું ભર્યું. કદાચ તેને ગમતું હતું. કદાચ તે અસહજતા અનુભવતી હતી. એ જાણતો હતો કે તે જે કરી રહ્યો છે તે અનુચિત હતું, પણ તેણે એવું કરવું જ હતું, જાણે કે તે ભાઈ હોવાની ફરજ અદા કરી રહ્યો હતો.

તેણે ચહેરો છોડીને તેની ગરદન પકડી લીધી, “તું છૂપી રીતે શંભલ જઈને મારો ઇલાજ શોધી લાવી. બહેન, તેને માટે હું તને ચાહું છું પણ એવું કરવા માટે આખું ગામ બરબાદ કરી નાંખ્યું અને પોતાની સાથે એ છોકરો ઉપાડી લાવી, તેની મને ગંધ પણ ન આવવા દીધી. પાછું તેં મારો ઇલાજ જેનાથી થયો તેને છુપાવી દીધું. આ કેવી બેવડી રમત છે? તને લાગે છે કે તું એક પછી એક જુઠ્ઠું મારી સામે બોલ્યા

કરીશ...” કળિ ગુસ્સાથી પરસેવે રેબઝેબ હતો, “હું ફક્ત એટલા માટે અવગણું કે તું મારી બહેન છે?”

તેણે હાથ-પગ ઝાટકીને છૂટવાની કોશિશ કરી. તેણે કોઈ ચીજ પકડવાની કોશિશ કરી, પણ અસફળ રહી. ચહેરો લાલ થઈ ગયો હતો. કળિ સામે આવ્યો અને તેણે તેના ખભા ચૂમ્યા અને ચહેરો સામે કરી બોલ્યો, “તું મારા પ્રેમને ખોટો સમજી, તને લાગ્યું કે હું તારા આશરે છું, પણ ક્યારેય મારા મૌનને પરવશતા ન સમજતી, કારણ કે હું પાછો આવી ગયો છું અને તું મારાથી કશું છુપાવી ન શકે. આજ પછી ક્યારેય કોઈ વાત છુપાવી છે તો યાદ રાખજે...” દુરુક્તિનો શ્વાસ રૂંધાતો હતો અને ડોળા બહાર આવી ગયા હતા, પણ તેણે કોઈ પરવા ન કરી, “હું ભૂલી જઈશ કે તું મારી બહેન છે.”

તેણે તેની ગરદન છોડી દીધી.

એ ખાંસતી, ગળું ખંખેરતી નીચે પડી ગઈ. કળિ તેના પલંગ પર બેસી ગયો અને તે પોતાને સંભાળવાની કોશિશ કરી રહી હતી. તે સહેજ શ્વાસ લઈ સરખી બેઠી થઈ ત્યારે તેના લમણાની નસો તંગ હતી. તેણે કળિ સામે તિરસ્કારભરી નજરથી જોયું અને તેની ત્રાટકશક્તિનું તેને ભાન ન થાય તેનું ધ્યાન રાખ્યું.

“તમને મારા પર ભરોસો નથી?” પોતાની ગરદન પંપાળતી બોલી.

કળિએ ખભા ઉલાળ્યા, “સાચું કહું તો હવે કોઈની પર ભરોસો નથી રહ્યો. તારી સાથે વ્યક્તિગત કોઈ વેર નથી.”

“હું એ છોકરાને આપણા...”

કળિએ આંગળી ઉઠાવી, “તેને આપણી વિરુદ્ધ ન કર. મેં તને ક્યારેય કોઈ સાથી લાવવાનું નથી કહ્યું.”

“મને લાગ્યું કે દોસ્ત દુશ્મન બની રહ્યા છે. એવામાં આપણે આપણી સાથે એક મજબૂત સૈનિક રાખવો જરૂરી બનશે.”

“છુપાવવાથી ખરાબ કશું જ નથી. તું જાણે છે કે તારો ભાઈ કેટલો તાકાતવર છે, એ છતાં તારે બીજા કોઈની મદદની જરૂર પડી?” કળિ ઓરડામાંથી બહાર જતા બોલ્યો.

પણ એ જાણતો હતો કે એ ક્યાં જઈ રહ્યો હતો.
એ પેલા ગ્રામીણ છોકરાને મળવા જઈ રહ્યો હતો.

એ કારાગૃહની પરસાળમાંથી પસાર થતો નીકળ્યો. ઘણા બધા કેદીઓ જોવા આગળ આવી ગયા કે અડધી રાત્રે કોણ આવ્યું છે. જેવો તેઓએ કળિને જોયો તો ડરના માર્યા પાછળ હટી ગયા. તેમાંથી એક ડર્યો નહીં પણ કળિને યાદ કરીકરીને અપશબ્દો કહેવા લાગ્યો.

કળિ તે કેદી પાસે ગયો. તેણે ગળામાં કોઈ વિચિત્ર લૉકેટ પહેર્યું હતું. કેદીએ જીભ કાઢી, "હું તારાથી નથી ડરતો. તને નફરત કરું છું." પછી તેને ચીડવવા માટે ફરીથી જીભ કાઢી.

અને કળિએ એ જ કર્યું જે તેના જેવા પદ પર રહેલી કોઈ પણ વ્યક્તિ કરે.

તેણે તેની જીભ પકડીને આસાનીથી ખેંચી કાઢી. પછી તે જીભ તેણે જમીન પર નાંખી દીધી અને કેદી પીડાને કારણે ચીસો પાડતો નીચે પડી ગયો.

કળિ સાંભળી શકતો હતો કે કોકોને ઉબકો આવ્યો અને વિકોકો તેને સંભાળતો હતો. તેમણે પૂછ્યું કે કેદીને સારવાર માટે મોકલી દે, પણ કળિ મનાઈ કરતા હસતો આગળ વધ્યો, "ના, તેને આવો જ પડી રહેવા દો."

કેદના સંત્રીઓ ધ્રૂજી ગયા અને કળિને અંધારકોટડી તરફ દોરી ગયા. કેદની ગલીઓ પણ આડીઅવળી ને ભુલભુલામણી ઇન્દ્રગઢની ગલીઓ જેવી જ હતી. ખબર નહીં વેદાંતે કેવી રીતે બનાવડાવી હતી, પણ તેને સજાથી વધારે સુધારમાં વિશ્વાસ હતો. કળિના આવ્યા બાદ બધું બદલાઈ ગયું. તેણે પણ ઘણા ભ્રષ્ટ લોકો જોયા હતા. તેને એવો ખ્યાલ હતો કે સજા આપવાથી કોઈ સુધરતું નથી. એકવાર કોઈ અપરાધીને સજા કરવાનો મતલબ એ નથી કે એ બીજીવાર અપરાધ નહીં કરે. તે અવશ્ય કરશે, કારણ કે તે એવો જ હતો. આ બધા જ એવા હતા.

તે એ કોટડીમાં પહોંચ્યો, જ્યાં તથાકથિત ગ્રામીણ છોકરાને રાખ્યો હતો. તેનામાં એવું શું હતું કે દુરુક્તિ મોહી પડી છે. આખી દુનિયામાં એવું કોઈ જ નથી કે દુરુક્તિ તેને પ્રણયભાવથી જુએ. એનામાં એવું શું ખાસ હતું? તેની અંદર અસુરક્ષા અને ઈર્ષ્યાનો ભાવ ઊઠ્યો. શું તે ઘણો સુંદર, ઇમાનદાર કે પછી સીધો-સાદો હતો? પણ કળિને એક સ્વસ્થ ઈર્ષ્યા થતી હતી. એક ભાઈ હોવાને સંબંધે બહેનની સુરક્ષા કરવી જોઈએ. તેનાથી ઈર્ષ્યા ન હોવી જોઈએ. એક વિચિત્ર ભાવના હતી, પણ તેણે તે શમાવી દીધી.

કોટડી ખોલવામાં આવી અને તેણે એક નગ્ન યુવકને પાણીથી ભરેલી મોટી ડોલમાં થરથરતો જોયો. નાગસૈનિકો આગળ આવ્યા અને તેને ડોલમાંથી બહાર કાઢી તેના હાથ-પગ સાંકળોથી બાંધી દીધા જેથી તે હલી પણ ન શકે. એક ગ્રામીણમાં આવી તાકાત? તેને આગળ લાવવામાં આવ્યો. તેના શરીરના નીચેના ભાગને ભૂરા કપડાથી લપેટવામાં આવ્યો હતો. તેને ભારે પીડા થતી હતી ને તે ઊંચું જોઈ નહોતો શકતો. જ્યારે એણે સામું જોયું ત્યારે કળિને તેમાં કંઈ ખાસ ન લાગ્યું. બેશક લાંબો અને કદાવર બાંધો હતો, પણ તેમાં નવાઈ શું હતી?

"તું જ એ કેદી છું જેની આટલી ચર્ચા છે?" કળિ તેની આસપાસ ફરી રહ્યો હતો. કેટલાય સૈનિકોની પકડમાં હતો અને એકનો હાથ તેની ગરદન પર હતો.

છોકરો તો મૌન હતો.

"તારું નામ... નામ શું છે?"

તેણે કોઈ જવાબ ન આપ્યો.

"શું ફરક પડે છે. હમણાં જ ખબર પડી જશે." કળિ ખંધુ હસ્યો ને બોલ્યો, "મારી બહેનને તું પસંદ છું. તેને એવું લાગે છે કે તું અમને મદદ કરી શકે છે."

યુવકે તરત જ નજર ઉઠાવી. તેણે ચહેરા પર પડેલા ભીના વાળમાંથી જોતાં પૂછ્યું, "તમે કળિ છો?"

કળિ આગળ આવ્યો, તેના બંને હાથ કમરે ટેકવેલા હતા. ભવાં

ચડાવી તે બોલ્યો, "મારું નામ જાણે છે?" પછી હસીને બોલ્યો, "મારી બહેન તમારું ગામ તબાહ કરીને પણ વિચારે છે કે તું એને મદદ કરીશ. કેવી મજાની વાત છે. તેનો વાંક નથી. તે હજુ નાની છે. તે ઉંમરના ભાવાવેશમાં તણાય છે. એ તને કોઈ પણ રીતે સજાથી બચાવવા માગે છે."

તેણે એ યુવકને અનાસક્ત ભાવે જોયો, "પણ એવું કોઈ નથી જે તને ફાંસીની સજાથી બચાવી શકે. હકીકતમાં મેં નક્કી કર્યું છે કે તને સાર્વજનિક રૂપે દંડ આપવામાં આવે જેથી મારી બહેનને તેની ભૂલનો અહેસાસ થાય અને તેની સમજમાં આવે કે તેને આવી રીતે કોઈને પસંદ કરવાનો હક નથી, કારણ કે આવી વ્યક્તિને આસાનીથી ફાંસી આપી શકાય છે. હું તને તારી વાત કહેવાની તક આપીશ. જો સુનવણી દરમિયાન તું મને જણાવવામાં સફળ થાય કે તેં જે કર્યું એ શા માટે કર્યું એટલે કે મારા રાજ્યના અધિકારીઓ પર હુમલો કેમ કર્યો, તો તું છૂટી જઈશ. જેલની આમ પણ તારા પર અસર તો..."

યુવકે તેનો હાથ ઝટકાવ્યો તો તેને પકડનારો નાગસૈનિક લથડિયું ખાઈ ગયો. જમીન ધ્રૂજી અને તેના આગળ આવવાથી ડોલનું પાણી પણ છલકાઈ ગયું. તેની નસોમાં અકડ આવી ગઈ હતી. તેના ચહેરા પરની નસો પણ ફૂલી ગઈ હતી.

"કળિ, હું તારા માટે જ આવ્યો છું." યુવક થૂંક્યો, "તું મારી કોઈ સુનવણી કે નિર્ણય ન કરી શકે, કારણ કે તારા જેવા નશ્વર માણસોને આવું કરવાનો કોઈ અધિકાર નથી. ફક્ત ભગવાન વિષ્ણુ જ આપણને પરખીને ક્ષમા કરી શકે છે."

કળિએ હાંસી ઉડાવી. "કટ્ટર ધાર્મિક છો, મેં એવું શું કર્યું છે કે મારાથી આટલી ઘૃણા કરે છે? તોય હું ઉત્સાહિત છું. મહેરબાની કરીને મુકદ્દમો થવા દે. દેવોના દેવ પણ તારી સુનવણી કરશે, કદાચ તારું ભલું થઈ જાય, પણ જ્યાં સુધી તું આ જગ્યાએ છું ત્યાં સુધી હું જ તારો ભગવાન વિષ્ણુ દેવતા છું." કળિ ઘૃણાથી થૂંક્યો, "કેવી રીતે? એ હું તને બતાવી દઈશ."

તેણે નાગસૈનિકોને કહ્યું, "આને ઘૂંટણિયે બેસાડી દો."

કલ્કિ પર સતત કોરડા વીંઝાયા અને થાકીને એણે ઘૂંટણિયે ઝૂકવું પડ્યું.

"જોયું?" તેણે તે યુવકના માથે ટપલી મારી, જે તેની પર કૂતરાની જેમ ઘૂરકિયાં કરતો હતો. કળિએ અટ્ટહાસ્ય કર્યું. તેને માસૂમ લોકોને હેરાન કરવું ગમતું હતું. છોકરો કદાચ ભટકી ગયો હતો, તેને કળિ વિશે ખોટું જણાવવામાં આવ્યું છે કે તે કેવો છે, કેવો હતો, એટલે જ તેને આટલી ઘૃણા છે.

"આને કેદમાં જ રાખો. આ રીતે રાખશો તો સુનવણી સુધી જીવતો નહીં રહે. હું દુરુક્તિને જણાવવા માગું છું કે તેની પસંદગી કેવી રીતે એક ગરીબ યુવકના મૃત્યુનું કારણ બની. તેને પસ્તાવો થવો જોઈએ કે તેણે પોતાના ભાઈથી આ બધું કેમ છુપાવ્યું?" એ બીજાને કહેવાને બદલે જાતને વધુ સંભળાવતો હતો. તે પોતાના જ વિચારોમાંથી જાગ્યો.

એ દરવાજા નજીક ગયો તો સાંકળની ખનક સાંભળી. તેણે પાછું ફરીને યુવકને જોયો, વાળ પાછળ જવાથી ચહેરો દેખાતો હતો અને તેની આંખો ધૂંધળી થઈ હતી.

"ત્યાં જ આપણે મળીશું."

પણ તે યુવકની આંખોમાં ભયને બદલે બીજું કંઈક હતું. આ એક આશા હતી અને પછી એ યુવકે જે કર્યું તેની કોઈએ કલ્પના પણ ન કરી હોય.

એના ચહેરા પર સ્મિત આવ્યું.

61

વેદાંત હજુય પ્રતીક્ષા કરતો હતો, પણ પહેલાની જેમ આ કોઈ ગંદી ગલી નહોતી. આ ઘણી સારી જગ્યા હતી. એ ધર્મશાળાની બહાર હતો, જ્યાં વેદાંતના માણસોની હત્યા થઈ હતી. જોકે બધું જ સાફ કરવામાં આવ્યું હતું, પણ તેણે એ પ્રબંધકને કહ્યું હતું કે આ લોહી તેમનું તેમ જ રહેવા દે. તે આ બતાવવા માગતો હતો. તે કુબેરને એ જણાવવા માગતો હતો કે તેની યોજનાએ વેદાંતના સેનાપતિઓની શું હાલત કરી હતી. તે એ કોશિશમાં હતો કે કુબેર આ જોઈને શરમ અનુભવે.

એ વાતને ઘણા દિવસો વીતી ગયા હતા, પણ તેના મગજથી બહાર જતી નહોતી. એ ભયભીત હતો ને સાથે ગુસ્સામાં પણ હતો. તેને રાતના સપનામાં પણ દેખાતું કે કોઈ સફેદ વાળવાળી છોકરી તેનું ગળું ચીરી રહી હોય. તેના ઓરડામાં બે સંત્રીઓ હતા, તેઓના પગમાં ઝાંઝર હતા અને તેમને એક ક્ષણ માટે પણ વિશ્રામ ન કરવાનો હુકમ હતો. જ્યારે એ થાકીને હલે તો ઝાંઝરનો અવાજ થાય અને વેદાંત ઊઠીને ફટકારતો. આ અવાજનો મતલબ હતો કે કોઈ અજાણ્યું તેના ઓરડામાં ઘૂસી ગયું છે. તેણે ઉર્વશીના ઓરડાને બંધ કરી બહાર પાંચ સંત્રી બેસાડ્યા હતા.

"મને નથી ગમતું કે આ મોટા-મોટા માણસો હંમેશાં મારા ઓરડાનું ધ્યાન રાખે." તે બોલી હતી પણ તેને પરિસ્થિતિની ગંભીરતાનું અનુમાન નહોતું.

ઇન્દ્રગઢ ઔપચારિક રીતે યુદ્ધનું કેન્દ્ર બની ગયું હતું. તેને આ ગમતું નહોતું, કારણ કે તેને જાત કરતાં વધુ ધ્યાન ઉર્વશીનું રાખવું પડતું હતું. તેને વિચાર આવ્યો કે તેની પુત્રીને દક્ષિણીઓ પાસે મોકલી દે તો સારું. એ સ્થળે તેના અમુક મિત્રો હતા. વિભીષણ ક્યારેય તેના

મિત્રોને મદદ કરવા પાછીપાની કરે નહીં અને વેદાંત તેના પર ભરોસો મૂકી શકતો હતો.

ત્યાં એના મનમાં બીજી એક વાત આવી. વેદાંતના દક્ષિણમાં પણ શત્રુઓ તો હતા જ. એ રાજ્યોમાં તો હાલત વધુ ખરાબ હતી, કારણ કે તે લોકો સાથે વેદાંતને વેપાર મુદ્દે લડાઈ થઈ ચૂકી હતી. તેને સાવધ રહેવાની જરૂર હતી.

તે હવે ધર્મશાળાની આગળ ઊભો હતો, જ્યાં બધું વ્યવસ્થિત રીતે પાર પાડીને બધાં સ્ત્રી-પુરુષોને કેદમાં મોકલી દીધાં હતાં. નવા પ્રબંધકને તેણે જ નીમ્યો હતો જે આ જગ્યાની પ્રતિષ્ઠા પાછી લાવવા પ્રયાસ કરી રહ્યો હતો, પરંતુ જે ઓરડાઓમાં હત્યાઓ થઈ હતી ત્યાંની સ્થિતિ એમ જ રાખવામાં આવી હતી.

રાતના આ કસમયમાં જ્યારે વેદાંત યક્ષરાજની રાહ જોઈ રહ્યો હતો ત્યારે ધર્મશાળાનો પ્રબંધક મળ્યો અને તેણે કહ્યું, “મહારાજ, એક મહેમાન આવ્યા છે. એ પોતાના માટે ઓરડો માગે છે. અમે બહુ મનાઈ કરી છતાં એણે જીદ કરી છે કે તેને એ જ ઓરડો...”

“શું તેં એ ઓરડાઓમાંથી એક ઓરડો આપી દીધો?”

“ના-ના મહારાજ.” પ્રબંધક બબડ્યો. કદાચ તેની સામે એ લોહીનીતરતી ઓરડાની તસવીર તરવરી, “ના, સહેજેય નહીં.”

“સારું, એને રહેવા દો. બસ, એ માળ પર સંત્રી બેસાડી દો જેથી તે ત્યાં જાય તો ખબર પડે.” વેદાંતે હુકમ કર્યો.

તે વ્યક્તિગત નિવાસોનું સન્માન કરતો હતો, પરંતુ ગેરકાયદેસર કામને ઉત્તેજન નહોતો આપતો. તેના પિતાએ તેને ઇન્દ્રગઢ એક ધાર્મિક નગર તરીકે આપ્યું હતું. તેણે પણ ધ્યાન રાખ્યું હતું કે નગરમાં બધા દેવોના દેવ ભગવાન વિષ્ણુ અને ત્રિમૂર્તિના પ્રમુખનું પૂજન થતું રહે. વેદાંત દરેક સપ્તાહે તેમની આગળ પૂજા કરવા બેસતો અને ઉર્વશી પણ સાથે હોય. તેણે નગરની વચ્ચે જ તેમની વિશાળ પ્રતિમા સ્થાપી હતી. બધાં ત્યાં જઈને પૂજન કરતાં હતાં. જોકે કબીલાવાળાના આવ્યા બાદ ઘણા લોકોએ એવું અનુમાન કર્યું કે કદાચ વેદાંત નાસ્તિક થઈ ગયો છે, જે સાચું નહોતું.

વેદાંત હવે સારી રીતે જાણતો હતો. એ જાણતો હતો કે તેમને પણ માનવોની જેમ પોતાની સંસ્કૃતિ, અનુષ્ઠાન કે પરંપરા જેવું હતું. એ બધાં પણ આસ્થાના એ જ ચક્કરમાં હતાં, પરંતુ સમાજે તેમને સદીઓ પહેલાં યુદ્ધોની હારને પરિણામે જાણીજોઈ હાંસિયામાં કરી દીધાં હતાં.

જોકે તેને તો અત્યારે તેના ઉદ્દેશ્ય પર ધ્યાન આપવાનું હતું.

પ્રતિશોધ! એકદમ સાચું! આની પાછળ કોણ હતું, કુબેર, વાસુકિ અથવા કળિ, એ કોઈને છોડવાનો નહોતો, પરંતુ અત્યારે તો કુબેર પર ભરોસો કરવો પડે તેમ હતું. કુબેરે તેની સાથે આવું બધું નહીં કર્યું હોય. એ પણ સમજતો હશે કે આવું કરવું વેદાંત સાથેના સંબંધ માટે ઘાતક થાય તેમ હતું.

પ્રતીક્ષા પૂરી થઈ. યક્ષરાજ માર્ગ પર આવતાં જ ફૂલોની સુવાસ આવવા લાગી. એ હંમેશની જેમ ભડકીલું પહેરણ અને આડંબરયુક્ત ઘરેણાંથી લદાયેલો હતો. એ ગઈ વખત કરતા વધુ થાકેલો હતો અને તેની ઊર્જાનું પ્રમાણ પણ ઓછું લાગ્યું.

"મને શાને માટે બોલાવ્યો?" તેના અવાજમાં ચીડ હતી.

વેદાંતને થયું કે આવું કેમ? પણ એ તેની સાથે ઓરડામાં લઈ ગયો અને એક પછી એક ઓરડા ખોલીને બતાવવા લાગ્યો, "તમે જોઈ શકો છો કે બધી જ ચાદરો લોહીથી ખરડાયેલી છે."

"હું જાણું છું. જોકે મને તો દરેક નવા પ્રકારની ચીજ ગમે છે મહારાજ, પણ મને નથી લાગતું કે મને આ બધા નમૂના બતાવવાની જરૂર છે. આપણે અત્યારે એક રાજકીય જંગમાં ઝઝૂમી રહ્યાં છીએ."

"આ બધા જ કોઈ નમૂના નથી." વેદાંતે તેની પાસે જઈને સંકેત કર્યો.

કુબેર નજીક ગયો અને એ ચાદરને અડતાં જ ચોંકી ગયો. આ તો સુકાયેલું લોહી જ હતું. એ પાછળ ફરી ગયો, એ હંમેશની જેમ બેરંગ હતો. તેણે ઊંડો શ્વાસ લેવાની કોશિશ કરી, "તમને ખબર છે ને કે હું આવી રીતે લોહી નથી જોઈ શકતો."

"તમને તક્ષકના લોહીથી તો કશું થયું નહોતું."

"એ નાગ-લોહી હતું, તેની ગંધ જુદી હોય છે."

વેદાંત જાણતો નહોતો કે નાગલોકોના લોહીમાં શું ખૂબી હતી. તેણે એ જોયું હતું. સરખો જ રંગ હતો, જોકે તેણે કુબેરની જેમ સૂંઘ્યું નહોતું.

"આ તો માનવ-લોહી છે. મહાશય, મને આ કેમ બતાવો છો?"

"આ મારા માણસોનું લોહી છે." વેદાંતે સફાઈ આપતાં કહ્યું, "મારા મંત્રીઓ અને સેનાપતિઓ."

"મહારાજ, હું આ વિશે કશું નથી જાણતો. આપણે જે કર્યું છે તે એક પરિપક્વ અને સમજદારીભર્યો નિર્ણય હતો."

"કોઈએ પીઠ પાછળ હુમલો કર્યો છે."

"શું તમને ખબર પડી કે આ કોનું કામ હોઈ શકે?"

વેદાંતે હકારમાં ડોકું હલાવ્યું અને તેને છેલ્લા ઓરડામાં લઈ ગયો જ્યાં સફેદ વાળવાળા હત્યારાને જોવામાં આવ્યો હતો, "જેણે પણ હત્યાઓ કરી છે તેના વાળ સફેદ હતા."

"હું આખા નગરમાં મારા ગુપ્તચરો મોકલીને ખબર ફેલાવી દઈશ." તે બોલ્યો, "આ રીતે તેને શોધવો અઘરું નથી, કારણ કે આવા વાળ સામાન્ય રીતે કોઈના હોતા નથી. મને વિશ્વાસ છે કે કોઈએ તો તેને જોયો જ હશે."

વેદાંતને પૂરો ભરોસો ન પડ્યો, પણ કુબેરે સાચું જ કહ્યું હતું. તેની પાસે એવા લોકોની આખી સેના હતી. એ ગુપ્તચર અને છૂપા વેશ પર પૂરો વિશ્વાસ ધરાવતો હતો.

"ત્રણ ઓરડા. લાગે છે કે કોઈએ તમારી સામે વેર કાઢ્યું છે." વેદાંતે દરવાજો ખોલ્યો ત્યારે કુબેરે કહ્યું.

"કહેવા શું માગો છો? એ એક હત્યારો છે."

"વાત સાચી, પણ હત્યારો આવું વેરવિખેર ન કરે. એ તેનું કામ પતાવી નીકળી જાય. એ બાણ, કટાર કે ઝેરથી કામ ચલાવી શકતો હતો. તેણે એવો રસ્તો અપનાવ્યો નથી. તેણે તમારા લોકોને બેભાન કર્યા, એ સ્ત્રીઓને છોડી દીધી ને પછી બધાને માર્યા. એ પ્રમાણે આપનો કોઈ શત્રુ છે જે તમને ખૂબ જ ઘૃણા કરે છે. તમારે એવા લોકોની

ભાળ મેળવવી જોઈએ જેને તમારાથી વેર હોય. કોઈ ખાસ નામ, જો યાદ હોય તો?"

વેદાંતને કશું યાદ ન આવ્યું. એ તો બધાને મદદ કરતો હતો, "કદાચ કોઈ દક્ષિણી?"

"અરે નહીં, એ જો હોત તો ઘણો હોબાળો થાત." કુબેરે આંખો ઝીણી કરી, "અને હવે એવું કેમ? એ આ રીતે તમને કેમ પાંગળો બનાવી દે? એ તો યુદ્ધ જાહેર કરીને અપમાનિત ન કરે?"

"એ વાત સાચી." વેદાંતના મગજમાં પણ આ જ ચાલી રહ્યું હતું કે આવું કોણ કરી શકે છે અને કેમ? જ્યારે તેણે લૂંટારાઓ અને હુમલો કરનારને માર્યા હતા, શું એ ઘટનાનો સંબંધ હશે? તેણે કીકતપુરનાં જંગલોમાં કેટલાક માણસોને માર્યા હતા, પણ એ મ્લેચ્છ હતા તો શું એનું વેર હોઈ શકે? તેણે દરવાજો ખોલ્યો તો સામે ખાલી ઓરડાને બદલે લાંબો અને પાતળો માણસ જોયો, તેની પીઠ દેખાતી હતી. તેણે એક તંગ ઉપવસ્ત્ર પહેર્યું હતું, કમરમાં બે કટાર હતી અને પગમાં પાદુકા રત્નજડિત હતી. અસ્તવ્યસ્ત એના વાળ હતા અને તેને જાણે કોઈ ચામડીનો રોગ થયો હોય. એ લોહીથી લથબથ ઓશીકું જોઈ રહ્યો હતો.

એ પાછળ ફર્યો. તેના ચહેરા પર એક અજબ દિવ્યતા ને ભવ્યતાનું મિશ્રણ જણાતું હતું.

"માફી ચાહીશ કે તમારા મેળાપમાં ભંગ પડાવ્યો. મને ખુશી છે કે તમને શરાબ પણ પીરસવામાં આવ્યો છે." એ કુબેર અને વેદાંત પાસે ગયો અને બંને ડરીને બે કદમ પાછળ હટી ગયા.

"મારાથી ડરવાની જરૂર નથી. હું પણ તમારી માફક શાંતિ જ ચાહું છું."

"તમે અમને કેવી રીતે શોધ્યા?" વેદાંત સ્થિર ચહેરે બોલ્યો.

"મેં મારા ગુપ્તચરોની સંખ્યા વધારી દીધી છે જેથી મારા વફાદારો પર નજર રાખી શકું." તેના હાથ ધીમે-ધીમે વેદાંત અને કુબેરના ખભે ફરવા લાગ્યા, એ જોવા માગતો હતો કે તેઓ શું કરે છે, "જ્યાં સુધી તમે બંને અને એમાં પણ વેદાંત, તેં મારી સાથે વિચિત્ર વ્યવહાર કરવાની

શરૂઆત નહોતી કરી ત્યાં સુધી મારે તમારી જાસૂસી કરવાની જરૂર નહોતી પડી. વેદાંત, તને તો કબીલા તરફ ઘૃણા હતી! આ વિરોધાભાસ તો મારો જીવ લેશે."

કુબેરે પોતાના ખભેથી કળિનો હાથ હટાવવા ઇચ્છ્યું, "તમે કહેવા શું માગો છો?"

"તમે બંને શું કરવા માગો છો?" કળિ બોલ્યો, "આપણે તો મળીને એના માટે કામ કરવું જોઈએ. જે પણ હોય, આપણો શત્રુ એક જ છે."

"શું આ એ જ હતો?" વેદાંતે પૂછ્યું.

કળિએ વેદાંતને એવી નજરે જોયો જાણે કે એ પૂછવા માગતો હોય કે તે ખરેખર તેના માટે મહત્ત્વનો હોય, "આ એનું જ કામ હશે." કળિ બોલ્યો, "જો એ નથી તો તે આપણા તરફથી એક ઇમાનદાર ભૂલ હશે."

વેદાંત ઇચ્છાવશ પણ પોતાની મૃત પત્ની અને પુત્રીની તસવીર આંખથી દૂર ન કરી શક્યો. કળિ તેમની મુલાકાતની વચ્ચે આવી ટપક્યો હતો અને વેદાંત પાસે તેની મદદ માંગવા સિવાય કોઈ રસ્તો જ નહોતો.

62

જ્યાં કૃપા અને બાલાએ લોકોનું ધ્યાન પોતાના તરફ ખેંચવા માટે ઉગ્ર ભાષણો, નગારા અને વ્યંગ્યચિત્રોની મદદ લીધી, ત્યાં અરજણનો રસ્તો જુદો હતો. આ બધો જ પ્રચાર ફક્ત રાત્રિને પ્રસન્ન કરવા માટેનો હતો. તેઓ તેને એમ નહોતા કહી શકતા કે જલદી જ તેઓ કારાગૃહ તોડવા જશે. તે હાથમાં સફરજન લઈ આમ જ કારાગૃહની બહારની બાજુ આંટાફેરા કરવા લાગ્યો. તેની બનાવટ ધ્યાનથી જોતો અને પછી એક કાગળમાં તેનું ચિત્ર બનાવતો.

એક દિવસ બજારમાં તેને શુકો મળી ગયો. એ તો આ પક્ષી વિશે ભૂલી જ ગયો હતો. શુકોએ કલ્કિ વિશે પૂછ્યું તો અરજણ પાસે ઈમાનદારીથી જવાબ આપ્યા વિના કોઈ છૂટકો જ નહોતો. તેણે શુકોને કહ્યું કે તે ક્યાંય દૂર ઊડવાના બદલે તેની આસપાસ રહે.

કૃપા અને બાલા તેની સાથે હતા અને શુકો ત્યાં બેસીને દહીં ખાઈ રહ્યો હતો. તેણે બધાને જણાવ્યું, "નગરનું કારાગૃહ છે તે વાસ્તુકલાનો અદ્ભુત નમૂનો છે, જે ગોળાકાર છે." તેણે એક ગોળ બનાવ્યું. "જો તમે ધ્યાન આપો તો કિનારા પર થોડી ગોળાઈ છે."

"તે શેનાથી બનાવેલી છે?" બાલાએ પૂછ્યું. તે અદબ વાળીને બેઠો હતો.

"કદાચ લોખંડની છે. હું અડી નથી શક્યો."

"સારું, હવે આગળ જણાવ દોસ્ત." કૃપાએ કાગળ જોયો.

"હમ્મ." એ કારાગૃહના મુખ્ય દ્વારનું પ્રતીક બનાવવા લાગ્યો.

"આ શું છે?" બાલાએ ભયભીત થઈ પૂછ્યું.

કૃપા આંખો ઝીણી કરીને સમજવાનો પ્રયાસ કરવા લાગ્યો, "આ તો કીટાણું જેવું લાગે છે, દોસ્ત આ કીટાણું કેમ બનાવે છે?"

"મૂર્ખ, આ બજારનાં છાપરાં છે."

"આ છાપરાં તો સહેજેય નથી લાગતાં. જોઈને જ ડર લાગે તેવું હતું."

અરજણે ભવાં ચડાવ્યાં, "યાર, બંને જણ મને માફ કરો, પણ હું કોઈ કલાકાર નથી." તેણે છાપરા પર નિશાન સાધી કહ્યું, "નગરમાં પાંચ બજાર છે અને આ તેમાં સૌથી મોટું છે. તેનાથી વિચિત્ર વાત એ છે કે તેનું મોં કારાગૃહ તરફ છે."

"આપણા જેવા ઘૂસણખોરો માટે જીવન વધુ મુશ્કેલ બનાવવાની વ્યવસ્થા છે." કૃપા બોલ્યો, "સારું, આગળ જણાવ."

"અહીંયા નજીકમાં જ કબૂતરોથી સંદેશ મોકલવાની ચોકી છે." અરજણ બોલ્યો, "અને એક બહુ જ ભરોસેમંદ માણસ ગાડીમાં ભોજન ભરીને રોજ જેલમાં પ્રવેશ કરે છે."

"કેદીઓ માટે ભોજન." કૃપાએ સંમતિ બતાવી અને કહ્યું, "અને આ રીતે આપણે અંદર પ્રવેશ કરીશું."

"પણ એ એક જ વ્યક્તિ છે, જો કોઈએ જોઈ લીધા તો?"

કૃપાએ પાછું ફરીને કહ્યું, "આપણે થોડું મગજ વાપરીને કામ કરવું પડશે. તો કારાગૃહની બીજી તરફ શું છે? એ જ આપણો વિકલ્પ હશે."

"ખાણ માર્ગ, બધા એવી રીતે જ ઓળખે છે. તે જગ્યાએ શસ્ત્ર જેવું બને છે."

"અને આ શું છે?" કૃપાએ જેલની બહાર અરજણે બીજું મોટું ગોળ કરેલું તે તરફ આંગળી ચીંધી.

"તાર, આખી જેલ ફરતે દાંતેદાર તારથી ઘેરાયેલી છે. જ્યાંથી જવું અઘરું છે." અરજણે કહ્યું.

કૃપાએ બાલાને તે બતાવ્યું, "મને આ તોડવા માટે કશું જોઈએ. ખાણ માર્ગથી જ આપણી ઓળખ છુપાવવા માટે ત્રણ મહોરાં જોઈશે."

"અને તું ત્યાં પાછળથી જવાની યોજના કેમ બનાવે છે? ત્યાં તો કોઈ દરવાજો જ નથી."

"દોસ્ત, આપણે દરવાજો બનાવવો પડશે."

અરજણ તે દિવસે સમજી નહોતો શક્યો કે કૃપાએ શું કહ્યું હતું. એ એક કારાગૃહની અંદર જવાની યોજના બનાવી રહ્યો હતો જેથી કારાગૃહના મૂળભૂત માળખાને સમજી શકે. કૃપાએ તેને આ જ કરવાનું કહ્યું હતું અને તેણે પણ એ જ કહ્યું હતું કે તેવું કરવામાં પોતાનું બરાબર ધ્યાન રાખવું, જેથી જીવ ગુમાવવો ન પડે. જો એવું થાય તો તેમને માટે મુશ્કેલી ઊભી થાય તેવું હતું. તેમની ટુકડીમાંથી એક જણ ઓછું થઈ જાય.

અને અરજણે વિચાર્યું હતી કે કૃપાને બધાની બહુ ચિંતા છે.

આમ તો શંકાસ્પદ આચાર્યની રહસ્યમયી યોજના સરળ લાગતી હતી, પરંતુ હકીકતમાં તે ગુંચળાયેલી હતી. તે કારાગૃહની અંદરના હિસ્સાને જાણવા માગતો હતો એટલે પાછળના દરવાજાનો પ્રયોગ કરવા માગતો હતો, જે ત્યાં હતો જ નહીં. જ્યાં સુધી કૃપાએ વર્ણન કરીને સમજાવ્યું નહીં ત્યાં સુધી અરજણ સમજી નહોતો શક્યો કે આ એક કમાલની યોજના હતી. તેણે કહ્યું કે તેમણે જઈને સોમનો ભંડાર લૂંટવો પડશે.

“આપણે એ નહીં લૂંટી શકીએ.”

“હું જાણું છું. હું એ માટે જ કોઈ ઉપાય વિચારી રહ્યો છું.”

અરજણ પ્રસન્ન નહોતો, પણ તેની પાસે બીજી કોઈ યોજના પણ નહોતી, “તમે સોમનું શું કરશો? એનાથી તો બધાનું જીવન બરબાદ થયું છે.”

“તેમાંથી વિસ્ફોટક પદાર્થ બનાવીશું.” કૃપા ખંધુ હસ્યો.

અરજણ અને બાલાએ એકબીજા સામે જોયું.

“શું તમે જાણો છો કે તે કેવી રીતે બનાવાય?” અરજણે પૂછ્યું.

“મેં મારા ભાણાને એ બનાવવાનું શીખવાડ્યું હતું, પણ અમારી યોજના કારગર નહોતી નીવડી.” કૃપાએ કહ્યું, “પણ હું જાણું છું, હા. આપણે બસ થોડી માત્રામાં જોઈએ, તેમાં જ કામ થઈ જશે. મહાયુદ્ધ દરમિયાન ઘણા બધા વીરોએ સોમ મેળવીને ગોળા તૈયાર કર્યા હતા જેને તેઓ અસ્ત્ર કહેતા હતા. આપણે તેને પાછળના દરવાજે વાપરીશું. એ વિસ્ફોટથી તૂટશે અને આપણે અંદર ઘૂસી જઈશું. પછી કલ્કિને છોડાવીને તરત ત્યાંથી બહાર નીકળી જઈશું.” તે બોલીને એક ક્ષણ માટે મૌન થઈ ગયો.

અરજણે સન્નાટો તોડ્યો, “જો આ કારગર ન થાય તો?”

“કોઈ પણ યોજના કારગર ન થાય તેવી સંભાવનાઓ હોય જ.” કૃપા બોલ્યો, “એટલે જો, આ યોજના સફળ ન થાય તો આપણે બધા મરીશું અને સાથે કેટલાય કેદીઓને પણ મારી નાંખીશું.”

અરજણે હતાશાના માર્યા પોતાના વાળ ખેંચ્યા, “અને તમે એવી યોજના ક્યારે બનાવશો કે બીજા માર્યા ન જાય?”

“આને યોગ્ય જગ્યાએ મૂકીને, જ્યાં ખરેખર તે મૂકી શકાય. તે માટે તારે કારાગૃહ જઈને જોવું પડે કે આપણે ક્યાં ગોળો મૂકવો જોઈએ.”

એ ફરીથી સફરજન લઈને જેલની બહાર હાજર હતો. યોજનામાં ઘણી બધી ત્રુટિઓ હતી અને તે સફળ થવાની સંભાવના નહીંવત લાગતી હતી. કૃપા તો જાણે પાગલપનનું બીજું નામ હતું. હંમેશાં આવી જ બેહૂદી યોજનાઓ બનાવી લાવતો હતો. અસ્ત્ર તો દેવોએ ફક્ત અમુક જ લોકોને આપ્યા હતા, પણ કૃપાનું કહેવું હતું કે એ વાત ખોટી છે. અરજણ જાણતો હતો કે તેમને ટુકડીમાં હજુ એક જણની જરૂર હતી અને તેણે એ છોકરીને જોઈ હતી જે રાત્રિ માટે કામ કરતી હતી. દિવ્યતાથી ભરપૂર ચહેરો અને સફેદ વાળ ધરાવતી યુવતી. તેણે રાત્રિના ઘરમાં તેને ચુસ્તી-સ્ફૂર્તિ સાથે યુદ્ધનો અભ્યાસ કરતાં જોઈ હતી.

“તેનું નામ પદ્મા છે.” રાત્રિએ તેની બાજુ જોઈને કહ્યું, “જ્યારે હું તેને લાવી ત્યારે એ અનાથ હતી; તેના બધા જ ભાઈ-બહેનને તેની સામે જ મારી નાંખવામાં આવ્યાં હતાં.”

“ઓહ!” રાત્રિ કેટલી આસાની અને ઉદાસીનતાથી કોઈના જીવન વિશે જણાવી રહી હતી, “આ બધું કોણે કર્યું?”

“એ જણાવતી નથી, મેં ઘણીવાર પૂછ્યું.”

અરજણના મનમાં જિજ્ઞાસા હતી. જોકે તેને છોકરીઓમાં કોઈ રસ નહોતો, પણ આ અલગ જ હતી. એવું લાગતું હતું કે તેની અંદર એક યોદ્ધા છુપાયેલો છે. એ પછી એણે સાંભળ્યું કે રાત્રિ તેને ધમકાવી રહી

હતી, એ કેમ કલાકો સુધી ઘરમાંથી ગાયબ રહેતી હતી તેનું કારણ એ જણાવતી નહોતી.

"મને આ પસંદ નથી. મને એ સહેજેય ગમતું નથી કે તું તારા કારનામાઓ વિશે કશું જણાવતી નથી. જો મને એવી ખબર પડી કે જે મારી પસંદની વિરુદ્ધ છે તો હું તને લાત મારીને ઘરમાંથી કાઢી મૂકતા વિચાર નહીં કરું."

પદ્મા અત્યાર સુધી શાંત હતી, અચાનક બોલી, "તમે પહેલાં પણ આવું કરી ચૂક્યા છો, જે રીતે તમે એ લોકોને આપણી યોજનામાં સામેલ કર્યા છે."

"તે લોકો આપણને મદદ કરે છે."

"એ કશું નથી, બસ મૂરખ છે."

બેશક, પદ્મા તેમનું અપમાન કરી રહી હતી, પણ તેમાં ખોટું શું હતું?

અત્યારે અરજણને એ છોકરીની પરવા નહોતી. તેની આંખો એ માણસ પર ટકેલી હતી જે સવારી ગાડી લઈને શહેર તરફ જઈ રહ્યો હતો. તેની પાસે કેટલાય પ્રકારના ખાવા-પીવાનો સામાન હતો. અરજણે શુકોને સીટી બજાવી જે તેના ખભે આવીને બેઠો હતો. શુકો તેનો ઇશારો સમજીને પલકવારમાં પેલા માણસ પાસે પહોંચી ગયો. તેણે પોતાની નાની-નાની ચાંચથી રોટલી ઉપાડી લીધી. એ માણસ ડરીને તેનો પીછો કરવા લાગ્યો ને શુકો તેને ચીડવતો દૂર લઈ ગયો.

બસ, આ જ મોકો હતો.

અરજણ તેજીથી એ ગાડી તરફ આગળ વધ્યો. તેણે પોતાનો ચહેરો શાલથી ઢાંકેલો હતો. એ ગાડી સાથે બજાર તરફ નીકળી પડ્યો. તેણે ત્રાંસું જોયું તો પેલો માણસ પાગલની જેમ તેની ગાડી શોધી રહ્યો હતો.

અરજણને હસવું આવ્યું. એ ફૂલો અને ખાવા-પીવાના સામાનની મહેક સાથે, બૂમબરાડા અને વાતચીતના અવાજો વચ્ચે કારાગૃહના દરવાજે પહોંચ્યો. બજારમાં સામાન ખરીદનાર અને વેચનાર વચ્ચેની અંદરોઅંદર બોલાચાલી ચાલુ હતી.

કારાગૃહના દરવાજે બે નાગસૈનિકો તલવાર લઈ ઊભા હતા. અરજણને

જોઈને દરવાજો ખોલવા લાગ્યા, પણ રોકાઈ ગયા. અરજણને અંદરથી ખુશી હતી, પણ તેણે જોયું કે સૈનિકોને શક પડ્યો હતો. અરજણે ત્યારે ખાંસી ખાવાનો દેખાડો કર્યો. નાગ તેની સામે આવી ગયા. અરજણનો આખો ચહેરો શાલથી ઢંકાયેલો હતો.

"કોણ છે તું?"

અરજણ બોલ્યો, "અરે યાર, હું તો છું, ઓળખ્યો નહીં? આજે બીમાર છું." તેના ધબકારા તેજીથી ધબકવા લાગ્યા અને આંગળીઓમાં ધ્રુજારી આવી હતી. તે એ સૈનિકોનો શક દૂર કરવા માટે થોડો ભારે બનાવટી અવાજ કરવાનો પ્રયાસ કરતો હતો.

"તો આવવાની શી જરૂર હતી?"

"કામ તો કરવું પડે ને ભાઈ."

"આવી વાત કેમ કરે છે?"

ત્યાં તો અરજણ છીંક્યો અને પછી નાગસૈનિકના કવચ પર તેનું નાક રગડ્યું. એ ડરી ગયો, "અરે! છી! તારી આ મજાલ. જવા દો આને! ગંદો માણસ." નાગ-સૈનિકે ભવાં ચડાવ્યાં અને કવચ લૂછ્યું.

અરજણ છૂપા સ્મિત સાથે ધીરેથી અંદર પ્રવેશ્યો. તેને ખુશી એ હતી કે તેની કદ-કાઠી પેલા માણસ જેવી હતી જે કારાગૃહમાં સામાન લઈને આવતો હતો. જ્યારે તે અંદર પહોંચ્યો તો તેના ધ્યાનમાં કેદીઓ આવવા લાગ્યા. તે તેની આસપાસ ઊભા રહેવા લાગ્યા અને નાગસૈનિકો શાંતિથી પહેરો ભરતા હતા. અરજણને તો એવો અભિનય કરવાનો હતો કે, જાણે એ રોજ આવતો હોય!

વરંડામાં કેદીઓ તેમનું ગમતું ભોજન લેવા માંડ્યા. કેટલાકે પોતાના માટે ફળ લીધાં તો કેટલાકે દૂધનો પ્યાલો લીધો. અરજણ આગળ વધ્યો અને તેની આંખો કિલ્લાની બનાવટ પરખતી હતી. તેને કશું એવું ન દેખાયું જે તેને કારાગૃહની પાછળની બાજુ લઈ જઈ શકે. બધું આગળના ભાગમાં જ બનેલું હતું.

કેદીઓની વચ્ચે કેટલાક લોકો અંધારી કોટડીમાંથી બૂમો પાડતા હતા. અરજણ થોડો આગળ આવ્યો તો ઘણી બધી બારીઓ દેખાઈ

પણ દરેક બારી કારાગૃહના વરંડામાં જ ખૂલતી હતી.

કિલ્લો ઘણો ભુલભુલૈયા જેવો હતો. અરજણે કેટલીય અંધાર ગલીઓ પાર કરી, નાગલોકોને ચકમો આપી આગળ વધતો ગયો અને એવી બારી નજીક પહોંચ્યો જેની તેને તલાશ હતી. એ બારીની બહાર જોયું તો એ જેલની પાછળની સડક જોઈ શકતો હતો. તેણે તેની સાચી સ્થિતિ યાદ રાખવાની કોશિશ કરી પણ તે ભૂલી ચૂક્યો હતો.

અરજણને ઉપાય સૂઝ્યો. તે પોતાની સાથે કોઈ હુમલાની આશંકાથી બચવા માટે હથિયાર લઈને આવ્યો હતો. તેણે તે હથિયાર બારીમાં મૂકી દીધું જેથી જેલની બહારથી જોવાથી એનું સાચું સ્થાન ખ્યાલ આવે. તેમને આવી જગ્યાએ જ વિસ્ફોટક લગાવવા પડે.

અરજણ પોતાની ગાડી તરફ ગયો અને ફરીથી કેદીઓને સામાન આપવા લાગ્યો જેથી કોઈને શક ન પડે. તેને બહાર નીકળવા સુધી આવો દેખાવ કરવાનો હતો. આગળની કોટડીઓ પાસે નાગસૈનિકોની સંખ્યા થોડી ઓછી હતી, પણ જલદીથી તેણે એવી કોટડી જોઈ જેની નજીક નાગસૈનિકો સતત પહેરો ભરતા ચક્કર કાપતા હતા. તે આગળ આવ્યો તો નાગસૈનિકે થોડાં સફરજન અને કેળાં લીધાં અને સ્મિત આપ્યું.

"વૃદ્ધ બાબા, આ મોસમમાં પણ આવા કપડાં પહેરી રાખ્યા છે? નાગ-સૈનિકે પૂછ્યું.

અરજણે જવાબ આપવા કરતા ગંદું હસીને જવાબ આપ્યો. તેણે એ કોટડીની બહાર બૂમ પાડી તો નાગસૈનિક બોલ્યો, "આ તો કશું ખાતો જ નથી."

અરજણે જોયું કે કેદી કોણ છે? અને તેને કોઈ નવાઈ ન લાગી. બેશક, એ કલ્કિ જ હતો. એ ચત્તો સૂઈ ગયેલો હતો. તેના આખા ચહેરા પર લાંબી દાઢી અને માથાના વાળ એટલા વધેલા હતા કે એવા ક્યારેય નહોતા. અરજણે છેલ્લી વાર જોયો હતો તેની સરખામણીએ વધુ દૂબળો-પાતળો અને રોગિષ્ટ જણાતો હતો. અરજણના પેટમાં ભય અને રાહતની મિશ્રિત લાગણી પ્રસરી ગઈ.

તેણે પોતાના ભારેખમ અવાજમાં વાત બનાવી, "તમને ત્રણેયને

પેલી બાજુ કોઈ બોલાવતું હતું. એ લોકો સંત્રીઓ માટેની દાવતની વાત કરતા હતા."

"દાવત?" સૈનિકે બીજા સૈનિક સામું જોયું, "તેઓ અમારા વગર દાવત ન કરી શકે."

"એ તો કરી રહ્યા હતા, મેં જોયું."

"તમે આનું ધ્યાન રાખજો, બાબા. અમે હમણાં જ પાછાં આવીએ."

અરજણે માથું હલાવ્યું, "હા, કોઈ વાંધો નહીં. હું અહીંયા જ છું. તમે જઈ આવો."

બીજા નાગ-સૈનિકે કમને પેલા સૈનિકને કહ્યું, "આપણને આદેશ અપાયો છે કે આ જગ્યાએથી હલતા નહીં."

"આદેશ? ઊહ." અરજણે હુંકાર કર્યો, બીજા સૈનિકે પણ તેવું કર્યું, "અરે જાઓ, થોડી મોજમસ્તી કરી આવો."

"સાચી વાત છે, ચાલને. આ અંધારામાં ઊભા રહીને તો મગજ પાકી ગયું છે."

અરજણે ફરીથી ગરદન હલાવી.

બીજા સૈનિકે સંમતિ દર્શાવી, જોકે તે તોય સંશયમાં હતો. પહેલો સૈનિક તેને એ કાલ્પનિક દાવત માટે લઈ ગયો. અરજણ હવે જાણી ગયો કે આવા મૂર્ખોની દરેક જાતિ અને વંશમાં કમી નથી હોતી.

"શી...શી...!" અરજણે ધીમેથી અવાજ કાઢ્યો.

"શું છે?" કલ્કિ ગિન્નાયો. કદાચ એ અર્ધનિદ્રામાં હતો.

"જા ને... અહીંથી." તેના અવાજમાં કઠોરતા હતી.

"હું... અરજણ છું." અરજણ ધીમેથી બબડ્યો.

એક ક્ષણની ચુપ્પી પછી કલ્કિએ એકદમ આંખો ખોલી. એ ઊભો થઈ ગયો. પાંપણ ઊંચી કરીને હાથ હલાવતો આગળ આવ્યો. તેની આંખો પહોળી થઈ ગઈ જાણે કોઈ સપનું જોઈ રહ્યો હતો.

"અરજણ?" તેણે હાથ બહાર કાઢ્યો અને સળિયાની આરપાર જ બંનેના હાથ એકબીજાને વળગી રહ્યા.

"બધું સારું થઈ જશે."

"મને લાગ્યું કે તમે બચીને ક્યાંક નીકળી ગયા અથવા તો માર્યા ગયા." કલ્કિએ પોતાનાં આંસુ જલદીથી લૂછ્યાં. એ કેટલોય થાકેલો-માંદલો અને અધમર્યો દેખાતો હતો.

"કૃપા મને આ જગ્યાએ લઈ આવ્યો." અરજણ બોલ્યો, "અમે તને બહાર કાઢીશું."

"શું તમને મારો સંદેશ મળ્યો?"

"હા." અરજણ બોલ્યો, "તને ખ્યાલ છે કે આપણું જીવન બદલાઈ ગયું છે. આ જગ્યાએથી બહાર નીકળીને બને એટલી જલદીથી તારે પર્વતો તરફ નીકળવાનું છે."

"એ કાલે મારી પાસે આવ્યો હતો."

"કોણ?"

કલ્કિએ બંને બાજુ જોયું, તેની આંખોમાં ઘૃણા સળગતી હતી, "કળિ."

"શું થયું?"

"તેને લાગે છે કે તેની બહેન મને પસંદ કરે છે."

અરજણે ખભા ઉલાળ્યા, "દરેક છોકરી તને જ કેમ પસંદ કરે છે? મારામાં શું ખોટું છે?"

કલ્કિ હસી પડ્યો, તેના ચહેરા પર જૂનો મોહકતાનો રંગ છલકાયો, "એ કાં તો તેની બહેનની કોઈ વધુ જ ચિંતા કરે છે, કાં તો પછી ઈર્ષ્યાખોર છે. તેને લાગે છે કે મેં એની બહેનનું દિલ ચોર્યું છે અથવા પોતાને રાજાઓનો રાજા સાબિત કરવા એ મને તેની બહેનની સામે દંડિત કરવા માગે છે."

"વિના કોઈ મુકદ્દમો ચલાવ્યે?" અરજણ હેરાન હતો. તેણે સાંભળ્યું હતું કે નગરમાં ન્યાયપાલિકા તંત્ર મોજૂદ છે. મૃત્યુદંડ તો અંતિમ વિકલ્પ હોય અને એ પણ અત્યારે જ આપી દેવાની વાત હતી. પૂરી સભા મળીને તેના ભાગ્યનો નિર્ણય કરે. કલ્કિનું કહેવું હતું કે તેણે જે પણ કર્યું તે આત્મરક્ષા માટે કર્યું હતું, જોકે અરજણને ખબર હતી કે કળિ બધી જ વાતને બીજી રીતે ઘુમાવી દેશે.

"એને માટે તો આ મુકદ્દમો અને પેશી ફક્ત ઔપચારિકતા જ છે. તે આ વાર્તાનો એવો અંત લાવશે જેવો તે ઇચ્છતો હશે." કલ્કિ બોલ્યો.

એ ગુસ્સામાં હતો અને એ દિવસોમાં તેને પોતાની આસપાસની દરેક ચીજ પર ગુસ્સો આવતો હતો.

"તમે બહાર નીકળવાની કોઈ યોજના બનાવી રહ્યા છો?"

"તું યોજનાને પસંદ નહીં કરે." અરજણે હોઠ કરડ્યા અને પછી વિસ્ફોટકો વાળી વાત જણાવી.

કલ્કિએ ભવાં ચડાવ્યાં, "શું તમે વિસ્ફોટક લગાવવાની જગ્યા નક્કી કરી?"

"હા, એ કામ તો થઈ ગયું." અરજણ બોલ્યો.

"બસ, છેલ્લી ઘડીએ ફેરફારની તૈયારી રાખજો." કલ્કિએ તેના ખભે હાથ મૂક્યો, "અને પૂરી સાવધાની વર્તજો. હું તારો જીવ જોખમમાં નાખવાના બદલે મરવું પસંદ કરીશ."

અરજણે ગરદન હલાવી, "મને પણ એવું લાગે છે. હું આ અંધકાર યુગનો નાયક નહીં, પણ એ તો તું છે. તારે જ એ જગ્યાએ જઈને બધાને બચાવવાના છે. જો તું માર્યો જઈશ અથવા કળિને ખબર પડશે કે તું જ તેને પરાસ્ત કરીશ તો ત્યારે જ મારી નાંખશે. અત્યારે તો એ તારી સાથે ફક્ત એક રમત રમે છે."

કલ્કિએ થોડી ક્ષણ વિચારીને કહ્યું, "ખબર નહીં કેમ, પણ મને એ અધર્મ નથી લાગતો."

"કેમ?"

"બસ, અંદરથી એવો અવાજ આવે છે."

"પણ મેં તો વિચાર્યું હતું."

"જાણું છું કે મેં જ એ કહ્યું હતું, પણ જ્યારથી એને મળ્યો છું મારો વિચાર બદલાઈ ગયો છે."

અરજણે સંમતિ દર્શાવી. તેના માટે બધું બદલાઈ ગયું હતું, પણ એ કશુંક બોલવા જાય તે પહેલાં જોરથી ઘંટનો અવાજ આવવા લાગ્યો.

"આ તો ખતરાની ચેતવણી માટેનો છે." કલ્કિએ અરજણનો ખભો થપથપાવ્યો, "મને લાગે છે કે એ લોકોને તારા વિશે ખબર પડી ગઈ છે, ભાગ."

ભારે દોડધામના અવાજમાં ઘૂસણખોર એ શબ્દ વારંવાર સંભળાતો હતો. અરજણ તેને સહેજ ભેટીને બહાર ભાગવા ગયો, પણ તેને માટે બહાર જવાનો તો કોઈ રસ્તો જ નહોતો. બારીઓમાં સળિયા હતા અને ગલીઓ ભુલભુલૈયા જેવી હતી. તેણે શાલ ફેંકી અને પરસાળ તરફની ગલી તરફ ભાગ્યો. કેદીઓ અચંબાથી જોઈ રહ્યા હતા અને નાગસૈનિકો તેનો પીછો કરી રહ્યા હતા.

અરજણ જાણતો હતો કે જલદીથી કંઈ નહીં કરે તો પકડાઈ જશે. તેણે ઝટકાથી બારીમાંથી પેલું દાતરડું લીધું અને તેની પકડથી દીવાલ પર ચડવા લાગ્યો. નાગ-સૈનિકો નીચે જમા થયા ને બૂમો પાડી રહ્યા હતા. એ જાણતો હતો કે મૃત્યુ તેના માથે તાકમાં બેઠું છે. તેને લાગ્યું કે દાતરડું હવે તેની પકડ ગુમાવી રહ્યું છે. એ તેનો ભાર સહન નહોતું કરી રહ્યું. તેની આંગળીઓએ ખરબચડા પથ્થર પકડવા માંડ્યા. ત્યાં જ એક તીર સનસનાવીને તેની તરફ આવ્યું. નિશાન ચૂક્યું અને દીવાલની તિરાડમાં ઘૂસી ગયું. એણે એ તીર પકડ્યું અને તેના સહારે દીવાલ પર અને છેક ઉપર પહોંચી ગયો. એક તીર બેકાર ગયું, પણ બીજું નિશાના પર હતું. એ સીધું તેના પગની ઘૂંટીમાં ઘૂસી ગયું. એ પડવા ગયો પણ દાતરડાથી બચી ગયો.

ઓહ! હિંમત રાખ. તેણે જાતને સાંત્વના આપી. તે પરસેવાથી રેબઝેબ હતો. તેણે નીચે જોયું નહીં. તે જાણતો હતો કે ભયથી જો દાતરડું છૂટશે તો એ પકડ ગુમાવી દેશે. આખરે એ ટોચ પર સિફતથી ઊભો હતો.

સૈનિકો ચીસો પાડી રહ્યા હતા ને તે એ લોકોને જોઈ હસ્યો. એ ઘૂંટીની પીડાને કારણે ત્યાંથી લથડ્યો અને સમતોલન ગુમાવવાથી બહારની તરફ પડ્યો. તેને ખ્યાલ આવ્યો કે તે છેક નીચે જઈ રહ્યો છે, તેના વાળ ઊભા થઈ ગયેલા હતા. તેણે જાત સંભાળવાનો પ્રયાસ કર્યો, પણ એ નીચે પડ્યો તો કોઈ નરમ સપાટી પર પડ્યો. તેણે જોયું કે કોઈ ખેડૂતની બળદગાડીએ તેનો જીવ બચાવ્યો. ખેડૂત બીકનો માર્યો ચીસો પાડતો હતો, પણ અરજણે તરત જ તેના મોંમાં ભૂંસું નાખી દીધું. તેણે જોયું કે બળદગાડી કારાગૃહની દીવાલે નીચે જ ઊભી હતી.

આ તો કોઈ જાદુથી કમ નથી.

એણે એક ઊંડો શ્વાસ લીધો. એ ઘાસના ભૂંસામાંથી બહાર આવ્યો અને રાત્રિના ઘર તરફ રવાના થયો. એ પહેલા એણે માથું નમાવી ખેડૂતનો આભાર માન્યો. એણે કશું તો કરવાનું જ હતું. કલ્કિએ સાચું કહ્યું હતું. તે લોકોએ ઝડપ કરવી પડશે અને કલ્કિ પર મુકદ્દમો શરૂ થાય તે પહેલાં સોમ મેળવવું પડશે. તેના મગજમાં આવતા વિચારોમાં એક જ વસ્તુ ફરતી હતી કે કલ્કિને એવું કેમ લાગ્યું કે કળિ અધર્મ નહોતો.

63

પદ્માને ખયાલ આવતો હતો કે હવે તેનું રાત્રિના ઘરમાં ટકવું અશક્ય હતું. તે પોતાનામાં મસ્ત રહેનારી સ્ત્રી હતી, જેની પર હવે તેને ભરોસો નહોતો અને પદ્મા તેને છોડવાનું વિચારી રહી હતી. તે મનસાથી પણ દૂર થવાનું વિચારી રહી હતી. તે તેની બાકીની જિંદગી કોઈ દૂરના ગામમાં શાંતિથી વિતાવવા માગતી હતી.

રાત્રિ પ્રત્યે આટલી ઘૃણા જાણે ક્યાંથી થઈ હતી?

કારણ કે તેણે પેલા પુરુષોને કશું જાણ્યા વિના જ કેટલી આસાનીથી પોતાના ઘરમાં શરણ આપ્યું હતું. પદ્માને લાગતું હતું કે એ બધા પૂરી રીતે મૂર્ખ અને બુદ્ધિવિહીન હતા. એ જાણે કેટલાંય વર્ષોથી રાત્રિનો ભરોસો મેળવવાની કોશિશ કરી રહી હતી અને આ ત્રણ મૂર્ખ, પ્રચાર કે પ્રશાસન વિશેની કોઈ જાણકારી વગર ક્ષણભરમાં રાત્રિના વિશ્વાસપાત્ર બની ગયા હતા. એ લોકો ફક્ત રહેવાની પોતાની ગરજને કારણે જ અહીંયા હતા. રાત્રિએ કહ્યું હતું કે તેઓ તેની ભાણીના મિત્ર હતા અને પદ્માને તો લક્ષ્મી અહીં રહેતી હતી એટલા પૂરતું જ ગમતી હતી. તે એ વાતને સહન નહોતી કરી શકતી કે લક્ષ્મીના મૃત્યુને લીધે એ લોકો તેના જીવનનો હિસ્સો બને.

પદ્માને માટે મૃત્યુ તો જાણે સામાન્ય વાત હતી. તેના ભાઈઓને શૂળી પર લટકાવી સળગાવી દેવાયા અને એ કામ એ રાજાનું હતું જેને બધા ફરીથી સિંહાસન પર બેસાડવા માંગતા હતા, પણ લક્ષ્મી તેમાં અપવાદ હતી.

જ્યારે રાત્રિએ જાણાવ્યું કે લક્ષ્મી ક્યાંક જતી રહી છે અને પછી તેનું મૃત્યુ થયું એવું જાણીને પણ પદ્માને કોઈ દુઃખ નહોતું થયું. પદ્માને મૃત્યુથી કોઈ ડર નહોતો. તે આ બાબતમાં સાવ હૃદયહીન થઈ ગઈ

હતી. એ જાણતી હતી કે એક દિવસ બધા મરવાના જ છે. હકીકતમાં તે એક એવી દુનિયામાં જીવી રહી હતી જે વિનાશને આરે હતી અને ગમે ત્યારે નષ્ટ થવાની હતી. એ જાણતી હતી કે આ એક બહુ નિરાશ કરનારો વિચાર હતો, પણ તે આની સાથે મોટી થઈ હતી.

તેને તો આકાશ ગાયબ થવા પર પણ કોઈ ચિંતા નહોતી થઈ, પછી તેણે ઘણા લોકોને કળિના કિલ્લામાં હિંસક તમાશા માટે જતાં જોયાં. એ પણ છૂપી રીતે ગઈ તો તેના જૂના સાથી આકાશને ભાલા પર લટકેલો જોયો. આ તો હિંસક તાંડવ હતું. તેને લાગ્યું હતું કે કળિ જ કીકતપુર માટે સૌથી યોગ્ય અને પ્રગતિશીલ રાજા હતો, પણ હવે એ પણ બેહૂદું વર્તન કરતો હતો. તે એના બે જોડિયા અંગરક્ષકોથી પણ ઘણી હેરાન હતી જેમના ચહેરા પર કોઈ પણ ભાવ દેખાતા નહોતા.

તેના વાળ એકસાથે બાંધેલા હતા અને તેની આસપાસ કપડું લપેટેલું હતું. તેણે એ ઓરડામાં પ્રવેશ કર્યો જ્યાં નાટક ભજવાતું હતું. જ્યાં ખુલ્લા બજારમાં કઠપૂતળી અને વિભિન્ન સ્વાંગ બતાવવામાં આવતા. રંગમંચ એક સાચે જ અનોખી જગ્યા હતી. ભવ્ય અને જાજરમાન રંગમંચમાં નગરના જાણીતા લોકો જોવા મળતા હતા. આ જગ્યા પથ્થર પર ઢાંકેલ ક્રીડા-સ્થળમાં હતી.

જો વાસુકિનું આમંત્રણ હોત નહીં તો પદ્મા અહીં પ્રવેશ પણ કરી ન શકતી. જ્યારે એ ત્યાં પહોંચી તો જોયું કે એ પાન ખાઈ રહ્યો હતો. પદ્મા નાટક જોવા લાગી. જાનવરોના વેશમાં સ્ત્રી-પુરુષોના ચહેરા પર મહોરાંઓ લગાવેલાં હતાં. ચારેબાજુ સંગીત રેલાવતાં વાદ્યોના અવાજ ગુંજી રહ્યા હતા.

પદ્મા સીડી ચડીને ઉપર જવા માટે ગઈ. જ્યાં નાના ઉમરાવો નીચે બેઠા હતા. તે ઉપર પહોંચી ને જોયું તો જાંબલી રંગના બે પડદા વચ્ચે બધા જ ઉમરાવો અને ઉચ્ચાધિકારીઓ જોવા મળ્યા. બે નાગસૈનિકો અંદર પ્રવેશતાં પહેલાં તપાસી લેતા હતા. તેની પાસે કટાર હતી, પણ

તેને રોકવામાં ન આવી. કદાચ વાસુકિએ આદેશ આપી દીધો હશે કે તેનાથી કોઈ ખતરો નથી.

જ્યારે પદ્માએ પ્રવેશ કર્યો ત્યારે વાસુકિની પીઠ તેના તરફ હતી. તેના કહેતાં પહેલાં વાસુકિએ કહ્યું, "વેશ્યાલયમાં બહુ જ ઉત્તમ કામ કર્યું." પદ્માએ ચહેરો જોયો નહોતો, પણ તેને લાગ્યું કે તે હસી રહ્યો હતો, "તું આ કામ છૂપી રીતે કરી શકતી હતી, પણ તેં એવું ન કર્યું."

તેનું પણ એક કારણ હતું. મનસાએ તેને આ કામ કરવાનો આદેશ આપ્યો હતો, પણ સાથે સાથે તેને પોતાની રીતે કરવાની આઝાદી પણ આપી હતી. પદ્માએ સૌથી હિંસક રીત જ પસંદ કરી.

"બેસ." વાસુકિએ તેને બાજુના આસન પર બેસવા કહ્યું.

તે બેસી ગઈ. વાસુકિએ તેને ખાસ કામ માટે બોલાવી હતી. તેના સંદેશમાં તો એવું જ લખ્યું હતું.

"તેં સોંપેલું કામ સારી રીતે કર્યું." એ ફર્યો તો તેના લાલ રંગે રંગાયેલા હોઠ દેખાયા, "પણ તેનો મતલબ એ નથી કે કામ પતી ગયું. હવે કળિનો વારો છે."

"આ તો અચરજ જેવી વાત થઈ, કારણ કે થોડીવાર પહેલાં એ તેના વિશે જ વિચારતી હતી."

"આપ પણ ચાહો છો કે હું તેને મારી નાંખું?"

"અરે, ના...ના." તેણે હાથ ઝાટક્યો, "મનસાએ કહ્યું કે તે પહેલાંની જેમ દુર્બળ થાય તો એ ઉપયોગી સાબિત થશે. કઠપૂતળીને નચાવવી આસાન રહે."

"આપ મારી જોડે શું કરવા માગો છો?"

"મારી બહેન..." તેણે એક સંદેશ તેની આગળ મૂક્યો, "મારી બહેને નગરમાં થોડા છોકરાઓને કામે લગાવ્યા છે જે પરિષદનાં એકેક કામ પર ધ્યાન રાખે છે. તેમને જાણકારી મળી છે કે કળિની તબિયત ઘણી ખરાબ હતી પણ હવે એકાએક જાદુઈ રીતે તેમાં સુધારો આવ્યો છે. વિચાર માગે તેવી વાત છે ને? તેને કોઈ જડીબુટ્ટીથી આ સુધારો થયો છે અને એ ઘણીવાર તે લેવા આ જગ્યાએ જાય છે. જેનાથી તેને ભારે

મદદ મળી છે." આમ બોલી વાસુકિએ એ કાગળ તરફ સંકેત કર્યો, "મને નથી ખબર કે ત્યાં કેટલો જથ્થો બાકી છે?"

પદ્માએ જોયું કે તે જગ્યાનો એ નકશો હતો. જોકે બહુ સારી રીતે નહોતો બનાવાયો, પણ દિશાનું અનુમાન કરી શકાય તેમ હતું, "મારે આ જગ્યાએ જઈને શું કરવાનું છે?"

"તેને સળગાવીને પૂરો નષ્ટ કરી દે." એ લાલ દાંત બતાવતો ભદ્દી રીતે હસ્યો, "આખો ભંડાર સળગાવી નાખ ને તેમાંથી થોડા પ્રમાણમાં મારા માટે લઈને આવ. સાચું કહું તો હું મારા માટે તેમાંથી પ્રયોગ કરવા ઇચ્છું છું." એ હોઠ દબાવી હસ્યો.

"વેદાંતનું શું થશે?"

"તેનું કામ પણ થશે."

"મારે તેનો પણ બદલો લેવો છે. તમે મને કિલ્લામાં પ્રવેશ કરવામાં મદદ ક્યારે કરશો અને...?"

વાસુકિએ હાથ ઊંચો કરી તેને રોકી. "મનસાનું કહેવું છે કે આ બાબતમાં ધીરજ રાખવી. તેણે તને એના માણસો આપ્યા ને? હેં...? તેં એને સાવ અંદરથી તોડી નાંખ્યો. હવે તેનું કોઈ ભરોસાપાત્ર રહ્યું જ નથી. મનસાનું કહેવું છે કે તેને મારવાથી વાત નહીં બને. જો બદલો લેવા માગતી હોય તો એને મારો જેને એ ઘણો પ્રેમ કરતો હોય."

"એ કોણ છે?" પદ્માના કાન સરવા થયા.

"એ માટે ચિંતા ન કર. મનસા જલદીથી એ વિશે તપાસ કરીને જણાવી દેશે." વાસુકિ માથું હલાવતો બોલ્યો. તેનો ચહેરો સાવ ભાવશૂન્ય હતો.

વાત તો સાચી લાગે છે, કમ-સે-કમ સાંભળવામાં તો સારી લાગતી હતી. પદ્માએ ડોકું હલાવ્યું, "હું જોઉં છું કે શું કરી શકું છું." તે ઊઠવા જતી હતી ત્યાં તેને નાટકના રંગો અને નાયકોએ આકર્ષિત કરી.

"છોકરી, તેં શું ક્યારેય રંગમંચ નથી જોયું?" વાસુકિએ કોમળતાથી પૂછ્યું.

પદ્માએ માથું ધુણાવ્યું.

"આ કેવું મજાનું છે, હેં ને?"

પદ્મા હસી. જાણે કેટલાંય વર્ષો બાદ તેના ચહેરા પર સ્મિત આવ્યું હતું.

"સુંદર છે." તેણે જોયું કે નાયક, નાયિકાને પોતાની સાથે લઈ જવા માગતો હતો જેણે ખચ્ચરનું ચામડું પહેરેલું હતું, "આ શેની વાર્તા છે? આ લોકો કેમ નાચી રહ્યાં છે?"

"નૃત્યકલા દૃશ્યસંચારનું સૌથી ઉમદા રૂપ છે." વાસુકિ બોલ્યો, "ધ્યાનથી જોઈશ તો આખી વાર્તા સમજમાં આવી જશે."

પદ્માએ તેની સામું જોઈ પૂછ્યું, "તમને આ બધું કેવી રીતે ખબર છે?"

"મારા પિતાજી મહાન વ્યક્તિ હતા. તે આવી કલાના સાધક હતા અને તેમણે સદા એ ધ્યાન રાખ્યું કે અમે પણ કલા અને સંસ્કૃતિની પરંપરાથી સંપૂર્ણ રીતે વાકેફ હોઈએ. તેઓએ મને આ વિષયમાં ઘણું શીખવાડ્યું છે." હવે વાસુકિના અવાજમાં પહેલા જેવી દૃઢતા નહોતી. એ ગંભીર હતો.

"તેમને શું થયું હતું?"

"મારી નાંખ્યા. હું ત્યારે સોળ વર્ષનો હતો." તે બોલ્યો, "એક કબીલાનું નેતૃત્વ કરવા માટે ઘણો નાનો, એ તું સમજી શકે છે. આ વાત પર ગૃહયુદ્ધ શરૂ થઈ ગયું. બીજાં બધાં લોકો સામે લડવામાં હું અને મનસા એકતરફ હતાં. બીજાં બધાં લોકો પિતાનું સિંહાસન હડપી લેવા માંગતા હતાં." તેણે ઊંડો શ્વાસ લીધો. કદાચ તેને અતીતની દુઃખભરી તસવીરો દેખાવા લાગી હતી, "હું જરૂર કરતાં વધુ વાત કરવા બદલ માફી માગું છું. હું ઘણીવાર મારા ભૂતકાળના જીવનમાં વિચારશીલ બની જઉં છું."

પદ્મા તેની સાથે બેઠી હતી. તેમને છુપાવતા પડદા તરફ તેમની પીઠ હતી, "શું હું થોડીવાર માટે અહીં બેસી શકું છું? હું કલાત્મક સૌંદર્ય વિશે વધુ જાણવા માગું છું."

"કેમ નહીં. હું તો વધુમાં વધુ લોકોને કલાત્મક અભિરુચિ અપનાવવાનું જણાવું છું." તેણે જવાબ આપ્યો, પણ ત્યારે પદ્મા તેની તરફ નહોતી જોઈ રહી.

જાણે કેમ પણ વાસુકિના પિતાના મૃત્યુની વાત સાંભળી તેને પોતાના ભાઈઓની યાદ આવી ગઈ. તે પોતાના ભાઈઓ પાસેથી ઘણું શીખી હતી,

એ તલવારબાજી હોય કે બાણ-વિદ્યા. તેમણે એક સૈનિકની જેમ પ્રશિક્ષણ આપ્યું હતું, કારણ કે તે લોકો સ્વયં સૈનિક હતા. તેના ત્રણ મોટાભાઈ વેદાંતના સૈનિક હતા અને ચોથો ભાઈ પણ સૈનિક જ બનવા માગતો હતો. તે લોકોની જેમ પદ્મા પણ સૈન્યમાં શામેલ થનારી પહેલી મહિલા સૈનિક બનવા માગતી હતી. જોકે એ ઘટના બાદ બધું જ બદલાઈ ગયું.

"શું આ પણ તમારા પિતાજીએ શીખવ્યું હતું?"

"હા, આ કચરો ખાવાનું." તેણે મોંમાં દબાવેલા પાન તરફ ઇશારો કર્યો, "મેં તો આ..." અચાનક તેની જીભ લથડી ગઈ.

પદ્માએ જોયું કે તેણે પોતાનું વાક્ય પૂરું નહોતું કર્યું, એ જોવા માટે એ તરફ ફરી તો જોયું કે તેનું ગળું ચિરાઈ ગયું હતું ને તે પોતાના જ લોહીના ખાબોચિયામાં છેલ્લા શ્વાસ લઈ રહ્યો હતો. તેનું મોં ખુલ્લું, બંધ થયા કરતું હતું. નિસ્તેજ આંખો પદ્મા તરફ તકાયેલી હતી ને ચહેરા પર હજુય કોઈ આશ્ચર્યના હળવા ભાવ હતા.

પદ્મા ચોંકી, તેણે જોયું કે આ કામ બીજું કોઈ નહીં પણ કળિના જોડિયા સેનાપતિમાંના એકનું જ હતું. એ સોનેરી વાળવાળી સ્ત્રી વાસુકિના મૃત શરીર પર ખુલ્લી કટાર લઈ ઊભી હતી અને તેનું સ્મિત દર્શાવતું હતું કે હવે તે પદ્મા પર ત્રાટકશે.

64

પદ્મા ત્વરાથી પાછળ હટી અને તેનો પ્રહાર ખાલી ગયો.

વિકોકો તેની બંને કટારથી પ્રહાર કરતી રહી જ્યાં સુધી પદ્મા નીચે ન ગઈ. પદ્માએ પોતાની કટાર હાથમાં સાબદી કરી દીધી. પદ્મા તેજીથી ફરી ગઈ અને તેનો પગ પકડી નીચે પાડવાનો પ્રયાસ કર્યો. એ સફળ ન થઈ તો પોતાની જાતને દીવાલ તરફ ધકેલી દીધી.

વિકોકો ઝપટ સાથે આગળ આવી અને તેની કટાર પદ્માની ખોપરી વીંધે એ પહેલાં ફરીથી પદ્માએ ચકમો આપી દીધો. એય ઘણી સ્ફૂર્તિલી હતી. બંને પોતાના હથિયાર લઈ તૈયારીઓમાં હતી. તેમના માથા નજીક આવ્યા ને આંખો મળી તો ફરીથી પદ્મા તેના ઝૂકેલા ઘૂંટણની તાકાતથી ઊછળી અને વિકોકો ચકિત થઈ ગઈ. તે વિકોકોની પીઠ પર આવી ગઈ અને કટારની મૂઠથી તેના માથે પ્રહાર કર્યો. વિકોકો તરત નીચે પડી ગઈ, પણ મામલો પત્યો નહોતો. જ્યારે તેણે કટાર ભોંકવા માટે પ્રયાસ કર્યો તો વિકોકોએ ધક્કો મારી દીધો. પદ્માએ પોતાનું સંતુલન ગુમાવ્યું ને પાછળ પડી ગઈ, પણ એ જાણતી હતી કે થોડીવાર બાદ પેલી વિશાળકાય સ્ત્રી સાથે નિરંતર લડવું અસંભવ હતું.

એ લથડતી ઊભી થઈ, પણ વિકોકો હજુ ઊભી થઈ નહોતી. પદ્માને ખ્યાલ આવ્યો કે બહાર નાગસૈનિકોની લાશ પડી હતી. તેણે જોયું કે લાશોના તો ઢગલા આગળ થયેલા હતા. તે ત્યાંથી ભાગી અને વિકોકો ભીડભરેલા રંગમંચમાં તેનો પીછો કરતી દોડી રહી હતી. તેના વાળમાં બાંધેલો ઝૂડો ભીંતે અથડાયો અને તેના સફેદ વાળ ખુલ્લા લહેરાવા લાગ્યા. તેને થયું કે જલદીથી કાંઈક કરવું પડશે. તે સૈનિકોને ચકમો આપીને સીડીથી નીચે ઊતરી અને વિકોકો શાંતિથી તેને જોતી રહી.

પદ્મા પોતાના માટે કોઈ સવારી શોધી રહી હતી કે તેણે દૂર વિકોકોને

ઘોડા પર બેસતાં જોઈ. પદ્માને જાત પર ગુસ્સો આવ્યો કે તે ઘોડો લીધા વગર આવી હતી. એ આગળ તરફ દોડી, તેની છાતીમાં થાકને કારણે પીડા થતી હતી. એ આગળ સુધી પહોંચી. તેને એ ખુશી થઈ કે વિકોકો તેના સૈન્ય સાથે પીછો નહોતી કરતી.

પદ્મા સાંકડી ગલીઓ પાર કરતી આગળ વધી ક્યાંક સંતાવાની જગ્યા શોધતી હતી જ્યાં એ થોડી શાંતિથી શ્વાસ લઈ શકે. જોકે ઘોડાના અવાજ તેને ક્ષણ માટે પણ રાહત લેવા નહોતા દેતા. પદ્માએ સ્વયંને કયારેય આટલી ભયભીત નહોતી જોઈ. એ જાણતી હતી કે એક દિવસ મરવાનું જ છે, પણ તે વેદાંતને માર્યા વગર મરવા નહોતી માગતી. આ મોતથી એ ડરી ગઈ હતી, જોકે તે મૃત્યુ વિશે વિચારીને ક્યારેય ડરી નહોતી.

ઘોડો બરાબર તેની પાછળ જ હતો ને તેની નજીક પહોંચવાની તૈયારીમાં જ હતો. વિકોકો તેની પર પ્રહાર કરવા માટે તૈયાર જ હતી. તેણે એક ઝટકાથી તલવાર ચલાવી ને હવામાં લહેરાતા તેના વાળ કપાઈ ગયા. પદ્માને પણ દોડતા સાથે એ ઝટકો મહેસૂસ થયો. એ જાણતી હતી કે કંઈક કરવું પડશે નહીંતર આ ઉજ્જડ સડક પર તેની હત્યા થવાની હતી.

તેણે એક યોજના વિચારી લીધી.

પદ્માએ થોડી ઝડપ વધારી અને વિકોકોએ પણ ઘોડાની ગતિ વધારી, એ જ સમયે પદ્મા એક ઝાટકા સાથે ત્યાં જ ઊભી રહી ગઈ. ઘોડો ગતિમાં આગળ નીકળી ગયો અને વિકોકોને તે એકદમ અહેસાસ થયો કે પદ્માએ શું કર્યું. પદ્મા છાતીમાં હવા ભરવાની પૂરી કોશિશમાં હતી. તેની છાતી ધમણની જેમ ઉપર-નીચે થઈ રહી હતી. તેણે જોયું કે વિકોકો દૂરથી પાછી ફરીને આવી રહી હતી. પદ્માએ જાત સંભાળી અને કટાર સાબદી કરી દીધી.

હવે આ આમને-સામને થનારી મૂઠભેડ હતી.

ઘોડો તેની તરફ આવી રહ્યો હતો અને તે સામે દોડી રહી હતી. તેણે પોતાના પગની પૂરી તાકાતથી છલાંગ મારી, હવામાં કરતબ કરતી

એણે વિકોકોને લાત મારીને ઘોડા પરથી નીચે પાડી દીધી. વિકોકો પણ તલવારથી પદ્માની ચામડી ચીરવામાં સફળ થઈ. વિકોકો ધડામ દઈને નીચે પડી હતી, પણ તેનો ઘોડો ભાગતો રહ્યો હતો. પદ્મા તે ઘોડા પર ઊભી હતી અને ચહેરા પર સ્મિત સાથે રાત્રિના ઘર તરફ નીકળી ચૂકી હતી. વિકોકો ત્યાં શાંતિથી ઊભી હતી ને તેનો ઘોડો છીનવાઈ ગયો હતો. તે પીછો કરવા સક્ષમ નહોતી. તલવાર હજુય તેના હાથમાં હતી અને ચહેરો જોઈને લાગતું હતું કે તેનું લોહી ગુસ્સાથી ઉકળી રહ્યું છે.

પદ્માને લાગ્યું કે તેના ધડ પર થયેલો પ્રહાર ઊંડો હતો અને રાત્રિના ઘર સુધી પહોંચતાં ઘણું લોહી વહી ગયું હતું. તેણે ઘોડો રોક્યો નહીં, કારણ કે તેને ડર હતો કે વિકોકો પીછો ન કરતી હોય. જોકે તેને હવે કોઈનો ખતરો નહોતો. તે રાત્રિના ઘરે પહોંચીને ઘોડા પરથી ઊતરતા જ ઘાયલ થઈ, આ ઘોડો સામાન્ય કદ-કાઠીનો નહોતો. પદ્માએ શાંતિથી ડગ માંડ્યા, પગ કમજોર થઈ ગયા હતા ને એ જમીન પર પડી ગઈ. તેણે એક પળ માટે પલક ઝપકાવી અને હોશ ગુમાવે તે પહેલાં પોતાની આગળ કોઈ પક્ષી જોયું, કદાચ કોઈ પોપટ હતો. એ જોરજોરથી અવાજ કરવા લાગ્યો હતો. તેણે પોતાની અર્ધબેહોશીમાં એ પોપટને ભગાડવાનો પ્રયાસ કર્યો પણ તે ત્યાંથી હલ્યો જ નહીં.

પછી બધું જ જાણે અંધકારમય થવા લાગ્યું હતું.

પદ્મા જાગી તો તેણે જોયું કે તેને પટ્ટી બાંધી દીધેલી હતી અને તેનું બટનવાળું પહેરણ ઊતરી ગયેલું હતું. તેની સામે એક કદાવર વ્યક્તિ ઊભો હતો જેને બધા બાલા કહેતા હતા. તેના હાથમાં દાળના પાણીનો વાડકો હતો. પુસ્તકાલય નજીક અરજણ નામનો છોકરો ઊભો હતો જેને જોઈને તેને પોતાના નાના ભાઈનો ચહેરો દેખાતો હતો. એક વૃદ્ધ જે હતો એ તેના માટે કોઈ બિહામણા સપનાથી ઓછો નહોતો.

"તેં મારાં કપડાં કાઢ્યાં?"

“બસ, શરીરનું ઉપવસ્ત્ર ઉતારવું પડ્યું, છોકરી.” વૃદ્ધ બોલ્યો, “જરા વિચાર કે તારી શું હાલત થયેલી હતી?”

પદ્માને યાદ આવ્યું કે એવું કેમ થયું હતું. આ બધું વિકોકોને કારણે થયું હતું. તેણે મનોમન તે સ્ત્રીના કૌશલ્ય ને સંકલ્પનાં વખાણ કર્યાં જે કોઈ પણ કિંમતે તેને મારવા માગતી હતી. એ જાણતી હતી કે વિકોકોથી જીતવું તેના માટે અઘરું હતું. કલાબાજીનું હુનર ન હોત તો કદાચ એ જીવતી જ ન હોત.

“આભાર.” પદ્મા હળવેથી બોલી, “મારો જીવ જોખમમાં હતો... શું?” તેણે અરજણ સામે જોયું, “શું રાત્રિને જાણ છે?”

અરજણે માથું ધુણાવ્યું, “અમને લાગ્યું કે તે જાણવા ઉત્સુક નહીં હોય કે તું છુપાઈને કબીલાના સરદારને મળવા ગઈ હતી.” એ આગળ આવ્યો અને પેલો સંદેશ તેની સામે ધર્યો, જે વાસુકિએ આપ્યો હતો. તેમાં નાગનું ચિહ્ન અંકિત હતું, “હવે અમે જાણીએ છીએ કે રાત્રે તું ભારે મુસીબતમાં હતી, પણ અમે તારી વ્યક્તિગત વાતમાં માથું નહીં મારીએ.”

પદ્મા કશું બોલે તે પહેલાં બાલાએ બધાને ચૂપ કર્યા, “નાની છોકરી, પહેલા આ પી લે. તને સારું લાગશે.” પદ્માએ ડોકું ધુણાવ્યું ને મનોમન બહાનું વિચારવા લાગી કે વાસુકિએ કેમ બોલાવી હતી. તેને કોઈ રીતે એ કારણ શોધવું જ હતું. તેણે દાળનું પાણી લીધું અને પીવા લાગી, “હું તમને જણાવી શકું છું.”

“મહેરબાની કરીને રહેવા દે. તારાં બધાં જ બહાનાં અને જુઠાણું અમારી આગળ બેઅસર થશે.” કૃપાએ કહ્યું, “કારણ કે અમે પણ તારી જેમ જુઠ્ઠા છીએ. અમે કબીલાવાળાને રોકવા કે તેવું કોઈ રાજ્ય સામે બાંયો ચડાવવા નથી આવ્યા કે જે કામમાં તું સામેલ છે.”

“તો તમે રાત્રિને જુઠ્ઠું કેમ જણાવ્યું?”

“બેશક, છુપાવા માટે.” કૃપાએ જવાબ આપ્યો, “જેવું તું કરી રહી છે, તું તો કબીલાવાળાને મદદ કરી રહી છે.”

પદ્માએ માથું ધુણાવ્યું, “તમે સમજ્યા નહીં. આ વાત થોડી ગૂંચવણભરી

છે. મારો એક ઇરાદો છે જેને હું પૂરો કરવા માગું છું."

"અમારે પણ એવું જ છે." અરજણ બોલ્યો.

પદ્મા દાળનું પાણી પીતી હતી, "અને જ્યાં સુધી મારું અનુમાન છે કે તેમાં તમારે મારી મદદ જોઈએ છે."

"ના, મદદ તો ન કહેવાય." અરજણે એ સંદેશો તેની તરફ ઉછાળ્યો, "આ જગ્યા કઈ છે? મેં આખા નગરની આની સાથે સરખામણી કરી અને જોઈને મને લાગે છે કે હું આ જગ્યા જાણું છું. આ જગ્યા ક્યાં છે? અહીંયા એ પણ લખ્યું છે કે કળિ જુઠ્ઠો છે."

પદ્માએ નિઃસાસો નાંખ્યો. તે એમની મદદ કરવા ઇચ્છતી નહોતી, પણ આ સમયે તેનું કોઈ માલિક નહોતું જેને તે પોતાની સેવાઓ આપે. કમ-સે-કમ જ્યાં સુધી મનસાને ખબર પડે કે તેના ભાઈની હત્યા થઈ ચૂકી છે. પદ્માએ કહ્યું, "આ એ જ જગ્યા છે જ્યાં એ જડીબુટ્ટી છુપાવવામાં આવી છે, જેણે તેને સાજો કર્યો છે."

"તેં શું કહ્યું જડીબુટ્ટી?" કૃપા પ્રસન્નતાથી હસ્યો, જાણે પદ્માએ તેને હમણાં જ આખી દુનિયાનું રહસ્ય પકડાવી દીધું હોય, "આભાર! બસ, અમારા માટે આટલું જ પૂરતું છે. તારો ઘણો જ આભાર."

પદ્મા જાણતી હતી કે જરૂર કોઈ ખીચડી રંધાઈ રહી હતી, "તમે લોકો અહીં શેને માટે આવ્યા છો?"

"છોકરી, એ જાણવું તારું કામ નથી. જેમ અમને કોઈ પરવા નથી કે તું કોને માટે અને કેમ કામ કરી રહી છે."

પદ્મા બોલી, "તમને તો ખબર જ છે કે હું તો રાત્રિને છોડવાની જ હતી. એટલે મને કાઢી મૂકવાની ધમકી મને અસર નથી કરતી. જોકે જતાં પહેલાં હું તમારા લોકોના કારનામા જણાવીને જઈશ."

અરજણે કૃપાની સામું જોયું જાણે તે કોઈ મૂર્ખ હોય. પછી પદ્મા સામે કોમળતાથી જોયું, "અમે લોકો મારા ભાઈને આઝાદ કરાવવા આવ્યા છીએ."

"બકવાસ બંધ કર, છોકરા." કૃપા ગિન્નાયો.

"ના, આપણને તેનાથી મદદ મળે તેમ છે." અરજણે કહ્યું, "તેને

નગરની બધી જ જાણકારી છે અને તે આપણાથી વધુ હોશિયાર છે. તે આપણને સાચો રસ્તો બતાવી શકશે."

"હા, વૃદ્ધ બાબા, જુઓ, એણે દાળનું પાણી કેટલું જલદી પી લીધું." બાલાએ તેના હાથમાંથી વાડકો લીધો ને કહ્યું, "બહુ સરસ, નાની છોકરી."

કૃપાએ ખોંખારો ખાઈને વિરોધ પડતો મૂક્યો.

"ભાઈ? કોણ?"

"કલ્કિ."

અરજણને અંદાજ હતો કે તેણે આ નામ નહીં સાંભળ્યું હોય.

"એ કારણથી જ અમે અહીં આવ્યા છીએ." તેણે સંદેશ તરફ ઇશારો કર્યો, "આ અમારા માટે તેને મુક્ત કરાવવા માટે ઉપયોગી બને તેમ છે."

"આ જગ્યાએ એવું શું ખાસ છે?"

કૃપા વચ્ચે બોલી ઊઠ્યો, "આ જગ્યાએ જે સામગ્રી છે તેમાંથી વિસ્ફોટક ગોળા બનાવવાનું આયોજન છે. જેલનો એક હિસ્સો ઉડાવી કલ્કિને છોડાવવામાં તે કામ લાગશે, હવે ખુશ?"

પદ્માને તો વિસ્ફોટકો વિશે કોઈ જાણકારી જ નહોતી. "કદાચ, આગના ગોળા." વિસ્ફોટક બનાવવા માટે ઘણી જાણકારી અને વિશેષજ્ઞની જરૂર પડે, જે આમાંથી કોઈનામાં દેખાતી નથી. તેને એક ઉપાય સૂઝ્યો, "આ વિસ્ફોટક કોણ બનાવશે?"

"હું એ અપરાધી છું." કૃપા હાથ ઊંચો કરી આગળ આવ્યો. એ અધીરો બન્યો હતો કારણ કે તેમની એક-એક વાત પદ્મા સામે ખૂલી ગઈ હતી.

"શું આ બનાવશે?"

"આ આચાર્ય છે." અરજણ બોલ્યો.

"પણ આચાર્ય તો ગુરુકુળમાં હોય છે."

"હું નથી... બસ." કૃપા ચીડાયો.

અરજણ પદ્મા પાસે આવ્યો અને તેની આંખોમાં જોઈ બોલ્યો, "હું સાચું કહું છું. આ બહુ કાબેલ છે. મને તેમના પર પૂરો ભરોસો છે."

"સારું, હું એ જગ્યાએ પ્રવેશ કરવામાં તમારી મદદ કરીશ. જે

જોઈએ તે લઈને જતા રહેજો." પદ્મા બોલી, કારણ કે તે જાણતી હતી કે બંને તરફથી બાજી રમવામાં જીત તો તેની જ થવાની હતી.

"પણ મને બદલામાં કંઈક જોઈએ."

કૃપા સ્થિર થયો, "જરા કહેશો કે દેવીજી, શું જોઈએ છે?"

"મને પણ મારા માટે બે વિસ્ફોટક જોઈએ."

"તું એનું શું કરીશ?" કૃપાએ ભવાં ચડાવ્યાં, "તને ખબર પણ છે કે આ કોઈ રમત વાત નથી, છોકરી! જો સાચી માત્રામાં પ્રયોગ ન થાય તો એ આખી જગ્યા નષ્ટ કરી શકે છે."

પદ્માએ પણ ભવાં ચડાવ્યાં અને હોઠ દબાવીને વ્યંગ્યાત્મક સૂરમાં બોલી, "આ તો કારણ છે કે હું તેનો ઉપયોગ કરવા ઇચ્છું છું."

65

પોતાના વફાદાર અંગરક્ષકો કોકો અને વિકોકો સાથે ઊભેલા કળિએ વાસુકિના અંતિમ સંસ્કારમાં ભાગ લીધો. દુઃખના મહોરા પાછળ ચહેરા પર એક અખૂટ સ્મિત રમી રહ્યું હતું. તેણે કાળા રંગની ધોતી પહેરી હતી અને એ દિવસે પણ લાંબા વસ્ત્રથી આખું શરીર ઢાંકેલું હતું. તેણે દર્પણ સામે ઊભા રહી ચાકુથી વાળ કાપ્યા. ટાલિયા માથામાં થોડા બાકી વાળથી બદસૂરતીનો અહેસાસ થતો હતો. જોકે કોકોનું કહેવું હતું કે સુંદર દેખાય છે. તેને એવું નહોતું લાગતું. તે પોતાના ચહેરાને છુપાવવા માગતો હતો. તેને પોતાની કરચલીવાળી રોગિષ્ટ ત્વચાથી ઘૃણા થતી હતી. તેને પોતાના વાળ ગમતા હતા પણ બીમારીને લીધે એ ઘમંડ પણ જતો રહ્યો.

અંતિમ સંસ્કાર પૂરા થયા બાદ ત્યાં બધા જ સભા પ્રમુખો ઉપસ્થિત હતા. વેદાંત હજુય કળિથી ભયભીત હતો. એ સારી વાત હતી, કારણ કે કળિને કોઈ પણ માણસની આંખમાં ભય જોવો ગમતો હતો. કુબેર પ્રસન્ન હતો, ઘણો જ પ્રસન્ન હતો ને તેના ચહેરા પર તેની ચમક દેખાતી હતી. કળિને હજુય યાદ હતું કે જ્યારે તેણે તથાકથિત ગુપ્ત મુલાકાતમાં વચ્ચે હસ્તક્ષેપ કર્યો ત્યારે શું થયું હતું.

"તમે કરવા શું માગો છો?" વેદાંતે પૂછ્યું.

"બસ, એ જ જે તમે લોકો ઇચ્છો છો. હું એ બધાને ખતમ કરવા માગું છું જે મને મારવા માગે છે. એની શરૂઆત વાસુકિથી થશે." કળિએ જવાબ આપ્યો હતો, પણ એ બંનેએ તેના શબ્દોમાં છુપાયેલી દૃઢતા નહોતી સમજી.

કળિ જાણતો હતો કે બીજા લોકો તેને પાગલ સમજવા લાગ્યા હતા. વેદાંત અને કુબેર અચરજમાં હતા કે કળિને વાસુકિનું નામોનિશાન મિટાવવામાં બીજી વખત વિચારવું પણ નહોતું પડ્યું. આમ તો ઇન્દ્રગઢની કોટવાલી અને પ્રશાસન વ્યવસ્થાની જવાબદારી વાસુકિના માથે હતી. વાસુકિને લીધે જ આખા નગરની કાનૂન-વ્યવસ્થા કોઈ સુખદ સપનાના જેમ ચાલી રહી હતી, પણ કળિએ તે બધું એક ક્ષણમાં સફાચટ કરી નાંખ્યું.

કળિનું એક સપનું હતું. તેનું સપનું હતું કે બધા કબીલા એક થાય અને માનવોની વિરુદ્ધ શક્તિશાળી તાકાત ઊભી થઈ શકે. બે કબીલાની આપસી દુશ્મનીમાં જ તેનું આખું ગામ રાખ થઈ ગયું હતું અને તેના ભાઈ-બહેન માર્યાં ગયાં હતાં. માતા-પિતાના મૃત્યુ બાદ તે જ તેમનો પાલનહાર હતો, પણ એ બધા ભયંકર રીતે સળગી મર્યા. કળિને હંમેશાં તેમના વિચારો આવતા. તેણે વિચાર્યું કે જો તે બીજા પરિવારોને બે યુદ્ધના ત્રાસથી બચાવી શકે તો તેમને મોક્ષ મળશે. આ કારણે જ તેણે સંધિ કરી હતી.

હવે તે સંધિ કોઈ કામ આવી નહીં. એ બધું તેની કલ્પનાથી વિપરીત ઘણું ગૂંચવાયેલું હતું. તેણે કશું તો કરવું પડે તેમ હતું. આ હિંસા તો અલ્પકાળ પૂરતો જવાબ જ હતો. તેને વિચાર આવ્યો કે તેણે દુરુક્તિ સાથે કેવો વર્તાવ કર્યો હતો. બની શકે કે તે ખોટો હોઈ શકે, પણ આવું કરવું જ યોગ્ય હતું. દુરુક્તિને સાચા રસ્તે લઈ જવી જરૂરી હતી ને તેનાં પણ સચોટ કારણ હતાં. તેનાં માતા-પિતા રહ્યાં નહોતાં, કારણ કે તેમને દગો કરવામાં આવ્યો હતો અને તે પોતાના માટે પણ એવો જ રસ્તો અપનાવવા માગતો હતો. અસુર ઇલાવર્તીની ભૂમિ પર વિલુપ્ત પ્રજાતિ થઈ ગઈ હતી.

પોતાનો વારસો શોધો.

તેણે એવું કરવાનું જ હતું. તેને દૂરની અસુર ભૂમિ સુધી જવું હતું, તેમની સાચી ભાષા અને સંસ્કૃતિ જાણવી હતી, જે સંપૂર્ણ ભુલાઈ ગઈ હતી. આ નિર્વાસિત થવાને લીધે હતું, જ્યારે તેનાં માતા-પિતાને તેમની

ધરતી પરથી જ કાઢી મૂકવામાં આવ્યાં ત્યારે તેમની પાસે બીજો કોઈ વિકલ્પ જ નહોતો. કળિને ખાસ કશું યાદ નહોતું, કારણ કે તે ખૂબ નાનો હતો, પણ તેના પિતાએ તેને ઘણા કિસ્સા સંભળાવ્યા હતા.

જ્યારે કળિ શંભલના ગ્રામીણ છોકરાને નષ્ટ કરવાનું વિચારતો ત્યારે તેને લાગતું કે તે આ બધું દુરુક્તિને લીધે નથી કરી રહ્યો પણ તેણે લોકો સામે એક ઉદાહરણ મૂકવું હતું. મૃત્યુદંડ ક્યારેક જ અપાય, પણ આ છોકરો તે મેળવનારો પહેલો વ્યક્તિ બનવાનો હતો. આ કામ તેના એક ઇશારે થઈ શકતું હતું. આખા નગરમાં ભય વ્યાપી જવો જોઈએ. એ બધા ડરના માર્યા આત્મસમર્પણ કરી દે. આ રીતે તે રાજકીય હત્યાઓ અને જૂથબંધી પણ રોકી શકતો હતો. પાખંડ તો ઘણો ઘાતક હતો અને કળિ હવે એ જ રાહ પર ચાલી રહ્યો હતો. જોકે તે જાણતો હતો કે રાજકીય હત્યાઓ રોકવા માટે તેને આવાં કડક ઉદાહરણ રજૂ કરવાં પડશે અને વાસુકિની હત્યા તો આત્મરક્ષાને કારણે ભરેલું પગલું હતું, જે કળિના વ્યક્તિત્વનું સંલગ્ન પાસું હતું.

વાસુકિને અન્ય વ્યક્તિઓની જેમ અગ્નિસંસ્કાર નહોતો અપાયો. તેને સિક્કાઓ, આભૂષણો અને નાગપ્રતિમા સાથે ધરતીમાં દફનાવાયો હતો. તેમના નાગ-રિવાજો વિશે વાંચેલું હતું. એ લોકો મૃત્યુ બાદના જીવન પર વિશ્વાસ ધરાવતા હતા.

કળિ આ બધી બેહૂદી વાતોમાં વિશ્વાસ નહોતો ધરાવતો. તેને માટે આ જ જીવન હતું જેનો તે ભરપૂર લાભ ઉઠાવવા માગતો હતો.

મનસાએ બધા સામું જોયું. તેની આંખમાંથી આંસુ વહી રહ્યાં હતાં. તેણે તેનો અપંગ હાથ હલાવ્યો, જાણે તે ભાઈને ગુમાવવાનું દુઃખ સહન નહોતી કરી શકતી! પછી તે ત્યાંથી ચાલી ગઈ.

કશું જ બોલી નહીં. તેનો શબ્દો પર કાબૂ હતો પણ કાર્યવાહીમાં નહીં.

કળિએ તેને જતી જોઈ. એ ગઈ એટલે કુબેર જ સૌથી પહેલો ઊછળ્યો, “મહારાજ, આ મુસીબત બનવાની છે. એ ગુસ્સામાં છે અને પલટવાર કરશે. તમારે તેનો જીવ લેવો પડશે, નહીંતર એ કામ અમે કરીશું.”

કળિએ કુબેર સામે જોયું. તે હંમેશાં તેના માટે સમસ્યા બનતો હતો,

"હું તેની સાથે વાત કરીશ." કળિ બોલ્યો.

"વાત કરવાથી શું ફાયદો છે?" વેદાંતે ચકરાઈને પૂછ્યું. "આપણે તો કુબેરે જે કહ્યું તેવું જ કરવું જોઈએ."

"તેને મારવાથી નાગ વિદ્રોહીઓની સંખ્યા વધશે અને તેઓ આખા નગરમાં એક મહત્ત્વપૂર્ણ સ્થાન ધરાવે છે. મૂર્ખતાને મગજ પર હાવી ન થવા દેવાય. મોટેભાગે તે કમજોર મગજ પર હુમલો કરે છે." કળિએ સીધો જવાબ આપ્યો અને સુન્ન થયેલા મૂરખોને છોડી ત્યાંથી નીકળી ગયો.

તે જાણતો હતો કે તેણે કંઈક કરવું જ પડશે.

પણ આ બધા માટે તેણે રાહ જોવાની હતી.

તે અધ્યયનખંડમાં પોતાના પૂર્વજોનાં પુસ્તકો જોઈ રહ્યો હતો, જેથી અસુરો વિશેની કોઈ માહિતી મળી શકે. તેણે પુસ્તકાલયમાંથી પણ ઇતિહાસનાં અનેક પુસ્તકો મંગાવ્યાં હતાં. તે સમાજને સમજવાનો પ્રયાસ કરી રહ્યો હતો, પણ તેને ક્યાંય અસુરો વિશે ઊંડાણમાં માહિતી ન મળી. મોટાભાગના ઉલ્લેખ બીજા કે ત્રીજા સંદર્ભો સાથે હતા. તે નિરાશ થઈ ગયો. અસુરોને અમુક લોકો દુષ્ટ આત્મા કહેતા અથવા અમુકનું માનવું હતું કે તેઓ નર્કના શેતાન હતા, પણ તેમાંથી કોઈ પણ વિવરણ ઇમાનદાર કે સત્ય લાગે તેવું નહોતું.

તેણે સોમથી ભરેલું પાત્ર ઉઠાવ્યું અને ભારે માત્રામાં ગટગટાવી ગયો. શરૂઆતમાં તેને તેનો કોઈ સ્વાદની ખબર નહોતી પડતી, પણ ધીરે-ધીરે તેને મહેસૂસ થવા લાગ્યું હતું કે તેનાથી તેની અંદર સુધી એક ગરમી પ્રસરતી હતી ને તેને શરીરમાં વધુ સારું લાગતું હતું.

અને પછી તેના હાથમાં પકડેલું પુસ્તક બદલાવા લાગ્યું. તેને લાગ્યું કે તેનાં પાનાં ઝડપથી ફરવા લાગ્યાં છે અને ચહેરા પર વાગવા માંડ્યાં. તેણે જોયું કે પુસ્તકનાં પાનાં સ્થગિત થયાં અને પછી નવા આકાર રચાવા લાગ્યા. પહેલાં તેને કશું સમજ ન પડી. પછી તેને ખ્યાલ આવ્યો કે પાનાં ઉપર મનુષ્યના ચહેરાઓ ઊપસતા લાગતાં હતાં.

"પોતાના વારસાની શોધ કર." તેણે કળિને કહ્યું, "તેમને ભુલાવી ન દઈશ, એ લોકો જ તને મોક્ષ સુધી લઈ જશે."

તેણે પુસ્તકને જમીન પર ફેંકી દીધું. આ મામલો તો હદથી વધારે માથે ચડ્યો છે. ચહેરા પર પરસેવો દેખાતો હતો ને તેને લાગ્યું કે આ અવાજોને સાંભળ્યા વિના કોઈ વિકલ્પ રહ્યો નહોતો. આ તેની સાથે શું બની રહ્યું છે? તે આ ભ્રમનો શિકાર કેમ બન્યો છે? તેણે આ પાગલપનનો ત્યાગ કરવો પડશે.

મોક્ષ? એ અવાજો કયા મોક્ષની વાત કરી રહ્યા છે.

કળિ ફરીથી તે પુસ્તક પાસે ગયો અને તેને ઉઠાવી લીધું અને જોયું તે કોઈ સાધારણ પુસ્તક હતું. તેમાંથી કોઈ ચહેરાઓ બહાર આવીને વાત નહોતા કરતા. બધું બરાબર હતું. કાળીએ નિઃસાસો નાખ્યો અને પુસ્તક બંધ કરીને પરસેવો લૂછ્યો.

ત્યારે જ દરવાજા પર કોઈનો અવાજ આવ્યો. કળિએ અંદર આવવાનો સંકેત કર્યો અને કોકોએ તે પરિચિતને અંદર આવવા દીધી.

પોતાના ભડકીલાં પહેરણ અને અપંગ હાથ સાથે મનસા થોડીવાર ચૂપ બેસી રહી. કળિ મેજની બીજી તરફ આવ્યો અને ખુરશી પર બેસી ગયો.

"તમે મને બોલાવી હતી?" મનસાના અવાજમાં તીખાશ અને ઉદાસીનતા હતી.

"હા, મેં જ બોલાવી હતી. મહેરબાની કરીને બેસી જા."

મનસા બેઠી, પણ મનથી તે જબરજસ્તી બેઠેલી લાગી. તે કમને અહીં આવી હતી તેવું લાગતું હતું.

"આશા રાખું છું કે તું નગર છોડવાનો વિચાર નથી કરી રહી."

મનસા કશું બોલી નહીં. તે ચૂપ હતી, પછી તેણે ગરદન ફેરવીને સ્મિત આપ્યું, પણ હોઠના ખૂણે ગુસ્સો હતો, "તમે જાણો છો કે મારા પિતાની જેમ મારા ભાઈની હત્યા થઈ. તેને દગો કરીને ગળું રહેંસી નાંખવામાં આવ્યો હતો. હત્યાની પદ્ધતિ એક જ હતી."

કળિએ ડોકું હલાવ્યું, પોતાના ભાવથી સહાનુભૂતિ દર્શાવી. જેથી

મનસાને લાગે કે તેને પણ આ ઘટનાથી દુઃખ છે, "મેં તમારા પિતા વિશે સાંભળ્યું છે. મહાન માણસ હતા."

"પ્રિય, હું નગર છોડવાની યોજના નથી બનાવી રહી." તેની ઠંડી અને ઉદાસીન આંખો ચમકી, "હું અહીં જ રહેવાની છું, જ્યાં સૌથી વધુ આવશ્યકતા છે. હું જાણું છું કે વાસુકિ પણ એ જ ઇચ્છતો હતો."

એ મનોમન કોઈ ગુપ્ત યોજના બનાવી રહી હતી અને કળિ પણ તે સમજી શકતો હતો. એ ઘણી ધૂર્ત હતી.

"હું સમજી નથી શકતી કે વાસુકિ સાથે આવું કોણ કરી શકે?"

"ઓહ, મને ખબર છે કે આ બધું કોણે કર્યું." તેણે કળિ સામે ત્વરાથી જોયું. કળિએ પણ તેના મૂંઝવણભર્યા ચહેરા સામે જોયું, "તમારી તબિયત કેવી છે? તમે એકદમ સારા લાગો છો, આ તો જાદુ જ કહેવાય, કારણ કે તમારી તબિયત ઝડપથી બગડી રહી હતી."

"દુરુક્તિએ મદદ કરી." દુરુક્તિનો વિચાર આવતા કળિએ હોઠ ભીંસ્યા. તે એની માફી માંગવાની ભૂલી ગયો હતો અને તે ઘણી નારાજ હશે. તે આ મુલાકાત પછી મળી આવશે.

"વાસુકિ મને મળવા આવ્યો હતો."

"મને ખબર છે, તેણે તમને ધમકાવ્યા હતા કળિ." મનસા સીધું નામથી બોલાવતી હતી. એ મોં પર સીધું-સાફ બોલનાર હતી. કળિને આ સારું લાગ્યું. કમ-સે-કમ કોઈ તો ઇમાનદાર હતું, "અને પછી તમારી ઉપર કોઈ નાગે હુમલો કર્યો, પણ એ અમારું કામ નહોતું. જો મને ક્યાંયથી પણ એવી માહિતી મળી કે વાસુકિની હત્યામાં તમારો હાથ છે તો હું તમને જીવતા ચીરી નાંખીશ."

કળિએ માથું ધુણાવ્યું, "મને વિશ્વાસ છે કે તું અપરાધીની ભાળ મેળવી લઈશ. હકીકતમાં તું મારા માણસો કોકો-વિકોકોની મદદ લઈ શકે છે. એ પણ આ મામલામાં તપાસ કરશે."

"મારા માણસો કામે લાગેલાં છે પ્રિય, એ પૂરી તાકાતથી એમાં લાગ્યા છે. તારે મારી ચિંતા કરવાની જરૂર નથી." અને ઉપરથી તેનું એવું કહેવું હતું કે તે કળિની તબિયતની ચિંતા કરે છે, જે નજીકના

ભવિષ્યમાં સંકટમાં આવવાની હતી.

"સારું." કળિ ખાંસ્યો. તેને લાગ્યું કે ગળામાં કંઈક ફસાયું છે. કદાચ એ સોમ પીધાનો પ્રભાવ હતો. ફક્ત મોંમાં ગરમીનો અહેસાસ નહીં, પણ ખાંસી પણ આવતી હતી. ને અચાનક સારું પણ લાગી રહ્યું હતું.

"મેં તને નગરમાં થનારા તાજા મુકદ્દમાઓ માટે બોલાવી હતી. વાસુકિ આ બધામાં સક્રિય રહેતો હતો, હવે તે નથી એટલે એ પદ હું તને આપવા માગું છું."

મનસાએ તેની સામે જોયું જાણે કળિ તેનું કોઈ કામ કરાવવા માગતો હોય, પણ કળિએ ચહેરા પર કોઈ ભાવ ન આવવા દીધા. તે જાણતો હતો કે જો તેણે એવું જોયું તો બંને વચ્ચે સંદેહ અને વેર બંને વધી જશે. તેને પ્રશાસનિક સ્થિરતા માટે મનસાની જરૂર હતી. જોકે તે જાણતો હતો કે પહેલો મોકો મળતાં જ એ પીઠમાં છરો ભોંકી દેશે. મનસાને લાગવું જોઈએ કે હવે તેનું મહત્ત્વ છે. કળિને આમ તેવી કોઈ પરવા નહોતી, પણ તેને થોડું સન્માન આપવું જેથી તેને લાગે કે તંત્રમાં તેનું કોઈ મહત્ત્વ છે.

"તું ઇચ્છે છે કે હું નિર્ણય લેવામાં મદદ કરું?"

"આમ તો બધા ન્યાયાધીશ મળીને નિર્ણય લે છે, પણ આપણે તે સ્વીકારી કે નકારી શકીએ છીએ."

"આપણે કોઈ ખાસ માણસ પર મુકદ્દમો કરવા જઈ રહ્યા છીએ?"

કળિએ ખભા ઉલાળ્યા જાણે કોઈ મહત્ત્વનું ન હોય, સામાન્ય હોય, "બસ, કોઈ સામાન્ય લોકોમાંથી જ છે. આપણે જ નક્કી કરવું પડશે કે તેને મહત્ત્વ આપવું છે કે કોરડા મારવા છે. એક દિવસમાં ઘણી સુનાવણી હોય છે. આ નીરસ હોય છે, જો તું આવવા ન માગે તો તારી મરજી."

મનસાએ ડોકું ધુણાવ્યું, "આ નગરના દૈનિક જીવનનો હિસ્સો બનવું મને સારું લાગે છે."

એ સાંભળીને કળિને અચરજ થયું, પણ તે અજાણ્યો રહ્યો. તેનો ચહેરો ભાવવિહીન હતો, પણ તે દ્વેષથી તેને જોતો રહ્યો.

"આમ પણ વાસુકિના ગયા પછી પણ હું મારા અધિકારો ભૂલી

નથી. હું તમારા મૂર્ખતાપૂર્ણ મામૂલી મુકદ્દમાઓની નિર્ણાયક જ નહીં, પણ નગરના નાગપ્રમુખ તરીકે પણ મારા નામની ઘોષણા કરવાની છું. હું સ્વયં પણ પ્રશાસનની સુરક્ષા વધારી દઈશ જેથી આવી ઘટનાઓ ફરીથી થાય નહીં. કમ-સે-કમ મારા લોકો સાથે તો ન જ થાય."

મનસા ઊભી થઈ ગઈ અને હળવેથી બોલી, "કળિ, તમે ખોટી જગ્યાએ બાથ ભીડાવી છે. હવે તમારી આસપાસની દુનિયાને સળગતી જોજો." અને પછી તે કશું જ બોલ્યા વગર ફટાક દઈને દરવાજો બંધ કરી બહાર નીકળી ગઈ. તે બાદ ઓરડામાં એક ઘેરો સન્નાટો છવાયેલો રહ્યો.

કળિ પોતાની ખુરશી પર બેઠો રહ્યો. શું તેણે ખોટી જગ્યાએ બાથ ભીડાવી દીધી હતી? આ સ્પર્ધાની પણ એક મજા હતી. પોતાના કાર્ય પર કોઈ પ્રતિક્રિયા જ ન આપે તો ફાયદો શું? એ આવશે. એ પાછળ નથી હટી. કળિ એને પોતાની દુષ્ટ પકડમાં જકડી લેશે. તેને ખબર પડવી જોઈએ કે વિપક્ષને કેવી રીતે ખતમ કરી શકાય છે.

તેનો મતલબ વિપક્ષ એટલે આખી પરિષદ હતી, પોતાને બાદ કરતા.

66

અરજણને લાગ્યું હતું કે હવે તેની અંદર કોઈ પણ વાતે હેરાન થવાની યોગ્યતા રહી જ નથી. તેણે વિચાર્યું કે તેણે ઘણું જોઈ લીધું હતું અને હવે ઘેર જવા માગતો હતો જેથી પોતાની પથારીમાં ગોટમોટ થઈને સૂઈ જઈ શકે. એટલો આરામ કરવો હતો જેટલો ક્યારેય કર્યો જ ના હોય.

એ લોકો રાત્રિના ઘરના એક ઓરડામાં ઊભા હતા. એ લોકો છૂપી રીતે રહેતા હતા એટલે ઓરડામાં મીણબત્તીનો આછો પ્રકાશ હતો. અરજણ ખૂણામાં પોતાની કમરે હાથ રાખીને ઊભો હતો, ચામડાના પટ્ટામાં દાતરડું લટકતું હતું. તે જાણતો હતો કે આ સરળ નહોતું ને રાક્ષસોથી બીજી વખત બાથ ભીડવાની વાતથી ધ્રુજારી થતી હતી. તેને રહીરહીને શંભલની એ રક્તરંજિત ધરતીની યાદ આવતી હતી. તેણે જોયું હતું કે રાક્ષસોનો આતંક કેવો હોય છે.

પદ્માએ કહ્યું, “આપણને વધારે મદદની જરૂર પડશે.” એ જે રીતે શબ્દો ઉચ્ચારતી હતી અને જે લઢણમાં બોલતી હતી તે બંને અરજણ માટે અજાણ્યું હતું. તેને એની પરથી દક્ષિણના રાક્ષસોની બોલી યાદ આવતી હતી, પણ તેના ઉચ્ચાર થોડા ઊંડા આરોહ-અવરોહ સાથે થતા હતા.

“ચૂપચાપ કરવું કેવું રહેશે?” બાલાએ પૂછ્યું.

“તેનાથી કામ નહીં થાય.” તેણે એક રેખાચિત્ર બતાવ્યું, જે તેણે તેની આસપાસ ફરીને બનાવ્યું હતું.

અરજણે જોયું કે એ કામ પણ ખૂબ ચોકસાઈથી કરવામાં આવ્યું હતું. એને ફક્ત ડોકું જ હલાવવું પડ્યું. તેને ખ્યાલ આવ્યો કે તે એ છોકરીના દરેક કામ અને વાતમાં જલદીથી પ્રભાવિત થઈ જતો હતો.

નકશો જોઈને લાગતું હતું કે સોમનું ભંડારગૃહ પણ કારાગૃહની જેમ ચારે તરફથી બંધ હતું. તેની પર છત નહોતી અને સતત ત્યાં ધનુર્ધર અને સંત્રીઓ પહેરો ભરતા હતા. શુકોએ પદ્મા અને અરજણને જણાવ્યું કે તેની અંદર એક ગુંબજયુક્ત માળખું હતું તેમાં કદાચ સોમ રાખેલું હશે.

"બની શકે કે આપણે વિચારેલી જગ્યાએ ન હોય. તે વખતે તેની શોધખોળ માટે આપણે વધુ લોકોની જરૂર પડશે."

"આપણે રાત્રિને પૂછી શકીએ છીએ." બાલા ફરીથી એવું બોલ્યો.

અરજણે ધ્યાનથી એને જોયો, કારણ કે રાત્રિનું નામ લેતા જ બાલાના ચહેરા પર લાલાશ આવી જતી હતી. જોકે અરજણે બાલા અને રાત્રિને ઘણીવાર એકબીજા સાથે વાત કરતાં જોયાં હતાં અને બાલા એવો પ્રેમાળ સ્વભાવનો તો લાગતો નહોતો. અરજણ આ બધી માથાકૂટમાં એટલો મગ્ન હતો કે તેને આસપાસની આ હલચલની ખબર જ નહોતી પડી રહી.

બાલા બોલ્યો, "આપણે તેનાથી ઘણું બધું છુપાવ્યું છે, આપણે બધાએ."

"જુઓ, હવે કોને શરમ આવી રહી છે." કૃપાએ કટાક્ષમાં કીધું, "શું આને જ આટલો બધો ખેદ છે કે બીજું કોઈ પણ તે વિચારો ધરાવે છે?"

અરજણે પણ રાત્રિને જણાવવાની વાત વિચારી હતી, પણ તેનાથી કોઈ ફાયદો નહોતો. અરજણે પદ્માની સલાહ લીધી તો તેણે જૂના ચલણનો સોનાનો સિક્કો કાઢ્યો અને તેનાથી રમત કરતી તેની ધાર ઘસવા લાગી.

"આપણે ભાડૂતી લોકોને લઈ જઈશું." તે બોલી.

"દેવીજી, એ કોણ લોકો હશે?" કૃપાએ પૂછ્યું, "મને પૂરો વિશ્વાસ છે કે આપણને એવા બળવાન લોકો મળી શકશે જે રાક્ષસોની તાકાતનો સામનો કરી શકે."

પદ્માએ માથું ધુણાવ્યું, "ના, એ શક્ય નથી. જોકે એવા લોકોની શોધ કરી શકીએ કે જે તેમનાથી ડરતા ન હોય." તેણે ઊંડો શ્વાસ લીધો જાણે એમ બોલવામાં તેની બધી જ ઊર્જા વપરાઈ હોય, "મ્લેચ્છ."

અરજણ એકદમ ઊભો થઈ ગયો. તે એક ક્ષણ માટે જડ થઈ ગયો.

તે વિચારી રહ્યો કે તેણે એ જ સાંભળ્યું કે જે પદ્મા બોલી છે. તેણે કૃપા સામે જોયું, એ પણ ચકિત હતો, ને બાલા તો સાંભળીને ખભા ઉલાળી નીચે બેસી ગયો. અરજણને વિશ્વાસ નહોતો આવતો કે તેને જીવનમાં આ મ્લેચ્છ શબ્દ બીજી વખત સંભાળવો પડશે.

"અરે, ના...બીજો વિકલ્પ વિચારો. આ નહીં." અરજણે કડકાઈથી કૃપા સામે જોયું, "તું તમારી પાસે સોમથી અસ્ત્ર બનાવવા સિવાય બીજી યોજના નથી?"

"દોસ્ત, બીજો કોઈ ઉપાય નથી." કૃપા હજુય વિચારી રહ્યો હતો.

"આ રીતે તો કોઈ વાત બને તેમ નથી." અરજણ બાલા પાસે જઈને બેસી ગયો.

પદ્મા તે લોકોને જોઈ બોલી, "તમને મ્લેચ્છોથી શેની તકલીફ છે?"

"એ બદજાતોએ અમારા પર હુમલો કર્યો હતો." બાલા બોલ્યો, "તે લોકોએ જ અરજણના પિતાનો જીવ લીધો હતો."

પદ્માની આંખોમાં કોઈ ખેદ જેવી ઝલક નહોતી, "હા, મારા ભાઈઓ પણ માર્યા ગયા ત્યારની હું પણ તેમનો બદલો લેવાની તનતોડ કોશિશ કરું છું. ને જુઓ, હું કેવા ડરપોકોની વચ્ચે ફસાઈ છું જે પોતાના પૂર્વગ્રહો અને શોખમાંથી ઊંચા નથી આવતા."

તેણે અરજણ સામે ધ્યાનથી જોયું અને તેની પાસે ઘૂંટણિયે બેસી ગઈ, "મને ખબર છે કે તારા મનમાં મ્લેચ્છો માટે વેર છે. એ પણ સાચું કે તે લોકો સારા માણસો નથી હોતા. જોકે આપણે અત્યારે આપણી સાથે સારા માણસોની જરૂર જ નથી. ખરાબ લોકો સામે લડવા દુષ્ટોની જ જરૂર પડે છે."

"તને આ મ્લેચ્છ ક્યાંથી મળશે?"

"ધર્મશાળામાં, એ લોકો મોટેભાગે ત્યાં શરાબ પીવા આવતા જ હોય છે." પછી તેને એ સિક્કો બતાવ્યો, "આને જૂના સામાનની દુકાને વેચીને એટલા પૈસા તો આવશે કે મ્લેચ્છોને ભાડે લઈ શકાય."

અરજણે એક ક્ષણ માટે વિચાર્યું. તેને આ ઉપાય ગમ્યો નહોતો એટલે બીજા વિકલ્પો વિશે વિચારી રહ્યો હતો, પણ કોઈ કારગર થાય

તેવું લાગતું નહોતું. તે જાણતો હતો કે સીધા કારાગૃહમાં ઘૂસ્યા તો નાગસૈનિકો મારી નાંખશે. ગઈ વખતે પણ તે લોકોની ક્રૂરતા જોઈ હતી અને હજુય પિંડીનો ઘા રૂઝાયો નહોતો જ્યાં તીર માર્યું હતું.

અરજણના ચહેરા પરના ડાઘમાં પણ ચચરાટ થયો. તેને એ સમય યાદ આવી ગયો જ્યારે કેશવ નંદે તેના ચહેરા પર પ્રહાર કર્યો હતો. તેણે એ દિવસે જ તેની સહનશક્તિની સીમા જાણી હતી અને આ સમયે તેને ખ્યાલ હતો કે પોતાની ટુકડીમાં આવા જ કોઈ વ્યક્તિની આવશ્યકતા છે. રાક્ષસ પણ મ્લેચ્છો જેવા નિર્મોહી જ હતા.

"સારું, એવું કરીએ." અરજણે સંમતિપૂર્વક માથું હલાવ્યું.

અરજણે ધર્મશાળામાં પગ મૂકતાં જ દૂરથી મ્લેચ્છોને ઓળખી કાઢ્યા. આ ધર્મશાળા શરાબના અન્ય સ્થળ જેવી ગંદી નહોતી. અરજણની નજર એ બાજુ હતી જ્યાં શરાબ બનાવીને આપવામાં આવતો હતો, પણ તેમાં કોઈ નવાઈની વાત નહોતી. અચરજની વાત એ હતી કે શરાબ તૈયાર કરનારા ગંધર્વ હતા. ગંધર્વ ગોરી ચામડીના અને આછી ભૂરી આંખોવાળા હતા. તેમના સરળ ચહેરા પર અણિયાળું નાક અને હળવા ભૂરા રંગની આંખો શોભતી હતી. તેમને શાસકોને પ્રસન્ન કરવાની કળા આવડતી હતી. ઇતિહાસમાં લખ્યું હતું કે મૂળ ગંધર્વ ઇન્દ્રના સહાયકો હતા અને તેમના માટે કામ કરતા હતા.

અરજણે પરમ સુંદરી મનમોહિની અપ્સરાઓ પણ જોઈ, જે ધર્મશાળામાં અલગ-અલગ સ્ત્રી-પુરુષોને લોભાવતી ફરી રહી હતી. તે તેમના સાથીઓ ગંધર્વોથી અલગ નહોતી, પણ વધુ સંમોહક હતી. તે બીજી તરફ નજર ફેરવવા ગયો, પણ એ બધી તેને ઘેરીને ઊભી રહી ગઈ. અરજણે તેમને ધકેલવા ઇચ્છ્યું. જેવું એણે વાંચ્યું હતું કે તે લોકો હવે અલ્પસંખ્યક જાતિની શ્રેણીમાં આવતા હતા જેમનો કોઈ પ્રતિનિધિ નહોતો. આ રીતે તેઓ સતત પ્રવાસ કરીને બીજી જાતિઓ સાથે રહેતાં હતાં.

"શું તને સ્ત્રીઓમાં રુચિ નથી?" પદ્મ્માએ હસીને પૂછ્યું અને એ હાથમાં પ્યાલાઓ લઈ બેઠેલાં લોકો પાસે પહોંચ્યા જે પચ્ચીસી રમતા શોરબકોર કરતા હતા. આ દશ્ય જોઈને એ ચોંક્યો અને જૂની યાદ અચાનક સામે આવી ગઈ. તેણે કેવી રીતે પચ્ચીસી રમીને પોતાનો જીવ બચાવવાનો પ્રયાસ કર્યો હતો, પણ હારી ગયો હતો.

"ના, મને કોઈ રુચિ નથી." અરજણ બોલ્યો.

"ઓહ, તો પુરુષોમાં રુચિ છે, ઘણી દુર્લભ વાત છે."

આ દુર્લભ શેનું કહેવાય? ઘણા લોકો શંભલમાં સમલિંગી હતાં, તેઓ પોતાના લિંગની જ વ્યક્તિને પસંદ કરતાં હતાં. બસ, તેમનામાં બીજા સમક્ષ એ સ્વીકારવાની તૈયારી નહોતી. અરજણે તો થોડા સમય પહેલાં જ પોતાની લૈંગિક પરિસ્થિતિ જાણી હતી, પણ તેણે પ્રગટ કરવી નહોતી. તે આ બધી બીજી ભયંકર ઘટનાઓના કુચક્રમાં ફસાવા માગતો નહોતો.

પદ્મ્મા મ્લેચ્છો પાસે ગઈ અને અરજણ તો જોતો જ રહી ગયો.

મ્લેચ્છોએ તેને જોયા બાદ અવગણી, પણ પદ્મ્માએ ખોંખારો ખાઈને પોતાની તરફ ધ્યાન ખેંચ્યું.

"શું જોઈએ છે છોકરી?" તેમાંથી એક બોલ્યો. તેના ચહેરા પર કાળી શાહી અને દાઢી હતી, "અમને કોઈ દિલચસ્પી નથી."

પદ્મ્મા કશું જ બોલી નહીં. તેણે સિક્કાઓથી ભરેલી થેલી મેજ પર ઠાલવી દીધી. એ લોકો તો જોઈને જ સડક થઈ ગયા, બધાની નજર ત્યાં ચોંટી ગઈ. તેમનો નેતા ઊભો થયો ને પદ્મ્મા સાથે હાથ મિલાવ્યો, "દત્તાત્રેય."

"પદ્મ્મા અને આ મારો મિત્ર અરજણ."

દત્તાત્રેય આગળ આવ્યો અને હાથ ધર્યો, "દત્તાત્રેય." તેણે ફરીથી કહ્યું, પણ અરજણે હાથ ન મિલાવ્યો, તે જાણતો હતો કે આ શિષ્ટાચાર નહોતો. તેણે દોસ્તી માટે હાથ લંબાવેલો પણ તેની ભીતરથી સામે ઉમળકો ન થયો.

"તને તકલીફ શું છે, છોકરા?"

"છોડો એને, તમારા જેવા સાથે ઝઘડીને તેનામાં કડવાશ આવી છે."

"કયું ગામ?" દત્તાત્રેયે લુચ્ચું હસીને પૂછ્યું, જાણે તેને અરજણની પ્રતિક્રિયાથી કોઈ ફરક ન પડ્યો હોય. જોકે તે માણસ પૂરેપૂરો નશામાં ધૂત પણ હતો.

"શંભલ."

"ઓહ." દત્તાત્રેય મેજ પર પાછો ગયો જ્યાં તેના દોસ્ત પેલા સિક્કા ગણતા હતા. તેણે કહ્યું, "એક માણસ આવ્યો હતો, વૃદ્ધ અને અકડું, એ કોઈ દોસ્ત સાથે હતો અને તેણે કહ્યું હતું કે શંભલને લૂંટવાનું છે, પણ અમે ના પાડી દીધી હતી."

અરજણની આંખો ઝીણી થઈ. "કોઈ વૃદ્ધ, જે શંભલને વશમાં કરવા માગતો હતો."

"ન સિરદર્દ ઓછું અને ન કિંમત ઓછી હતી. અમને તો પૈસા ભરપૂર જોઈએ. પછી જે મરજી હોય તે સોંપો. તું જે આપી રહી છે એટલા પૈસામાં તો અમે જીવ પણ આપી દઈએ."

"ઉત્તમ, એ જ કરવાનું છે."

"કામ ક્યાં કરવાનું છે?"

"ઇન્દ્રગઢ."

દત્તાત્રેયના ચહેરાના ભાવ બદલાઈ ગયા.

"ઓહ, ના, એ જગ્યા અમારો વિસ્તાર નથી. અમે નહીં કરીએ." દત્તાત્રેયે તેની ભાષામાં લોકોને નીકળવાનું અને થેલી સમેટવાનું કહ્યું, "બહુ જ ઓછી કિંમત છે આ."

"એ જગ્યાએ કેમ કામ ન થઈ શકે? શું વાંધો છે?"

"ઇન્દ્રગઢનો માહોલ બદલાઈ ગયો છે. પકડાઈ જઈએ તો બેઘર થવું પડે. અમારે તો જીવ બચાવીને પેટ ભરવાનું હોય છે."

પદ્માએ અરજણના કાનમાં આવીને કહ્યું, "મારી પાસે બીજા સિક્કા નથી." અરજણ જાણતો હતો કે તેની પાસે બીજા સિક્કા હતા જ, પણ એ સ્વાર્થી હતી. જોકે એમાં ખોટુંય શું હતું? તેણે પોતાના માટે સંભાળી રાખ્યા હશે. અરજણ તેને દોષ આપી શકે તેમ નહોતો. એ તો કોઈને કોઈ રીતે મદદ કરી રહી હતી.

પણ અરજણનું ધ્યાન હજુય પૈસા પર નહોતું. એ હજુય એ વાક્ય પર હતો કે દત્તાત્રેયે એવું કેમ કહ્યું. શંભલને કોણ લૂંટવા માગતું હતું? બની શકે કે કોઈ માથાનો ફરેલ હોય. એ વિચારી રહ્યો હતો ને એક જાણીતો ચહેરો દેખાયો. કુમાર મેજ નીચે સંતાયેલો દેખાયો.

અરજણ ભાગ્યો અને એ ઠીંગણો યક્ષ કુમાર પકડાવાના ડરથી દોડવા લાગ્યો. અરજણે પીડાની ચિંતા કર્યા વગર દોડીને તેને ઝડપી લીધો. એણે નીચે પાડીને તેની આંખોમાં જોઈ પૂછ્યું,

"તું અહીંયા શું કરે છે?"

"તમે લોકો શું કરો છો?" તેણે અરજણને પૂછ્યું.

"અમારો પીછો કરતો હતો, કેમ?"

રાત્રિના નોકર કુમારના ચહેરા પર અનિશ્ચિતતાનો ભાવ હતો. તે બોલ્યો, "કારણ કે રાત્રિ જાણે છે કે તમે શું ખીચડી પકાવો છો. અને તેથી મને નજર રાખવા મોકલ્યો."

"રાત્રિ બધું જાણે છે?"

"હાસ્તો."

"કેવી રીતે?"

"શું, તમારા કહેવાતા દોસ્ત સાથેની લાંબી લાંબી મુલાકાતો નથી જોઈ શકતા? આમ પણ તમારા એ દોસ્તને પોતાનું મોઢું બંધ રાખતાં ક્યાં આવડે છે?"

"બાલા?"

અરજણે માથું પકડ્યું અને બેસી પડ્યો, "તેમને કહેજે કે મને માફ કરે."

"તેને માફી નહીં, પણ તમારી પૂરી યોજના જાણવી છે. શું એ તારી પાસે છે?" બાલાએ વિસ્ફોટકનું નામ લીધું તો એ ડરી ગઈ. જોકે બાલાએ તેની ચિંતા દૂર કરવાની પૂરી કોશિશ કરી.

અરજણને તો વિશ્વાસ જ ન આવ્યો કે બાલા આવું કેવી રીતે કરી શકે છે? બસ, શારીરિક આકર્ષણ?

"કહેવા શું માગે છે?"

"એ મદદ કરી શકે છે." કુમારે સ્મિત સાથે ખભે હાથ મૂકી કહ્યું, "એ તમારા કામ માટે પૈસા આપશે, ભલે તમારે આ ડાકુઓ જોડે ગમે ત્યાં જવાનું હોય."

"તે એવું શા કારણે કરે?"

કુમાર બોલ્યો, "તેની જોડે બીજો કોઈ વિકલ્પ જ નથી. આમ પણ તે લક્ષ્મીને કારણે તમને મદદ કરવા માગે છે."

અરજણે પદ્માને પોતાની તરફ આવતી જોઈ. કદાચ તેણે અરજણને બહાર આવતા જોયો હતો. પદ્મા પણ કુમારને જોઈ ચોંકી ગઈ. તે કશું બોલી નહીં, પણ કુમારને જોઈ મોં મચકોડ્યું.

"એકવાર કામ થઈ જશે એટલે બધાનાં મોઢાં બંધ થઈ જશે." અરજણ બોલ્યો.

"કેમ શું થયું છે?"

અરજણે કુમાર યક્ષનો ખભો થપથપાવ્યો, "આ હમણાં જ આપણો મહાજન બન્યો છે, કામ માટે પૈસા રાત્રિ પાસેથી મળશે."

67

કલ્કિ એક ઉજ્જડ જગ્યા પર ઊભો હતો. જ્યાં તેને એવું લાગ્યું કે આ જગ્યા મહાયુદ્ધની જગ્યા જેવી જ છે. તેનામાં એક જાતનો ડર પ્રસરી ગયો. જાણે કેટલાય એકર સુધી ઉજ્જડ ધરતી, લોહીભીનાં શબ અને અર્ધ સુકાયેલાં લોહીનાં લાલ ખાબોચિયાં, તૂટ્યા-ફૂટ્યા રથના અંશ અને ધ્રુમિલ આકાશ હતું. આ બધું કેટલું ભયંકર હતું, પણ કલ્કિને પોતાના દુઃખ માટે દિલાસો અને સહારો આપતું હતું. તેને લાગ્યું કે એ જગ્યા જ ઉદાસીન હતી.

"ઇચ્છાઓનો અતિરેક જ યુદ્ધ હોય છે." તેની પાછળથી અવાજ આવ્યો.

તેણે પાછળ ફરીને જોયું તો એક અનોખું વ્યક્તિત્વ દેખાયું. એમના હાથમાં વાંસળી હતી અને માથા પર પીળા રંગની પાઘડી હતી. એક બાજુ મોરનું પીંછું ફરફરતું હતું. એ આગળ આવ્યા, તેમના શરીરે કોઈ ઘસરકો કે ઘાનું નિશાન નહોતું.

"આ શું છે?" તેણે પ્રાચીન કાળના વિષ્ણુના અંતિમ અવતાર ગોવિંદને પૂછ્યું.

"આ વાસ્તવમાં કોનું પ્રતિનિધિત્વ કરે છે?" ગોવિંદ હસ્યા નહીં. જોકે તેમના ચહેરા પર એક ઉપહાસપૂર્ણ સ્મિતની ઝલક હતી, "કશું નહીં. આ કશું જ નથી."

કલ્કિ સમજી ન શક્યો કે જ્યારે અતીતમાં જઈને અવચેતન રૂપથી ભગવાન રાઘવ સાથે અભ્યાસ કર્યો ત્યારે તેને ભગવાન ગોવિંદ કેમ નહોતા દેખાયા?

"મને અહીં કેમ લાવવામાં આવ્યો છે?"

"કારણ કે આ પરિણામ ફરીથી સામે આવશે." ગોવિંદે તે નરસંહાર

તરફ નજર ફેરવી અને તેમના મુખ પર મ્લાન ભાવ આવીને ચાલ્યો ગયો, "અને તું પણ આ જગ્યાએ હોઈશ."

કલ્કિ રોકાયો, "મારે શું કરવું પડશે?"

ગોવિંદ કલ્કિના પ્રશ્નનો જવાબ આપ્યા વગર એકબાજુ ચાલ્યા ગયા. એ એક શબ પાસે ઘૂંટણિયે બેસી ગયા, જે જીવિત હતું અને પાણી માગી રહ્યું હતું. ગોવિંદે અચાનક પાણી પ્રગટ કર્યું અને કલ્કિએ જોયું કે તે કેવી રીતે સંભવ કર્યું. તે જગ્યાએ ભેગું થયેલું લોહી દડાના આકારે જમા થયું. ગોવિંદે આંખો બંધ કરીને મંત્રજાપ કર્યા તો એ દડો પાણીમાં ફેરવાઈ ગયો. તેમણે જમીનમાંથી માટી લઈને એક વાસણ બનાવ્યું અને તેમાં પાણી ભર્યું. પછી તેમણે એ વ્યક્તિનું માથું ઊંચું કરીને પાણી પીવડાવ્યું, અને એ વ્યક્તિ લાશ થઈ ગયો. તરસ મિટાવ્યા બાદ તેના આત્માએ દેહ છોડી દીધો.

ગોવિંદે તેની આંખો બંધ કરી અને કલ્કિ તરફ ફર્યા, "ભલે આપણને ઉત્તમ હોવાની લાગણી કરાવવા મદદ કરે પણ મદદથી આપણે બીજાને પ્રેરિત કરી શકીએ છીએ." તે કલ્કિ સામું જોઈને ઊભા થયા, "જ્યારે સમય આવે તો શું કરવું જોઈએ? રાહ જોવાનું શીખવું પડે. કોઈ પણ કામમાં ઉતાવળ કરાય તો ઠોકર જ મળશે. જે પણ થાય છે સારા માટે જ થાય છે. સાંભળવામાં ભલે ન ગમે, પણ વર્ષો બાદ તને સ્વયં એવું લાગશે કે આ સમયની દરેક ક્ષણ ઘણી સારી રીતે વીતી હતી."

"જો તે લોકોએ મને મંજિલ સુધી પહોંચ્યા પહેલાં જ મારી નાંખ્યો તો?

ગોવિંદ કલ્કિની પાસે આવ્યા, "યાદ રાખજે, તારે વધુ સ્ફૂર્તિ બતાવવી પડશે." બસ, એ જ ક્ષણે ગોવિંદે એક મુક્કો મારી દીધો.

કલ્કિ એક ક્ષણ માટે ડઘાઈ ગયો કે તેમણે શું કરી દીધું.

"તારે ચતુર બનવું પડશે. શબ્દોની ધાર તલવારથી તેજ હોય છે એ યાદ રાખજે. જો તેનો સાચી રીતે ઉપયોગ થશે તો તું ઘણો સારો યોદ્ધા તરીકે ઊભરી આવીશ."

કલ્કિએ સંમતિપૂર્વક માથું હલાવ્યું. એ એક ઉજ્જડ ધરતી પર

માનસિક તસવીર સાથે વાતચીત કરી રહ્યો હતો, કેવી વિચિત્ર વાત હતી. એ એવું કહેતા હતા જે કલ્કિ સાંભળવા માગતો હતો. આ બધું આ રીતે જ કામ કરતું હતું. એ વાત તો નક્કી હતી કે આ તસવીરો અસલી ઇતિહાસ સાથે મેળ ખાતી હતી. જોકે આ બધાએ જ કલ્કિને ઉન્નત બનાવીને નિખાર આપ્યો હતો.

અને ત્યારે જ તેને એક ઝટકો લાગ્યો ને તેણે પોતાની જાતને એક કઠ્ઠણ જમીન પર પડેલી અનુભવી. તે ઇન્દ્રગઢની કાળકોટડીમાં જ હતો. કલ્કિને આનંદ હતો કે તેની સાથેનો કેદી બચીને નીકળવામાં સફળ થયો હતો, તેને ઈર્ષ્યા પણ થતી હતી. અરજણ, કૃપા અને બાલા ક્યાં હશે? તે એ લોકો પર નિર્ભર હતો, પણ હજુ કશું થયું નહોતું.

દિવસો વીતતા જતા હતા.

એ જ્યારે નીરસતાથી બચવા માટે લાંબા નખથી જમીન ખોતરી રહ્યો હતો ત્યારે જ એ પગલાંનો અવાજ સાંભળ્યો જે તેની તકલીફનું કારણ હતું. તેણે જોયું કે દુરુક્તિ ઘણા રસથી તેને નિહાળી રહી હતી. આજે તેની સાથે કોઈ સંત્રી નહોતો. જે બહાર હતો તેને પણ તેણે હટાવી દીધો.

તેમાંથી એકે કહ્યું, "રાજકુમારીજી, અમને મહારાજ કળિએ હુકમ કર્યો છે કે આ કોટડી પરથી એક ક્ષણ માટેય પહેરો હટવો ન જોઈએ."

"મને ઓળખે છે?"

"જી."

"તો એટલું પણ જાણી લે કે મારી વિરુદ્ધ બોલીશ તો માથું ધડથી અલગ થઈ જશે. જા, મારે કેદી સાથે એકલામાં વાત કરવી છે."

નાગસૈનિક ભયથી થથરીને જતો રહ્યો.

દુરુક્તિ કલ્કિની સામે આવીને બેઠી. બીજા દિવસો કરતાં અત્યારે તે વધુ સુંદર લાગતી હતી. એ ડરેલી હતી અને લાગતું હતું કે તેનો ગુસ્સો અને ભય છુપાવવાની કોશિશ કરી રહી હતી.

કલ્કિ તેના અને પોતાના વીતેલા દિવસોને ભૂલી તેની પાસે ખસીને આવ્યો ને તેની સાથે નજર મિલાવવાની કોશિશ કરી.

"હું બધી જ વાતની ક્ષમા માગું છું." તેનો અવાજ પણ સ્પષ્ટ રીતે નીકળતો નહોતો.

"સારું." કલ્કિના મનમાં હજુય તેના માટે કોઈ વેર નહોતું. બધાને પોતાનો રસ્તો હોય છે અને બધા પોતાની રીતે વર્તતા હોય છે. તેનો નિર્ણય આવું પરિણામ લાવશે તેવું એણે ક્યાંથી વિચાર્યું હોય. કોઈને કોઈ રીતે આપણે બધા નાયક છીએ અને દુષ્ટ પણ છીએ. દુરુક્તિએ પોતાની તરફથી આ યુદ્ધ રોકવાની કોશિશ કરી પણ કલ્કિએ તેને અપમાનિત કરી અને આજે એ ક્ષમાયાચના કરી રહી હતી.

"મારે સમજવું જોઈતું હતું. કળિ પાગલ થઈ ગયો છે. તેણે ક્યારેય મારા પર હાથ નથી ઉગામ્યો, પણ થોડા દિવસ પહેલાં એવું તેણે કર્યું. તેણે ક્યારેય ખોટો નિર્ણય નથી લીધો, જેમ કે તારા જેવા ગ્રામીણ યુવકની ખોટી સતામણી કરવી, પણ હવે તે એવું કરી રહ્યો છે. તેની પાસે આવું કરવાનું કોઈ કારણ નથી અને તેના પાગલપનનું કારણ સમજાતું નથી."

કલ્કિને તેની અને કળિ વચ્ચે બનેલા તે પ્રસંગ પરથી એવું લાગ્યું કે કળિ તેનાથી ભયભીત હતો. આ ભાવાત્મક અને શારીરિક ભય હતો. કદાચ કોઈએ તેને કલ્કિ માટે ચેતવણી આપી હશે. કળિ તે ધમકીઓને કારણે કલ્કિની ઘૃણા કરતો હતો. સોમ તેના મગજમાં અસર કરી રહ્યું હતું. કદાચ કેટલાય પ્રકારના ભ્રમ પણ એટલે જ ઉદ્ભવતા હશે.

"ચિંતા ન કરીશ." તેણે તેનો હાથ પંપાળવા ઇચ્છ્યું, એ સળિયાને અથડાવી અવાજ કરવા લાગ્યો. કલ્કિએ હાથ પાછો ખેંચી લીધો.

"તે મારા મુકદ્દમાની સુનવણી કરવા માગે છે."

"ખબર છે." દુરુક્તિએ માથું હલાવ્યું, "કાશ, હું કશું કરી શકતી. હું દરેક વાતે માફી માગું છું. તમારા ગામે આવી, તમારાં ઘર તોડી નાંખ્યાં. મારે આ બધું નહોતું કરવું જોઈતું. હું મારી જાતને માફ નહીં કરી શકું. મારી પર મને ઘૃણા થવા લાગી છે. હું મારા ભાઈની રક્ષા માટે વિચારી રહી હતી ને મારું એ જ લક્ષ્ય હતું એટલે મેં બીજી કોઈ પરવા ન કરી. હું વિશ્વાસ નથી કરી શકતી કે ભાઈનો પ્રેમ એટલો હાવી થયો કે હું બધું ખોટું કરતી ગઈ. હું જાણું છું, પણ હું ક્ષમા ચાહું છું

કે હું...ઓહ, હું ચાહતી હતી કે તને મારા મનોરંજનનું સાધન બનાવી દઉં. મેં આવી બાબત કેમ વિચારી? હું તારો ઉપહાસ કરી રહી હતી. ઘણીવાર બીજા સાથે ખરાબ વર્તાવ કરીએ છીએ જેમાં એવું કરવાનું કોઈ કારણ નથી હોતું. એ ફક્ત પ્રતિક્રિયા માગતું હોય છે ને હું એ જ તારી પાસેથી ઇચ્છતી હતી. મારે આવું નહોતું કરવું જોઈતું. મારે તને ત્યાં જ મૂકીને આવવાનું હતું. કદાચ... કદાચ તને પસંદ કરવા લાગી છું. આ કોઈ પ્રણય સંબંધ નથી પણ હું તારા જુનૂન, તારી ઇમાનદારી અને પોતાના લોકોની પરવા કરવાની રીતને પસંદ કરવા લાગી છું. હું એક જ માણસમાં આવી બધી ખૂબીઓને પસંદ કરું છું. બધા લોકો આવા નથી હોતા, સાચે જ નથી હોતા. બધા સ્વાર્થી હોય છે. તું એવો નથી, તને બીજાની ચિંતા હતી. તું વાસ્તવમાં બધા માટે વિચારનાર લોકોમાંનો એક હતો અને મને લાગ્યું કે કાશ! આ યુવક મારી સાથે આવી જાય. આપણે મળીને શું ન કરી શકીએ? હકીકતમાં મારા માટે નિઃસ્વાર્થ શોધ કરતા-કરતા, હું જ સ્વાર્થી થઈ ગઈ હતી. હું પણ કેવી પાખંડી નીકળી!"

કલ્કિએ કશું કહ્યું નહીં.

"કશુંક તો બોલ કલ્કિ."

કલ્કિએ થૂંક ગળામાં ઉતાર્યું અને યોગ્ય શબ્દો વિચારવા લાગ્યો, "જે થયું એ સારું જ થયું. જે થવાનું હતું એ થઈ ગયું. દુરુક્તિ! મને અહીંથી બહાર નીકળવું છે."

"જાણું છું, હું જાણું છું." આંસુ લૂછીને દુરુક્તિ તેની તરફ ફરી.

"શું કોઈ ઉપાય છે?"

એક ક્ષણિક સંકોચ પછી તે ડોકું હલાવી બોલી, "હા..."

દુરુક્તિ તેની સાથે નાની કુહાડી લાવી હતી. તે કલ્કિની સાંકળો તેનાથી કાપવા લાગી, પણ તેના કમજોર હાથ તે કરી નહોતા શકતા.

"લાવ, મને આપી દે." સમય ઓછો હતો અને દુરુક્તિને વાર લાગી રહી હતી.

તેણે કલ્કિ સામે થોડા ગુસ્સાથી જોયું, "જે તને આઝાદ કરવા માટે

આવી છે તેની શક્તિને ઓછી ન આંકવી. એ ઇચ્છે તો તને કેદમાં પણ રાખી શકે છે."

જ્યાં દુરુક્તિએ તેની છેલ્લી સાંકળ તોડી, કલ્કિના ચહેરા પર સ્મિત આવી ગયું. બાકીની બધી સાંકળ પણ કલ્કિએ દૂર કરી અને ગળામાં પહેરાવેલી મોટી લોખંડની કડી પણ કાઢી નાખી. કલ્કિએ દુરુક્તિ તરફ જોયું. નિસ્તેજ ચહેરા પર સુકાયેલાં આંસુ હતાં. કાજળ ધોવાઈ ગયું હતું, પણ તે કલ્કિની તાકાતથી પ્રભાવિત હતી.

આ બધું થયા બાદ કલ્કિને લાગ્યું કે તેના હાથ-પગ કેટલાય લાંબા સમય બાદ આઝાદ થયા હતા. તે મસળવા લાગ્યો. તેના ચહેરા પર સ્મિત ફરફરી રહ્યું હતું.

"કોઈ બીજી અડચણ આવે તે પહેલાં આપણે અહીંથી નીકળી જવું જોઈએ." દુરુક્તિ બોલી.

જ્યાં તે લોકો દરવાજા તરફ જવા નીકળ્યા, કલ્કિએ તેનો હાથ ખેંચ્યો અને કસીને ભેટી પડ્યો. એક ક્ષણ માટે શરીરમાં કોઈ અકળ અનુભૂતિ તેને થઈ, પણ સહજ થઈને તેણે પણ પૂરા આવેગને સ્વીકારી લીધો. કલ્કિના હાથ પરવા વગર તેની પીઠના ખુલ્લા ભાગ પર ફરી રહ્યા હતા. આ સ્પર્શ લોભામણો હતો, પણ તે જાણતો હતો કે આ સ્પર્શ જ લક્ષ્મીનો જીવ લેનાર હતો. કલ્કિ જાત પર સંયમ રાખી તેનાથી દૂર થયો અને હસવાની કોશિશ કરી પણ દુરુક્તિના ચહેરા પર ગભરાટ હતો.

"આભાર." કલ્કિએ હૃદયથી કૃતજ્ઞતા પ્રગટ કરતાં કહ્યું.

દુરુક્તિએ પણ મૂક સંમતિ આપી અને દરવાજા તરફ ઝડપથી આગળ વધ્યા. કેદીઓ કલ્કિને મુક્ત થયેલો જોઈ ચીસો-બૂમો પાડવા લાગ્યા જેને સુનવણી વગર છોડવામાં આવ્યો હતો. તેને ધરતી પણ ઘસડીને કે ખેંચાઈને નહીં, પણ સામાન્ય રીતે ચાલવું ગમી રહ્યું હતું.

દુરુક્તિ કલ્કિને તે તરફ લઈ ગઈ જ્યાં નાગસૈનિકો પહેરો ભરતા હતા. તેમને છળ કરીને દુરુક્તિ ખુલ્લા ભાગમાં લઈને આવી, પણ ત્યાં પહોંચતા જ તે ભયના માર્યા ચોંકી ઊઠી.

કલ્કિએ પણ તે તરફ જોયું તો કારણ સમજી ગયો. તેમની બરાબર

સામેના રસ્તે મશાલો, કવચ, કુહાડીઓ અને ભાલાઓથી સજ્જ સૈનિકો સાથે માર્તંડ ઊભો હતો. તે પહેલાં કરતાં જુદો લાગ્યો. તેની આંખમાં કોઈ ખરાબી હતી નહીં અને કોઈ જાદુની જેમ તેના દેહમાં સ્ફૂર્તિ પણ વધુ લાગી. કલ્કિએ તેને બૉટલમાંથી કંઈક પીતો જોયો જે સોમ જ હશે તેવું તેને લાગ્યું.

આ બધું તો ફરીથી થઈ રહ્યું છે.

માર્તંડના ચહેરા પર લુચ્ચાઈભર્યું સ્મિત હતું. તેની સીટી સાંભળીને બંને બાજુથી રાક્ષસોની ટુકડી આવી પહોંચી અને તેમની વચ્ચે દુરુક્તિનો ભાઈ ઊભેલો હતો.

કળિ પણ ત્યાં આવી ગયો હતો.

"તને કેવું લાગ્યું દુરુક્તિ?" કળિના અવાજમાં ધારદાર કટાક્ષ હતો.

કલ્કિને છેલ્લે જોયો ત્યારે તેના માથા પર થોડા વાળ હતા, પણ અત્યારે સાવ ટકલો હતો અને ચામડીનો રંગ પણ કાળો પડી ગયો હતો. આંખોમાં આવેલી લાલાશથી વધુ ભયંકર લાગતો હતો.

"પકડી લો એમને. છોકરાને મારશો નહીં. કાલે સવારે સુનવણી માટે લઈ જવાનો છે. ત્યાં જ તેને સજા આપવાનું નક્કી થશે."

અને કલ્કિને અહેસાસ થયો કે ભાગી નીકળવાનો વ્યર્થ પ્રયાસ તેને મૃત્યુની વધુ નજીક લઈ ગયો હતો.

68

જ્યારે પ્રભાતના સમયે પક્ષીઓનો મધુર કલરવ થતો હોય અને ઘુવડ સૂઈ રહ્યા હોય ત્યારે અરજણને ખબર પડી કે તેના ભાઈને લટકાવીને ચાર ઘોડાઓ વડે ચાર દિશામાં ખેંચવાની સજા આપવામાં આવી છે.

અને તેને કશી જ ખબર નહોતી પડતી કે તે શું કરે. શરીર વિચિત્ર રીતે સુન્ન થયેલું હતું ને ભાવુક પણ થયેલું હતું. જોકે એ પણ સત્ય હતું કે તેની મદદ માટે કશું કરી શકાય તેમ નહોતું. એ ભારે મનથી તે કોટડીની આસપાસ ચક્કર લગાવતો હતો જ્યાં સોમ રાખવામાં આવ્યું હતું. તેને થતું હતું કે તેણે કંઈક તો કરવું જ પડશે. કૃપા, પદ્મા અને બાલા તેની સાથે જ હતા. બીજી બાજુ મ્લેચ્છો સાથે દત્તાત્રેય પણ ચૂપચાપ ઊભો હતો. તે પોતાનાં હથિયાર છુપાવીને ઇશારો મળે તેની રાહ જોતા હતા. તે જગ્યાએ એક જ દરવાજો હતો જ્યાં હુમલો થવાનો હતો.

અરજણ પાસે એનું દાતરડું હતું જેની પર નારિયેળના રેસાથી બનાવેલી દોરી લપેટેલી હતી ને તેણે સિફતથી પકડેલી હતી.

તેણે ઉપરની તરફ ઊભેલા રાક્ષસોને જોયા, જે ધનુષ પર બાણ ચડાવી ગમે ત્યારે કોઈનો પ્રાણ લેવા તૈયાર હતા.

અરજણે બધાને કહ્યું કે, "કલ્કિની સુનવણી સાંજે થશે. આપણે આ કામ કરવું જ પડશે અને તેમાં સફળ થઈને બતાવવું પડશે."

"આપણે એવું જ કરીશું." કૃપાના અવાજમાં સખતાઈ દેખાઈ, "અને જો ન કરી શકીએ તેવું હોય તો પણ કરીશું, ભલે મરી જઈએ." તેણે અરજણ અને પદ્માના ચહેરા પર ચિંતા જોઈ, "અરે, એવી નોબત જ નહીં આવે. આશા કરીએ કે બધું પાર પડે."

અરજણ તે જગ્યા તરફ આગળ વધ્યો, તેની પાછળ મ્લેચ્છો હતા.

અરજણ જાણે કશું થયું ન હોય તેવો દેખાવ કરતો હતો. તેણે તે કારાગારના ખૂણામાં સાવધ કરવા માટે લટકાવેલો ઘંટ જોયો. તેને ઘણી ત્વરાથી કામ શરૂ કરવાનું હતું.

ત્યારે દત્તાત્રેય આગળ આવીને બોલ્યો, "આ તો ખરાબ યોજના છે. તેં તો એવું કહ્યું હતું કે રાત્રે કરવાનું છે અને આમ સવારે કરવાની વાત તો નહોતી જ."

"જાણું છું, પણ જો આપણે વાર કરી તો મારો ભાઈ નહીં બચી શકે. હું એ સહેજેય સહન ન કરી શકું." અરજણની આંખમાં દાવાનળ જોઈ દત્તાત્રેય બે ડગલાં પાછળ ખસ્યો. અરજણના મનમાં ભારોભાર ગુસ્સો હતો, જોકે દત્તાત્રેયે ખોટું તો નહોતું જ કહ્યું. આ હુમલો કરવાની કોઈ યોજના કે પદ્ધતિ નહોતી. બસ, અંદર ઘૂસવું, માર-કાપ કરવી અને એટલી જ આશા રાખવી કે આપણો કોઈ માણસ માર્યો ન જાય. આ એક આત્મઘાતી હુમલો સાબિત થાય તેમ હતું.

"તમે મારી સાથે આવી રહ્યા છો કે નહીં?" અરજણે પૂછી લીધું.

દત્તાત્રેય ગૂંચવાયો. આંખો અને ચહેરો તેના વિચારવાની ચાડી ખાતો હતો. અરજણ ખભા ઉલાળી કૃપા અને પદ્મા તરફ ફર્યો. આ વખતે તે આગળ આવ્યો અને ભાલો બહાર કાઢ્યો. બે રાક્ષસો સાથે સંત્રી આવીને બોલ્યો, "એ છોકરા, આ જગ્યાએ શું કરી રહ્યો છે? જતો રહે નહીં તો પસ્તાઈશ."

અરજણે તેના પગ જમીન પર સ્થિર કર્યા. એ ત્યાંથી હાલ્યો જ નહીં. હકીકતમાં તે એક ક્ષણ માટે ત્યાં સ્થિર ઊભો રહીને હુમલો કરવા માટે જાતને તૈયાર કરતો હતો.

એક રાક્ષસ જ્યાં આગળ આવ્યો ત્યાં કૃપાએ શીખવેલું તેમ તેણે ભાલાથી કોચવા માંડ્યું અને અચાનક તેનો ચહેરો બગાડી દીધો. આ જોઈને બધા સાવધ થઈ ગયા. તે અરજણ પર ત્રાટક્યો ને એકધારા પ્રહાર કરવા લાગ્યો, પણ પછી અરજણે પોતાના ભાલા વડે તેનું માથું ફાડી નાંખ્યું.

તેના પર બાણોની વર્ષા થવા લાગી, પણ તેણે મરેલા રાક્ષસની

આડમાં પોતાનો બચાવ કર્યો. આ રીતે તો બાણ તેના સુધી પણ આવવા લાગ્યા હતા ત્યાં જ તેને ભારે પગલાંઓનો અવાજ આવ્યો. બાણની વર્ષા રોકાઈ ગઈ અને કશુંક મંત્ર-જેવું બોલાતું હોય તેવું લાગ્યું. અરજણે જોયું કે મ્લેચ્છોની આખી ટુકડી દરવાજા પાસે આવી ગઈ અને રાક્ષસોનો સફાયો કરવા લાગી. તેઓએ ઘંટ વગાડનારને પણ એક જ વારમાં ધરાશાયી કરી દીધો.

અરજણે આગળ જઈને દત્તાત્રેય સામે ઇશારો કર્યો અને દરવાજાની અંદર દાખલ થઈ ગયો. અરજણની સાથે કૃપા અને પદ્મા અંદર ગયા.

“બહુ જ સરસ.” પદ્માએ આંખ મીંચકારી.

બાલાએ અંદર આવીને ગુંબજનો દરવાજો તોડવાની જવાબદારી લઈ લીધી પણ સંત્રીઓએ એકાએક તેની પર હુમલો કરીને ચોંકાવ્યો. બાલાએ તેની કદ-કાઠીના રાક્ષસને ઉઠાવી લીધો અને બીજા હાથથી બીજા રાક્ષસને માર્યો. તેણે કોઈ ચિંતા વગર બંનેને કચડી નાંખ્યા. તે ક્ષણે જ અરજણે તેને માફ કરી દીધો. બાલાએ રાત્રિને જણાવી દઈને તેમને મુશ્કેલીમાં નાખ્યા હતા. જોકે બાલાએ પોતાની અને રાત્રિની ભલાઈ માટે એ પગલું ભર્યું હતું. અંતે એ તેમની યોજના માટે માની ગઈ અને તેણે તો આ મ્લેચ્છોને ધન આપ્યું હતું.

બાલા દરવાજા પર આવ્યો અને તેની પર ગદાથી સતત પ્રહાર કરવા લાગ્યો. લાકડાનો દરવાજો તરત જ તૂટ્યો અને તેની અંદરની સીડી દેખાઈ જે નીચેની તરફ જતી હતી. અરજણે આગળ-પાછળ જોયું ને તેને લાગ્યું કે મ્લેચ્છો નબળા પડે છે, કારણ કે સંખ્યામાં ઓછા હોવાથી રાક્ષસોનો સામનો નથી કરી રહ્યા. તેમને ફક્ત એટલીવાર જ રોકવાના હતા જ્યાં સુધી અરજણ તેના થેલામાં પર્યાપ્ત સોમ લઈને બહાર પાછો આવી ન જાય.

બાલા સૌથી પહેલો મશાલોના અજવાળામાં નીચે ઊતર્યો. પદ્માએ પણ એક મશાલ પકડી લીધી. ત્યાંથી નાળાની અને મરેલા ઉંદરો જેવી ગંધ આવી રહી હતી. બહુ જ ભયંકર જગ્યા હતી, બહારનો ભારે શોરબકોર સામે અહીંનો સન્નાટો અકળાવે તેવો હતો. એક ક્ષણ માટે તો

સાવ અંધારું લાગ્યું પછી તેમણે જોયું કે સીડી એક પહોળા રસ્તા તરફ જતી હતી જ્યાં છત ઘણી નીચી હતી. બાલાને તો ઘૂંટણિયે ચાલવું પડ્યું.

અરજણને લાગ્યું કે આ જગ્યાએ પાણી અને તેલ ટપકી રહ્યું હતું. પાંચ રાક્ષસ હુમલા માટે તૈયાર હતા. પદ્માએ પોતાની કલાબાજી બતાવી અને સીધી રાક્ષસના પગના ટેકે તેના ખભે ચડી ગઈ અને હુમલો કરી દીધો. કૃપાએ પણ પોતાના કાંડાની તાકાતના જોરે તલવારબાજી કરી. તેની સ્ફૂર્તિથી રાક્ષસ ચકરાવે ચડ્યા. અરજણે પોતાના કૌશલના જોરે નીચે સરકીને રાક્ષસના ગુપ્તાંગ પર હુમલો કરી દીધો. આ બધું એકદમ ભયંકર હતું કે તે પોતે પણ જોઈ ન શક્યો. ત્યાં તો એક રાક્ષસ સામે આવી ગયો અને ભીંત તરફ ધક્કો માર્યો, પણ બાલાએ ગદાથી તેની પર આતંક મચાવી દીધો.

રાક્ષસોને માર્યા બાદ માર્ગમાં આગળ વધ્યા ત્યારે તેમનાં કપડાં પરસેવાથી નીતરી રહ્યાં હતાં. હવે રાક્ષસો સાથે લડીને જાણી ગયા હતા કે તેમની કમજોરી શું હતી. તેમની સામે ભલે ન જીતી શકાય, પણ તેમને ચકિત કરીને અચાનક હુમલો કરવાથી સફળ થવાય છે. હવે શંભલ જેવું નહોતું જ્યાં તેઓ સાવ અબુધ હતા. અહીંયા તો પાંચ લડવૈયા પૂરી રીતે તૈયાર અને હથિયારોથી સક્ષમ હતાં. અરજણ ખુદ પણ દાતરડામાંથી કટાર પર આવી ગયો હતો. તેને હજુય ભરોસો નહોતો કે તે કોઈને આ રીતે મારી શકતો હતો.

આગળ પહોંચ્યાં તો એક ખડક જેવું દેખાયું જેની પાછળ કંઈક છુપાયું હતું. બાલા આગળ આવ્યો અને એક ઝટકો આપ્યો, પણ કશું થયું નહીં. અરજણ મદદ કરવા ગયો. પદ્મા અને બાલા પણ ત્યાં ઊભાં રહી ગયાં. જ્યાં ખડક હાલ્યો, પાછળથી એક રાક્ષસે પદ્મા પર હુમલો કરી દીધો. તેણે પદ્માને ખભેથી પકડીને નીચે પાડી દીધી અને તલવાર તેની ગરદન પર મૂકી દીધી.

“સહેજેય હલશો નહીં.” રાક્ષસ ગર્જ્યો, “આ યુવતી મરી જશે.”

“બહુ જ સરસ, આમેય આ અમને કંઈ ગમતી નથી. ઇચ્છા હોય તો સાથે લઈ જઈ શકે છે.” કૃપાએ થાકેલા ચહેરે હાંફતાં કહ્યું.

રાક્ષસના ચહેરા પર બચાવનાં ચિહ્ન દેખાયાં, પણ એ હસીને બોલ્યો, "ડોસા, જુઠ્ઠું બોલે છે. તને ડર લાગી રહ્યો છે તે તારા ચહેરા પરથી દેખાય છે."

"તારે શું જોઈએ છે?" અરજણ આગળ આવ્યો.

"મારે જવું છે." જ્યાં રાક્ષસનું ધ્યાન બીજી તરફ ગયું. પદ્માએ તેના ઘૂંટણમાં એક કસીને લાત મારી દીધી. એ હજુ પ્રહાર કરે તે પહેલાં બાલાની ગદા ચાલી ગઈ હતી. એ ચત્તોપાટ ધરતી પર પડ્યો. કદાચ બેહોશ થયો હતો. તેનું હલનચલન બંધ હતું.

"હું તને બચાવવાનો જ હતો." અરજણે સફાઈ આપી.

"હા... હાસ્તો." પદ્માએ ખભા ઉલાળ્યા અને એ જગ્યાએ જવા લાગી જ્યાં સોમ તેમની પ્રતીક્ષામાં હતું.

અરજણે પ્રવેશ કર્યો તો તેની નજર એક નાના ઓરડામાં પડી જ્યાં દરવાજા સુધી વિભિન્ન આકારના પથ્થરના ખડકો ભરેલા હતા. તેમાંથી ભૂરા રંગનું દ્રવ્ય છલકાઈ રહ્યું હતું. એક ક્ષણ માટે કૃપા એ સ્થળે સ્તબ્ધ ભાવે ઊભો રહ્યો પછી બોલ્યો, "મારા પ્રિય, આજે ફરીથી મળ્યા." તેણે હળવેથી કહ્યું, પણ અરજણ તેનો અર્થ ન સમજ્યો. એ તેજીથી આગળ વધીને ખડકના આગળના અવરોધ તોડવા લાગ્યો.

"તો આ શાશ્વત ઉપહાર..." અરજણે બાલાને સાદ પાડ્યો જે પદ્મા આગળ વગર વિચાર્યે બોલવા જઈ રહ્યો હતો. તે પણ સ્તબ્ધ હતો.

પદ્મા કોઈની સાથે થયેલ વાતના આધારે બોલી, "આ જડીબુટ્ટી તો નથી લાગતી. શું છે આ?"

"સામગ્રી, અમે જણાવ્યું હતું ને!" કૃપાએ નમીને જવાબ આપ્યો.

"આને આટલું સાચવીને કેમ રાખવામાં આવ્યું છે?" પદ્માએ હાથમાંની મશાલ સંભાળતાં કહ્યું.

કૃપાએ નિઃશ્વાસ નાખ્યો અને ડોકું હલાવતાં સાવધાનીથી શિલાને અડતાં કહ્યું, "આ તો બેકાળજી વર્તવામાં આવી છે. આ તો ભારે વિનાશનું કારણ બની શકે છે." તેણે પોતાનો થેલો ભર્યો અને અરજણને કહ્યું, "આપણું કામ પૂરું થઈ ગયું."

ત્યાં સુધીમાં અરજણ નીચે બેસીને ખડકો વચ્ચેથી ઝરતું પ્રવાહી ચાખી ચૂક્યો હતો. એ તેલ જેવું હતું.

"મારી સમજમાં એ નથી આવતું કે આમાંથી તેલ કેમ ઝરે છે?"

"કારણ કે મિત્ર, આ સાધારણ ખડકો નથી. તે ધુમાડા અને તેલથી બનેલું છે. હું નથી જાણતો કે તેલ કેમ ઝરે છે પણ એટલું તો નક્કી છે કે આ અત્યંત જ્વલનશીલ છે."

"અને આ બધી તાકાત કળિ માટે છોડી દઈએ?" અરજણ બોલ્યો, "આ મને મંજૂર નથી." બાલા તો અદબ વાળીને ઊભો હતો ને ગદા કમરે લટકતી હતી.

"ભાઈએ સાચું કહ્યું છે. આપણે કંઈક કરવું જોઈએ."

"દોસ્ત, આ ચિંતા પછી કરીશું. અત્યારે તો એ જ કરીએ જે કરવાનું છે." કૃપા ગણગણ્યો ને દરવાજા તરફ આગળ વધ્યો, "તમે લોકો જવા નથી માંગતા? મ્લેચ્છ હંમેશાં આપણી રક્ષા નથી કરવાના. જલદી નીકળો."

તેમાંથી કોઈ હલ્યું નહીં.

અરજણે પણ કડકાઈથી કહ્યું, "આપણે કશું કરવું પડશે."

"એટલે કે?" કૃપાએ કંટાળા સાથે પૂછ્યું.

અને ત્યારે જ પદ્માએ અણધાર્યું કર્યું. તેણે મશાલ નીચે નાખી દીધી. તેનાથી તેલ અને આગનું મિલન થતાં જ સોમ ખડકો નારંગી રંગની જ્વાળામાં પલટાયા.

"કંઈક આવું." પદ્માના ચહેરા પર લુચ્ચાઈ હતી.

કૃપાની આંખો પહોળી થઈ ગઈ અને અરજણ લથડિયું ખાઈને જે જગ્યાએથી ખસ્યો, તે જગ્યાએ એક ગોળો વિસ્ફોટ થઈ ફૂટી ગયો. અરજણ બરાડ્યો, "આપણે જલદીથી ઓરડો બંધ કરીને ભાગવું પડશે નહીંતર આપણાં ચીંથરાં ઊડી જશે."

બાલા ખૂણામાં ગયો અને તે ખડક જે તેણે ખસેડ્યો હતો તેને પાછો ખસેડવા ગયો. અરજણે તેને મદદ કરી પણ ગરમ સળગતા ખડકો ઊડીને બહાર આવવા લાગ્યા. તેમાંથી ઊડીને કૃપા જ્યાં ઊભો હતો

ત્યાં આવીને પડ્યો, "આવું દશ્ય મેં જિંદગીમાં ક્યારેય જોયું નથી."

"આ દશ્યની ચિંતા છોડીને અમારી મદદ કરી શકશો?" અરજણ અને પદ્માએ મળીને ખસેડવાનો પ્રયાસ કર્યો, પણ કૃપા તેની જગ્યાએથી ખસ્યો નહીં.

"હું વર્ષો પહેલાં આવું કરી શકતો હતો, પણ મેં એવું ન કર્યું" તેણે ખુદને કહ્યું, "હું કેમ ન કરી શક્યો, કારણ કે હું કદાચ ડરી ગયો હતો અને નષ્ટ કરવા માગતો નહોતો. કદાચ હું આને ઇલાવર્તીમાં જ ઇચ્છતો હતો." કૃપાને અજબ ખેંચ આવી હતી તેનો અવાજ પણ માણસ જેવો નહોતો, "હું ઇચ્છતો હતો કે અંધકાર યુગ સમાપ્ત થયા બાદ લોકો આનો ઉપયોગ કરી શકે. કદાચ હું વધારે પડતો આશાવાદી હતો." એ રોકાયો ને બોલ્યો, "પરંતુ શું કશું બચ્યું છે?"

આખરે ખડક ખસેડી દેવામાં આવ્યો. અરજણને શાંતિ થઈ. ગરમીમાં શ્વાસ ઘૂંટાતો હતો અને એ હાંફવા લાગ્યો. ધુમાડો મગજ પર હાવી હતો. તેણે ડોકું હલાવ્યું અને જગ્યાએથી ઊઠી ગયો. એ કૃપા પાસે ગયો અને તેને હલાવીને ઉઠાડ્યો, "શું થયું?"

અરજણે તેની આંખોના ઊંડાણમાં જોયું. એ વૃદ્ધ પાસે એવાં રહસ્યો હતાં જે અરજણને ખબર નહોતી અને તેને એ ગમતું નહોતું. હવે અરજણને ખ્યાલ આવ્યો કે રાત્રિને પણ આ બધું કેવું લાગતું હશે.

કૃપાએ તેની સામે જોયું. તેની આંખો હજુય ભ્રમિત હતી, "ખબર નહીં, કદાચ હું મારા કાર્યને ઉચિત સાબિત કરી રહ્યો હતો."

એ લોકો એ જગ્યામાંથી બહાર આવ્યા તો અરજણે ખુદને લાશો અને લોહીના ખાબોચિયામાં જોયો, જે ગુંબજની ચારેતરફ વિખરાયેલું હતું. તે આ લોહીમાંથી ચાલ્યો ત્યારે તેને કમકમાટીભર્યો અહેસાસ થયો. તેને પોતાનું નાક દબાવવું પડ્યું. એ બહાર આવ્યો તો જોયું કે દત્તાત્રેયનાં અંગો જ્યાં ત્યાં પડેલાં હતાં ને તેની આંખોના ડોળા પણ બહાર આવી ગયેલા હતા. એ બચી ન શક્યો અને તેને આવી હાલતમાં

જોઈને અરજણને પણ ઘણું દુઃખ થયું.

મૃત્યુ દુઃખ અને ઉદાસી સાથે લાવે છે. તેણે એવું ક્યારેય નહોતું વિચાર્યું કે તેને કોઈ મ્લેચ્છ માટે પણ લાગણી થશે. તે છતાં આજે આવા હુમલા બાદ તેને આવી લાગણી થઈ રહી હતી.

"આપણે હજુ ઘણું કામ કરવાનું છે, ભાઈ." બાલાએ અરજણનો ખભો થપથપાવ્યો.

અરજણે પણ સ્વીકાર્યું અને મિત્રો સાથે નીકળી પડ્યો. કેટલાક રસ્તે જનાર આ રક્તપાતમાંથી બચી ગયેલાને આશ્ચર્યથી જોઈ રહ્યા હતા, ત્યારે જ તેણે સૂર્યને અસ્ત થતો જોયો. ઘણા બધા લોકો સુનવણી જોવા માટે અધીરા થઈને ત્યાં જઈ રહ્યાં હતાં જે શહેરના બીજા ખૂણે થવાની હતી. તેમને મોડું થઈ ગયું હતું અને અરજણની સમજમાં એ નહોતું આવતું કે આ બધું કેવી રીતે થયું. એ લોકો થોડીવાર પહેલાં તો અંદર ગયાં હતાં, પણ સમય ક્યાં કોઈના માટે રોકાય છે. કળિના અધિકારીઓને પણ સોમના આ પરિણામ વિશે ખબર તો પડશે, પણ આ સુનવણી બાદ જ ખબર પડશે.

"આપણને ઘણું મોડું થઈ ગયું." અરજણે સૂર્યાસ્ત જોઈને કહ્યું. કૃપા અને બાલાએ એકબીજા સામું જોયું અને પદ્માને તો કોઈ પરવા નહોતી.

"મને ખબર છે દોસ્ત." કૃપાએ પદ્મા તરફ જોયું, "મને તારી મદદ જોઈએ." પછી બાલા સામે જોયું, "મને તારી મદદ જોઈએ. મને તમારા બધા પાસેથી કંઈક-કંઈક મદદ જોઈએ, જેથી હું એ બનાવી શકું, જે મારે બનાવવાનું છે. આપણે ત્યાં પણ તરત પહોંચવાનું છે."

"રોકાઈ જાઓ. આપણે...?" પદ્મા મૂંઝવણમાં હતી, "મારો સાથ તો અહીં સુધી જ હતો ને?"

કૃપાએ તેને જોઈ દાંત ભીંસ્યા, "તારા મનમાં જે આવે એ તું કર, પણ હું તને એક ખાસ વાત જણાવવા માગું છું. અમે જે સહન કરી રહ્યા છીએ તેની સામે તારું કષ્ટ ઘણું જ નાનું છે, ઘણું જ નાનું. આપણે આ દુનિયાના તારણહારને બચાવવા જઈ રહ્યા છીએ, રક્ષકને બચાવવા જઈ રહ્યા છીએ."

બેશક, તે લોકોની પૃષ્ઠભૂમિ કે સંજોગો ખબર ન હોવાથી તેમના માટે આ મજાક સમાન હતું.

"એવો કયો રક્ષક છે, જેને બચાવવા જવું પડે છે? હું તો કમ-સે-કમ તેનાથી મારી રક્ષા કરાવવા નહીં માગું." પદ્માએ વિરોધમાં કહ્યું.

"બસ, અત્યારે એ તૈયાર નથી." કૃપાએ તેનો થેલો ખૂણામાં મૂક્યો. તેને ઘણું વજન લાગતું હતું.

અરજણ પદ્માના ખભે હાથ મૂકીને સમજાવવા માગતો હતો. પદ્માએ પણ ભવાં ચડાવીને સ્વીકૃતિ આપી. પછી તેણે બાલા સામે જોયું જેણે રાક્ષસોને હાથે તેનો જીવ બચાવ્યો હતો.

"મારે શું કરવાનું છે?"

"હમ્મ... અમારે શું કરવાનું છે?" અરજણ બોલ્યો.

કૃપાએ હસીને કહ્યું, "બસ, એ જ, જે દર વખતે કરો છો તે. તાત્કાલિક યોજના બનાવવાની છે."

69

મુકદ્દમાની સુનવણી દરમિયાન અને સજા આપતી વખતે ઘણો રક્તપાત થતો હતો. એ લોકો કોઈની પ્રતીક્ષા નહોતા કરતા. કોઈની તપાસ પણ ન કરે. તેમણે પહેલેથી જ બધી તપાસ કરીને મનોરંજનના સાધન તરીકે ગુનેગારને ગણવામાં આવતો. કલ્કિ તે જગ્યાના તણાવને જોઈ શકતો હતો. સુનવણી માટે નિર્ણાયક દળને બોલાવવામાં આવ્યું હતું. બધા ન્યાયાધીશ પૂર્વમાં એક મંચ પર એકસાથે બેઠા હતા. નાગરિકો તે મંચથી થોડે દૂર હતા જ્યાંથી અપરાધીએ ઊભા રહીને પોતાની સફાઈ આપવાની હતી. એ પછી નિર્ણાયકમંડળ પરસ્પર વિચારવિમર્શ કરતા અને ન્યાયાધીશ પોતાનો નિર્ણય સંભળાવતા.

ફક્ત કલ્કિની આસપાસ જ ચાર સૈનિક તેના ગળા પર ભાલો તાકીને ઊભા હતા. બીજા કેદીઓ તેને જોઈને પોતાના સડેલા દાંત બતાવી હસી રહ્યા હતા. એ જમીન પર કચરાની વચ્ચે ઊભો હતો અને તેને આનાથી નફરત હતી. એ બધા શ્રેણીબદ્ધ ઊભેલા, પણ બાંધેલા હતા. કોઈ કેદીને કોરડા મારવાની તો કોઈને પથ્થરો મારવાની સજા આપવામાં આવતી. બળાત્કાર, લૂંટમાર અથવા હત્યાના અપરાધીઓને ફાંસીની સજા આપવામાં આવતી. જેણે એની નક્કી મૃત્યુદંડની સજાને અટપટી બનાવી દીધી હતી તેને માટે કોઈ તર્ક આપી શકાતો નહોતો.

તેણે ભૂરી આંખોવાળી એક યુવતીને નાગચિહ્ન અંકિત સિંહાસન પર બેઠેલી જોઈ. તેની સાથે એક કદાવર ટાલિયો માણસ બેઠો હતો જેના ગળામાં નોળિયો લપેટેલો હતો. વેદાંત પણ ત્યાં જ હતો જેને પ્રતિમાઓમાં જોયો હતો તે કઠપૂતળી રાજા. તેની સાથે માર્તંડ પણ હતો જે દુરુક્તિને આખી કાર્યવાહી જોવા માટે મજબૂર કરી રહ્યો હતો.

તેની આગળનો કેદી વચ્ચે આવ્યો અને ઘૂંટણિયે પડીને વિનંતી કરવા

લાગ્યો. તેણે હાથ જોડીને કહ્યું, "મને ખબર નહોતી કે તે એક બાળકી છે. મને નહોતી ખબર. હે મહારાજાઓના મહારાજ! હું આપની સમક્ષ માફી માગું છું. મેં રાજ્ય અને તમારા જેવા મહારાજ વિરુદ્ધ પાપ કર્યું છે." એ ચોધાર આંસુએ રડવા લાગ્યો.

કળિને તેનો અપરાધ ખબર નહોતી ને તેના શબ્દોમાંથી પણ તેની જાણ થઈ નહીં.

પંચે કળિને સામે જોઈને સંકેત કર્યો. એ બોલ્યો, "મેં ઘણી દુષ્ટતા જોઈ છે, પણ આજ સુધી તેને સમજીને પરિભાષિત નથી કરી શક્યો. દુષ્ટ એટલે શું? મને નથી લાગતું કે આપણે દુષ્ટતાની ધરતી પર રહીએ છીએ. આપણે એક સક્ષમ અને સુયોગ્ય ધરતી પર છીએ. લોભને ખરાબ ગણવામાં આવ્યો છે, પરંતુ શું આપણું ધન કમાવું લોભ ન કહેવાય? આપણને વાસનામાં દુષ્ટતા દેખાય છે, પણ શું આખી દુનિયા વાસનામય નથી, જે કાયમ પોતાની ઊંડી ઇચ્છાઓ અને વાસનાઓની પૂર્તિ ઇચ્છતા હોય છે. આપણે બધા પાખંડી છીએ, પણ મારું માનવું છે કે દુષ્ટતા કશું જ નથી, આપણે બધા એકસરખા છીએ અને આપણે આ વ્યક્તિ જેવું બનવું જોઈએ. તું આઝાદ છે. જા, અને તારે પાંચ વર્ષ સુધી વેદાંતની સેનામાં કામ કરવું પડશે જેથી તારા જેવા ક્ષમાપ્રાપ્ત કેદીનો ઉપયોગ થઈ શકે. જાઓ જઈને તેનો પ્રચાર કરો."

એ કેદી પ્રસન્ન થઈ ગયો અને નાગસૈનિકો તેને પકડીને લઈ ગયા.

"ઓહ, વિશ્વાસ નથી આવતો કે તેને છોડી દીધો. આજે એ ખુશ દેખાઈ રહ્યો છે. આજે મગજ-મિજાજ ઠેકાણે લાગે છે. તું ભાગ્યશાળી છે."

"તેણે શું કર્યું હતું?" કલ્કિ એ પાછળ વાળાને જોઈ ન શક્યો, પણ બાજુમાં ઊભેલા કેદીને પૂછ્યું.

"એક બાળકી પર બળાત્કાર કર્યો હતો." કેદી બોલ્યો, "તેના જેવા લોકો માટે સ્વર્ગ કે નર્ક જેવું કશું હોતું નથી, પણ તે ત્યાં જ છે જ્યાં તેણે હોવું જોઈએ."

કલ્કિને ગુસ્સો આવ્યો, "તે ગુનાઓને જાહેર કેમ નથી કરતો?"

"તેને એ વિશે કોઈ જાણકારી જ નથી હોતી."

અને પછી કલ્કિનું નામ બોલાયું. વચ્ચે બેઠેલા કળિએ આરામથી આગળ ઝુકાવ્યું અને હસ્યો.

કલ્કિ ત્યાં જ ઊભો હતો અને ન્યાયના રખવાળા તેને જોઈ રહ્યા હતા. આકાશ ધ્રુમિલ લાગતું હતું, સંધ્યા થઈ ગઈ હતી અને ઘેરાં કાળાં વાદળોની પાછળ તારાઓ સંતાયેલા હતા.

"કેદી, તું કોઈ તારી સફાઈ આપે તે પહેલાં હું પંચને જણાવવા માંગીશ કે આ માણસ સાથે કોઈ દયા કરી ન શકાય. તે સરદાર રક્તપ અને અનેક વ્યક્તિઓનો હત્યારો છે. આ રાજા વેદાંતના સામ્રાજ્યની વિરુદ્ધ ક્રાંતિકારીઓનું નેતૃત્વ કરી રહ્યો હતો અને મારી બહેને તેની પર આક્રમણ કર્યું જેથી પ્રજાની રક્ષા થઈ શકે."

રાજાએ કોઈ પ્રતિક્રિયા ન આપી. તે એવી રીતે કંટાળેલો હતો કે જાણે તેને એ જગ્યાએ હોવું જ નહોતું જોઈતું.

"અને વિદ્રોહી સૌથી મોટી સજાનો અધિકારી છે, કારણ કે રાજ્ય સદ્‌ભાવનાનો સાચો સ્રોત છે." કળિએ કહ્યું.

ત્યારે એ ભૂરી આંખોવાળી યુવતી વચ્ચે આવી જાણે કે તેને કળિની વાત પૂરી થાય તેની પણ પ્રતીક્ષા નહોતી અને એ ચિડાઈ ગઈ, "હું એ જાણવા માંગીશ કે કયા આધારે આ આરોપ લગાવવામાં આવ્યો છે?" એ દેવી મનસા હતી, સરદાર વાસુકિની બહેન. પરિષદના બધા ન્યાયાધીશની આગળ તેમના નામની તકતી મુકાઈ હતી. દરેકના નામની આગળની પતાકામાં તેમનું રાજકીય ચિહ્‌ન પણ અંકિત હતું કે જે કબીલા સાથે તેઓનો સંબંધ દર્શાવતું હતું. ફક્ત કળિમા જ અપવાદ હતો. તેની પતાકા પર એક ઝાડ પર બેઠેલા ઘુવડનું ચિહ્‌ન હતું અને તેની પાછળ કેસરી સૂર્ય હતો. કલ્કિ તેનો અર્થ સમજી ન શક્યો.

"આધાર?" કળિની આંખો ઝીણી થઈ, "તેં કહ્યું, આધાર? મારી પાસે મારી વાતને પ્રમાણવા માટે સાક્ષી હાજર છે. પ્રિય બહેનને મંચ પર બોલાવવામાં આવે."

કલ્કિએ જોયું કે માર્તંડ સોય જેવા કોઈ હથિયારથી દુરુક્તિને કોચી રહ્યો હતો. તે આગળ આવી. આખી રાતના ઉજાગરાનો થાક અને ચિંતા

તેના ચહેરા પર દેખાતાં હતાં. કલ્કિને યાદ આવ્યું કે કેવી રીતે પકડાઈ ગયા હતા અને કેવી રીતે કળિએ દુરુક્તિને મહેણું માર્યું હતું કે તેણે તેને નિરાશ કર્યો હતો. દુરુક્તિને રાજદ્રોહ માટે સજા આપી શકાય, પણ તેને ક્ષમા કરીને નજરકેદ કરી દેવામાં આવી હતી. જોકે કલ્કિએ ત્યારે લડવાનું ઇચ્છ્યું પણ તેને પાછો કેદમાં નાખી દેવામાં આવ્યો. દસ રાક્ષસો આગળ આવી ગયા હતા તેથી તેની પાસે વિરોધ કરી શકે તેમ નહોતું. માર્તંડે કલ્કિને વશમાં કરવા માટે મહત્ત્વની ભૂમિકા ભજવી હતી. તેની પાસે કલ્કિ કરતાં અધિક બળ હતું. તેણે કલ્કિને એટલો જોરથી મુક્કો માર્યો કે તેનાં આંતરડાં બહાર આવી ગયાં.

"બોલ." કળિએ આદેશ કર્યો.

મનસાએ બહુ જ પ્રેમાળ શબ્દોમાં કહ્યું, "પ્રિય, કોઈ પણ પ્રકારના દબાણમાં આવ્યા વગર એવું જ કહે જે તું કહેવા માગતી હોય." એ અટકી અને કલ્કિને લાગ્યું કે મનસા દુરુક્તિના પક્ષમાં હતી, પણ એવું ક્યાંથી? શું તેને પણ કળિની સામે કોઈ વિરોધ હતો?

કળિએ ઉપહાસ કરતી નજરથી જોયું.

દુરુક્તિએ ક્ષણભર માટે કળિ સામે જોયું અને તેમની વચ્ચે અબોલ શબ્દોની લેવડદેવડ થઈ ગઈ. કલ્કિ જાણતો હતો કે દુરુક્તિ કોઈ ઉચિત પગલું જ ભરશે, કંઈક એવું કહેશે કે જેનાથી કળિ સામે તેની સ્થિતિ સંભાળવામાં મદદ મળશે.

"જી, કલ્કિ હરિ એક હત્યારો છે." તેણે ઊંડો શ્વાસ લીધો અને કલ્કિના દિલ પર જાણે પથ્થર પડ્યો હોય તેવું લાગ્યું, "તેણે શાહી સૈન્ય સામે વિદ્રોહ કર્યો અને પકડાઈ ગયો. તે લાંબા સમયથી વિદ્રોહની યોજના બનાવી રહ્યો હતો અને શંભલના બધા ગ્રામવાસીઓને પણ તેમાં સામેલ કરવાનું ઇચ્છતો હતો."

બધાં થૂ-થૂ ને ચિચિયારીઓ કરવાં લાગ્યાં. તે લોકો કલ્કિ પર પથ્થર અને સડેલાં સફરજન ફેંકવા લાગ્યા.

"શું તું આ પૂરા વિશ્વાસથી કહી રહી છે, પ્રિય?" મનસાએ હળવેથી પૂછ્યું. એ સત્ય અને અસત્યને જુદું કરવા માગતી હતી.

"જી." એક-એક શબ્દ પૂરી દૃઢતા સાથે બહાર આવ્યા, "મને પૂરો વિશ્વાસ છે."

કળિએ તાળી પાડી, "આ લો, નક્કી થઈ ગયું. આપણી પાસે વિશ્વસનીય સાક્ષી છે. કીકતપુરનાં ગામોની દેખરેખ કરનાર અધિકારીએ જ વિદ્રોહી વિરુદ્ધ બયાન આપ્યું છે. નિર્ણાયક મંડળ, તમે બધાએ શું નક્કી કર્યું હતું? આપણે શું કરવું જોઈએ?"

કલ્કિ કંઈક કહેવા માગતો હતો, પણ બંધાયેલા હાથ અને આ હાલતમાં કશું ન કરી શક્યો. તેને ખ્યાલ હતો કે કળિ ફક્ત તેને મૃત્યુદંડ નથી આપવા માગતો, એ તો જેલમાં પણ આપી શકતો હતો. ત્યાં માર્તંડ ગમે ત્યારે તેને તલવાર ઘુસાડી શકતો હતો. કોઈને ખબર પણ ન પડતી.

નહીં!

તે કલ્કિનું અપમાન કરવા માગતો હતો. એ ઇચ્છતો હતો કે દુરુક્તિ કલ્કિને દગો કરે. એ ઇચ્છતો હતો કે બધું સાર્વજનિક રીતે થાય જેથી તે એનો પૂરો આનંદ ઉઠાવી શકે. આ ફક્ત સત્તાની વાત નહોતી. કલ્કિ ખોટો પડ્યો હતો. કળિ તેનાથી ભયભીત નહોતો. એ બતાવવા માગતો હતો કે તે કલ્કિ માટે ખતરો હતો અને તેવું બતાવી બધું જ જાહેરમાં કરવા સિવાય ઉત્તમ ઉપાય કયો હોય? પરપીડાની કોઈ સીમા નથી હોતી અને જે હતી તેને તેણે વટાવી નાખી હતી

"નિયમો પ્રમાણે એ છોકરાને પણ પોતાના બચાવમાં બોલવાનો અવસર આપવો જોઈએ." મનસાએ ફરીથી હસ્તક્ષેપ કર્યો.

કુબેર અને વેદાંત કોઈ વિચિત્ર રીતે ચૂપ બેઠા હતા, ત્યાં કુબેર બોલ્યો, "મને લાગે છે કે બધા આરોપ સાચા છે અને તેમાં એની વાત સંભાળવાની જરૂર..."

કળિએ હાથ ઊંચો કર્યો, "કશો વાંધો નહીં, એ દુષ્ટને પણ બોલવા દઈએ." લોકોનો શોરબકોર વધવા લાગ્યો.

"શાંત." એણે ત્રાડ પાડી અને લોકોની વચ્ચેની ચણભણ એક ક્ષણમાં સમાપ્ત થઈ ગઈ, "સારું, હવે બોલ."

કલ્કિએ મનસા તરફ જોયું જેનો એક હાથ વિકલાંગ હતો ને એક

ભડક રંગનું વસ્ત્ર પહેર્યું હતું. તે એને કશુંક કહેવાની પ્રતીક્ષામાં હતો, કંઈક એવું જે તેની બાબતમાં મદદ કરી શકે.

કલ્કિએ કહ્યું, "થોડા મહિના પહેલાં મારા પિતા માર્યા ગયા. મ્લેચ્છોએ તેમની પર હુમલો કર્યો, અપહરણ કર્યું અને પછી હત્યા કરી નાંખી. મેં તેમને બચાવવા પ્રયાસ કર્યો, પણ શક્ય ન બન્યું. ફક્ત મ્લેચ્છોને હરાવ્યા, પણ પિતાની હત્યા રોકી ન શક્યો. આ નસીબ કહી શકાય. દેવતાઓએ આવું જ લખ્યું હશે કે તેમનું મૃત્યુ થાય; હું રક્ષા કરું કે ન કરું, પણ તેમના નિર્ણય સામે મારું નહોતું ચાલવાનું." તેણે તેના હાથ લોકો તરફ લંબાવ્યા જે ટોળું કરીને તમાશો જોતા હતા, "આ બધાને મહાન સરદાર કળિએ ધમકાવ્યા અથવા લાંચ આપી છે." તે ઉપહાસ કરતા થૂંક્યો સને તેની નસોમાં અકડ આવી ગઈ. મશાલો અને દીવાઓની આછી રોશનીમાં તેના ઘા ચમકી રહ્યા હતા, "મને નથી ખબર કે મને હવે પછી જીવન જીવવાનો અવસર મળશે કે નહીં, પણ મેં આ દુનિયાની પૂરતી દુષ્ટતા જોઈ લીધી છે અને હું જાણું છું કે તેમાં બદલાવ આવવો જરૂરી છે."

"નીરસ ભાષણ." કળિ બબડ્યો, "મારી નાખો આને." તેણે તેના સૈનિકોને આદેશ આપ્યો.

નાગસૈનિકોએ કલ્કિને તેની સાંકળો વડે પકડીને ખેંચ્યો. તરત જ દુરુક્તિ બેચેન થઈ ગઈ અને માર્તંડને ઉથાપીને જવા ઇચ્છ્યું, પણ તેણે જવા ન દીધી. કલ્કિ ઘૂંટણિયે ઝૂક્યો અને આકાશ જાણે ઊંડી કટુતાથી ભરાઈ ગયું. તેણે ભગવાન વિષ્ણુને પ્રાર્થના કરી અને ત્યારે એ કુહાડી લઈને આવનાર વ્યક્તિનો હુંકાર ને પગલાં સાંભળી શકતો હતો, જે પોતાના હાથમાં મૃત્યુ માટેનું હથિયાર લઈને ત્યાં આવી રહ્યો હતો.

"તમે આ રીતે તેની હત્યા ન કરી શકો." મનસાએ વિદ્રોહ કર્યો, "આ તો અત્યાચાર કહેવાય. પરિષદના બીજા સભ્યો કેમ કળિની આ હિલચાલ સામે કશું બોલતા નથી?"

પણ કોઈ બોલ્યું નહીં. કલ્કિ જોઈ શકતો હતો કે એ બધા પોતાની પૂંછડી દબાવીને બેઠા હતા.

કલ્કિનું માથું એક થડા જેવી ચીજ પર ટેકવવામાં આવ્યું હતું. તેની ગરદન આગળ તરફ હતી જેથી તેનું માથું સહેલાઈથી ધડથી અલગ કરી શકાય. તેની ગરદન પર કુહાડીથી બે-ત્રણ વખત હળવેથી સ્પર્શ કરવામાં આવ્યો જેથી છેલ્લું નિશાન અચૂક લાગે. તેનું આખું જીવન તેની સામે એક ઝબકારમાં લાગ્યું.

અને ત્યારે જ ઉપરથી આવતી કુહાડી પૂરા વેગથી તેની ગરદન તરફ આવતી હતી...

પરંતુ રોકાઈ ગઈ.

કલ્કિએ ધડકતા હૃદયે આંખો ખોલીને જોયું. તેને મારવાવાળો આકાશ તરફ જોઈ રહ્યો હતો અને દુરુક્તિએ પણ હાથ-પગ પછાડવાના છોડી ઉપરની તરફ જોયું.

ઘેરાં વાદળોથી ઘેરાયેલા આકાશની વચ્ચે કલ્કિએ એક પક્ષીને લથડિયાં ખાતું આવતું જોયું. પ્રજા પણ મોં ફાડી જોઈ રહી હતી ને કલ્કિની દૃષ્ટિ સ્થિર થઈ કે તેણે આજ સુધી ક્યારેય આટલા મોટા પક્ષીને હકીકતમાં જોયું નહોતું.

એ એક રથ હતો, જે તેની તરફ આવી રહ્યો હતો.

આમ તો આ જ દૃશ્યનો સૌથી આશ્ચર્યજનક હિસ્સો નહોતો. તે રથમાં કોઈ ઘોડા જોડેલા નહોતા અને તેની બે બાજુ મોટી પાંખો દેખાતી હતી. પહેલાં પાંખ જેવી આ સંરચનાનો ઉપયોગ ધરતી પરના દુશ્મનોની ભારે સંખ્યા પર હુમલો કરવામાં થતો હતો. જોકે અહીંયા તો રથને ઉડાવવાના કામમાં લેવામાં આવ્યો હતો.

અને ત્યારે તેને પોતાના મિત્ર દેખાયા. રથમાં બીજું કોઈ નહીં, પણ સૌથી આગળ અરજણ અને પાછળ બાલા અને કૃપા બેઠા હતા; તે લોકોના હાથમાં ધનુષ-બાણ અને ભાલાઓ હતાં.

70

એ બાણ તેનાં માટે નહોતાં, એ બાણ નાગસૈનિકો માટે હતાં જેમણે કલ્કિને સાંકળોથી પકડેલો હતો. તેમણે નાગસૈનિકની ખોપરી પર હુમલો કર્યો અને એ નીચે પડ્યો કે તરત મરી ગયો. રથે હવામાં છલાંગ મારી અને તેમાંથી નીકળેલા બીજા બાણે બીજા નાગસૈનિકને મારી નાંખ્યો. કલ્કિને બાંધી રાખનારી સાંકળ ઢીલી પડી અને કલ્કિ મજબૂત થયેલો લાગ્યો. તેણે ત્રીજા સૈનિકને ખેંચીને મુક્કો મારી દીધો. હવે તેને પકડનાર કોઈ નહોતું. એ સાંકળોને તોડવા લાગ્યો પણ તૂટી નહીં.

તેની નજર સોમથી ભરેલા એ રથની અંદર ગઈ જ્યાં પાછળથી ઊર્જાથી ભરપૂર ભૂરા રંગની જ્વાળાઓ નીકળી રહી હતી. ત્યાં એક સીડી પડેલી હતી. કલ્કિએ તેની પર તરાપ મારી ત્યારે તેણે જોયું કે માર્તંડ તેની તરફ ત્વરાથી આવતો હતો.

“મારી નાંખો તેને.” કળિ તેની જગ્યાએ ઊભો થઈ ગયો, “તે સુંદરને મારી પાસે લઈને આવો.”

રથમાં બાણ ઓછાં હતાં, પણ તેની કોઈ અસર નહોતી. તેનો આગળનો ભાગ તૂટ્યો હતો પણ છૂટો નહોતો પડ્યો. જોકે કલ્કિએ સીડીનો છેડો પકડ્યો હતો, તેને લાગ્યું કે માર્તંડ ઘણો પાસે આવી ગયો હતો.

“જલદી આવી જા. વધુ સમય સોમ આને હવામાં નહીં રાખી શકે.” અરજણ રથની અંદરથી બરાડ્યો.

“તમે આ બધું કેવી રીતે કર્યું?” કલ્કિએ પૂછ્યું, “અને ભગવાનને માટે થોડા આગળ આવો.”

“કૃપા આને વિમાન કહે છે, જેમાં સોમ ઇંધણ તરીકે વપરાય છે. આપણે ફક્ત પથ્થરોને રથની અંદર સળગાવીને શક્તિને બહાર નીકળવા માટે થોડી જગ્યા રાખવાની. એવો રથ શોધવો પડ્યો, જેમાં ઘોડા ન

હોય અને હા આપણે જવું જોઈએ." અરજણ બોલ્યો, "પણ એવું કેમ થતું નથી?"

કલ્કિ પણ હસ્યા વગર રહી ન શક્યો. સાંકળો રથને નીચે ખેંચી રાખતી હતી. તેને અહેસાસ થયો કે તેના શરીરે બાંધેલી સાંકળોથી છૂટવું જ પડશે.

"મારે નીચે જવું પડશે, નહીંતર રથ હલશે જ નહીં. ઊભા રહો હું જતો આવું." કલ્કિ નીચે કૂદ્યો અને સૈનિક પાસે પડેલું હથિયાર શોધવા લાગ્યો. જ્યાં તેણે મૃત સૈનિકની કુહાડી હાથમાં લીધી, માર્તંડ સામે જ હતો.

"ગ્રામીણ છોકરા." રાક્ષસ પ્રમુખ ગુસ્સામાં બોલ્યો, "આ કેવો જાદુ છે બે..."

કલ્કિને સમજમાં ન આવ્યું કે તેને શું કહેવું, પણ સમજાવવાનો સમય પણ નહોતો. તેણે જોયું કે માર્તંડના હાથમાં બેધારી હથિયાર હતું જેમાં કેટલીય શંકુ આકારની અણીઓ હતી. તે સતત એ કુહાડી પર મારવા લાગ્યો.

કલ્કિએ ઊલટી કલાબાજી ખેલી. સાંકળો તેની પર અને ઉપરથી તેની ઊર્જા પણ ભારે હતી. જ્યાં એ ફર્યો ત્યાં તેનું ધારદાર હથિયાર તેની સામે હતું. તેણે પૂરી તાકાતથી તેના ઘૂંટણ પર કુહાડી મારી દીધી. માર્તંડ નીચે બેસી પડ્યો ને તરત ઊભો થઈ ગયો. તેણે ઘા પરથી લોહી લૂછી નાખ્યું. આ બધું એટલું ઝડપથી બની ગયું કે કલ્કિ સંભાળી ન શક્યો.

મારે મારી કમજોરીને જ મારી તાકાત બનાવવી પડશે.

તે પોતાની સાંકળોની મદદથી હલવા લાગ્યો અને ફટાફટ સાંકળો વેગીલી બનાવી દીધી. પછી તેણે માર્તંડના મોં પર તેનાથી હુમલો કર્યો. એક ક્ષણમાં તેના ચહેરા પર વાગી. તે નીચે પડીને ફસડાઈ ગયો.

પછી કલ્કિએ કુહાડીની મદદથી સાંકળ પર ઘાત લગાવી મારવા લાગ્યા.

તેણે કળિને બોલતો સાંભળ્યો, "એને છોડતા નહીં." કળિએ પાછળ ફરી જોયું કે નિર્ણાયક દળના બધા સભ્યો ઊભા થઈ ગયા હતા. પ્રજા

પણ ખૂબ ચિચિયારીઓ પાડતી હતી. તેઓ આ ઉપદ્રવ અને મનોરંજન વડે અચરજમાં આવી ઉત્સાહિત થઈ ગયા હતા. કલ્કિએ તેની સાંકળનો પહેલો ટુકડો તોડ્યો અને પછી બીજો, આમ તેના પગ બંધનમુક્ત થઈ ગયા, પણ એ જોઈ શકતો હતો કે માર્તંડ ઊભો થવાની કોશિશ કરી રહ્યો હતો.

"મને સાથે લઈને જા." કલ્કિએ નીચે જોયું તો દુરુક્તિ તેની નજીક આવી ગઈ હતી, "મહેરબાની કરીને મને પણ સાથે લઈને જાઓ."

એક ક્ષણ માટે તો કલ્કિને કળિનો જુલમ યાદ આવ્યો. તે વિચારવા લાગ્યો કે તે દુરુક્તિને સાથે લઈ ગયો તો તેને તેના ભાઈના રોષથી કેવી રીતે બચાવી શકશે, પણ તેને યાદ આવ્યું કે આ જ લક્ષ્મીના મૃત્યુનું કારણ છે અને કેટલાય શંભલવાસીના મૃત્યુનું કારણ પણ તે હતી. આજે તેને લીધે તો તે આવી પરિસ્થિતિમાં આવ્યો છે, પણ તેણે દુરુક્તિને દોષ આપવાનું બંધ કરવું પડશે.

કલ્કિએ માથું ધુણાવ્યું, "જો આ સમયે કોઈ વ્યક્તિ કળિની સહાયતા કરી શકે તેમ હોય તો એ તું જ છે. તેને બચાવી લે અને બની શકે તો તેને સુધારવાની કોશિશ કરજે."

"તું મને છોડીને આમ ન જઈ શકે, મહેરબાની..." એ બંને હાથ જોડીને વિનંતી કરવા લાગી, "એ મને મારી નાખશે અથવા તેનાથી પણ બદતર કેવો વર્તાવ કરશે તે નથી જાણતી. હું નથી જાણતી કે એ શું કરશે."

કલ્કિએ તેનો ચહેરો હાથમાં લીધો અને સામે જોઈ કહ્યું, "હું પાછો આવીશ. બધી વાતે ધન્યવાદ." તેણે તેનો ગાલ ચૂમ્યો અને સીડી તરફ દોડ્યો જેથી તે ઉઠાવી શકે. તેની પાસે દુરુક્તિનો ચહેરો જોવાનો સમય નહોતો અને તે ફર્યો તો જોયું કે માર્તંડ સીડી તરફ આવતો હતો.

રથ મંચથી દૂર આગળ વધ્યો. માર્તંડ એક છલાંગ સાથે મંચ પરથી સીડી તરફ આવ્યો. તેની છલાંગ એટલી મોટી હતી કે તે સીડીનો છેડો પકડવામાં સફળ થયો. રથ ઉગ્ર ગતિએ એક તરફ નમ્યો, પણ હજુ ઊડી રહ્યો હતો અને તે જગ્યા છોડી ચૂક્યો હતો જ્યાં કલ્કિની

સુનવણી ચાલતી હતી. તે ઉત્તર તરફ આગળ વધ્યો.

કલ્કિ ઉપર તરફ ચડ્યો, પણ માર્તંડ ઓછો ક્યાં હતો. એક હાથ દોરડા પર રાખીને બીજા હાથે તેણે કલ્કિનો પગ પકડીને પાડવાનો પ્રયાસ કર્યો. કલ્કિએ લાત મારવાનું વિચાર્યું પણ ન કરી શક્યો. તેણે પોતાના પગ જમાવીને પોતાના લાંબા નખ કલ્કિના ઘાયલ પગની પીંડીમાં ઘુસાડ્યા. કલ્કિએ પીડાથી ચીસ પાડી અને વધેલી બધી જ તાકાત વાપરીને તેને નીચે ધકેલી દીધો. માર્તંડનું ભાગ્ય સારું હતું કે ત્યારે તેમનો રથ કોઈ ઇમારત પરથી પસાર થતો હતો. તે ઇમારતની છત પર પડ્યો.

કલ્કિ અને માર્તંડ બંનેએ એકબીજા સામે ઝેરીલી નજરે જોયું. માર્તંડ પાસે તેનું હથિયાર હતું.

"ઉપર આવી જા." અરજણ બોલ્યો.

કલ્કિ દાંત ભીંસીને બોલ્યો, "આને તો ખતમ કરવો જ પડશે. પછી તે સીડી પરથી જોરથી બોલ્યો, "મને કોઈ હથિયાર આપ."

"કેમ?"

"જલદી આપ."

કલ્કિએ જોયું કે અરજણે ઉપરથી મ્યાનબંધ તલવાર ફેંકી.

કલ્કિએ તે પકડી લીધી. મ્યાન હોવાથી હાથમાં વાગ્યું નહીં.

"ધ્યાનથી પકડજે."

"રથને અહીં જ રોકી દો. તેની લગામ ખેંચી લે."

"કઈ દુનિયામાં એવું શક્ય બને કે ઊડતા કોઈ રથને હવામાં ક્યાંય બાંધી શકાય. જોકે તું શું કરવા માગે છે?"

કલ્કિએ ગુસ્સામાં કહ્યું, "આનો ખાતમો કરવો પડશે."

અરજણે ના પાડતાં માથું ધુણાવ્યું પણ કલ્કિ સીડી પરથી નીચે કૂદી પડ્યો. તે સીધો એ માટીથી બનાવેલ મકાનની છત પર પડ્યો. જ્યાં માર્તંડ ઊભો હતો. કલ્કિ નીચે પડીને જેવો લથડ્યો એ સાથે જ મ્યાનમાંથી તલવાર કાઢી નાખી. તેની આંખો નીચી હતી અને વાળ માથામાં ઝૂલી રહ્યા હતા. તેણે એક ડગલું આગળ વધી મ્યાનને ફગાવી

દીધું. માર્તંડે પણ એ જ સમયે હુમલો કર્યો.

"કાયર, પાછો કેમ આવ્યો?" માર્તંડે દાંત ભીંસ્યા. તેના દાંત કાળા અને આંખમાં એક દુષ્ટતાસભર ઊર્જા ચમકતી હતી. એ પહેલા જેવો નહોતો જે દુરુક્તિને જોઈને ગભરાતો હતો.

"તેં મારા માણસોને માર્યા."

"મેં ક્યાં માર્યા છે? પેલી છોકરીનો આદેશ હતો."

"તેણે તો મારવાની ના પાડી હતી, પણ તું જ નહોતો માન્યો."

માર્તંડે ખભા ઉલાળ્યા, "ઓહ, હું તો મારી ફરજ નિભાવતો હતો છોકરા. તું પણ એવું જ કરતો. મારા માણસોએ મગજ દોડાવ્યું. તું એ માટે તેમને દોષ ન આપી શકે." તેણે એ સાથે જ કલ્કિ પર પ્રહાર કર્યો. કલ્કિએ તેની તલવારના જોરે એને રોક્યો. માર્તંડ થોડાં પગલાં પાછળ હટ્યો અને બંને વચ્ચે મારામારી થવા લાગી.

"જો મને એ ગામમાં ફરીથી જવાની તક મળે તો હત્યાઓ ને બળાત્કાર કરીને આખા ગામનો સફાયો કરી દઉં, જેથી પેલા ભંડારને મારા માટે લાવી શકું."

સોમ?

"હું જોઈ શકું છું કે એ તારા મગજને સંક્રમિત કરી રહ્યું છે." કલ્કિ તલવારની ધારે તેના હથિયારની ધાર પર ત્રાટક્યો પણ બેઅસર રહ્યું. માર્તંડમાં ઘણું જોર હતું.

"સોમને કારણે હું પહેલાથી પણ વધુ તાકાતવર બની ગયો છું." માર્તંડ બોલ્યો અને તેણે પણ હુમલો કરવા ઝડપથી કલ્કિ તરફ કૂદકો માર્યો.

કલ્કિ જાણતો હતો કે ક્યાં રોકાવાનું છે ને તેણે એવું જ કર્યું. તેણે ફરીથી સામો પ્રહાર કર્યો. હવામાં ધાતુઓના ટકરાવના અવાજો ગુંજવા લાગ્યા. માર્તંડ તેની તલવારના જોરે તેને ઝુકાવવા માગતો હતો, પણ કલ્કિ તેને ઘૂંટણિયે પાડવામાં સફળ રહ્યો. માર્તંડ નીચે પડ્યો, પણ તરત પલટી મારીને ઊભો થઈ ગયો. કલ્કિએ આગળ આવીને પોતાની તલવાર માર્તંડને ઘુસાડવા ગયો અને માર્તંડે તેની તલવાર છીનવવાનો પ્રયાસ કર્યો.

"તું જોઈ શકે છે કે હું હવે કોઈ સાધારણ વ્યક્તિ નથી રહ્યો."

"જોઈ શકું છું." કલ્કિએ તલવાર પાછી ખેંચી તો માર્તંડે પોતાના હાથ પરના લોહી ચાટી લીધું, "મારા પૂર્વજોનું માનવું હતું કે લોહીમાં એવાં પોષકતત્ત્વો મળે છે જે નવા યોદ્ધાને જન્મ આપે છે."

"આ કારણે જ તેઓ આટલા ભયંકર દેખાતા હતા." કલ્કિએ હાંસી ઉડાવી.

"તું મજાક કરીને એ હકીકતથી દૂર ભાગીને નહીં જઈ શકે, તું મારી સાથે આ જગ્યાએ ફસાઈ ગયો છું."

કલ્કિએ પગ પહોળા કરીને હવામાં તલવાર વીંઝી, "તું ખોટો છે. તું મારી સાથે ફસાયો છે." અને કલ્કિએ બે ડગલાં આગળ આવીને માર્તંડ પર હુમલો કરી દીધો. તે આ વખતે તેના શરીર પર ઊંડે સુધી પ્રહાર કરવામાં સફળ રહ્યો. પછી માર્તંડે તેને પીઠથી પકડી લીધો. તેના નખ કલ્કિની ચામડીમાં ભોંકાવા લાગ્યા. એ બંને મકાનની ધાર પરથી નીચે ગબડી પડ્યા.

કલ્કિને પોતાના વાળ પર હવાની સરસરાટ અનુભવાઈ અને ખ્યાલ આવ્યો કે તે કોઈ બીજા છાપરા પર પડ્યો હતો. તેણે માર્તંડને જોયો જે ત્યાં સુધીમાં ઊભો થઈને કલ્કિથી દૂર થયો હતો. તે પોતાના અધમર્યા પગને માંડ ઘસડીને બબડી રહ્યો હતો.

કલ્કિ પોતાના પગ પર સ્થિર થયો. તેના શરીરની નસ-નસ દુઃખતી હતી. તેને વિશ્વાસ નહોતો આવતો કે તેના શરીરમાં એટલી પીડા હતી. કલ્કિએ માંડ પોતાની જાત સંભાળી ને તેની દૃષ્ટિ પહેલાં કરતાં વધુ સ્પષ્ટ થઈ. તેની તલવાર માર્તંડના શરીરમાં ઘૂસેલી હતી.

એ બરાબર ચાલી નહોતો શકતો અને બધાનું ધ્યાન તેની તરફ હતું, જે નિંદા અને દ્વેષથી જોઈ રહ્યાં હતાં. કદાચ માર્તંડ તેના કિલ્લા તરફ ભાગી રહ્યો હતો જેથી ઝડપથી સારવાર લઈ શકે.

પણ ના, ફરીથી આ શક્ય નથી.

કલ્કિએ એ હથિયારના વેપારી સામે જોયું જેની દુકાન તેનાથી વેરવિખેર થઈ ગઈ હતી, "માફ કરજે દોસ્ત," જે તેને જ ઘૂરી રહ્યો હતો.

પછી તેનું ધ્યાન ધનુષ્ય-બાણ પર ગયું જે સાધારણ વાંસમાંથી બનેલું

હતું, પરંતુ તેના પર લોહીનું નિશાન હતું. આ જેવું રાઘવે તેની સાથે પ્રયોગ કર્યો હતો તેવું તો નહોતું, પણ તોય લગભગ એવું જ કહેવાય કે જેવું શંભલમાં તેઓએ બનાવ્યું હતું.

"શું હું આનો ઉપયોગ કરી શકું?"

વ્યાપારી તો મોં ફાડીને ઘૂરતો જ હતો.

કલ્કિએ જવાબની રાહ ન જોઈ અને ધનુષ લઈને બાણ ચઢાવી લીધું. તે માર્ગની એકબાજુ આવ્યો અને ધરતી પર પગ ટેકવ્યા. હાથ સીધા અને એક આંખ બંધ કરી. તેણે ઊંડો શ્વાસ લીધો અને ઇન્દ્રિયોને શાંત કરી.

પછી ભગવાન વિષ્ણુનું નામ લઈને કલ્કિએ બાણ છોડી દીધું. બાણ સીધું માર્તંડની ખોપરીમાં જઈ ઘૂસ્યું, માથું ફાટી ગયું અને એ ધરતી પર પડી ગયો.

કલ્કિએ પોતાના ઘાની તકલીફો સાથે જલદીથી ચાલવાનો પ્રયાસ કર્યો. તેણે જોયું કે માર્તંડ નાળામાં પડ્યો હતો. તેના ચહેરા પરથી લોહી વહી રહ્યું હતું અને આંખો નિષ્પ્રાણ હતી. એ રાતની ઘટનાને લીધે ત્યાં લોહીનું ખાબોચિયું ભરાયેલું હતું જે ચંદ્રમાનાં હળવાં કિરણોથી ચમકી રહ્યું હતું.

કલ્કિએ ઊંડો શ્વાસ લીધો ને તેને ખ્યાલ આવ્યો કે તેણે આ પહેલી જીત મેળવી છે.

71

મનસા તે દિવસે રડી નહોતી જે દિવસે તેના ભાઈનું મૃત્યુ થયું હતું. એ બંનેએ પરસ્પર નક્કી કર્યું હતું કે બેમાંથી કોઈ એકને કશું થાય તો બીજું આંસુ નહીં વહાવે. એ લોકો પૂરી મજબૂતીથી પરિસ્થિતિનો સામનો કરશે અને વાસુકિની હત્યા બાદ મનસા તેવું જ કરતી હતી. આ પૂરી રીતે કળિનું બનાવેલું ષડયંત્ર હતું જેમાં કુબેર અને વેદાંત પણ સામેલ હતા. જોકે કાલે તેણે જે જોયું તેનાથી તે હેરતમાં પડી ગઈ હતી. તેને એ ઊડતાં દેખાયેલા યંત્ર વિશે નહીં, પણ યક્ષ અને માનવરાજાઓની કળિ પ્રત્યેની આધીનતા જોઈને ચિંતા થઈ હતી. તે એક બાબતે નિશ્ચિંત હતી. એ લોકો કળિની વિરુદ્ધ બોલતા ડરતા હતા, જાણે કે કળિ બાદમાં શું હાલ કરશે તેની જાણ હોય! તેઓ તેની સામે, તેની વિરુદ્ધ બોલવા માંગતા નહોતા, પરંતુ મનસા જાણતી હતી કે તેઓ જેવો મોકો મળશે ત્યારે તેને મારી નાંખવાની યોજના બનાવી લેશે.

મનસા તે ગ્રામીણ છોકરો, કેદી વિરુદ્ધ કઠોર રીતે પ્રગટ થઈ હતી. તેનું લક્ષ્ય એ હતું કે તે આસાનીથી કળિનું આધિપત્ય સ્વીકારે તેવી નથી. તેને કેદી કોણ હતો તેની કોઈ પરવા નહોતી. એ સ્પષ્ટ હતું કે કળિ માટે તેનું મહત્ત્વ જણાઈ આવતું હતું અને આ બાબત જ તેના માટે કુતૂહલનું કારણ બની હતી.

એ જાણતી હતી કે કળિ માટે કંઈક કરવું પડશે, પણ તે માટે કુબેર અને વેદાંતને સાથે રાખવા પડે. સમસ્યા એ હતી કે મનસાનો સાથ આપવાની વાત તો દૂર પણ કુબેર તો સીધી રીતે વાત પણ નહોતો કરતો. યક્ષ અને નાગ લોકો વચ્ચેનું યુદ્ધ તો પ્રાચીન યુગથી ચાલતું હતું, જે સેંકડો વર્ષ જૂનું હતું. ખબર નથી કે એ લોકોની પરસ્પર ઘૃણા કેમ હતી, પરંતુ કુબેરે મનસાના કબીલાનો મણિ ચોરીને ખોટું કામ કર્યું હતું

જેને એ લોકો તો પૂજનીય માનતા હતા.

મનસા એક આસન પર બેઠી હતી. તેનું પહેરણ ધરતીને ચૂમી રહ્યું હતું અને ભીંત પર તેનો પડછાયો લહેરાતો હતો. મનસા જાણતી હતી કે વાસુકિના મૃત્યુનો અર્થ નાગપુરીમાં તેની જગ્યા લેવા માટે કુલીનો વચ્ચે પરસ્પર સંઘર્ષને આમંત્રણ. તેણે પરત જઈને વાસુકિના સન્માન માટે લડવું પડશે.

તેણે લડવું પડશે કે બદલો લેવો પડશે? આ બહુ ભ્રામક નિર્ણય હતો. મનસા હાથ માથે રાખીને વિચારવા લાગી, ત્યારે જ તેને કોઈ અવાજ આવ્યો. ક્યાંક માટી અને ઈંટો પડી હોય તેવું લાગ્યું. તેનો હાથ અચાનક મ્યાનમાં રાખેલી કટાર પર જતો રહ્યો. તેની કમર અને જાંઘ વચ્ચે મ્યાનમાં છૂપી કટારો લટકતી હતી.

લાંબું અને સૂકલકડી શરીર અને પોતાના સફેદ વાળને એ શાલમાં ઢાંકેલા હતા જેમાં મોં પણ છુપાવ્યું હતું. એ બીજું કોઈ નહીં, પણ પદ્મા હતી. તેના વાળને ચોટલામાં બાંધેલા હતા અને કમરમાં થેલી બાંધેલી હતી જેમાં તે જૂના સિક્કાઓને સંઘરી રાખતી હતી. તેની કમર અને જાંઘ વચ્ચે પણ કટાર લટકતી હતી.

"તું મને સંદેશો આપીને પણ આવી શકતી હતી કે તું આવી રહી છે. પ્રિય, તારે છુપાઈને આવવાની જરૂર નથી." મનસા તેને જોઈને હસીને બોલી.

"હું અભ્યાસ કરી રહી છું."

શેના માટે, એ પ્રશ્ન હતો. પદ્મા એક દૃઢ સંકલ્પ ધરાવતી છોકરી હતી. મનસાને તેને જોઈને પોતાની યુવાની યાદ આવતી હતી. એ પણ તેના જેવી યોદ્ધા બનવા માગતી હતી. નાગ લોકો પોતાની સ્ત્રીઓને પૂરી સમાનતા અને પ્રાથમિકતા આપતા હતા. તેમનામાં રાક્ષસોની જેમ સ્ત્રીઓને ફક્ત ઘરેલુ અને આધીન રાખવાની પરંપરા નહોતી. નાગ માનતા કે સ્ત્રીઓએ પણ પુરુષોની જેમ યુદ્ધકલામાં નિપુણ હોવું જોઈએ. જોકે મનસા પોતાની દૃઢ ઇચ્છા હોવા છતાં વિકલાંગતાને કારણે તે ન કરી શકી.

મનસાએ નિઃસાસો નાખ્યો અને પદ્માની પરેશાની જોઈ પૂછ્યું, "શું થયું?"

"હું કાલે મુકદ્દમાની સુનવણી વખતે ત્યાં જ હતી." પદ્મા બોલી.

"મેં તને નહોતી જોઈ. તારે આ વાળ લઈને બહાર દેખાવું ન જોઈએ." મનસાએ તેના વિચિત્ર વાળ સામે જોઈને ઇશારો કર્યો.

"હું તો એ ઉડનખટોલા જેવા રથનું સંચાલન કરતી હતી." એ બોલી.

એ રથ માયા અને વિજ્ઞાનનો અદ્ભુત નમૂનો હતો. એ હજુ નહોતી સમજી શકી કે આવું કેવી રીતે સંભવ બન્યું, પણ પદ્માને લાગ્યું કે તે એ વિષયમાં વાત કરવા નહોતી માગતી.

"હું જાણું છું કે આ બધું કોઈ આશ્ચર્ય અને અદ્ભુત જેવું હતું, પણ મને એની કોઈ પરવા નથી. હું તો ફક્ત એ જ જણાવવા માગું છું કે આપે જે કામ કરવાનું કહ્યું હતું એ મેં કરી નાંખ્યું છે." પદ્મા બોલી.

"કયું કામ?"

"મેં કળિનો ભંડાર રાખ કરી નાખ્યો, જ્યાં એ જડીબુટ્ટી રાખતો હતો."

મનસા આ સાંભળીને છળી પડી ને ઝટથી ઊભી થઈ ગઈ. એ તેને ગળે વળગાડવા માગતી હતી, પણ તેના શરીરે ધૂળ-માટી ચોંટેલી હતી.

"ઓહ પ્રિય! બહુ જ સારું કર્યું. ઘણું જ સરસ."

તેણે સાંભળ્યું હતું કે સુનવણી અને એ ઘટના પછી જ્યારે કળિને એવી ખબર મળી કે નગરના બીજા છેડે તેના પ્રિય ભંડારમાં ગરબડી થઈ છે ત્યારે એ જોરદાર ગુસ્સે થયો હતો. એ તો સ્પષ્ટ હતું કે કશુંક થયું હતું, કારણ કે એ ચર્ચા કરવાના બદલે ઝડપથી ત્યાંથી નીકળી ગયો હતો.

વેદાંત અને કુબેર પરસ્પર વાતો કરતા હતા અને મનસાની નજર એ લોકો તરફ હતી. કુબેર ફર્યો ત્યારે તેના મોં પરથી ચીડવવા માટેનું વિજયી સ્મિત ગાયબ હતું. તેના માથે ચિંતાની કરચલીઓ હતી. એ ભયભીત લાગ્યો હતો.

ભલે તેને બદસૂરત કળિની ગમે તેટલી ઘૃણા હોય, પણ એ કુબેરને સીધો કરવા માટે તેનો આભાર માનતી હતી.

"પરંતુ ઔષધિ તો કોઈ હતી નહીં. એ તો પથ્થર જ હતા." મનસા ભવાં ચડાવીને બોલી, "એ ભૂરા રંગના પથ્થર હતા, જાણે કોઈ મણિ કે સ્ફટિક."

"નાગમણિ?"

"એ શું હોય છે?"

"ભગવાન શેષ તરફથી આપવામાં આવેલો શક્તિશાળી પથ્થર." મનસા બોલી, "એ અમને લોકોને ઘણી કઠણાઈ બાદ મળ્યો હતો, જેને અમે મંદિરમાં સુરક્ષિત રાખ્યો છે."

પદ્માએ તેની ગરદન હલાવી, જાણે તેના વિચારોમાં કોઈ બાધા આવી હોય, "હું એ વિશે નથી જાણતી. હું માનું છું કે મેં તમને જણાવીને મારી ફરજ નિભાવી દીધી."

"બીજી સુવર્ણમુદ્રાઓ માટે? હું એ લાવી છું..." મનસા થેલીમાં હાથ નાખવા ગઈ અને પદ્માએ તેને ટોકી.

"ના, હવે મને બીજા પુરાણા સિક્કાઓ નહીં, પણ બીજું કંઈક જોઈએ છે."

મનસાએ માથું હલાવી કહ્યું, "બોલો પ્રિય."

"હું જાણવા માગું છું કે વેદાંતને સૌથી વધુ પ્રિય શું છે?"

મનસા સ્થિરભાવે વિચાર કરવા લાગી. પદ્માએ આ બધું એ એક કારણથી કર્યું હતું. એ વેદાંતની પાછળ હતી. તેણે એ વાત પહેલા સીધી કહી નહોતી અને હવે પણ એ વાત ઊલટાવીને જ પૂછે છે.

"અને એ જાણીને તું શું કરવા માગે છે?" મનસાએ કોમળતાથી પૂછ્યું.

"એ મારો મામલો છે." પદ્માએ મોં પર સીધું જ કહ્યું.

મનસા જાણતી હતી કે એ પદ્માને વેદાંત પાછળ મોકલી શકે છે અને જો એ સફળ થાય તો વેદાંતને વધુ નિર્બળ કરી શકે છે. પહેલા પણ તેને આવું જ કરવાનું કહ્યું હતું.

"સારું." મનસાએ સંમતિ સાથે કહ્યું, "તેનું નામ ઉર્વશી છે. એ તેની પુત્રી છે."

પદ્મા બારીમાંથી બહાર જતાં પહેલાં મનસા સામે જોઈને હસી. આ

આભારની લાગણી હતી. તેને યોજના સાંભળવાની કોઈ પરવા નહોતી અને ભગવાનને ખાતર જો સફળ થઈ તો મનસાની એક મુશ્કેલી ઓછી થવાની હતી. જો એ સફળ નહીં થાય તો મનસાએ પોતાના માટે બીજો કોઈ ગુપ્તચર શોધવો પડશે.

મનસાને મોડી રાત્રે પરિષદ સભામાં બોલાવવામાં આવી. નવાઈની વાત હતી, સૂવાના કલાકો કામના કલાકોમાં બદલાઈ ગયા હતા. એ સરકારી ભવનના એ ખંડમાં બે નાગસૈનિક સાથે સભામાં ભાગ લેવા પહોંચી. મનસાને એવું થયું કે બધી જગ્યાએ મશાલોની રોશની હતી, પણ જાણે કશું જીવંત નહોતું. એ આગળ વધી તો ખડક જેવું દેખાયું જેને મેજ તરીકે મૂકવામાં આવ્યો હતો.

ખંડ ખાલી હતો. તે સાવ એકલી જ હતી.

ત્યાં શું થઈ રહ્યું હતું.

તેણે અચાનક પાછળ ફરીને જોયું તો તેના નાગસૈનિકોની છાતીમાં તલવારો ઘુસાડી દેવામાં આવી હતી ને ગળાં કાપી નાખવામાં આવ્યાં હતાં. એ સ્તબ્ધ થઈને પોતાના પહેરણથી લપસીને જમીન પર પડી ગઈ. તેને ખ્યાલ આવ્યો કે તેના સૈનિકોને મારનારા બે યુવક કાલની સુનવણીમાં માફ થનાર જ હતા. જેમને રાજ્યની સેનામાં કામ કરવાનું કામ સોંપવામાં આવ્યું હતું.

આ પણ એક ચાલ હતી.

અને ત્યારે જ એક માણસે કટારથી મનસા પર નિશાન લીધું. મનસાને ખાતરી થઈ ગઈ હતી કે એ ક્યાંય જઈ નહીં શકે અને સંતાવાની જગ્યા પણ નહોતી. તેણે પોતાના હાથ આગળ કરી દીધા જેથી સતત પ્રહારથી એ બચી શકે.

પણ કશું થયું નહીં. સૈનિક મૂંઝવણમાં હતા. મનસાએ જોયું કે તે સ્તબ્ધ થઈને તેને જ જોઈ રહ્યા હતા. મનસાના વિકલાંગ હાથમાં કટાર ઘૂસેલી હતી જેમાં કોઈ સ્નાયુઓ જ નહોતા.

મનસાએ તાત્કાલિક બીજા હાથે તે કટાર કાઢી અને સૈનિકો તરફ પ્રહાર કરતા ફેંકી જેને માનવે તરત જ ઝીલી લીધી. બીજાએ યથાસંભવ શોર કરીને પ્રહાર કરવા દોટ મૂકી, પરંતુ મનસાએ પલટી મારીને તેને ભ્રમિત કરી દીધો. તેણે નાગમૂઠવાળી પોતાની કટાર કાઢીને તેના ઘૂંટણને ચીરી નાંખ્યો. પીડાથી તે જેવો નીચે પડ્યો તો તેની પીઠમાં ખંજર ભોંકી દીધું.

મનસા ઊભી થઈ અને પોતાના શ્વાસ નિયમિત કરીને બહારના દરવાજાઓ તરફ દોડી. એ એક સુસજ્જ ગલિયારામાં હતી, તેણે જોયું કે બીજી બાજુ કોકો અને વિકોકો સાથે થોડા માનવ સૈનિકો ત્યાં ઊભા હતાં. તેઓ પૂરી કોશિશમાં હતાં કે આ મૂઠભેડમાં મનસા જીવતી પાછી ન જાય.

કળિ પોતાની તરફથી મનસા બચે નહીં તેના પૂરા પ્રયાસમાં હતો.

કદાચ એને ગુસ્સો આવ્યો હશે કે સુનવણી દરમિયાન મનસા તેની વાતોનો વિરોધ કેમ કરી રહી હતી. એ ઇચ્છતો હતો કે મનસા પણ વેદાંત અને કુબેરની જેમ તેની હામાં હા મિલાવે.

તે પોતાને આધીન રહીને જીહજૂરી કરે.

પરંતુ એ હારી નહીં. એ ધીરે-ધીરે પડછાયામાંથી મુખ્ય દરવાજા તરફ આગળ વધતી હતી. જોકે કોકો અને વિકોકોને એટલી તો સમજ આવી કે તે પેલા હત્યારાઓને મારીને આવી હતી, પણ તેમને એવી ખબર નહોતી કે તેને આ મહેલમાંથી નીકળવાના બીજા રસ્તાઓ વિશે પણ જાણકારી હતી. જ્યારે એ બહાર જવાના એક દરવાજે પહોંચી તો ખબર પડી કે ત્યાં તાળું લટકતું હતું.

ત્યારે એને સૈનિકોના દોડવાના અવાજ આવ્યા, કદાચ તેની શોધખોળ આરંભ થઈ ચૂકી હતી. એ જાણતી હતી કે એણે તાત્કાલિક કોઈ ઉપાય કરવો જ પડશે. એ બારી પાસે આવી ગઈ જેના પર જાંબલી રંગના પડદા લટકતા હતા. તેણે પડદો હટાવીને જોયું તો નીચેની તરફ આખું ઇન્દ્રગઢ સુંદર દેખાતું હતું. તેના પોતાના માણસો જ શહેરમાં પહેરો ભરી રહ્યા હતા. સાવ નીચેની બાજુ પાણીના સ્તર પર તરંગીત થતી લહેરો દેખાઈ.

“એ રહી.” એક સૈનિકે બૂમ પાડી.

ઓહ, હવે તો કરો યા મરો જેવી પરિસ્થિતિ છે.

મનસા સીધી બારીમાં જઈ ચડી અને કોઈ અનાજની ભારે બોરીની જેમ નીચે પાણીમાં કૂદી ગઈ. એક ક્ષણ માટે તો અસહાયતા અનુભવતી તેની નજર સામે ધૂંધળાશ આવી ગઈ, માછલીઓ, ઘાસ અને ગંદા પાણીથી આંખમાં બળતરા પણ થઈ. તેણે માથું પાણીની બહાર કાઢ્યું અને શ્વાસ લેવાની કોશિશ કરી.

એ તરત જ તરવા લાગી, કારણ કે તેને ખ્યાલ હતો કે કોકો અને વિકોકો શાંતિથી નહીં બેસે. એ લોકો તેલમાં કપડાં લપેટીને સળગતા બાણ ચલાવવા લાગ્યા. સળગતા બાણથી અંધારામાં નિશાન લેવાનો પ્રયાસ હતો. એક બાણ મનસાની નજીક જ આવીને પડ્યું, પણ મનસા તે અવગણીને જેમ બને તેમ ઝડપથી તરતી જ રહી. તેને કિનારે પહોંચીને હાશકારો થયો. વાળ ગંદા પાણીથી અને ચીકણી ગંદકીથી ખરાબ થઈ ગયા હતા.

તે જાણતી હતી કે આ જગ્યાએ રોકાવું પણ જોખમભર્યું હતું. બહેતર એ હતું કે કોઈ સુરક્ષિત જગ્યાએ છુપાઈ જવું. મનસા જાણતી હતી કે કળિને નીચું જોવડાવી કે ધમકાવીને આખરે આ જ પરિણામ આવવાનું હતું, પણ તે એવું નહોતી જાણતી કે કળિ ખુલ્લેઆમ જ આવું કરવાનું સાહસ ધરાવે છે. એ પહેલાં કરતાં બદલાઈ ગયો હતો ને વધુ બદતર થઈ ગયો હતો.

તેના નગર, નાગપુરીની હાલતની પણ તેને ખબર નહોતી. તે એ જગ્યાથી પણ કેટલાય સમયથી દૂર હતી. તેણે તેના ભરોસાપાત્ર સંબંધી ભાઈ કદ્રુને દેખરેખ માટે એ સોંપ્યું હતું. આશા રાખું છું કે ત્યાં બધું સારું હોય. તે જગ્યાએ ઘણા લોકો તેને ઘૃણા કરતા હતા ને ઘણા એવા પણ હતા જે તેને ચાહતા પણ હતા.

એ જાણતી હતી કે તેણે શું કરવાનું હતું. એ રાહતનો શ્વાસ લેવાની કોશિશમાં હતી, તેના માથે ચિંતાની રેખાઓ હતી. એ ફરીથી ઇન્દ્રગઢ પાછી આવશે અને એ વખતે હવે એકલી નહીં હોય.

72

પદ્માએ વેદાંતના કિલ્લામાં જવાનું વિચાર્યું, પણ તે રાત્રિના ઘેર ચાલી ગઈ. આશા હતી કે તથાકથિત મિત્રો ત્યાં જ હશે. તે હજુય તેને કરવાના કામ વિશે ફરીથી વિચારવા માગતી હતી.

ખેદની વાત એ હતી કે ઉર્વશીને તે ચહેરાથી ઓળખતી હતી. તેણે તેને સખીઓ અને અંગરક્ષકો સાથે બજારમાં ફરતી જોઈ હતી. તેના વિશેની જાણકારીથી જ એ ઘાતક કામને થોડું કઠિન અને વ્યક્તિગત બનાવી દીધું હતું.

જ્યારે તે અંદર આવી તો રાત્રિ અને કુમાર ચર્ચામાં મગ્ન હતાં, બાલાએ તેની પાસે આવીને થપથપાવી, કદાચ તેની માફી માગતો હશે.

પરસાળના બીજા ખૂણે તે આવી ત્યારે કૃપા સામે મળ્યો. એ શરાબ હાથમાં લઈને હસીને દાંત કાઢતો હતો.

"આજે તો ખૂબ પ્રસન્ન દેખાઈ રહ્યાં છો." પદ્મા પણ હસ્યા વિના રહી ન શકી. માણસ રમૂજી હતો અને ક્યારેક પદ્માને પોતાની વાતોથી ખુશ કરી દેતો હતો.

"બસ, જીવનની ઝીણી વાતોનો આનંદ ઉઠાવી રહ્યો છું." કૃપા બોલ્યો, "અને શરાબની માત્રા ભલે ઓછી હોય, પણ આનંદ પૂરો મળી જાય છે." તેણે ધીરેથી પૂછ્યું, "તું જવાની તૈયારી નથી કરી રહી? અમે લોકો તો અડધી રાત્રે કે તેના પછી નીકળવાના છીએ."

"જવું જ પડશે?" તેણે હજુ એ બાબતમાં વિચાર્યું જ નહોતું. એ અહીંયા કામ કરી ચૂકી હતી, તેણે હજુ અહીંયા રહેવું હતું, પણ પોતાનો બદલો લઈને પછી શું થશે તે વિશે નહોતું વિચાર્યું કે એ ક્યાં જશે.

"હું આ નગરમાં જ રહીશ."

કૃપાએ આંખો ઝીણી કરી, "ગાંડી થઈ ગઈ છે. ખબર છે કે તું

અમારા માટે કેવી મહત્ત્વની છું. તું ન હોત તો અમે શું કરતા? તેં તો અમારા માટે રથ શોધ્યો અને તેમાં બે છેદ કર્યા જેથી અમે પથ્થરોનું ઇંધણ બનાવી ભરી શકીએ. તું બધું જ જાણતી હતી."

પદ્મા તોફાની હસી, "તમારે મારા વિના જીવવું પડશે. મને ખબર છે કે મુશ્કેલ છે, પણ આ જ જરૂરી છે. જો સામાન જ બાંધવાનો હોય તો તું તો કોઈ કામ કરતો દેખાતો નથી?"

"હું ભૌતિકવાદમાં વિશ્વાસ નથી રાખતો, દેવીજી." કૃપાએ પ્યાલામાંથી એક ચુસકી લેતાં કહ્યું. પદ્મા હસતી હસતી આગળ વધી અને તેનો સામાન બાંધવાની તૈયારી કરવા લાગી. ત્યારે અરજણ ત્યાં આવ્યો. લાંબો, સુગઠિત પણ તેના શરીરનો બાંધો કલ્કિ જેવો તો નહોતો. તેનો ઘા રુઝાઈ ગયો હતો અને ચહેરા પર આછો ગુસ્સો જણાતો હતો, પણ તે જ્યારે હસતો ત્યારે સ્પષ્ટ લાગતું કે ભૂતકાળમાં તે કેટલો માસૂમ લાગતો હશે.

"ક્યાં જવાની તૈયારી કરે છે?" તેણે પૂછ્યું.

"શું ફેર પડે છે. મેં તમને મદદ કરી. તમારે તેની જ ચિંતા કરવી પડે."

અરજણના ચહેરા પર સ્મિત આવી ગયું. એ તથાકથિત મસીહા, કલ્કિનો પ્રાણ બચાવવામાં સફળ રહ્યો પણ પદ્માને તેના વિશે વધુ જાણવાની ઇન્તેજારી નહોતી. તેને આવી વાતો પર વિશ્વાસ પણ નહોતો.

"મેં તને કૃપા સાથે વાત કરતી સાંભળી. તું અમારી સાથે નથી આવવા માગતી?"

"રાત્રિ પણ નથી આવતી. તને મારી આટલી ચિંતા કેમ છે? તું એને આવવાનું કેમ નથી કહેતો?"

"કારણ કે રાત્રિ જશે તો સમસ્યા થઈ જશે, બધાની નજર તેની પર રહેશે. આમેય તું અમારા માટે અનમોલ છે, અમારી સાથે આવી જા."

"અને બદલામાં શું મળશે?"

અરજણ પાસે કોઈ જવાબ નહોતો. તે હોઠ ભીડીને નજર ઝુકાવીને બોલ્યો, "જીવનમાં દરેક ચીજનું મૂલ્ય આદાનપ્રદાનથી નથી નીકળતું, પદ્મા."

પદ્માને પણ તેનો સવાલ વિચિત્ર લાગ્યો અને તેણે પોતાના સામાનમાં એ વિસ્ફોટક પણ બાંધી લીધા, જે કૃપાએ સોમમાંથી બનાવ્યા હતા. તેણે કહ્યું હતું કે ખરેખર જરૂર હોય ત્યારે જ તેનો ઉપયોગ કરવો. એ જાણતી હતી કે તેને તેમાંથી શું કરવાનું છે.

"ખબર નથી કે તું આ વિસ્ફોટકનું શું કરીશ અને મને પૂછવાનો અધિકાર પણ નથી છતાં એટલું કહેવું હતું કે શું અમે તારું કામ પૂરું થાય ત્યાં સુધી તારી રાહ જોઈ શકીએ છીએ."

"કળિ ત્યાં સુધીમાં તમને શોધી કાઢશે."

"તેને રાત્રિની સહેજેય પરવા નથી. તેને માટે તો એ પુસ્તકાલયની અધ્યક્ષ સિવાય કશું જ નથી."

પદ્મા બોલી, "મારું નામ પદ્માવતી છે." તેને ખબર ન પડી કે તેણે તેનું પૂરું નામ કેમ જણાવ્યું. આ તો એણે રાત્રિને પણ જણાવ્યું નહોતું. અરજણના કોમળ ભાવ અને સમજદારીથી પદ્માના મનમાં તેના માટે સ્નેહ ઉદ્ભવ્યો હતો, બાકી તે પોતાની આગળ કોઈને કશું ગણતી નહોતી.

અરજણે ભવાં ચડાવ્યાં, "આ તો દક્ષિણી નામ છે."

તેણે માથું હલાવી કહ્યું, "હું દક્ષિણથી જ છું."

"શું તું તારા પૂર્વજો વિશે વધુ જાણકારી ધરાવે છે?"

પદ્માના મનમાં આવ્યું કે જણાવી દઉં, પણ એ શાંત રહી. "કબીલાવાળાની સામે ઉત્તર અને દક્ષિણ વચ્ચે થયેલી સમજૂતી વખતે હું અને મારા ભાઈઓ પરદેશમાં આવી વસ્યા." એ ઘણો ખરાબ સમય હતો જ્યારે તેના ભાઈઓને વેદાંતના પાગલપન પર રોક લગાવવા મોકલવામાં આવ્યા હતા.

"મેં તને આવવાનું એટલા માટે કહ્યું છે કે તેને તારા જેવી કોઈની જરૂર છે જે તેને વશમાં રાખી શકે. તું ઘણીવાર કડવું બોલે છે, પણ તારામાં સમજદારી છે."

પદ્માએ નિઃસાસો નાખ્યો, "તમે ક્યાં જવા માગો છો?"

"ઉત્તર, દંડક તરફ, ત્યાંથી મહેન્દ્રગિરિ જવાનું છે."

"એ તો બર્ફીલો પ્રદેશ છે."

"હમ્મ."

તેને બરફથી સખત નફરત હતી. તેણે મોં મચકોડ્યું ને બોલી, "હું જોઈશ, પણ ત્યાં શેના માટે જવાનું છે?"

"અમે કલ્કિને રક્ષક કે મસીહા થવાની જે વાત કરતા હતા એ મજાક નહોતી. એ વાસ્તવમાં એ જ છે. તેં એને જોયો જ છે."

પદ્માએ જોયું હતું કે કલ્કિએ કેવી રીતે પોતાની સાંકળોને તોડી હતી. માર્તંડ સાથે ભીષણ યુદ્ધ કર્યું હતું. જોકે તોય કોઈ તથ્ય તો હોવું જોઈએ, તેણે તેને શોધવા ઇચ્છ્યું.

"ઠીક છે અરજણ, હું વિચારીશ."

અરજણે તેની પીઠ થપથપાવી અને બહાર નીકળી ગયો. જતાં જતાં પાછું ફરીને બોલ્યો, "તારી પાસે વિસ્ફોટક છે એટલે કોઈ યોજના હશે, પણ જ્યાં સુધી હું જાણું છું આ બહુ ભયંકર ચીજ છે અને ભગવાનને ખાતર આનો ઉપયોગ ખૂબ જ સમજીને કરજે. હું જાણું છું કે તું કોઈ ઉચિત ઉદ્દેશ્ય માટે જ વાપરીશ. મારા પિતાની હત્યા મ્લેચ્છોએ કરી હતી અને હું તેઓની ઘૃણા કરતો હતો, પરંતુ હું દત્તાત્રેયને મળ્યો. મેં ક્યારેય નહોતું વિચાર્યું કે મને એવા લોકો પર દયા આવશે, પણ મને આવી હતી. મને એ દુરુક્તિની પણ દયા આવી જેણે અમારું ગામ તબાહ કર્યું હતું."

તે જાતે જ હસ્યો, "ઘૃણા કરવી બહુ સરળ છે, પરંતુ ક્ષમા કરવી કઠિન છે. જો ક્ષમા કરનાર લોકો દુનિયામાં વધી જશે તો મને વિશ્વાસ છે કે દુનિયામાં શાંતિ સ્થાપશે." અને તે ઓરડામાંથી ચાલ્યો ગયો.

પદ્માએ ભારે હૈયે સામાન બાંધ્યો અને ખભે લટકાવ્યો. એ સમજી નહોતી કે તેણે શું મહેસૂસ કરવું જોઈએ. એ બેસીને વિચારે ચડી ગઈ. એણે વિચારીને જ પગલું ભરવાનું હતું... વિચારવું અને પગલું ઉઠાવવું, વિચારવું અને...

73

અરજણે પહેલીવાર શરાબનું સેવન કર્યું. પોતાની ઇન્દ્રિયોને શાંત કરી અને છત પર પ્રકાશથી બનતી છાયાઓને જોઈ રહ્યો. અરજણે બે વાર પલક ઝપકાવી અને તેને લાગ્યું કે તે જે આસન પર બેઠો છે તે થોડું હલ્યું. તે આરામથી પાછળ ફર્યો તો તેણે જોયું કે કલ્કિ ઊંઘમાંથી જાગ્યા બાદ ઊઠી રહ્યો હતો. અરજણે તેના હાથમાંથી શરાબ બાજુમાં મૂક્યો અને તેને સહારો આપવા ત્યાં ગયો. એ બહુ જલદીથી પરિપક્વ થઈ રહ્યો હતો. કલ્કિના ચહેરા પર જંગલી ઘાસની જેમ દાઢી ઊગેલી હતી, આંખો થાકેલી અને વાળ અસ્તવ્યસ્ત હતા. શરીર પર કેટલાય ઘાના નિશાન, કોરડાના મારના કારણે ચામડી પર લાલ-ભૂરા સોળ ઊપસેલા હતા.

જાણે કાલની જ વાત લાગતી હતી કે તેઓ ખેતરમાં બેસીને ડૂબતા સૂર્યને જોતા ને એકબીજા સાથે મશ્કરી કરતા કિસ્સાઓ સંભળાવતા હતા. એ ભલે રક્તથી જોડાયેલા નહોતા, પણ પ્રેમથી જોડાયેલા બંને ભાઈ હતા. શંભલ તો સપનું થઈ ગયું હતું અને તેણે ઇચ્છ્યું કે એ કાશ ત્યાં પાછો જઈ શકતો. જોકે અરજણ જાણતો હતો કે થોડા સમય માટે તો એ શક્ય બનવાનું નહોતું. મા મંદિરમાં હતી અને તેમને સંદેશો મોકલી આપવામાં આવ્યો હતો કે બંને ભાઈ સુરક્ષિત છે, પણ તે જણાવ્યું નહોતું કે એ લોકો ક્યાં છે નહીંતર એ નાહકની ચિંતા કરતી. અરજણ માતા-પિતાને જુઠ્ઠું કહે તેવો નહોતો, પણ આ સમયે એવું બોલવું પડ્યું. પરિસ્થિતિની માંગ હતી કે એ બધું સંભાળી દે.

હંમેશાં જેની તમે અપેક્ષા પણ ન કરી હોય તેવું જ કંઈક બની જતું હોય છે. મોટેભાગે કોઈ માસૂમને જ દુષ્ટનો સામનો કરવો પડતો હોય છે અને એ જ પછી તેની વિરુદ્ધ મોરચો માંડતો હોય છે. અમીરીમાં

જન્મેલો માણસ ઝટ ભ્રષ્ટ થઈ શકે છે. નમ્રતા જ કોઈને નાયક બનાવી શકે છે.

"મને સારું લાગે છે." કલ્કિ બોલ્યો.

"તું ઠીક લાગતો નથી."

"શું આ શરાબની ગંધ છે?" તેણે ભારે અવાજમાં પૂછ્યું.

અરજણ ભોંઠો પડ્યો અને બોલ્યો, "એ તો હું, ઓહ."

"શું એ હું થોડો પી શકું?"

અરજણે હસીને તેને માટે પણ પ્યાલામાં ભર્યો. કલ્કિએ તેને ધ્રૂજતા હાથે લીધો. તેણે એક ઘૂંટડામાં ગટગટાવી અરજણને પ્યાલો પાછો આપી દીધો.

"લક્ષ્મી હંમેશાં... મને." કલ્કિએ સમયના મારથી કઠોર થયેલી હથેળીઓને જોઈને કહ્યું, "હું હજુ માની નથી શકતો કે તે નથી રહી. જોકે મા એવું કહેતી કે કોઈ મરી જાય તેનો અર્થ એ નથી કે તે આપણી પાસે નથી." તે થોડો હસ્યો.

અરજણે મોટાભાઈના માથે હાથ મૂક્યો અને થપથપાવી એની સામે બેઠો, "મારે હવે માનવું પડે કે તું મોટો થઈ ગયો છે. એક નહીં પણ ઘણાં કારણોસર તેવું લાગે છે."

"આ વાત કોણ કરે છે?" કલ્કિ બોલ્યો, "આખી દુનિયામાં તું જ એક એવો હતો જે એ સુનવણી વખતે ઊડતો રથ લઈને આવી પહોંચ્યો."

"એ તો કૃપાચાર્યની બુદ્ધિ હતી."

"એ પણ... રહસ્યમયી જીવ છે." કલ્કિએ ડોકું ફેરવી કૃપા તરફ જોયું જે પરસાળના ઉંબરા પર નસકોરાં બોલાવી રહ્યો હતો.

અરજણે હોઠ દબાવ્યા ને બોલ્યો, "આમ તો કહેવું ન જોઈએ, પણ ડર લાગવા માંડ્યો છે. બની શકે કે હું વધુ પડતી ચિંતા કરતો હોઉં."

"મનની વાત ક્યારેય ખોટી નથી હોતી." કલ્કિ બોલ્યો.

"સારું." અરજણ સ્વીકારભાવે બોલ્યો, "હું એક મ્લેચ્છને મળ્યો હતો."

સાંભળીને કલ્કિની આંખોમાં ભાવ બદલાયો. અરજણ આગળ બોલ્યો, "તેણે મને જણાવ્યું કે કોઈ વૃદ્ધ તેમને શંભલ પર હુમલો કરવા માટે

સમજાવવા અને ઉશ્કેરવા આવ્યો હતો."

"વૃદ્ધ? શું તને એવું લાગે છે કે કૃપાએ પિતાજીને મારવા માટે માણસો ભાડે પણ રાખ્યા હતા?"

"કદાચ. અથવા અપહરણ કરવા માટે હોઈ શકે. કદાચ જરૂર પડવાથી માર્યા હોય." અરજણને વિશ્વાસ નહોતો આવતો કે તે એક એવા માણસ પર દોષારોપણ કરી રહ્યો હતો જેણે તેના ભાઈને બચાવવામાં મદદ કરી.

કલ્કિ શાંત રહ્યો, "આ ધારણા છે. કોઈ આધાર કે પ્રમાણ નથી. શું એ માણસ કૃપાને ઓળખી શકશે?"

"એ અમને બચાવવામાં માર્યો ગયો."

કલ્કિને આ વિરોધાભાસ પર હસવું આવી ગયું. અરજણ પણ હસ્યો. ઓરડામાં એક પ્રકારનો દયામય ધ્વનિ ગૂંજી રહ્યો હતો. આખી દુનિયા અસુરક્ષા અને વિરોધાભાસથી ભરી છે, "આપણે ફક્ત પરસ્પર વિશ્વાસ રાખી શકીએ છીએ, કદાચ."

"હા, બાલા અને પેલી નવી છોકરી."

"નવી છોકરી?" કલ્કિએ મગજ પર જોર નાંખ્યું, "હા, હા એ નવી છોકરી."

અરજણે નિઃસાસો નાખ્યો, "તેનું નામ પદ્મા છે. બહારથી ભલે કઠોર લાગે, પણ તેનું દિલ સોના જેવું છે. હું એને જાણું છું."

"મને વિશ્વાસ છે. મને તારી પરખ ઉપર પણ ભરોસો છે. હું કૃપા પર નજર રાખીશ. આપણે એ ડોસા પર ભરોસો ન રાખી શકીએ."

"તારી એ વાત સાચી, પણ એણે એક વાત સાચી કહી છે. તારે એક અવતારના રીત-રિવાજો શીખવા પહાડ પર જવું પડશે." અરજણ બોલ્યો, "તું અહીં બેસીને સમય બગાડી ન શકે. તારે કળિને પરાસ્ત કરવાનો છે. તેનું પાગલપન વધવા લાગ્યું છે, તેની કોઈ સીમા નથી રહી."

અરજણ જોઈ શકતો હતો કે કલ્કિ કશું વિચારી રહ્યો હતો. શંભલનો નવયુવક દુષ્ટ અવતાર સાથે લડવા નથી માગતો. એ જીવનના સીધાસાદા સુખ વચ્ચે પરત ફરવા માગતો હતો.

"શંભલમાં કેવું છે?"

"વેરવિખેર છે." અરજણે ડોકું ધુણાવ્યું, "અમારે તને બચાવવા નીકળી જવું પડ્યું."

"શું આપણે ત્યાં કદી પાછા જઈશું?"

"આશા તો રાખવી પડશે. જ્યારે બધું સારું થશે ત્યારે પાછા ચાલ્યા જઈશું."

કલ્કિ એ પ્રશ્નથી બચી રહ્યો હતો અને એ સ્પષ્ટ લાગતું હતું. અરજણ આગળ નમ્યો, "સાંભળ." તેણે પછી કહ્યું, "મને ખબર છે કે સાંભળવું નહીં ગમે, પણ તારે મને એક વચન આપવું પડશે."

"શેનું વચન?"

"તારે મને વચન આપવું પડશે કે તું સમજી શકે છે, આપણે એક ખતરનાક રસ્તે જઈ રહ્યા છીએ અને તું વિચારી-સમજીને યોજના બનાવીને સુરક્ષિત રહેવાની કોશિશ કરીશ. આપણે પોતાના આરામદાયક વર્તુળમાંથી બહાર આવી રહ્યા છીએ અને આપણે હંમેશાં પૂરી તૈયારી રાખવી પડશે."

"શેના માટે?"

અરજણે પલક ઝપકાવી, "જો મને કશું થઈ જાય તો, કશું પણ થઈ જાય તો વચન આપવું પડશે કે તું આગળ જ વધીશ. શીખવા માટે, એ બનવા માટે કે જે નિયતિ તને બનાવવા માગે છે એ તું બનીશ. તેનો સ્વીકાર કર. સ્વયંને પાછળ ન પાડી દઈશ જેવું શંભલમાં તેં કર્યું હતું. તું નિરંતર ગુમાવતો રહીશ. કોઈ એકને ગુમાવવાથી આખી દુનિયા તેના બદલામાં પામવી કશું અઘરું કામ નથી."

"પણ એ વ્યક્તિ જ તમારી દુનિયા હોય તો?"

અરજણ પાસે તેનો જવાબ નહોતો. કલ્કિ તેની પોતાની રીતે સાચો હતો.

"મને વચન આપ. ક્યારેય રોકાઈશ નહીં, નહીંતર આજીવન પસ્તાવો થશે. ત્યારે જ પાછો આવજે જ્યારે તું અધર્મનો સામનો કરવા માટે પૂરી રીતે તૈયાર હોય."

"મને વિશ્વાસ નથી આવતો કે તું કેવી આવી સાવ અસ્વાભાવિક વાતો કરે છે."

કલ્કિ મનમાં હસવા લાગ્યો, "સારું! હું વચન આપું છું, પણ હું તને કશું થવા જ નહીં દઉં."

અરજણે આગળ આવીને ભાઈને ગળે લગાડ્યો. એ ત્યાં સુધી એ સ્થિતિમાં રહ્યા જ્યાં સુધી અરજણે બારી પાસે જઈને ફરીથી પ્યાલા ભર્યા.

"મેં જોયું કે જે યુવતીએ આપણી ધરતીને બરબાદ કરી એને તેં ચૂમી, એ શું હતું?"

"ભાઈ, એ એક સમજૂતી હતી." કલ્કિ ભોંઠો પડ્યો ને બોલ્યો, "એ યુવતીને એક ગેરસમજ છે ને તે માથાભારે માણસની જાળમાં ફસાયેલી છે. હું તેને બચાવવા માગતો હતો પણ કરી ન શક્યો."

"તેણે તને દુઃખ પહોંચાડ્યું છે એટલે?"

કલ્કિએ તેને મૂંઝવણભરી નજરે જોયો. એ પોતે જ સંઘર્ષમાં હતો અને એવું સ્પષ્ટ દેખાતું હતું, "અથવા હું જાણતો હતો કે ફક્ત એ જ એક એવી હતી જે કળિને માણસ બનાવી શકે છે."

"વાહ ભાઈ, ક્યાંક એનું ભલું કરવાના ચક્કરમાં તેં એનું જીવન તો બરબાદ નથી કર્યું ને?" અરજણના મનમાં કળિની બહેન માટે કોઈ સહાનુભૂતિ નહોતી. જોકે કલ્કિ તેને જાણતો હતો ને અરજણ સારી રીતે જાણતો હતો કે કોઈની ચકાસણી કરતાં પહેલાં તેના પક્ષની પણ વાત સાંભળવી જોઈએ.

જ્યારે કલ્કિ ઊંડા વિચારમાં હતો તો અરજણની આંખો મનોમન નગર તરફ દોડી ગઈ. જ્યાં એક ઘાટો પડછાયો શાલમાં છુપાવેલો જોઈ શકતો હતો. અરજણ જાણતો હતો તે પડછાયો કોણ હતી – પદ્મા.

એ જઈ ચૂકી હતી, ભલે અરજણે તેને છૂપી રીતે બધી ચેતવણી આપી દીધી હતી.

"હું આવું છું પાછો." અરજણે શરાબનો પ્યાલો કલ્કિને પકડાવ્યો, "આનો આનંદ લે અને તારા વચનને ભૂલી ન જતો."

કલ્કિએ સ્મિત આપ્યું. અરજણ પણ ઓરડો છોડતાં પહેલાં તેની સામે હસ્યો.

અરજણના નિતંબ પાસે કમરપટ્ટામાં દાતરડું લટકતું હતું. એ અંધારિયા માર્ગ પર આગળ વધી રહ્યો હતો. રાતના અંધારામાં ઘુવડોનું હૂ–હૂ અને હવામાં ઊડતા ચામાચીડિયાથી અણજાણ અજાણ અરજણ ચૂપચાપ ચાલી રહ્યો હતો. તેણે પદ્માને જોઈ, પણ તોય એ તેજ ગતિથી ચાલતો રહ્યો. એ છોકરી ક્યારે શીખશે કે કેટલીક ચીજો તેનાથી પણ મોટી હોય છે? પણ ત્યારે, તેને તેની વાર્તામાં પણ ક્યાં ખબર હતી કે તેને આ રીતે પરખવી અનુચિત હતું. કદાચ કોઈ જરૂરત રહી હશે, અરજણ ફક્ત આ અનુમાન લગાવી શક્યો. તેને જલદીથી ખબર પડી ગઈ અને તેણે રાત્રિ પહેરા પર નીકળેલા સૈનિકોને ચકમો આપવાનું શરૂ કરી દીધું. આશ્ચર્યની વાત એ હતી કે એ સામાન્ય નાગસૈનિકો નહોતા. તેમાં મોટેભાગે અધિકારી માનવ કે યક્ષ હતા.

અરજણે ઊંડો શ્વાસ લીધો અને એ બીજી ગલીમાં વળ્યો. એ પ્રમુખ માર્ગથી દૂર હતો. તેને ખ્યાલ આવ્યો કે એ રસ્તો શાહી કિલ્લા તરફ જતો હતો.

એ વેદાંતનો કિલ્લો હતો. તેણે તેને જોઈ, એ કોઈ કલાબાજની સ્ફૂર્તિથી ને દક્ષતાથી દીવાલ પર ચઢી અને બીજી તરફ જતી રહી.

અરજણ પણ જલદીથી ત્યાં પહોંચ્યો અને દીવાલ કૂદવા વિચાર્યું. જોકે તેની ઘાયલ પિંડી તેવું કરવાની અનુમતિ આપે તેમ નહોતું. તેણે તેના દાતરડાથી કોઈ રીતે દીવાલમાં પકડ બનાવી અને સ્વયંને ઉપર સુધી લઈ ગયો. આ રીતે એ દીવાલને પેલે પાર પહોંચ્યો. તેણે ઝાડીમાં સંતાઈને જોયું. કિલ્લાના ઘંટાઘર આસપાસ સૈનિકો પહેરો ભરી રહ્યા હતા. તેણે જાત સંભાળી અને પદ્માનો પીછો કરવા લાગ્યો. તેને એ ખબર નહોતી કે તે શું કરી રહ્યો છે ને કેમ કરી રહ્યો છે. એ તેને બચાવવા માગતો હતો અને જોવા માગતો હતો કે એ શું કરી રહી છે.

જો એ પકડાઈ જાય તો અરજણ સાથે ભાગવાની તક મળી શકતી હતી. એ ઘણી ઉપયોગી હતી અને એણે શીખ્યું હતું કે આવા લોકોનો સાથ આટલી આસાનીથી ન છોડવો જોઈએ. જો કલ્કિને ખબર પડતી તો એ ક્યારેય સહમત ન થતો. સાચું કહીએ તો અરજણ પાસે આ જગ્યાએ હોવાનાં ઘણાં કારણ હતાં, પણ મોટાભાગનાં તેની સમજની બહાર હતાં. કૃપા હંમેશાં ઘુમાવીને વાત કરે જ્યારે પદ્મા એવું નહોતી કરતી. એ ઇમાનદાર અને મોંફાટ હતી. અરજણે દુનિયામાં આવા લોકો બહુ ઓછા જોયા હતા.

ત્યારે જ તેણે તેને એક મિનારા પર ચઢતી જોઈ, તે ઉપરના પ્રકાશથી બચીને જઈ રહી હતી. અરજણ નીચે જ રહ્યો અને એ બારીની અંદર જતી રહી. એ પણ જવા ઇચ્છતો હતો, પણ એણે ઝાડીની પાછળથી એક સૈનિકને પોતાની તરફ આવતો જોયો. એ સ્થિર થઈ ગયો.

અને તેણે ભગવાનને પ્રાર્થના કરી કે ક્યાંક એ પકડાઈ ન જાય.

74

બાલા પ્રભાવશાળી નહોતો. હકીકતમાં એ કોઈ પણ પરિપ્રેક્ષ્યથી પ્રભાવશાળી નહોતો. તે છતાં રાત્રિને એ માણસ દયાળુ લાગ્યો. રાત્રિ જાણતી હતી કે તેનાથી એ કમ-સે-કમ દસેક વર્ષ નાનો હતો અને તેના મનમાં બાલા માટે કોઈ કામુક ભાવના નહોતી. એ બંને એ રીતે મિત્ર હતા જે રીતે તે કુમારની મિત્ર હતી. બાલાની ખોટી ટેવ હતી કે તે રાત્રિને જોઈને શરમાતો હતો. બની શકે કે તે રાત્રિને પસંદ કરતો હશે અને પેલીને પણ એ સારું લાગતું હતું, પણ આ ભાવનાનો કોઈ ઉત્તર નહોતો આપી શકાતો. તેને ઘણાં સારાં અને જરૂરી કામ કરવાનાં હતાં. નગરમાં આવી રહેલા બદલાવને કારણે તેનું કામ પણ વધી ગયું હતું.

જ્યારે તેને ખબર પડી કે તેની પીઠ પાછળ કોઈ યોજના બની રહી છે તો એને ગુસ્સો આવ્યો. તેની પાસે નવા તંત્રને તોડવાની યોજના હતી, પણ તેમની સમજમાં કશું ન આવ્યું. તે ફક્ત પોતાના સાથીને બચાવવા માગતા હતા. આ એક નિરર્થક પ્રયાસ લાગ્યો, પણ એવો હતો નહીં, કારણ કે તે લોકો તેના ઘરમાં છુપાયા હતા. જો કોઈએ તેમને ઘરમાં ઘૂસતા જોઈ લીધા તો તેનો જીવ પણ જોખમમાં હતો.

તેણે નક્કી કર્યું કે તે એ લોકોની મદદ કરશે.

કેમ?

કારણ કે એ તેને લક્ષ્મીની યાદ અપાવતા હતા. એ એક દયાળુ અને રોમાંચપ્રિય આત્મા હતી. એ કોઈની નહીં, પણ પોતાના મનનું સાંભળતી હતી અને આ લોકો પણ તેવા જ હતા. એ લોકો ખરાબ નહોતા, પણ તેમની કામ કરવાની પદ્ધતિ જુદી હતી. તેના માટે તેને કોઈ ચકાસણી નહોતી કરવી. બસ, એ વૃદ્ધ આચાર્ય અપવાદ હતો, તે પાતળો, અસ્પષ્ટ, ગંદો, મેલોઘેલો અને બધી રીતે ભયંકર હતો. તેને આવા આચાર્યોથી

ઘૃણા હતી, જે પોતાના થોડાઘણા જ્ઞાનની મદદથી સીધાસાદા ગ્રામીણોને લોભાવે અને એ તેમનાં બાળકોને તેમની પાસે મોકલે જેથી થોડા સિક્કા કમાઈ શકે. શિક્ષણ ઝાડની નીચે બેસીને ન ભણાવાય.

રાત્રિ પુસ્તકાલયના શુભારંભ માટે અમુક અધિકારીઓને પત્ર લખી રહી હતી. તેણે ઘણાં બધાં નિમંત્રણ મોકલ્યાં જેમાં થોડા કબીલા પ્રમુખો પણ હતા. તેણે આ રીતે જ બધા સામે પ્રગટ રહેવાનું હતું કે જાણે તે ઉદારવાદી હોય. તેને મીણબત્તીના પ્રકાશમાં ઘણા નામ લખ્યા અને કાગળમાં હસ્તાક્ષર કર્યા, ત્યારે જ કોઈનાં પગલાં સંભળાયાં. રાત્રિ માટે અચરજની વાત હતી કે એક માનવનું શરીર આટલું મોટું કેવી રીતે હોઈ શકે, બિલકુલ રાક્ષસની જેમ જ. તે તેને અવગણીને તેનું કામ કરતી રહી. એ ત્યાં જ ઊભો રહ્યો અને હાથમાં પકડેલી ગદાને ધરતી પર પછાડી ખનખન કરતો રહ્યો.

"હુંહ...! બધી જ વાતે તમારો ધન્યવાદ."

રાત્રિએ માથું હલાવ્યું, "ઠીક છે, હું લક્ષ્મીના મિત્રો માટે કંઈ પણ કરી શકું છું. જો તે મિત્ર ન હોત તો ક્યારના બહાર ફેંકાવી દીધા હોત."

"આશા રાખું કે જીવનમાં ફરીથી મળવાનું થાય."

રાત્રિને કુમારે જણાવ્યું હતું કે તેના મહેમાનો આગળના પડાવે જવા માટેની તૈયારીઓ કરતા હતા, ભલે એ કોઈ પણ પડાવ હોય. રાત્રિએ પૂછવાની પરવા ન કરી. એ તેનું કામ નહોતું.

"હું પણ... એવી આશા રાખું છું." તેના ચહેરા પર સ્મિત હતું, "મને આનંદ છે કે તેં મારી સાથે ઇમાનદારી રાખી, પણ એ કેમ રાખી?" એ પણ બીજા લોકોની જેમ જુઠ્ઠું બોલી શકતો હતો.

"હા, હું માફી માગું છું." ભારે અવાજમાં પણ કુમાશ હતી, "બીજાને પણ માફ કરજો, એ લોકો તમને જણાવવાથી ડરી રહ્યા હતા."

રાત્રિએ પોતાના હાથની પીછાંવાળી કલમ રોકીને પૂછ્યું, "અને તને ડર ન લાગ્યો?"

"બીજાની તો ખબર નથી, પણ હું માણસને પહેલી નજરમાં જ ઓળખી જઉં છું અને તમે એવા વ્યક્તિ લાગ્યા જે દરેક રીતે અમને

મદદ કરતા અને ખોટું પણ ન લગાડતા."

રાત્રિના ચહેરા પર કોઈ ભાવ નહોતો, પણ તેને આ ગમ્યું, કેમ કે બાલાએ તેને સાચા અર્થમાં સમજી હતી.

"આ સાવ સાચું પણ નથી. મારી પણ અમુક મર્યાદાઓ છે."

"બેશક અને એ પહેલા કે અમે તે તોડીએ, અમે જવાની યોજના બનાવી લીધી છે."

"મને આનંદ થયો." તેણે હસ્તાક્ષરનું કામ ચાલુ રાખ્યું.

"અને એ..."

"તારે એ વિશે કશું કહેવાની જરૂર નથી." રાત્રિના ગાલ લાલ થયા. હદ છે.

"તમે વિશ્વાસથી કહો છો." બાલા હળવેથી બોલ્યો. તે ગભરાયેલો હતો.

"મને પૂરો વિશ્વાસ છે. મારી વાત માની લે."

રાત્રિએ ડોકું હલાવ્યું. તેને એ દિવસો યાદ આવ્યા, જે તેને અહીં સુધી લઈ આવ્યો હતો. તેણે બાલા સાથે જે સમય વિતાવ્યો, એ તાવના આવેગ જેવો હતો. એ સદા એક બેજવાબદાર મૂર્ખ રહી. પછી આવીને તે ઘણો શરાબ પીવા લાગી હતી. કદાચ એ એવી રીતે લક્ષ્મીનો શોક મનાવી રહી હતી. પરિવાર ન હોવાથી એક યક્ષ સાથે રહેવાનું દુઃખ હતું. તેનો કોઈ પ્રેમી નહોતો. નિઃસંદેહ તે પણ તેની મરજી જ હતી, પણ ક્યારેક એવા દિવસો પણ આવતા જ્યારે તારાઓ તેની સાથે વાત કરતા અને તે ભ્રમમાં પડતી. એવી જ એક રાત્રે બાલા તેને મળ્યો હતો. એ છતના ખૂણામાં ઊભી હતી. એ નીચે પડે ને તેના હાથ-પગ તૂટે એ પહેલાં બાલાએ તેને પાછળથી પકડીને ખેંચી લીધી હતી. રાત્રિએ ભૂલથી બાલાની છાતીને ચૂમી લીધી હતી. તેના હોઠ પરનો લાલ રંગ તેની છાતી પર રંગ છોડી ગયો હતો. એ મૂર્ખતાથી ખીલખીલી અને બાલા તેને તેના ઓરડામાં લઈ ગયો અને તેની સારસંભાળ લીધી. બળવાન બાલાએ તેને ચૂમવા માટે સંયમ રાખ્યો હતો.

"તમે નશામાં છો. તમે અત્યારે સાચું વિચારી પણ ન શકો." તેણે તર્ક આપ્યો હતો.

અને સવારે તેણે રાત્રિને અલ્પાહાર આપ્યો ત્યારે કહ્યું કે આ પાછલી રાત્રે પીધેલા શરાબના પ્રભાવને મિટાવવાનો નુસખો છે.

"મેં શું કર્યું હતું?" રાત્રિએ પોતાનું માથું મસળતા એવો દેખાવ કર્યો કે જાણે એને કશું યાદ નહોતું, પણ તેને બધી ખબર હતી. તે એક કેવું ખરાબ અને શરમ આવે તેવું દશ્ય હતું. કમ-સે-કમ તેની ઉંમરની સ્ત્રીએ તો એવું કરવું શોભતું નહોતું.

"તમે મદમસ્ત થઈ ગઈ ગયા હતા, પણ હવે તમને સારું છે." તે હળવેથી હસ્યો અને જ્યારે તેની પાસે સમય હોય ત્યારે બાલા તેની પાસે વાતો કરવા આવી જતો. એ ફક્ત નાનીમોટી વાતો જ નહોતો કરતો, પણ એ પોતાની ઊંડી અસુરક્ષા માટે પણ વાત કરતો. રાત્રિ પણ એવું જ કરતી. તે બાલા સાથે આવી વાતો કરવામાં અચકાતી નહોતી, જાણે કે તેને એ રાતની ઘટના બાદ તેમની વચ્ચે એક સંબંધ રચાયો હતો.

"દેવી રાત્રિ, તમે આ પદ સુધી કેવી રીતે પહોંચ્યાં?" તેણે પૂછ્યું હતું.

રાત્રિ પાસે આ બધા સાથે જોડાયેલી યાદો કડવી હતી, "હું પહેલેથી જ આવી ગંભીર અને કટુ સ્વભાવની નહોતી. શંભલમાં લક્ષ્મીની મા, મારી બહેન હતી અને હું કશુંક શીખવાના આશયથી છોકરાના વેશમાં ગુરુકુળમાં આવી હતી. તે દિવસોમાં છોકરીઓને ભણવાની અનુમતિ નહોતી. જો કે અત્યારે પણ એ જ દશા છે પણ મને પરવા નહોતી. મેં મારા વાળ ટૂંકા કર્યા અને છાતીને કસીને બાંધી અને નીકળી પડી. ત્યાં જ મેં બધું શિક્ષણ પ્રાપ્ત કર્યું."

"મને આશ્ચર્ય છે કે તે લોકોને શક ન થયો કે તેમની વચ્ચે આટલો સુંદર છોકરો ક્યાંથી આવ્યો?" બાલાએ ટીખળ કરી.

"જોકે આ બધું બદતર થતું ગયું." રાત્રિએ નીચે જોઈને નિઃસાસો નાંખ્યો, "ગુરુકુળનો સમય બહુ જ ખરાબ રહ્યો, એ પૂરો થવાની તૈયારીમાં હતો. એકવાર આચાર્યએ મને સ્નાન કરતા જોઈ લીધી અને હું છોકરી હોવાને કારણે તેમણે મને ગુરુકુળ છોડવા માટે વિવશ કરી. મેં તેમની આગળ હાથ જોડ્યા. તેમણે મને કહ્યું કે તું રોકાઈ શકે છે,

પણ મારે...મારે...” તેણે માથું હલાવ્યું, “મારે શારીરિક સુખ આપવું પડશે.” રાત્રિ તેની અંદરની પરત ખોલી રહી હતી. બાલાએ તેને કસીને ગળે લગાડી જેથી તે તેની અંદરની ખરાબ યાદોનો સામનો કરી શકે, “હું ભ્રમિત અને ખરાબ રીતે વિખેરાઈ ગઈ હતી. તેઓ મારી સાથે જબરજસ્તી કરતા રહ્યા અને હું ત્યાં રહેતી હતી. રાત પીડાદાયક હોય હું ઘેર પાછી જવા ઇચ્છતી હતી, પણ હું જાણતી હતી કે જો પાછી ગઈ તો આ શીખવાનો પ્રારંભ કર્યો છે તે ક્યારેય પૂરો નહીં થાય. હું શહેરમાં જઈને કોઈ વિદ્વાન પાસે શિક્ષણ લેવા ઇચ્છતી હતી.”

બાલાનાં ભવાં ચડી ગયાં, એ થોડો ચિંતિત અને નારાજ લાગ્યો, “ક્ષમા કરો, પણ તમે પછી શું કર્યું?”

“હું એક રાત્રે તેમની ઝૂંપડીમાં ગઈ. એ ત્યારે વાસનાના આવેગમાં ચૂર થઈને મને પાસે બોલાવતા હતા ત્યારે મેં તેમનું ગુપ્તાંગ કાપી નાખ્યું.” રાત્રિના ચહેરા પર એ ભયંકર સ્મૃતિ ઊપસી આવી.

“વાહ... આ તો કમાલ કરી નાખ્યો.” એ પોતાના હાથ ઘૂંટણ પર મારીને બોલ્યો.

“બસ, આવું જ થયું. આજે એ રક્તપાત વિશે વિચારું છું તો મને વિશ્વાસ નથી આવતો.”

“દેવી રાત્રિ, મેં જોયું છે...”

“મને ફક્ત રાત્રિ જ કહો.”

બાલાએ કોમળ દૃષ્ટિ કરીને વાત ચાલુ રાખી, “મેં જોયું છે કે આપણે હિંસક દુનિયામાં જીવી રહ્યા છીએ, જે હિંસક સ્ત્રીઓ અને પુરુષોથી ભરેલી છે. હિંસકતા તેમનું કર્મ છે. આ બધું અંધકાર અને રક્તપાતથી ભરેલું છે અને હું તેનો આદિ થઈ ગયો છું.”

“એટલે તું આ લોકોની સાથે છું.” રાત્રિએ એમની ટુકડી તરફ ઇશારો કર્યો હતો જે બધા બીજા ઓરડામાં વાતો કરી રહ્યા હતા.

“ના.” તેણે ડોકું ધુણાવ્યું, “દુનિયામાં ભલે હિંસાનું સામ્રાજ્ય હોય, પણ આશાનું કિરણ હજુ જીવંત છે અને એ લોકોએ મને એ જ આપ્યું

છે. તેઓએ એક ઉત્તમ ભવિષ્યનો વાયદો કર્યો છે અને આ આશાહીન દુનિયામાં આશાનું કિરણ મળવું સુખદ છે."

અને તે સહેજ આગળ નમ્યો, "હું ઇચ્છું છું કે તમે નારાજ થયા સિવાય કેટલીક વાતો સાંભળો અને સમજવાની કોશિશ કરો. અમે તમારાથી કશું છુપાવવા માંગતા નથી, અને હવે એટલે જ જણાવવું મહત્ત્વપૂર્ણ થઈ ગયું છે..."

ત્યાર પછી એણે પોતાની આખી યોજના જણાવી દીધી, કારણ કે તે તેની પર ભરોસો કરતો હતો. કોઈ તમારા પર ભરોસો કરે તો કેટલું સારું લાગતું હોય. ભલે તે ધર્મશાળાનો સંત્રી કેમ ન હોય. એણે કુમારને એ લોકોની જાસૂસી કરવા મોકલ્યો હતો, તે આ લોકોની હરકતો વિશે જાણવા માગતી હતી. ક્યાંક એ લોકો મૂર્ખતાપૂર્ણ ભૂલ ન કરી બેસે તેની ચિંતા હતી. એ ઇચ્છતી હતી કે તેમને કોઈ નુકસાન ન પહોંચે અને ખાસ તો બાલાને મુશ્કેલીમાં જોવા નહોતી માગતી.

કોઈની સાથે વાત કરવી ગમતી હતી, જો કે તે હવે દૂર જવાનો હતો.

"શું હું એકવાર ભેટી શકું છું?"

"શું આ વધુ પડતી માંગ નથી?"

"તમે તો મને સૌથી પહેલા ચૂમ્યો હતો."

"હું એ સમયે નશામાં હતી." રાત્રિએ શરમ સાથે કહ્યું.

એ હસ્યો, "મતલબ બધું યાદ છે. તમે ઘણી ખરાબ અભિનેત્રી છો."

રાત્રિએ ગરદન હલાવી અને આગળ આવી તેને ભેટી પડી. તેના નખ જાણે તેની ચામડીમાં ખૂંપી રહ્યા હતા અને તેના વાળના સાબુની મહેક તેના નાકમાં જતી હતી. તેણે સ્વયંને હાથના એ ઘેરાવામાં ઘણી નાની મહેસૂસ કરી, "તારા જેવો દોસ્ત કોઈ જાદુથી કમ નથી." તે થોડી પાછળ હટીને બોલી.

બાલા હંમેશની જેમ લાલ થઈ ગયો હતો, "હું પણ વિશ્વાસ સાથે આવું જ કહેવા માગું છું. આશા રાખું છું કે હું પાછો આવીશ અને હંમેશની જેમ વાતો કરી શકીશ."

"હું તને રંગમંચ લઈ જઈશ."

"તે નિરસ હોય છે? શું મને સમજ પડે તેવું હોય છે?"

રાત્રિએ તેનો હાથ પકડ્યો, "હું સાથે હોઈશ તો તારી સમજમાં બધુંય આવશે."

અને ત્યારે જ દરવાજા પર અવાજ આવ્યો. રાત્રિએ તેનો હાથ છોડ્યો. તેણે જોયું કે કુમાર તેની જગ્યાએથી નીકળી દરવાજા તરફ જતો હતો. રાત્રિએ સીટી બજાવી તરત ન ખોલવા સંકેત કર્યો. રાત્રિએ ધીમેથી બાલાને ઇશારો કર્યો ને એ તેજીથી પાછળની બાજુ ગયો. તેણે કલ્કિને ઓરડામાંથી અને કૃપાને પરસાળમાંથી ઉઠાડ્યો અને એ લોકો સીડીઓથી નીચે ચાલ્યા ગયા.

રાત્રિ દરવાજા પાસે ગઈ અને ખોલ્યો તો સામે એક જાણીતી વ્યક્તિની આકૃતિ જોઈ. ટાલિયું માથું, અંદર ધસેલી આંખો, કમરમાં લપેટેલી કાળી ધોતી અને કસાયેલા પાતળા શરીર પર લપેટેલું પહેરણ. એ બીજું કોઈ નહીં, પણ નગરનો સેનાપતિ કળિ હતો જે તેને મહારાજ કહેવડાવતો હતો.

"કેમ છે રાત્રિ દેવી?" કળિએ હળવેથી કહ્યું. તે એના હાથમાં તેનું નિમંત્રણ-પત્ર લઈને તેના બે અંગરક્ષકો સાથે ઊભો હતો.

"મને તારું આમંત્રણ મળ્યું. શું હું જરૂરી વાતચીત માટે અંદર આવી શકું?"

75

સોમમાંથી બનાવેલો વિસ્ફોટક પદાર્થ, અસ્ત્ર એક વસ્ત્રમાં લપેટેલું હતું. કૃપાએ કહ્યું હતું કે એમાંથી નીકળતી પત્તીઓને સળગાવવાની હોય છે. જ્યારે આગ અંદર સુધી પહોંચશે ત્યારે એ ફૂટશે. તેને એટલો સમય નહીં મળે કે તેને ઉઠાવીને નિશાના પર ફેંકી શકાય, કારણ કે તેનો બહુ ભારે વિસ્ફોટ થશે.

પરંતુ કોઈ નાની બાળકીને મારવા માટે તેનો ઉપયોગ કરવો, એ એક એવો ગુનો હોય છે જેનો ભાર આખી જિંદગી છાતી પર રાખીને ફરવું પડે, પણ પદ્માને વેદાંતનો ઓરડો નહોતો મળતો કે તેમાં એ વિસ્ફોટક લગાવી શકે. કદાચ એ મહેલમાં નહોતો. જોકે તેને ઉર્વશીનો ઓરડો મળી ગયો હતો. તે એના ઓરડાની બહાર બારીની પાળી પકડીને લટકેલી હતી અને અંદરથી તેના બોલવાનો અવાજ પણ આવતો હતો.

"તમે જઈ શકો છો." તેણે કોઈને કહ્યું.

"પણ રાજકુમારી, મહારાજે મને એવું કરવાની ના પાડી છે."

"મને કોઈ ફરક નથી પડતો." તેનો અવાજ માસૂમ હતો, "તમે બહાર જાઓ. મને પસંદ નથી કે કોઈ મને સૂતેલી જુએ."

"મહારાજ મારું માથું કપાવી નાખશે." સૈનિકે વિનંતી કરી.

"મારી વાત ન માની તો પણ હું એવું જ કરાવીશ."

ત્યાં જ થોડો અવાજ આવ્યો, "કમ-સે-કમ આ બારી બંધ કરી દઉં ને?"

"મને હવા પસંદ છે. શું તમે ઇચ્છો છો કે હું આટલી ભયંકર ગરમીમાં મરું."

"ના, ના, બિલકુલ નહીં રાજકુમારી." એ ભોંઠો પડ્યો.

"બહુ જ સરસ, હવે જાઓ."

દરવાજો બંધ થયો. પદ્મા ત્યાં જ ચોંટીને ઊભી રાહ જોઈ રહી હતી. તેની આંગળીઓ દુઃખવા લાગી હતી, પણ તેને માટે કોઈ આરામ નહોતો. લગભગ એકાદ કલાક બાદ ઉર્વશીના ઓરડામાંથી હળવા નસકોરાનો અવાજ આવ્યો. એ કૂદીને અંદર આવી અને સાવધાનીથી ડગલાં ભર્યાં. તેણે મીણબત્તીઓના પ્રકાશમાં જોયું કે ઓરડામાં પુસ્તકોનો ઢગલો પડ્યો હતો. ઊંચા ઓટલા પર તેની પથારી હતી. પદ્મા તેની તરફ દબાયેલા પગલે ગઈ. ઉર્વશી કેટલી સુંદર હતી, વાંકડિયા વાળ અને સૂતેલી તે કોઈ નિષ્પાપ દેવદૂત જેવી લાગતી હતી. એ પદ્મા જેવી નહોતી. એ દુનિયાના બધા જ દુઃખથી પરે હતી. તેની પાસે એક સુંદર બાળપણ હતું, જે પદ્માને ક્યારેય નહોતું મળ્યું.

પદ્માની અંદર એક ઈર્ષ્યાની લાગણીના ઉદ્ભવનો અનુભવ થયો અને તેના હાથ અસ્ત્ર તરફ વધ્યા. શું આને સળગાવીને અહીં આ રીતે છોડી દેવું જોઈએ? એવું તો કરવા આવી હતી. વેદાંતની સૌથી પ્યારી ચીજ નષ્ટ કરવાની હતી, તેને અંદરથી તોડી પાડવાનો હતો. તે એના મૃત્યુ કરતાં બદતર સજા હતી. એ રડતાં-રડતાં સ્વયંને કષ્ટ આપશે કે આત્મહત્યા કરી લેશે. આ વિચારીને પદ્માને સારું લાગ્યું, કારણ કે તેને લીધે પદ્માએ પરિવાર ગુમાવ્યો હતો. એ બધાને દેશદ્રોહીઓની જેમ સળગાવીને લટકાવી દીધા હતા. તેણે ગુસ્સામાં જ એવો નિર્ણય લીધો હતો કે તે વેદાંતને તબાહ કરી દેશે જેવી રીતે તેના ભાઈઓને કર્યા હતા.

ત્યારથી ઘણું બદલાઈ ચૂક્યું હતું. એ લોકોને મળતી રહી અને ગુમાવતી રહી. તેને આજેય તે દિવસ યાદ હતો જ્યારે તેનો નાનો ભાઈ સૂર્યા તેને શિકાર કરવાનું શીખવાડી રહ્યો હતો. એ સૈન્યમાં જવા માગતો હતો. એ લોકો જંગલમાં હતા જેનાથી ઇન્દ્રગઢ ઘેરાયેલું હતું. અને તેઓ શિયાળનો શિકાર કરી રહ્યા હતા. પદ્મા બાણ વગર ભાલાથી શિકાર કરવા માગતી હતી, પણ સફળ ન થઈ. શિયાળ છટકીને ભાગી ગયું, પણ પદ્માએ ઘણાં બધાં બાણ વરસાવ્યાં અને તેને મારી નાખ્યું.

શિયાળ ત્યાં જ પડ્યું હતું જ્યારે ભાઈ-બહેન ત્યાં પહોંચ્યાં. બાણ પગમાં વાગ્યું હતું એટલે તેના શ્વાસ ચાલી રહ્યા હતા.

સૂર્યાનો અવાજ ગુંજ્યો, "હમ્મ, તેં એને માર્યું નહીં."

પદ્માએ નીચે બેસીને પોતાની કટાર કાઢી. તે કટારથી પ્રહાર કરવા ગઈ તો સૂર્યાએ રોકી અને તેનો હાથ પકડી લીધો.

"ના, હવે જવા દે." એ બોલ્યો.

"પાગલ થયો છે?" પદ્મા હસી, "શિયાળો આવે છે. એનું ચામડું આપણને કામ આવશે."

"જાણું છું, પણ સાંભળ. ભોજન અને વસ્ત્ર એટલાં મહત્ત્વનાં નથી. મારી નાની બહેનને શીખ આપવી જરૂરી છે." સૂર્યા બોલ્યો, "તારા ગુસ્સાથી પશુ ધરતી પર પડી ગયું પણ એમાં તારી જીત નથી."

"હું નથી જીતી? મેં તો એને ધરાશાયી કર્યું છે." તેણે સામે વિરોધ કર્યો.

"જાણું છું, પણ એના ધરાશાયી થવાથી તારી જીત નક્કી નથી થતી."

"દુનિયાએ આપણને હંમેશાં આગળ વધતા શીખવાડ્યું છે. એક માણસે બીજા માણસને પરાસ્ત કરવાનો હોય, પણ હું તેને એ રીતે નથી જોતો." તેણે તીર કાઢી નાખ્યું. શિયાળ હજુય મુશ્કેલીથી શ્વાસ લેતું નથી. સૂર્યાએ ખિસ્સામાંથી એક કપડું કાઢ્યું અને તેની પર કીટાણુંવિરોધી મલમ લગાડી ઘા પર બાંધી દીધું, "આ સંસારને દયાળુતા અને પ્રેમની સૌથી વધુ આવશ્યકતા છે."

શિયાળ ધીમેથી ઊઠ્યું. સૂર્યા અને પદ્મા પાછળ હટી ગયાં. એ સૂર્યાને ચાટવા લાગ્યું જાણે કોઈ પાલતું કૂતરું હોય. સૂર્યાએ થોડું ભોજન મૂક્યું જે એણે હાથમાંથી ખાઈ લીધું, "કારણ કે મારી પ્યારી બહેન, દયાળુતાનો બદલો હંમેશાં મળે જ છે."

પદ્મા ઓરડાની વચ્ચે ઊભી હતી અને અસ્ત્ર નીચે રાખેલાં હતાં. તેણે નીચે બેસીને મીણબત્તી સળગાવી અને મગજમાં વિચારોનું તોફાન આવ્યું. તેના હાથ ધ્રૂજી રહ્યા હતા. તે અસ્ત્ર પાસે જવા જતી હતી ત્યાં અચાનક ઉર્વશીએ પાસું ફેરવ્યું. પદ્મા ચૂપચાપ ખૂણે ઊભી રહી ગઈ. તેના માથે પરસેવો બાઝી ગયો હતો. તે ઉર્વશીને જોવા ગઈ, તેના તકિયા નીચે એક છોકરીની મૂર્તિ દેખાઈ. તેને સુંદરતાથી કોતરવામાં આવી

હતી. શંકુ આકારના નાક અને સુંદર રીતે બનાવેલો ચહેરો. ઓરડામાં નજર નાખી તો પદ્માને સમજ આવી કે ઉર્વશીને લાકડાની મૂર્તિઓ જમા કરવાનો શોખ હતો જેમ તેને સિક્કાઓનો હતો.

ઘૃણા કરવી આસાન છે, પણ ક્ષમા કરવું કઠિન છે.

એ ફરી તો એની આંખો અરજણ સાથે ટકરાઈ. એ તેને જોઈ લગભગ ચીસ પાડવા જતી હતી, પણ તેણે ઝટથી તેના હોઠ પર પોતાની હથેળી મૂકી દીધી.

એ અહીં શું કરે છે?

"કોણ છે?" ઉર્વશીનો અવાજ આવ્યો અને જ્યાં તેણે આંખો ખોલી તો પદ્મા અને અરજણ ઓરડામાં ઊભેલાં જોયાં, "કોણ છો તમે?" એ પથારીમાંથી બેઠી થઈ ખૂણામાં સંકોચાઈ અને તેનો પોશાક પણ અસ્તવ્યસ્ત હતો. તેણે પોતાના રમકડાંને હથિયારની જેમ ઉઠાવીને બહાદુરી બતાવી, "શું જોઈએ છે?"

પદ્માને સમજમાં ન આવ્યું કે શું જવાબ આપવો. અરજણ પણ ડઘાયેલો હતો.

"તમે લોકો હત્યારા છો, હેં ને? પિતાજીએ તમારા જેવા લોકો વિશે જણાવ્યું હતું, પણ તમે કોણ છો?"

પદ્માએ અરજણ તેની સામે જોઈ રહ્યો હતો એને સ્મિત આપ્યું, "આપણે જવું જોઈએ."

"સૈનિકો." ઉર્વશીએ બૂમ પાડી.

પદ્માનું હૃદય જોરથી ધબકવા લાગ્યું. તેણે અસ્ત્ર ઉઠાવ્યાં અને અરજણ સાથે બારીમાંથી કૂદી ગઈ. તેણે જાનની પરવા ન કરી. તે હવામાં હતી ત્યારે જ તેને ખ્યાલ આવ્યો કે અરજણે દાતરડાની મદદથી દીવાલમાં પકડ બનાવી લીધી હતી એટલે તે લોકોને જમીન પર ઊતરવામાં આસાની થઈ.

"તું મારી પાછળ કેમ આવ્યો?"

"જેથી તું કોઈ મૂર્ખતાભર્યું પગલું ઉઠાવે તો હું બચાવી શકું." પદ્મા ખૂબ જ હાંફી રહી હતી. તેની સમજમાં કશું આવતું જ નહોતું.

એ લોકો કિલ્લાની પાછળની તરફ જવાની દીવાલ તરફ આગળ વધી રહ્યાં હતાં, પણ ઘંટ વાગવા લાગ્યા હતા એટલે સૈનિકો તેમની પાછળ પડ્યા. એ તબેલા તરફથી આવનારા ઘોડાના ડાબલાના અવાજો સાંભળી શકતા હતા. પદ્મા દીવાલની નજીક પહોંચી અને એ બીજી તરફ છલાંગ લગાવવા તૈયાર હતી, એ અરજણને સહારો આપવા માટે ઝૂકી. અરજણ ઇચ્છા હોવા છતાં કૂદી નહોતો શકતો. તેણે તેના દાતરડાથી દીવાલ પર પકડ બનાવી અને છલાંગ મારતા જ ચહેરા પર પીડા ઊપસી આવી. એ ઊભો નહોતો રહી શકતો અને પાછળ પડ્યો. એ ફર્યો તો પદ્માને ખ્યાલ આવ્યો કે તેને એક તીર વાગ્યું હતું. બીજી તરફથી પદ્મા પર અગ્નિબાણની વર્ષા થવા લાગી, પણ તે પોતાનો બચાવ કરી રહી હતી.

"આવી જા."

અરજણે ફરીથી કોશિશ કરી અને એ દરમિયાન જ એક બીજું તીર પગમાં આવીને ઘૂસ્યું, "હું નહીં આવી શકું." તેણે પદ્મા તરફ જોયું. તેનો ચહેરો પીળો પડી ગયો હતો.

તેની આંખોમાં આંસુ હતાં, "તું જા."

"હું ન જઈ શકું. તને છોડીને ક્યાંથી જઈ શકું."

"જો રોકાઈશ તો બંને માર્યાં જઈશું." શિકારી કૂતરાઓનો અવાજ પાસે આવી રહ્યો હતો, "આપણામાંથી એકે તો કલ્કિ સાથે રહેવું પડશે."

"મને કલ્કિની પરવા નથી, તારી પરવા છે."

અરજણ હસ્યો, "જો મારી પરવા હોય ને સાચી જ પરવા હોય તો જા, કલ્કિની રક્ષા કર. મહેરબાની કરીને તેની સાથે રહેજે. તેને જ્યાં જવાનું છે ત્યાં જવામાં મદદ કરજે. વચન આપ મને કે તું એવું જ કરીશ." અરજણે હાથ આગળ કર્યો.

પદ્માએ સ્વીકૃતિ આપી અને તેનો હાથ પકડ્યો ત્યારે જ સૈનિકો પાસે આવ્યા. એક શિકારી કૂતરો અરજણ પર કૂદ્યો, પણ અરજણે પોતાના ચહેરા આગળ હાથ લાવીને તેને દૂર ધકેલ્યો.

"તું જા. હું આને રોકવાની કોશિશ કરું છું." અને ત્યારે જ એક

વધુ તીર તેને વાગ્યું. એ દીવાલને સહારે ટકી ગયો. મોંમાંથી લોહી નીકળીને તેના પહેરણ પર જમા થતું હતું.

પદ્માએ અરજણને જોયો, કદાચ છેલ્લીવાર હતું. એક એવો છોકરો જેણે પદ્માની જેમ દુનિયાનું સત્ય જાણી લીધું હતું, પણ એ મરવાની અણી પર હતો અને પદ્મા જીવતી હતી. અરજણ નહીં, પણ પદ્મા આવી મૃત્યુને હકદાર હતી. એ દીવાલ પરથી કૂદી અને આંધીની જેમ ભાગતી નીકળી ગઈ. તેની તરફ અગ્નિબાણ વરસતાં રહ્યાં.

એક લાંબા સમય બાદ પદ્મા જાતને રોકી ના શકી અને તેની આંખોમાં બીજા માણસ માટે આંસુ ઊમટી આવ્યાં.

76

રાત્રિ કળિને ઘરમાં લઈને આવી, પણ એ ઘરમાં ચક્કર લગાવવા લાગ્યો. રાત્રિએ જોયું કે કળિ કોઈ ગીધની જેમ સૂંઘીને કાન ઊંચા કરીને ખૂણેખૂણો તપાસતો હતો જાણે જગ્યાને પૂરી રીતે સૂંઘવાની હોય. રાત્રિ તેને પોતાના અધ્યયનખંડમાં લાવી, પણ કળિએ કોકો-વિકોકોને બીજા ઓરડાઓની તપાસમાં મોકલી દીધાં.

"ક્ષમા ઇચ્છું છું. હું અત્યારે જે પદ પર છું ત્યાં કોઈ પણ મારી હત્યાનો પ્રયાસ કરી શકે છે. આ રીતે ઔપચારિક તપાસ જરૂરી થઈ ગઈ છે. મને મદદ કરજો."

રાત્રિએ એવું જ કર્યું. તે પોતાના ઓરડામાં બેઠી અને કળિ તેની સામે આવીને બેઠો, "આપનો યક્ષ સેવક તો કમાલનો છે." તેણે યક્ષનું માથું થપથપાવ્યું.

"પાણી માટે આભાર, પણ મારે તેની અત્યારે જરૂર નથી." કુમાર ગણગણતો પાછો ગયો. કળિ ઓરડાનું નિરીક્ષણ કરતો બેસી રહ્યો અને રાત્રિ તેને જોતી હતી.

આ મૌન એને કરડી રહ્યું હતું અને દેવતાઓનો આભાર કે ઘરના ભોંયરાનો માર્ગ તૈયાર હતો. તેમાંથી એક રસ્તો ઘરની બહારની તરફ નીકળતો હતો. એ આપાતકાલ માટેની વ્યવસ્થા હતી. એ રાજદ્રોહના પ્રચારમાં જોડાયેલી હતી ને જાણતી હતી કે ક્યારેક તો એનું ઘર બાણ અને તલવારોના નિશાન પર હશે જ. એ જઈ ચૂક્યા હતા, કારણ કે કોકો-વિકોકોએ પાછા ફરીને ડોકું હલાવીને સમર્થન આપી દીધું હતું કે કોઈ નથી. કળિએ પણ ગરદન હલાવીને વાત ઝીલી. એ બંને અંગરક્ષકો હવે લોકપ્રિય થઈ ગયાં હતાં, બંનેએ આખા નગરને પોતાની મુઠ્ઠીમાં કરી લીધું હતું. એ દરેક જગ્યાએ હતા, લોકો તેમના વિશાળ કદ અને

નિર્દય વ્યક્તિત્વથી ડરેલા હતા.

"ક્યારેય નહોતું વિચાર્યું કે તમને મળવાનું થશે."

"એવું કેમ? મને તો વેદાંતે તમારા વિશે ઘણું જણાવ્યું હતું. આ ઘણી શરમની વાત કહેવાય કે એણે તમારું પદ છીનવી લીધું અને તમને આ પુસ્તકાલય સોંપ્યું, પણ અમે બંને જાણતાં હતાં કે આ તમારાથી પીછો છોડાવવા માટેની રીત હતી."

રાત્રિ બળજબરી હસી. આ માણસ શું ઇચ્છે છે? ધ્યાનથી જોઈને લાગ્યું કે કળિની શિરાઓ ઉપસેલી હતી. તે અલગ જ દેખાતો હતો. તેને યાદ હતો તેનો સુંદર ચહેરો, લાંબા વાળ અને એક આકર્ષક લોભામણું સ્મિત ધરાવતો હતો. કમ-સે-કમ જ્યારે વેદાંતે નગરના નેતાઓના નામ લીધા ત્યારે તો એ એવો દેખાતો હતો. ત્યારે બીજા બધા કુલીનોની જેમ રાત્રિને પણ વિવશ થઈને પ્રશંસા કરવા તાળીઓ પાડવી પડી હતી.

એ બદલાઈ ચૂક્યો હતો, પરંતુ શેના લીધે બદલાયો હતો. એ તો એ જ જાણતો હતો.

"વેદાંત તમારા મામલામાં સાચું પારખી નહોતો શક્યો, એટલે મેં વિચાર્યું કે તેને પદ પરથી હટાવી દેવામાં આવે."

"તેના બદલે કોણ આવશે?"

કળિ હસ્યો. જાણે એ તો નક્કી જ હતું.

"ઓહ, તમે." રાત્રિ બોલી.

"હમ્મ. મેં નક્કી કર્યું છે કે હું રાજા બનીશ અને બધાં જ ખાતાં મારી પાસે રાખીશ. મારી પાસે એ સિવાય કોઈ આરો નહોતો. સરકારી અધિકારીઓ પણ એ જ ઇચ્છે છે. અમે બધી ગણતરી અને પરામર્શ કરીને જોયું કે એ જ બરાબર છે."

"મને કેમ બોલાવવામાં ન આવી."

"મેં વેદાંતને જણાવ્યું હતું તો એનું કહેવું એવું હતું કે તેનાથી કોઈ ફેર નહીં પડે."

રાત્રિ વેદાંતને જેટલું જાણતી હતી તે મુજબ એ તો આવું ન જ કહે.

બની શકે કે આ તથાકથિત મેળાપ ને ગણતરી જબરજસ્તી અથવા લાંચ આપીને કરાવી હોય અથવા પછી ફક્ત કળિની કલ્પનાની ઊપજ હોય.

"પણ હું તો આ નગરની એક જવાબદાર નાગરિક છું. મને લાગ્યું કે એવું ન થવું જોઈએ એટલે હું મારા તરફથી તમારો મત જાણવા આવ્યો છું. તમારું શું માનવું છે? શું તમને એવું લાગે છે કે હું મહારાજ બનવા માટે યોગ્ય છું?"

એ થોડો અટપટો વર્તાવ કરી રહ્યો હતો. કળિ જેવા વ્યક્તિને એવી શી પરવા હોય કે તે પોતાના કર્મચારીને ઘેર આવીને પોતાના શાસક તરીકેની યોગ્યતા વિશે અભિપ્રાય માંગવા આવે.

"તમારું મૌન એટલે કે સકારાત્મક જવાબ માની લેવામાં આવે છે." તેણે માથું હલાવતાં કહ્યું.

"મને આનંદ થયો. તમારો આભાર." પછી તેણે તેના સંત્રીઓને ઇશારો કર્યો. એ લોકો અંદર આવ્યા બાદ એ બોલ્યો, "હું હંમેશાં એવું માનતો કે પુસ્તકો આપણને સ્વર્ગ સુધી લઈ જાય છે. આપણામાંથી મોટેભાગે જો વાચકો હશે તો આ રાહ પર ચાલવું કેટલું આસાન હશે. તમે ખરેખર એક સ્વસ્થ અને સાહિત્યિક વારસો મેળવેલો છે." તેણે જાતે ગરદન ધુણાવી અને તેના સૈનિક હાથમાં માટીનાં માટલાં લઈને આવી પહોંચ્યા, "હું જ્યારે નગરની કાર્યવાહી જોઉં છું તો ગામમાં વિતાવેલો સમય યાદ આવે છે. હું અસ્થાયી રીતે થોડો સમય ત્યાં રહેલો. હું એ જગ્યાએ દરજીની દુકાનમાં કામ કરતો હતો અને ખબર છે મારું કામ શું હતું?"

રાત્રિએ ડોકું ધુણાવ્યું.

"તમે કહી શકો છો કે દુનિયામાં તેનાથી નિરસ અને મામૂલી કામ હોય જ નહીં. તમારે ફક્ત દરજીએ આપેલાં કપડાં લપેટીને બાંધી સમેટવાનાં હોય. બસ, આ જ કામ હતું. હું એક કોઠારમાં કામ કરતો હતો. એક દિવસ એક ગ્રાહક આવ્યો. એ તેના પૈસા પાછા માગતો હતો, જે અમે આપી દીધેલાં હતાં. અમે કારણ પૂછ્યું તો એણે કપડું બતાવ્યું જે ફાટેલું હતું. આ તો કેવી અજબ વાત હતી! એ જ્યારે

તેના પૈસા લઈને જઈ રહ્યો હતો પછી અમે અમારી આસપાસ જોયું. ખબર છે શું હતું?"

રાત્રિ શાંત રહી.

"ઉંદર. કોઠારમાં દરેક જગ્યાએ છુપાયેલા હતા. જ્યારે અમે પકડવા ધાર્યું, એ હાથમાં ન આવ્યા. એ નાના જીવ બચીને ક્યાંક સંતાઈ જતા. અમે તેમને અવગણવાનું વિચાર્યું પણ એ અમારાં કપડાં ફાડી રહ્યા હતા ને અમારા ધંધાને નુકસાન થતું હતું. લોકોનું કહેવું હતું કે અમે અમારું કામ બરાબર નહોતા કરતા. અમારો રોજગાર છીનવવાની અણી પર હતો, ત્યારે અમારા માલિક દરજીને એક ઉપાય સૂઝ્યો. ખબર છે એણે શું કર્યું?"

"ના, એણે શું કર્યું?"

"તેણે કોઠારને જ આગ લગાડી દીધી."

"તેના કામનું શું થયું?"

"એ કોઠાર તો ફરીથી બની શકતું હતું, પણ ઉંદરોને મારી નહોતો શકતો એટલે આગ લગાડી દીધી. એ જોવાલાયક દૃશ્ય હતું." એ સહેજ રોકાયો, "મને એ દિવસે અહેસાસ થયો કે કંઈક પામવા માટે કંઈક ખોવું પડે છે."

રાત્રિએ તેના હોઠ ભીંસ્યા. જ્યારે તેણે સૈનિકોના હાથમાં રાખેલા પાત્ર જોયા એટલે અહેસાસ થયો કે આ આખો કિસ્સો તેને કેમ કહેવામાં આવે છે.

"આ શું થઈ રહ્યું છે?"

કળિ આટલું બોલીને ઊભો થયો, "આ મારા સન્માનનો સંકેત છે." તેણે કોકો અને વિકોકોને સંકેત કર્યો, જે દરેક જગ્યાએ પ્રવાહી ઢોળવા લાગ્યા, "હું તમને આ પવિત્ર પ્રવાહીથી આશીર્વાદ આપું છું." તેણે ટોણો માર્યો.

પરંતુ આ ગંધ તો કંઈક બીજું જ કહી રહી હતી. રાત્રિ ઊઠી અને મેજ નીચે સંતાડેલું ચાકુ હાથમાં લીધું.

"આ તો તેલ છે."

"પણ આ પવિત્ર છે. હું આગમાં જન્મ્યો અને તું આગમાં સળગીને મરીશ."

"પણ આવું શેને માટે કરો છો?" તેણે પોતાનું ચાકુ કળિ તરફ ચલાવ્યું, પણ તેણે રાત્રિની ગરદન પકડીને દીવાલ પર ધકેલી દીધી.

કોકો અને વિકોકોએ ઘરમાંથી દીવડા લીધા અને ઢોળાયેલા તેલ તરફ નાંખવા લાગ્યાં. રાત્રિ દીવાલે ઊભી રહીને પોતાના ઘરને સળગતું જોઈ રહી. સળગતું લાકડું અને કાગળની ગંધ તેની તરફ તીવ્ર રીતે આવી રહી હતી.

"મારી પાસે નગરમાં ગુપ્તચર છે જે મારા કાનમાં આવીને નગરને ભ્રષ્ટ કરનારા બધા દ્રોહીઓની જાણકારી આપી જાય છે. ખબર છે, એ લોકોએ મને કોનું નામ આપ્યું?" એ તેને વીંધી નાખે તેવા અવાજે કાનમાં બોલ્યો, "તારું."

"જાસૂસ!"

"બેશક, જાસૂસ! ખબરચી! ગુપ્તચર!"

"પણ કોણ? પદ્મા? શું આ તેનું કામ હતું? નહીં, આ કલ્કિ હતો? અરે નહીં. જ્યારે એ લોકો પાછા આવતા હતા ત્યારે તેનો પીછો કરતો કળિ અહીં સુધી આવ્યો હશે? આ સંભવ છે."

"મહારાજ! આપણે હવે જવું જોઈએ." વિકોકોએ તેજ અવાજ સાંભળીને કહ્યું.

ત્યારે કુમાર તલવાર લઈને અંદર આવી ગયો અને હુમલો કરવામાં સફળ નીવડ્યો. તેણે વિકોકોના પગમાં પ્રહાર કર્યો જ્યાં તેણે કવચ પહેરેલું હતું.

કોકો, વિકોકો આગળ આવ્યા અને યક્ષનું માથું ધડથી જુદું કરી નાખ્યું. રાત્રિએ આઘાતથી ચીસ પાડી. તેના ફેફસાંમાં ધુમાડો જઈ રહ્યો હતો તે ખરાબ રીતે ચીસો પાડી રડવા લાગી. વિકોકોએ ગર્જના કરતા પોતાના ઘાને જોયો અને યક્ષના માથાને લાત મારી.

"આ નાના હંમેશાં મૂરખ જ રહ્યા છે." કળિએ નિઃસાસો નાંખ્યો ને તેને દીવાલ તરફ ધક્કો માર્યો, પીડાથી તેની આંખોની દૃષ્ટિ મંદ

થવા લાગી હતી. ત્યારે રાત્રિએ ફરીથી તેની કટાર ફેરવી અને કળિની ગરદન પર ઘુસાડી દીધી.

કળિ સહેજ રોકાયો. તેનો હાથ પોતાની તલવાર પર ગયો. તેણે પછી ગળામાંથી આરામથી કટાર બહાર કાઢી. પછી ગરદનને અડીને જોયું જ્યાંથી લોહી વહી રહ્યું હતું, પણ તેને કોઈ અસર નહોતી.

"આદરણીય દેવી, પ્રયાસ સારો હતો. કદાચ મર્યા પછી આ બધી વાત સમજાશે કે તમે એક દેવતાને ફક્ત ચાકુની મદદથી ના મારી શકો." તેણે આંખ મીંચકારી અને તેને આગમાં મૂકી ચાલ્યો ગયો. તે જમીન પર ફસડાઈ પડી.

તેણે જાતને બચાવવાનો પ્રયાસ કર્યો, પણ આગ આખા ઓરડામાં ફેલાઈ ગયેલી હતી. ઓરડામાં તાજી હવાની કમી હતી. રાત્રિને શ્વાસ લેવામાં તકલીફ પડતી હતી. એ બેભાન થવાની તૈયારીમાં જ હતી ત્યારે તેને બે પગ દેખાયા, પણ કુમાર તો મરી ગયો હતો?

ના, એ પગ બાલાના હતા, એ તેનો જીવ બચાવવા આવ્યો હતો. "શું થયું?" એણે બૂમ પાડીને પૂછ્યું, પણ રાત્રિમાં જવાબ આપવાની કોઈ તાકાત નહોતી.

"તું પાછો આવી ગયો." એ નબળાઈ સાથે હસી.

બાલાએ તેની આસપાસ પડેલી રાખ થયેલી વસ્તુઓ ઉઠાવીને હટાવવા ઇચ્છ્યું જેથી બંને સુરક્ષિત જગ્યાએ જઈ શકે.

"મારે એવું જ કરવું પડશે. હું આટલી અદ્‌ભુત વ્યક્તિને મારી સામે મરવા ન દઉં. ઓહ! ભોંયરાનો માર્ગ બંધ છે." જ્યારે અચાનક છત દેખાવાની બંધ થઈ તો રાત્રિએ જોયું કે એ તારાઓથી ભર્યું આકાશ જોઈ શકતી હતી. તેણે પોતાનું માથું હલાવી દૃષ્ટિ સ્થિર કરી. ત્યારે તેને ખ્યાલ આવ્યો કે આખા ઘરને આગ લાગી હતી. બધું નષ્ટ થઈ ગયું હતું. તેની પાસે જે હતું એ તથા જે હોઈ શકતું હતું એ તેનો સાથી કુમાર...

અને જ્યારે અચાનક જગ્યાનું પરિવર્તન થયાનું ભાન થયું, બાલાના હાથ નબળા પડ્યા અને રાત્રિ નીચે પડી ગઈ. તેણે ઉપર જોયું બાલાની

છાતીમાં બે તીર વાગ્યાં હતાં. રાત્રિએ બીજી તરફ જોયું તો કોકો અને વિકોકો સાથે કળિ ઊભો દેખાયો, જ્યાંથી બાણ આવી રહ્યાં હતાં. બાલાએ તેની ગદાથી બાણ તોડી નાખ્યાં. તેની છાતીમાંથી લોહી વહેવા લાગ્યું.

"તારે ભાગી જવું જોઈએ."

કળિએ આગળ આવીને બગાસું ખાધું અને કોકો-વિકોકોએ હથિયારોને વિશ્રામ આપ્યો. કળિ રાત્રિ તરફ ફર્યો અને તેની આંખો ચમકી. રાત્રિ હજુ નીચે પડેલી જ હતી, "મેં કહ્યું હતું ને કે જ્યારે ઘરમાં આગ લાગે ત્યારે ઉંદર બહાર આવીને મરે છે." એ તલવાર લઈને તેની પાસે આવ્યો ત્યારે બાલાએ તેનો રસ્તો રોક્યો.

રાત્રિએ બુમરાણ મચાવી. તેણે બાલાને સમજાવવાનો પ્રયાસ કર્યો કે કળિ પર તલવાર કે બીજાં હથિયારોનો કોઈ પ્રભાવ નથી થતો, પરંતુ બધું એક જ ઝટકા સાથે થયું. બાલાએ ગદા ઘુમાવી ને કળિ પ્રહાર કરે તે પહેલાં તેના હાથે બાલાને રોક્યો અને આરામથી તેણે બાલાનો હાથ મરડી નાખ્યો. તેના ખભાનું જોડાણ તૂટ્યું અને હાડકાં બહાર આવી ગયાં. કળિએ તેની તલવાર બાલાની ગરદનમાં ઘુસાડી પ્રાણ હરી લીધા. તેણે તેની તલવાર ઉપર તરફ ફેરવીને તેની ખોપરી ચૂર-ચૂર કરી નાખી. બાલાનું નિષ્પ્રાણ શરીર જમીન પર પડ્યું હતું અને રાત્રિ રડી રહી હતી. તે એની પાસે પહોંચી ને તેનો ચહેરો જોયો જેને કળિએ બદલાની ભાવનાથી ચૂર કરી નાખ્યો હતો.

આવું ના થવું જોઈએ.

એ ફરી અને તેના શ્વાસ ઘરઘરાટી સાથે ચાલતા હતા ને તેની આંખો ઝેર ઓકતી હતી. તે બાલાની ગદા તરફ આગળ વધી. કળિની તલવાર એની પીઠ પર વાગી ને તે એકદમ ભેદીને જમીન પર પડી ગઈ. તે જમીન પર નિશ્ચેતન પડી હતી અને તેની આંખો કશું જોઈ નહોતી શકતી.

77

કલ્કિએ એ ઘરને સળગતું જોયું જેમાંથી એ બચીને બહાર આવ્યા હતા. તેને થયું હતું કે તે જિંદગીમાં બધું જોઈ ચૂક્યો છે. સુરંગ તેમને એ જગ્યાએથી ઘણી દૂર લઈ આવી હતી. તેને ખુશી થઈ કે હવે તેઓ દુષ્ટ કળિથી દૂર નીકળી આવ્યા હતા અને પછી ઘર જોરદાર સળગી રહ્યું હતું ત્યાં બાલાને જતો કલ્કિ રોકી ન શક્યો.

"મારે જવું જ પડશે, ભાઈ!" તેણે કહ્યું હતું.

કલ્કિની બધી ઊર્જા ખતમ થઈ ગઈ હતી. તેના સાંધાઓ બહુ જ પીડા આપતા હતા. તેણે તેને ના પાડતાં કહ્યું, "નહીં, એ તને મારી નાંખશે."

"હું રાત્રિને એ જગ્યાએ મરવા માટે આમ છોડી ન શકું."

કલ્કિ બાલાની ભાવના સમજી શકતો હતો. જ્યારે એ લોકો શંભલનાં મેદાનોમાં ભાગતા હતા ને લક્ષ્મીને શોધી રહ્યા હતા ત્યારે તેનું શબ જોઈને આવું જ મહેસૂસ કર્યું હતું, પણ એ જાણતો હતો કે જો બાલા ત્યાં જશે તો મુસીબતમાં પડી જશે.

"તારો ખ્યાલ રાખજે."

બાલાએ ડોકું હલાવ્યું ને સ્મિત સાથે કહ્યું, "ભાઈ! મને તારા પર પૂરો ભરોસો છે. હું તારા ઉદ્દેશ્ય પર ભરોસો રાખું છું. તું એકવાર ફરીથી વિધિની સ્થાપના કર." અને એ ખેતરની વચ્ચે થઈ ત્યાંથી નીકળી ગયો.

કલ્કિ ત્યાં જ રહ્યો. આગને કારણે મોટાભાગનું ઘર જમીનદોસ્ત થઈ ગયું હતું. અરજણ ક્યાં હતો? પેલી નવી છોકરી પદ્મા ક્યાં હતી? આ બધું આટલું બધું ભીષણ કેવી રીતે થઈ ગયું?

એક કલાક થઈ ગયો હતો. એ જે ઘરમાં રહેતો હતો એ રાખના ઢગલામાં પરિવર્તિત થઈ ચૂક્યું હતું. લોકોની ભીડ ત્યાં હતી પણ તેને સમજમાં ન આવ્યું કે આ બધું શું થયું? તે શુકોને ખભે બેસાડી ત્યાંથી

આગળ આવ્યો તો જમીન પર પડેલી કૃપાને અથડાઈને નીચે પડતો બચ્યો.

"તારે ત્યાં ન જવું જોઈએ. મારી સાથે ચાલ, ભાર્ગવ આપણી રાહ જુએ છે."

"મને પર્વતોમાં રહેનારા કોઈ વ્યક્તિની પરવા નથી. આ મારો પરિવાર છે." કલ્કિ દાંત ભીંસતો આગળ વધ્યો. એ ખુલ્લા મેદાનમાંથી બહાર આવ્યો, ત્યારે એણે કાળજું કંપાવે તેવું દશ્ય જોયું. કેટલાંક લોકોનું ટોળું તેને જોઈ રહ્યું હતું, કેટલાંક લોકો તેને પેલા કેદી તરીકે ઓળખી પણ ગયાં હતાં, જે ઊડતા કોઈ રથમાં સવાર થઈને બચી નીકળેલો હતો. કલ્કિએ સામે પડેલાં બે શબ જોયાં જેને બહુ જ ઘાતકી રીતે મારવામાં આવ્યાં હતાં.

એ બાલા હતો જેના ચહેરાનું કોઈ અસ્તિત્વ નહોતું અને બીજી રાત્રિ જેના પીઠમાંથી તલવાર આરપાર આવેલી હતી.

કલ્કિ ચક્કર ખાઈ નીચે પડવા જ ગયો ત્યાં કૃપાએ તેને માંડ સંભાળ્યો. તેની આંખોમાં પાણી હતું. ઘૃણાના કારણે તેની મુઠ્ઠીઓ ભીંસેલી હતી. કૃપાએ નિઃસાસો નાખ્યો અને તેને પોતાની તરફ ખેંચવા લાગ્યો.

"તું એને નહીં જોઈ શકે."

"મારે એને મારવો પડશે." તેણે કહ્યું અને તેની નજર સામે એ સમય તરવરવા લાગ્યો જ્યારે તે બાલા સાથે દોડ લગાવતો હતો. લક્ષ્મી પણ કલ્કિની ઘૃણા કરતી હશે કે તેણે તેની માસીને આ રીતે મરવા દીધી. હવે આ બધાના મૃત્યુનો ભાર તેના માથા પર વધતો જતો હતો.

"તું આવું જ કરીશ, પણ દોસ્ત, તને બધા જ ઓળખે છે. તું મારી સાથે ચાલ." એ તેને ભીડથી દૂર ખેંચીને લઈ જવા લાગ્યો.

કલ્કિએ કૃપાને પાછો ધક્કો માર્યો, "તું સમજી નથી રહ્યો. મારે એને મારવો જ પડશે."

કૃપા ત્યાં જ રહ્યો, એ પોતાના સ્થાનથી હલ્યો જ નહીં, "અને પછી શું થશે? પહેલાંની જેમ પકડાઈ જઈશ, જ્યારે તું નાયક બનીને દુરુક્તિના સામું જતો રહ્યો હતો. શું ફરીથી કેદમાં જવું છે, એ જ દુષ્ચક્રના ભાગ બનવું છે, જેથી ફરીથી અમે તને છોડાવવા આવીએ."

"હવે કોઈ 'અમે' જેવું બાકી નથી રહ્યું." પાછળથી કોઈ બીજો અવાજ આવ્યો.

"ઓહ! હે ઈશ્વર, ચૂપ થઈ જા." કૃપા બબડ્યો.

કલ્કિએ પાછું ફરીને જોયું તો એક લાંબી અને ચુસ્ત લાગતી યુવતી દેખાઈ. સફેદ વાળવાળી એ છોકરીની આંખોમાંથી ચતુરાઈ છલકાતી હતી. તેના ચહેરા પર નૂર નહોતું, ફિક્કો જણાતો હતો. જ્યારે એ આગળ આવી તો એ રડી રહી હતી, "આવું નહોતું થવા જેવું...મેં એને કહ્યું હતું કે એનો ઉપાય બરાબર નહોતો, પણ એણે મારું માન્યું જ નહીં." પદ્મા બોલી.

"કહેવા શું માગે છે?" કલ્કિને હવે હાંફ ચડતો હતો.

"અરજણ મારી પાછળ વેદાંતના મહેલ સુધી આવ્યો હતો." તેનો અવાજ શાંત હતો.

"નહીં," કલ્કિનો શ્વાસ જાણે રોકાઈ ગયો, કોઈ ખરાબ સપનું સાચું થવા જઈ રહ્યું હતું.

"શું એ પણ નથી રહ્યો આપણી વચ્ચે?"

"હું...હું કશું નથી જાણતી..." પદ્મા રડવા લાગી.

કલ્કિએ તેનો ખભો પકડીને પૂરી રીતે હલાવી નાખી. એ સંકોચાઈ.

"તને ખબર કેમ નથી કે એ જીવે છે કે નહીં?"

"હું એ જોઈ ના શકી..." પદ્માનું ગળું રૂંધાયું.

"છોડ એને." કૃપાએ બૂમ પાડી ને કલ્કિને ખેંચ્યો, એ જાણે આવેશમાં હતો.

તેણે પદ્માને છોડી. એ જમીન પર શાંત બેસી રહી. કલ્કિએ ઉપર તરફ જોયું. એ દૂરથી ઘોડાઓના ડાબલાથી ઊડતી ધૂળને જોઈ શકતો હતો. માનવસૈનિકો એ તરફ જ આવી રહ્યા હતા.

"આપણે ભાગવું પડશે. જલદી કરો." કૃપાએ આગ્રહ કર્યો.

"હું એવું ના કરી શકું. મારે એ જોવું પડશે કે એ જીવિત છે કે..."

"એ મરી ચૂક્યો છે." કૃપા ગુસ્સે ભરાયો, "બરાબર? અરજણ મરી ગયો, બાલા મરી ગયો અને રાત્રિ પણ મરી ગઈ. જો તું હજુ અહીં

ઊભો રહીને વધુ વાર કરીશ તો આપણે પણ નહીં બચીએ. જાણું છું કે તું અમને બંનેને પસંદ નથી કરતો, પણ આપણે જવું જ પડશે. આપણે બધાએ ભાગવું પડશે. સાથી! મને ખબર છે કે તું કળિને મારવા માગે છે. એણે જ આ બધું કર્યું છે એમાં પણ સહમત છું." તેણે એક ક્ષણમાં કલ્કિનો ચહેરો હાથમાં લીધો. કલ્કિને પણ લાગ્યું કે જાણે કે એ તેનો પુત્ર હોય તેમ જોઈ રહ્યો હતો, "પણ તું દુરુક્તિનો પ્રસંગ ફરીથી થવા દેવા નહીં માગે. તું એ તરફ જઈશ તો ફરીથી પકડાઈ જઈશ, કેદમાં જકડાઈ જઈશ. તું સક્ષમ બનવાના ઉપાય શીખીને પાછો ફરીશ તો અધર્મને પરાજિત કરી શકીશ, પરંતુ તેને માટે આ જગ્યાએથી ભાગવું પડશે."

જો મને કંઈ થઈ જાય તો તું આગળ ધપજે." અરજણે તેને કહ્યું હતું

"નહીં," કલ્કિએ એવું માનવું જ ઉચિત સમજ્યું કે અરજણ જીવિત છે અને સારો જ છે. તેને ક્યાંક તો જીવિત મળી જ જશે. શુકો ડરનો માર્યો તેની પાંખો ફફડાવતો હતો. કલ્કિને થયું કે તે પોતાના ગુસ્સાને આધીન થઈ ગયો હતો. તેણે જાત પર સંયમ રાખવો પડશે. શુકો ફરીથી તેના ખભે આવીને બેઠો.

"શું તું અમારી સાથે આવવા માગે છે?" કૃપાએ પદ્માને પૂછ્યું.

કલ્કિએ પદ્મા તરફ જોયું. બંનેના ચહેરા પર શરમ કે લજ્જાના ભાવ અંકિત હતા. તેણે હા પાડતાં પહેલાં પોતાનાં આંસુ લૂછ્યાં. કલ્કિને તેને દુઃખી કરવા માટે ખેદ હતો પણ એ તો ક્ષણભર માટે જ હતું.

"હું તમારી સાથે આવીશ." એ બોલી.

કલ્કિએ તેને સંદેહની દૃષ્ટિથી જોઈ, પણ ત્યારે કશું ન કહેવું જ ઉચિત લાગ્યું. એ ગુસ્સામાં અને શોકમાં ડૂબેલો હતો.

નગરવાસીઓ તેમને જોઈ રહ્યા હતા અને માનવ સૈનિકો નજીક આવી રહ્યા હતા.

"ચાલો, અહીંથી નીકળીએ." કૃપાએ હાથ આગળ કર્યો.

"આપણે કેવી રીતે..." તેણે શબ્દો શોધવા પડ્યા, "આપણે કેવી રીતે બચીને જઈ શકીશું?"

"મેં થોડા ઘોડા તૈયાર કરાવડાવ્યા છે. એક નગરવાસી મિત્ર મદદ કરવાનો છે. એ વ્યવસ્થા કરી આપશે."

કલ્કિએ સ્વીકૃતિ જણાવી અને કૃપાનો હાથ પકડ્યો. તેણે તેના તૂટેલા નવા દળને જોયું. તેણે એ માણસને જોયો જેના પર તેને ભરોસો નહોતો કરતો. એ યુવતીને જોઈ જે તેના ભાઈને મરતો મૂકીને આવી હતી અને તેને વિશ્વાસ નહોતો થતો કે તેની સાથે યાત્રા કરવા તૈયાર છે કે નહીં.

જો કે તેની પાસે પસંદગીનો કોઈ વિકલ્પ નહોતો.

78

દુર્બળ અને વિશ્વાસઘાતી લોકો માટે મૃત્યુ જ એકમાત્ર માર્ગ હતો.

જો કળિની વાત કરીએ તો તેને એવા લોકોની પરવા નહોતી. એ લોકો તેની જમીનના કચરાથી પણ ખરાબ હતા, જેની સાથે ખરાબમાં ખરાબ વર્તાવ હોવો જોઈએ. એ લોકો જ વધુ સહન કરતા હતા. તેમની સાથે એવું જ થવું જોઈએ. એ તેવા લોકોને ઘૃણા કરતો હતો. તેણે કલ્કિના સાથીઓ સાથે જે કર્યું, તેઓ તેને જ લાયક હતા અને કદાચ સમય હોત તો તેનાથી પણ ભયંકર વર્તાવ કરતો, પણ તેને નીકળવું પડ્યું હતું. લોકો ભેગા થવા લાગ્યા હતા અને પોતાના નવા રાજાને સડક પર હત્યારાની સૂરતમાં જોવો સારી વાત નહોતી. તેમણે તો તેનું સન્માન કરવાનું હતું.

દુરુક્તિ સાથે પણ તેવું જ થવું જોઈતું હતું, પણ એ તેની બહેન હતી. તેમની વચ્ચેના સંબંધે તેને કોઈ પગલું ભરતા રોક્યો હતો. તેનું શું કરવું એ તે જાણતો હતો. તે એને સિમરિનના માધ્યમથી નિયંત્રણમાં રાખશે, જે એની ગુપ્તચર હશે. તેણે સિમરિનને ઘણા-બધા પૈસા આપ્યા હતા, જેથી દુરુક્તિ કોઈ પગલું ભરે કે હરકત કરે તો તેને પહેલી ખબર મળી જાય.

પરંતુ દુરુક્તિનો ચહેરો જોઈને એનું મન પીગળી જતું. એ તેના ઓરડામાં ઊભો હતો. તેણે દુરુક્તિને પૂછ્યું, "શું તું રાજ્યાભિષેક માટે આવી રહી છે?"

તેને વેદાંતનો રાજમુગટ લેવામાં કોઈ બહુ તકલીફ ન પડી. મનસા સિવાયના અન્ય નાગ નેતાઓ માર્યા ગયા હતા. જેના મૃત્યુ માટે એ જુઠ્ઠું બોલી ચૂક્યો હતો. એ નિશ્ચિતપણે પાછી આવવાની નહોતી. વેદાંત ડરેલો હતો અને કળિ આ ભયના સહારે જ તેનું કામ કઢાવવા માગતો હતો.

દુરુક્તિ બારીમાં બેસીને તારાઓ જોઈ રહી હતી, "તારી છાતી પર લોહી કેમ લાગેલું છે?"

કળિ કોઈ વિચારમાં હતો એટલે એનું ધ્યાન ન ગયું, "થોડું કામ પતાવતો હતો."

"શું તેં એને મારી નાંખ્યો?" તેણે પૂછ્યું.

બેશક, તે એની જ વાત કરતી હતી. શંભલનો રહસ્યમયી છોકરો! તેને કારણે જ કળિ આખું ગામ સળગાવીને રાખ કરવાનો હતો, પણ હજુ થોડું-ઘણું મગજ કામ કરી રહ્યું હતું એટલે તેવું ન કર્યું.

"હા." તે જુઠ્ઠું બોલ્યો.

એ પાછળ ફરી. તેની આંખમાં કોઈ સહાનુભૂતિ નહોતી, "બહુ જ સરસ."

સરસ?

"તને શું થયું હતું?"

"મને લાગ્યું હતું કે તે કોઈ અલગ માણસ હતો, પણ એવો એ નીકળ્યો નહીં."

દુરુક્તિએ હાથ ફેરવ્યો તો કળિ તેની પાસે આવી ગયો. કળિનાં ભવાં ચડેલાં હતાં, "હું ભૂતકાળની બધી વાતે માફી માગું છું." કળિએ નિઃસાસો નાખ્યો, "હું ઘાયલ અને હેરાન હતો. માર્તંડ એક રીતે લોકોને પોતાના કાબૂમાં રાખી લેતો હતો. તેણે મને ખ્યાલ આપ્યો કે તું એ છોકરાના પ્રેમમાં હતી."

"આપે તો મારી જિંદગી કરતા રાજ્યની ચિંતા વધારે કરવી જોઈએ."

"પણ તારું જીવન મારા માટે મહત્ત્વનું છે." કળિ તેને ભેટવા માગતો હતો, પણ એ હટી ગયો. ભલે ગમે તેટલી દૂરી તેમનામાં આવી હોય, પણ તે એને પ્રેમ કરતો હતો અને એ પણ જાણતો હતો કે દુરુક્તિ પણ તેને પ્રેમ કરતી હતી.

"તને શું થઈ ગયું હતું?"

"કેટલાક લોકો તમારી અંદરના ખરાબમાં ખરાબ પાસાને બહાર લઈ આવે છે." એ કલ્કિ વિશે વાત કરી રહ્યો હતો. તે પોતાના હિસાબે ઘણો

તાકાતવર હતો, જેવો કળિ પહેલાં હતો. કદાચ એ સોમના પ્રભાવમાં આવ્યો હશે.

"આપણા બધાના જીવનનો અંધકારમય પક્ષ હોય છે, જે આખરે સામે આવી જાય છે. એ સુનિયોજિત નથી હોતું." તેણે પોતાના હાથની પકડ વધુ કસી, "પણ કેટલાક લોકો તમારી અંદરના ઉત્તમ પાસાને પણ બહાર લાવે છે. હમણાં થયેલી તકરારોને કારણે હું તને ગુમાવવા નથી માગતો. તારે તારા મનથી જે કરવું હોય તે કરી શકે છે."

દુરુક્તિએ પોતાના દાંત ભીંસ્યા અને પૂરું જોર લગાવીને કળિના ગાલે તમાચો મારી દીધો. કળિએ તે શાંત ભાવે સ્વીકાર્યો અને ઊંડો શ્વાસ લીધો, "ઓહ, કદાચ હું આને લાયક જ છું."

"ભાઈ, તું મારો માલિક નથી. તેં સાચું કહ્યું કે તારી સાથે આવો જ વર્તાવ થવો જોઈએ. તું આને જ લાયક છે."

"શું એનો અર્થ એ થયો કે તેં મને માફ કરી દીધો છે?"

તેણે એક ક્ષણ માટે તેને જોઈ. કળિ બે ડગલાં આગળ આવ્યો અને તેને ભેટી પડ્યો. એક પળ માટે દુરુક્તિએ પણ કોઈ ઉત્તર ન આપ્યો અને પછી તે પણ કળિને પૂરા ભાવથી ભેટી પડી. એ પાછો થઈને તેને ઉદાસ નજરે જોવા લાગ્યો.

"શું તું મારા રાજ્યાભિષેક સમારોહમાં આવીશ?"

"શું તેમાં મારી મરજી જેવું છે?" કળિ જાણતો હતો કે તેને પ્રસન્ન કરવા શું કહેવું જોઈએ, "હા, તારી ઇચ્છા ન હોય તો ન આવતી."

દુરુક્તિના હોઠ પર સ્મિત આવ્યું, "હું આવીશ."

એ ચોક્કસ નહોતો કહી શકતો કે દુરુક્તિના મનમાં કંઈક બીજું હતું કે તે સામાન્યપણે વર્તી રહી હતી. જોકે ઉપર-ઉપરથી તો એવું જ દેખાતું હતું. તે આ ભાવ વિશે વધુ વિચારી ન શક્યો, ત્યાં જ પાછળથી અવાજ આવ્યો.

"મહારાજ, ભંડારના સંત્રી પાછા આવી ગયા છે અને તમારી પ્રતીક્ષા કરે છે." પરિચિત સ્વર કોકોનો હતો.

દુરુક્તિ ભંડાર શબ્દ સાંભળીને ચોંકી, "હું આપના માટે જે દવા

લાવી હતી, એનું શું કર્યું?"

કળિએ તેની ગરદન પર આંગળીઓ ફેરવતાં કહ્યું, "પ્રિય, એ ફક્ત દવા નહોતી. એ અમૃત હતું અને ઘણા ખેદથી કહેવું પડે છે કે તેને નષ્ટ કરી દેવામાં આવ્યું છે."

તેણે ભવાં ચડાવ્યાં, "તમારા લોકોની આગળની યોજના શું છે? શું હજુય અધિક માત્રામાં શોધવા માગો છો?"

કળિએ આ વિશે તો વિચાર્યું જ નહોતું. તેના શરીરનાં બધાં જ અંગ પહેલાં કરતાં સારું મહેસૂસ કરતાં હતાં. તેણે આખા જીવન દરમિયાન આટલી સ્વસ્થતા પામી નહોતી. તેને એવું થયું કે બીજા અમૃત માટે યાત્રા કરવી જોઈએ, પણ ખરેખર હવે તેને જરૂર હતી ખરી? તેણે થોડી માત્રામાં પોતાની પાસે સાચવેલું હતું કે ફરીથી રોગ ઊથલો મારે તો તેને સારવાર મળી રહે. હાલ તો એ પૂર્ણ રીતે સંતુષ્ટ હતો.

"બહેન, હું એક રાજા છું. મારે બીજી કેટલીય બાબતોની ચિંતા કરવાની હોય છે." તેણે હળવેથી તેના ગાલ ચૂમ્યા, "બધી જ બાબતે તારો આભાર! તું ન હોત તો હું કદાચ આજે જીવતો ન હોત." તેણે ધીમેથી કહ્યું, પણ એ જુઠ્ઠું તો નહોતું જ.

કળિ ઓરડામાંથી બહાર ગયો ત્યારે અંદર જતી સિમરિન તરફ જોયું. બંનેની નજર ટકરાઈ અને કળિ તેના સેનાપતિઓ સાથે કિલ્લાના બાગ તરફ નીકળી ગયો, જ્યાં એક દેશદ્રોહીને તેણે ભાલા પર લટકાવ્યો હતો. તેણે ત્યાં પાંચ માણસ જોયા જેમની આંખ પર પટ્ટી બાંધેલી ને હાથ પાછળ બાંધેલા રાખી ઊભા રાખ્યા હતા. તે કિલ્લાના બીજા સૈનિકો તેમની પાછળ પહેરો ભરતા હતા અને ચિંતિત લગતા હતા.

કળિએ જોયું કે એ બધા રાક્ષસ માર્તંડના માણસો હતા જેમને સોમની ચોકી કરવા માટે રાખ્યા હતા.

"શું તમને યાદ છે..." તેણે તે બધાની આસપાસ ચક્કર લગાવી તેમના વિશાળ ઘાયલ શરીર જોઈને પૂછ્યું, "એ અપરાધી કોણ હતા?"

તે બધાએ ના પાડવા માટે એકસાથે ગરદન હલાવી.

"જો તે પાછા આવે તો તેમને જોઈને ઓળખી શકો છો?" કળિ

તેની આંગળીઓથી રમીને તેના નખ જોઈ રહ્યો હતો.

તેમાંથી એક માણસે હા પાડતા ડોકું હલાવ્યું.

"આગળ આવ."

રાક્ષસ આગળ આવ્યો.

"તારું નામ શું છે, બેટા?"

"પ્રથમ."

"પ્રથમ!" કળિએ નજર ફેરવી. તેની છાતીમાં મોટો ઘા હતો, "શું તું એમને ઓળખી શકે છે? શું તેં એમના ચહેરા બરાબર જોયા હતા?"

"જી, મહારાજ." એ બોલ્યો.

"સરસ." કળિ બીજા બધા તરફ ફરીને બોલ્યો, "કોકો-વિકોકો આ બધાને મારી નાંખો."

પ્રથમ તો ડઘાઈ ગયો. કોકો-વિકોકોને એ કામ કરવામાં વાર ન લાગી. કેટલાક રાક્ષસોએ પ્રતિકાર કર્યો તો તેમને પકડીને માથા ધડથી અલગ કરી દીધાં. પ્રથમ તો એકદમ ડરેલો હતો, પણ કળિએ ત્યાં નજર ન કરી, "ચિંતા ના કર. એ બધા સાવ નક્કામા હતા. જો તમે લોકો આવી રીતે રક્તપ પાસે ગયા હોત તો એ તેમને વિકલાંગ બનાવીને છોડતો. મેં તો તેમને મુક્તિ આપી છે."

પ્રથમ શરીરે કદાવર હતો, પણ ધ્રૂજતો હતો. તેને કળિથી ડર લાગવા માંડ્યો.

"પણ તું ક્યાંય નથી જવાનો. ચિંતા ના કર પ્રથમ, તું અહીં મારી સાથે રહીશ, બરાબર?"

પ્રથમે હળવેથી ડોકું હલાવ્યું.

"સરસ. આજથી તું નગરમાં રાક્ષસી દળનો નવો સેનાપતિ છું. હું રક્તપને તારા પદ અને તેની સાથે જોડાયેલી સ્થિતિ વિશે ખબર કરી દઈશ."

"પણ હું તો એક સૈનિક છું." તેણે ડર સાથે હળવેથી કહ્યું.

મારે એવું તો જોઈએ છે.

"પુત્ર! તું તેનાથી પણ અધિક છું." કળિએ તેનો ખભો થપથપાવ્યો

અને તેને ક્ષત-વિક્ષત રાક્ષસો વચ્ચે છોડી દીધો, "અને સાંભળ, કાલે મારા રાજ્યાભિષેક સમારોહમાં અવશ્ય આવજે." કળિએ તેની સામે જોયા વગર જ કહ્યું.

કળિ ભૂતપૂર્વ રાજા વેદાંત આવતા જ ઊભો થયો. જ્યારે એણે કળિના માથા પર મુગટ મૂક્યો ત્યારે તેના ચહેરા પર વિવશતાયુક્ત સ્મિત હતું, પરંતુ આ ફક્ત રાજમુગટની તો વાત નહોતી. તેણે કળિને આભૂષણો પણ પહેરાવ્યાં કે જેમાં વીંટી, હાથનાં કંગન કે ગળાનો હાર હતાં. કળિના ચહેરા પર એક છૂપો સંતોષ હતો. તેણે રેશમ અને ચામડાંનું બનેલું પહેરણ પહેર્યું હતું. વેદાંત ફરીને તાળી બજાવવા લાગ્યો તો તેના સામંતો અને કુલીનો હારબંધ કળિને અભિનંદન આપવા માટે આગળ આવ્યા.

કળિએ તેની જમણી બાજુ નજર કરી તો વેદાંતને તેની પુત્રી સાથે બેસીને તાળી પાડતો જોયો, જે પહેલી નજરમાં જ મુસીબત લાગતી હતી. તે તાળી બજાવવાને બદલે માથે ચિંતા સજાવી બેઠી હતી. કળિને તેની અશિષ્ટતાનું ખરાબ ન લાગ્યું. એ તો હજુ નાની હતી. તેણે કુબેર સામે જોયું જે હંમેશની જેમ નકલી સ્મિત સાથે બેઠો હતો. તેને એ ખુશી હતી કે કળિ તેના વેરીઓને નિપટાવી નાખવામાં સફળ થયો હતો. નાગ લોકોની તાનાશાહી સમાપ્ત થઈ હતી. કળિએ દુરુક્તિ તરફ જોયું જે આજે પ્રસન્ન દેખાતી હતી. સિમરિન તેની સાથે હતી. કોકો અને વિકોકો કળિની આજુબાજુ ઊભા હતા. એ બંને સમર્પિત સૈનિકોની જેમ સ્થિર હતાં. પ્રથમ તેના રાક્ષસ સૈનિકો સાથે નવા રાજા સામે ઘૂંટણિયે બેઠો હતો.

કળિએ કહ્યું, "આજે મને પ્રજાના પ્રિય રાજા વેદાંતે આ મોટી જવાબદારીનું પદ સોંપ્યું છે. તેમણે પૂરી ઉદારતાથી આ અવસર સોંપ્યો છે, કારણ કે તેમને લાગ્યું કે મારી પાસે રાજ્યની ભલાઈ માટે ઘણાંયે સારા અને પ્રગતિશીલ ઉપાયો હતા." હકીકતમાં કળિએ તેને ઉર્વશીના નામે ધમકી આપી હતી.

"મેં આપણા નગરમાંથી નાગ લોકોને બહાર કરી દીધા છે." કેટલાય લોકોએ જયજયકાર સાથે અભિનંદન માટે ચિચિયારીઓ પાડી કે કળિએ તેમને ચૂપ કરવા પડ્યા, "મેં તેમને તેમના નગરમાં પાછા મોકલી દીધા છે." જોકે આ પણ જુઠ્ઠું હતું. તેણે એ નાગ લોકોને મનસાના નામે ભેગા કર્યા હતા પછી તેના તીરંદાજો વડે એક-એક કરીને મારી નાખ્યા, "આવી રીતે અધિકતર માનવ સૈનિકોને નિયુક્ત કરવામાં આવ્યા છે અને અમે જલદીથી આ સંતુલન સ્થાપિત કરી નાખીશું."

બધાએ તાળી બજાવી. તેણે હમણાં જ અન્ય નાગ વિરુદ્ધ યુદ્ધ જાહેર કર્યું હતું, પરંતુ તેને કોઈ પરવા નહોતી. તેણે પોતાની જ સમજૂતી તોડી હતી, પણ આ બધા સંઘર્ષ સમાપ્ત કરવા બીજો કોઈ ઉપાય જ નહોતો.

"સૂર, સુરા અને સુંદરીઓનો આનંદ લો."

અને ત્યારે જ અર્ધનગ્ન યુવતીઓનું અપ્સરા જેવું ટોળું નૃત્ય માટે દરબારમાં આવ્યું. કળિ ત્રાંસી નજરે જોઈ શકતો હતો કે દુરુક્તિને શરમજનક લાગતું હતું, જોકે વેદાંતે ઉર્વશીનો હાથ પકડી ત્યાંથી ચાલતી પકડી. આ દશ્ય પણ જોવાલાયક હતું.

કળિ તેના સિંહાસન પર બેઠો હતો અને તેના બંને હાથ બંને બાજુ ઝૂલી રહ્યા હતા. તેની પાસે નગર માટે ઘણી યોજનાઓ હતી, પણ એ ત્યાં નહીં રોકાય. તેણે બીજાં નગરો પર કબજો કરવાનો હતો. એ બળવાન હતો અને ફરીથી તેના મૂળ રૂપે પાછો આવી ગયો હતો.

કળિએ કુલીનોને વેશ્યાઓનો આનંદ લેતા જોયા ત્યારે કોકો આગળ ઝૂક્યો.

"મહારાજ."

"બોલો."

"રાજા વેદાંત ચાલ્યા ગયા."

"મને ખબર છે." તેણે એ વાત કાપી.

"તમે એના કિલ્લામાં પણ સૈનિકો મૂક્યા છે. તેમણે એ જગ્યાએથી એક પરિચિત કેદીને પકડ્યો છે જેને એ પહેલાં જોયો હતો."

"પરિચિત?" કળિનાં ભવાં ચડ્યાં, "તેને અહીં લાવો."

"સારું, મહારાજ."

અને થોડીવારમાં જ કેદીને બોલાવી લાવવામાં આવ્યો. તેનું માથું કોથળો પહેરાવી ઢાંકેલું હતું અને હાથ દોરડાંથી કસીને બાંધેલા હતા. કળિના હાથમાં શરાબ હતો ને એણે ચહેરો બતાવવાનું કહ્યું.

જ્યાં કોથળો કાઢ્યો, એક જાણીતો ચહેરો સામે આવ્યો. શરીર પર ઘા ધરાવતા આ છોકરાને મુકદ્દમા દરમિયાન કલ્કિને ભગાડતો જોવા મળ્યો હતો.

ત્યાં ઊભેલો પ્રથમ દોડીને કળિ પાસે આવીને બોલ્યો, "મહારાજ, આ એ જ આદમી છે. આ એ લોકોમાંનો જ એક છે."

કળિએ ઊંડો શ્વાસ લીધો. એ આગળ આવ્યો તો હાથમાંનો શરાબ છલકાઈ ગયો. એ કેદી પાસે આવીને બોલ્યો, "તો તને એવું લાગ્યું કે મારી સંપત્તિ નષ્ટ કરવાનો વિચાર સારો છે એમ?"

પ્રથમે દખલ કરી, "મહારાજ! હું આના ટુકડા કરી દઉં?"

"ના, એ તો ઘણું આસાન છે." તેણે પ્રથમના ખભે ટપલી મારી, "આપણે બધા આમાંથી થોડી મજા લઈશું. મૃત્યુની સજા તો બહુ સહેલી છે અને થોડી ક્ષણોમાં પૂરી થઈ જાય. નામ શું છે તારું?"

તે છોકરો નામ કહેવાને બદલે કળિ ઉપર થૂંક્યો. કળિએ તે સાફ કરતા એ છોકરાના ચહેરા પરનો ઘા જોયો.

"નામ છે અરજણ." છોકરો બોલ્યો, "અને તું જીવતો રહેવા માગતો હોય તો મને હમણાં જ મારી નાખ."

કળિને આ ગમ્યું. અરે, આ છોકરો તો જાંબાઝ છે. એ તાકાતવર લાગે છે.

"જોઈશું, છોકરા, એ તો જોઈશું."

79

એ મર્યો નહોતો.

દુરુક્તિ જાણતી હતી કે કલ્કિ જેવો જ બળવાન યુવક આટલી આસાનીથી મરે નહીં. કળિ ઇચ્છતો હતો કે તે એ વાતનો ભરોસો કરે, કદાચ એ તેની આખરી આશા છીનવી લેવા માગતો હતો કે કોઈ નાયક તેને બચાવવા આવે, પરંતુ દુરુક્તિને કોઈ નાયકની આવશ્યકતા નહોતી. તેને સાવધાન રહેવાનું હતું. કલ્કિ તેને એક સાવ વિક્ષિપ્ત માણસ જોડે છોડીને ગયો હતો, જેને એ ક્યારેક પોતાના ભાઈ તરીકે જોતી હતી. તે છતાં તેને કલ્કિ તરફ ઘૃણા નહોતી. તેને તો એ બતાવવું હતું કે તે કલ્કિથી ઘૃણા કરે છે જેથી તેની શંકાનું નિવારણ થાય.

હવે તે પહેલાં જેવો રહ્યો નહોતો. આ દિવસોમાં તેનો વ્યવહાર સાવ જુદો હતો. હવે તે ખૂબ જ અલગ વર્તન કરતો હતો અને ખાસ તો એ હતું કે એ દેખાતો પણ જુદો હતો. સોનેરી આંખો અને વાંકડિયા વાળ ધરાવતો યુવક હવે ટાલિયો હતો અને તેની ચામડીનો રંગ કોલસા જેવો હતો. શું આ બધું સોમના પ્રભાવથી હતું!

નિશ્ચિતપણે એવું જ હતું. એ ઇચ્છતી હતી કે કલ્કિ તેને અહીંથી લઈ જાય અને હજુય તેની અંદરની એવી લાગણી હતી કે તે એના ચહેરા પર એક તમાચો મારે, પણ તેને એના અલગ રસ્તે જવાનું હતું અને દુરુક્તિને પોતાની સફર કરવાની હતી. એ તેના પર જબરજસ્તી ન કરી શકે.

આ સમયે કળિને જો કોઈ મદદ કરે એવું હોય તો એ વ્યક્તિ ફક્ત તું જ છે. તેને બચાવી લે અને બને તો એને સુધારી લેજે. કલ્કિએ આવું તેને કહ્યું હતું.

ઓહ! સુધારવા માટે તો વિચારવું પણ બેકાર હતું. કળિના મગજમાં

ભારે ઊથલપાથલ મચેલી હતી. તેણે વેદાંતને ધમકી આપી હતી કે જો તેણે સ્વેચ્છાએ શાંતિપૂર્વક રાજસિંહાસન છોડ્યું નહીં તો એ ઉર્વશીનો જીવ લઈ લેશે. એક સમય હતો કે તે સ્વયં શાંતિ સ્થાપિત કરવા ઇચ્છતો હતો, પણ હવે તેને કોઈની પરવા નહોતી. તે એના રસ્તામાં આવતી દરેક બાધાને કચડીને નષ્ટ કરી શકતો હતો. તેણે સમજૂતી કરનાર દરેક વ્યક્તિ સાથે છળ કર્યું અને પોતાની બહેન સાથે પણ દ્વેષભાવ હતો.

દુરુક્તિના મનમાં કોઈ અપરાધભાવ નહોતો. તેણે પોતાના તરફથી કોઈ ભૂલ નહોતી કરી. તે ભાગવા ઇચ્છતી હતી, પણ પલાયન કોઈ રસ્તો નહોતો. મીઠું બોલીને કામ તો કઢાય તેમ હતું અને તેણે એવી જ વિચારસરણી રાખી હતી. તેણે શાંત રહીને તેને સુધારવાનો પ્રયાસ કરવાનો હતો. એ અવશ્ય કરશે. તેને આવી સ્થિતિમાં જોઈને મનમાં દુઃખ થતું હતું. તે દરરોજ મરી રહી હતી. એ પાછી જઈને કળિ સાથે પહેલાં જે રીતે રહેતી હતી તેમ રહેવા ઇચ્છતી હતી; આ સભ્યતાથી દૂર, એક સુખદ અંત, જે હવે કોઈ પણ રીતે સંભવ જણાતો ન હતો.

આકાશમાં અંધારા સિવાય કશું જ નહોતું. તારામાં ચમક રહી નહોતી. હવા હળવેથી વહીને શરીરને સ્પર્શતી હતી. લગભગ બુઝાવાની તૈયારીમાં રહેલી મીણબત્તીએ તેને ખ્યાલ આપ્યો કે તેણે સિમરિનને જે પોશાક ધોવા આપ્યો હતો એ કાલે પહેરવા માગતી હતી. તે પોતાના ઓરડામાંથી નીકળીને સિમરિનને શોધવા લાગી. એ લાંબા સમયથી તેની ભરોસાપાત્ર અને સખી રહેલી હતી. તેના અભિપ્રાય પર તો સોમના પ્રભાવથી કળિમાં આવું પરિવર્તન આવ્યું હતું. જોકે તેને પણ જાણકારી નહોતી કે સોમ ગ્રહણ કર્યા બાદ કળિમાં કેવા દુષ્પ્રભાવ પ્રગટી શકે છે.

તે પરસાળના અંધારામાં આગળ વધી. તેણે રાજ્યાભિષેક બાદ સિમરિનને જોઈ નહોતી.

ઓહ! એ કેટલો કંટાળાજનક સમારોહ હતો. કેટલાક લોકો પ્રસન્ન

હતા ને કેટલાકે ખુલ્લેઆમ કળિ પ્રત્યેની ઘૃણા પ્રગટ કરી. તેણે આજે ઘણા દુશ્મનો બનાવી લીધા હતા.

તેણે થોડાક સૈનિકોને જોયા. માનવ નવા રાજા અને તેમની રાજ્ય વિશે ચર્ચા કરી રહ્યા હતા. દુરુક્તિને જોઈને બધા સાવધ થઈને ચૂપ થઈ ગયા.

દુરુક્તિએ તેમની વાતોની અવગણના કરી અને સીધું પૂછ્યું કે, "તેની દાસી ક્યાં છે, એ કોઈને ખબર છે?"

"ઓહ, રાજકુમારી! અમે તો તેને પોતાના ઓરડામાં જ જોઈ હતી." તેમાંથી એકે ઉત્તર આપ્યો.

દુરુક્તિ સિમરિનના ઓરડા તરફ આગળ વધી જે પ્રમુખ ભવનથી દૂર કળિના કિલ્લામાં હતો. દુરુક્તિ એ પરસાળમાં પહોંચીને આગળ વધી તો ત્યાં કોઈ સંત્રી નહોતા. દીવાલો ભારે પથ્થરોથી બનેલી હતી અને દીવાઓના પ્રકાશને કારણે બંને તરફ પ્રતિબિંબ દેખાતાં હતાં. એ સિમરિનના ઓરડા સુધી પહોંચી તો તેમાંથી કંઈક સંભળાયું. થોડા અવાજ આવી રહ્યા હતા. એક તો એનો પોતાનો અવાજ હતો પણ બીજો અવાજ કોનો... ઘણો અજીબ અવાજ હતો. કોઈ પુરુષનો અવાજ હતો.

આટલી મોડી રાત્રિમાં?

સિમરિને ક્યારેય તેના જીવનમાં કોઈ પુરુષ હોવાની વાત નથી કરી તો આજે આ...

તેણે રાહ ન જોઈ અને ધીમેથી તેનો દરવાજો ખોલીને અંદર નજર કરી. અંધારા ઓરડામાં ફક્ત બે મીણબત્તીનો પ્રકાશ હતો. બારીઓ પર પડદા હોવાને લીધે સ્પષ્ટ દેખાતું નહોતું. સિમરિન ઘૂંટણિયે બેઠી હતી અને હાથ જોડાયેલા હતા. દુરુક્તિએ વધારે દરવાજો ખોલ્યો નહીં નહીંતર તેની હાજરીનો સિમરિનને ખ્યાલ આવી જતો. સિમરિનની ફિક્કી ત્વચા પર પ્રકાશ લહેરાઈ રહ્યો હતો.

તેની સામે જે પણ હતું તેની આભા કે ઊર્જા જણાઈ આવતી હતી. દુરુક્તિ જાણવા માગતી હતી કે કોણ હતું, પણ એ તેનો અધિકાર નહોતો, પણ તેમની વાતો સાંભળવી જરૂરી હતી.

"બહુ જ સરસ, મારી છોકરી." આ અવાજ સાંભળીને લાગ્યું કે કોઈ વૃદ્ધનો અવાજ હતો પણ છતાં તેમાં તાજગી જેવું હતું.

"ધન્યવાદ સ્વામી." સિમરિને માથું ઝુકાવ્યું, "બધું જ આપણી યોજના મુજબ જ થઈ રહ્યું છે. સફેદ ઘોડો, તમારા મામા સાથે ઉત્તર દિશામાં નીકળી પડ્યો છે."

"આ બધું એ રમત મુજબ હતું જેમાં એક બિંદુએ પહોંચતાં જ બધું આપોઆપ ઠીક થઈ જાય."

"જેવું તમે મને કહ્યું હતું કે દુરુક્તિને તેના તથાકથિત પિતા અને એ માણસની કથા સંભળાવવાની છે, જે પોતાની પત્ની માટે ઇલાજની શોધ કરી રહ્યો હતો."

"હમ્મ, એ કામ આવ્યું હેં ને? જોકે એ કોઈ કિસ્સો નહોતો."

"બિલકુલ કામ આવ્યું, પણ માલિક એ માણસ કોણ હતું?"

"એ માણસ બીજું કોઈ નહીં, પણ કલ્કિનો પિતા જ હતો."

"તમે એને મળ્યા છો?" સિમરિને પૂછ્યું.

"કેમ નહીં? મેં તો એને ગુફાઓમાંથી સોમ લાવવા માટે ઉક્સાવ્યો હતો."

સિમરિને થૂંક ઉતાર્યું. દુરુક્તિને થયું કે સિમરિન કંઈક એવું કહેવા જઈ રહી હતી જેનો એને ખેદ હતો, "સ્વામી, મને બીક છે કે ક્યાંક કળિએ મને તે દિવસે બજારમાં પત્તાની ભવિષ્યવાણી કરતા ઓળખી ન લીધી હોય."

"ચિંતા ન કર. તે દિવસે તેં સારો વેશ ભજવ્યો હતો." તેણે કહ્યું, "પણ હવેથી હત્યારાઓને વિચારીને પસંદ કરજે. આપણું નસીબ સારું હતું કે એ નાગસૈનિક તેનું નામ જણાવતાં પહેલાં જ મરી ગયો જેને ખરીદવામાં આવ્યો હતો."

"પણ એ બધું આપણી તરફેણમાં રહ્યું. વાસુકિ જ આ બધી દ્વિધાનો શિકાર બન્યો."

"સિમરિન આ બધા મૃત્યુ માટે લાંબું ન વિચારીશ, કારણ કે આ બધાનું પ્રયોજન ઘણા મોટા કાર્ય માટે છે."

"પરંતુ તમે તમારા મામાને મદદ કેમ ન કરી? તમારા બંનેનું લક્ષ્ય તો એક જ છે."

"ના, જુદું છે." તેમના અવાજમાં ઉદાસી હતી, "એ નથી ચાહતા કે આ યુગમાં ગયા યુગ જેવું યુદ્ધ થાય, પણ હું ઇચ્છું છું. મારી પાસે બીજો કોઈ વિકલ્પ નહોતો... અને હવે મારાથી જેનો આરંભ થઈ ગયો છે તેમાં તેમને માટે પણ કોઈ વિકલ્પ રહ્યો નથી. આ તેમની ઇચ્છા તો નહોતી."

સિમરિને સ્થિર ભાવથી ગરદન હલાવી, "તમે સાચે જ ઘણી મહેનત કરો છો. જ્યારે તમે કળિને રોગી બનાવવા માટે ઝેર આપ્યું તે જોઈને દુરુક્તિ પાસે તેને બચાવવા સોમ સિવાય કોઈ વિકલ્પ જ ન રહે."

"એનાથી પણ પહેલાં મેં ઘણે અંશે તેના વિચારો પ્રભાવિત કર્યા છે, પણ એ કોઈને ખબર ન પડી."

"પણ તમને કેવી રીતે ખબર પડી કે કળિ જ અધર્મ છે?"

"મેં બ્રહ્માના નેત્રનો ઉપયોગ કર્યો. હું બ્રહ્માની દૃષ્ટિથી ભૂત, વર્તમાન અને ભવિષ્ય જોઈ શકું છું અને મેં જોયું કે કેવો ઉપદ્રવ થવા જઈ રહ્યો છે. ફક્ત અધર્મ જ આવું શક્ય કરી શકે છે." તે બોલ્યો, "છોકરી, માફ કરજે કે મેં પહેલાં તને જણાવ્યું નહીં, કારણ કે આપણી પાસે સમય જ નહોતો. મને વિશ્વાસ પણ નહોતો કે ક્યાંક તું આ બધી વાતો છૂપી ન રાખી શકે એનો."

"ના-ના, તમે માફી ન માગો. હું તમને હાથ જોડું છું. તમે આ બધું એ આંખે જોયું..." સિમરિનના ચહેરે પ્રસન્નતા છલકતી હતી, "એ નેત્ર ક્યાં છે, સ્વામી?"

"એ મારી પાસે નથી, હવે હું એ શ્વેત ઘોડાની પ્રતીક્ષામાં છું. મેં પ્રલય સમયે તેનો પ્રયોગ કરીને જોયેલો છે કે બધું ઠીકઠાક છે કે નહીં. ત્યારે જ મને ખબર પડી હતી કે આવનારા સમયમાં ધર્મ અને અધર્મ કોણ હશે."

"સ્વામી, તમારું ધ્યાન રાખજો." તેણે ચિંતાગ્રસ્ત સ્વરમાં કહ્યું.

"મારી ચિંતા ન કરીશ."

દુરુક્તિ પોતાની જાતને વધુ રોકી ન શકી. તેને એ વ્યક્તિ જોવી હતી જે પડદા પાછળ રહીને બધાને કઠપૂતળીની જેમ નચાવી રહ્યો હતો. તેણે દરવાજો ધીરેથી ખોલ્યો અને અંદર પ્રવેશી પછી ડોકું કરીને ધ્યાનથી જોયું કે જેથી એ વ્યક્તિમાંથી નીકળતી રોશનીને જોઈ શકે, પણ તેને એ બધું સ્પષ્ટ દેખાયું નહીં. એ તો એક આભાસી બિંબ જ હતું, પણ એ આવી રીતે સંપ્રેક્ષ્ય કેવી રીતે થયું? આ કયું જાદુ હતું?

જ્યારે તેણે એની સમક્ષ નજર કરી તો તેના લોહીમાં એક લખલખું પસાર થઈ ગયું.

તેના માથામાં ઘાનું નિશાન હતું.

ક્રમશઃ ...

સત્યયોદ્ધા

કલ્કિ

બ્રહ્માનું નેત્ર

હવે વાંચો ભાગ-2

ભાગ ૩

ઇન્દ્રગઢમાં ઘાત

1

એ નીચે પડ્યો.

એ વધુ તો કશું જોઈ ન શક્યો. જોકે એ ઘણું બધું મહેસૂસ કરી શકતો હતો. મોટા ખડકો પર તેના હાથ અથડાતા હતા અને કાંટાઓ તેના વેઢા અને કાંડામાં વાગી રહ્યા હતા. તેને ક્યાંકથી પાણીનો અવાજ આવ્યો; સતત પાણી પડતું હોય તેવો અવાજ હતો. તેના શરીરે ઘા, ઘસરકા અને કાપકૂપનાં નિશાન હતાં. ફાટેલી ધોતી તેના અંગને પૂરી રીતે ઢાંકી નહોતી રહી.

તેણે પોતાના હાથના ટેકે જમીન પરથી ઊઠવાની ઇચ્છા કરી.

"કલ્કિ!" કોઈએ તેના નામની બૂમ પાડી. આ તો કોઈ છોકરી હતી. ઓહ, નક્કામી છોકરી. તેણે તેની સાથે વાત પણ નહોતી કરી, તો પણ એ બોલાવી રહી હતી, પણ તેમાં તેનો વાંક નહોતો. કલ્કિ પોતે જ પહાડના ઢોળાવ પર ઘોડા પરથી પડી ગયો હતો.

કલ્કિ ટેકરી પાસે ઝૂકીને ચારેય બાજુ છવાયેલા આકાશને જોઈ રહ્યો. તે પાસે દેખાવા છતાં તેનાથી કેટલું દૂર હતું. પાછળ અવાજો ગુંજી રહ્યા હતા, પણ તે અવગણતો રહ્યો. એ શાંત હતો. એ છેલ્લા પંદર દિવસથી આ બધા સામે ઝઝૂમી રહ્યો હતો. હવે તે આ બધાથી દૂર રહેવા માગતો હતો એટલે તેને પહાડ પરથી પડવું સારું લાગ્યું. જો કે આ બધી તેની જ અસ્તવ્યસ્તતાને આભારી હતું. તેણે ઘેરા વનમાં છવાયેલી હરિયાળી, વૃક્ષોના અડાબીડ મંડપ તરફ જોયું. એ બુરાઈનો પીછો છોડાવવાની કોશિશ કરતો હતો, ઇન્દ્રગઢથી દૂર, શંભલથી દૂર. જ્યાંથી આ બધી ઘટનાઓની શૃંખલા શરૂ થઈ હતી.

"કલ્કિ!" આ વખતે પુરુષનો અવાજ હતો.

"કૃપા, ઓહ! આ પણ ઓછો દુષ્ટ નહોતો. કમ-સે-કમ હવે એ શરાબ નહોતો પીતો."

"માણસ!" એક બીજો અવાજ આવ્યો ને એ અજાણ્યો હતો. હકીકતમાં એ તો તેની પાસે આવી રહ્યો હતો.

તેણે કાન પર જોર કરીને માથું તે તરફ ઝુકાવ્યું અને તેને એક નાનકડી ગુફા દેખાઈ, જે પહાડોના ઢોળાવની નીચે તરફ જઈ રહી હતી. ત્યાંથી કોઈ નાના બાળકની જેમ ડોકું કાઢીને જોઈ રહ્યું હતું.

"માણસ?"

કલ્કિએ આંખો ઝીણી કરી, "ઊંહ!" તેણે પાછળ જોયું. એ કૃપા અને પદ્માને પોતપોતાના ઘોડા પરથી નીચે ઊતરતા જોઈ શકતો હતો. અસમતલ રસ્તો પરેશાની કરે તેવો હોવાને લીધે કલ્કિને થયું કે એ લોકો ઝટ ઊતરી જાય તો સારું, કારણ કે તેની સામે ઊભેલો જીવ જે પણ હોય એ સામાન્ય નહોતો લાગતો.

"માણસ?"

કલ્કિ એક જગ્યાએ સ્થિર થઈ ગયો, "માણસ... હા." તેણે જવાબ આપ્યો.

"માણસ." તેણે સ્વીકૃતિ આપી.

એ કલ્કિની સમક્ષ આવ્યો તો કલ્કિએ જોયું કે તેણે માથા પર સિમ્હાનું ચામડું પહેરેલું હતું. તેના ગળા પર વિચિત્ર રૂવાંટી હતી અને છાતી વાળથી ભરચક હતી. પીઠ પર ખૂંધ નીકળેલી હતી અને અંગ બેઢંગાં લાગતાં હતાં. એ ભૂખ્યો લાગતો હતો અને કલ્કિ પર હુમલો કરવાની તૈયારીમાં હતો. એ કોઈ જાનવરની જેમ ચોપગો હતો. તેના કાંડાં વળેલાં હતાં પણ તે જ્યારે ઊભો થયો તો કલ્કિથી પણ ઊંચો નીકળ્યો.

"હું, સિમ્હા."

"સિમ્હા?" કલ્કિએ આ નામ ક્યાંક સાંભળેલું હતું.

"દારૂડ સિમ્હા." એ ચહેરા પર પાગલપનભર્યા સ્મિત સાથે તાળી બજાવવા લાગ્યો, "તું માણસ." એ કલ્કિને કોચવા લાગ્યો. તેના તીણા નહોર અડતાં જ ત્વચામાંથી લોહી નીકળવા લાગ્યું.

"દારૂડ, હમ્મ." વિચિત્ર નામ છે, પણ એ માણસના મોં પર મૂછો દેખાઈ રહી હતી અને કલ્કિ અવશ્ય જ કોઈ ખોટી જગ્યાએ આવી ચડ્યો હતો.

"દારૂડ." એ પોતાના પગ પર ઊછળી છાતી પીટવા લાગ્યો. તેના મોંમાંથી હૂ-હૂના અવાજો નીકળી રહ્યા હતા.

"આટલો ઉત્તેજિત ન થઈશ દોસ્ત." કલ્કિ માંડ હસ્યો. તેને ક્યારેય કબીલાવાળા ગમ્યા નથી, ક્યારેય નહીં. એ લોકોએ તેમનું ગામ નષ્ટ કર્યું, તેના જીવનનો પ્રેમ નષ્ટ કર્યો અને પછી તેના મિત્રોને મરવા ત્યાં મૂકી દીધા. માનવો પણ તેને ગમતા નહોતા, કબીલાવાળા પર વધુ ખીજ હતી. એમાંથી જ એક તેની સામે ઊભો રહી દોસ્તીની કોશિશ કરતો હતો.

"ખોરાક?" દારૂડ બોલ્યો, "ભૂખ?"

"ઓહ!" કલ્કિ સાચે જ ભૂખ્યો હતો. ખરેખર તો એણે છેલ્લે ક્યારે ખાધું હશે એ પણ ભૂલી ગયો હતો. થોડા કલાકો પહેલાં સફરજન ખાધું હતું, પણ તે લાંબો સમય ટકાવે તેવું તો નહોતું.

"માંસ છે, અંદર પડ્યું છે."

"દોસ્ત, હું માંસ નથી ખાતો." કલ્કિએ જવાબ આપ્યો.

દારૂડે નિરાશ થઈ ખભો ઉલાળ્યો, "માંસ તો સારું હોય છે."

"હું જાણું છું."

"આવ." તેણે ગુફાની અંદર ઇશારો કર્યો, "ખોરાક."

"મિત્રોની રાહ જોઈ રહ્યો છું." એણે દારૂડનું ધ્યાન કૃપા અને પદ્મા તરફ કરીને કહ્યું. એ લોકો પણ એ સમયે જ ઘોડાઓ સાથે સામે આવ્યા હતા.

"મિત્ર, આ ઘોડા પરથી પડવાનું કેમ સૂઝ્યું? તું એક અવતાર છે, પણ કિસ્મત સારી છે કે નીચે પડીને મર્યો નહીં." કૃપાએ ગુસ્સામાં કહ્યું.

દારૂડે જોરથી ચીસ પાડી અને ભાગીને ગુફાના દ્વાર પાસે સંતાઈ ગયો. કૃપા તેના ઘોડાની લગામ સંભાળી નીચે ઊતર્યો અને કલ્કિને ખભે હાથ મૂકી પૂછ્યું, "આને શું થયું?"

"દારૂડ સિમ્હા."

"અરે, હું એ કોણ છે એ નથી પૂછતો. મેં પૂછ્યું કે એને શું થયું?"

"કદાચ તમારા ગુસ્સાથી ડરી ગયો."

કૃપા હસ્યો.

"મને ખબર છે આ સિમ્હા છે." તે બોલ્યો.

સિમ્હા! જાણીતું નામ હતું, કુતૂહલ પણ વધારી રહ્યું હતું, "મેં આ નામ ક્યાંક સાંભળ્યું હતું?" ત્યાં એને યાદ આવ્યું કે ગુરુ વશિષ્ઠના ગુરુકુળમાં હતો ત્યારે તેને પ્રાચીન જનજાતિઓ અને કબીલાઓ વિશે શીખવાડવામાં આવ્યું હતું.

ત્યાં સુધીમાં પદ્મા પણ નીચે ઊતરીને આવી ગઈ અને તે જીવને તાકી રહી હતી. એ નાના કદની બદસૂરત અને ભયંકર યુવતી હતી. કલ્કિને તેના ગુસ્સાના કારણે તે એવી દેખાતી હતી. વાસ્તવમાં એ લાંબી અને પાતળી હતી. તેની નાની આંખોમાં કાજળ લગાડેલું હતું અને સફેદ વાળ નાના કરેલા હતા. તેની રહેણીકરણી અને આદતો અનોખી હતી.

કલ્કિએ મોં ફેરવીને તેને અવગણી. પદ્માનું ધ્યાન એ તરફ ગયું, પણ કશું બોલી નહીં. એ તેને પસંદ નહોતો કરતો અને તેવો તેને અધિકાર હતો, કારણ કે તેને લીધે જ અરજણ બંધક બન્યો હતો. અરજણની યાદ આવતા જ તેને પદ્મા પ્રત્યે નફરત ને ગુસ્સો આવી જતો હતો.

"આ ખરેખર એક સિમ્હા કે સિંહ જ છે." કૃપાએ તેના અંદાજમાં જણાવ્યું, "ક્યારેક સુપર્ણની જેમ મહાન જાતિ અસ્તિત્વમાં હતી. સિમ્હા અજ્ઞાત હતો, ગર્વીલો નાયક. દંતકથાઓ મુજબ નરસિમ્હાએ એક એવા અસુરને હરાવ્યો હતો જેને કોઈ જ હરાવી નહોતું શકતું, પરંતુ સિમ્હા પહેલેથી સિંહના ભક્ત હતા અને તેઓ બચાવ માટે સિંહનું ચામડું પહેરતા અને મોં પર સિંહ જેવી રૂવાંટી ઉગાડતા. તેમાંથી મોટાભાગના ગાયબ થઈ ગયા છે અને આ જાતિ વિલુપ્ત થવાને આરે આવીને ઊભી છે."

"આ લોકો વિલુપ્ત કેવી રીતે થયા?"

"માનવો સાથેના યુદ્ધમાં કબીલાવાળા હારી ગયા હતા, પરંતુ આ બધું મહાયુદ્ધ સમયે થયું હતું."

"સિમ્હા આટલા જૂના છે?" પદ્મા બોલી ઊઠી. તે યુદ્ધ વિશે વિચારવા

લાગી જ્યારે પ્રાચીન લોકો પરસ્પર લડતાં હતાં અને પ્રલયમાં આખી સૃષ્ટિ નાશ પામી હતી. આ બધું મહાયુદ્ધનું પરિણામ હતું. જેવું કૃપાએ જણાવ્યું હતું કે તેઓ પુરાતન ભગવાન ગોવિંદ અને તેમના જેવા વ્યક્તિઓથી પણ પ્રાચીન સમયથી જીવે છે.

કલ્કિને આ બધું જણાવવામાં આવ્યું હતું, પણ તેની શંકા ઘણી વધી ગઈ હતી. એ વિચારવા લાગ્યો કે કૃપાનું આયુષ્ય કેટલું હશે. તેણે તો સોએક વર્ષનું જણાવ્યું હતું. મહાયુદ્ધ તો તેનાથી પણ ઘણાંયે વર્ષો પહેલાં થયું હતું, પણ આ બધી કૃપાની વાતો હતી એટલે તેના પર બહુ વિશ્વાસ નહોતો. ઇતિહાસ ઘણો ગૂંચાયેલો અને જટિલ હતો અને તે એના ચક્કરમાં પડવા નહોતો માગતો, નહીંતર એને વધુ એક જુઠ્ઠાણા પર વિશ્વાસ કરવો પડતો.

"હમ્મ, તેઓ યોદ્ધા અને સૂર્યના ઉપાસક હતા અને આજે જુઓ કેવા પાગલ થઈ ગયા છે. આ તેમનો જ વંશજ હશે." તેણે દારૂડ તરફ આંગળી ચીંધી, "તે એનો વારસો ભૂલી ચૂક્યો છે. બિચારો! તોય તેના પૂર્વજોની વધી-ઘટી શાન સાચવી ફરે છે."

કલ્કિએ પૂછ્યું, "આ લોકો કેમ પાગલ થયાં?"

"મહાયુદ્ધ દરમિયાનનાં વિકિરણોને કારણે."

"વિકિરણ?? એ શેના?"

"વિસ્ફોટક, જેને તમે વ્યક્તિગત ઉપયોગ માટે રાખ્યા હતા. તેમાંથી નીકળનારાં કિરણો." તે સીધો પદ્મા તરફ ફરીને બોલ્યો.

કલ્કિએ પદ્માને તેની થેલી સંકોરતી જોઈ. એ કૃપાના શબ્દોથી બચવા માગતી હતી કે હજુય તેની પાસે એ હતા.

"તેને ભારે પ્રમાણમાં વાપરવામાં આવ્યાં. મેં તને જે આપ્યાં હતાં એ સાધારણ જ છે. એ કોઈ વ્યક્તિને હાનિ પહોંચાડવા માટે પૂરતાં છે. જોકે તેનાથી મહાવિનાશ અશક્ય છે." તેણે પદ્મા આગળ સ્પષ્ટતા કરી.

"મહાયુદ્ધ સમયે તો ભયંકર વિસ્ફોટકોનો ઉપયોગ થયો ને તેનાથી કેટલાય પાગલ થઈ ગયા હતા. તેમના પછી રાજા આવ્યા, પણ કોઈ બચ્યું નહીં. યુદ્ધમાં ભાગ લેનારા પણ પહાડો તરફ જતા રહ્યા, પણ

કેટલાય દિવસોના ભૂખ્યા-તરસ્યા આખરે ભયંકર રીતે મૃત્યુ પામ્યા."

કૃપા જે ભયાવહતા વિશેનું અતીતનું વર્ણન કરતા હતા તે કલ્કિને ગમ્યું નહીં. જોકે તે આટલો રક્તપાત જોયા પછી તેનો આદિ થઈ ગયો હતો.

"હવે આપણે શું કરવું જોઈએ?" કલ્કિએ પૂછ્યું. તેને દારૂડની ચિંતા થતી હતી, "આ માણસે તેના જીવનમાં ઘણાં કષ્ટ જોયાં હશે."

"શું કરીશું? આપણે ઉત્તર તરફ જઈશું, જે તરફ જઈ રહ્યા હતા." કૃપા ઘોડા તરફ આગળ વધ્યો અને તેને વિરુદ્ધ દિશામાં લઈ જવા લાગ્યો, જે તરફથી તેઓ આવ્યા હતા.

"આનું શું થશે?" તેણે પેલા જીવ તરફ ઇશારો કર્યો.

"અહીં જ રોકાઈએ, વરસાદ આવે છે એટલે." પદ્મા વચ્ચે બોલી.

કલ્કિએ તેની વાતોને અવગણી.

"આપણે પાછા જઈ રહ્યા છીએ." કૃપા બોલ્યો, "દોસ્ત, રસ્તે મળેલા દરેક પાગલ કે વિચિત્ર જીવને મદદ ન કરી શકીએ, બસ એટલું સમજી લેવું."

"શું તમારામાં હૃદય જેવું નથી કે દરેકને તમારા અભિયાન માટે પોતાનો પ્રાણ આપવાનો છે." કલ્કિએ ગુસ્સામાં કહ્યું.

"ભારે વરસાદ થવાનો લાગે છે." પદ્મા ફરીથી બોલી. તે વાતાવરણને હળવું કરવા માગતી હતી. કલ્કિ પણ વાદળોની ગર્જના સાંભળી શકતો હતો.

કૃપાએ નસકોરાં ફુલાવી પૂછ્યું, "તું કહેવા શું માગે છે?"

"હું શું કહેવા માગું છું તે આપ જાણો જ છો." કલ્કિએ કટુતાથી કહ્યું, "અરજણે જતાં પહેલાં મને કંઈક કહ્યું હતું જે તેણે કોઈકની પાસેથી સાંભળ્યું હતું."

"તો હવે અફવાઓ પણ કાને ધરવાની શરૂ કરી દીધી છે." કૃપા ટસનો મસ થાય તેમ નહોતો.

ત્યાં સુધીમાં મુશળધાર વરસાદ શરૂ થઈ ગયો. ગોળીની જેમ ટીપાં વાગતાં હતાં. કલ્કિને કોઈ રોકી શકે તેમ નહોતું. તે કૃપાનો સામનો કરવા તૈયાર હતો.

"તમે બે લોકો પણ..." પદ્મા ઊકળી ઊઠી, "વરસાદ ચાલુ છે, આપણે ક્યાંક છત શોધવી પડશે."

"આપણે વરસાદમાં જ જઈશું. આ કોઈ આગ નથી કે તેનાથી બચીને ચાલવું પડે." કૃપાએ તો એલાન કર્યું. કૃપા તો પોતાને સર્વેસર્વા જ માનતો હતો. એ વૃદ્ધ હતો. તેની ચીમળાયેલી ચામડીમાંથી નસો બહાર દેખાતી હતી. ગંધાતું મોં અને ચપટ વાળ સાથે શરીરમાંથી લોહી અને શરાબની વાસ આવતી હતી પણ એની અકડ હજુય ઓછી થઈ નહોતી.

કલ્કિએ ડોકું ધુણાવ્યું, "ના, આપણે અહીં જ દારૂડ સાથે રહીશું." તેણે ધ્રૂજી રહેલા જીવ સામે આંગળી ચીંધી.

"હું કોઈ પાગલ સાથે નથી રહેવાનો."

"ખોરાક." દારૂડ ખૂણામાંથી બોલ્યો.

પદ્માએ બંને માણસોને અંદર ધકેલ્યા, "તમે માથાભારે લોકો અંદર લડો. હું આ જગ્યાએ આરામ કરી લઈશ." પછી સિમ્હાને કહ્યું, "દારૂડ, કેમ છે તું?"

એ હસી અને ત્રણેય ઘોડાઓને પણ વરસાદથી બચાવવા ગુફાની અંદર ધકેલ્યા.

કલ્કિ એક પળ માટે એ જગ્યાએ રોકાયો ને ખભા ઉલાળ્યા, "અમે બંને જાણીએ છીએ કે આપ જે દેખાવ છો તેનાથી કંઈક ઓર જ છો. આચાર્ય, હું જવાબની અપેક્ષા નથી રાખતો, પણ એટલું જરૂર જાણવા માગું છું કે શું તમારી નૈતિકતા હજુ જીવે છે ખરી. હું નિર્દોષ લોકોના મૃત્યુનો ભાર મારે માથે નથી રાખવાનો. હું તમારા માટે મહત્ત્વનો છું એટલે તમે મને સલામત રાખો છો, પણ બહુ જલદીથી જાણી લઈશ કે આવું કેમ છે."

આ સાથે જ એ વૃદ્ધને વરસાદમાં છોડીને આવી ગયો. એ ઠંડી કે વરસાદમાં મરવાનો નહોતો, કારણ કે એ અમર હતો અને સ્વયં આખરી અવતાર તેની સાથે હતો.

કલ્કિ પાસે પણ કોઈકને અમર બનાવવાની શક્તિ હતી, પણ તેવું કરીને તે નૈતિક સમસ્યાનો સામનો કરવા નહોતો માગતો. કોઈને અમરતાનું

વરદાન આપવું એ આશીર્વાદ, ભેટ કે વરદાન હોઈ શકે, પરંતુ આ બાબત કૃપા માટે શ્રાપ હતી. એ દારૂડની માફક પાગલ લાગતો હતો, પણ કમ-સે-કમ દારૂડ ઇમાનદાર અને દરિયાદિલ લાગતો હતો.

શુકો તેનો સાથી ત્યારે તેના ખભે બેઠો અને તરત અવાજ કરવા લાગ્યો, "પિશાચ! પિશાચ."

કલ્કિ તેની વાત સમજી ન શક્યો. તેણે તેના પક્ષીને આસપાસ કોઈ ખતરો નથી તેવું જોવા મોકલ્યો હતો અને અહીં આ શું આડુંઅવળું બોલતો હશે. કદાચ તે કોઈ ખતરા માટે સચેત કરી રહ્યો હતો.

કલ્કિ ગુફામાં સહેજ અંદર ગયો તો જોયું કે પદ્મા એક જગ્યાએ સડક થઈને મૂર્તિની જેમ ઊભી હતી. તેની સ્થિતિ જોઈને કલ્કિને પણ કંઈક અજુગતું હોવાની શંકા પડી. તેણે ગુફામાં જોયું. એ પહાડોમાં જોવા મળતી બીજી ગુફાઓ જેવી જ હતી. ભેંકાર, અંધારી અને ધૂળ-માટી વાળી.

પણ અંદર એ ગુફાઓ જેવું નહોતું, અહીં તો સાચે જ કેટલાક લોકો હયાત હતા. એ બાંધેલા હતા અને તેમના મોંમાં કપડાં ખોસેલાં હતા. એ બધા ધ્રૂજી રહ્યા હતા. તેમના ચહેરા પર સુકાયેલાં આંસુની ધારા હતી. તેમના ઘૂંટણ અને શરીર પર ઘસરકાઓ દેખાતા હતા. એ બધી સ્ત્રીઓ હતી, એમાં એકને ટાલ હતી, એકના વાળ જટાઓ જેવા લાંબા હતા અને ત્રીજીની આંખ પર બાણની આકૃતિમાં અજબ છૂંદણું કરેલું હતું. કદાચ તે માનવ હતી, પણ કલ્કિ સાચું સમજી ન શક્યો.

"ખોરાક." દારૂડ સિમ્હા ઊછળવા લાગ્યો. એ તાળી બજાવતો તેની છાતી પીટતો હતો.

"પેલા?" કલ્કિએ દ્વિધાથી પૂછ્યું.

"ના..." તેણે ડોકું ધુણાવ્યું જાણે અત્યાર સુધી કલ્કિને ગેરસમજ હતી "*તમે!*"

2

દુનિયાની બધી જ સારી વાતો એક તરફ રહી, અરજણે તો ક્યારેય એવું વિચાર્યું નહોતું કે પોતે એક કુસ્તી લડનારો પહેલવાન બનશે અને કુલીન વર્ગ માટે મનોરંજન તરીકે પ્રદર્શિત થશે. દરબારીઓ ઉચ્ચ શ્રેણીનું માંસ અને શરાબનો આનંદ ઉઠાવતા, પોતાના ખોળામાં બેસાડેલી સ્ત્રીઓ સાથે હસી રહ્યા હતા. એ માનવો અને અન્ય પ્રજાતિઓની સામે બે કદાવર દેહ ધરાવતા પહેલવાનો મલ્લ-યુદ્ધ કરી રહ્યા હતા.

અરજણને ખ્યાલ હતો કે હવે તેનો વારો છે. હાથમાં પડેલી બેડીઓ સાથે તેણે અન્ય કેદીઓ અને પહેલવાનોને જોયા, તેઓએ એકબીજાના ખભાનો સહારો લીધેલો હતો. એ પગનું સંતુલન બનાવવામાં પડી જતા હતા. એક કેદીનું સંતુલન મેળવ્યું તો તેણે બીજા પહેલવાનની ડોક મરડી નાંખી. આ એવી રમત હતી જેમાં કોઈને પરવા નહોતી કે કોણ જીવે કે કોણ મરે. અરજણે જ્યાં જોયું કે હજુ તેનો વારો આવ્યો નહોતો એટલે એણે રાહતનો શ્વાસ લીધો. તે રાહ જોવાની સાથે પોતાના ભાવિ સ્પર્ધકો પાસેથી જલદી નવું શીખવા માગતો હતો.

એ અખાડામાં દર્શકોની પણ ભીડ હતી અને આગળની તરફ કળિ તેના અંગરક્ષકો સાથે બેઠો હતો. એક અપ્સરા તેના ખોળામાં બેઠી હતી ને એ પણ આ રમતનો પૂરો આનંદ ઉઠાવતો હતો. જ્યાં તે ખિલખિલાટ હસ્યો તો તેના હાથમાંનો શરાબ છલકાઈ ગયો. કુલીન વર્ગના લોકો પહેલવાનો પર સારી એવી શરતો લગાવતા હતા. એ બધા શરાબમાં ચકચૂર હતા.

અરજણને આ બધાથી ઊબ આવતી હતી. આ શરાબપાન અને વેશ્યાવૃત્તિ એક વિશાળકાય વિષ્ણુની પ્રતિમાની સામે થઈ રહી હતી જેને પવિત્રતાનું પ્રતીક માનવામાં આવે છે. આ પવિત્ર સ્થળ ઇન્દ્રની

નગરીના બહારના વિસ્તારમાં સ્થિત હતું. જ્યાં જિંદગી અને મોત દાવ પર મૂકવાનું ચલણ હતું, પણ કળિને તેનાથી કોઈ અસર નહોતી.

"શી... સસ્સ." પાછળથી હળવો અવાજ આવ્યો.

અરજણ ઉદાસ અને ભયભીત ચહેરાઓ વચ્ચે ઊભો હતો. તેણે ધ્યાનથી ફાટેલી ધોતી પહેરેલા, બેડીઓમાં જકડેલા કેદીઓ જોયા. કેદીઓના પગ ખુલ્લા હતા અને તેમની પીઠ પર કોરડાના મારના નિશાન હતાં. ઉસ્તાદ રંગા તેમનો રખેવાળ અને પ્રશિક્ષક હતો. અરજણ તેની પાસેથી ખાસ કશું શીખ્યો નહોતો, કારણ કે તે રખેવાળનું શરીર પહેલવાની લાયક નહોતું. તેનું કદ પણ નાનું હતું. જોકે તે કેદીઓની જવાબદારી ધરાવતો હતો, પણ તેને કોઈ ગંભીરતાથી લેતું નહોતું.

અરજણે પાછું ફરીને જોયું, અવાજ કરનાર છોકરા તરફ. કદાચ એ સૌથી નાનો હતો અને આંખો ફાડીને આ બધું જોઈ રહ્યો હતો. કાન સુધી એના લાંબા વાળ હતા અને બીજા કેદીઓથી અલગ થોડું ભરાવદાર શરીર હતું. અરજણને જોઈને આશ્ચર્ય થયું કે આનું પેટ કોણ ભરતું હશે, કારણ કે જેલમાં ભરપેટ ખાવાનું કોઈના નસીબમાં નહોતું. ત્યાંના દૂધમાં તો કોઈ ચુડેલના પરસેવાની ગંધ મારતી હતી.

"મારું નામ વિક્રમ છે. તમે કેમ છો મિત્ર?" તે બોલ્યો.

અરે વાહ.

"મેં તમને તે દિવસે ઊડનારા યંત્ર સાથે જોયા હતા. હું પણ ત્યાં સજાની રાહ જોતા કેદીઓ વચ્ચે ઊભો હતો." તેની આંખોમાં એક વિચિત્ર ચમક હતી.

અરજણ લાંબી વાત કરવા માગતો નહોતો.

"જોઈને મજા આવી ગઈ હતી. એ ચલાવ્યું કેવી રીતે? મારે એ જાણવું છે. હું તો વહેલામાં વહેલી તકે છૂટીને એક જગ્યા ખરીદીશ અને ત્યાં નવી શોધો માટે કામ કરીશ."

"મને આટલું કડવું બોલવું ગમતું નથી, પણ અહીં આપણે આપણા મૃત્યુની રાહ જોઈએ છીએ અને તને એ યંત્રની પડી છે." અરજણે તેના ઉત્સાહ પર પાણી રેડી દીધું.

"ઓહ, આ તો આપણને ડરાવવાની ચાલ છે." વિક્રમ બેડીમાં જકડેલા હાથ હલાવી બોલ્યો, "ફક્ત એ લોકો જ લડે છે જે ઉત્તમ છે. આપણે તો હજુ શીખીએ છીએ અને કશું જ ન કરી શકીએ. કોઈ પણ અનાડી લોકોનો નિરસ મુકાબલો જોવા ન ઇચ્છે, સમજ્યા ને."

"આશા રાખીએ કે જલદીથી હાલત બદલાશે." અરજણે દાંત ભીંસ્યા. એ આ બધું સમજી શકતો હતો. કળિ રાજા બન્યો ને રાતોરાત બધા નાગ રહસ્યમયી રીતે ગાયબ થઈ ગયા. માનવો જ જેલમાં રખેવાળ અને અધિકારી હતા. તેણે છેલ્લા રાજાના હાથમાંથી કિલ્લો પણ પડાવી લીધો હતો. અરજણ પદ્માની સાથે વેદાંતના કિલ્લામાં પ્રવેશ્યો હતો. જો એ કિલ્લો વેદાંતનો હોય તો તેની સુનવણી વેદાંત સામે થઈ હોત, પણ એવું નહોતું થયું. તેને કળિ સમક્ષ લઈ જવામાં આવ્યો હતો. કળિએ જ આદેશ આપ્યો હતો કે તેનો નિર્ણય એ લેશે.

કુસ્તી સમાપ્ત થઈ ત્યાં જ કળિ ઊભો થઈ આગળ આવ્યો અને વિજેતાના નામની ઘોષણા કરી. બધા લોકોએ તાળીઓનો ગડગડાટ કર્યો જેમણે શરત લગાવી હતી. કુસ્તી કરનારનો ચહેરો સખત અને આંખો મોટી હતી. આંખોમાં ગુસ્સો અને જીદ દેખાતાં હતાં તેમજ તેની ચામડી કોલસા જેવી કાળી હતી. એ સુંદર હતો, અરજણના પેટમાં હલચલ મચી પણ તેણે ડામી દીધી. એ પેલા લડવૈયાને કામુક ગણવા નહોતો ઇચ્છતો, જેની સાથે એની સંભવતઃ લડાઈ થઈ શકે તેમ હતી. જોકે તે જાણતો હતો કે તેની સામે મોરચો માંડવામાં તો એ ચપટીમાં લૂગદી બની જાય. જેવી રીતે રોજ તેમને બાફેલાં બટાકા ખાવા માટે અપાતા હતા.

એનું નામ રુદ્ર હતું. આ નામ ભગવાન શિવના જ એક નામ પરથી રાખવામાં આવ્યું હતું.

"અમારો સૌથી ઉત્તમ કુસ્તીબાજ, એનો કોઈ મુકાબલો જ નથી કરી શક્યું ને કરી પણ નહીં શકે." તેણે રુદ્રનું બાવડું પકડ્યું, "કેમ છોકરા, આજે તો મજા આવી ગઈ." તેણે રુદ્રની પીઠ થપથપાવી અને હુંકાર કર્યો. પછી કળિ એ તરફ જવા લાગ્યો જ્યાં અરજણ પણ એ લોકોની વચ્ચે હતો.

અરજણે તે સમયે પોતાને યાદ એવા દરેક દેવતાને યાદ કરી લીધા કે કળિની ભેદી નાખે તેવી સોનેરી આંખો તેની ઉપર ન પડે. કળિએ એ લોકો પાસે આવીને કહ્યું, "તમારે પણ આ રીતે લડીને અમારા મહાન દેવતા જરાસંધનો વારસો સંભાળવાનો ને જીવંત રાખવાનો છે." એ આર્યાવર્તના દંભી સમ્રાટની વાત કરતો હતો, જે પ્રલય પહેલાંનો એક પ્રાચીન શાસક હતો. એ ભગવાન ગોવિંદના હાથે ભયંકર રીતે માર્યો ગયો હતો. તેણે વૃકોદર સાથે મળીને કુસ્તીનું આયોજન કર્યું હતું. જરાસંધનું મોત થાય તેવું નહોતું કારણ કે તે અસુર હતો, એ જાતિ અત્યારે વિલુપ્ત થઈ ગઈ હતી. કૃપાએ ઇન્દ્રગઢની યાત્રા દરમિયાન જણાવ્યું હતું કે જરાસંધનું મૃત્યુ એ કારણે શક્ય નહોતું, કારણ કે તે સોમરસનું સેવન કરતો હતો. કૃપા એવી રીતે વાત કરતો જાણે બધું તેણે નજરે જોયું હોય. જ્યારે જરાસંધના શરીરના બે હિસ્સા કરીને અલગ-અલગ દિશામાં ફેંકવામાં આવ્યા ત્યારે તેનું મૃત્યુ નિશ્ચિત થયું. એ મૂંઝવણને કારણે પોતાને ફરીથી જોડી નહોતો શક્યો.

જ્યારે તેણે આ વાત પહેલીવાર સાંભળી તો એ ઘણો ડરી ગયો હતો ને પછી ગભરાઈને હસવા લાગ્યો હતો. જરાસંધના મૃત્યુની વાર્તા તેના મતે ખરેખર અનોખી લાગી હતી. એવું કશું થયું નહોતું પણ તેણે હવે કળિને જોયો હતો. તેણે તેના ભાઈ કલ્કિની સક્રિયતા જોઈ હતી.

કળિ તેની પાસે આવીને રોકાયો. તેણે અરજણને ઘૂર્યો. તેણે પહેલા આંખો ઝીણી કરી અને પછી વિસ્ફારિત થઈ. અરજણનો શ્વાસ રૂંધાવા લાગ્યો પણ તેણે ચહેરા પર ગુસ્સો કે ભય આવવા ન દીધો. કળિ એવું જ જોવા માગતો હતો. તે ઇચ્છતો હતો કે અરજણ કશુંક બોલે કે કરે પણ તેણે જાતને વશમાં રાખી.

"તું જ." તેણે અરજણનો કાંઠલો પકડીને આગળ ખેંચ્યો.

અરજણને જબરજસ્તી ત્યાંથી લઈ જઈને જુગારીઓ વચ્ચે ઊભો રાખી દેવામાં આવ્યો. એ લોકો તેમની સાથેની વેશ્યાઓ સાથે આડું-અવળું બોલવા લાગ્યા. પોતાના હાથનો શરાબ તેની તરફ રેડીને જીભ કાઢીને ચીડવવા લાગ્યા.

અરજણ નિઃસહાય હતો, કારણ કે તેના હાથ હજુય બાંધેલા હતા. તેની સમજમાં જ ન આવ્યું કે તેને અહીં કેમ લાવવામાં આવ્યો છે, કારણ કે કુસ્તી માટે તો તે હજુ શિખાઉ હતો. રુદ્ર દૂરથી જ તેની સામે ઉપહાસ કરતો જોઈ રહ્યો હતો.

"તું કમજોર છે."

"આ તો અનાડી છે તેને કેમ મોકલો છો? તેને શીખવા તો દો?"

"આનું તો શરીર જ કસાયેલું નથી. તેને બહાર ફેંકી દો."

ભીડમાંથી અવાજો આવવા લાગ્યા.

કળિએ અરજણને પકડમાં લીધો. એક રાજાના રૂપમાં કળિ અરજણ કરતા ઘણો શક્તિશાળી હતો.

"ચાલો, આજે આપણા જાંબાઝ રુદ્ર સાથે આ શિખાઉને ભીડાવીએ. ઘણી મજા આવશે, હેં ને?"

અરજણના ધબકારા વધી ગયા.

નહીં.

ઉસ્તાદ રંગાએ પાન ચાવતાં ચાવતાં કહ્યું, "મહારાજ, આ છોકરો તો પોતાનો બચાવ પણ નથી કરી શકતો. આ કુસ્તી કરાવવી ઉચિત નથી."

કળિએ તેની સામે એ રીતે જોયું જાણે તેણે કોઈ અપમાનજનક વાત કરી હોય, "મને શું ફેર પડે છે. મારે તો મુકાબલો જોવો છે. એ ઉચિત હોય કે અનુચિત એનો કોઈ મતલબ નથી."

બધા લોકોએ તાળી બજાવીને હુરિયો શરૂ કર્યો.

"પણ મહારાજ, મારી પાસે રુદ્ર સાથે લડવા માટે બીજા છોકરાઓ છે. એ પૂરી રીતે ચુસ્ત અને તૈયાર છે." એ ડરી ગયો, લાગ્યું કે વધુ બોલી ગયો છું, "એને તૈયાર તો થવા દો, પછી તેનું જે કરવું હોય તે કરી શકો છો."

કળિ તેની તરફ આવ્યો તો એ ડરીને પાછળ હટી ગયો, "જતો રહે અહીંથી."

કેદીઓનો રખેવાળ તો ભયભીત અને અપમાનિત થઈને હટી ગયો.

અરજણને ત્યારે જ એ રંગાની જરૂર હતી. તેને પોતાના બચાવ માટે તેની જરૂર હતી.

બધા ખુશીના માર્યા ચિચિયારીઓ પાડવા લાગ્યા. અરજણને ભીડમાં વેદાંત કે કુબેર દેખાયા નહીં. દર્શકોમાં ફક્ત દરબારીઓ, વેપારીઓ, કેટલાક વિદેશી અને કેટલાક વરિષ્ઠ અધિકારીઓ સામેલ હતા.

"ચાલો, શરત લગાવો." કળિ બરાડ્યો, "કોણ જીતશે આ બેમાં?"

બધાએ એકસાથે રુદ્રનું નામ ઉચ્ચાર્યું. આ પ્રશ્ન સાંભળીને જ રુદ્રએ મજાકભરી નજરે અરજણ સામે જોયું, જે શાંત ઊભો હતો. તે એને હરાવવા માટેના ઉપાયો વિચારી રહ્યો હતો. રુદ્રએ એ બધી ઘટનાઓ વિશે વિચાર્યું જેમાં તેનો કોઈ વાળ પણ વાંકો નહોતો કરી શક્યા. તેણે પ્રતિસ્પર્ધીને એક ક્ષણમાં ધૂળ ચટાડી દીધી હતી. તેમની ગરદન મરોડવામાં તેને વાર પણ નહોતી લાગી. કેટલીકવાર તો સામેવાળાનાં હાડકાઓનો ચૂરો કરી નાખ્યો હતો.

અરજણે તેની ગરદન ધીરેથી વિક્રમ તરફ ઘુમાવી જેના ચહેરા પર ચિંતા દેખાતી હતી. તેણે તો કહ્યું હતું કે ફક્ત શ્રેષ્ઠ કુસ્તીબાજોને જ લડવા મોકલતા હોય છે. જોકે અરજણ જાણતો હતો કે કળિ ફક્ત તેની સાથે બદલો લઈ રહ્યો છે, કારણ કે તે થૂંક્યો, તેનું સોમ ચોર્યું અને સળગાવીને અપરાધીને ભાગવામાં મદદ કરી. આમ જોવા જઈએ તો કળિ દયા બતાવતો હતો, કમ-સે-કમ ભૂખ્યા વાઘની સામે તો નાખી નથી દીધો ને, પણ રુદ્રને જોતાં જ તેના શરીરમાંથી લખલખું પસાર થઈ ગયું.

માનવસૈનિકો આગળ આવ્યા અને અરજણની સાંકળો ખોલી નાખીને જમીન પર ફેંકી દીધી. અરજણે જમીનની માટીનો સ્પર્શ અનુભવ્યો પછી આકાશના મંડપ નીચેના અખાડા પર નજર નાખી. જગ્યા ખૂબ જ નાની હતી. દર્શકોને બેસવા માટે બાંકડાં મૂકવામાં આવ્યાં હતાં જેથી એ ભયાનક મૃત્યુઓને નજરે જોઈ આનંદ લઈ શકે. આ નગરનો બહારનો ભાગ હતો. આદર્શ રૂપે કોઈ પણ રાજા આવા આયોજનમાં ભાગ નથી લેતા, પરંતુ કળિ ઇન્દ્રગઢથી આ તમાશો જોવા માટે આવ્યો હતો. આ

રમત પ્રત્યેનો તેનો લગાવ જોઈને જ તેની ચાલચલગત વિશે અનુમાન લગાવી શકાય તેમ હતું.

અરજણ ઊભો થયો અને તેણે હાથ-પગ ખંખેર્યા. રુદ્ર તેની આગળ ઊભો રહી હાંફી રહ્યો હતો. તેના ચહેરા પર ખેલંદાનું હાસ્ય દેખાતું હતું. અરજણે કળિ તરફ જોયું જે તેના અંગરક્ષકો કોકો-વિકોકોની પાછળ બેસી ચૂક્યો હતો. કળિએ નાક મસળ્યું ને હાથના સંકેતથી લડાઈ શરૂ કરવાનો આદેશ આપ્યો. ક્યાંકથી રણશિંગું ફૂંકાવાનો અવાજ આવ્યો.

અરજણ માટે બધું જ ધૂંધળું થયેલું લાગ્યું. તે ભાનમાં આવ્યો ત્યારે એક કદાવર દેહ ધરાવતી વ્યક્તિ દ્વારા જમીન પર પટકાયેલો હતો. તેની પીઠ જોરથી ટકરાવાને લીધે તેની આંખ પીડાના કારણે આંસુથી છલકાઈ ગઈ.

રુદ્ર જ્યાં તેની ગરદન તરફ ત્રાટક્યો તો અરજણે તેને ચકમો આપી દીધો અને તેની પાતળી ભુજાઓએ રુદ્રની ભારે ભુજાને મરોડી દીધી. જેવો રુદ્ર આગળ આવતો અરજણ તેના હાથને ઝટકીને પ્રહાર કરી દેતો હતો. આખરે રુદ્રના પગ અરજણના પગને આંટી મારવામાં સફળ થયા અને તેણે ભીંસ વધારી અને તેના ઉપરના શરીરને નીચે પછાડી દીધું. પછી એ અરજણના શરીરને જમીન પર પછાડવા લાગ્યો. રુદ્ર આગળ નમ્યો અને તેની ચામડી પર બચકું ભરતાં બોલ્યો, "મજા આવે છે ને?"

અરજણનાં ભવાં ચડ્યાં, તેને એ કદાવરની વાત સમજાઈ નહીં, પણ અરજણે જોર કર્યું અને પૂરી તાકાતથી પોતાના શરીરને જમીન પરથી ઉઠાવી દીધું તો રુદ્ર નીચે લથડિયું ખાઈ ગયો. રુદ્ર ઊભો થવા ગયો ત્યારે ભીડમાં સન્નાટો છવાઈ ગયો. તે ઊભો તો થયો, પણ તેનો એક ખભો નીચે નમેલો હતો. એવું લાગતું હતું કે ત્યાં એને ભારે ઈજા થઈ હશે.

"તું જોરદાર છે." રુદ્ર મજાકમાં બોલ્યો, "પણ માફ કરજે, મારે જીવવા માટે તને મારવો જ પડશે."

જ્યારે રુદ્ર કોઈ માતેલા સાંઢની જેમ બે હાથની કોણી વડે તેની તરફ ધસ્યો તો અરજણના પગ ત્યાં જ સ્થિર થઈ ગયા, પણ તેણે

ઝડપથી જાત સંભાળી. તેણે બંને હાથની મુઠ્ઠીઓ ભીંસી દીધી જેથી તે સામનો કરી શકે.

હવે આ ફક્ત મલ્લ-યુદ્ધ નહોતું રહ્યું.

રુદ્રએ અરજણ પર મુક્કાઓનો વરસાદ વરસાવી દીધો ત્યારે તેને એવું લાગ્યું કે અરજણનું એકેય હાડકું સલામત નહીં રહ્યું હોય. તેના સાંધાઓ મૂળમાંથી હલી ગયા હતા. તે ગમે ત્યારે પોતાની હિંમત હારવાની સ્થિતિમાં હતો. રુદ્ર તેની છાતી પર બેસી ગયો. તેની ભારે અને મોટી જાંઘો ખરાબ રીતે ઘાયલ ધડ પર ટેકવેલી હતી.

"માફ કરજે દોસ્ત, હવે તારું બચવું શક્ય નથી."

પછી તો કોઈ રસ્તો હતો જ નહીં. અરજણે બચવા ઇચ્છ્યું, રુદ્રએ મુક્કા મારીને તેનું નાક તોડી નાંખ્યું. તેના ચહેરા અને નાક પરથી લોહી વહેવા લાગ્યું. જ્યારે શંભલમાં અરજણે ઝેરી બોર ખાઈ નાખ્યાં હતાં ત્યારે તેને લાગ્યું હતું કે એ જીવનની સૌથી ખરાબ ક્ષણ જોઈ રહ્યો છે, પરંતુ તેનો રક્તરંજિત ચહેરો અને ચૂર થયેલાં હાડકાંએ તે વાત ખોટી પાડી દીધી. તેના વહેતા લોહીથી તે ગૂંગળામણ અનુભવતો હતો. પીડાથી કાનમાં ઘણ વાગી રહ્યા હતા અને દૃષ્ટિ ધૂંધળી થઈ રહી હતી તેમજ તેનું હૃદય જોરથી ધબકવા માંડ્યું હતું.

રુદ્ર તેના બંને હાથ વડે તેનું ગળું દબાવવા લાગ્યો. અરજણે શ્વાસ લેવાની મથામણમાં તેને દૂર ધકેલવા પ્રયાસ કર્યો, પણ સફળ ન થયો. તેને કાળા ધબ્બા નજર સામે દેખાવા લાગ્યા. શ્વાસ લેવાતો બંધ થવા લાગ્યો. તેની આંખો જાતે જ બંધ થવા લાગી અને તેણે અંધકારને આવકાર્યો.

કબીલા

રાક્ષસ – આ બુદ્ધિમાની માનવ જેવા લાગતાં પ્રાણીઓએ ઈલમ દ્વીપ પર દક્ષિણમાં જન્મ લીધો. આ લોકો સામસામે થનારા યુદ્ધમાં ઘણા તાકાતવર હોય છે. બીજા કબીલાવાળાની સરખામણીમાં તેમની ચામડી જાડી હોય છે. તેમની સરેરાશ ઊંચાઈ છ ફૂટથી વધારે હોય છે. તેમનો પિતૃસત્તાક સમાજ અને સંસ્કૃતિ હોય છે તેમ જ તેમની ભયંકરતા છતાં પછાત જોવા મળે છે. તેમાંના મોટાભાગના શિવ ભગવાનના ઉપાસક છે, પરંતુ લોકો તેમને નાસ્તિક સમજે છે. તેમની ત્વચા કાળી અને વાળ તૈલીય જોવા મળે છે.

નાગ – આ કુલીન અને અભિજાતીય વંશ નાગપુરીમાં રહેતા હતા. એ નગર સરોવરમાં તરતું હતું. નાગ લોકો શેષ અને ભગવાન વિષ્ણુની ઉપાસના કરતા હતા. નાગ લોકો યોદ્ધા કરતાં વધુ કૂટનીતિજ્ઞ હોય છે, પરંતુ એક લાંબા સમયથી તેમણે સૈન્ય તંત્ર વિકસિત કર્યું હતું. તેમની સભ્યતામાં સ્ત્રીઓને પૂરું સન્માન આપવામાં આવે છે. તેમની આંખો ભૂરા રંગની અને ત્વચા ગોરી હોય છે.

યક્ષ – કદ નાનું અને નટખટ હોય છે. એ લોકો ભયાવહ નથી હોતા પરંતુ નાણાકીય બાબતે નિપુણ હોય છે. આ પ્રજા રાજા સિવાય કોઈને પૂજે નહીં. તેમનામાં સૈન્ય અને રાજનીતિ બાબતે કુશળતાનો અભાવ જોવા મળે છે. યક્ષોને સંગિની, યક્ષિણીઓ દુર્લભ હોય છે જે મરુભૂમિ સ્થિત અલકપુરમાં નિવાસ કરે છે. બીજા કબીલાની સરખામણીમાં આ લોકો વધુ સંપન્ન જોવા મળે છે.

અસુર – દુર્લભ પ્રજાતિ કહી શકાય છે. આ કબીલાના વિષયમાં વધુ જાણકારી મળતી નથી. તેમને સંસારની બધી જ બદીઓનું મૂળ માનવામાં આવે છે. એક વખત અંધવિશ્વાસના પરિણામે ભારે શોધખોળ

બાદ અનેક અસુર બાળકો, સ્ત્રીઓ ને પુરુષોને મારીને લટકાવી દેવામાં આવ્યા. તેમાંથી કેટલાક લોકો બચી ગયા જે આમતેમ ભટકતા જોવા મળે છે. આ લોકો નાસ્તિક હોય છે.

દાનવ – અસુરોના ભાઈ કહેવાય. એ વૃક્ષો જેટલાં લાંબા તથા ટેકરીઓ જેવા વિશાળ હોય છે. આ લોકો દેવતાઓના પરમ વિરોધી મનાય છે, એવું કહેવાય છે કે આ લોકો અત્યારે સૂઈ રહ્યા છે, કારણ કે તેમના ચાલવાથી ધ્રુજારી પેદા થાય છે. આ લોકો રાત્રે ધીરે-ધીરે કહેવામાં આવતી વાર્તાઓની કલ્પનાઓમાં દેખાવા લાગ્યા. પ્રલય બાદ આ લોકો ક્યાંય જોવા નથી મળ્યા.

પિશાચ – નરભક્ષી લોકોનો સમાજ. આ લોકો કાદવ જેવી અને અંધારી ભૂમિ પર નિવાસ કરે છે. આ લોકો જે 'ઉત્તમ' હોય તેમની પૂજા કરે છે. આ લોકો કર્મ પર વિશ્વાસ ધરાવે છે અને તેઓના દરેક અપરાધ તેમના શરીર પર અંકિત હોય છે. આ લોકોને માનસિક રીતે અસ્થિર માનવામાં આવે છે, તેમજ તેમના વિસ્તારમાં ભાગ્યે જ કોઈ જવાની હિંમત કરતા હોય છે.

વાનર – આ લોકો દંડક અરણ્યમાં નિવાસ કરે છે. તેમને ઘણા જ્ઞાની માનવામાં આવ્યા છે. તેમના શરીર પરના વાળ જોઈને તેમની હાંસી ઉડાવાય છે. કોઈની સાથે મૈત્રીપૂર્ણ સંબંધો નહીં રાખવાનું નક્કી કરીને આ લોકો અત્યારે ભૂગર્ભમાં જતા રહ્યા છે. તે લોકો તેમના સંરક્ષક ભગવાન બજરંગીની પૂજા કરે છે જેમને અમર દેવતા માનવામાં આવ્યા છે.

નોંધ : *મહેરબાની કરીને ધ્યાન આપો, બીજા ઘણા કબીલા અસ્તિત્વ ધરાવે છે, પણ તેમને આ યાદીમાં સામેલ કરવામાં આવ્યા નથી, કારણ કે તેમના વિશે શોધ અને લેખન કરવાનું બાકી છે.*

– વેદવ્યાસ

આભાર

કોઈ એક પુસ્તક ફક્ત લેખકના અથાગ પરિશ્રમનું પરિણામ નથી હોતું, પણ તેમાં અનેક વ્યક્તિઓનું યોગદાન રહેલું હોય છે. હું એ તમામ લોકોનું નામ જણાવવા માંગીશ જેમણે તેમનો પૂરતો સહયોગ આપ્યો છે જેથી આ ફેન્ટસી શ્રેણીમાં મારા પહેલા પુસ્તકની પરિયોજના પૂરી કરી શકું જે નિસંદેહ મારી પ્રધાન કૃતિ છે.

હું મારાં માતા-પિતાથી શરૂઆત કરવા માંગીશ. મારા પિતાનો કાયમ સહયોગ અને સ્નેહ સાથે રહ્યો છે એ કારણસર આ પુસ્તક તમારા સુધી પહોંચી શક્યું છે. આ કાર્યમાં પ્રત્યેક સર્જનાત્મક નિર્ણયમાં વિવાદ રહ્યો, પણ એ નાના ઝઘડાઓ જ અત્યારે પુસ્તકમાં સુંદર રીતે બહાર આવી શક્યા છે. મારી માતા ઈસાઈ ધર્મની અનુયાયી છે અને તેમણે પોતાની માન્યતાઓને બાજુમાં રાખીને આ વિચારને સ્વીકૃતિ આપી જેથી તેમનો પુત્ર હિંદુ-દેવતાઓ પર પુસ્તક લખી શક્યો. તેમની સ્વીકૃતિ અને સહયોગના બળે મને અહેસાસ થયો કે વ્યક્તિએ પહેલા મનુષ્ય અને પછી ધાર્મિક થવું જોઈએ.

હું મારી સંપાદકનો આભાર માનીશ કે જેમણે અથાગ મહેનતથી રોજના આઠ કલાકનું સંપાદન, પુનર્લેખન અને સુધાર માટે આ પુસ્તક પર કામ કર્યું. તેમણે આ ઉપન્યાસને એક નવું જ રૂપ આપ્યું તે માટે હું સદા ઋણી રહીશ.

હું અનુજ કુમારને ધન્યવાદ કહીશ જેમણે કલામોસ લિટરેરી સર્વિસીસના માધ્યમથી આને બહાર પાડ્યું અને અમારા પ્રકાશનની પહેલી મીથ-ફેન્ટસીને બહાર પાડવામાં ઉત્સુકતા દર્શાવી. હું અર્થાત્ સ્ટુડિયોનો આભારી છું જેણે આ સુંદર મુખપૃષ્ઠ ચિત્ર તૈયાર કર્યું અને અજિતાભ બોઝે ચિત્ર સાથે અદ્ભુત ફોન્ટ ને સ્ટાઇલથી સુસજ્જિત કર્યું.

મારી PR સહાયક ડિમ્પલ સિંહ તથા સીમા સક્સેના(જશ્ન ઈવેન્ટ્સ)ના સહયોગથી અને આ પુસ્તક પ્રત્યેની રુચિનો અભાર માનું છું.

હું ગગન કાબરાનો પણ આભાર માનીશ જેમણે આનું ટ્રેલર અને પોસ્ટર તૈયાર કરવામાં યોગદાન આપ્યું. તેમણે મારાથી વધુ પરિશ્રમ કરીને આ યોજનાને સાકાર કરી.

અંતમાં, હું આપ સર્વેનો, મારા વાચકોનો આભાર માનીશ. તમે બધા સાચે જ કમાલ છો અને આશા રાખું છું કે તમને આ પુસ્તક વાંચવામાં આનંદ આવ્યો હશે.

www.ingramcontent.com/pod-product-compliance
Ingram Content Group UK Ltd.
Pitfield, Milton Keynes, MK11 3LW, UK
UKHW042125021026
15589UKWH00003B/611

9 789395 339889